நாராயணபுரம்

D1680009

ராஜாஜி ராஜகோபாலன்

டிஸ்கவரி புக் பேலஸ்

#6, மஹாவீர் காம்ப்ளெக்ஸ், முனுசாமி சாலை,
(பாண்டிச்சேரி கெஸ்ட் ஹவுஸ் அருகில்)
கே.கே.நகர் மேற்கு, சென்னை-600 078.
பேச : 044 48557525, +91 87545 07070

நாராயணபுரம்

ஆசிரியர்: ராஜாஜி ராஜகோபாலன்©

NARAYANAPURAM

Author: RAJAJI RAJAGOPALAN ©

Publisher : Discovery Book Palace
First Edition : February - 2021
ISBN :978-93-89857-55-9
Pages : 416

Book Design : Discovery Team

அட்டை புகைப்படம்: ராஜாஜி ராஜகோபாலன்

Discovery Book Palace (P) Ltd,
6, Mahaveer Complex, Munusamy Salai,
K.K.Nagar West, Chennai-600 078.
Ph: +91 - 44-4855 7525
Mobile: +91 87545 07070
E-mail: **discoverybookpalace@gmail.com,**
Website: **www.discoverybookpalace.com**

Rs. 450

இந்த நூலில் பிரசுரமாகியுள்ள எந்த ஒரு பகுதியையும் பதிப்பாளரின் எழுத்து பூர்வமான முன்அனுமதி பெறாமல் எடுத்தாள்வதோ, மறுபிரசுரம் செய்வதோ, மொழியாக்கம் செய்வதோ, அச்சு மற்றும் மின்னணு ஊடகங்களில் மறுபதிப்பு செய்வதோ, காப்புரிமைச் சட்டப்படி தடை செய்யப்பட்டுள்ளது. இந்த நூலிலிருந்து குறிப்பிட்ட பகுதிகளை மேற்கோள்காட்டி புத்தக விமர்சனம் செய்ய, ஊடகங்களுக்கு மட்டும் அனுமதி உண்டு.

உங்கள் மொபைல் போனிலிருந்து ஸ்கேன் செய்து டிஸ்கவரி புக் பேலஸின் மொபைல் ஆப்பை டவுன்லோடு செய்து, புத்தகங்களை வாங்குங்கள்.

இதுபோன்று இனிதாவதொன்றில்லை

'எழுத்து ஓர் உயர்தொழில்' எனக் கூறுவோர் சிலர். 'தவம்' எனச் சொல்வோர் இன்னும் சிலர். இவர்களின் மத்தியில் அதுவொரு 'சுயவெளிப்பாடு' எனவும், கலாநிதி நா.சுப்பிரமணியன் கூறுவதுபோல் 'அனுபவ மீட்பு' எனவும் கருதுபவன் நான். அவ்வகையில், 'நாராயணபுரம்' எனது சுயத்தினதும், ஒருகால் நான் அளைந்து திரிந்த மண்ணினதும், அதன் மக்களதும் இன்னொரு பரிணாமம். அவ்வளவே. ஆதலால், அவர்களும் நீங்களும் நானுமே நாராயணபுரத்தில் வாழ்கிறோம்.

நானொரு சிறுகதைச் சித்தாள். என்னைப்போய் 'ஒரு நாவலைக் கட்டித் தா' எனப் பணித்தார் ஒருவர். அதற்கிணங்கி, கடந்த ஐந்து ஆண்டுகளுக்குமுன் நான் பயந்து பயந்து எழுத ஆரம்பித்த நாவல், இன்று இந்த அளவுக்கு வளர்ந்துவிடுமென ஒருபோதும் எதிர்பார்த்திருக்கவில்லை. இப்போது, அந்தப் பெரும் பணிக்குத் துணையாக நின்றவர்கள் எவரையும் மறக்காது நன்றி சொல்லவேண்டுமென்ற புதிய பயம் வந்து ஆட்கொண்டுள்ளது.

நமது மண்ணின் வரலாற்றுப் பக்கங்களைக் கேட்டபோதெல்லாம் தேடித் துருவித் தந்துதவிய அன்புள்ளங்கள், கணினியூடான அச்சுப் பிரதியை வாசித்து வழிகாட்டிய எனது இளமைக்காலச் சகபாடிகள், செம்மைப்படுத்துவதில் என்னோடு

பயணித்த நட்புகள்... என பலருக்கு நான் மிக நன்றியுடையவனாகிறேன்.

தனது இடையறாத இலக்கியப் பணிகளுக்கு மத்தியில் இந்த நூலுக்கு அணிந்துரை எழுதித் தந்த கலாநிதி நா.சுப்பிரமணியன் அவர்களுக்கு எனது வணக்கமும், அன்புடன் கூடிய நன்றியும்.

நாராயணபுரத்துக்கு நூலுருவம் தந்து வெளியிட்ட அன்பர் 'டிஸ்கவரி புக் பேலஸ்' வேடியப்பனுடன் நான் கொண்டுள்ள பதிப்பக உறவு இந்த நாவலுடன் துளிர் விடுகிறது. வரவேற்பும் வாழ்த்துகளும் நன்றியும், வேடியப்பன்.

எனது வாசக நெஞ்சங்களே, உங்களுக்கு வேளை கிடைக்கும்போது இந்த நாவல் குறித்த உங்கள் வாசிப்பு அனுபவத்தை எனக்கு எழுத வேண்டுகிறேன். எல்லா அஞ்சல்களுக்கும் காலம் தாழ்த்தாது பதில் எழுதும் பழக்கமுள்ளவன் நான். ஆவலுடன் காத்திருப்பேன்.

இறுதியில்,

இதனை எழுதவைத்த நாராயணனுக்கு.

ராஜாஜி ராஜகோபாலன்

rajagopalan@cogeco.ca

அணிந்துரை

பேராசிரியர் கலாநிதி நா.சுப்பிரமணியன்

கனடாவில் வாழும் ஈழத்தமிழரான திரு.ராஜாஜி ராஜகோபாலன் அவர்கள் 1970களில் எழுத்துத்துறையில் அடிபதித்தவர். ஈழத்தின் வடபுலமான யாழ்ப்பாண மண்ணின் சமூக, பண்பாட்டுக் கோலங்களை எழுத்தில் வடிப்பதில் தொடர்ந்து ஈடுபாடு காட்டி வருபவர். 2015இல் வெளிவந்த 'குதிரை இல்லாத ராஜகுமாரன்' என்ற அவருடைய சிறுகதைத் தொகுதி அவருடைய சமூகப்பார்வை மற்றும் எழுத்தாளுமை ஆகியவற்றை எடுத்துக்காட்டும் முக்கிய ஆவணமாகத் திகழ்வதாகும். அதன் தொடர்ச்சியாக இப்போது அவருடைய 'நாராயணபுரம்' என்ற இந்த நாவல் வெளிவருகின்றது.

நாவல் என்ற இலக்கிய வகையானது நமது காலத்தின் பேரிலக்கிய வடிவமாகும். அது சிறுகதைபோல குறித்த ஒரு அநுபவ அம்சத்தை மட்டும் மையப்படுத்தியதாக அமைவதன்று. குறித்த சமூகச் சூழல்/சூழல்கள் சார்ந்த வாழ்வியல்களின் பல்தள இயங்கு நிலைகளையும் அவற்றினூடாக விரிவுபெறும் அனுபவ அம்சங்களையும் உள்ளடக்கவல்ல பெருவடிவமாகவே அது திகழ்ந்துவருகிறது. அவ்வகையில் அது 'வாழ்வியலின் தரிசனம்' என்பதான கவனிப்புக்கும் கணிப்புக்கும் உரியதாகும்.

மேற்சுட்டியவாறு வாழ்வியல் தரிசனங்கள் என்ற கணிப்புக்குரிய பெருந்தொகையான ஆக்கங்கள் அண்மைக் காலத்தில் தமிழில் வெளிவந்து கொண்டிருக்கின்றன. இவ்வகையில் ஈழமண்ணின் புதிய வரவாக அமையும் 'நாராயணபுரம்' என்ற இந்த ஆக்கத்தை நவீன தமிழ் வாசக உலகின் சார்பில் வரவேற்பதில் பெருமகிழ்ச்சியடைகிறேன்.

இந்த நாவல் ஈழத்தின் வடபுலமான யாழ்ப்பாணக் குடாநாட்டின் கிராமச் சூழலொன்றின் சமூக தரிசனமாகும். குடாநாட்டின் மேற்குத் திசையிலுள்ள வல்லிபுரக் கோவில் என்ற பெயர் தாங்கிய மாயவன் ஆலயச் சூழல் சார் கிராமத்தின் சமூக வாழ்வியலே இதில் நமது பார்வைக்கு வருகின்றது. அந்தக் கிராமச் சூழலின் கடந்த ஏறத்தாழ அறுபதாண்டுகளுக்கு உட்பட்ட காலகட்டத்தின் வாழ்வியற் காட்சிகளே இவ்வாக்கத்தில் பதிவாகியுள்ளன.

குறிப்பாக, அங்குள்ள மேற்படி கிராமச் சூழல்சார் மையப்படுத்திய சமூக மாந்தரின் உலகநோக்கு, ஆர்வங்கள், எதிபார்ப்புகள், ஏமாற்றங்கள், இன்ப துன்ப அநுபவங்கள் முதலியவற்றை மையப்படுத்திய வாழ்வியல் இயங்கு நிலைசார் காட்சிகளை திரு ராஜாஜி ராஜகோபாலன் அவர்கள் இந்நாவலூடாக நமது மனக்கண்முன் நிறுத்தியுள்ளார். இதற்கமைந்ததான நாராயணபுரம் என்ற தலைப்பானது மேற்படி மாயவன் ஆலயச் சூழல் பற்றிய குறியீடாகவே அமைந்ததென்பதை இதனை வாசிப்பவர்கள் உய்த்துணர்ந்துகொள்ள முடியும்.

இவ்வாலயச் சூழலானது 'முன்னொரு காலத்தில் ஈழத்தின் வடபகுதியின் தலைநகராகவும் திகழ்ந்துள்ளது' என்பதான வரலாறுசார் தரவுகள் இம்மண் சார்ந்தோருக்குப் பெருமித உணர்வுகளைத் தருவன. இப்பெருமித உணர்வுகளை முன்னிறுத்தியும் இவ்வாலயத்தில் நிகழும் விழாக்கள் மற்றும் கலைநிகழ்வுகள் முதலியன தொடர்பான நினைவுகளுடனும் இந்நாவலின் கதையம்சம் தொடங்குகிறது.

இதன் கதையம்சமானது அந்தக் கிராமத்தின் சராசரி விவசாயக் குடும்பமொன்றின் மூன்று தலைமுறை மாந்தரின் உணர்வோட்டங்கள் மற்றும் இயங்குநிலைகள் ஆகியவற்றை மையப்படுத்தியதாகும். அவற்றினூடாக மேற்படி அரை நூற்றாண்டுக் காலகட்டத்திலே அம்மண்ணில் நிகழ்ந்த பண்பாட்டு அசைவியக்கங்களை இது ஒரு திரைக்காட்சிபோல நமது பார்வைக்கு இட்டுவருகிறது.

இந்தக் கதையில் மூத்த தலைமுறையானது குடும்பக் கட்டமைப்பைப் பேணுவதில் பிடிவாத குணமுள்ளதாகக் காட்சிக்கு வருகிறது. இந்த மூத்த தலைமுறையை அடையாளப் படுத்தி நிற்பவர் முத்துவேலர். கடும் உழைப்பு, குடும்பப்பற்று, அன்பு, கவனம், கண்டிப்பு, மிகுந்த புத்திசாலித்தனம், முரட்டுப்

பிடிவாதம் ஆகியவற்றின் கூட்டுக்கலவையான ஒரு மரபின் பிரதிநிதியாகத் திகழ்பவர் அவர்.

முத்துவேலருக்கு ஒரே மகனாகப் பிறந்த தேவன் தந்தையின் குணாம்சங்களிலிருந்து பெருமளவு விலகிச் செல்ல முற்படும் ஒரு புதிய தலைமுறையின் பிரதிநிதியாக அறிமுகமாகிறான். தந்தையின் பிடிவாத நிலையை மீறித் தனக்கான தனி ஆர்வங்களுடன் இயங்க முயல்பவன் அவன். கிராமச் சூழல் சார்ந்த மரபான கட்டிறுக்கமான பார்வைகளிலிருந்து தன்னை விடுவித்துக்கொள்ளவும் புதிய விடயங்களைப் புரிந்துகொள்ளவும் ஆர்வங்கொண்டவனாக அறிமுகமாகும் அவன் கலையார்வம் கொண்டவனாகக் குறிப்பாக, இசையிலே மிகுந்த நாட்டமுடையவனாகவும் திகழ்பவனாவான். ராமு என்ற நண்பனின் தொடர்பானது இவனிடத்தில் சமுக சமத்துவ நோக்கையும் வளர்த்தெடுக்கிறது.

அவனிடம் இளம் வயது முதலே உருவாகி வளர்ந்த இவ்வாறான குணாம்சங்கள் அவனைத் தந்தையின் உலக நோக்கிலிருந்து பெரிதும் வேறுபடுத்துகின்றன. தேவனது இசையார்வமானது அவனுக்கு நித்யா என்ற பாடகி மீது காதலையும் தோற்றுவிக்கிறது. இவ்வாறு இசையார்வமும் காதலும் பின்னிப்பிணைந்த நிலையிலான எதிர்பார்ப்புகள், உணர்வெழுச்சிகள், மன அவசங்கள் முதலியவற்றைப்பற்றிய காட்சிப்படுத்தல்கள் ஊடாகவே இந்நாவலின் மையக் கதையம்சத்தின் முதற் பெரும்பகுதி நகர்ந்து செல்கிறது. 'தந்தையுடைய புத்திசாலித்தனத்துக்கும் பிடிவாத குணத்துக்கும் முன்னால் இவனால் உறுதியாகத் தன்னை தனது காதலை நிலை நிறுத்திக்கொள்ள முடிந்ததா?' என்ற வினாவை முன்வைத்து இக்கதை முக்கிய திருப்பத்தை அடைகிறது.

தந்தையின் தேர்வான திலகம் என்ற பெண்ணைக் கரம்பற்றிய நிலையில் அவனது குடும்ப வாழ்வு புதிய திசையில் பயணிப்பதாகக் கதை தொடர்கிறது. தேவன், திலகம் ஆகியோரின் குடும்ப வாழ்வின் பேறாக உருவான மூன்றாவது தலைமுறையானது காலத்தோடொட்டியதும் முற்போக்கானதுமான மனவிரி கொண்டதாகவே கதையில் அறிமுகமாகிறது. தாய் இறந்த நிலையில் தந்தையின் காதலியை நித்யாவை அவருடன் சேர்த்து வைத்து அவருக்கு மனநிறைவான வாழ்க்கையை அமைத்துக் கொடுப்பதில் அடுத்தலைமுறையினரான அப்பன்,

அபிதா ஆகியோர் புலப்படுத்தியுள்ள ஈடுபாடு இந்த நாவலின் கதையம்சத்துக்கு ஒரு தனிப் பரிமாணத்தைக் கொடுத்துள்ளது.

இத்துடன் இந்நாவலின் முக்கிய கதைப்பகுதி ஒரு முக்கிய கட்டத்தை அடைகிறது. அதன்பின் சமகாலப் போர்ச்சூழலின் நிகழ்வுகளை மையப்படுத்தியதாக இன்னொரு கட்டத்தை நோக்கி அக்கதையை ஆசிரியர் நடத்திச்செல்கிறார். இவ்வாறான பிற்பகுதிக் கதையம்சமானது இந்நாவல் 'குறித்த ஒரு கிராமத்தின் வாழ்வியல் தரிசனம்' என்பதற்கு அப்பால் நகர்ந்து செல்வதோடு போர்ச்சூழல்சார் தமிழர் பலரின் அநுபவங்களின் பொதுநிலைத் தரிசன'மாகவும் விரிவுபெறுகிறது.

குறித்த ஒரு குடும்பத்தின் மூன்று தலைமுறைகளின் கதையாகத் தொடரும் இந்நாவலை ஒரு சமூகத்தின் பரந்துபட்ட வாழ்வியல் இயங்குநிலைகளின் காட்சியாக விரிவுபடுத்திய வகையில் முக்கிய பங்கு இதன் துணைக் கதைமாந்தரைச் சாரும். துணைக் கதைமாந்தராக அறிமுகமாகும் பலரும் மேற்படி கதை நிகழும் சூழல்சார் உணர்வோட்டங்களின் பன்முகப் பரிமாணங்களையும் அவை தொடர்பான இயங்குநிலைகளையும் அடையாளப்படுத்தி நிற்கின்றனர்.

குறிப்பாக, தேவனின் நண்பர்களாக அறிமுகமாகும் ராமு, சத்தியமூர்த்தி, யோசெப்பு மற்றும் தேவனின் இதயத்தில் முதலாவது சலனத்தை ஏற்படுத்திவிட்டு மின்னல்போல் மறைந்த கமலா டீச்சர், தனது பணக்காரத்தனத்தை வெளிச்சம் போட்டுக்காட்டும் செல்வலட்சுமி, சத்தியமூர்த்தி கடையில் அரசியல் அரட்டையில் ஈடுபட்டுப் பெருமிதங்கொள்ளும் சங்கரலிங்கம், ஊர்த்தொளவாரம் பேசுகின்ற முடிவெட்டும் மாணிக்கம் என இந்நாவலில் நடமாடும் கதைமாந்தர்கள் பலரும் அக்கிராம வாழ்வியலின் பலதள இயங்குநிலைகளையும் சிறப்பாகவே நமது மனக்கண்முன் நிறுத்துகின்றனர்.

திருமண நிகழ்வு, சாமத்தியச்சடங்கு, மரணச் சடங்கு, கடற்கரைப் பள்ளிக்கூடம் எனப்படும் மெதடிஸ்த கல்லூரி மற்றும் வடமராட்சி இந்து மகளிர் கல்லூரி, போராளிக் குழுக்களின் இயங்குநிலைகள், இந்திய அமைதிப்படையின் வருகை, வல்லிபுரக் கோவிலின் ராஜகோபுரத் திருப்பணி முதலியன பற்றிய விவரணங்கள் மற்றும் உரையாடல்கள் ஆகியவற்றின் ஊடாக

இந்நாவலின் கதை நிகழும் காலகட்டங்கள் மற்றும் சூழல்சார் பண்பாட்டு அசைவியக்கங்கள் ஆகியன நமது கவனத்துக்கு இட்டுவரப்படுகின்றன.

நாவலின் கதை ஆசிரியர் கூற்றாகவே நேர்கோட்டில் ஆற்றொழுக்கான நடையில் கூறிச் செல்லப்படுகிறது. தேவன் என்ற பாத்திரத்தின் உணர்வெழுச்சிகள் மனப்போராட்டங்கள் ஆகியவற்றைத் தேவனை மையப்படுத்திய நிலையிலேயே கதை நகர்கிறது. தனது காதலுக்கு எதிராகத் தந்தை மேற்கொண்ட புத்திசாலித்தனமான காய் நகர்த்தலை எதிர்கொள்ளத் துணிவின்றிப் பணிந்துபோகும் நிலையிலே சூழ்நிலையின் கைதியாகிவிடும் ஒரு சராசரி மனிதனாகவே அவன் காட்சிப்படுத்தப்படுகிறான். ஆனால் அவனுள் முளைவிட்டிருந்த காதலுணர்வானது அவனது வாழ்க்கையின் இறுதிவரை தொடர்கிறது எனக் காட்டுவதன்மூலம் அப்பாத்திரத்தின்மீது அநுதாபத்தை ஏற்படுத்தவே ஆசிரியர் முயன்றுள்ளார்.

தேவனை மையப்படுத்திய இக்கதையோட்டத்திலே அவனுடைய காதலி நித்யா மற்றும் முதல் மனைவி திலகம் ஆகியோரின் ஒவ்வொரு பக்க உணர்வுப் பரிமாணங்களே இந்நாவலில் நமது தரிசனத்துக்கு வருகின்றன. நித்யா பற்றிய சித்திரம் இதில் முக்கியமானது. அவளது அழகும் இசையாளுமையுமே தேவனின் இயக்குவிசையாகத் திகழ்ந்து வந்துள்ளமையை ஆசிரியர் சிறப்பாகவே பதிவுசெய்துள்ளார்.

தேவனோடு இணையும் முயற்சியில் முதலில் தோல்வி கண்ட அவள் பின்னர் குடும்பச் சூழல் காரணமாக வேறு ஒருவனை மணமுடிக்கிறாள். ஒரு பெண்குழந்தைக்கும் தாயாகிறாள். அவளது இந்த முதலாவது மணவாழ்க்கையிலும் அவளுக்குத் தோல்வியே கிட்டுகிறது. பொருத்தமற்ற ஒருவனை மணந்து ஏமாற்றமடைந்திருந்த அவள் தேவனோடு மீளவும் இணைவதற்கான வாய்ப்புக் கிட்டியபோது அதனை ஏற்றுக்கொண்ட மனப்பக்குவத்தை ஆசிரியர் சித்திரித்துள்ள முறைமை மனநிறைவைத் தருவதாகவுள்ளது என்பதையும் இங்கு குறிப்பிடுவது அவசியம். அவளது முதல் கணவனுக்குப் பிறந்த மகளும் இந்த உறவில் வந்து சங்கமித்தமையைச் சுட்டியுள்ளதன் மூலம் நித்யாவின் இந்த மீளிணைவு நிலையை ஆசிரியர் அர்த்தமுள்ள ஒரு குடும்ப உறவாகவும் அடையாளப்படுத்தியுள்ளார் எனலாம்.

ராஜாஜி ராஜகோபாலன்

இந்நாவல் தொடர்பாக இங்கு குறிப்பிடப்படவேண்டிய முக்கிய அம்சம் இதில் இசையுணர்வுக்கு வழங்கப்பட்டுள்ள முக்கியத்துவம் ஆகும். ஆலய வழிபாட்டுச் சூழலில் வளர்ந்த தேவனது 'இரத்தத்துடன் கலந்த ஒரு கலையுணர்வாக' அதனை ஆசிரியர் அடையாளம் காட்டுகிறார். தமிழின் பக்தியிசை மீது குறிப்பாக திருவாசகம் ஆண்டாள் பாடல்கள் முதலியவற்றின் மீது அவருக்கு இருக்கும் ஈடுபாடானது 'நாவலின் கதைப்போக்கின் பின்னணி இசை' 'போலவே தொடர்கிறது எனலாம்.

இவ்வுரையை நிறைவு செய்யவுள்ள நிலையில் ஈழத்து நாவல் வரிசையில் இந்நாவல் பெறக்கூடிய கவனம் தொடர்பான ஒரு குறிப்பை முன்வைப்பது அவசியமாகிறது. இது ஈழத்தின் போர்க்கால நாவல். அதேவேளை எழுதியவர் புலம்பெயர் தமிழர் என்றவகையில் 'புலம்பெயர் இலக்கியம்' என்ற வகைமையிலும் இது கவனத்துக்குரியதாகிறது.

"போர்க்கால இலக்கியம்' என்ற வகையில் ஈழத்தை மையப்படுத்தி உருவாகிவந்துள்ள நாவல்வகை ஆக்கங்களை உள்ளடக்க நிலைகளில் பொதுவாக மூவகைப்படுத்தலாம். ஒரு வகையின, போரின் அவல அனுபவங்களை குறிப்பாக, சிங்களப்படையினர் மற்றும் இந்திய அமைதிப்படையினர் ஆகியோரால் ஈழத்தமிழர் எய்திய இன்னல்களைப் பதிவு செய்யும் பாங்கில் உருவாகி வந்தவை. இன்னொரு வகையின, போரில் ஈடுபட்டுவந்த இளம் தலைமுறையினரின் போராளிகளின் நேரடியான கள அநுபவங்களின் பதிவுகளாகத் திகழ்பவையாகும். மூன்றவது வகையின, போராட்ட இயக்கங்களின் முரண்பாடுகளைப் பொருளாகக் கொண்டு உருவானவை. (இவை தவிர வேறுவகை உள்ளடக்க அம்சங்களிலும் மேற்படி போர்க்கால இலக்கியங்கள் வெளிவந்திருக்கலாம். அவ்வாறு வெளிவந்திருக்கக் கூடியவை இதுவரை எனது பார்வைக்கு வரவில்லை.)

இந்நாவலானது போர்க்கால இலக்கியம் என்ற வகையிலான மேற்படி மூவகைகளுக்குள்ளும் அமைவதன்று. இதிலே மேற்படி போர்க்காலச் சூழல்சார் செய்திகள் பலவும் இடம்பெறுகின்றன. போர்ச்சூழலே தேவனின் முதல் மனைவியான திலகத்தின் அகால மரணம், அடுத்த தலைமுறையின் புலப்பெயர்வு ஆகியவற்றுக்குக் காரணமாகின்றது. ஆனால் நாவலின் கதையம்சமானது போரைப் பற்றியதன்று. அது அச்சூழலின் குடும்ப வாழ்வியல் பற்றியதேயாகும்.

இந்த அம்சம் மேற்படி மூவகை ஆக்கங்களினின்றும் இந்நாவலை வேறுபடுத்தி நிற்பதாகும். அவ்வகையில் இவ்வாக்கம் தனியான கவனிப்புக்கும் கணிப்புக்கும் உரியதாகிறது.

'புலம்பெயர் இலக்கியம்' என்ற பார்வையிலே இவ்வாக்கமானது, 'தாயகம்சார் அநுபவங்களின் மீட்பு' என்ற வகையைச் சார்ந்து உருவானதாகும். புலம்பெயர்ந்த பலரும் தொடக்கத்தில் இவ்வகை ஆக்க முயற்சிகளையே மேற்கொண்டு வந்துள்ளனர். அவர்களில் ஒருவராகவே ராஜாஜி ராஜகோபாலன் அவர்களும் திகழ்கிறார். அவருடைய 'குதிரை இல்லாத ராஜகுமாரன்' என்ற சிறுகதைத் தொகுதியின் கதைகளும்கூட இத்தகு 'அநுபவ மீட்பு'களாக உருவானவையே. இந்நாவலில் அந்த அநுபவங்கள் நிறைவாகவே பதிவாகியுள்ளன. அவ்வகையில் வரவேற்கப்படவேண்டிய முக்கிய புலம்பெயர் இலக்கியப் பதிவாகவும் இது திகழ்கிறது.

ராஜாஜி ராஜகோபாலன் அவர்களின் இம்முயற்சியை மனமுவந்து வரவேற்று இவ்வணிந்துரையை நிறைவு செய்கிறேன்.

முதலாம் பாகம்

1

எல்லையற்ற பெருவெளியாய் வியாபித்திருக்கும் இந்து சமுத்திரம் எழுப்பிய ஓங்காரம், அதனை அணைத்தபடி துயிலும் மணற்காட்டுப் பெருவெளியின் மேலாய் இரண்டு கட்டை தூரம் ஜிவ்வெனத் தவழ்ந்து, அந்த மண்ணையும் மக்களையும் ஆயிரம் ஆண்டுக் காலமாக இரட்சிக்கின்ற மாயவன் கோயிலின், ஹோவெனத் திறந்திருக்கும் வாயிலினூடாகப் புகுந்து பிரகாரமெங்கும் சுற்றிச் சுவர்களில் மோதிக் குதூகலித்தது.

மாயவன் கோயிலின் கிழக்கு வாசலில் கைகூப்பித் தொழுதபடி நின்றார் முத்துவேலர். வழியிலுள்ள பிள்ளையார் கோயில் படித் துறையில் குளித்துக் கும்பிட்டுவிட்டு இடுப்பில் வேட்டியும் ஈரச் சால்வையுமாக வந்து நின்றவரின் நெற்றியிலிட்ட திருநீறும் நாமமும் எப்போதோ காற்றோடு ஐக்கியமாயிருந்தது. உடலெங்கும் உச்சி வெயில் வியர்வை முத்துகளை அள்ளித் தெளித்திருந்தது. பரந்த மார்பின் மத்தியில் அங்குமிங்குமாக வெள்ளிக் கம்பிகள் போன்று ரோமங்கள் சிலிர்த்தபடி நிற்கின்றன. வெள்ளையும் கறுப்புமான தலை மயிர்க் கற்றைகள் காற்றில் பறந்து முகத்தில் படர்கிறது. தூரத்துச் சவுக்கு மரங்களிலிருந்து சோவென்ற ஓசையுடன் காற்று வந்து வருடிச் செல்கிறது. கையோடு வெண் மணலையும் அவர்மீது வீசிவிட்டுச் சிறு பிள்ளைபோல் நகைத்தபடி ஓடி ஒளிந்துகொள்கிறது.

முத்துவேலரின் மனக்கண் முன்னே கோயிலின் பிரமாண்டம் விரிகிறது. நீண்டு பரந்த உட்பிரகாரமும் அதனூடே கண்ணுக்கு எட்டாத தொலைவோ? என ஐயுறும் தூரத்தில் ஆனால், மனதுக்கு எட்டிய தொலைவில் முணுக்முணுக்கென எரியும் நெய் விளக்கொளியின் ஜொலிப்பில் சக்கர வடிவாகக் கரந்துறையும் மூலவரும் கிழக்கு வாசலோடு உயர்ந்து நின்று டாண்டாணெனத்

திக்கெட்டும் வெண்கல மணியொலி எழுப்பும் கோபுரமும் வெண் பட்டால் இழைத்த ராட்சதக் கம்பளத்தை ஆயிரம் பேர் ஒரே சமயத்தில் இழுத்து விரித்தாற்போன்ற ராஜ வீதியும் நாராயணனின் அவதாரங்களைப் போன்றே நெடிது நிற்கின்றன. எல்லாவற்றுக்கும் நடு நாயகமாக மாயவனின் மூலஸ்தான விமானம் விண்ணில் மிதப்பது போன்ற பிரம்மையை ஏற்படுத்தி மெய்சிலிர்க்க வைக்கிறது.

கண்களை மூடியவண்ணம் கோயில் விமானத்தை மனதி லிருத்தித் தியானித்தால், அதன் நிழல் மேற்கே பரந்திருக்கும் பசுமை பூத்த வயல் வெளியை எல்லையாகக்கொண்ட அச்சிற்றூரின் ஒவ்வொரு வீட்டு முற்றத்திலும் படிவதுபோன்று அமானுஷ்யமானதொரு அருள் சுரக்கும் மயக்கத்தைக் கொடுக்கும். அவனை அண்டி வாழும் அவ்வூரின் நூறு பேர் அளவிலான மக்கட் கூட்டத்தின் காவலனாக அவன் அல்லும்பகலும் கண் மூடாது கண்காணிப்பது போன்றிருக்கும்.

கோயிலுக்குக் கிழக்கே சமுத்திரக் கரையை நோக்கியும் வடக்கே கற்கோவளத்திலிருந்து தெற்கே நாகர்கோயில்வரைக்கும் பரந்திருக்கும் மணற்காட்டுப் பெருவெளி பெயருக்கேற்ப வெண் மணலைப் போர்த்தியிருக்கிறது. காற்றோடு இரைந்து பேசும் சவுக்கு மரங்கள் ஆங்காங்கே நெடிது நிற்கின்றன. அவற்றினிடையே தோட்டம்தோட்டமாய் ஒற்றைத் தென்னைகளும் வடலிப் பனைகளும் வானத்தை நோக்கி நீருக்குத் தவம் செய்கின்றன. மண் மேடுகளில் நாவலும் மகிழமும் ஈச்சையும் பாலையுமாக மணற்காடு நெய்தலும் மருதமும் முயங்கிய நிலத்தின் இலக்கிய வடிவமாய் அப்பிரதேசத்தின் பழமையைப் பறைசாற்றுகிறது.

முத்துவேலர் முன்னொருபோதும் அடைந்திராத பெருமிதத்தில் தன்னை மறந்து நின்றார். சிறிது நேரத்துக்கு முன் தேர்முட்டியின் அருகே நிற்கும் அரசமர நிழலில் ஒரு சிறு கூட்டம் கூடி யிருந்தது. அவர்கள் மத்தியில் புதியவர்கள் போன்ற இருவர் பேசிக்கொண்டிருந்தார்கள். மெத்தப் படித்தவர்கள் போன்ற முகக் களையோடும் லட்சிய நோக்கோடும் அவர்கள் மிக நிதானமாக விளங்கவைத்த வரலாறே அவரை அப்படிப் பெருமிதம்கொள்ள வைத்தது.

“இரண்டாயிரம் ஆண்டுகளுக்கு முன்னர், இந்த வல்லிபுரம் ஈழத்து வடபுலத்தின் தலைநகரமாக இருந்தது. இங்கேயிருந்த கடல்

துறைமுகமே இந்து சமுத்திர நாடுகளில் நடந்த வாணிபத்துக்கு நடு நாயகமாக விளங்கியது. ஈழத் தமிழரின் தலைநகரான சிங்கை நகரும் இதுவே. இங்கிருந்துதான் புதிய நாடுகளைத் தேடி மக்கள் புலம்பெயர்ந்து சென்றார்கள். இங்கிருந்துதான் நாகரிகமும் கலாசாரமும் இறை நம்பிக்கையும் பரவியிருக்கின்றன. இங்கேயுள்ள மணல் குன்றுகளையும் பற்றைக் காடுகளையும் அண்மையில் நாமும் பல கல்வி நிறுவனங்களும் அகழ்வாராய்ச்சி செய்தபோது கண்டெடுத்த புராதன சின்னங்களில் ஆதிகால, மத்தியகால மட்பாண்ட ஓடுகள், செங்கட்டித் துண்டுகள், கீச்சுக் கிட்டங்கள், கூரை ஓட்டுத் துண்டுகள், கிணறுகள், குளங்கள், ஈமத் தாழிகள், புராதன புத்தர் சிலை, விநாயகர் சிலை, பொற்சாசனம், பல்வேறு காலகட்ட நாணயங்கள், கட்டட அழிவுகள் ஆகிய எல்லாம் இந்தக் கோயிலின் வரலாற்றையும் இந்த மண்ணின் தொன்மையையும் தெளிவாக விளக்குகின்றன."

கண்மூடி நின்ற முத்துவேலரின் கரங்கள் மாயவன் முன்னால் தாழ்ந்து பணிந்தன.

மாயவா, என் குடும்பம் உனக்குப் பரம்பரைபரம்பரையாக ஊழியம் செய்துவருகிறது. நீ இங்கே வந்து காலூன்றிய வரலாறும் இந்த மண்ணின் வரலாறும் அநாதியானது. அதை உள்ளது உள்ளபடி எழுத எவருமே முன்வராமல் போகலாம். ஆனால், நீயும் வாழ்ந்து எங்களையும் வாழவைக்கும் வரலாறுதான் எனக்கும் என் பின்னடிக்கும் வழிகாட்டப்போகிறது.

அண்மையிலுள்ள மடமொன்றில் அப்போதுதான் சமைத்த உணவின் மணம் மூக்கு நுனியில் வந்து உட்காருகிறது. அங்கே பசித்தோர் வரிசைகள் விரைவில் நிரம்பிவிடுகின்றன. கழுவித் துடைத்த வாழை இலைகள் அவர்கள் ஒவ்வொருவர் முன்னாலும் வந்திருந்து சாந்தப்படுத்துகின்றன. விரித்த பாயில் கொட்டிக் குழைத்த சோறும் கறி வகைகளும் நெய்யும் பஞ்சாமிருதமும் புதிய பரிணாமமும் மணமும் எடுத்து எல்லார் வாயிலும் நீரூறச் செய்கிறது. இன்னும் ஒரு மணி நேரத்தில் அங்கே வந்திருக்கும் அத்தனை பேருக்கும் இல்லையென்று சொல்லாமல் கொடுத்த உபயகாரர்கள் தாமும் உண்டு ஓய்வெடுப்பார்கள். ஒரு பெரும் சைனியம் உண்டு முடித்தது போன்று எச்சில் இலைகள் மடங்களுக்கு வெளியே குவிந்துபோயிருக்கும்.

அன்றைய மதியப் பூசையைக் காண வந்த அடியார்கள் கூட்டம் மண்டபமெங்கும் அலைமோதுகிறது. கோயிலின் மணியோசையில் மனம் தோய்ந்தவர்கள் கைகளைத் தலைமேல் கூப்பிச் சேவிக்கிறார்கள். அர்ச்சனைத் தட்டுகளைக் கையிலேந்திய பெண்கள் முகத்தில் மலர்ச்சி தவழ, உள்மண்டபத்தை நோக்கி விரைகிறார்கள். தாய்மாரைப் பின்தொடரும் சிறுமிகளின் முகத்தில் பரவசம் படர்ந்திருக்கிறது. அவர்கள் பாவாடையைத் தூக்கிப் படிகளில் ஏறும்போது மென் பாதங்கள் பட்டு, கல்லும் கிளுகிளுப்படைகிறது. ஒருபுறம் நாதஸ்வர இசை தவழ்ந்து வருகிறது. தீபாராதனையைக் கண்டதும் எழுந்த 'மாயவா, நாராயணா' என்ற கோஷம் கோயிலை நிறைத்து வாசலால் வெளியேறி வீதியெங்கும் வழிகிறது.

பூசை மணிகள் ஓய்ந்தன. மக்கள் வாசலைக் கடந்து வெளியே வர ஆரம்பித்தார்கள். அவர்கள் பயணித்து வந்த வண்டில்களும் சைக்கிள்களும் கோயில் வீதியோரமாகப் பரவிப்போய் நின்றன. மரங்களின் கீழே வண்டில் மாடுகள் அசைபோட்டபடி ஓய்வு எடுத்துக்கொண்டிருந்தன. தூர இடத்திலிருந்து வந்தவர்களின் ஒன்றிரண்டு கார்கள் மணலில் புதைந்துபோய் நின்றன. காற்று தன்னிச்சைக்கு வீசிக்கொண்டிருந்தது.

இடுப்பில் சண்டியாகக் கட்டிய வேட்டி அவிழும்போதெல்லாம் முத்துவேலரின் பழக்கப்பட்ட கைகள் தாமாகவே இழுத்து இடுப்போடு முடிந்துகொண்டன. வீதியின் ஓரமாக ஆலும் அரசும் வேம்பும் மருதமும் சாமரம் வீசிக்கொண்டிருந்தன. அவற்றின் அருகே வரிசையாகப் போட்டிருந்த பந்தலின் கீழாக நிழலின் தண்மையை நுகர்ந்தபடி, தனது வீட்டை நோக்கிய நீண்ட நடையை ஆரம்பித்தார் முத்துவேலர்.

வழியெங்கும் கடலைக்காரிகளும் தேங்காய், கற்பூரம் விற்போரும் வீதியில் வருவோர் போவோரைக் கூவி அழைத்தபடியிருந்தார்கள். வெயிலில் வேர்க்க, விறுவிறுக்க நின்றுகொண்டிருந்தவொரு வியாபாரியின் முன்னால் விரித்திருந்த சாக்கின் மேல் புதிய அலுமினிய பாத்திரங்கள் பரவிப்போய்க் கிடந்தன. கந்தலாய்ப்போன சட்டையையும் மீறி வியர்வை வழிந்துகொண்டிருந்தது. அதை அவன் பொருட்படுத்தியதாகத் தெரியவில்லை. வரும்போது அள்ளிக்கொண்டுவந்த பாத்திரங்களில் கொஞ்சமென்றாலும் இன்று விற்றாக வேண்டும். இல்லையேல் வெறும் வயிற்றோடு

வீடு திரும்பவேண்டிவரும். அதனால் அடித்தொண்டையில் அலறி ஆட்களை அழைத்துக்கொண்டிருந்தான்.

"போனால் கிடையாது, பொழுதுபட்டால் கிட்டாது. ஓடிவா, ஓடிவா!"

மரங்களின் கீழே தோசை, தளிசை வியாபாரம் களைகட்டி யிருந்தது. பம்பாய் நைஸ் வியாபாரியும் பஞ்சு முட்டாசு வண்டில்காரனும் வழியில் செல்லும் சிறுவர்களின் முகங்களிலேயே கண் பதித்திருந்தார்கள். கைகளைக் குடையாகப் பிடித்த ஒருவர் ரோட்டு ஓரமாகவிருந்த கடையை நோக்கி ஓடிவந்துகொண்டிருந்தார். தேநீர்க் கடைகளில் வாடிக்கையாளர்கள் வாங்குகளில் இருந்து பலதையும் ஓயாமல் அலசிக்கொண்டிருந்தார்கள். வீதியின் ஓரம் அங்குமிங்குமாக பஸ்ஸுக்குக் காத்திருக்கும் மக்கள் முகத்தில் களைப்பும் எப்போது வீட்டுக்குப் போகலாமென்ற அவதியும் தெரிகிறது. வானத்தில் கருமேகங்கள் ஒளித்துப் பிடித்து விளையாடுவதில் மும்முரமாகவிருந்தன. அதுவே மழை தூமிக்கலாமென்ற நப்பாசையை உருவாக்கிவிட்டு அடுத்த கணம் வெறும் வானமாய் வேடிக்கை காட்டியது.

இரண்டு மணித்தியாலத்துக்கு ஒருமுறை செம்பியன்பற்று நோக்கிச் செல்லும் அரசாங்க பஸ் அந்த வழியால் வருமென்பது அங்கு நின்றவர்களில் பலரது நம்பிக்கை. அது வரும் திக்கில் கண்ணைப் பதித்தபடி வீதி ஓரமாக நின்ற அரசமரத்தின் கீழே ஒரு கும்பல் சோர்ந்துபோய்க் காத்திருந்தது. ஒரு தாய் முந்தானையால் மார்பை மறைத்தபடி குழந்தைக்குப் பாலூட்டிக்கொண்டிருந்தாள். அவளுக்குப் பக்கத்தில் இரண்டு வயதில் இன்னொரு குழந்தை தாயை அணைத்தபடி தூங்கிக்கொண்டிருந்தது. தூரத்தே ஆனைவிழுந்தான் திருப்பத்தைக் கடந்து பஸ் வருவதைக் கண்டவர்கள், உடுப்புகளில் பதிந்திருந்த மணலை உதறிக்கொண்டு எழுந்து உசாரானார்கள். அந்தத் தாயும் இரண்டு குழந்தைகளையும் கையில் எடுத்தபடி ஆயத்தமானாள். அடுத்த ஐந்து நிமிடத்தில் அந்தப் பிரதேசத்தையே புரட்டிப் போடுவதுபோல் பேரோசை எழுப்பியபடி வந்து நின்றது பஸ். அதிலிருந்து இறங்கியவர்கள் பூசையைக் காணத் தவறவிட்டதையும் அறியாமல் வெண்மணலின் கெந்தக வெக்கையில் கால் புதையக் கோயிலை நோக்கி விரைந்தார்கள். அரசமரத்துக் கும்பல் பஸ் முகத்தில் வீசியடித்த புழுதியையும் துடைக்க மறந்து ஓடிப்போய் ஏறிக்கொண்டது. பிள்ளையார் கோயிலிலிருந்து

வந்த இரு தம்பதிகள் விறுவிறுவென வந்து அரசமரத்தின் கீழே ஒதுங்கி நின்றார்கள். வெயிலையும் கொடுத்துக் கூடவே நிழலையும் தந்தவனுக்கு நன்றி சொல்லிக்கொண்டு அவர்களைக் கடந்து நடந்தார் முத்துவேலர்.

சில நாட்களுக்கு முன்னர் பெய்த மழையால் பாதையெங்கும் தண்ணீர் தேங்கியிருந்தது. அதற்கு அப்பால் நிற்கும் பனைகள் தண்ணீரில் தம்மைத் தாமே ஓவியம் வரைந்திருந்தன. தூரத்தி லிருந்து வந்தவர்களின் வண்டில்களும் மாடுகளும் கரையோரமாக ஓய்ந்துபோய் நின்றன. முத்துவேலர் வேட்டியைத் தண்ணீரில் படாமல் முழங்கால்வரை உயர்த்திப் பிடித்துக்கொண்டு குறுக்கும் நெடுக்குமாக நடந்து கரையேறிவிட்டார். வழியிலுள்ள பிள்ளையார் கோயிலின் வடக்கு வீதியால் வந்து, கிளைவிட்ட பனை மரங்களைக் கடந்து மேற்கே திரும்பியபோது கண்ணுக்கெட்டிய தூரம்வரை பரந்திருந்த வயல் வெளியிலிருந்து தவழ்ந்து வந்த சில்லென்ற காற்று அவரைத் தடவிச் சுகம் கேட்டுச் சென்றது. தூரத்து ஒழுங்கையில் சென்ற வண்டியின் ஓட்டத்தில் மாடுகள் எழுப்பிய மணியோசை மனதில் தாளம்போட வைத்தது.

பிள்ளையார் பெருமான் ஓலைக் குடிலே இயற்கையோடு இயைந்த வாசஸ்தலம் என்றெண்ணியவராய் நெடுங்காலமாக அங்கே குடிகொண்டிருந்தார். வயல் வெளிகளையும் நீர்நிலைகளையும் அணைத்தபடி அமைதியில் துயிலும் அப்பிரதேசம், எந்தக் கால நிலையில் வந்து பார்த்தாலும் எளிமையும் சௌந்தர்யமும் கொழிக்கும் சூழலுடன் மனதை மயக்குவதாயிருந்தது. கோயிலின் பின்புறம் அடியார்கள் குளிப்பதற்கெனக் கட்டிய தெள்ளிய நீர் சுரக்கும் படித்துறையும் அதற்குச் சிறிது தள்ளி அள்ளஅள்ளக் குறையாத நாமம் விளையும் பசிய மண் சுரக்கும் கரையோடு திருமண் குளமும் ஆதியிலிருந்து அதே பழமையோடு துலங்குவதால் அடியார் மனம் வியக்கும்படியான தெய்வாம்சம் அங்கே காலம் காலமாய்த் தொடர்ந்து குடியிருக்கிறதென்பது முத்துவேலரின் அசைக்க முடியாத நம்பிக்கை.

வயல் வரப்பில் கால் வைத்ததும் முத்துவேலருக்கு, மகன் தேவன் சின்ன வயதில் செய்த துடியாட்டம் நினைவு வந்துவிடும். தன்னோடுகூட நடந்துவருவான் என்று நம்பித்தான் கோயிலுக்கு அழைத்து வருவார். ஆனால், வயலில் இறங்கியதும் ஒருபோதுமே அவரின் கையை அவன் பற்றியதில்லை. அவர் வெறுமே கையை அவனை நோக்கி நீட்டியபடி நடப்பார். அவனோ

வழியில் நிற்கும் வரப்புப் பூண்டுகளைக் கண்டவுடன் அங்கேயே குந்திவிடுவான். முத்துவேலர் அன்றாடம் மிதித்துச் செல்லும் காஞ்சான் துளசி, திருநீற்றுப் பச்சை, நாயுருவி, நெருஞ்சியெனக் காண்டிய காலமானாலும் துளிர்விட்டு நிற்கும் பூண்டு வகைகள்தான். அவை அவனுக்கு மட்டும் எப்படி அதிசயமாகப்பட்டதென யோசிப்பார். நானும் இவனுடைய வயதில் அய்யாவுடன் நடந்து வந்திருக்கிறேன். எனக்கு ஏற்படாத அதிசயம் இவனுக்கு உண்டாகிறதேயென எண்ணுவார். "வா மோனை, வா" என அழைப்பார். பலமுறை அழைத்தபிறகே அவன் அரை மனதுடன் பூண்டுகளைவிட்டு எழுவான். அவனோடு ஏதேனுமொரு குட்டிப் பூவோ தளிரோ கூட வராமல் போனதில்லை.

இப்போது வரப்பில் ஏறிவிட்டார். இப்படியே போனால் அடுத்து வரும் தாமரைக் குளம். அதையும் தாண்டிக் கண்ணுக்கு எட்டும் தூரம் வரைக்கும் கொடிகாமத்துக் கிடுகு வண்டில்போல் அசைந்தபடி செல்கிறது அந்த ஒற்றையடிப் பாதை. அதில் ஒரு அரை மணித்தியாலம் நடந்தால் அவருடைய ஊருக்கு வந்துவிடலாம். கள்ளுக்கு சந்தாதோட்டம் போல, நல்லெண்ணெய்க்கு கலட்டி போல, கருவாட்டுக்கு முனை போல, தோசைக்கு ஓடக்கரை போல, அரிசிக்கு அவருடைய ஊர்தான் பிரசித்தம். என்றாலும் அப்படிப் பெரிய ஊரென்று சொல்ல முடியாத அளவுக்குச் சிறியது. கோயில் திக்கைப் பார்த்தபடியிருக்கும் அதன் கிழக்கெல்லையில் மக்கியும் கல்லும் காலைப் பதம் பார்க்கும் தெரு நீண்டு கிடக்கும், ஒருபுறம் வயல் வரம்புகளும் மறுபுறம் காணி எல்லைகளை வரையறை செய்யும் வேலிகளுமாக அந்தத் தெரு ஒரே நேர் கோட்டில் ஏறியும் இறங்கியும் பயணிக்கும். அதற்கு வடக்கே சிறிது தூரம் போய் முதலாவதாய் வரும் முடக்கில் வலப் பக்கம் ஓடும் விதானையார் வீட்டு ஒழுங்கையில் கடைசியிலிருந்து மூன்றாவது வீடுதான் முத்துவேலருடையது.

விதானையார் வீட்டு ஒழுங்கைதான் அது தோன்றிய காலத்திலிருந்து அந்த ஊரின் முதுகெலும்பாக இருக்கிறது. கோயிலிலிருந்து ஒற்றையடிப் பாதையால் வந்து இந்தப்புறம் ஏறுவது ஒரு வழியென்றால், மேற்கே ஆலடிக் கடைத் தெருவிலிருந்து வருவது இன்னொரு வழி. அதுதான் பிரதான பாதை. கடைத் தெருவின் அந்தலையிலிருந்து ஆரம்பமாகும் முச்சந்தியிலிருந்து உருவாகிறது சாவகச்சேரி வீதி. அதிலிருந்து அரைக்கட்டை தூரத்தில் ஒரு முடக்கு வரும். அதன் கிழக்காலை இருக்கிறது மேட்டுத்தெரு

மெதடிஸ்ட் மிஷன் தமிழ் கலவன் பாடசாலை. ஆதிகாலத்தில் அந்த முடக்கு மேட்டு நிலமாக இருந்தது. காலப்போக்கில் அது தரைமட்டமாகப் போனபின்பும் பள்ளிக்கூடம் தனது பெயரை மாற்றவில்லை. அக்கம்பக்கத்தில் கிறிஸ்தவக் குடும்பம் எதுவும் இல்லாதபோதும் பள்ளிக்கூடத்துக்கு அப்படியொரு பெயர் வந்ததை எவரும் கண்டுகொள்ளவில்லை. பள்ளிக்கூடம் வந்தாலே போதும் என்று இருந்துவிட்டார்கள். அங்கேதான் முத்துவேலர் தனது மூன்றாம் வகுப்பை வெற்றிகரமாக முடித்துக்கொண்டு வெளியேறினார். அவராகத்தான் வெளியேறினார்.

மேற்சொன்ன முடக்கிலிருந்து கிழக்காலை சாரைப்பாம்புபோல் சறுக்கியபடி ஊர்ந்து செல்லும் பள்ளிக்கூட ஒழுங்கையில் கைதட்டிக் கூப்பிடும் தூரத்தில் இருக்கிறது விதானையார் வீட்டுச் சந்தி. அதன் மூலையில் இரட்டைக் கதவு போட்ட தலை வாசல் வாயை இறுக மூடியபடி அமைதி காக்கிறது ஆழ்வாப்பிள்ளை விதானையாரின் கல் வீடு. அதன் வாசலைத் தாண்டி உள்ளே போனால், வட்ட வடிவமான போர்டிக்கோ அமைதியாக வரவேற்கும். அங்கேதான் விதானையாரின் ராஜாங்கம் கடந்த இருபது வருடமாகச் செல்வத்தைத் தாளாகவும் சில்லறையாகவும் சிலவேளை சாராயப் போத்தல்களாகவும் மாற்றி உள்ளே அனுப்புகிறது. அதற்கு அப்பால் வீடு எப்படி இருக்குமென்று விதானையாருக்கும் வீட்டிலுள்ள மற்றவர்களுக்கும் மட்டுமே தெரியும்.

சந்தியை நோட்டம் விட்டுக்கொண்டு இருக்கிறார் பழம்வீட்டுச் செல்லத்துரை. அவர் பத்து வருசத்துக்கு முன்னர் தன் பழைய வீட்டை இடித்துப் புது வீடு கட்டியபோதும் அவரைப் பழம்வீட்டுச் செல்லத்துரை என்றால்தான் எல்லாருக்கும் தெரியும். செல்லத்துரையிடம் வாய் விண்ணாணம் தவிர வேறெந்தத் திறமையும் இருந்ததாக ஊரில் எவருக்கும் நினைவில்லை. ஆனால், அவர் அதை வைத்தே வலு கெட்டித்தனமாகப் பிழைப்பை நடத்திக்கொண்டிருந்தார். எப்போதாவது உள்ளூர்க் கோயில்களில் களவு நடந்தால் இவரின் பெயர்தான் முதலில் நினைவுக்கு வருமெனச் சொல்வார்கள். அந்த அளவுக்குப் பக்திமான் என்று பெயர் எடுத்திருந்தார்.

விதானையார் வீட்டுச் சந்திலிருந்து வலப்பக்கம் இறங்கி அத்தனை குறுக்கு ஒழுங்கைகளையும் கிடங்கு, பிட்டிகளையும் தாண்டி நடந்தால் முத்துவேலர் வீட்டுக்கு வந்துவிடலாம்.

இடையில் தாமர் ஒழுங்கை, கோவண வைரவியார் ஒழுங்கை, காணாமல்போன கந்தசாமி ஓடை என உள்ளூர்ப் பெருமக்களை நினைவுபடுத்தும் ஒழுங்கைகள் குறுக்கிடும். இந்தத் தெருவில்தான் வேலிகளுக்கு ஏற்ற மாதிரி வீடுகளைக் கட்டுபவர்கள் இருக்கிறார்கள். அவற்றில் பெரும்பாலானவை தெருவிலிருந்து உள்ளே எட்டிப் பார்க்க முடியாத உயரத்தில் கட்டப்பட்ட கிடுகு வேலிகள். இவை தவிர, முள்ளுக்குக் கம்பி வேலிகள், கிழுவை மர வேலிகள், தார் தகர வேலிகள், கூரைத் தகர வேலிகள், பீலித் தகர வேலிகள், பனம் மட்டை வேலிகள், அலம்பல் வேலிகள் என்பன அந்த ஊரின் பழைமை தப்பிக்கொள்ள விடாதபடி இறுகப் பிடித்திருக்கின்றன. வேலிகள் எதுவும் இல்லாமல் வீட்டின் தோற்றத்தை வைத்தே வெருட்டுபவர்களும் இங்கே இருக்கிறார்கள்.

தோசைக்கார நாகம்மாவின் வீடு மட்டும் வினோதமானது. வெளிச்சுவர் எவ்வளவுக்கு உறுதியாக இருக்கிறதோ, அவ்வளவுக்கு உள்ளேயிருக்கும் வீடு இடிந்து கொட்டுண்டு போயிருக்கும். பெயருக்கு ஏற்றாற்போல் தோசை சுட்டு விற்பதுதான் அவளின் வாழ்வாதாரம் என்றாகிவிட்டது. “பெண்ணாப் பிறந்த நான் இந்தக் கையாலை தோசை சுட்டுத்தான் ரண்டு குமர்ப் பிள்ளையளைக் கரை சேர்த்தனான், தெரியுமோ?” என்று தன்னிடம் தோசை வாங்க வருபவரிடம் சொல்லிப் பெருமையடிப்பாள் நாகம்மா. எவரும் வராதபோதும் தன்பாட்டிலும் அதைச் சொல்லுவாள். அதனால் அவளோடு விசர் நாகம்மா என்ற பட்டமும் தவிர்க்க முடியாமல் ஒட்டிக்கொண்டது.

நாகம்மாவைப் போலவே அந்த ஊரின் பெயரைச் சொல்லப் பலர் இருந்தார்கள். வழியில் யாராவது அகப்பட்டால் இதுதான் தாயம் என்று புசத்த ஆரம்பிக்கும் விழல் செல்லத்துரை, இருக்கிற ஒரே கல் வீட்டை இடித்துஇடித்துக் கட்டிக்கொண்டிருக்கும் நமச்சிவாயம், பிள்ளைகளுக்குப் பாடம் சொல்லிக்கொடுக்கும் அருளம்பலம் மாஸ்டர், இவர் புலோலிப் பள்ளிக்கூடத்தில் பல காலம் வாத்தியாராயிருந்து பெயர் எடுத்தவர். ஒருமுறை தலைமை வாத்தியாருடன் தனகியதால் வேலையிலிருந்து விலக்கப் பட்டவர். என்றாலும், வாத்தியார் வேலையைக் கைவிடவில்லை. இவரிடம் ஐந்தாம் வகுப்பிலிருந்து கணக்கும் இங்கிலீசும் படித்த பிள்ளைகள் பலர் கொழும்பில் அரசாங்க வேலையிலிருக்கிறார்கள்.

அவர்களின் பெயர்கள் அத்தனையும் அருளம்பலம் மாஸ்டருக்குத் தலைகரண பாடம். அடிக்கடி வாசல் கதவடியில் வந்து நின்று வேவு பார்க்கும் மகாலிங்கம் ஒரு தினுசான மனிதர். இவர் தெரிந்தவர், தெரியாதவர் என்றில்லாமல் அவரைக் கடந்து செல்லும் எல்லாரையும், "என்னப்பா, எப்பிடிச் சுகம், எங்கே போறை?" என்று விசாரிக்காமல் விட மாட்டார். இவர் கேட்கிறாரேயென்று அவர்கள் போன காரியத்தையும் மறந்து பதில் சொல்ல நின்றாலோ, மகாலிங்கம் அவருக்கும் தனக்கும் எவ்வித சம்பந்தமும் இல்லாதவர்போல் வீட்டினுள்ளே போய்விடுவார்.

முத்துவேலரின் வீடு அவரைப்போலவே உசாரும் கீர்த்தியும் பெற்றது. அது இங்கிலீஸ்காரன் காலத்தில் கட்டிய நாற்சார் வீடு. தகப்பனார் வல்லிபுரம் அதற்கு அத்திவாரம் போட்டுச் சுவர் எழுப்பிச் சாமி அறைக்கு மாவிலைத் தோரணத்துடன் நிலை நட்ட குறையில் விட்டுச் சென்றிருந்தார். மிகுதியான பணியைப் பொறுப்பேற்ற முத்துவேலர் உள்ளூர்க் கட்டு வேலைக்காரர்களுடனும் மர வேலைக்காரர்களுடனும் நாளும் பொழுதும் மல்லுக்கு நின்று கட்டியெழுப்பிய வீடு அது. அதனுள்ளே நான்கு புறமும் பரந்த திண்ணைகள் ஒன்றையொன்று பார்த்தபடி இருந்தன. அவற்றின் மேலாய்த் தாவரங்கள் நடு முற்றத்தை நோக்கி இறங்கியிருக்கும். திண்ணைச் சுவரோரம் தேக்கு மரத்தில் அறுத்தெடுத்துக் கடைந்த நிலைகளும் அவற்றோடு பிணைத்த கை வேலைப்பாடு மிக்க முத்திரைக் கதவுகளும் கொண்ட அறைகள் அடுக்கடுக்காய் இருக்கின்றன. காலத்தால் முதிர்ந்து நெருக்கமாய் நிற்கும் பூவரசு மரங்களை அரணாகக்கொண்டு தென்னை மரங்கள் செறிந்த காணியின் நடுவே நிமிர்ந்து நிற்கிற அந்த வீட்டின் யௌவன கோலத்தைக் கண்டு மெய்சிலிர்க்காதவர் அந்தக் காலத்தில் எவருமில்லையென்று முத்துவேலர் தனது இளமைக் காலத்து நினைவேட்டைத் திறந்து அதனை ஏதோ தெய்வக் கிருபையால் நடந்த நிகழ்வுபோல் விவரிப்பார்.

வீட்டின் கோடிப் புறத்தில் தகரக் கொட்டிலின் கீழே அவரின் இரட்டை மாட்டுச் சவாரி வண்டில் நிற்கிறது. அதற்கு எதிர்ப்புறமாக வண்டிலோ ட்ராக்டரோ வளவின் உள்ளே வந்துபோகக்கூடிய அளவுக்கு அகன்ற கிராதிக் கதவு சீமெந்து தூணோடு இழைக்கயிற்றால் கட்டியபடி இருக்கிறது. அதைத் திறந்து வெளியேறினால் வீட்டுக்குப் பின்னாலுள்ள குச்சொழுங்கைக்கு

வந்து அப்படியே வயல் வெளியோடு ஓடும் கிறாவல் பதித்த ஒழுங்கையில் மிதந்துவிடலாம்.

முத்துவேலர் வீட்டை நோக்கி நடக்கிறபோதே அன்று பின்னேரம் செய்வதற்கென மிச்சமாகவுள்ள அத்தனை அலுவல்களையும் ஒவ்வொன்றாய்த் தனக்குத் தானே ஒப்புவிப்பார். அவற்றை எந்த ஒழுங்கில் செய்ய வேண்டும்? எவருக்கு என்ன கதை சொல்ல வேண்டும்? எவரை எப்படிப் புரட்டிப்போட்டால் எதிர்பார்த்த மறுமொழியையோ தருமதியையோ பிடுங்கிக்கொள்ளலாம்? என்ற அத்தனையையும் தயார் செய்துவிடுவார்.

“உந்தக் கிட்டங்கிக்காரங்களட்டை ஒரு பத்துப் பைக்கட் சீமெந்துக்குச் சொல்லிவைச்சு எம்மளவு காலமாய்ப் போச்சு? ‘கப்பல் வரயில்லை, லொறி வரயில்லை, கூலிக்காரரைப் பிடிக்கிறது கஷ்டம் ஒரு பக்கம், பிடிச்சாலும் ஒழுங்கா வரமாட்டாங்கள், சீமெந்துக்கு ஓடர் கொடுக்கக் கூரை ஓடுகளைக் கொண்டுவந்து இறக்கிப்போட்டாங்கள்’ இப்பிடிப் புலுடா விட்டே அலைக்கழிச்சுப் போடுவாங்கள்.” முத்துவேலரின் கோபம் தெருப்புழுதிக்கு மேலாய்ப் பறந்தது. அதைத் தொடர்ந்து சிரிப்பும் வந்து சேர்ந்துகொண்டது. “இப்ப உவங்களைத் திட்டிறன். நாளைக்கு அவங்கள் ‘எங்கடை அண்ணையெல்லோ’ எண்டு வாலாயம் பண்ணிக்கொண்டு வருவாங்கள் அப்ப எல்லாத்தையும் அயத்துப் போடுவன்.”

அங்கை தேவன் பெடியன் மத்தியானம் சாப்பிட வந்தாலும் வருவான். வந்த கையோடை தாய் குடுக்கிறதை ஆவறி போவறி யெண்டு விழுங்கிப்போட்டுப் பிறகும் பள்ளிக்கூடத்துக்கு ஓடிப்போவான். வரயில்லையோ ஆளைப் பின்னேரம்தான் காணலாம். முதலில் வாசகசாலைக்குப் போவான். அவன்தான் கூட்டாளி ராமு, அவனோட எங்கையெண்டாலும் இருந்து அலட்டிப்போட்டு வருவான். சங்கீதம் படிக்கவேணுமெண்டு ஆசைப்பட்டான். ‘சரி, போய்ப் படியடா மோனை’ என்று சொல்லிப்போட்டன். பிள்ளை பள்ளிக்கூடத்திலையும் படிச்சு எங்கட விவசாயத்தையும் படிச்சு நாளைக்குக் குடும்பமும் குட்டியுமாகச் சந்தோசமாக இருந்தால் போதும்.

முத்துவேலர் கட்டிய சண்டி மீண்டும் அவிழத் தொடங்கியது.

2

தேவன் தெருமூடி மடத்துத் திண்ணையில் ராமுவுக்காகக் காத்திருந்தான். அந்த இடமே இருவரும் பள்ளிக்கூடம் முடிந்ததும் வந்து சந்திக்கும் இடம். இருவரும் ஒன்றாய் யோசிக்கும் இடமும் அதுதான். விரைவில் வந்துவிடுவானென்ற நம்பிக்கையுடன் காத்திருந்தான் தேவன்.

மெத்தைக் கடைச் சந்தியிலிருந்து கிழக்கே கிளைவிடும் தும்பளை வீதியில் கண்ணில் படும் தூரத்தில் இருக்கிறது தெருமூடி மடம். அதற்கு அருகில் இருக்கிறது நகர சபை நடத்தும் வாசகசாலை. சந்தியிலிருந்து வடக்கே சந்தையும் அதையும் தாண்டிப் போனால் கடற்கரையும் துறைமுகமும் இருக்கின்றன. அதிலிருந்து தேவன் படிக்கும் ஹார்ட்லி கல்லூரியும் மெதடிஸ்ட் பெண்கள் கல்லூரியும் நடை தூரத்திலிருக்கின்றன. அவன் ஹார்ட்லியிலிருந்து தெருமூடி மடத்தடிக்கு சைக்கிளில் பத்து நிமிடத்தில் வந்துவிடுவான். ராமு படிக்கும் இந்து பள்ளிக்கூடம் சந்தியிலிருந்து தெற்கே, அதுவும் நடை தூரத்தில்தான் இருக்கிறது. ஆனால், அவன் தேவன் காத்து நிற்கும் தெருமூடி மடத்துக்கு வந்துசேர அரை மணித்தியாலம் ஆகிவிடுவதுமுண்டு.

மடத்துத் திண்ணையின் கரையோரமாகப் பதித்திருந்த கற்கள் காலம்காலமாக மனிதர் ஏறி இருந்ததால் தேய்ந்துபோய்க் கிடந்தது. துப்புரவான இடமாகப் பார்த்துத் தேவன் இருந்துகொண்டான். திண்ணையின் அடுத்த கரையில் மடத்துவாசிகள் புகைத்துவிட்டுச் சுவரோரமாக எறிந்த பீடித் துண்டுகள் வெற்றிலைத் துப்பலுக்கு மத்தியில் பரவிக் கிடந்தன. எதிர்த் திண்ணையில் இரு முதியவர்கள் துவாயை விரித்துவிட்டு ஆழ்ந்த நித்திரையிலிருந்தார்கள். தெருவோடு செல்லும் வாகனங்களின் இரைச்சல்கூட அவர்களின் நித்திரையைக் குழப்பியதுபோல் தெரியவில்லை. அவர்களைப் பார்த்துவிட்டு ராமு வரும் திக்கில் திரும்பவும் நோட்டம் விட்டான் தேவன்.

மெதடிஸ்ட் கல்லூரி மாணவிகள் வெண்ணிற உடையில் ஒரு கும்பலாக அவனைத் தாண்டிப் போய்க்கொண்டிருந்தார்கள். தலை நிமிர்த்தாமல் பக்கத்தில் வருகிறவளுக்கு மட்டும் கேட்கும்படியாகப் பேசிக்கொண்டு சென்றார்கள். வீட்டிலும் இப்படித்தான் அமைதியாக

இருப்பார்களோவென்று தேவன் அதிசயித்தான். அவ்வழியாகச் செல்லும் செம்பியன்பற்று பஸ்ஸில் போனாலும் மாயவன் கோயில் வாசலில் இறங்கிக்கொள்ளலாம். அடுத்த பஸ் எப்போது புறப்படுமென்று தெரியாமலே அதற்காக பஸ் நிலையத்தில் காத்து நிற்கும் சில்லறை வியாபாரிகளையும் தோட்டக்காரர்களையும் அவன் கண்டிருக்கிறான். நாளைக்கும் வியாபாரத்தை முடித்ததும் இதே மாதிரித்தான் காத்திருப்பார்கள். எப்படியும் வீட்டுக்குப் போய்ச் சேர்ந்துவிடலாம் என்ற நம்பிக்கைதானே அவர்களின் வாழ்க்கையை அர்த்தமுள்ளதாக்குகிறது எனத் தேவன் நினைப்பான்.

அப்போது அவனுக்குப் பதினாறு வயது நடந்துகொண்டிருந்தது. ராமு, தேவனிலும் மாதக் கணக்கில் மூப்பாக இருப்பான். "படிப்பு, நட்பு, பொழுதுபோக்கு, காதல், குடும்பம் என்பதெல்லாம் அந்த வயதில் எல்லாருக்கும் பொதுவாகவுள்ள ஈடுபாடுதான். ஆனால், இவற்றுள் கனவுகளில் லயிக்கவைப்பது எதுவென்று தேடப்போனால் காதல்தானே முதல் இடம் பிடிக்கிறது. வாழ்க்கை முழுவதும் நினைத்துநினைத்துப் புளகாங்கிதம் அடைவதற்குக் காதலைவிட இன்னொன்றைச் சொல்லுவாயா?" என்று ஒருமுறை கேட்டான் ராமு. 'அவன் தனது அனுபவத்திலிருந்துதான் இதைக் கண்டறிந்திருப்பான், அதே அனுபவம் தனக்குக் கிடைக்காமல் எப்படிக் கருத்தைச் சொல்ல முடியும்?' என்று தேவன் தனக்குத் தானே சமாதானம் செய்துகொண்டான்.

வாசகசாலைக் கதவு பின்னேர வாசிப்புக்குத் திறந்தாயிற்று. அதன் தெருவோரத்து நீண்ட முற்றம் இப்போது வெறுமையாய்க் கிடக்கிறது... இன்னும் சிறிது நேரத்தில் இதே இடம் சைக்கிள்களால் நிரம்பிப்போய்விடும். எல்லாரிலும் முன்னதாக வருபவர்கள் மேசை முன்னாலுள்ள வாங்கில்களில் வசதியாக இருந்து வாசிக்க இடம் பிடித்துக்கொள்வார்கள். இடம் கிடைக்காதவர்கள் முற்றத்திலுள்ள சிமெந்துத் தரையில் அல்லது ஓரமாகவுள்ள திண்ணையில் பத்திரிகைகளையும் புத்தகங்களையும் ஏந்திக்கொண்டு வந்து இருந்துகொள்வார்கள். வாசகசாலையை நிர்வகிக்கும் அந்த முதியவர் வெற்றுடம்பைச் சால்வையாலும், முகத்தைப் புன்முறுவலாலும் போர்த்திக்கொண்டு முற்றத்தில் அவருக்கென ஒதுக்கப்பட்ட பழைய கதிரையில் அமைதியாக இருக்கிறார். பூட்டிய அலமாரிகளிலிருந்து ஏதேனும் புத்தகங்களை எடுத்து வாசிக்க வேண்டுமென்றால் அவரைத்தான் கேட்க வேண்டும்.

அவரும் எழுந்து வந்து கேட்டதை எடுத்துத் தருவார். புத்தகத்தோடு புன்முறுவலையும் சேர்த்து அவரிடமிருந்து வாங்கிக்கொள்ளலாம். அவரைப் பார்த்துத்தான் அங்கே வரும் எல்லாரும் அமைதியைப் பேணக் கற்றுக்கொண்டார்கள்போலத் தோன்றும்.

வாசகசாலை மண்டபத்துக்கு உட்புறமாகப் பழைய பத்திரிகைகளைச் சேமித்து வைத்திருக்கும் ஒரு அறை இருக்கிறது. அதன் வாசலில் இடப்புறம் ஒரு புத்தக அலுமாரி இருந்தது. ஒரு ஆளின் உயரத்திலும், இரு கரைகளையும் கைகளை விரித்து எட்டிப்பிடிக்க முடியாத அகலத்திலும் இருந்தது. தேவனுக்கு அப்போதிருந்த வாசிப்புப் பசிக்கு அதன் உள்ளே நெருக்கமாய் அடுக்கப்பட்டிருக்கும் புத்தகங்கள் போதாதுபோலத் தோன்றும். இன்னுமொரு அலுமாரி இருந்தால் அதற்காகவென்றாலும் புதிய புத்தகங்கள் வந்து சேர்ந்துவிடுமென நினைப்பான். அங்குள்ள புத்தகங்களை எவரும் வீட்டுக்கு எடுத்துக்கொண்டு போக முடியாது. அங்கேயே இருந்து வாசித்துவிட்டுத் திரும்ப ஒப்படைத்துவிட வேண்டும். அப்படியொரு எல்லாராலும் அனுசரிக்கப்பட்ட நடைமுறை அங்கே அமுலில் இருந்தது.

தெருமூடி மடத்துக்குத் தெற்கேயிருக்கும் புலோலி சிவன் கோயில் வாசலில், மாலைப் பூசை காண வந்த பக்தர்கள் அங்கும் இங்கும் நிற்பது தெரிகிறது. வாசகசாலையைப் போன்றே கோயில் வாசலிலும் அமைதி குடிகொண்டிருக்கிறது. முன்னர் பதிவு செய்யப்பட்ட நாதஸ்வர இசை கோயில் பூசைக்கு முன்னோடியாய் அப்போதுதான் ஆரம்பமாகி, மென்மையாய் வீசிக்கொண்டிருந்த கார்த்திகைக் காற்றில் கலந்து வந்து நரம்புகளைத் தேடி வருடுகிறது. தேவன் மடத்துத் திண்ணையில் காலைத் தொங்கவிட்டபடி நாதஸ்வர இசையோடு ஒன்றிப்போகிறான். எந்தப் பாடலுக்கான எடுப்பாக இருக்கலாம் இது? தேவன் அந்த ராகத்தையும் பாடலையும் உடனே கண்டுபிடித்துவிடவேண்டுமென்ற உந்துதலுக்குள்ளானான்.

சுட்டும் விழிச்சுடர்தான் கண்ணம்மா பாடலுக்கல்லவா இத்தனை ஆர்ப்பாட்டமும். பாரதியின் சொற்களில் உருகியோடும் காதலின் அடி நுனி தேடலில் அந்த நாதஸ்வரம் என்னமாய்ச் செஞ்சுருட்டியை அவன் உள்ளங்கையில் வைத்து 'இந்தா பிடி, எடுத்துக்கொள்' என்று கெஞ்சுகிறது.

அன்றொரு நாள் அவன் எட்டாம் வகுப்புப் படித்துக் கொண்டிருந்தபோது இதே கோயிலின் மேற்கு வீதியில் நின்று நாதஸ்வரத்தின் இனிமையை முதன் முதலாகத் தனிமையில் அனுபவித்தது நினைவுக்கு வருகிறது.

இசையென்றால் இன்னதென்று தெரிந்திராத துள்ளல் பருவத்திலிருந்த தேவன், வழியில் கேட்கும் பாடல்களையெல்லாம் ரசிப்பதைப் பழக்கமாகக் கொண்டிருந்தான். கோயில்களில் வாசிக்கும் தவில் இசையைக் கேட்பது அவனுக்குப் பெரும் ஆனந்தம். அதுவும் வீதிகளில் நடக்கும் தவில் சமாவென்றால் முண்டியடித்துக்கொண்டு முன்வரிசைக்கு வந்து நிற்பான். அன்றும் அதற்கு ஆசைப்பட்டு ஓடி வந்தான்.

"மோனை, பள்ளிக்கூடம் முடிஞ்சதும் வழியிலை நிண்டு மினைக்கெடாமல் வீட்டுக்கு வந்துவிட வேணும், தெரிஞ்சுதோ?"

அப்போது பதின்மூன்று வயதான தேவனுக்கு, முத்துவேலர் வழிக்கு வழி சொல்லி அன்றாடம் நினைவூட்டும் வழிகாட்டல் இது. அந்த வயதில் அய்யா வைத்ததுதான் சட்டம் என்பது அவனுக்குத் தெரியும். வீட்டில் நின்றாலென்ன வெளியில் போனாலென்ன அய்யா பின்னால் நின்று கவனிப்பதுபோல் கழுத்தில் குறுகுறுக்கும்.

ஏழாம் வகுப்புவரை பஸ்ஸில் போய்க்கொண்டிருந்தவனுக்குப் புதிய சைக்கிளையும் வாங்கிக் கொடுத்து, அதை எப்படிப் பாதுகாப்பது? எப்படிப் பராமரிப்பது? என்று அதோடு சம்பந்தப்பட்ட அனைத்தையும் முத்துவேலர் சொல்லிக்கொடுத்திருந்தார்.

அது புலோலிச் சிவன் கோயில் திருவிழாக் காலம். அன்றைய தேர்த் திருவிழா மாலை ஐந்து மணிக்கு முடிந்த பிறகும் தெரு வெல்லாம் பூக்களும் தேங்காய் சொட்டுகளும் இறைந்துபோய்க் கிடக்கும். அன்று தேவனுக்கு வழக்கத்திலும் பார்க்க வகுப்பில் மேலதிக நேரம் நிற்கவேண்டி வந்துவிட்டது. இதனால் வீதியில் பெரும் சனத் திரளின் மத்தியில் தேர் ஊர்ந்து வரும் அழகைக் கண்டு ரசிக்கும் சந்தர்ப்பம் தவறிவிட்டது. அத்துடன் தவில் கோஷ்டி சந்தியில் நின்று நடத்தும் சமாவின்போது ஒவ்வொரு லயத்துக்கும் தலையை ஆட்டிக் கிறங்குவதிலுள்ள சுகமும் பறிபோனது.

தேவன் சந்தையைக் கடந்து சிவன் கோயில் மேற்கு வீதியில் சைக்கிளில் வந்தபோது கோயிலிலிருந்து எழுந்த நாதஸ்வரமும், தவிலும் சேர்ந்து எழுப்பிய கோஷ்டி கானம் ஒலிபெருக்கியில் வந்து தெருவெல்லாம் வழிந்துகொண்டிருந்தது. தேவன் அப்படியே தெருவோரம் நின்றுகொண்டான்.

'அது என்ன ராகம்? என்ன தாளம்?' எனப் பகுத்தறியத் தெரியாத வயதில் உண்டான இசையார்வம். வெறுமே ஓசைக்குக் கட்டுப்பட்டு, மயங்கும் நரம்புகளோடு நரம்பாக அவன் அங்கே தன்னை மறந்து ரசிப்பதில் சுகம் கண்டு நின்றான்.

பகல் திருவிழாவின்போது பெரும்பாலும் தலைமை நாதஸ்வரக் கலைஞர்கள் வீதியுலாவில் ஒரு சிறிய கச்சேரியோடு நிறுத்திக்கொள்வார்கள். ஆனால், தேர்த்திருவிழா இதற்கு விதி விலக்கு. அன்று பெரிய அளவிலான கச்சேரியைக் கால் இடறும் கூட்டத்தின் மத்தியில் நின்று நிகழ்த்துவார்கள். 'அன்று அவர்கள் வாசித்ததைப் பதிவுசெய்து இப்போது ஒலிபரப்புகிறார்களா? என்னதான் இருந்தாலும் கோயிலும் வீதியுமென்று வித்தியாசம் பார்த்தா நாதஸ்வரம் தன் விலாசத்தை வரைகிறது? இசையைக் கற்றவர் அல்லாதவர் என்று பார்த்தா செவிகளை வருடுகிறது? அதன் துவாரங்களில் எதை எப்போது அடைக்க வேண்டும்? எப்போது திறக்க வேண்டும்? என்ற மந்திரத்தைத் தன் விரல் நுனிகளில் எழுதி வைத்திருப்பாரோ அந்த வித்துவான். எவ்வளவு யோகம் செய்த விரல்கள்! இதைக் கேட்டுக்கொண்டிருக்கும் நான் மட்டுமென்ன சமாவை நேரே நின்று ரசிக்கும் வாய்ப்புப் பறிபோய்விட்டதென்று வருந்திய மறு நிமிடம் இப்படியொரு இசை விருந்து எனக்காகக் காத்திருக்குமென்று யார் கண்டார்கள்? அந்த இசையைக் கேளாது போவதில்லை' என நினைத்து அங்கேயே நின்றிருந்தான்.

சைக்கிள் பின்கேரியரில் இறுகக் கட்டிய புத்தகங்களுக்கு மேல் ஒரு கையை வைத்துக்கொண்டு தெருவின் ஓரமாக நின்றவனின் பின்புறத்திலிருந்து தோளை யாரோ மெல்லத் தட்டியதுபோலிருந்தது.

திரும்பிப் பார்த்த தேவன் திடுக்கிட்டுப்போனான். அவர் உலகநாதன் சார்!

"என்ன காணும் நடுத் தெருவில் வந்து நிற்கிறீர், ஆரைச் சந்திக்கிற பிளான்?" என்று நக்கல் வழியக் கேட்டார் உலகநாதன்.

பள்ளிக்கூட நாளாக இருந்தாலும் இல்லாவிட்டாலும் மாணவர்கள் எந்தவொரு நேரத்திலும் தெருவில் அவசியமில்லாமல் நிற்கக் கூடாது. அப்படி நின்றிருந்தது ஒரு ஆசிரியரின் கண்ணில் பட்டுவிட்டால் அது அடுத்த நாளே தலைமை ஆசிரியரின் கவனத்துக்கு வந்துவிடும். கூடவே விசாரணையும் ஆரம்பமாகிவிடும். ஆனால், உலகநாதன் சாரின் கண்ணில் பட்டாலோ வேறு கதை. விசாரணையை அந்த இடத்திலேயே நடத்தித் தீர்ப்பையும் அங்கேயே வழங்கிவிடுவார். தேவன் ஒருபோதும் இப்படியான சூழ்நிலையில் அகப்பட்டவனல்ல. அன்று மாலை அவன் கேட்ட இசை அப்படியானதொரு இக்கட்டான கட்டத்துக்குத் தன்னை இட்டுச்செல்லுமென அவன் எதிர்பார்த்திருக்கவில்லை. அவன் திடுக்கிட்டுத் தலையைத் திருப்பி உலகநாதன் சாரைப் பார்க்க, முந்தியே அவர் நிலைமையை அனுமானித்துக்கொண்டார்.

“சரி, மேளம் கேட்டது போதும். வீட்டுக்கு நேரத்தோடு போய்ச் சேரும்.”

மன்னிப்புக் கேட்கக்கூட மறந்த தேவன், உடனே சைக்கிளை வீதியில் திருப்பிப் புறப்பட்டுவிட்டான்.

தெருமூடி மடத்தடியில் இருக்கும்போது அன்று உலகநாதன் சார் கண்களை உருட்டி நின்ற தோற்றம் இப்போதும் வயிற்றைக் கலக்குவது போலிருந்தது. ராமுவுக்கு இதைச் சொன்னால் அவர்மீது அவனுக்குக் கோபம் வராது, அவர் செய்ததுதான் சரியென்று வாதிடுவான். ராமு வருகிறானாவென்று தேவன் மீண்டும் சந்தியை நோட்டம்விட்டான். அவனை இன்னும் காணவில்லை. தேவன் மடத்துத் தூணோடு மீண்டும் சாய்ந்துகொண்டான்.

அந்த மடத்துக் கூரையின் கீழாகத் தெருவோடு நடப்பவர்கள் அதன் திண்ணையில் சில நிமிடமாவது உட்கார்ந்து அதில் கிடைக்கும் சுகத்தை அனுபவித்துவிட்டுப் போக வேண்டும் என்று நினைக்காமல் அகல மாட்டார்கள். பத்தொன்பதாம் நூற்றாண்டின் இறுதியில் கட்டப்பட்ட அந்த மடத்தின் தொன்மத்தை ராமு பலவாறு வியந்து பேசுவான். அதன் திண்ணைகளுக்கும் தூண்களுக்கும் பேசும் சக்தியிருந்தால் அவை அதுவரை கேட்ட கதைகளை எப்படிச் சொல்லக்கூடுமென அவனின் கற்பனைச் சிறகுகள் வானுயரப் பறப்பதுண்டு. அவற்றை உப கதைகளுடன் கோர்த்துச் சொல்லும்போது அவன் கண்கள் கனவில் மிதப்பதை தேவன் மிக ஆச்சரியத்துடன் பார்த்தபடி

இருப்பான். ராமு சம்பவங்களை விவரிப்பது, ஒரு பயிற்சி பெற்ற ஆசிரியன் தன் மாணவர்கள் முன் நின்று பேசுவது போலிருக்கும். அவற்றுக்கான ஆதாரங்களை எப்படித்தான் பெயர்களும் திகதிகளும் துளியும் பிசகாமல் தனது ஞாபக ஏட்டிலிருந்து எடுத்துத் தருகிறானோவென்று தேவன் மலைத்துப்போய் அவனையே பார்த்தபடி இருப்பான். இப்படிப் பேசிப்பேசியே இவனொரு நல்ல ஆசிரியனாக அல்லது ஒரு இயக்கத்தின் தலைவனாக ஒருநாள் வந்துவிடுவானென்று எண்ணிக்கொள்வான். அவன் இசையைப் பற்றிப் பேசத் துவங்கினானோ வீட்டுக்குப் போவதையும் மறந்துவிடுவான்.

ஐந்து வயதிலிருந்து ராமு பாட்டுக் கேட்கத் தொடங்கிவிட்டான். அவன் குடும்பத்தில் பாடகர்கள் இருந்தார்கள். வயலினும் மிருதங்கமும் வாசிப்பவர்கள் இருந்தார்கள். எல்லார் திறமையையும் கோயில்கள்தான் வளர்த்தன. ஒருமுறை அவன் சொன்ன கதையைக் கேட்டுத் தேவன் அதிர்ந்துபோனான்.

பிரதான வீதியோடு ஒட்டியிருந்த அந்தச் சிறிய கோயிலில் அன்று ஒரு திருவிழா நடந்தது. அங்கே பாடவென இரண்டு சகோதரர்களை அழைத்திருந்தார்கள். வழக்கத்தில் இசை நிகழ்ச்சிகள் கோயிலின் முன்மண்டபத்தில்தான் நடக்கும். அன்று மட்டும் கோயில் வீதியில் நடந்தது. ஆனால், மேடையும் இல்லை, கம்பளமும் இல்லை. அவர்கள் மண் தரையில் அமர்ந்தபடி பாடிக் கொண்டிருந்தார்கள். அவர்களின் இசையோ கந்தர்வ இசை! இளவயது ராமு தகப்பனாரின் பக்கத்தில் நின்றபடி தன்னை மறந்து ரசித்துக்கொண்டிருந்தான். திடீரென அவனுக்கு அந்தச் சந்தேகம் எழுந்தது.

"அய்யா, இந்தக் கோயிலிலை கச்சேரி வழக்கமா மண்டபத்திலை நடக்கும். வீதியானால் மேடையிலை நடக்கும், இவங்கள் ஏன் வெறும் நிலத்திலையிருந்து பாடுறாங்கள்?"

தகப்பனார் சிறிது தாமதமாகத்தான் பதில் சொன்னார்.

"அது மோனை, இன்டைக்குப் பாட வந்த ஆக்கள் வேறை சாதியாம் அதுதான் உபயகாரர் அவையளை நிலத்திலை இருத்திப் பாடச் சொல்லியிருக்கினம்."

"அய்யா, வாங்கோ போவம்."

"ஏனடா மோனை, நீதானே சங்கீதம் கேக்கிற விருப்பத்திலை என்னையும் கூட்டிக்கொண்டு வந்தனி?"

“சங்கீதம் கேக்க விருப்பம்தான், ஆனால், இந்தக் கோயில் எனக்கு விருப்பமில்லை. வாங்கோ வீட்டை போவம்.”

இருவரும் புறப்பட்டுவிட்டார்கள்.

“அய்யா.”

“என்ன மோனை?”

“எங்களன்ர உறவுக்கார ஆக்கள் இனி இந்தக் கோயிலுக்குப் பாடவோ பக்கவாத்தியம் வாசிக்கவோ வரக் கூடாது. அப்பதான் உவங்களுக்குப் புத்தி வரும்.”

இப்படித்தான் அந்த வயதிலிருந்தே ராமுவிடம் சமத்துவத்துக்குப் போராடும் குணம் வளர்ந்திருக்கிறது. இசையில் ஊறிப் போனவர்களிடம் திமிர் இருப்பதுண்டு, ஆனால், போர்க்குணம் இருப்பதில்லையென்று சொல்வார்கள். ஆனால், அவன் வித்தியாசமானவன். இதற்கு மேல் அவனைப் பற்றிப் பெருமைப் படத் தேவனிடம் எதுவும் இருக்கவில்லை.

அதோ ராமு மெத்தைக்கடைச் சந்தியில் திரும்பி தெருமூடி மடத்தை நோக்கி வந்துகொண்டிருக்கிறான். அவனுக்குத் தெரியும் தேவன் தனக்காக நிச்சயம் காத்திருப்பான். சைக்கிள் வைத்திருக்காத ராமு, தான் படிக்கும் இந்து பள்ளிக்கூடத்தி லிருந்து நடந்துதான் வர வேண்டும். “ஒரு பழைய சைக்கிளை வாங்கி வைத்திரப்பா” என்று தேவன் சொன்னால் “நீதான் வைத்திருக்கிறாயே, அது எங்கள் இரண்டு பேருக்கும் போதும்” என்று சொல்லுவான். நடந்து வருவதாயிருந்தாலும் தேவனைக் காக்கவைக்கக் கூடாதென்பதில் இயன்றவரை அக்கறையாக இருப்பான், என்றாலும் சில நாட்களில் அதை நடைமுறைப்படுத்த இயலாமல் போவதும் உண்டு. பள்ளிக்கூடம் விட்டதும் தேவனைக் காண்பதும், கதையெல்லாம் முடிந்த பிறகு அவனை வீட்டுக்கு அனுப்பிவிட்டு வாசகசாலைக்குப் போவதும் கடைசி பஸ் ஏறித் தன் வீட்டுக்குத் திரும்புவதும் அவனிடம் பல காலம் மாறாத பழக்கமாக இருந்தது. இந்தச் சின்ன வாசகசாலையில்தான் இவன் சொல்லுவதற்கெல்லாம் ஆதாரம் கிடைக்கின்றதோவென தேவன் நினைத்ததுண்டு, ஆனால், ஒருபோதும் அதை ராமுவிடம் கேட்டதில்லை.

தேவன் முகத்தில் புன்சிரிப்புடன் தெருவில் வரும் ராமுவையே பார்த்தபடி இருந்தான்.

இவர்களுடைய நட்பு நடைவண்டி ஓட்டிப் பழகிய காலத்தில் ஆரம்பமானது. தேவனும் ராமுவும் ஒரே சமயத்தில்தான் உள்ளூரிலிருந்த கிறிஸ்தவ பள்ளிக்கூடத்தில் ஐந்தாம் வகுப்பைப் படித்து முடித்தார்கள். அப்போது ஆறாம் வகுப்பிலிருந்து பல்கலைக்கழக நுழைவு வரைக்கும் படிப்பிக்கும் தனியார் பள்ளிக்கூடங்களில் பெரும் புகழ் பெற்றது ஹாட்லி கல்லூரி. அங்கே தவணைச் சம்பளம் முதல் அதற்கு இதற்கென்று பல்வேறு கல்வி, விளையாட்டுத் தேவைகளுக்காக வேறாகக் கட்டணம் அறவிடுவார்கள். இவற்றை அங்கே படிக்க விரும்பும் பிள்ளைகளின் எல்லாக் குடும்பங்களும் இலகுவில் சமாளித்துவிட முடியாது. இதனால் திறமையிருந்தும் வசதிக்குறைவால் பல மாணவர்கள் ஹாட்லியில் சேர முயற்சிக்காமல் செலவு குறைந்த இந்து பள்ளிக்கூடத்திலும் நெல்லியடியிலுள்ள அரசாங்கக் கல்லூரியிலும் சேரவேண்டி வந்தது. ராமுவுக்கும் இதுதான் நடந்தது என்பதை அவன் வாயாலே அறிந்தபோது தேவனுக்கு அவன்மீது அனுதாபம் எழுந்தது.

"ஏன்டா ராமு ஹாட்லி காரியம் சரிவரயில்லையோ?"

"பிரின்ஸ்பலுக்கு நல்ல விருப்பம், ஆனால், அய்யா படும் கஷ்டத்தைப் பார்த்தால் அவரைத் தொந்தரவுப்படுத்த எப்படித்தான் எனக்கு மனம் வரும்?"

"நாங்கள் ரண்டு பேரும் ஹாட்லிக்கும் சேர்ந்துதான் போவ மெண்டு ஐந்தாம் வகுப்பிலிருந்து கனவு கண்டுகொண்டிருந்தன்" என்று சொல்லிச் சமாளிக்க முயன்றான் தேவன்.

"கனவுதானே, அதை மறந்துவிடு. எங்கே படித்தாலென்ன ஊருக்குள்ளைதானே இருக்கப்போறம். ஒன்றுக்கும் யோசியாதை." ராமு சொன்னபடிதான் நடந்தது. ஆனால், ஊருக்குள்ளே இருந்தபோதும் அவன் மெல்லமெல்ல இன்னொரு உலகோடு அறிமுகமாகிக்கொண்டு வந்தான்போல் தேவனுக்குத் தோன்றியது.

ராமு பல கதைகளைத் தேவனுடன் பரிமாறிக்கொண்டிருக்கும் போது சில வேளைகளில் அது மணற்காட்டில் பெரும் சிரமத்துக்கிடையே தொழில் செய்யும் தகப்பனாரின் நினைவைக் கிளறிவிடும். அவரைப்பற்றிப் பேசும்போது அவன் கண்கள் கலங்குவதுண்டு. சில வேளைகளில் அவன் அழுதுவிடுவான் போலவுமிருக்கும். ஆனால், வாய் திறந்து அழ மாட்டான்.

"அய்யாவிடம் இருக்கிற நல்ல பழக்கங்களில் எனக்குப் பிடித்தது அவரின் நேர்மையும் தன்னுடைய தொழிலில் காட்டுற விசுவாசமும்தான்."

தேவன் கேட்டுக்கொண்டிருப்பான்.

"அய்யா நாகர்கோயில் தரவையின் சுடுமண்ணிலை வாழ்ந்து பழகியவர். ஆரம்பப் பள்ளிக்கூடமே போகாதவர். ஆனால், கதைக்கிறபோது நாலடியார், திருக்குறளிலிருந்து நல்ல வாழ்க்கை வழிகளை அழகாகச் சொல்லுவார்."

ராமு வந்து பக்கத்தில் இருந்தான். அவன் எதுவும் பேசப் போவதில்லை. தேவன்தான் எதையும் முதலில் ஆரம்பிக்க வேண்டும்.

"எனக்கு இங்கிலீஸ் பாட வகுப்புக்கு அய்யா ஒழுங்கு பண்ணியிருக்கிறார்" என்றான்.

"வரவேற்கிறேன்."

"வரவேற்றால் மட்டும் போதுமா, நீ என்ன நினைக்கிறாய் என்று சொல்ல மாட்டியோ?"

"உன்னுடைய அய்யாவின் வழிகாட்டலுக்கு மேலாக நான் எதைச் சொல்ல முடியும்? இந்தக் காலத்தில் தமிழோடு ஆங்கில அறிவும் உயர்ந்த தரத்தில் இருக்க வேணும். ஒரு மொழி மூலமாக இல்லாவிட்டாலும் இன்னொரு மொழி மூலமாகவாவது உன்னுடைய எதிர்கால வாழ்க்கைக்கு வழி கிடைத்துவிடும் என்று அவர் எதிர்பார்த்திருப்பது நியாயம்தானே?"

"ஆனால் அய்யாவின் நோக்கம் வேறை."

"நான் சொன்னதுக்கு மேலாகவா, எங்கே சொல்லு பார்க்கலாம்?"

"சிரிக்காதே, சொல்லுறன். 'வீடு வீடாய்ப்போய்க் காண்டம் வாசிக்கிறவன் கொண்டு வருவான் ஒரு புத்தகம். அது ஒண்டுதான் நான் கண்ணாலை கண்ட புத்தகம். நீ நல்லாப் படியடா, மோனை. நான் எத்தினை புத்தகமெண்டாலும் வாங்கித் தருவன்' என்று சொல்லுவார்.

"அதோடை அவர் நிறுத்தியிருந்தால் நீ சொன்னபடிதான் நடந்திருக்கும். ஆனால், ஏ.எல். படிப்போடு நான் புத்தகங்களைக் கட்டிப் பரணில் வைத்துவிடவேணுமென்று சொல்லுறார்."

"சரி, அதற்குப் பிறகு?"

"அவரோடை சேர்ந்து கலப்பை தூக்க வேணும். அறுவடையில் எல்லாருடனும்கூட வேலை செய்ய வேணும். அதாவது தனக்குப் பிறகு தன்னைப் போலவே ஒருவன் வீட்டில் உருவாக வேணும். மொத்தத்தில, எங்கள் குடும்பத்துக்கு ஒரு டொக்டரோ, எஞ்சினியரோ, அரசாங்க உத்தியோகத்தரோ தேவையில்லை, ஒரு கமக்காரன் இந்த எல்லாரிலும் பார்க்க, சமூகத்துக்கும் வீட்டுக்கும் பிரயோசனமானவன் என்றெல்லோ சொல்லுறார்."

"இதில் ஆச்சரியப்பட என்ன இருக்கிறது? அவர் ஒரு கொம்யூனிஸ்ட் ஆக இருக்கலாமென நான் சில வேளைகளில் நினைப்பதுண்டு. அது இப்போது நிச்சயமாகிவிட்டது. அதுதான் மகன் விஷயத்தில் தன் கொள்கையின் கூர்மையைச் சோதித்துப் பார்க்கிறாரோவென்று எனக்குச் சந்தேகமாயிருக்கிறது?"

"ராமு, நீதான் கொம்யூனிஸ்டாக மாறிக்கொண்டிருக்கிறாய் என்று எனக்குச் சந்தேகமாக இருக்கிறது..."

"அப்படி இல்லை. நான் நானாகவே இருக்க விரும்புறேன். நான் சொல்வது உனக்குப் புதுமையாய் இருந்தால் என்னை எந்த அடையாளத்துடனும் சேர்த்துப் பார்க்காதே."

"நீ இப்படியே புதுச் சித்தாந்தங்களோடு அறிமுகமாகிப் படிப்படியாக என்னை விட்டு எட்டிப் போகப்போகிறாயோ என்று எனக்கு யோசனையாக இருக்குது?"

"யோசிக்காதே, எங்களை இசையும் கலையும் இணைக்கிறவரை நமக்குள் பிரிவில்லை."

ராமு சிரித்தபடி எழுந்துகொண்டான்.

"இன்டைக்கு நேரமாகிவிட்டது. வாசகசாலைக்குப் போய் பிறகு வீட்டுக்குப் போக வேண்டும்."

'ஒரு விஷயம் சொன்னாலென்ன என்று யோசிக்கிறன்."

"என்ன அது?" ராமு ஆர்வத்துடன் கேட்டான்.

"சங்கீத வகுப்புக்கும் அனுப்ப அய்யா ஓமெண்டு சொல்லி விட்டார்..."

"இங்கிலீஸ் படிப்பால் மேலதிகமாகப் பிரயோசனம் வருகுதோ இல்லையோ சங்கீதப் படிப்பால் நிச்சயம் வரும்."

“எதை வைச்சுச் சொல்லுறாய்?”

“அது வசதியான வாழ்க்கைக்கு வழி என்றால் இது வாழ்க்கையை வசதியாக்கும்.”

கோயிலிலிருந்து வந்த நாதஸ்வரம் இவர்கள் எழுப்பிய கலகலப்புக்குப் பின்னணி இசைத்தது. ராமு புறப்பட்டுவிட்டான்.

புளியமரத்துக் காக்கா கடையில் வேலை செய்யும் இன்னொரு இளவயதுச் சிநேகிதன் சத்தியமூர்த்தி ‘மறக்காமல் பின்னேரம் வா’ என்று சொன்னது அப்போது தேவனின் நினைவுக்கு வந்தது.

தேவன் சைக்கிளில் ஏறிக்கொண்டான்.

3

தேவன் தன்னுடைய அறையில் படித்துக்கொண்டிருந்தான். இரவுச் சாப்பாட்டுக்கு அம்மா கூப்பிடும் நேரம் நெருங்கிவிட்டது. ஆனால், அவர் இன்னமும் அடுப்படிக்குள் காரியமாக இருந்தார் என்பதைத் தேங்காயும் துருவுபலகையும் கூட்டாக அபஸ்வரம் பாடிக்கொண்டிருந்ததிலிருந்து தெரிந்தது. மற்றும்படி வீடெங்கும் அமைதியாயிருந்தது.

முத்துவேலர் வாசல்புறத்து விறாந்தையில் போட்டிருந்த சாய்மனைக் கதிரையில் வந்து சாய்ந்துகொண்டார். அன்றைய வேலைகளை ஏலவே தீர்மானித்த மாதிரி முடித்துக்கொண்டதால் ஏற்பட்ட நிம்மதியும் உடல் சோர்வும் அவரிடமிருந்து எழுந்த ‘அப்பாடி’ என்ற ஒரு சொல்லுக்குள் அடைக்கலமாயின. இனி முகட்டைப் பார்த்தபடி படுத்திருப்பதுதான் அடுத்த முக்கியமான வேலை.

நாளைக்குக் காலமை சீமெந்துப் பைக்கெட்டுகளை வண்டியில் கொண்டுவந்து வீட்டில் இறக்கிய பிறகுதான் மற்ற வேலையென்று கிட்டங்கிக்காரன் உச்சம் தலையிலையடித்துச் சொல்லிவிட்டான். ‘சொன்னபடி செய்யவில்லையோ மிச்சக்காசு பிரளாது கண்டுகொள்ளும்’ என்று முத்துவேலர் பதிலுக்குத் தலையிலடித்த மாதிரிச் சொல்லிவிட்டுத்தான் கிட்டங்கிப் படியைவிட்டு இறங்கிப் போனார். கிட்டங்கிக்குப் போகும் வழியில் முதலியார் தெருவில் அன்னம்மா மில்காரன் கேட்ட

நெல்லுச் சாக்குகளை இறக்கிவிட்டுக் கையில் வந்த காசை ஒரு தரத்துக்கு நாலு தரம் எண்ணி மடிக்குள் செருகிய பிறகு வண்டிலை எடுத்தார். அதற்குள் மதியம் திரும்பிப் போச்சு.

வீட்டுக்கு வந்ததும் கிணற்றடியில் கால், முகம் கழுவி நெற்றியில் திருநீறும் நடுவில் நாமமும் "மாயவா, நாராயணா" என்ற மந்திரத்தை உச்சரித்தபடி குழைத்து அணிந்து, சால்வையைக் கொடியிலிருந்து எடுத்து உதறித் தோளில் போட்டுக்கொண்டார். இனி இரவுச் சாப்பாடு சாப்பிடப்போகும்வரை அந்தச் சாய்மனைக் கதிரைதான் அவருக்குக் குளத்தடி ஆலமரம்.

அது வன்னிக் காட்டின் அசல் முதிரை மரத்தில் இழைத்த கதிரை. பிரம்பு நார்களால் குறுக்கும் நெடுக்குமாகப் பின்னப் பட்டிருக்கும் சொகுசுப் படுக்கை. பார்க்கப்போனால் ஊரில் ஒவ்வொரு வீட்டிலும் இதைப்போல் ஒன்றாவது இருக்கும். சில வீடுகளில் மடித்துச் சுவர் ஓரமாக வைக்கக்கூடிய சாக்கு விரித்த கதிரையும் மேலதிகமாக இருப்பதுண்டு. "மூட்டைப் பூச்சிப் பரியலங்கள் இல்லாட்டில் கோரைப் பாயும் சுகம்தான்" என்று சொல்லுவார் முத்துவேலர்.

கால்களை வள்ளிசாகத் தூக்கிப்போட வசதியாகச் சாய்மனைக் கதிரையின் இருபுறமும் சட்டங்கள் நீட்டியபடி இருந்தன. அவற்றை இழுத்து மடக்கிவிடவும் முடியும். முத்துவேலருக்கு அவை எப்போதும் நீட்டியபடி இருக்க வேண்டும், அப்போதுதான் கதிரையில் சாய்ந்த கையோடு கால்களை அவற்றின் மீது தூக்கிப் போட்டுச் சுகம் காணலாம்

அவரின் வீட்டிலுள்ள எல்லா மரத்தளபாடங்களையும் போலவே அந்தக் கதிரையும் பக்கத்துக் கிராமமான மாதனையில் செய்வித்தது. எண்ணற்ற முறை 'இந்தா முடியுது வேலை' என்ற வாய் கூசாத சத்தியத்துக்குப் பிறகும் மாதக் கணக்காக இழுபறிப்பட்ட வேலையை ஒரு நாள் உண்மையிலேயே முடித்து வண்டிலில் கொண்டு வந்து இறக்கிவிட்டுப் போனார் மாதனைச் சுப்பர் என்ற சுப்புரமணியத்தார். அப்படியிருந்தும் சுப்பரின் வேலையை யாராவது குறை சொன்னால் சொன்னவருடைய நாக்கு அழுகிப்போய்விடும் என்பது 'அம்மனைப் பழிச்சால் சின்னமுத்து வரும்' என்பது போன்ற ஆழமான ஊர் நம்பிக்கை. ஆனால், ஓடருக்குச் செய்யக் கொடுத்த தளபாடத்தைச் சுப்பர் சொன்ன திகதியில் கொண்டு வந்து சேர்த்தார் என்பது மட்டும்

நடந்ததாகச் சரித்திரம் இல்லை. “என்ன சுப்பர், எப்ப முடியும் வேலை?” என்று ஒரு சின்னக் கேள்வி கேட்டால் போதும் மாதனையின் பிரசித்திபெற்ற காத்தவராயர் கூத்தில் பாடும் பாட்டுப்போல இசைப் பிரவாகமாய்ப் பதில் வந்து, கேட்டவரின் மனதையும் குளிரவைத்து வாயையும் இழுத்து மூடிவிடும்.

“என்ன கதை கதைக்கிறியள், நீங்களென்ன எங்களுக்கு ஆரோவே? உங்கடை குடும்பம் சிங்கராஜ தேவன் காலத்திலையிருந்து எங்களட்டைத்தானே மரவேலை செய்யினம். என்னவோ ஒண்டும் தெரியாத அரிவரிப் பிள்ளை கணக்கிலை கதைக்கிறியள். இந்த அகில யாழ்ப்பாணத்திலை எந்தச் சீவராசியையும் கேட்டுப்பாருங்கோ? என்ரை வேலை எம்மளவு உறுதியோ அதுமாதிரித்தான் நான் தாற சத்தியமும் உறுதி. பொய்ச் சத்தியம் செய்து ஏமாத்திறதெல்லாம் என்ரை குடும்பத்திலையே கிடையாது. அதுகும் உங்களுக்கோ, என்ரை சீவனைக் கொடுத்தெண்டாலும் சொன்ன சொல்லைக் காப்பாத்துவன், கண்டுகொள்ளுங்கோ.”

“அப்படியில்லை சுப்பர், வீட்டிலை விஷேசம் வரப்போகுது, அந்த நேரம் உங்கடை கையாலை புதுசாச் செய்த மேசையோ கதிரையோ நாலு பேர் கண்ணிலை படுற மாதிரிக் கிடந்தால் வீட்டுக்கு லட்சணம்தானே?”

“உங்கடை வீட்டு விஷேசமெண்டால் எங்கடை வீட்டு விஷேசம் போலைத்தான். இப்ப வீட்டை போங்கோ, போன பின்னாலை நான் வேலையை முடிச்சுப்போட்டு வந்து சாமானை வாசலிலை இறக்கிறனோ இல்லையோவெண்டு பாருங்கோ.”

முத்துவேலர் மேலும் தர்க்கம் செய்ய விரும்பாமல் சுப்பரின் பேச்சை நம்பின மாதிரிக் காட்டிக்கொண்டு வீட்டுக்கு வந்துவிடுவார். வேலை மட்டும் சுப்பரின் வீட்டில் வேலியோடு சாய்த்துவிட்ட பலகையோடு பலகையாக அசையாது அப்படியே இருக்கும் என்பது அவருக்கு நன்றாய்த் தெரியும். இன்னும் பல மாதங்கள் கடந்த பின்னர் சாமானைத் திடீரெனக் கொண்டுவந்து இறக்குவார் சுப்பர். ஆனால், மிச்சம் கவனிக்க வேண்டிய ஒரு விஷயம், அவர் ஆறு முழ உயரத்தில் ஐந்து தட்டு அலுமாரி செய்தாலென்ன ஒரு மூன்று கால் ஸ்டூல் செய்தாலென்ன அது அந்தக் காலத்துக் கோயில்களில் இருக்கும் அழகான சிற்பமொன்று நேரே வந்து நிற்பதுபோல இருக்கும். அத்தோடு அதன் மேற்புறம் அழுத்தமென்ற அழுத்தம். பலகைகள் பிணைக்கப்பட்ட அடையாளம் பூதக்

ராஜாஜி ராஜகோபாலன் ...❖ 39 ❖...

கண்ணாடி வைத்துப் பார்த்தால்கூடத் தெரியாது. அவர் கை பட்ட தளபாடம் மொத்தமாய் ஒரே மரத்தில் இழைத்ததுபோல் நறுவிசாக இருக்கும். அதற்கு மேலே பூசிய வார்னிஷ் கண்ணைப் பொறித்தட்டும். சுப்பரின் கை வேலை சொல்லி மாளாது என்பது ஊர் வழக்காறாகிவிட்டது. முத்துவேலர் தனது வீட்டுக்கு வருகிறவர்களையெல்லாம் மறவாமல் கூட்டிக்கொண்டுபோய் 'மாதனைச் சுப்பரின் வேலையைப் பாத்தியே!' என்று காட்டிப் பெருமையடிப்பார். சுப்பரின் வாய்ச் சவடாலை சாமான் செய்து முடியும்வரை குறை சொல்லிக்கொண்டு வந்தவர், இப்போது அவரைப் புளுக ஆரம்பித்துவிடுவார்.

"அப்ப ஏன் சுப்பரைக் கூப்பிட்டுத்தான் திரும்பவும் வேலை செய்விக்கிறியள்?" என்று மனைவி மரகதம் கேட்பாள். இது அப்போதைக்கு நியாயமான கேள்விபோல்தான் முத்துவேலருக்குத் தோன்றும். ஆனால், பதில் வேறாக இருக்கும்.

"எங்கை, இந்தப் பக்கம் ஒரு பிள்ளை இதே மாதிரி மரவேலை செய்து காட்டட்டும் பாப்பம்?" கேள்விக்குக் கேள்வியால் பதில் சொல்லிவிட்டு, அத்தோடு எல்லாவற்றையும் மறந்துவிடுவார் முத்துவேலர். சுப்பரோடுள்ள சினேகிதமும் வளர்ந்துகொண்டுதான் இருக்கும்.

மாலை ஏழு மணியிலிருந்து நடுச்சாமம் வரை எந்த நேரத்திலும் உள்ளிருந்து மரகதத்திடமிருந்து சாப்பாட்டுக்கு அழைப்பு வரும். அழைப்பென்றால், "மெய்யே, உங்களைத்தான், சாப்பிட வாறியளே?" இந்த மாதிரிப் பெரும்பாலான வீடுகளில் அடுப்படியி லிருந்து வீட்டுக்காரி அழைப்பதுபோல் அங்கே நடப்பதில்லை. அங்கிருந்து கூப்பிட்டு முத்துவேலரை அதிரவைக்க இயலாதென்ற அனுபவ அறிவால் மரகதமே வாசலுக்கு வந்துவிடுவாள். அவளின் கணக்குப்படி அடுப்படியிலிருந்து முன் விறாந்தை ஒரு கட்டை தூரம்.

"என்ன உங்களைத்தான், எவ்வளவு நேரத்துக்கு முகட்டைப் பாத்துக்கொண்டு மூளையை விட்டுக்கொண்டிருப்பியள்? இரவைக்குச் சாப்பிட்டால்தானே நாளைக்கு முதுகு முறிவியள்." இது கேள்வி போலவும் இல்லாமல் அதட்டல் போலவும் இல்லாமல் சாப்பாட்டு நேரத்துச் சமாதானத் தொனியில் கதவடியிலிருந்து வரும்.

நாராயணபுரம்

"தின்னு, குடி. இதுதான் உன்ர வாயிலையிருந்து எப்பவும் வந்துகொண்டிருக்கும். எனக்கும் கேட்டு அலுத்துப்போச்சுது." முத்துவேலர் முகட்டிலிருந்து கவனத்தைத் திருப்பாமலே மனைவிக்குப் பதில் சொல்லுவார்.

"அப்ப, தின்னாமல் குடியாமல் பட்டினி கிடவுங்கோவன். எனக்கும் வேலை குறையும், நேரமும் மிச்சம்."

"ஏன் விரத நாளுகளிலை காலமை சாப்பிடாமல்தானே இருக்கிறனான். தெரியாத மாதிரிக் கதைக்கிறை."

"அது விரத நாளிலை நடக்கிற கதை. எங்கை ஒருக்கால் விரதம் இல்லாத நாளிலை ஒரு நேரம் சாப்பிடாமல் இருந்து காட்டுங்கோ, பாப்பம்."

மனிசியோடை கதைச்சுத் தப்பேலாது.

"ஓமடியப்பா வாறன்" முத்துவேலர் சலிப்புடன் பதில் சொல்லுவார். என்றாலும் இப்போதைக்குக் கதிரையிலிருந்து எழும்பப் போவதில்லை. கதிரை தரும் சுகமா, சாப்பாடு தரும் சுகமா சிறந்தது? இன்னும் அவர் தீர்மானிக்கவில்லை.

"இரவுக்கு என்ன பலகாரம் செய்தனி?" இதற்கான பதிலை அறிந்த பிறகுதான் கதிரைச் சட்டத்திலிருந்து காலை எடுத்துக் கீழே போடுவதைப்பற்றி யோசிப்பார்.

"உருண்டைப் புட்டு அவிக்கச் சொன்னியள், அதுதான் இண்டைக்கு."

"உருண்டைப் புட்டெண்டால் உழுத்தம்மா போட்டிருப்பியே, இந்தப் பக்கம் அதன்ர வாசம் துப்பரவாக அடிக்கயில்லை?"

"ஒருக்கால் உந்தக் கண்டறியாத கதிரையிலையிருந்து இறங்கி வீட்டுக்கை வாருங்கோ வாசம் அடிக்குதோ இல்லையோவெண்டு பாப்பம்?"

அடுத்தடுத்து அவள் எந்தனை அம்புகளை எய்தாலும் அவர் கதிரையை விட்டு எழும்பப்போவதில்லை, அவளும் கதவடியை விட்டு நகரப்போவதில்லை. இது முத்துவேலர் தம்பதிகளுக்குப் பட்டுப்போன சங்கதி.

"சரி, வாறன்ரியப்பா. உவன் பெடியன் சாப்பிட்டானோ? அவனை ஒருக்கால் எட்டிப் பாத்தியோ?"

“சமைச்ச கையோடை பிள்ளையைக் கூப்பிட்டன். உடனை வந்து சாப்பிட்டிட்டுப் போட்டான்.”

“ஆ... அப்ப, அவன் நீ சொன்னபடி செய்யுறான், நானும் அப்பிடிச் செய்யவேணுமெண்டு சொல்லுறை. அப்பிடித்தானே?”

“இதென்ன இது, சாப்பிட வரச்சொன்னால் எத்தினை ஈளதாளமெல்லாம் இழுத்துக்கொண்டு இருக்கிறியள். பசிக்காட்டில் சொல்லுறதுதானே?”

“அங்கை படலையடியிலை ஆரோ வாறமாதிரிக் கிடக்குது.” முத்துவேலர் இருட்டினூடே வாசல்புறம் பார்த்துவிட்டு மனைவியை நோட்டம்விட்டார். அவருக்கு நன்றாய்த் தெரியும் வருகிற ஆட்களைப் பற்றி மரகதத்துக்குத் துப்பரவாக நல்ல அபிப்பிராயம் இல்லையென்று.

“அறுவார் குண்டி உரைஞ்சிறதுக்கு வந்திட்டாங்கள். இனிமேல் மனிசனைச் சாப்பிடவோ நித்திரை கொள்ளவோ விடமாட்டாங்கள்.” வெளி வாசலை எட்டிப் பார்த்த மரகதம் வெள்ளை வேட்டிகள் அரக்கிக்கொண்டு வருவதைக் கண்டதும் புறுபுறுத்தபடி வாசலிலிருந்து அகன்றாள்.

முத்துவேலரின் சினேகிதர்களான சங்கீத இரட்டையர்கள் தங்கராசாவும் பொன்னுச்சாமியும் வருகிறார்களென்றால் அவர் வீட்டு விறாந்தை கச்சேரி மேடையாகிவிடும். இந்த இருவரின் கச்சேரியை ‘சரி, இண்டைக்குப் போதுமடாப்பா. எனக்கும் கண்ணுக்கை நித்திரை முட்டுது’ என்று இதுபோல் எதையேனும் சொல்லி முடித்துவைப்பதைத் தவிரக் கச்சேரியில் அவர் ஒருபோதும் தலையிட்டது கிடையாது. இவர்கள் சேர்ந்தும் வருவார்கள், தனித்தனியாகவும் வருவார்கள். வந்ததும், கதிரைகளை இழுத்துப் போட்டுக்கொண்டு அன்றைய தமது அனுபவங்களையும் ஆராய்ச்சி முடிவுகளையும் அலச ஆரம்பித்துவிடுவார்கள். இருவரும் காலுக்கு மேல் காலை வைத்து அதன்மேல் கையால் தாளம் போட்டுக்கொண்டு இருந்துவிட்டால், ஓராளை ஓராள் தீர்த்துக்கட்டிவிட்டுத்தான் மற்ற வேலை என்று தீர்மானித்துக் களத்தில் இறங்கிவிட்டார்கள் என்பது முத்துவேலருக்குத் தெரிந்த சங்கதி. இவர்களின் வரவால் பரவசப்படும் ஒரே சீவன் தேவன் மட்டுமே.

“நேற்று மாலிசந்திப் பிள்ளையார் கோயில் திருவிழாவுக்கு ஆரோ ஒரு இந்தியாக்காரப் பாட்டுக்காரனைக் கூப்பிட்டாங்கள்,

பார். அவன் தியாகன்ர பாட்டுகளை அவனைப்போலையே பாடிக் காட்டினான். நான் சிவசத்தியமாய் மலைச்சுப்போனன்." இது பொன்னுச்சாமியின் ஆரம்ப அறிமுகம். விடுவாரா தங்கராசா?

"இந்தியாக்காரன் என்டெல்லாம் சொல்லக் கூடாது, கண்டீரோ, அவன் தியாகன்ர ஊர் தெரியுமே திருச்சினாப்பள்ளி, அங்கையிருந்தெல்லோ வந்தவன்."

"அது ஆர் தியாகன்?" விஷயம் விளங்காத முத்துவேலர் தன்னை மறந்து கேட்டார்.

"இவரொரு உலகம் தெரியாத வண்டில் மாடு. தியாகன் எண்டால் தியாகராசா பாகவதர், கண்டியோ!"

"ஓ! கேள்விப்பட்டனான்" முத்துவேலர் தப்பிக்கொள்ளப் பார்த்தார்.

"அதுதானே சொல்லுறது மனிசன்ர சீவியத்தில கொஞ்ச மெண்டாலும் சங்கீத ஞானம் இருக்க வேணுமெண்டு."

அறையிலிருந்து படித்துக்கொண்டிருக்கும் தேவன் பாடப் புத்தகத்தை மூடி வைத்துவிட்டு காதுகளை இந்தப் பக்கம் ஏவிவிடுவான். சில நாட்களில் ராமுவும் தேவனோடு சேர்ந்து இவர்களைச் சுற்றி ஒரு குட்டி ரசிகர் கூட்டத்தை உருவாக்கி விடுவார்கள்.

தங்கராசாவின் இசைப்பயணம் உள்ளூர்க் கோயில் திரு விழாக்களில் நடக்கும் சங்கீதக் கச்சேரிகளின்போது முன் வரிசையில் சப்பாணி கட்டிக்கொண்டு தாளம் போடுவதி லிருந்து ஆரம்பமானது. அந்த வகையான அனுபவக் கல்வி எந்த வயதிலிருந்து அவருக்குக் கைகூடியது என்பது அவருக்கே நினைவில்லை. தங்கராசாவின் இசைப் புலமைக்குக் கொடுக்கவேண்டிய மரியாதையிலும் பார்க்க அவரின் வயதுக்குரிய மரியாதைக்கே ஊரவர் முதலிடம் கொடுத்தார்கள். இவ்வாறாக வெறுமே தங்கராசா என்று அறியப்பட்டவர் 'தங்கராசா பெரியய்யா' என்று அழைக்கப்படும் அந்தஸ்தைப் பெற்றுக்கொண்டார். இந்தச் சூட்சுமத்தை விளங்கிக்கொள்ளத் திறமையற்றவரா தங்கராசா? தனக்கு வாய்ப்பாட்டோடு ஆர்மோனியம் வாசிப்பதிலும் கெட்டித்தனம் இருக்கிறதென ஒருநாள் கதையைக் கட்டிவிட்டார். அதை நிரூபிக்க வேண்டுமே, முதலில் பழங்கிடையன் ஆர்மோனியப் பெட்டியொன்றை

எங்கேயோ கரகம், காவடிக்கு வாசித்தவரிடமிருந்து பொல்லாலை அடிச்ச காசுக்கு வாங்கிக்கொண்டார். காலையானதும் குளித்துப் பூசி மெழுகிக்கொண்டு, பூட்டிய அறைக்குள்ளிருந்து சாதகம் பண்ணத் தொடங்கலானார். அந்த நாட்களில் ஏதோவொரு புதிய வகையான ராகத்தை உருவாக்கி, அதை மேலும் வளப் படுத்துவதில் அக்கறை காட்டி வந்தவர்போல் ஆர்மோனியப் பெட்டியோடு மல்லுக்கு நின்றார். அவருடைய குடும்பத்திலுள்ள சிறுமிகளாகப் பார்த்துத் தனது சீடப்பெருமக்களையும் உருவாக்கிக் கொண்டார். தனக்குக் கிடைத்த கேள்வி ஞானத்தை மட்டும் மூலதனமாகக் கொண்டு, தனக்கென ஒரு குட்டிச் சங்கீத சாம்ராஜ்யத்தைக் கட்டி எழுப்பிக்கொள்ளலாம் என்ற அவரின் தன்னம்பிக்கையும் விடாமுயற்சியும் உண்மையிலேயே இவர் பிறவிச் சங்கீத வித்துவானென்று ஊர் மக்களைக் கிட்டத்தட்ட நம்பவைத்துவிட்டது.

தங்கராசாவுக்கு உள்ளது ஒரே மகன். அவன் கொழும்பு பொலிஸ் கந்தோரில் பெரிய வேலையில் இருக்கிறானென்று அவர் புளுகாத நாளில்லை. அங்கே வெறும் பொலிஸிலிருந்து சுப்பிரிண்டன்ட் வரை எல்லாருடைய அணைவும் அவனுக்கு இருக்கிறது என்று சொல்லிவிட்டுச் சுற்றியுள்ள எல்லாரையும் ஒரு பார்வை பார்ப்பார். ஊருக்கு வந்தாலும் உள்ளூர் பொலிஸ் இன்ஸ்பெக்டர் அவனைக் காண வந்துவிடுவார் என்று சொல்லிப் பெருமையடிப்பார். ஆனால், குறுக்கு வழிகளிலும் அவனுக்கு வரும்படி வந்துகொண்டிருந்தது என்பதை மட்டும் மறந்தும் சொல்ல மாட்டார். மகன் அனுப்பும் காசு அவருக்கும் மனைவிக்கும் மிச்சம்மிச்சமாகக் காணும். கொடுத்து வைச்ச மனிசன்.

பொன்னுச்சாமி வெளி வாசல் கதவைத் திறக்கும்போதே அவர் மேலிருந்த சென்ட் வாசம் அவருக்கு முன்னால் வந்து விறாந்தையில் ஏறிக்கொள்ளும். அன்றைக்கு வாசத்தோடு அவரின் பிரதாபமும் கூடவே ஏறிக்கொண்டது.

"முத்தர், என்ன நடந்தது தெரியுமே, அல்லி அருச்சுனா கூத்தில கிருஷ்ணன் வேஷத்திலை நடிக்கிறதுக்கு என்னை இண்டைக்குக் உடுப்பிட்டியிலையிருந்து கொஞ்சப் பேர் கேட்க வந்தாங்கள்."

"அப்பிடியே சங்கதி, பிறகு என்ன நடந்தது?"

“அருச்சுனனுக்கு நடிக்கிறதெண்டால் மட்டும் சம்மதமெண்டு மறுமொழி சொல்லி அனுப்பிப்போட்டன், அவங்களுக்குப் பொல்லாத மனக் கவலை.”

“பின்னை, இருக்கும்தானே” என்று முத்துவேலர் அவர் வாயை அத்தோடு மூடிவிட்டார்.

பொன்னுச்சாமி இதே கதையைப் பலருக்குச் சொல்லித் தனது உடல் அழகைத் தானே வியந்ததுண்டு. கண்களில் குறுகுறுப்பும் கன்னங்களில் சிரிப்புமாகக் கல்யாண வீடென்ன செத்த வீடென்ன எங்குமே அவர் பிரசன்னமாவார். “காத்தவராயர் கூத்துக்கு ஆர்மோனிய பெட்டி வாசிக்க இந்த இலங்கைச் சிலோனிலை எனக்குக் கிட்ட ஒரு பயலும் வரேலாது, தெரியுமோ?” என்று சொல்லிவிட்டுக் கொடுப்புக்குள் சிரித்துக் கண்களாலும் கதை சொல்லுவார். இவரின் இந்தப் பிரகடனத்துக்கு எதிராகச் சவால்விட இன்னும் எவரும் முன்வரவில்லை. காலையில் எழும்பிய கையொடு சைக்கிளில் போய் சிவன் கோயில் கிணற்றில் நல்ல தண்ணீர் அள்ளிக்கொண்டு வருவார். சாப்பாடு ஆனதும் மீன், மரக்கறி வாங்கச் சந்தைக்குப் வெளிக்கிடுவார். அவரின் அடுத்த அலுவல் சந்தாதோட்டத்துக்கு ஒரு நடை. அங்கே கிடைக்கும் ஒரு போத்தல் கள்ளோடு வயிறும் மனமும் நிறைந்துவிடும். மதியச் சாப்பாட்டை முடித்து ஒரு குட்டித் தூக்கம் போட்டதைத் தொடர்ந்து வீட்டிலிருந்து வெளிக்கிட்டு ஊர்வலம் வருவார். வழியிலுள்ள கிடுகு வேலியில் ஒரு ஈர்க்கைப் பிய்த்து எடுத்தாரென்றால் போகுமிடமெல்லாம் அது பிய்ந்துபோகும் வரைக்கும் பல்லுக்குள் செருவி ஓட்டைகளைத் தேடிக்கொண்டிருப்பார்.

பொன்னுச்சாமியும் மரகதமும் சிறியதாய் பெரியதாய் பிள்ளைகள், அவரை அண்ணை என்று கூப்பிட்டாலும் அவரின் மனிசி ஒரு மாதிரி என்றதால், மரகதம் அவர்களோடு அவ்வளவு பெரிதாக ஒட்டுறவு இல்லை. கண்ட நேரம் கதைத்துக்கொள்வதோடு சரி. பொன்னுச்சாமிக்கு மணிமணியாக நாலு பிள்ளைகள். மூத்தவனும் இளையவனும் கவுன்மென்டில் வேலை செய்கிறார்களென்ற எழுப்பம் அவருக்கு. நடுவிலான் இப்பத்தான் ஆசிரியர் பயிற்சியில் சேர்ந்திருக்கிறான். கடைசிப் பிள்ளை பெம்பிளையாய் வந்து பிறந்திருக்கிறது என்றது அவருக்குப் புளுகென்ற புளுகு. அவளுக்குப் பதினேழு வயதாகிறது. ஆனாலும் “பாவம், என்ர செல்லத்துக்குத் தேத்தண்ணிகூடப் போடத் தெரியாது” என்று சொல்வதில் அவருக்குப் பெரும் பிரியம்.

அன்றைக்குப் பின்னேரம் தங்கராசாவும் பொன்னுச்சாமியும் முத்துவேலர் வீட்டுத் திண்ணையில் ஏறும்போதே தமக்குள் யார் சிறந்த சங்கீத வித்துவான் என்பதை நிரூபித்துவிடவேண்டுமென்று சங்கல்பம் செய்துகொண்டு வந்தார்கள்போல் தெரிந்தது.

அவர்களின் பேச்சு எங்கேயோ ஆரம்பித்துக் கடைசியில் கோவிந்தராஜனின் பாட்டில் வந்து நின்றது. தேவனுக்கும் ராமுவுக்கும் வலு கொண்டாட்டம். சங்கீத இரட்டையர்களில் ஒருவராவது சீர்காழி கோவிந்தராஜனின் ஒரு பாட்டையாவது பாடுவாரென்று எதிர்பார்த்துக் காத்திருந்தனர்.

ஆனால், அவர்களின் விவாதம் எதிர்பாராமல் இன்னொரு திசையில் திரும்பியபோது அவர்களால் சிரிப்பை அடக்க முடியாமல் எழுந்துபோய்விட்டனர்.

"சீர்காழியைப்போலை பாட எவராலும் முடியாது. தியாகனுக்குப் பிறகு சீர்காழிதான்" என்பது தங்கராசாவின் வாதம்.

"எனக்குச் சங்கீதம் தெரியாதெண்டு நினைச்சுக் கதைக்கிறீர் போலை கிடக்குது. நல்லாய் அறிஞ்சுகொள்ளும், கோவிந்தராஜனை அடிக்கச் சீர்காழியாலை முடியாது. ஏன் தியாகன் வந்தாலும் முடியாது" என்பது பொன்னுச்சாமியின் வாதம்.

அடுத்த அரை மணித்தியாலமாகச் 'சீர்காழியா? கோவிந்த ராஜனா? சிறந்த பாடகன்' என்ற விவாதத்தில் ஆளுக்காள் கையை நீட்டியும் உரத்தும் பொறி பறக்க வாதிட்டது நாலு வீட்டுக்குக் கேட்டிருக்கும். அறையினுள்ளே தேவனும் ராமுவும் எழுப்பிய சிரிப்பொலி இவர்களின் தொண்டைக்கு முன்னால் நாதஸ்வரக் கச்சேரியில் ஊமைக் குழல் எழுப்பும் இசைபோல் அமுங்கிப்போனது.

தேவன் அன்றிரவு படுக்கப் போனபோது, 'நாளையிலிருந்து கமலா டீச்சரின் ஆங்கில வகுப்புக்குப் போக வேண்டும்' என்று தகப்பனார் சொன்னது நினைவுக்கு வந்தது. 'அந்த டீச்சர் எப்படியிருப்பாளோ?' என்ற புதிய கலக்கம் இப்போது அவனை வாட்டத் தொடங்கியது.

4

கமலா டீச்சர் வீட்டு வேலி ஓரமாக சைக்கிளை சாய்த்துவிட்டு வாசல் படலையின் முன்னால் வந்து நின்றான் தேவன்.

"கந்தசாமி கோயிலுக்கு முன்னாலை போற தெருவிலை இடப்பக்கம் நீல நிறப் படலையோடை இருக்கிற வீடுதான் கமலா டீச்சரன்ர வீடு" என்று முத்துவேலர் அவனுக்கு அடையாளம் சொல்லியிருந்தார். அங்கே வந்து நின்றபோதுதான் அதைப் படலையென்று சொல்லுவதிலும், பார்க்கக் கதவென்று சொல்வது இன்னும் பொருத்தம்போல் அவனுக்குத் தோன்றியது. வெறும் தகரக் கதவுதான். ஆனாலும், மிகக் கச்சிதமாகச் செய்யப்பட்டிருந்தது. இரண்டு சிமெந்துத் தூண்களுக்கிடையில் இரு பக்கங்களிலும் இடைவெளி விடாமல் அடைத்துக்கொண்டு நின்றது. வாசல் கதவே இப்படியென்றால் கமலா டீச்சர் எப்படி இருப்பாள்? தேவனுக்குக் கதவைத் திறக்க முன்னரே ஆர்வம் தலைதூக்கியது.

தேவன் கதவை இரண்டு முறை தட்டிவிட்டுக் காத்திருந்தான். சிறிது நேரத்தில் ஒரு முதிர்ந்த வயதுடைய பெண் வந்து கதவைத் திறந்தார். அவனைக் கண்ட உடனேயே அடையாளம் கண்டுவிட்டதுபோல் தோன்றினார்.

"தம்பி, முத்துவேலரோடை மகனெல்லோ?"

"ஓமோம், அய்யாதான் வழி சொல்லி அனுப்பிவிட்டவர்."

"அங்கை, படிக்கிற அறைக்குள்ளை போய் இருங்கோ, தம்பி" என்று சொல்லிக் கையை நீட்டி வலப்பக்கத்திலிருந்த கொட்டிலைக் காட்டிவிட்டு, பின்னாலிருந்த வீட்டுக்குள் சென்று விட்டார். தேவன் சைக்கிளை எடுத்து வந்து வீட்டின் முற்றத்தில் வேலியின் ஓரமாக நிறுத்திவிட்டு அந்த அறையை நோக்கி நடந்தான்.

அதிக உயரமில்லாமல் வீட்டுத் தாழ்வாரத்தின் அளவில் கிடுகால் வேயப்பட்ட கொட்டில். அது வீட்டிலிருந்து கொஞ்சம் எட்டவே முற்றத்தில் தனியனாய் நின்றது. சிமெந்தும் மக்கியும் கலந்து அரை அடி உயரத்துக்கு உயர்த்திய திண்ணை பளிச்சென்று துப்புரவாகவிருந்தது. திண்ணையைச் சுற்றி காங்கிரீட் கற்களால் இடுப்பளவுக்குச் சுவரும் அதற்கு மேல் பனம் சலாகைகளினால்

தட்டியும் கட்டியிருந்தார்கள். கதவுகள் இல்லாமல் வாசல் திறந்தபடி இருந்தது. பாடம் படிப்பதற்கு நல்ல அமைதியான அறைபோல்தான் அவனுக்குப் பட்டது. உள்ளே நுழைந்து பார்த்தபோது நடுவே ஒரு மேசையும் அதன் நீளவாட்டில் இரண்டு புறமும் வாங்கில்களும் ஒரு கதிரையும் இருந்தன. ஒரு மூலையில் ஒரு பக்கீசுப் பெட்டியும் அதற்கு மேல் பழைய புத்தகங்களும் கசங்கிப்போன கொப்பிகளும் நிரம்பிக்கிடந்தன. மற்றும்படி கரும்பலகையோ சோக்கட்டிகளோ எதுவுமேயில்லை.

தேவன் வாசலுக்கு அருகில் இருந்த ஒரு வாங்கிலில் போய் இருந்தான். சில நிமிடங்கள் கழிந்தன. இன்னும் எவரும் வந்து அவனை விசாரிக்கவில்லை. வருவதானால் கமலா டீச்சர்தானே வர வேண்டும். டீச்சரை முதன்முறை பார்க்கப்போகிறான். அவள் எப்படி இருப்பாளென்று அவனால் கற்பனைகூடப் பண்ண முடியாதிருந்தது. நேரம் செல்லச்செல்லத் தேவன் வாங்கிலில் இருப்புக்கொள்ள முடியாமல் தவித்தான். பிழையான இடத்துக்கு வந்துவிட்டோமோ என்றுகூட நினைத்தான். அய்யா நல்லாய் விசாரிக்காமல் முடிவு எடுத்திருக்க மாட்டார்.

“கமலா டீச்சரட்டைப் போய்ப் படி மோனை. இங்கிலீஸ் பாடத்துக்கு அவளை விட்டால் கிட்டடியிலை வேறை திறமான டீச்சர் இல்லையெண்டு எல்லாரும் சொல்லுகினம். அதோடை அவள் மிச்சம் கண்டிப்பானவளாம். அதுதான் வளருற பிள்ளையளுக்கு நல்லது.”

தேவன் அதுவரை பள்ளிக்கூடத்துக்கு வெளியே பலரிடம் பாடம் கேட்டிருக்கிறான். கீழ்வகுப்புப் படிக்கும்போது அத்தனை பாடங்களையும் ஒருவரே சொல்லிக்கொடுத்ததுண்டு. பின்னர் வயதும் ஏறி வகுப்பும் ஏற ஆங்கிலத்துக்கும் கணிதத்துக்கும் மட்டும் பாடம் கேட்டதுண்டு. அவனுக்குப் பாடம் சொல்லிக்கொடுத்தவர்களில் பலர் பள்ளிக்கூட ஆசிரியர்களாக இருந்தார்கள். ஆனால், ஆசிரியர்களாகத் தொழில் செய்யாமல் தாம் கற்ற கல்வியையும் அனுபவத்தையும் மூலதனமாகக்கொண்டு தமது வீட்டில் வைத்துப் பாடம் சொல்லிக்கொடுத்தவர்களே பெயர் எடுத்திருந்தார்கள். எந்த ஆசிரியரிடம் பிரம்புத் தடியின் வீச்சும் திட்டும் அதிகமாய் இருக்கிறதோ அவரே சிறந்த ஆசிரியரென்று பிள்ளைகளின் பெற்றார் நம்பினார்கள்.

தேவன் ஹார்ட்லியில் என்று சேர்ந்தானோ அன்றே அவனுக்குப் பள்ளிக்கூடத்தை நினைத்தால் பயமும் வந்து சேர்ந்துகொண்டது. எங்கு திரும்பினாலும் கண்டிப்பும் கட்டுப்பாடுமாக இருந்தது. பெரிய வகுப்பறைகள், பெரிய திண்ணைகள், பெரிய முற்றம், பெரிய விளையாட்டு மைதானம், இப்படி அவன் அங்கே கண்ட எல்லாமே பெரிதாயிருந்தது முதலில் உதறலைக் கொடுத்தது. சில ஆசிரியர்கள் பொல்லாதவர்களென்றும் சில ஆசிரியர்கள் எவ்வளவோ நல்லவர்களென்றும் கூடப்படித்தவர்கள் சொன்னது, ஏற்கனவே பயந்து ஒடுங்கிப்போயிருந்த தேவனுக்கு ஓரளவு ஆறுதல் தந்தது.

"தமிழ் படிப்பிக்கும் ரத்தினம் சார் என்ன அருமையான மனிசன்" என்று சொல்லித் தேவனுக்கு அவரை முதலில் அடையாளம் காட்டியவன் அவனுடைய நண்பன் சத்தியமூர்த்தி.

தேவனோடு ஆறாம் வகுப்பில் சேர்ந்தவர்களில் சத்தியமூர்த்தியும் ஒருவன். இருவரும் சின்ன வயதிலிருந்து பள்ளிக்கூடத்திலும் விளையாட்டிலும் இணைந்திருந்தவர்கள். அவனுடைய தகப்பனார் சில காலம் சுகவீனமாயிருந்து இறந்ததைத் தொடர்ந்து குடும்பத்தில் ஏற்பட்ட வறுமையால் பல நாட்கள் காலை சாப்பிடாமலே படிக்க வந்திருக்கிறான். அதைத் தேவனுக்குச் சொல்லாமல் மறைத்துவிடுவான் ஆனால், ரத்தினம் சார் எப்படியோ அதைக் கண்டுபிடித்துவிடுவார்.

"சத்தியமூர்த்தி என்ன சோர்ந்துபோயிருக்கிறாய்" என்றோ அல்லது "காலமை சாப்பிட்டியோ?" என்றோ கேட்பார்.

"நடந்து வந்ததாலை கொஞ்சம் களைச்சுப் போனன்" என்று சொல்லிச் சமாளிப்பான். ஆனால், அவன் பொய் சொன்னதை முகத்திலேயே கண்டுபிடித்துவிடுவார் ரத்தினம் சார்.

"பரவாயில்லை, இந்தா ஓடிப்போய்க் கோயிலடிக் கடையில ஏதேனும் சாப்பிட்டுக் கெதியா ஓடி வா, போ!" என்று சொல்லிக் கையில் சில்லறைகளைக் கொடுத்து அனுப்புவார். அவனும் போன வேகத்தில் திரும்பி வந்துவிடுவான்.

ரத்தினம் சாரிடம் தமிழ் படிப்பதென்றால் தேவனுக்கும் இன்னும் பலருக்கும் நல்ல விருப்பம். ஆங்கில பாடம்தான் அவனுக்குத் தொடர்ந்து கசக்கத் துவங்கியது. எட்டாம் வகுப்புவரை ஒவ்வொரு சோதனையிலும் அவன் ஆங்கிலத்தில் எடுத்த புள்ளிகள் முத்துவேலரை யோசிக்க வைத்தது.

"என்ரை மகன் ஜீஜீ பொன்னம்பலம் கணக்கிலை இங்கிலீஸ் பேசுறானோ இல்லையோவெண்டு பார்" என்று சபதம் செய்து, வெற்றி கண்ட யாழ்ப்பாணத்தின் பெரும்பாலான தகப்பன்மாரிடம் இருந்த ஆசை அவரிடமும் இருந்தது. ஆனால், அப்போது தேவனிடமிருந்த ஆங்கில அறிவைப் பார்த்தால் அது கடைசி வரைக்கும் நடக்காதென்றே தீர்மானித்தார். இனி இப்படியே விட்டால் முன்னேற மாட்டான். அவனைப் பின்னேரம் ஒரு திறமான டீச்சரிடம் அனுப்ப வேண்டியதுதான் என்ற முடிவுக்கு வந்தார். யார் யாரிடமோவெல்லாம் விசாரித்துக் கடைசியில் கமலா டீச்சரைப் பற்றி அறிந்தார். தேவனின் வீட்டிலிருந்து கல்லூரிக்குப் போகும் வழியிலிருந்தது அவளுடைய ஊர். அங்கே உள்ள தன்னுடைய வீட்டில் சிறிதாகத் தனிப்பட்ட ஆங்கில வகுப்பு மட்டும் நடத்திவந்தாள் கமலா டீச்சர்.

அவள் கடற்கரை மெதடிஸ்ட் மிஷன் கல்லூரியில் சீனியர் வகுப்புவரை அமெரிக்க கன்னியாஸ்திரி ஆசிரியைகளின் கறாரான வழிகாட்டலின் கீழே பயின்றவள். அவர்களைப்போல் ஆங்கிலத்தில் வலு சரளமாக எழுதவும் பேசவும் பயிற்சி எடுத்தவள். செவ்வாய்க் கிழமைகளில் அந்தோனியார் கோயிலுக்குப் புறப்படும்போதுதான் அவளை வெளியில் காண முடியும். மற்றும்படி பின்னேரம் ஊர்ப் பிள்ளைகளுக்குப் பாடம் சொல்லிக்கொடுக்கும்போது மட்டும் அவள் குரல் வேலிக்கு வெளியே கேட்கும் என்றெல்லாம் முத்துவேலர் அறிந்திருந்தார். அதுவே கமலா டீச்சர்மீது அவருக்கு முழு நம்பிக்கையை உண்டாக்கியது.

அன்று பள்ளிக்கூடம் விட்டதும் வீட்டுக்குப்போய்த் தாயார் கொடுத்த எள்ளுருண்டையை அவசரம்அவசரமாக விழுங்கித் தண்ணீரையும் குடித்துவிட்டு, சைக்கிளை எடுத்துகொண்டு ஓடி வந்தவனுக்கு கமலா டீச்சர் வீட்டில் அப்படிப் பெரிய அதிசயம் எதுவும் காத்திருக்கவில்லை. அமைதிதான் காத்திருந்தது. அதுவே அவளைப் பற்றிய கற்பனையில் மூழ்க தேவனுக்கு வசதியாகப் போய்விட்டது. 'கமலா டீச்சர் எப்படி இருப்பாள்? அவள்தான் அதிசயமாக இருப்பாளோ?'

படிக்கும் அறைக்கும் கமலா டீச்சரின் வீட்டு வாசலுக்கும் பார்வையால் பாலம் கட்டிக்கொண்டிருந்த தேவனுக்கு வீட்டுத் திண்ணையிலிருந்து இறங்கி யாரோ வருவதுபோல் கிராதி இடைவெளிக்குள்ளால் தெரிந்தது. மிகவும் நிதானமாகவும்

நிமிர்ந்த நடையோடும் வந்தவளை, அந்த மாலை நேரத்து மஞ்சள் ஒளியில் தேவன் தெளிவாகக் கண்டான். முழுப்பாவாடையும் மேலே அகன்ற கழுத்துடைய சட்டையும் அணிந்துகொண்டு இருபத்தைந்து வயது மதிக்கத்தக்க அந்தப் பெண் திண்ணையில் ஏறி உள்ளே வந்தாள். ‘இவள்தான் கமலா டீச்சராக இருக்கக் கூடாதா?’ என்று தேவனின் பதினைந்து வயது இளமை துடித்துத்துடித்து விசாரித்தது.

“ஹலோ, தேவன்!” இங்கிலீஷ் டீச்சரல்லவா? அவள் தன் பெயரைச் சொன்ன தோரணையும் உச்சரிப்பும் அவன் எதிர் பார்த்திருந்ததிலும் பார்க்கக் கூடிய ஆச்சரியத்தைக் கொடுத்தன. தேவன் பதிலுக்கு எதுவும் சொல்லத் தெரியாமல் அவளையே பார்த்தபடி வாங்கிலின் ஓரத்தை இறுகப் பிடித்தபடி இருந்தான்.

தேவனுக்கு எதிர்ப்புறம் வந்திருந்த கமலா, கைகளிரண்டையும் மேசைமேல் கோர்த்து வைத்துக்கொண்டு சில கணங்கள் யோசனையில் ஆழ்ந்தாள். பிறகு அவனைப் பார்த்து மெல்லமாய்ச் சிரித்தாள். அவனும் பதிலுக்குச் சிரிக்க முயன்றான். அனுபவம் மிக்க ஆசிரியைகளுக்கேயுரிய தொனியில் அவனை விசாரிக்கத் தொடங்கினாள். அவன் எதிர்பார்த்திராத கேள்விகளை அடுக்கடுக்காய் ஆங்கிலத்திலேயே கேட்டாள். அவனும் தட்டுத் தடுமாறிப் பதில் சொல்ல, கமலா திருப்திப்பட்டவள்போல் தோன்றினாள். அவள் பேசிய தமிழும் ஊரில் எல்லாரும் பேசுவதிலும் பார்க்கச் சுத்தமாயிருந்ததுதான் அவனுக்கு இன்னும் வியப்பாக இருந்தது.

“நல்லது, ஒன்றை மட்டும் மறந்துவிடாதே. பாடத்தில் சந்தேகம் இருந்தால் உடனே கேள். கேள்வி கேட்பதை ஒரு கலையாகப் பயின்றுகொள். நீர் கேட்கிற கேள்விகளை வைத்துத்தான் உம்மிடம் ஏற்படும் அறிவு விருத்தியின் அளவை அறிந்துகொள்வேன். அதைத்தான் உன்னிடம் நான் எப்போதும் எதிர்பார்ப்பேன்” என்று நிதானமாகச் சொன்னாள்.

அடுத்த நிமிடமே தேவனின் ஆங்கில வகுப்பு ஆரம்பமாகி விட்டது. கிடைத்த நேரத்தில் ஒரு கணத்தைக்கூட வீணாக்க விரும்பாதவள்போல் வகுப்பை உற்சாகமாக நடத்திக்கொண்டிருந்தாள். ஒவ்வொரு கிழமை நாளும் பின்னேரம் ஆறு மணியளவில் வகுப்புக்கு வந்தாக வேண்டும். ஏழு மணிக்குப் பிறகுதான் வகுப்பு முடிந்து வீட்டுக்குப் போகலாம். தேவன் சம்மதத்தின்

அறிகுறியாய்த் தலையசைத்தான். இனி அவள் சொல்லும் எல்லாவற்றுக்கும் தலையசைக்க வேண்டியதுதான்.

வகுப்பில் சேர்ந்த அன்றைக்கே தேவனுக்கு இன்னொரு வகையான சோதனை ஆரம்பமாகிவிட்டது. காரணம் கமலா என்ற பெண். அவளுடைய இளமையும், கணத்துக்கு ஆயிரம் கேள்விகளை எழுப்பித் தலைவிரித்தாடும் அவனின் பருவமும் அவளைப் பற்றிய கனவில் லயிக்க வைத்தன. படிப்பு எப்படிப் போகிறதென நாளைக்கு அய்யா கேட்கப்போகிறார். அவருக்கு உண்மையைச் சொல்ல வேண்டும். அப்படியே கட்டுப்பாடாய் வளர்ந்தாயிற்று. அவரிடம் பொய் சொல்லித் தப்பித்தல் நியாயமானதல்ல. அது நடவாததும்கூட. அதற்காக கமலா டீச்சரையும் அவளுடைய வளைந்த இடுப்பையும் அகன்ற கழுத்துடைய ப்ளவுஸுக்கு மேலால் பிதுங்கும் மார்பையும் தான் நினைத்தபடி இருப்பதை எப்படி அவருக்குச் சொல்ல முடியும்? வகுப்பு முடிந்து வீட்டுக்குத் திரும்பும்போது தேவன் தன்னையே கேட்டுக்கொள்வான், 'நான் உண்மையிலேயே நல்லவன்தானா? அல்லது நல்லவன்போல் நடிக்கிறேனா? எனக்காக இல்லாவிட்டாலும் அய்யாவுக்காக கமலா விஷயத்தில் நல்லவனாக இருக்க வேணும்.' தேவன் முடிவு எடுத்துவிட்டான். அடுத்த சில நாட்களுக்குள் அதை நிரூபிக்க அப்படியொரு அருமையான சந்தர்ப்பம் வந்தது.

அன்று பின்னேரம் வானம் மப்பாக இருந்ததால் வேளையோடு இருண்டுவிட்டது. மேசையில் மண்ணெண்ணெய் விளக்கை ஓரமாக வைத்துவிட்டு, கமலா அக்கறையுடன் பாடம் நடத்திக் கொண்டிருந்தாள். திடீரென வீசிய காற்று விளக்கை அடித்து அணைத்ததால் அறையெங்கும் இருள் சூழ்ந்துகொண்டது. அறையின் இறுகிப்போன அமைதிக்குள் தேவன் சில கணம் பேசாதிருந்தான். இப்போது அவளுடைய மூச்சு மட்டுமே அவனுக்கு அருகில் கேட்டது. அடுத்த இரண்டு நிமிடத்துக்குள் அணைந்த விளக்கை எடுத்துக்கொண்டு வீட்டுக்குள்ளே சென்று மீண்டும் அதை ஏற்றிக்கொண்டு படிக்கும் அறைக்குள் நுழைந்தான். விளக்கைக் கையில் எடுப்பதற்குப் பதிலாக அவளின் கையைத் தொட்டுவிட்டான். அதற்கு அவள் என்ன நினைத்திருப்பாளோ என்று மட்டுப்பிடிக்க முடியாமல் அவளையே இயலாத்தனத்துடன் பார்த்தான். அதற்குள் கமலா எதுவும் நடவாததுபோல் வகுப்பைத் தொடர்ந்தாள்.

5

தேவன், கமலா டீச்சரிடம் படிக்கச் சேர்ந்த நாளில் கண்டிப்புத்தான் அவள் எடுத்த முதலாவது பாடமாயிருந்தது. ஆனால், அவளிடம் கனிவும் இருந்தது என்பதைக் கண்டுகொள்ள அவனுக்குப் அதிக காலம் எடுக்கவில்லை. தேவனுடைய ஆங்கில உச்சரிப்புகளைக் கூர்மையாகக் கவனித்துத் திருத்துவாள். புதிய சொற்களை அன்றாடம் அறிமுகப்படுத்துவாள். அவற்றை வைத்து வசனங்களை இலக்கணப் பிழையில்லாமல் உருவாக்கு என்று சண்டித்தனம் செய்வாள். அத்தோடு ஆங்கிலப் பாடம் முடிந்துவிடுவதில்லை. கையெழுத்து அழகாகவும் ஒழுங்காகவும் நேர் கோட்டிலும் இருக்க வேண்டும். பிழை விட்டால் ஒருவேளை தலையில் குட்டுவாள் என்றுதான் தேவன் முதலில் எதிர்பார்த்தான். ஆனால், அவனின் விரலைப் பிடித்து, “இதுதானே பிழைவிட்டது, இன்னொரு முறை இப்படிச் செய்ததோ கடித்துத் துண்டாக்கிப் போடுவேன்” என்று விழிகளை உருட்டி வெருட்டுவாள். பிடித்த விரலை விரைவில் விட மாட்டாள்.

அவளுடைய கையின் ஸ்பரிசத்தை அனுபவிக்க வேண்டுமென்ற ஆசையில் இன்னும் பலமுறை பிழை விட வேண்டுமென அவனுக்குத் தோன்றும். அவன் விடும் ஒவ்வொரு பிழையையும் பக்கத்தில் கூடவேயிருந்து திருத்தி, அவனிடம் முன்னேற்றம் காணும்போது அவனையும் சந்தோசப்படுத்தித் தானும் சிரித்து அவனுக்கு நம்பிக்கை ஊட்டுவாள். அவன் அவளோடு சேர்ந்து சிரிக்காதுவிட்டால் கன்னத்தைக் கிள்ளிச் சிரிக்க வைப்பாள். “ஏய் அழுமூஞ்சி, என்னைப் பார்த்துச் சிரி என்பாள்.” அவன் நிமிர்ந்து அவள் முகத்தைப் பார்ப்பான். அவளின் கன்னங்கள் சிவந்துபோயிருக்கும். அவனுக்கு அவற்றைத் தொட்டுப் பார்க்க வேண்டும்போலிருக்கும். இப்படி அருகில் ஒரு இளம் பெண்ணின் கன்னத்தையோ மார்பையோ அவன் பார்த்ததில்லை. அப்படிப் பார்த்தவுடனே கண்களைப் பெரும் பிரயத்தனத்துடன் திருப்பிக்கொள்வான். கமலா சிலவேளை குட்ட முயல்வதுபோல் கையை ஓங்குவாள் ஆனால், குட்ட மாட்டாள். குட்டட்டுமென்று அவன் குனிந்தபடியே காத்திருப்பான். அவளுக்குச் சிரிப்பு முட்டிவிடும். “இந்தா ஒரு குட்டு” என்று சொல்லித் தலையை மெல்லத் தடவி விடுவாள். சிலவேளை பக்கத்தில் நெருக்கியபடி

இருப்பாள். எழும்போது அவனின் தோளில் கைகளை ஊன்றி எழுந்துகொள்வாள். இடையில் எழுந்து வீட்டுக்குப் போகும்போது அவனின் தலையைத் தடவாமல், இடுப்பில் நுள்ளாமல், மூக்கைக் கிள்ளாமல் அவளுக்குப் போகத் தெரியவில்லை. அப்படியே அவளிடம் படிக்க வந்து, படிப்போடு நுள்ளும் கிள்ளும் வாங்கி, கூடவே அவள்மீது கிளர்ச்சியையும் வளர்த்து ஒரு ஆண்டு ஆகிவிட்டது.

இதோ கமலா வீட்டினுள்ளே மென்மையாகப் பாடும் ஓசை வாசலூடாகக் கசிந்துகொண்டிருக்கிறது. தேவன் மேசையிலிருந்து எழுதிக்கொண்டிருக்கிறான். கண்கள் இடைக்கிடை அவளின் வீட்டு வாசலில் அலை பாய்கிறது. அவன் பார்வையில் விழ வேண்டுமென்றே அவள் அடிக்கடி முற்றத்துக்கு வருவதும் போவதுமாக இருப்பதுபோல் அவனுக்குத் தோன்றுகிறது. அதோ வாசலில் நின்றபடி உள்ளேயிருக்கும் தாயோடு பேசிக் கொண்டிருக்கிறாள். வீட்டின் உள்ளேயிருந்து கிலுங்கிலுங்கென அவளின் சிரிப்பொலி எழுந்து வந்து அவன் படிக்கும் மேசையைச் சுற்றிச் சுழல்கிறது. கொடியில் காயப்போட்ட துணிகளை எடுத்து மடித்துத் தோளில் போட்டுக்கொள்கிறாள். இடைக்கிடை இவனையும் கவனித்துப் புன்முறுவலை வீசுகிறாள். கையில் டவலுடன் குளிக்கவென வீட்டின் பின்புறமுள்ள கிணற்றடிக்குப் போகிறாள்.

குளித்து முடிந்து வரும்போது மார்பிலிருந்து முழங்கால்வரை தொங்கும் மெல்லிய ஈரச் சேலை உடலுடன் ஒட்டிப்போயிருக்கிறது. அதைக் கவனிக்காதவள்போல் முற்றத்துக்கு வந்து கையிலுள்ள ஈரத் துணிகளைக் கொடியில் உலர்த்தப் போடுகிறாள். மண்ணிலே அவளின் கால் தடங்கள் தண்ணீரில் கோலம் போடுகின்றன. தேர் வடம் போன்ற அடர்த்தியான கூந்தலின் நுனியிலிருந்து நீர் சொட்டுச்சொட்டாய் விழுகிறது. அதை ஏந்த வேண்டும்போல் தேவனின் நாக்கு துறுதுறுக்கிறது. அவளின் உடம்பிலிருந்து நீர் வழிந்து கால்கள் வழியாக நிலத்தில் ஊறுகிறது. அவனின் புலன்களும் கரைந்து, அந்த நீரோடு அடைக்கலமாகிறது. அவன் தன்னைக் கவனித்தானாவென்று தீர்மானித்த பிறகே அவள் அந்த இடத்தை விட்டு நகர்கிறாள். அவன் மனமும் அவளைப் பின்தொடர்கிறது. வீட்டினுள்ளே உடை மாற்றுவாள். அந்தக் காட்சியைக் கற்பனையில் ஓடவிடுகிறான். அதை

மனதில் மீட்டியபடியே புத்தகத்தின் பக்கங்களை வெறுமே தட்டிக்கொண்டிருக்கிறான்.

"என்ன தேவன், கனவு காணுறீரோ, எழுதச் சொன்னதை எழுதுகிறீரோ?" பின்னால் வந்து நின்ற கமலாவிடமிருந்து எழுந்த வாசனை, அவனின் வாயையும் மூடி, கனவையும் துண்டித்து விட்டது. அவளின் உடம்பிலிருந்த மெத்தென்ற ஈரம் அவன் முதுகில் ஊறியதை உணர்ந்து, தலையை நிமிர்த்தி அண்ணாந்து பார்த்தான். அவளுடைய முகம் மிக நெருக்கத்தில், இதோ தன் உதடுகளைத் தொட்டுவிடும்போல் அவன் நரம்புகளை அலற வைத்தது. அடுத்த கணம் எதுவும் நடவாததுபோல் அவள் மேசையைச் சுற்றி வந்து எதிரே இருந்தாள். அவனிடமிருந்து எந்தக் கணமும் முட்டி மோதிவிடும்போலிருந்த மன எழுச்சியும் அத்தோடு ஓய்ந்துபோனது.

அன்று வகுப்பு முடிந்தபோது நன்றாய் இருட்டிவிட்டது. கமலா எதிரேயுள்ள வாங்கிலில் வந்து இருந்தாள். அவள் முக்கியமான எதையோ சொல்லத் தீர்மானித்து வந்தவள்போல் தேவனின் மனதுக்குத் தோன்றியது. சில கணங்கள் அமைதியில் கரைந்தன.

"இன்னும் கொஞ்சம் நாளில் இங்கே உம்முடைய படிப்பு முடிந்துவிடும்." கமலா இப்படிச் சொன்னபோது தேவன் திகைப்பும் அதிர்ச்சியும் மனதை அலைக்கழிக்க, அவள் முகத்தையே பார்த்தபடி இருந்தான். அவள் மேலும் ஏதோ புதிதாய்ச் சொல்லப்போகிறாள்போல் தோன்றியது.

"அதுவரைக்கும் நீர் முந்தியிலும் கடுமையாய் அக்கறையெடுத்துப் படிக்க வேண்டும்."

அவன் மனம் துள்ளியது. கடுமை என்பது இனிமை என்று உணர வைத்தவள் அவள்தானே. அடுத்து அவள் சொன்னதுதான் அவனுக்கு மயக்கத்தை ஏற்படுத்தியது.

"நீர் வேறொன்றும் செய்ய வேண்டாம்."

அப்போ என்ன செய்ய வேண்டுமாம்..? அடுத்து என்ன சொல்லப்போகிறாள்? தேவனுக்கு இருக்கை கொள்ளவில்லை.

"நான் சொன்னபடி செய்!"

கமலா காட்டிய வழியில்தானே இதுவரை எல்லாம் செய்து

கொண்டிருக்கிறேன். அப்படியிருக்க இன்று ஏன் இப்படிச் சொல்கிறாள்? அவள் சொன்னதிலுள்ள அர்த்தம் ஒரு துளியும் அவனுக்கு விளங்கவில்லை. அது என்னவென்று கேட்க மனமும் துணியவில்லை.

தேவன் வீட்டுக்குப் போகும் வழியெல்லாம் கமலா சொன்னதையே மனதில் அலசிக்கொண்டு போனான். கால்கள் தாமாகவே சைக்கிளை மிதித்துக்கொண்டிருந்தன. மனம் சைக்கிளிலும் பார்க்க நூறு பங்கு வேகத்தில் பறக்கிறதோ என்று அவனுக்கே சந்தேகமாகவிருந்தது. அடுத்த சில நாட்களும் அப்படியே கழிந்தன.

அன்று கமலாவின் வீடு ஒருபோதும் இல்லாத அமைதியாக இருந்தது. மாலை நேரத்து மேகங்கள் ஒன்றோடொன்று முயங்கி மழையைப் பெய்யலாமா? வேண்டாமா? என்று உயர் மட்ட ஆலோசனையில் மூழ்கியிருந்தன. அரசமரத்துக் கிளிகள் கீச் மூச்செனப் பாடம் நடத்திக்கொண்டிருந்தன. சிவன் கோயிலின் மணி சலங்கையாய் ஒலித்து ஓய்ந்தது. தேவன் படிப்பில் மூழ்கி யிருந்தான். கமலா வகுப்பறைக்கு வந்துகொண்டிருந்தாள். அப்போது தேவன் அவளைக் காணவில்லை. திண்ணையில் ஏறி அவனுக்குப் பக்கத்தில் வந்து நின்றாள். அப்போதும் அவன் அவளைக் காணவில்லை. அவளின் மூச்சுக் காற்றுத் தன் கழுத்தின்மேல் ஊர்வதுபோன்று உணர்ந்தபோதுதான் அவள் பின்னால் வந்து நிற்பதைக் கண்டான். அடுத்து அவளின் கனத்த மார்பு தேவனின் முதுகில் தன் பாரத்தை இறக்கி வைத்தது. இவ்வளவு நெருக்கத்தில் கமலா அவனை ஒருபோதும் அணுகியதில்லை. தேவன் அவளை நோக்கித் திரும்பியபோது அவள் இன்னும் நெருங்கி அவனின் பக்கத்தில் வந்தாள். அவளிடமிருந்து வந்த மணம் அவன் முன்பு ஒருபோதும் சுவாசித்திருக்காத மணமாகவிருந்தது. தேவனின் மனதில் அதிசயங்கள் பல எழுந்து அலைக்கழிக்கத் தொடங்கின.

சில வகையான பெண்களிடம் ஒருவகை அற்புத மணம் இருப்பதாகப் படித்திருக்கிறேன். இவள் அந்த வகையைச் சேர்ந்தவளாக இருக்க வேண்டும். இவ்வளவு நாட்களாக இவளிடமிருந்து என்னிடம் எட்டாதிருந்த மணம் என்றபடியாலா இன்று எனக்கு இவ்வளவு போதை தருகிறது? தேவனிடம் கேள்விகளுக்கு மேல் கேள்விகள் எழுந்தன. அவனுக்கு என்ன

செய்வதென்று தெரியவில்லை. வெறுமே எழுந்து நிற்கவே முடிந்தது, குறை மயக்கத்திலிருப்பவன் தள்ளாடியபடி எழுந்து நிற்பதுபோல்.

தேவனுக்குத் தான் இப்போது அவளிலும் பார்க்க ஒரு முழம் உயர்ந்துவிட்டான் போன்ற உயரத்தில் நிமிர்ந்து நிற்பதுபோல் பட்டது. அந்தப் பதினாறு வயதுப் பிராயத்துக்கேயுரிய உணர்ச்சிப் பெருக்கில் ஏற்பட்டது இனம்புரியாத மகிழ்ச்சியா? கலவரமா? பதிலை எங்குமே கண்டறிய முடியாத கேள்வியா? என்று அவனுக்கே புதிராகவிருந்தது.

கமலாவிடமிருந்து பதிலுக்குப் புன்னகை மட்டுமே வந்து அவனைத் தேற்ற முயன்றது.

"உமக்கு ஒரு முக்கியமான விஷயம் சொல்ல வேணும், வாரும், வீட்டுக்குள்ளையிருந்து கதைப்பம்."

தேவனின் பதிலை எதிர்பார்க்காமல் அவனின் கையைப் பிடித்து வீட்டினுள்ளே கூட்டிச் சென்றாள்.

தேவன் அன்றுதான் அவளுடைய வீட்டின் உட்புறத்தை முதன்முதலில் கண்டான். முன்பு ஒரு தினம் வகுப்பில் அணைந்துபோன விளக்கை ஏற்ற அதே அறைக்குள் வந்தபோது முன்னிரவாக இருந்ததாலும், அவன் அவசரத்தில் வந்ததாலும் அதன் உட்புறத்தைக் கவனிக்க வாய்ப்புக் கிடைக்கவில்லை. இப்போது அங்கே மங்கலான விளக்கு எரிந்துகொண்டிருந்தபோதும் எவ்வளவு செப்பமாக அந்த முன்அறையை அழகுபடுத்தி வைத்திருக்கிறாள் என்பது தெரிந்தது. ஒருபுறம் பெரிய புத்தக அலமாரியும், சுவரில் ஓரேயொரு படமும், விளக்கின் அருகே இருபுறமும் வைக்கப்பட்டிருந்த கதிரைகளும், அங்கே நிலவிய அமைதியும் ஒரு நூலகத்தில் நுழைந்ததுபோன்ற உணர்வை அவனிடம் ஏற்படுத்தின.

'எங்கே நிற்கிறேன்? என்ன நடக்கிறது?' என்று கேள்விகளில் தொங்கிக்கொண்டிருந்த தேவனை, கமலா தனது தனி அறைக்குள் கூட்டிச் சென்றாள். அங்கே விளக்கு எதுவும் எரிந்துகொண்டிருக்கவில்லை. தெரு விளக்கொளியின் சாயலும் இருக்கவில்லை. தேவனின் கண்கள் அங்கே நிலவிய மெல்லிய இருளினூடே அந்தச் சூழலைப் பழக்கப்படுத்திக்கொள்ளச் சில விநாடிகள் எடுத்தன.

அந்த அறையில் நிலவிய மந்தகாசத்தையும் அந்தத் தனிமையில் தனக்கும் அவளுக்குமிடையேயிருந்த இடைவெளியையும் அவள் தன்னை அங்கே கூட்டி வந்த காரணத்தையும் புரிந்துகொள்ள முடியாது தேவன் தவித்தான்.

கமலா மிகச் சன்னமான குரலில் "இப்படி இரும்" என்று சொல்லி அருகேயிருந்த கட்டிலொன்றைக் காட்டினாள்.

அவனும் ஒரு மறுப்பும் கூறாமல் அவள் சொன்னபடியே இருந்துகொண்டான்.

"அம்மா சொந்தக்கார வீட்டுக் காரியமாகப் புன்னாலைக் கட்டுவனுக்குப் போயிருக்கிறா, நாளைக்குத்தான் வருவா" என்று சொல்லிவிட்டு அப்போதும் நின்றுகொண்டிருந்த தேவனின் தோளில் மெல்லக் கையை வைத்துக் கட்டிலில் இருத்தினாள்.

கமலா பக்கத்தில் வந்து அவனருகே இருந்தாள். அடுத்து தேவனின் கையை மெல்லப் பற்றிச் சமாதானப்படுத்துவதுபோல் மெல்ல அழுத்தினாள்.

தேவன் அப்படியேயிருந்தான். அவனிடமிருந்து ஒரு அசைவும் இல்லை. அவளும் சில கணங்கள் எதுவும் பேசாதிருந்தாள். இருவரின் மூச்சுக் காற்று மட்டுமே ஒன்றோடொன்று பேசிக்கொண்டன.

"அய்யாவிடம் சொல்லுங்கோ, நாளையிலிருந்து இங்கை வகுப்பு நடவாது."

"உண்மையாவோ?" தேவனின் குரலில் ஏமாற்றம் துளிர்த்தது.

"ஓமோம், உண்மையாத்தான் சொல்லுறன்."

"அப்ப இனி எனக்கும் இங்கே வகுப்பு இல்லையா?" அவளின் கையிலிருந்து விடுபட விருப்பமின்றி அதில் தொடர்ந்து புதைந்திருக்க விரும்பினான்.

"உமக்கு நான் இனிச் சொல்லித்தரப் புதுசாக எதுவுமில்லை. இதுவரை படித்ததே உமக்குப் போதுமென நினைக்கிறேன்" என்றாள்.

தேவனின் மனம் பெருமிதத்தால் நிரம்பியது. இதை வகுப்பறையில் வைத்தே அவள் சொல்லியிருக்கலாமே என்று ஒருபுறம் நினைத்தான். ஆனால், மறுபுறம் அவனின் இளமை அந்தத் தனிமையில் அவளோடு பேசுவதில் உண்டாகும் சுகத்துக்கு அவதிப்பட்டது.

நாராயணபுரம்

“பிறகும் வந்து உங்களைக் காணலாம்தானே?”

“இல்லை, இன்னும் ரண்டு நாளில் கொழும்புக்குப் போய்விடுவன். அதனால இனி இங்கே வகுப்பு ஒண்டும் நடத்தப்போகிறதில்லை.”

“ஒரேயடியாகவா?” தேவன் அழுதுவிடுவான் போலிருந்தது.

“ம்...”

இப்போது தேவன் தன் மனத்தில் ஏற்பட்ட வெப்பிராளத்தை வெளிக்காட்டிக்கொள்ளாமல் தப்பிக்கொள்ளப் பார்த்தான் ஆனால், அது அவனால் முடியவில்லை.

“உம்முடைய கவலை எனக்கு நன்றாய் விளங்குது. ஆனால், கொழும்பிலையிருக்கிற அண்ணாவுக்கு அங்கே வருவதாக ஏற்கனவே அறிவித்துவிட்டேன். இனி அங்கே ஒரு வேலையைத் தேடிக்கொள்வேன். அதனால்தான் இந்த முடிவு. உமக்கும் வயது வந்துவிட்டது. இப்படியான திருப்பங்கள் அவரவர் வாழ்க்கையில் நடப்பது இயல்பு. தவிர்க்க முடியாததும்கூட. ஆனபடியால் எதையும் பெரிதாக எடுத்துக்கொள்ளாதே. சூழ்நிலைக்கு ஏற்ப இசைந்து போவதே இருவருக்கும் மனத் திருப்தியும் சந்தோசமும் தரும். நீர் என்னிடம் படிக்க வந்ததால் எனக்கு உண்டான பெருமைக்கு நான் உமக்கு நன்றி சொல்ல வேண்டும்” என்று சொல்லிவிட்டு அவனின் முகத்தைத் தன்பக்கம் திருப்பிக் கனிவுடன் பார்த்தாள். அவளுடைய கைகள் அவனின் தோள்களில் பரந்தன. இதைச் சொல்லவும் என்னோடு தனிமையை அனுபவிக்கவும்தானா கமலா இந்த நாளையும் நேரத்தையும் தேர்ந்தெடுத்து என்னை இந்த அறைக்குள் அழைத்துவந்தாள்?

தேவனால் தொடர்ந்து சிந்திக்க முடியவில்லை. அவனுடைய தோளிலிருந்த கைகளால் அவனைத் தன் பக்கம் திருப்பினாள். அடுத்து அவன் கன்னத்தைத் தொட்டது, முத்தம் கொடுத்தது, இறுக அணைத்தது, படிப்படியாய் உடலெங்கும் மின்சாரத்தைப் பாய்ச்சியது, இன்னொரு உலகத்துக்கு இட்டுச் சென்றது எதற்குமே அவன் மறுப்புக் கூறவில்லை. அவள் சொன்னபடி கேட்கும் குழந்தை போலானான்.

அடுத்த அரை மணி நேரத்தின் பின்னர், தேவன் கமலாவின் வீட்டு வாசலின் படிக்கட்டில் வந்து நிற்கிறான். அவனுக்குப் பக்கத்தில் கமலா வந்து சேர்ந்துகொள்கிறாள். தூரத்துத் தெரு விளக்கிலிருந்து முற்றத்தில் விழும் வெளிச்சத்தை வானத்திலிருந்து

விழும் நிலவின் ஒளி விழுங்க முயல்கிறது. மெல்லிய காற்று இழுக்கும் திசையில் பூவரசம் கிளைகளும் சேர்ந்து அசைகின்றன. எங்கிருந்தோ தவழ்ந்து வந்த கீதம் காதில் தேனாய் வழிகிறது. நேரம் நகர்கிறது. தேவன் அடுத்த படியில் இறங்கி நிற்கிறான். கமலா அவனின் தோளைத் தொட்டுத் திருப்புகிறாள்.

"ஒன்றையும் யோசிக்காதீர். வீட்டுக்குப் போனதும் வழக்கம் போலவே படிப்பும் பொழுதுபோக்குமாக உமது காலம் கழியட்டும். இதை மட்டும் மனதில் வைத்துக்கொள்."

எதைச் சொல்லப்போகிறாள்? அது இன்னொரு புதிராக இருக்கப்போகிறது. தேவன் அறிய ஆவலுடன் நின்றான்.

"நாங்கள் மீண்டும் ஒருநாள் சந்திப்போமென்றது நிச்சய மில்லை." அவள் குரலில் அவன்மீது முன்பு ஒருபோதும் காட்டி யிராத பிரியமும் அக்கறையும் குழைந்து வந்தன.

சில நிமிடங்களுக்கு முன்னால் ஏற்பட்ட புதிய உறவு, அவள் பலாத்காரமாக எடுத்துக்கொண்ட உறவுபோல் இல்லாமல் என்னுடைய சம்மதத்துடன் எடுத்துக்கொண்ட உறவு போலல்லவா நடந்துகொண்டாள். நானாவது மறுப்புச் சொன்னேனா? அதற்கு எங்கே எனக்கு அவகாசமிருந்தது? என்னோடு பகிர்ந்து கொள்வதற்கெனப் பல நாட்களாய்ச் சேமித்து வைத்திருந்த செல்வத்தை அள்ளிக் கை நிறையத் தருவதுபோல் தனது அன்பையும் இளமையையும் என்னிடம் ஒப்படைத்தபோது விருப்பாவது? மறுப்பாவது? அவளோடு கழித்து மகிழ்ந்த உறவை ஒரு புனிதப் பொருளாக இயன்றவரை நான் மனதில் வைத்துப் பூஜிக்க வேண்டும். நினைத்தால் எங்குமே நடந்திராத பைத்தியக்காரச் செயல்போலத் தோன்றுகிறது. இந்த உறவை எனது நன்மையிலேயே அக்கறைகொண்ட ஒரு பெண் மனம் விரும்பிப் பகிரும்போது, அதைப் பெருமனதுடன் ஏற்றுக்கொள்ளுவதிலும் ஓர் அர்த்தமும் நியாயமும் இருக்கிறது. தேவன் அவளைப் பிரிய மனமின்றி இதே சிந்தனையுடன் வீட்டுக்குத் திரும்பினான்.

6

அடுத்து வந்த ஐந்து ஆண்டுகளும் ஏதோ அவசரமான காரியம் காத்திருப்பதுபோல் ஓடிச்சென்றுவிட்டன. 1983இன் நடுப்பகுதியில் கொழும்பிலும் தெற்கு இலங்கையின் ஏனைய பிரதேசங்களிலும் ஏற்பட்ட இனக்கலவரங்களைத் தொடர்ந்து அங்கே காலம் காலமாக வாழ்ந்து வந்த தமிழ் மக்கள் அகதிகளாக்கப்பட்டு, பிறந்த மண்ணுக்குக் கப்பல்களில் வந்து இறங்கியதைக் கண்டவர்களும், அவர்கள் சொன்ன அவலக் கதைகளையும் கேட்டவர்களும் ஒரு சில மாதங்களில் அத்தனையையும் மறந்துபோனார்கள். அகதிகளாக வந்தவர்கள் சொந்த மண்ணிலும் நிம்மதியாய் வாழ முடியாமற் போனதால், அடுத்த ஆண்டுக்குள் படிப்படியாகத் தாங்கள் முன்னர் வாழ்ந்த இடங்களுக்கு மீளவும் போய்க் குடியமர்ந்துகொண்டார்கள். இனக்கலவரங்கள் இனி இடம்பெற அனுமதிக்க மாட்டோம், ஒற்றுமையே நமது பலம் எனப் பல வாக்குறுதிகளை அள்ளி வீசித் திரும்பவும் ஆட்சிக்கு வருவதிலேயே அரசியல் கட்சிகள் அக்கறையாய் இருந்தன. இடைக்கிடையே சச்சரவுகளும் சமரசங்களும் வந்துபோயின. இனங்களுக்கிடையே யிருந்த உறவு இன்னும் வேகமாய்ச் சீரழிந்துகொண்டிருந்தது.

கிராமப்புறத்து மனிதர் வாழ்வில் சோதனை ஏற்படுமென்றால் அதற்குப் பெரும்பாலும் இயற்கையே காரணமாவதுண்டு. அது எவ்வளவுக்குக் கருணை காட்டியதோ அதே அளவுக்குச் சீற்றம்கொண்டு அவர்களின் வாழ்வாதாரங்களைச் சிதைக்கவும் தவறவில்லை. அவர்களின் அன்றாட வாழ்க்கை ஊரோடு சேர்ந்து செய்யும் உழைப்பிலேயே தங்கியிருந்ததால் அரசியல் காரணங்களாலும் தொழில் சங்கப் போராட்டங்களாலும் பெரு நகர்ப்புறங்களில் குழப்ப நிலைமை ஏற்படும்போது அதில் அறிவையோ அக்கறையையோ செலுத்தாமல் ஒதுங்கி வாழத் தெரிந்துகொண்டார்கள்.

காலம் மனிதர்களின் தனிப்பட்ட வாழ்வில் மாற்றம் செய்வதில் மட்டும் பின்வாங்கவில்லை. இளமை தன் வாய்க்காலை வெட்டி வழிகோலியபோது வாலிபப் பருவத்தின் கனவுகள் தேவனிடத்திலும் மாற்றங்களை ஏற்படுத்தின. அவை தமது ஜாலங்களைக் காட்டி அவனைத் தடுமாற வைப்பதில் குறியாக இருந்தபோதும், அவன்

சிறு வயதிலிருந்தே கட்டுப்பாட்டோடு வளர்ந்ததால் அப்படித் தடுமாறி விழுந்தபோதெல்லாம் தட்டிவிட்டு எழுந்துகொண்டான்.

தேவன் பன்னிரண்டாம் வகுப்புச் சோதனையை எழுதி உயர் தரத்தில் சித்தி எடுத்திருந்தான். அதைத் தொடர்ந்து தெற்கே ஒரு பல்கலைக் கழகத்தில் சேருவதற்கு விண்ணப்பம் செய்யும் அலுவல்தான் பள்ளிக்கூடத்தில் அவனுக்காகக் காத்திருந்தது. அதிபர் கொடுத்த சான்றிதழை அன்று பின்னேரம் வீட்டுக்கு வந்ததிலிருந்து அவன் போட்ட கூச்சலையும் கும்மாளத்தையும் மரகதம் ரசித்து அவனோடு சேர்ந்து பைம்பல் எழுப்பியபோதும் மனதுக்குள் முத்துவேலரின் மனதிலிருப்பதைத் தானும் முழுக்க அறிய முடியாமல் தேவனோடும் கதைக்க முடியாமல் மௌனம் சாதித்தாள். தேவன் எந்த நோக்கத்தோடு இன்றுவரை பாடுபட்டானோ அது நிறைவேறிவிட்டது. அவனுடைய கூட்டாளிகள்போல் புது இடமும் புதுச் சினேகிதமுமாக அவனுடைய இளமைக் காலம் கழியப்போகிறது

ஆனால், தேவனின் எதிர்காலம் பற்றிய முத்துவேலரின் நோக்கமோ வேறு விதமாகவிருந்தது.

அன்று பின்னேரம் தேவன் வெளியிலிருந்து வீட்டுக்குத் திரும்பும்வரைக்கும் முத்துவேலரும் மரகதமும் யமக்காவல் காத்திருந்தார்கள். அவன் முன்விறாந்தையில் ஏறியதும், “மோனை, அய்யா உன்னோடை என்னவோ கதைக்கப்போறாராம். இப்பிடி இரு” என்று சொல்லிவிட்டு, தரையிலிருந்த மரகதம் தனக்குப் பக்கத்தில் சேலை முந்தானையால் துடைத்துவிட்டாள். அவனும் பக்கத்தில்போய் இருந்துகொண்டான். சிமெந்துத் தரையின் தண்மைக்கு மேலாகக் கார்த்திகை மாதத்தின் சிலுசிலுப்பு அவனைத் தொட்டு விசாரித்தது. ‘இப்படியே அம்மாவுக்குப் பக்கத்தில் இருந்துவிடலாமா?’ என்று யோசித்தான். தெருவில் “ஹையாக், ஹயாக்!” என்று மாட்டை விரட்டியபடி ஒருவன் சென்றுகொண்டிருந்தான். வானம் எப்போது இருளுமெனக் காத்திருந்தவைபோல் நட்சத்திரங்கள் ஓடிவந்து முகில் வேலிகளுக்கு மேலாக எட்டிப்பார்க்க ஆரம்பித்தன. இன்னும் சிறிது நேரத்தில் அவை வந்த வேகத்தில் மறைந்துவிடவும் கூடும்.

தேவன் “என்னம்மா?” என்று விசாரிப்பதுபோல் தாயைப் பார்த்தான்.

“அதடா மோனை, உன்னைப்பற்றித்தான் கதைச்சுக் கொண்டிருந்தனாங்கள். உனக்குப் படிப்பு முடிஞ்சுதெல்லோ, இனியென்ன செய்யிறதெண்டு அய்யா ஒரு முடிவு எடுத்திருக்கிறார். அவர் சொல்லுறதை என்னெண்டு ஒருக்கால் கேள்.”

தேவன் தகப்பனைப் பார்த்தான். அவர் தோளை மூடிய சால்வையுடன் அமைதியாக இருந்த தோற்றம் விறாந்தையில் வீசிய மின்விளக்கொளியில் அவர் எதைப் பற்றியோ முடிவு எடுத்துவிட்டு, அதையே அசைபோடுவதுபோலிருந்தது. சில கணங்கள் அவர் எதுவுமே பேசவில்லை. தோளிலிருந்த சால்வையை எடுத்து மீண்டும் போர்த்திவிட்டு அவனை நிமிர்ந்து பார்த்தார். அப்போதும் அவரிடமிருந்த அமைதி இன்னும் துலங்கியதுபோல் இருந்தது. தாய் பக்கத்தில் இருக்கிற துணிச்சலில் தேவன் அவர் சொல்லும் எதையும் கேட்கத் தயாராக இருந்தான்.

“மோனை, அம்மாவும் நானும் ஊண்டி யோசிச்சுப்போட்டுத் தான் ஒரு முடிவுக்கு வந்திருக்கிறம். நீ படித்த பிள்ளையாக இருக்க வேணுமெண்டு நாங்கள் ஆசைப்பட்டம். நீயும் எங்களன்ர ஆசையை நிறைவேற்றியிருக்கிறை. நீயடா மோனை எங்களுக்கு ஒரேயொரு பிள்ளை. உன்னை விட்டால் இந்தக் குடும்பத்தையும் எங்கடை பரம்பரை விவசாயத்தையும் எனக்குப் பிறகு வேறை ஆர் செய்யிறதெண்டு கேக்கிறன்? நீ எங்கடை விருப்பத்துக்கு மாறாக கண்டியிலை படிக்க விரும்பினால் போய்ப் படியடா, மோனை. ஆனால், ஒண்டு சொல்லுறன் நல்லா யோசிச்சுப்போட்டு முடிவு செய். நான் நாளைக்குச் செத்துப்போடுவன். என்ர அப்பர் போன கையோடை அவர் தந்திட்டுப் போன வயலையும் தோட்டம் துரவுகளையும் நான் தனியனாகப் பொறுப்பு எடுத்துக் கவனிச்ச மாதிரி, நான் விட்டுட்டுப் போற கருமங்களைப் பொறுப்பெடுக்க ஒரு பிள்ளை வேணுமடா மோனை. இந்தக் குடும்பம் என்னோடை அழிஞ்சுபோகக் கூடாது. நீ தலையெடுத்து வந்து ஒரு மகாராசாவைப்போலை வாழ்ந்துகாட்ட வேணுமடாப்பு. அதை மனசிலை வைச்சுத்தான் உன்னை இவ்வளவு காலமாகப் படிக்கவும் வைச்சுத் தொழிலையும் பழக்கியிருக்கிறன். இதை யெல்லாம் உதறிப்போட்டு, இல்லை நான் படிக்கத்தான் போறனெண்டு ஒற்றைக் காலிலை நிண்டியெண்டால் நாளைக்கு இந்தக் குடும்பமும் நாங்கள் மூண்டு தலைமுறையாகப் பாடுபட்டுச் சேர்த்த சொத்தும் பெருமையும் உன்ரை கண்ணுக்கு முன்னாலை அழிஞ்சுபோறதைத்தான் பாத்துக்கொண்டிருப்பை. எங்களை

இண்டைக்கு நம்பியிருக்கிற சனங்கள் நாளைக்கு எங்கடை பேரைச் சொன்னால் காறித் துப்பிற நிலவரம் வரக் கூடாது, பார்."

தேவனுக்கு ஒரு வழியும் புலப்படவில்லை. அய்யா சொன்னதைச் சில நாட்களாக மனதில் போட்டுப் பிசைந்துகொண்டிருந்தான். அவர் சொல்வதிலும் உண்மையும் நியாயமும் இருப்பதுபோல் தோன்றியது. ஆனால் அம்மாவிடமிருந்து ஆறுதல் கிடைக்குமென்று எதிர்பார்க்கலாமென்றால் அவரும் அய்யா சொன்னதையே ஆமோதித்துப் பழக்கப்பட்டவர்.

"மோனை, உன்ர விருப்பத்துக்கு மாறாக நான் எப்பெண்டாலும் ஒரு சொல்லுச் சொல்லியிருப்பனோ. ஆசையாக ஒரேயொரு பிள்ளையைப் பெத்து வளத்த எனக்கெல்லோ தெரியும் நீதான் எங்களுக்குப் பெரிய செல்வமெண்டு. ஆனால், மாயவனாணை அவர் உனக்குத் தீங்கு வரும்படியாகக் கனவிலையும் நினைக்க மாட்டார், கண்டியோ."

அம்மாவிடமிருந்து இதற்குமேல் ஆறுதல் கிடைக்கப் போவதில்லை. அய்யாவோ முகட்டைப் பார்த்தபடி மூளையை விட்டுக்கொண்டிருக்கிறார். நான் அவருக்குக் கை கொடுக்காமல் போனால் என்னில் அவர்கள் வைத்திருக்கும் அன்பு, பாசம், அக்கறை ஒன்றையும் பெறுமதி இல்லாமல் செய்துவிட்டேன் என்றாகிவிடும். அய்யா சொல்வதுபோல் இந்தக் குடும்பம் என் கண்ணுக்கு முன்னால் அழிந்துவிடக் கூடும். கண்டிக்குப் போய்ப் பட்டத்தை வாங்கிக்கொண்டு வந்து உருத்தெரியாது அழிந்துபோன வீட்டையும், வறண்டு செத்துப்போன வயலையும் அரை விலைக்கும் குறை விலைக்கும் விற்றுவிட்டு, எங்கள் குடும்பத்துக்கு இந்த ஊரில் ஒரு அடி நிலமோ வரலாறோ இல்லையென்று ஒரேயடியாகச் சொல்லிவிட்டு இதுவரை பழக்கமில்லாத ஒரு ஊரில் பிறத்தியார்களோடு வாழவேண்டி வரலாம்.

முத்துவேலரின் விருப்பத்துக்கு இணங்கிப் பன்னிரண்டாம் வகுப்போடு படிப்பை நிறுத்தியாயிற்று. வாசகசாலை, விளையாட்டு, கடற்கரை என்ற எல்லாப் பொழுதுபோக்கும் ஒவ்வொன்றாக விட்டுப்போனது. நண்பர்கள் கூட்டம் மெலிந்துபோனது. பள்ளிக்கூட உடுப்புகள் நம்ப முடியாத அளவுக்குச் சிறுத்துப்போனது. தெருவில் தன்னுடைய பழைய சினேகிதர்களைக் காண நேர்ந்தால் தகப்பனார் சொன்னதைக் கேட்டுப் படிப்பை நிறுத்தியது தேவனின் மனதை

அரிக்க ஆரம்பித்துவிடும்... அடுத்த கிராமங்களின் பெரும்பாலான இளைஞர்களைப்போல் தானும் கண்டியிலோ கொழும்பிலோ தனக்குப் பிடித்த பொறியியல் துறையில் படிக்க விரும்பியிருந்தான். அவர்கள் விடுமுறை நாட்களில் ஊருக்கு வரும்போது காட்டும் நாகரிகத்தையும் பேசும் ஆங்கிலத்தையும் பார்த்தும் கேட்டும் ரசித்திருக்கிறான். அந்த வாய்ப்பைத் தனக்குக் கிடைக்காமல் அய்யா தடுத்துவிட்டாரென்று அவர் மேல் ஆத்திரமும் வெறுப்பும் எழுந்திருக்கிறது. அவனுடைய நண்பர்களில் சிலர் தங்கள் குடும்பத்தின் ஏழ்மை காரணத்தால் மேற்படிப்பை நாடாமல் பள்ளிக்கூடப் படிப்போடு நின்றிருக்கிறார்கள். இன்னும் சிலர் படிப்பை இடையில் நிறுத்தி உத்தியோகத்தைத் தேடித் தமது குடும்பத்துக்குத் துணை நின்றிருக்கிறார்கள். இவர்களெல்லாம் தங்கள் கனவைத் தியாகம் செய்ய நியாயமான காரணம் இருந்தது. ஆனால், அவனுக்கோ தகப்பனாருக்காக அதைத் தியாகம் செய்ய வேண்டிய நிலை வந்துவிட்டதுதான் பொறுக்க முடியாமலிருந்தது. அவர் சொல்லைக் கேட்டுப் புத்தகங்களைக் கட்டிப் பரணில் வைத்த பின்னரும் தொடர்ந்து வருந்திக்கொண்டிருப்பதில் அர்த்தம் எதுவுமில்லை என்று நாட்கள் செல்லத்தான் அவனுக்குப் புரிந்தது. பல்லைக் கடித்துக்கொண்டு அவரோடு வயலிலும் தோட்டத்திலும் இறங்குவதைத் தவிர வேறு வழி அவனுக்குப் புலப்படவில்லை.

இவ்வளவு காலமும் சிறுவனாக வயல் வரப்பில் நின்று தொழிலாளரின் உற்சாகமான உழைப்பைப் பார்த்து அதிசயித் திருக்கிறான். இப்போது தானே இடுப்பில் சண்டியாகக் கட்டிய சாரமும் தலையில் முண்டாசுமாக முதன் முறை வயலில் இறங்கியபோது எல்லாரும் ஆரவாரித்து அவனை வரவேற்றார்கள். "தம்பி எங்களோடை சேர்ந்திட்டார், இனி எங்களுக்குக் களைப்புத் தெரியாது" என்று வாய்விட்டே சொன்னார்கள். எல்லா வயதுள்ள பெண்களும் ஆண்களும் அவனோடு சேர்ந்து உழைத்தபோது புதிய உலகத்தில் புதிய மனிதர்களுடன் பழகியது போன்றிருந்தது. அவனும் அவர்களோடு சேர்ந்து பைம்பல் எழுப்பினான், அவர்கள் சிரித்து ஆரவாரம் செய்தபோது, தானும் சிரித்துக் களித்தான். களைப்படைந்து ஓய்வெடுத்தபோது அவனும் சேர்ந்துகொண்டான். தான் குடித்ததையும் சாப்பிட்டதையும் அவர்களுடன் பகிர்ந்துகொண்டான். தகப்பனாரோடு சேர்ந்து சித்திரையில் வரும் சிறுமாரியைக் காத்திருந்தான், ஏர்பூட்டி உழுததால்

தடித்துப் போன கைகளைப் பார்த்துப் பெருமிதமடைந்தான்.

ஆவணி மழையோடு பசளை வீசி, வரம்பு கட்டிச் சுப வேளை பார்த்து, நெல் விதைத்துப் பயிர் வானத்தை நோக்கி நிமிர்ந்ததைக் கண்டு ஆனந்திக்கவா அய்யா பகலும் இரவுமாகப் படித்த என்னை ஆயத்தப்படுத்தினாரென்று ஆச்சரியமடைந்தான். முதுகை வளைத்து அறுவடை செய்து நெற்பயிரை மாடுகளை நடத்திச் சூடு வைத்ததும் அவ்வளவு காலமும் மேற்கொண்ட உழைப்பின் பலன் தன் கண் முன்னால் நெல் மணிகளாகக் குவிந்திருந்ததைக் கண்டு மலைத்தான். அப்போதுதான் தொழிலாளர்களோடு தொழிலாளியாகச் சேர்ந்து உழைப்பதிலும் தானும் ஒரு கமக்காரனாக உருவாகியதிலும் உண்டான மனக் களிப்பை உணர ஆரம்பித்தான்.

முத்துவேலரின் வீடு இழுத்து மூடிவிட்ட இறங்குப் பெட்டி போல் தூங்கிக்கொண்டிருக்கிறது. பெரிய வீடாயிருந்தாலென்ன? குடிசையாக இருந்தாலென்ன? குழந்தை விளையாடாத வீடும் ஒரு வீடா? எப்போதாவது அங்கே பிள்ளைகளோடு வரும் குடும்பங்கள் சிரிப்பொலி எழுப்பினால் மட்டும் அதுவரை அமைதியாயிருந்த வீட்டுச் சுவர்களும் கதவுகளும்கூடச் சிலிர்த்துக்கொள்ளும். மரகதத்தால் இப்போதெல்லாம் உடம்புக்கு முடிவதில்லை. ஒரு முறை கீழே இருந்தால் நிலத்திலோ பக்கத்தில் இருப்பவரின் தோள் மேலோ கையை ஊன்றித்தான் எழும்ப வேண்டியிருக்கிறது. முத்துவேலர் மட்டும் பயில்வானாகிவிடுவாரா? அவரும் உடல் உபாதைகளை வெளியே சொல்ல வெட்கப்பட்டு 'எனக்கென்ன, நான் நல்லாத்தானே இருக்கிறன்' என்று நடிக்கத் தெரிந்துகொண்டார். மரகதத்துக்கும் முத்துவேலருக்கும் எந்த விஷயத்தில் ஒத்துப்போகாவிட்டாலும் தேவனுக்கு ஒரு நல்ல இடத்திலிருந்து பெண்ணைப் பார்த்துக் கல்யாணத்தை முடித்துவிட வேண்டும். வீட்டுக்கு வரும் மணப்பெண்ணால் மட்டுமே அந்த வீட்டில் அருகிக்கொண்டுவரும் செந்தளிப்பை மீண்டும் உயிர்பெறச் செய்துவிடலாம் என்ற நம்பிக்கை இருவருக்கிடையிலும் வலுப்பெற்று வந்தது. நம்பிக்கை இருந்தால் மட்டும் போதுமா, முயற்சி எடுத்தாலல்லவா அதை நிறைவேற்றிக்கொள்ளலாம். அதற்கு மரகதத்தாலும் ஓடியோடி நாலு பேரைக் கண்டு கதைக்க இயலவில்லை, முத்துவேலருக்கும் நேரம் கிடைப்பதில்லை. இப்படியே போனால் தான் பிரமச்சாரியாகவே இருந்துவிட வேண்டி வந்துவிடுமோ என்று தேவன் நினைப்பான்.

தேவனுக்கு இப்போது எல்லாரும் விசாரித்து அறிய விரும்பும் இருபத்தியொரு வயதாகிறது. காலையானால் கோடிப்புறத்தில் லட்சுமியின் 'அம்மா' என்ற அழைப்பும் அதன் கழுத்து மணிகளின் 'கிணிங்கிணிங்' சப்தமும் திருப்பள்ளியெழுச்சி பாடுகின்றன. வீட்டைச் சுற்றிக் குயில்களும் கோட்டான்களும் சம்புக்கோழிகளும் அவனோடுகூட எழுந்துகொள்கின்றன. வேலியோரமாய்க் கிடக்கும் கலப்பைகள் கவனிப்பாரற்று உக்கிக் கிடக்கின்றன. அவற்றுக்குப் பதிலாக முத்துவேலரின் தேவைக்கென வந்து போகும் யோசேப்பின் ட்ராக்டர் அடித்தொண்டையில் அலறியபடி நகர்கிறது. தெருவிலிருந்து வீசும் புழுதியின் கனமும் வெயில் வெக்கையும் உள்ளவர் இல்லாதவர் என்ற வேறுபாடில்லாமல் எல்லாரையும் சமமாக வாட்டுகிறது. பள்ளிக்கூடப் பிள்ளைகள் சைக்கிளில் விரைகிறார்கள். புதிதாக வீதி விளக்குகள் ஒழுங்கைகளை ஒளியூட்டத் தொடங்கிவிட்டன.

விதானையார் வீட்டுச் சந்தியிலிருக்கும் புதுவீட்டுச் செல்லத் துரை, புதிதாக ஒரு வானொலிப் பெட்டியை வாங்கி வந்து பூட்டிவிட்டார். அவ்வளவுதான், 'ஆல் இந்தியா ரேடியோ, திருச்சிராப்பள்ளி வானொலி நிலையம்' அக்கம்பக்கத்திலுள்ள வீடுகளில் இருந்தவர்களைத் திண்ணைகளிலிருந்து தாளம்போட வைத்துவிட்டது. அதுவரை வானொலி என்றால் என்னவென்று அறியத் துப்பரவாக அக்கறை காட்டாமல் இருந்தவர்கள், தங்கள் வீட்டிலும் ஒன்றைக் கொண்டுவந்து பூட்ட வேண்டுமென்று அவசரத் தீர்மானம் நிறைவேற்றிக்கொண்டார்கள். கிளாக்கர் பொன்னுத்துரை தெருவோடிருந்த கிடுகு வேலியை அகற்றிவிட்டு மதில் எழுப்பியிருந்தார். வாசலோடு நிற்கும் தூணில் 'சாரதா பவனம்' என்று பெயரையும் பொறித்து மனைவியைச் சந்தோசப்படுத்தித் தானும் பெருமைப்பட்டுக் கொண்டார். கோவண வைரவியார் ஒழுங்கை மூலையிலிருந்த கொட்டிலில் கட்டை இராமசாமியின் குட்டிப் பலசரக்குக் கடை முளைத்துக்கொண்டது. நாலு வீடு தள்ளியிருக்கும் லோகேஸ்வரி தனது ஆட்டுப் பட்டியில் இன்னொரு மறியைச் சேர்த்த செய்தி ஊர் முழுவதும் பரவி விட்டது. அதன் மணியான கண்களுக்குப் பொருத்தமாக 'மணி' என்ற பெயரையும் வைத்ததைப் பலரும் பாராட்டினார்கள். ஒவ்வொரு நாளும் பின்னேரமானால் மணி எப்படியோ வாசல் கதவைக் கடந்து, சிவலை ராசையாவின் விளாத்திக் காணிக்குப் புல்லு மேயத் தன்பாட்டில் போய்விடும். லோகேஸ் வாசலுக்கு

வந்து “மணீ, வா, கஞ்சி குடி” என்று கீச்சிட்டு அழைப்பது அந்தத் தெருவில் எல்லாருக்கும் பாடமான வசனமாகிப்போனது. பாத்தியடிச் சின்னத்தங்கம் சடங்கு முடித்த கையோடு தான் வளர்த்த கோழிகளையும் அள்ளிக்கொண்டு புருசன் வீட்டுக்குப் போய்விட்டாள். அதைத் தொடர்ந்து ஊரில் கோழி விலை எக்கச்சக்கமாக ஏறிவிட்டது. ‘மாடு விடும்’ கனகர்தான் வன்னியிலிருந்து புது இன நாம்பனுடன் வந்த கதையைச் சந்தியில் நின்று அவிழ்த்துக்கொண்டிருந்தார். இனி அவரின் தொழில் தடபுடலாக முன்னேறிவிடும்.

தேவனின் வீட்டுக்கு எட்டவுள்ள பசுமையும் கோடிப் புறத்தினூடாக வீசும் எரு வாசமும் எப்படி மாறாதிருக்கின்றனவோ அப்படியே அம்மா காட்டும் அன்பும் அய்யாவின் கண்டிப்பும் மாறாமல் இருக்கின்றன. ராமுவின் சிரிப்பும் சிந்தனைகளும் சத்தியமூர்த்தியுடனுள்ள நட்பும் யோசேப்பின் துணையும் கோயிலின் அமைதியும் வயல் வெளியின் ரம்மியமும் தேவனின் பொழுதுகளோடு கூடவே பயணிக்கின்றன. இவைகளுக்கு மத்தியில் இந்த இளவயது வாழ்க்கையின் உண்மையான அர்த்தமும் நோக்கமும் இனிமேல்தான் ஜனிக்கப்போகிறது என்ற எதிர்பார்ப்புகளோடு அவனின் அன்றாட வாழ்வு ஒரு வேளை சோம்பலும் இன்னொரு வேளை துடிப்புமாக நகர்ந்து கொண்டிருக்கிறது. நேரம் காலமில்லாமல் நாக்கு நுனியில் வந்து நர்த்தனமாடும் பாடல்களும் அல்வாய் கோவிந்தசாமி மாஸ்டரின் சங்கீத வகுப்பும் வழியெல்லாம் பாடியபடி செய்யும் சைக்கிள் பயணமும் அவனின் இளவயது வாழ்க்கைக்கு மேலும் சுருதி சேர்க்கின்றன.

எங்கு போனாலும் தேவனுக்குப் பல கதைகள் காத்திருக்கும். சத்தியமூர்த்தியின் கடைக்குப் போனால் அவன் சொல்லும் கதைகள் அவனுக்குக் கேட்டுப் பழகிப்போனவை. ஆனால், அவற்றில் வரும் கதாபாத்திரங்களின் பெயர்கள் மட்டும் ஒவ்வொரு முறையும் மாறிப்போயிருக்கும். ‘புதிதாக ஒரு இடத்தில் சொல்லிவிட்ட சாமான் இன்னும் வந்தபாடில்லை’ என்பான். ‘இனி கடனென்டு வந்தால் சரக்கு கிடையாது’ என்பான். பிறகு, ‘அவன் வந்தான், பாவமாக் கிடந்தது, குடுத்தனான்’ என்பான். ‘இரக்க நெஞ்சு உள்ளவர்கள் வியாபாரம் செய்ய வரக் கூடாது’ என்று அவனுக்குச் சொல்லலாமோ என்று ஒருமுறை தேவன் நினைத்தான். ஆனால் சத்தியமூர்த்தி இளம் வயதிலேயே

துணிவாகக் கடை போட்டு போட்டிகளுக்கிடையே முன்னேறியவன். அவனுக்குக் கோயிலில் கணக்கு எழுதும் தான் புத்தி சொல்வதா? என்று பேசாமல் இருந்துவிட்டான். ஆனாலும் சத்தியமூர்த்தி சொல்லும் கதைகளைக் கேட்பதற்கென்றே தேவன் அவனுடைய கடைக்குப் போவதுண்டு.

பகலில் யோசேப்பை ட்ராக்டரோடுதான் காணலாம். பின்னேரமானால் தேவனின் வீடு தேடி வருவான். அவன் சொல்பவை, கல்லையும் மண்ணையும் தூக்கிப் பறிக்கப் போன இடங்களில் கண்ட மனிதர்களைப் பற்றியதாகவோ அங்கே பெற்ற அனுபவங்களாகவோ இருக்கும். தேவன் ஆர்வத்துடன் கேட்பான்.

அவன் கண்ட மனிதர்களில்தான் எத்தனை வகை? அத்திவாரம் போட முன்னரே தாம் கட்டப்போகும் வீட்டைப்பற்றிப் பெருமை அடிப்பவர்கள், சிங்கப்பூர் எந்தப் பக்கமென்று தெரியாதவனுக்கு அந்த நாட்டைப் புளுகித் தள்ளுபவர்கள், இரண்டு, மூன்று சிங்களச் சொற்களைப் பாடமாக்கி வைத்துக்கொண்டு, அந்த மொழியில் கதறக்கதறக் கதைக்கத் தெரியுமென்று அளப்பவர்கள், ஈழ நாடு பத்திரிகையைக் கமக்கட்டில் செருவிக்கொண்டு, உலக அரசியலைக் குதறி எடுப்பவர்கள், கதவடியில் நின்று பார்த்துவிட்டு உள்ளே ஓடி ஒளிக்கும் இளம் பெண்கள், 'தம்பி சடங்கு முடிச்சிட்டியோ' என்று விசாரிக்கும் வயதான பெண்மணிகள், 'உமக்கு அவரைத் தெரியுமோ? இவரைத் தெரியுமோ?' என்று தமது உள்ளூர் அறிவை அமர்க்களப்படுத்துபவர்கள், 'அந்தக் காலத்திலை...' என்று ஆரம்பித்துப் பழங்கதை சொல்பவர்கள், ட்ராக்டரில் ஏற ஆசைப்படும் வட்டனுகள், குடிக்கத் தண்ணீர் கேட்டால் செம்பில் அல்லது கிளாஸில் கொண்டுவந்து நீட்டும் தாய்மார்கள், தங்கள் காணிக்குள் காய்க்கும் விளாம்பழத்தையோ மாம்பழத்தையோ விரும்பிக் கொடுக்கும் வீட்டுக்காரர்கள், சிரித்தபடி மீண்டும் எட்டிப் பார்க்கும் அதே இளம் பெண்கள், இப்படிச் சென்ற இடங்களில் கண்ட பலவகை மனிதர்களும் அனுபவங்களும் அவனின் உடல் களைப்பையும் போக்கி அவர்களை மேலும் நேசிக்க வைத்திருக்கின்றன.

சில இடங்களில் பெற்ற அனுபவங்கள் அவனைக் கவலைப்பட வைத்திருக்கின்றன. நான் வேதக்காரன் என்றபடியால் 'இவன் என்ன சாதியோ?' என்று யோசிப்பவர்கள், அதைத் தீர்மானிக்க,

“தம்பி எந்தப் பக்கம்?” என்று சாடையாக விசாரிப்பவர்கள். இன்னும் சிலர் “உங்கடை அய்யா என்ன செய்யிறார்?” என்று ஆழமாகக் குடைபவர்கள். தண்ணீரை கிளாஸில் கொடுக்கலாமா? கையில் ஊற்றலாமா? என்ற சந்தேகத்தில் காலம் கடத்துபவர்கள், நான் “செம்பிலை தாங்கோ, குடிக்கச் சுவம்” என்று சொன்னதும் “அதுக்கென்ன” என்று சொல்லிச் சமாளிப்பவர்கள்.

“சாதிதான் மனிசரைப் பிரிக்கிறதெண்டு சொல்லுவினம். அது மட்டுமில்லை, பணம், பதவி எல்லாம்தான் மனிசரைப் பிரிக்கிறதோடை மனதையும் கவலைப்படுத்து. ஒரு நாளைக்கு நான் பணக்காரனா வராட்டிலும் பரம ஏழையாக இருக்காமல் பாத்துக்கொள்ள வேணும்” என்றான் யோசேப்பு.

நீ இப்படியே நல்லவனாக இருந்துகொண்டாலே போதும். நாலு பேர் என்ன நினைக்கினம் எண்டதெல்லாம் அவசியமில்லை. தேவன் தான் நினைத்ததை அவனுக்குச் சொல்லவில்லை. ஆனால், அவனின் கண்ணில் துளிர்த்த நீரை யோசேப்பு காணத் தவறவில்லை.

ஈஸ்வரனை வழியில் சந்தித்துவிட்டாலோ அவனிடமிருந்து இலகுவில் கழன்றுபோக முடியாது. அவன் காட்டும் ஒட்டுறவும் அன்பும்தான் அவனுக்குப் ‘பசை’ என்ற பட்டப் பெயரைச் சம்பாதித்துக் கொடுத்திருக்கும் என்பது தேவனின் ஊகம். அவனுக்கும் தேவனின் வயதுதான் ஆகிறது. அவனின் முக அழகைக் கண்டவர்கள் ‘ஏதோவொரு சினிமா நடிகனைப் போலிருக்கிறான்’ என்று சொல்லத் தவறியதில்லை. ஆனால் ஈஸ்வரனுக்கு சினிமாவிலும் பார்க்க மேடை நாடகம் நடிப்பதென்றால் பொல்லாத ஆர்வம். பராசக்தி, மனோகரா படங்களின் வசனங்களை அப்படியே பேசிக் காட்டுவான். “ஒரு பாட்டுப் படியடாப்பா” என்று கேட்டால் போதும் சிறிதும் கூச்சமில்லாமல் பாட்டோடு நடனமும் ஆடிக் காட்டுவான்.

ஈஸ்வரனுக்குப் பக்கத்து ஊர்தான். மரகதத்திடம் வரும் மலர் என்ற தேவமலருக்குத் தம்பி. ஒரு வேலைக்கும் போகாமல் கூத்தும் கும்மடியுமென்று திரிந்தவனுக்கு வீட்டில் ஊர்சுற்றி என்று பெயர். ஆனால், வெளியில் அவன் பிறவி நடிகன். அவனுக்கு ஒரு வழிகாட்ட விரும்பிய அண்ணன் சந்தைக்குக் கிட்ட சந்திரப்பிரகாஷ் சலவைத் தொழிற்சாலை என்ற பெயரில் கடைபோட்டுக் கொடுத்திருந்தான். கடைக்கு

ஈஸ்வரன் வந்தால்தானே வாடிக்கையாளர்களும் வருவார்கள். அங்கே தொழில் செய்யவேண்டிய நேரம் எங்கேயோ நாடகம் பழக்கிக்கொண்டிருப்பான்.

ராமுவோடு கதைப்பதையெல்லாம் கதைகள் என்று எடுக்க முடியாது. அவன் தேவனைக் கதைக்க விட்டால்தானே அங்கே கதை என்ற ஒன்று இருக்கும்? அவன் கொம்யூனிஸ்டாக மாறி விட்டான். இனி சொல்வதற்கு அவனிடம் கதைகளுக்கா பஞ்சம்?

வீட்டுக்குத் திரும்பும் ஒவ்வொரு தடவையும் அம்மா அவனைச் சுற்றி ஏதேனும் ஒரு ஊர்த் துளவாடத்தைச் சொல்லத் துவங்கிவிடுவார். அன்றொரு நாள், "உன்னோடை படிச்ச எல்லாப் பெடியளும் கலியாணம் கட்டிப்போட்டுதுகள்" என்று சொல்லிவிட்டுக் கடைக்கண்ணால் அவனைப் பார்த்தார். உண்மையில் இரண்டுபேர்தான் கட்டியிருந்தார்கள். அது அம்மாவின் கணக்குப்படி எல்லாப் பெடியளுமாகிவிட்டது.

"அதுக்கென்ன, அம்மா ஒவ்வொரு ஆளுக்கும் ஒவ்வொரு காலம் இருக்குது. எனக்கும் ஒரு காலம் வரும்தானே, அப்ப பாப்பம்" என்று சொல்லிவிட்டு அகன்றுவிட்டான்.

அன்றைக்கு மத்தியானம்போல் முத்துவேலர் அடுப்படிக்குள் வந்த வரத்தைப் பார்த்தபோது மரகதத்துக்கு ஒன்றுமே விளங்கவில்லை.

"என்ன அவசரமா ஓடி வாறியள்?" என்று கேட்டாள்.

"ஒரு சாமான் கொண்டந்திருக்கிறன். இஞ்சை பார்" என்று சொல்லிக் கையிலிருந்த பைக்குள்ளிருந்து ஒரு தங்க நிறப் பெட்டியை எடுத்து நீட்டினார். பெட்டியின் அழகைப் பார்த்த மரகதத்துக்குத் திகைப்பாய்ப் போய்விட்டது.

"உள்ளுக்கை ஏதோ திரவியம் இருக்குது போலை கிடக்கு. எங்கை, பெட்டியை ஒருக்கால் திறந்து காட்டுங்கோ, பாப்பம்?"

"மணிக்கூடடியப்பா, மணிக்கூடு. கையிலை கட்டுறது. எங்கடை பெடியனுக்கெண்டு வாங்கிக்கொண்டு வந்திருக்கிறன். வெள்ளைக்காரன் வேலையெண்டால் சும்மாவே. இஞ்சை பார் வடிவை" என்று சொல்லிப் பெட்டியைத் திறந்தார். அதன் நடுவில் வெல்வெட் துணியால் சுற்றப்பட்டுக் கண்ணைப் பொறித்தட்டும்படியாக இருந்தது ஒரு மணிக்கூடு. மரகதம் கை மணிக்கூட்டை நேரே கண்டிருக்கிறாள். பொன்னுச்சாமி

அண்ணரும் ஒன்று கட்டியிருக்கிறார். அதைக் காட்டுவதற்காகவே அரைக் கைச் சட்டை போட்டுக்கொண்டு வருவார். அது பவுனில் செய்ததுபோல் பளிச்சென்று இருக்கும். ஆனால், உண்மையில் பவுன் இல்லை. அவர் அடிக்கிற கூத்துகளை வைத்துப் பார்த்தால் அது ஒருநாளும் ஓடாமல் நிக்கிற மணிக்கூடாகத்தான் இருக்குமென்பது மரகதத்தின் ஊகம். இப்போது கண்ணுக்கு முன்னால் பார்ப்பது உண்மையான மணிக்கூடு. அதில் ஒரு கம்பி டக், டுக் என்று முன்னேறுவதைக் காணும்போது அதைக் கையால் தொடவே கூசும் என்று கண்டதால் தலையை மட்டும் குனிந்து பார்த்தாள்.

"பிள்ளைக்கு நல்ல வடிவா இருக்கும். அவன் கையிலை கட்டிக்கொண்டு போற நேரம் எல்லாரும் பாக்கப்போகுதுகள்."

"அதுதான்ரியப்பா நான் அங்கே ஒரு இடத்திலை சொல்லி வைச்சு எடுப்பிச்சது."

"எங்காலையெண்டு சொல்லுங்கோவன்."

"உவர்தான் உன்ர ஒண்டுவிட்ட அன்னை தச்சந்தோப்பு நவரத்தினம், அவரன்ர மச்சான் சிங்கப்பூரிலையிருந்து ஒரேயடியா ஊருக்கு வந்திட்டார், தெரியுமோ? போன வரியம் ஊருக்கு வந்த நேரம் அவரட்டைச் சொல்லி விட்டவராம். இப்ப மறக்காமல் வாங்கிக்கொண்டு வந்து குடுத்திருக்கிறார்."

"ஓம், ஓம், அண்ணரைப்பற்றி எனக்குத் தெரியும்தானே, தூரத்திலை இருந்தாலும் எங்களிலை அவர் நல்ல வாரப்பாடெண்டு..."

"என்ன விஷயம் தெரியுமே, என்னட்டையிருந்து ஒரு அரைச்சல்லிகூட வாங்க மாட்டன் எண்டிட்டார்."

"பாத்தியளே, அவர் இஞ்சாலுப் பக்கம் வந்து எவ்வளவோ காலம், எண்டாலும் எங்களை மறக்காமல் இருக்கிறார்."

"பிள்ளை வந்தவுடனை கட்டிப்போட்டு எனக்கும் காட்டச் சொல்லு. இந்தா பிடி" என்று மணிக்கூட்டுப் பெட்டியை மரகதத்திடம் கொடுத்தார்.

தேவன் அன்று பின்னேரம் வீட்டுக்கு வந்ததும் கையில் புது மணிக்கூடு ஏறிக்கொண்டது. இனிமேல் சுவரில் தொங்கும் மணிக்கூட்டிலோ முற்றத்து நிழலையோ பார்த்து நேரத்தைக் கண்டறிய வேண்டியதில்லை. தெருவில் வருபவர்கள் நேரம்

என்னவென்று கேட்கும்போது மணிக்கட்டை உயர்த்தி நேரத்தை அறிந்து சொல்வதில் ஒருவித சுய கௌரவம் தலைகாட்டிவிடும்.

அன்று காலை சாப்பிட்ட கையோடு அய்யா சொல்லிவிட்ட சாமான்களைச் சந்தையிலிருந்து எடுத்துவரச் சைக்கிளில் போனபோது கடை வாசலில் யோசேப்பும் தனது ட்ராக்டரோடு நின்றிருந்தான்.

தேவன் ட்ராக்டருக்குப் பக்கத்தில் வந்தபோது யோசேப்பு அதன் யந்திரத்தின் மூடிக்குள் தலையை நுழைத்திருந்தான். தேவனை அருகில் கண்டதும் தலையை வெளியே எடுத்து நிமிர்ந்து பார்த்தான். "தேவன் கொஞ்சம் பொறும், இதைப் பூட்டியிட்டு வாறன்" என்று சொல்லிவிட்டு மீண்டும் யந்திரத்தின் மூடிக்குள் தலையை நுழைத்தான். அவன் வைத்திருந்த உருக்கு ஆயுதங்களைப் போன்றே அவன் கைகளும் உறுதியாக இருந்தன. அவன் என்ன செய்கிறானென்று தலையைச் சாய்த்து அங்கே எட்டிப் பார்த்தான் தேவன். அவனுடைய கைகளின் பலத்துக்கு முன்னால் யந்திரத்தின் பாகங்கள் சொன்னபடி கேட்டன. வேலையை முடித்துவிட்டு நிமிர்ந்த யோசேப்பு ஆயுதங்களை ஒருபுறம் வைத்துவிட்டு எண்ணெய் படிந்த கைகளை இன்னும் எண்ணெய் ஊறிப்போன ஒரு சேலைத் துண்டில் அலட்சியமாகத் துடைத்தான். அப்போது தன்னை அதிசயத்துடன் பார்த்தபடி நின்ற தேவனிடம், "ட்ராக்டர் விட விருப்பமெண்டு சொன்னீர். ஏறி ஸ்டார்ட் பண்ணும் பார்ப்பம்" என்றான். அதுவரைக்கும் அவனுக்கு முன்னால் சிறு பிள்ளைபோல் ஆசைப்பட்டு நின்ற தேவன் ஓடிப்போய் ட்ராக்டரில் ஏறினான்.

தேவனின் கைகள் இறுக்கமான ஸ்டீரிங் சக்கரத்தில் ஊர்ந்தன. வண்டியின் முரட்டுத்தனமான அழகில் மனம் லயித்துப்போனது. அது யோசேப்பு தேடித்தேடிக் கண்டுபிடித்து வாங்கிய முதலாவது ட்ராக்டர். பத்து வருடங்கள் பழையதானாலும் இப்போதும் மெருகு குலையாமல் இருக்கிறது. அதன் யந்திரத்திலிருந்து கசிந்து வரும் மணம் வெறி ஊட்டிவிடும்போலிருக்கிறது. அப்போதுதான் கொண்டுவந்து அங்கே நிறுத்தப்பட்டதால் வண்டியெங்கும் எழும்பிய வெக்கை உடலைத் தகிக்க வைக்கிறது. வயல் வரப்பிலும் கிறாவல் தெருக்களிலும் ஓடியதால் தோள் அளவுக்கு உயர்ந்த அதன் பின்பக்கத்து இரு டயர்களின்மேல் ஆங்காங்கே வெட்டுகளும் கொத்துகளுமாக இருக்கின்றன.

அவற்றுக்கு மேலாகவுள்ள மட்கார்டுகளில் கீறல்களும் நெளிவுகளும் இருந்தபோதும் ட்ராக்டர் ஒட்டுமொத்தமாய்ப் புதிது போலவும் உறுதி குலையாமலும் இருக்கிறது. யோசேப்பின் உதவியுடன் ட்ராக்டரை சிறிது தூரம் ஓட்டிப் பார்த்தான் தேவன். ஆரம்பத்தில் அவனின் பிடிக்கு அடங்காமல் உலுப்பி எடுத்துக்கொண்டிருந்த ட்ராக்டர், பையப்பைய அவனோடு நெடு நாள் பழகிய நாய்க் குட்டியாகிவிட்டது. இது அவனுக்கு மட்டுமல்ல யோசேப்புக்கும் அடித்துப் போட்ட சந்தோசம்.

வண்டியை ஓரமாக நிறுத்திவிட்டு அதன் சூட்டிலிருந்து எட்ட வந்து நின்றார்கள்.

"கொஞ்ச நாளாய் மனசு சரியில்லை" என்றான் தேவன்.

"ஏன் அப்படியென்ன நடந்தது?"

"ஒண்டும் நடக்கயில்லை எண்டதும் ஒரு காரணமாயிருக்கும்."

"இப்ப ட்ராக்டர் விட்டீர். அதுபோலை புதுசா எதையும் செய்யப்பாருமன்."

தேவன் ட்ராக்டரைத் திரும்பிப் பார்த்தான். ஒரு அணில் குதித்தபடி வந்து படு சுதந்திரமாக ட்ராக்டரின் இருக்கையில் அமர்ந்துகொண்டது. அதன் முன்னங்கால்களில் ஏதோவொரு காயை இறுகப் பிடித்து, அவசரம்அவசரமாகக் கடித்துத் தின்றது. அடிக்கடி இவர்களையும் பார்த்தது. இந்த அணிலைப்போல் நான் எதையும் சுதந்திரமாகச் செய்யக்கூடியதாக இருக்க வேண்டும். அது புதிதாகவும் இருந்தால் இன்னும் நல்லது என்று தேவன் நினைத்தான்.

"என்ன யோசினை, தேவன்?"

"இந்த அணிலுக்கு இருக்கிற சுதந்திரம்கூட எனக்கு இல்லை. எதுக்கும் அய்யாவை எதிர்பார்த்துக்கொண்டிருக்க வேண்டியதாய்க் கிடக்கு."

"அவரும் உம்மைத்தானே எல்லாத்துக்கும் எதிர்பார்த்துக் கொண்டிருக்கிறார்."

"அது அவரன்ர வேலைக்கு. எனக்கு விருப்பமானதொண்டையும் செய்ய விடுறயில்லை."

"சங்கீதம் படிக்க அனுப்புறார்தானே?"

"அனுப்புறார்தான், அனுப்பிப்போட்டு வீட்டுக்கு வர ஐஞ்சு

நிமிசம் பிந்தினால் துள்ளி மிதிக்கிறார். எனக்கு ச்சீயெண்டு போட்டுது."

"அதுதான்ராப்பா தகப்பன்மாரன்ர மனம். வெளியிலை போன பிள்ளை பத்திரமாக வீட்டுக்கு வந்து சேர வேணும். வரும்வரைக்கும் இல்லாத துள்ளல் வந்தாப்பிறகு கூரையைப் புட்டுக்கொண்டு வரும். இந்தத் தகப்பன்மாரை மாத்தேலாது."

"நானென்ன குழந்தைப் பிள்ளையே, உதிலை இருக்கிற அல்வாய்க்குப் போட்டு வாறதுக்கிடையிலை அய்யா நூறு தரம் தெருவுக்கும் வீட்டுக்குமா நடந்துகொண்டிருப்பார். அம்மாவும், 'பிள்ளை போனவன் எப்பிடியும் திரும்பி வருவான்தானே, ஏன் தொத்துப்பரத்திலை நிக்கிறியள்' எண்டு பேசினால் அவருக்குக் காதிலை விழாது."

"இது நல்ல முசுப்பாத்தி. உம்முடைய கொப்பற்றை மனம் உமக்கு விளங்கயில்லை. நாளைக்கு நீயும் சடங்கு முடிச்சுப் பிள்ளையளைப் பெத்தாப்பிறகு விளங்குதோ இல்லையோவெண்டு பார்?"

"நீ எப்பவும் கலியாணம் கட்டுறதிலைதான் கதையை முடிப்பை. நீ வேளையோடை கட்டின மாதிரி நான் செய்யப்போறதில்லை."

"உம்மோடை படித்த ஒண்டிரண்டு பேர் கலியாணம் முடிச்சிட்டாங்களெண்டு அண்டைக்குச் சொன்னீர்."

"அப்ப என்னையும் இந்த வயசிலை கட்டச் சொல்லுறியோ, யோசேப்பு?"

"ஏன் அப்பிடியும் செய்யலாம்தானே?"

"கலியாணம் கட்டினால் இப்ப இருக்கிற எப்பன் சுதந்திரமுமெல்லோ போய்விடும்."

"அதைத் தெரிஞ்சுகொண்டும் கட்டிறாங்கள்தானே?"

"என்னைப் பொறுத்தமட்டிலை அதுக்கு எவ்வளவோ காலம் இருக்குது" என்று சொல்லிவிட்டு அணில் நின்ற திசையைப் பார்த்தான். அது இப்போது மரத்திலிருந்த எதையோ அதிசயத்துடன் பார்த்து ரசித்துக்கொண்டிருந்தது.

தேவன் நினைத்தது போலவே காலம் ஊர்ந்துகொண்டிருந்தது. அதற்குள் மாயவன் கோயிலில் கொடி ஏறிவிட்டது.

7

தேவனுக்கு அன்று ஏனோ ஒரு நாளும் இல்லாதவாறு மனம் களிப்படைந்திருந்தது. இன்றைக்கு அப்படி விசேடம் எதுவும் இல்லையே, அதே ஆட்களோடும் அதே வேலையோடும்தானே இந்த நாளும் ஆரம்பித்திருக்கிறது. இன்று மட்டும் ஏன் இந்த மனம் இப்படித் துறுதுறுத்தபடி இருக்கிறது என்று நினைத்து ஆச்சரியமடைந்தான். திருவிழா நாட்களில் கோயில் அலுவலகத்தில் வேலைகள் அவனுக்காகக் காத்திருக்கும் என்பதால் அங்கே வேளையோடு வந்துவிட வேண்டும் என்பது வண்ணக்கரின் (மணியக்காரர்) கட்டளை. முத்துவேலரும் வயலில் செய்யவேண்டிய கருமங்களைத் தானே கவனித்துக்கொள்வதாகச் சொல்லி அவனை அனுப்பிவிடுவார். அன்றும் கோயிலுக்கு வேளையோடு வந்துவிட்டான் தேவன். அலுவலகத்தின் உட்புறம் மேசையின் முன்னால் இருந்துகொண்டு தனக்கு உண்டான களிப்புக்கான காரணங்களைப் பட்டியல்போட ஆரம்பித்தான். அவற்றில் முதலாவது இன்று கோயிலில் இசைக் கச்சேரியொன்று நடக்கவிருக்கிறது என்பதுதான். முதலாவது இசையாக இருந்தால் அடுத்த காரணமாக வேறு எதுவும் இருக்கப்போவதில்லை. இது அவனின் அனுபவ பாடம்.

"எப்போது இசை உன்னோடு ஒன்றிப்போக ஆயத்தமாகிறதோ அதற்கு முன்னரே அதோடு ஐக்கியமாகிவிட உன்னை நீ தயாராக்கிக்கொள்ள வேண்டும்" சங்கீத மாஸ்டர் கோவிந்தசாமி வகுப்பில் சொன்னது, இன்றைய தன் நிலையைப் பொறுத்தவரை உண்மைபோலிருக்கிறதே என்று வியந்தான்.

"இசையை உன் மனம் ஆத்மார்த்தமாக விரும்பியிருந்தால் ஒரு ஸ்வரத்தின் தெளிந்த பிரவகிப்பு உனக்குள்ளே ஏற்படுத்தும் அதிர்வை உன்னால் உணர்ந்துகொள்ள முடியும். ஒரு பாடல், குதூகலம், அமைதி, தண்மை, சாந்தம் போன்ற உணர்வுகளுடன் கூடிய ஒரு புதிய பரிணாமத்தை உன்னுள்ளே ஏற்படுத்த வேண்டும். அப்படியானதொரு உணர்வு உன்னுள்ளே உண்டாகும் ஒவ்வொரு வேளையும் நீ புனர்ஜென்மம் எடுக்கிறாய்."

எல்லா மாணவரிடமும் இப்படியே சொல்லி ஊக்கப் படுத்துகிறாரா அல்லது என்னிடம் அசாதாரண இசை ரசனை

நாராயணபுரம்

இருக்கிறதெனக் கண்டதால் இப்படிச் சொன்னாரா? அதை இன்று சோதித்துப்பார்த்துவிட வேண்டும்.

கோயில் அலுவலகத்தில் இருந்தபடியே உள்வீதியில் எழுந்தருளியிருக்கும் உற்சவ மூர்த்தியைத் தரிசித்துவிடலாம். அறையின் யன்னலூடாக வெளியே பார்க்கும்போது வசந்த மண்டபம் முழுவதும் வானத்திலிருந்து இறங்கிய முத்துச் சப்பரம் போன்று ஒளிப்பிழம்பாய் நாடி நரம்புகளைச் சிலிர்க்க வைத்ததைப் பலமுறை உணர்ந்திருக்கிறான். மண்டபத்தின் பழைய காலத்து சீமெந்துத் தரை முகம் பார்த்துக்கொள்ளும் அளவுக்குத் தனியானதொரு வழவழப்போடு இருக்கும். வர்ணம் அடித்த தூண்கள் மண்டப விதானத்தின் சித்திர வேலைப்பாடுகளோடு போட்டிப் போடுவதுபோலிருக்கும். அந்தக் காலத்தில் அப்படியொரு தொழில் திறன் சுடர்விட்டதால்தான் கோயில் கட்டுமானம் விரைவில் கெட்டுப்போகாமல் நீண்ட காலம் இருக்கிறதோவெனத் தேவன் நினைப்பான்.

அன்றைய சப்பரத் திருவிழாவின்போது இரவு எட்டு மணிக்கு ஒரு பெண்ணின் இசைக் கச்சேரி ஏற்பாடாகியிருந்தது என்ற அறிவித்தலைக் கேட்டதிலிருந்து, 'அவள் எப்படி இருப்பாள்?' என்ற கேள்வி தேவனின் வாலிப மனதில் அடிக்கடி எழுந்துகொண்டிருந்தது. அலுவலக அறைக்கு அடுத்து அம்மன் சந்நிதிக்கு எதிரே சிறிது தள்ளித் தனி அறையொன்று இருந்தது. அதன் கதவோ யன்னலோ திறந்திருந்ததை எவரும் கண்டிருக்க வாய்ப்பில்லை. உள்ளே அவ்வளவு பரம ரகசியம் பதுங்கிக் கிடப்பதுபோல் அந்த அறை பெரும்பாலான நாட்களில் மௌனமாயிருக்கும். திருவிழாக் காலம் வந்ததும் அந்த அறைக்குத் சரஸ்வதி கடாட்சம் திடீரென்று கிட்டிவிடும்.

தேவன் ஆறடியை எட்டிவிட்டானோவென்று தலை நிமிர்த்திப் பார்க்கவைத்துச் சந்தேகிக்க வைக்கும் உயரத்தில் இருந்தான். தாய் வழியில் கிடைத்த நல்ல சிவந்த நிறமும் பரந்த மார்பும் உறுதியான கரங்களும் பார்ப்பவர்களின் கண்களை அவன்மீது அலைபாயச் செய்வதுண்டு. பல தலைமுறைகளாகத் தொடர்ந்து கையிருப்பிலிருக்கும் சொத்துப்போன்று அப்படியொரு உடல் வனப்பு. பட்டுக் கரைபோட்ட பருத்தி நூல் வேட்டியும் இடுப்பில் சுற்றி முடிந்த சால்வையுமாக அவன் கோயில் பிரகாரமெங்கும் பம்பரமாய்ச் சுழன்று அங்கு அவனிடம்

பொறுப்புக் கொடுக்கப்பட்ட காரியங்களுடன் கோயில் கணக்கு வழக்குகளையும் அக்கறையுடன் கவனித்துவருவதை வண்ணக்கர் அவதானித்துப் பூரிப்படையத் தவறுவதில்லை. தேவன், கோயிலோடு பரம்பரையாக உறவும் உரித்தும்கொண்ட குடும்பத்திலிருந்து வந்தவன் என்பதோடு, அந்த இளம் வயதில் தனது பொழுதைக் கோயிலோடு இணைத்துக்கொண்ட படித்த இளைஞன் என்பதாலும் அவனுக்கு அங்கே தனிப்பட்ட வரவேற்பு இருந்தது. "என்னடா தேவன், இண்டையான் கணக்குகளை முடிச்சவுடனை நீ வீட்டை போகலாம். எவ்வளவு நேரத்துக்குத்தான் உன்னட்டை நாங்கள் வேலை வாங்கிறது?" வண்ணக்கர் இதைச் சொல்லும்போது அவர் அவனையும் பாராட்டித் தன்னையும் பாராட்டிக்கொள்வார்.

அன்று வசந்த மண்டபத்தின் உட்புறமும் வாசலிலும் கச்சேரி கேட்க வந்த கூட்டம் தீர்த்தக் கரையில் குவிந்ததுபோன்று அலை மோதிக்கொண்டிருந்தது. அன்றைக்கென்று பெண்களுக்கென ஒதுக்கப்பட்ட இடப்புறம் ஈர்க்குக் குத்த இடமில்லாமல் நிரம்பிப் போயிருந்தது. எதிர்ப்புறமிருந்த பெரும்பாலான ஆண்கள் அன்று பாடப்போகும் புதிய பாடகியின் இசையை முன்பே பலமுறை கேட்டு அனுபவித்தவர்கள்போல் அலசத் தொடங்கினார்கள். ஒருவர் மைக் வசதியை ஓடியோடிக் கவனித்துக்கொண்டிருந்தார். அலுவலகச் சுவரிலிருந்த மணிக்கூட்டில் நேரத்தை அவதானித்த வண்ணக்கர், "தம்பி, நான் நேராய் மண்டபத்துக்குப் போறன், அடுத்த நிகழ்ச்சியை ஸ்பீக்கரிலை அறிவிக்க வேணுமெல்லோ!" என்று தேவனிடம் கூறிவிட்டு மண்டபத்துக்குச் செல்லப் படிக்கட்டில் இறங்கினார். திடீரென வாசலடியில் நின்று உள்ளே திரும்பி, "தேவன், அங்கை பக்கத்து அறைக்குப் போய் சங்கீத கோஷ்டியை ஆயத்தமாகச் சொல்லு. ஓடு!" என்று சொல்லிவிட்டு விடுவிடென்று நடந்தார். தேவன் கணக்கு ஏடுகளை மூடி வைத்துவிட்டு வெளியே வந்து அடுத்த அறையை நோக்கி நடந்தான். ஒவ்வொரு அடியையும் எடுத்து வைக்கும்போது அவன் மனம் சில்லெனத் துறுதுறுப்பதுபோலிருந்தது. அந்த வாசலைக் கடந்து அன்றைய மாலையில் மட்டும் பலமுறை நடந்து சென்றிருந்தான். ஆனால், உள்ளே ஒருமுறை எட்டிப்பார்க்கவோ? அங்கே என்ன நடக்கிறது? என்பதை அறியவோ அவனுக்கு ஆவல் ஏற்படவில்லை. அவ்வளவுக்கு அடுத்த வேலை அவனுக்காகக் காத்திருந்தது. ஆனால், கடைசியாகச் சிறிது நேரத்துக்கு முன்னர்

அப்படிக் கடந்து சென்றபோது உள்ளேயிருந்து எழுந்த பலரின் பேச்சொலியினிடையே மணிகள் குலுங்கினாற்போல் ஒரு பெண் வெறும் சொற்களுக்கு இசை வடிவம் கொடுத்துக்கொண்டிருந்தது காதில் விழுந்தது நினைவுக்கு வந்தது. அங்கே எட்டிப் பார்க்கவும் அந்தக் குரலுக்குரியவளை ஒருமுறை தரிசிக்கவும் அவனை மீறிய ஆவல் எழுந்தது. ஆனால், அங்கே மூக்கை நுழைக்கத் தயக்கம் வந்ததால் அவ்விடத்தை விட்டு அகன்றுவிட்டான்.

இப்போது அதே அறை வாசலில் வந்து நின்றான் தேவன். உள்ளே மின்விளக்குகள் அளவுக்கு அதிகமாக எரிந்துகொண்டிருந்தன. தரையில் அருகருகாய் விரித்திருந்த பாய்களின் மேல் பலர் அமர்ந்திருந்தார்கள். கோயிலிலிருந்த அம்மன்தான் வழித் தவறி வந்துவிட்டாள்போன்று ஒரு இளம் பெண் அவர்களின் நடுவில் அமர்ந்திருந்தாள். அவளின் ஒருபுறம் நடுத்தர வயதுடைய ஒரு பெண்ணும் அவர்கள் எல்லாரிலும் பார்க்க வயதில் மூத்தவர் போன்ற ஒருவரும் இருந்தார்கள். அவர்களுக்கு முன்னால் எவர்சில்வர் பாத்திரங்கள் சில பரவிக் கிடந்தன. அந்தப் பெண்ணின் முன்னாலிருந்த ஒரு குவளையின் விளிம்பில் பால் அரும்பி ஒழுகியதன் அடையாளம் ஒளிர்ந்ததை அவன் அந்த விளக்கொளியில் தெளிவாகக் கண்டான். வெண்ணிற முத்துப்போன்று திரண்டிருந்த அந்தப் பாலின் பரவலில் அவளின் செவ்விதழ் பதித்த சிவப்பு முத்திரை அவன் கண்ணில் பட்டுத் தெறித்தது.

அவளை அந்த ஒளிவெள்ளத்தில் கண்டதும் சொல்லவந்த விஷயம் தேவனுக்குத் துப்பரவாய் மறந்துபோயிற்று. பாயிலிருந்த பெரியவர் அவனைக் கண்டதும் எழுந்து வந்தபோது அந்த இளம் பெண்ணின் முகம் இன்னும் துலாம்பரமாக அவன் கண்களில் சிறைப்பட்டது. அவளின் முகத்திலிருந்த இரு கருவண்டுகள் முதலில் அவனை நோக்கி வினா எழுப்பின. அவற்றைச் சுற்றித் தீற்றியிருந்த மையால் அக்கண்கள் அவளின் சிவந்துபோன முகத்தில் ஒளிக்கற்றையாய்ப் பளிச்சிட்டு, அவனைத் திடுக்கிட வைத்தன. அவளும் தன்னை வியப்புடன் பார்த்ததுபோல் தேவனுக்குத் தோன்றியது. அவனைக் கண்டதும் உதடுகளை நாவால் தடவிக்கொண்டாள். மார்பின் மேலிருந்த சேலைத் தொங்கல் இடுப்பு வளைவில் இசைவுடன் வழிந்து இறங்கி யிருக்கிறதாவென்று குனிந்து பார்த்தாள்.

அவன் மீண்டும் அவள்மீது கண்களைத் திருப்பியபோது அவள் முகம் இன்னும் சிவந்து போனது. தேவனுக்கு இரண்டு கண்கள் போதவில்லை. அதற்குமேல் அவளுடைய அழகின் தீக்ஷண்யத்தைப் பொறுக்க இயலாதவனாய்க் கண்களை அவள் மீதிருந்து மெல்லமாய் விடுவித்தான். கால்களை மடித்துக் கண்ணாடி வளையல்கள் நிறைந்த ஒரு கையை மடிமேல் தொங்கப்போட்டபடி மிகச் சுவாதீனமாய்ச் சுவரோரமாக அமர்ந்திருந்த அப்பெண்தான் இன்று கோயிலில் பாடவந்த பெண்ணோ? தேவனால் நம்ப முடியவில்லை. இவள் பாட வந்தாளென்றால் நாமெல்லாம் இங்கே எதற்காக வந்தோம். இவளின் அழகை ஆராதிக்கவா? அல்லது இயன்றவரை இவள் மீதிருக்கும் கவனத்தைத் திருப்பி இவளின் இசையை ரசிப்பதற்கா? ஆரம்பமே தேவனைக் குழப்பத்தில் ஆழ்த்திவிடும் போலிருந்தது.

பாயிலிருந்து எழுந்த பெரியவர் அறை வாசலடிக்கு வந்து அவனை அணுகியபோதுதான் தேவனுக்குச் சுய உணர்வு திரும்பியது.

"கச்சேரிக்கு நேரமாகிறதென்று வண்ணக்கர் சொல்லி யனுப்பினார்." தேவன் அன்றைய தினத்தின் மிகக் கடினமான வேலையை ஒருவாறு செய்து முடித்தான், இனி அடுத்துச் செய்யப்போகிறவற்றை நினைத்துக் குரலோ கால்களோ தடுமாறாமலிருக்கப் பார்த்துக்கொள்ள வேண்டும்.

"நாங்கள் எல்லாரும் எப்பவோ ஆயத்தம்" என்று அவர் உள்ளே ஒருமுறை திரும்பிப் பார்த்துவிட்டுச் சொன்னார்.

தேவன் வாசலோடு ஒதுங்கி நின்று உள்ளே நடப்பதைத் தவிர்க்க முடியாத ஆவலுடன் பார்த்துக்கொண்டிருந்தான். அந்த இளம் பெண் பாயில் கைகளை ஊன்றி எழுந்து நின்றபோது அவளின் இளமார்பும் குனிந்து நிமிர்ந்தது. கூடவே அவளின் கொண்டையில் குவிந்திருந்த மல்லிகைச் சரங்கள் தாமும் தம் பங்குக்கு ஆடி அசைந்தன. அந்த நடுத்தர வயதுப் பெண், முகம் பார்க்கும் சிறியதொரு கண்ணாடியை அவள் முகத்தின் முன்னே காட்டினாள். இவளும் கடைக்கண்ணால் தேவனைப் பார்த்தபடி தன் இமைகளை விரலால் நீவியும் முகத்தில் விழுந்திருந்த சிறுமயிர்க் கற்றைகளைக் காதோரம் ஒதுக்கியும் தன் முகத் தோற்றம் திருப்திகரமானதுதானாவென்று உறுதிப்படுத்திக்கொண்டாள். தேவன் தன்னை மறந்து தன் காதோரத்தை விரல்களால் தடவி விட்டான்.

“அப்பா, முன்னுக்குப் போங்கோ” என்று இசைத்துவிட்டு அவள் அவரைப் பின்தொடர ஆயத்தமானாள். அதுவரை தேவனின் கண்ணில் படாமல் இருந்தவர்கள் போன்ற ஆண்களில் ஒருவர் கையில் வயலினையும் மற்றவர் மிருதங்கத்தையும் தமது கைக்குழந்தைகளைத் தூக்குவதுபோல் மிகப் பக்குவமாகத் தூக்கியபடி, அந்த இளம் பெண்ணுக்கு முன்னால் நடந்தார்கள். நடுத்தர வயதுப் பெண் தம்புராவைக் கைகளிரண்டிலும் வளைத்து அணைத்தபடி எல்லாரையும் பின்தொடர்ந்தாள். தேவனுக்கு அந்த அறையில் நடந்ததெல்லாம் ஒருபோதும் காணாத புதுமையாகவிருந்தன. அந்த இளம்பெண் தன்னை நோக்கியே அடியெடுத்து வந்ததுபோலிருந்தது. அவள் கட்டி யிருந்த பட்டுச் சேலை மார்பில் மட்டும் கூடுதல் அக்கறை கொண்டதுபோல் அவனுக்குப் பட்டது. அவன் அதுவரை பல இசை நிகழ்ச்சிகளை நேரில் கண்டும் வானொலியில் கேட்டும் ரசித்திருக்கிறானேயல்லாமல் இப்படிக் குடும்பப் பாங்கான சூழலில் இயங்குவதுபோன்ற ஒரு இசைக் குழுவின் பயிற்சிமிக்க ஆயத்தங்களையும் அசைவுகளையும் நேரே நின்று பார்த்து வியந்ததில்லை. தேவன் திறந்திருந்த வாயை மூட மறந்து வாசலோடு ஒட்டியபடி நின்றான்.

இந்தப் பெண் முதலில் கோயிலுக்குள் நுழைந்து இந்த அறைக்கு வந்தபோது நான் எங்கு போய்த் தொலைந்தேன்? இவள் சேலைக் கரையைக் குனிந்து தூக்கியும் பசும் பாதம் நோகப் படிகளில் ஏறியும் இறங்கியும் வந்தபோது நான் அலுவலக அறையில் உயிரற்ற பணத்தை விரல்களில் உணர்வேதுமின்றி எண்ணிக்கொண்டிருந்தேனா? கணக்குப் புத்தகத்தின் வெற்றுக் கடதாசிகளைப் புரட்டிக்கொண்டிருந்தேனா? இதோ அறைப் படிகளில் இறங்குகிறாள். தகப்பனாரின் பின்னே நடந்து செல்லும் இசைக் குழுவில் தம்புரா ஏந்திய பெண் தரும் பாதுகாப்போடு முன்னேறுகிறாள். இவள் நடப்பதுபோல் தெரியவில்லையே, மேகமாக வானில் மிதந்து வருவது போலல்லவா இருக்கிறது. வாசல் படியைக் கடந்து இந்தப் பக்கம் இறங்கும்போது தேவனை ஒருமுறை, ஒரேயொரு முறைதான் நிமிர்ந்து பார்க்கிறாள். அவளின் கண் முன்னே வெறும் உடம்புடன் நிற்கிறேனேயென்று திக்கென்ற உணர்ச்சி தேவனுக்குள் எழுகிறது. அவன் வெட்க மேலீட்டால் இடுப்பில் கட்டியிருந்த சால்வையை விறுவிறுவென அவிழ்த்துத் தோளை மூடி மார்பையும் மறைத்துக்கொள்கிறான். அவன்

முகத்தில் அவளை நோக்கி அரும்பிய புன்னகை சில கணங்கள் நிலைகுத்தி நிற்கிறது. அவளும் அதை அங்கீகரிப்பதுபோல் அவனைப் பார்த்துப் புன்முறுவல் பூக்கிறாள். தேவனின் கண்கள் பனித்துப்போகின்றன. இந்தச் சிறு பெண்ணா? இந்தப் பெரிய மண்டபத்தில் இன்று கடல்போல் பரந்திருக்கும் ரசிகர்களைப் பாடி மயக்கப்போகிறாள்? தேவனுக்கு அவளின் பாடலை முன்னாலிருந்து கேட்க வேண்டுமென்ற ஆவல் அப்போதே ஏற்பட்டுவிட்டது.

'இப்போது கர்நாடக இசைச்செல்வி நித்யா மாசிலாமணி அவர்களின் இசைக் கச்சேரி ஆரம்பமாகவுள்ளது' என்று வண்ணக்கரின் தடித்த குரல் ஒலிபெருக்கியில் எழுந்தது.

நித்யா!

அந்த இசைக்குழுவின் சிறு ஊர்வலம் மண்டபத்தில் குவிந்திருந்த மக்கள் வெள்ளத்தை ஊடுருவிபடி நகர்ந்துகொண்டிருந்தது. இவர்களில் எத்தனை பேர் தூர இடங்களிலிருந்து வேளையோடு வண்டில் கட்டிக்கொண்டு வந்திருப்பார்கள், நடந்தும் சைக்கிளிலும் பஸ்ஸிலும் வந்தவர்கள் எத்தனை பேராயிருக்கும்? அன்று கோயிலுக்கு வந்த ஆயிரக் கணக்கான மக்களில் இசை ஆர்வம்கொண்ட சிறு பங்கினரே அங்கே வந்திருந்தாலும் அதுவே அந்தப் பெரிய மண்டபத்தை ஒரு ஆள் நகரவே இடமில்லாமல் நிறைத்திருந்தது. மண்டபத்தின் நடுவே தூண் ஓரமாகப் பெரியதொரு வண்ணக் கம்பளம் விரிக்கப்பட்டிருந்தது. மக்கள் நித்யாவின் மேல் வியப்புடன் விழிகளைப் பதித்து அவர்களின் ஊர்வலத்துக்கு ஒதுங்கியிருந்து வழிவிட, அவர்கள் சென்று கம்பளத்தில் அமர்ந்தார்கள். நித்யா எடுத்துவைத்த ஒவ்வொரு அடியையும் அலுவலக அறையின் வாசல் கதவை இறுகப் பிடித்தபடி நின்ற தேவன் மனதில் பதித்துக்கொண்டிருந்தான்.

மண்டபத்தில் நிலவியிருந்த சலசலப்பை நித்யா ஒரு கண்ணசைவால் நிறுத்திவிட்டாள் போலிருந்தது. அதுவரை தமது சொந்த இசைப் பிரதாபங்களை அருகிலிருந்தவரிடம் அளந்துகொண்டிருந்தவர்கள் அதுவரை என்ன சொன்னோம் என்பதையும் மறந்து அவளின் இசையைக் கேட்க உசாரானார்கள். தேவன் அலுவலகத்திலிருந்து வெளியேறி மண்டபத்தின் ஓரமாகக் கிடைத்த இடைவெளியூடே நடந்து சென்று நித்யாவின் முகத்தைத் தெளிவாகக் காணக்கூடிய தூரத்திலும் அதிகம் நெருக்கமற்ற

இடைவெளியிலும் இடம்பிடித்து இருந்துகொண்டான். இதோ அவள் முதல் பாடலைப் பாடப்போகிறாள். தேவனின் மனமும் உடலும் படபடத்தன. 'மாயவா, எனக்குப் பிடித்த பாடலாக இவள் பாட வேண்டும். அவள் முதல் அடியை உதிர்க்கும்போதே அந்தப் பாடலின் ராகத்தை நான் அடையாளம் கண்டுகொள்ள வேண்டும், நானும் இவளோடு சேர்ந்து எனக்குள் அந்த இசையை மீட்டி மகிழ வேண்டும்.

தம்புராவிலிருந்து நாதம் குழைந்தபடி எழுந்து, உடலின் நரம்புகளைத் தேடித் தடவி உள்ளுயிர்ப்பைத் தூண்ட ஆயத்தம் செய்தது. அதையொட்டி அதற்கிணையான வயலினின் குதூகலம். அவற்றைத் தொடர்ந்து மாயவனின் குழலோசையாய் நித்யாவின் குரல்! முறையாகச் சங்கீதப் பயிற்சி பெறாத ஒரு இளைஞனைப் பக்குவப்பட்ட ஒரு பாடகனின் குரல் மட்டுமல்ல இன்னொரு இளம் பாடகனின் வசீகரமான குரலும் வயப்படுத்த முனைவது போலத்தான் தோன்றுமோ? வெறும் கேள்வி ஞானமும் ஆரம்பப் பயிற்சியும் பெற்றவன் இசையின் துல்லிய சங்கதிகளை இனம் பிரித்துத் துய்த்துவிட இயலுமோ? இந்தக் கேள்விகளுக்கு இவளின் இசை பதில் சொல்லக்கூடும். இவள் எனக்குள்ளே கேள்வியாகவும் விடையாகவும் தோன்றி எனது மயக்கத்தைத் தீர்ப்பவளாக உருவாகலாம். ஒருமுறை உன்னித்து ரசிப்போம். தேவன் தீர்மானித்துவிட்டான்.

நித்யாவின் ஆலாபனை ஆரம்பமாகிவிட்டது. அதைத் தொடர்ந்து அவளின் தெய்வீக வேண்டுகோள்.

புல்லாய்ப் பிறவி தர வேணும் கண்ணா..!

இது எனக்கு மிகப் பிடித்த செஞ்சுருட்டியல்லவா? முதல் அடியிலேயே இப்படி உடலையும் உள்ளத்தையும் உருக்கிவிட இயலுமோ? எத்துணை இறைவன் வரம்பெற்ற குரல் வளம்! இந்தப் பாடலை இவள் ஏதேனும் உள்நோக்கத்தோடு தெரிந்தெடுத்துப் பாட நினைத்தாளா?

புனிதமான பலகோடி பிறவி தந்தாலும்

பிருந்தாவனமதில் ஒரு புல்லாய்..!

என்ன நினைத்துக்கொண்டிருக்கிறாய் நித்யா? நீ இங்கே பாடவென்று வந்தாயா என்னை உன்பால் இழுக்கவென்று வந்தாயா? மாயவனின் இந்த மண்டபத்திலும் முற்றத்திலும்

எத்தனையோ பேர் பாடிக் கேட்டோரைப் பரவசமடையவைத்த இந்தப் பாடலை இப்போது என் முன்னால் பாடி என்மீது இசை வலை விரிக்கிறாயா?

ஒரு கணம் உன் பாதம்
படும் எந்தன் மேலே
மறுகணம் நான் உயர்வேன்
மென் மேலே...

நித்யா, நான் உன் சரணம் கேட்டு உன் காலடியில் சரணடைவேனெனக் கனவு கண்டாயா? இல்லை, நான் இவளுடைய பாடலின் ஆரம்ப அடிகளைக் கேட்டவுடனேயே பைத்தியமாகிப் பிதற்ற ஆரம்பித்துவிட்டேன். இவள் இங்கே பாட வரமுன்பே என்மீது காதல் கணையை வீசிவிட்டு வந்திருக்கிறாளென அசட்டுத் தனமாகக் கற்பனைபண்ண ஆரம்பித்துவிட்டேன். இவளின் குரல் கடுமையான பயிற்சியாலும் மனப் பக்குவத்தாலும் பயிர்போன்று கவனித்துப் பராமரிக்கப்பட்ட வளம். இல்லையேல் செஞ்சுருட்டியை எவ்வாறு இப்படிச் சுருட்டி உள்ளங்கைக்குள் வைத்துக்கொள்வாள்? பெற்ற குழந்தையை மடியில் கிடத்தித் தாலாட்டும் தாய்போல் என்னை மெய் மறந்து உறங்க வைக்கிறாள். அடுத்துப் பாடிய ஒவ்வொரு பாடலும் விளக்கிய உண்மை என்ன? இது தேவகானமல்லவா? இசையால் மனிதனைத் தெய்வீக நிலைக்கு உயர்த்துதல் இயலுமோ? இளமைக்கும் இசையின் இனிமைக்கும் ஏதேனும் உறவிருக்குமோ? விண்ணில் மிதக்கும் இவளுடைய விரல்கள் எனது நரம்புகளைக் கிளர்த்திவிட்டுப் பின்னர் நீவி இதம் தருகின்றனவே! கண்ணனை வர்ணிக்கிறாள், மண்டபமெங்கும் நீல மயமாகிவிடுகிறது. வர்ணனை அழைக்கிறாள், இதோ மழை பெய்துவிடும்போலிருக்கிறது.

இயற்கையைப் போற்றுகிறாள், பசிய வயலின் நடுவே நிற்பதுபோலிருக்கிறது. காதலும் வீரமும் போரும் அமைதியும் தாய்மையும் தியாகமும் அன்பும் அறங்களும் அவளின் கூப்பிட்ட குரலுக்குப் பவ்வியமாய் வந்து பணிந்து நிற்கின்றன. என்ன புண்ணியம் செய்த குரல் வளம்! இவளிடம் மனுஷத் தன்மையைக் காணவில்லையே, தெய்வாம்சமல்லவா பொலிந்து கிடக்கிறது. இவள் சாதாரண பெண்ணல்ல, வணங்கப்படவேண்டியவள். சாருகேசி, கீரவாணி போன்ற ராகங்களை வயப்படுத்திய பின்னரான

கீர்த்தனைகளைத் தொடர்ந்து ராகம், தாளம், பல்லவியுடன் மங்களம் என முத்தாய்ப்பு வைத்தபோது தேவன் தாயின் மடியில் பாலருந்தும் குழந்தையாய்க் கண்மூடி உலகை மறந்திருந்தான். அவன் கண்களிலிருந்து நீர்த் துளிகள் பொலுபொலுத்தன. பக்கத்தில் இருக்கும் எவரும் பார்த்துவிடுவார்களோவென்ற அச்சம் ஏற்படவே, கண்களைத் துடைத்துவிட்டு நிமிர்ந்து முதன் முறையாக நித்யாவை நேரே நோக்கினான்.

நித்யாவும் அதே வேளை அவனை நோக்கினாள்.

8

கிழக்கை நோக்கி நீண்டிருக்கும் ஒழுங்கையில் படர்ந்திருந்த இருட் போர்வையை உதறிக்கொண்டு ஏறிவந்தான் இளம் சூரியன். தூக்கம் கலைந்து எழுந்த தேவன், கட்டிலிலிருந்து இறங்கிப் பரபரவென வாசலுக்கு வந்து வெளியே பார்த்தான். அன்று வேளையோடு வேலைக்குப் புறப்பட்டவர்களின் நிழல் நிலத்தில் நீளமாய் விழுந்து அவர்களுடன் கூடவே பயணித்தது. தெருவோரத்தில் துயில்கொண்ட நாய்கள் உடலை முறித்து எழுந்துகொண்டன. தெரு மாடுகள் எழுந்துகொள்ள, பலத்த காரணம் இருக்க வேண்டும்போலும், அவை அதற்காகக் காத்திருந்தனபோல் இப்போதும் தலையைத் தாழ்த்தி அந்தக் காலை வேளையின் உதற முடியாத சோம்பலை அனுபவித்துக்கொண்டிருந்தன.

சிறார்கள் பள்ளிக்குப் புறப்பட இன்னும் நேரமிருந்தது. கூப்பிடு தூரத்தில் வாசலோடு இலுப்பை மரம் நிற்கும் வீட்டிலிருந்து இரட்டைச் சகோதரிகள் இளங்குரலில் இசைத்த பாடல் வேலிகள் தாண்டிவந்து தேவனின் காதில் விழுகிறது.

சுந்தர வதனி சுகுண மனோகரி
மந்தஹாஸ முக மதிவதனி
சந்தன குங்கும அலங்கார முடனே
தந்திடுவா யுந்தன் தரிசனமே!

ஓம் சக்தி ஓம்
ஓம் சக்தி ஓம்

ராஜாஜி ராஜகோபாலன்

ஓம் சக்தி ஓம்

ஓம் சக்தி ஓம்!

தங்கச் சிலம்பு சலசல வென்றிட

தாண்டவமாடித் தனயன் மகிழ்ந்திட

பொங்கு மானந்தமுடன் புவிமேல் விளங்கும்

மங்கள் நாயகி மகிழ்வாய் வருவாய்!

அவர்கள் இசைத்த ஒவ்வொரு அடியும் பூபாளமாய்த் தேவனின் மனதையும் உடலையும் தழுவிச் சென்றது.

இறுதியில் 'ஓம் சத்தி ஓம்!' என்று வைத்த முத்தாய்ப்பில் அதை அவர்கள் வெற்றிகரமாகப் பாடமாக்கி முடிந்திருந்தார்கள் என்ற மனமகிழ்ச்சி தேங்கி நின்றதை தேவன் அவதானித்துத் தானும் பூரித்துப்போனான்.

அந்த இரட்டைச் சகோதரிகளைத் தேவன் பலமுறை தெருவில் கடந்து சென்றிருக்கிறான். இருவருக்கும் ஏழு வயதுகூட ஆகியிருக்காது. ஆனால், அவன் எதிரிலேயோ பக்கத்திலேயோ வருவதை அவதானித்ததும் குமர்ப் பெண்களைப்போல் தலை குனிந்தபடி வேலியோரமாக நடந்து செல்வதைக் கண்டிருக்கிறான். பெண் பிள்ளைகள் நடந்து பழகும் பருவத்திலிருந்தே நாணத்தையும் தம்மோடு வளர்த்து வருகிறார்கள்போலும் என்று எண்ணிக்கொள்வான். அவன் தம்மைக் கடந்ததும் கடைக்கண்ணை வீசி அவனைக் கவனித்ததை ஏனோ ஒருமுறையும் அவன் கண்டுகொள்ளவில்லை.

வெளியூர் உறவினர்கள் வீட்டிலே வந்து தங்கியிருந்தார்கள். இது ஆண்டுதோறும் மாயவன் கோயில் திருவிழாவின் கடைசி மூன்று நாட்களிலும் நடப்பதுதான். இந்த முறை இன்னும் கூடுதலானவர்கள் வந்திருந்தார்கள்போல் அங்கே எழுந்த சத்தத்திலிருந்து தெரிந்தது. வாசலில் வந்து நின்ற தேவனுக்கு வீட்டினுள்ளேயிருந்து ஒரு சிறுமி கிலிங்கிலிங்கெனச் சிரித்த ஓசை கேட்டது. அவ்வளவுதான் முன் விறாந்தையோரம் நின்ற தேவனுக்கு உடலெல்லாம் சிலிர்த்தது. தொடர்ந்து இன்னும் பல பெண்களின் சிரிப்பொலி திண்ணையைத் தாண்டி வந்து

முற்றத்தை நிறைத்ததும் தேவன் தன்னை மறந்து ஓடிப்போய் வாசல் கதவடியில் நின்று பரபரப்புடன் ஒழுங்கையைப் பார்த்தான்.

நேற்றுப் பின்னேரமே முற்றம், கோடிப்புறமெல்லாம் கூட்டித் துப்புரவு செய்தாகிவிட்டது. இன்று காலையில் எழுந்த கையோடு வீட்டில் நின்றவர்கள் முன்னாலும் பின்னாலுமுள்ள விறாந்தைகளையும் உட்புறத் திண்ணைகளையும் கழுவித் துடைத்து விட்டார்கள். அவை தம்பாட்டுக்கு மினுங்கிக்கொண்டிருந்தன. பாய்களைச் சுருட்டிச் சுவரோரம் கோணலும் மாணலுமாக வைத்தது அங்கு நிற்கும் சிறு பிள்ளைகளாகத்தான் இருக்கும். அடுப்படிப் பக்கம் அன்றைய சமையலின் தேவைக்கு ஏற்றாற்போல் இடம் போதியதாய் இருக்கவில்லை. அதனால் பின்முற்றத்தில் காங்கிரீட் கற்கள் அப்போதைக்குத் தற்காலிக அடுப்புகளாக அவதாரம் எடுத்திருந்தன. சந்தையிலிருந்தும் தோட்டங்களிலிருந்தும் வாங்கிவந்த மரக்கறிகளும் ஏனைய சாமான் சண்டிகளும் அடுப்படி வாசலோரம் குவிந்துபோயிருந்தன. இன்று சமுத்திர தீர்த்தத்தைக் காண வந்திருக்கும் விருந்தினர்கள் கோயிலுக்குப் புறப்படும்வரை தங்குவதற்கு வீட்டை வசதியாகவும் துப்புரவாகவும் வைத்திருக்க வேண்டும். தீர்த்தம் முடியும்போது இரவாகிவிடும். தங்கள் வீட்டில் தங்கி நின்றவர்களை அன்றிரவே வழியனுப்பி வைப்பது அங்கு வழக்கத்தில் இருக்கவில்லை. அன்று அங்கே தங்கித் தீர்த்தத் திருவிழா பார்த்து, அடுத்த நாள் நாகர்கோயில் கப்பல் திருவிழா பார்த்த பிறகே தமது ஊருக்குத் திரும்பிப் போகும் எண்ணமுள்ள சிலரும் அங்கிருந்தார்கள். இதனால் எவ்வளவு பேர் அன்றிரவு தங்குவார்கள் என்று சொல்ல முடியாதிருந்தது. அவர்களின் வசதி கருதி அம்மாவும் அய்யாவும் தங்கள் பங்குக்கு வேண்டியதெல்லாம் செய்துவிட்டார்கள். என்றாலும், தேவனுக்கு நிலைகொள்ளவில்லை. எந்தெந்தக் காரியம் நிறைவாகச் செய்யப்பட்டிருக்கிறது, இன்னும் கவனிக்கப்பட வேண்டியவை எவை என்றெல்லாம் ஒரு முறைக்குப் பலமுறை ஓடியோடிப் பார்த்தபோதும், இன்னும் அவனுக்கு முழுத் திருப்தி உண்டாகவில்லை. இன்று வரப்போகும் விருந்தாளிகளில் முக்கியமானவள் இரண்டு நாட்களாக அவன் மனமெங்கும் வியாபித்திருக்கும் நித்யாவல்லவா!

கோயிலிலிருந்து சமுத்திரக் கரை வரைக்குமுள்ள பாதையில் அங்குமிங்குமாய் நாலு பனை உயரத்தில் மணல் திட்டுகள் எழுந்து நிற்கும். பிற்பகல் சூரியன் தங்க நிறத்தில் தகதகப்பான். மாயவனின்

சமுத்திர தீர்த்தம் மக்களுக்கு மட்டுமல்ல சமுத்திரத்துக்கும் கொண்டாட்டமாகிவிடும். அது தன் அலைகளால் கரையோரம் வந்து நிற்கும் அத்தனை பேரின் கால்களையும் தடவித்தடவி நன்றி சொல்ல விரைந்து வரும். குழந்தை எறியும் பந்தைத் தூக்க வரும் நாய்க்குட்டிபோல் மீண்டும்மீண்டும் வரும்.

இரண்டு நாட்களுக்கு முன்னர் நடந்த சப்பரத் திருவிழாவில் தனது இசை நிகழ்ச்சியை முடித்துக்கொண்டு ஊருக்குத் திரும்பும் வேளை தெருவோரம் காரடியில் நின்று நித்யாவையும் தகப்பனார் மாசிலாமணியையும் தேவன் கடல் தீர்த்தத்துக்கு அழைத்த சம்பவம் ஒருபோதும் கண்டிராத அதிசயக் கனவுபோல அவனின் மனதில் விரிந்து, மனதைச் சிலிர்க்க வைத்துக்கொண்டிருந்தது.

அவர்களைத் திரும்பி ஏற்றிச் செல்லவந்த கார் தெருவோரம் காத்து நின்றது. "தம்பி தேவன் அவையளை ரோட்டுக்குக் கூட்டிக் கொண்டுபோய் அனுப்பிப்போட்டு வா" என்ற வண்ணக்கரின் கட்டளைக்குப் பணிந்து, நித்யாவுக்குத் துணையாகக் காரடிக்கு வந்ததும் மாசிலாமணியும் பின்னால் வந்து சேர்ந்தார். அவரைக் கண்டதும் நித்யா தனியாய்ப் போய்க் காரில் ஏறினாள். அவள் கதவோரம் தேவனின் கண்ணுக்கும் கைக்கும் எட்டிய தூரத்தில் இருந்துகொண்டாள். அவளைத் தொடர்ந்து பக்கவாத்தியகாரர்கள் ஏறினார்கள்.

நித்யாவின் தகப்பனாரைக் கடல் தீர்த்தத்துக்கு அழைக்க வாயெடுக்க முந்தியே தேவனுக்குக் கை நடுங்கி நாக்குழறிவிடும் போலிருந்தது. இருமுறை எச்சிலை உமிழ்ந்தும் விழுங்கியும் தன்னை ஆயத்தப்படுத்திக்கொண்டான். நித்யா அவன் பட்ட அவஸ்தையைக் கண்டுவிட்டாள் என்பதை அறிந்தபோது அவனின் நிலைமை இன்னும் பரிதாபத்துக்குரியதாகிவிட்டது. அழைக்கத் தீர்மானித்தாயிற்று, இனித் துணிவாகக் கேட்டுவிடவேண்டியதுதான்.

"நீங்கள் எல்லாரும்... ம்ம்ம்..." என்று அவன் மாசிலாமணியைப் பார்த்து மூக்கால் வழிந்தபோது, நித்யா அவனைப் பார்த்து, மெல்ல நகைத்தது போலிருந்தது. 'நன்றாக மாட்டிக்கொண்டுவிட்டேன்' என்று தேவன் எண்ணினான். என்றாலும் இந்த அருமையான சந்தர்ப்பம் கை நழுவிச்செல்லவிடக் கூடாது.

"நான் சொல்ல வந்தது... நீங்கள் எல்லாரும் இந்த முறை கடல் தீர்த்தத்துக்கு வர வேணும். வந்தால் எங்களுக்கெல்லாம் மிகவும் சந்தோசமாயிருக்கும்."

நினைத்ததை ஒருவாறு சொல்லியாயிற்று. 'அவர் என்ன பதில் சொல்லப் போகிறார்?' என்று தேவன் அவர் முகத்தையே ஆவலுடன் பார்த்தான்.

"தம்பி தேவன், எங்களுக்கும் ஒரு முறையெண்டாலும் கடல் தீர்த்தம் பார்க்க விருப்பம்தான். இது ஒவ்வொரு வருசமும் தள்ளிப்போய்க்கொண்டு வந்திட்டுது. இந்த முறை நீங்களும் விரும்பி வரச்சொல்லிக் கேக்கிறியள், உங்களன்ர அப்பாவும் கேட்டார், வர வேணும் போலத்தான் மனதில் படுகுது."

"கட்டாயம் வாருங்கோ. வீட்டிலை அம்மாவும் கேட்டதாய் நினைச்சுக்கொள்ளுங்கோ" என்று சொல்லிவிட்டுத் தேவன் காரினுள்ளே கண்களைத் திருப்பினான். நித்யா தலை குனிந்தபடி அவன் சொன்னதைக் கேட்டுக்கொண்டிருந்தாள். அவளின் தலையில் வைத்திருந்த மல்லிகைச் சரத்திலிருந்த மொட்டுகள் இப்போ சிறிது மலர்ந்துகொண்டனபோல் அருகிலிருந்த கடைகளிலிருந்து வீசிய மின்சார விளக்கொளியில் தெரிந்தது. காரின் திறந்திருந்த யன்னலூடாக வெளியே நீண்டிருந்த கையில் கண்ணாடி வளையல்கள் அவளைப்போலவே மௌனம் காத்தன.

"நீங்கள் நாளையண்டைக்கு வேளையோடை வந்து எங்களன்ர வீட்டிலை தங்கியிட்டுச் சாமி கடலுக்குப் போற நேரம் எல்லாரோடையும் போகலாம்."

"யோசிப்பம். நாளைக்கு அப்பிடிப் பெரிய அலுவல்கள் கையில இல்லை. அடுத்த நாளைப் பற்றி அப்ப யோசிக்க வேணும்." அவர் உண்மையில் சொல்கிறார்போல் தேவனுக்குப் பட்டது. அவன் பதில் எதுவும் சொல்லாமல் நின்றான். இதற்குமேல் எப்படி இவர்களை வற்புறுத்தி அழைப்பதென அவனுக்குத் தெரியவில்லை.

காருக்குள்ளிருந்து இடைக்கிடை அவன்மீது பார்வையை வீசிய நித்யாவின் கண்களுக்குள் தான் மெல்லமெல்லச் சிறைப்பட்டுக் கொண்டிருந்ததை உணர்ந்ததும் அவனிடமிருந்த கலக்கம் கலைந்து முகத்தில் புன்னகை துளிர்த்தது.

"அப்ப நாங்கள் வாறம் தம்பி, எங்களுக்கும் நேரமாயிட்டு தெல்லோ."

மாசிலாமணி சொல்லிவிட்டு காரின் அடுத்த பக்கம் சென்று முன்இருக்கையில் ஏறினார். நித்யா இப்போதும்

தலை குனிந்தபடி இருந்தாள். அவன் நிலைமையைப் பார்த்து அனுதாபம் கொண்டதுபோல் காரும் பிரிய மனமின்றி மெல்ல நகர ஆரம்பித்தது. அங்கிருந்து போகும்முன் அவள் தன்னை இன்னொரு முறையாவது நிமிர்ந்து பார்ப்பாளா? என்ற ஆவலுடன் காருக்குள் கண்களை ஓடவிட்டு நின்றான் தேவன். அவள் முகம் நிமிர்த்தவேயில்லை. ஆனாலும் அவள் ஒரு முறையாவது கவனிப்பாளென்று நம்பிக் கையசைத்து விடை கொடுத்துவிட்டு கார் நகர்ந்ததை வெறுமே பார்த்துக்கொண்டு நின்றான். இனி திரும்பிக் கோயிலுக்குப் போகலாமென நினைத்து அவன் காலடி எடுத்து வைத்தபோது, கார் கொஞ்சத் தூரம் போய் ரோட்டு ஓரமாக நின்றதைக் கண்டான். எதையோ மறந்து போனார்களோ, பொறுத்திருந்து பார்ப்போம் என்று நினைத்து அங்கேயே நின்றபோது, மாசிலாமணி காரிலிருந்து இறங்கி அவனை நோக்கி வந்தார். தேவனும் சில அடிகள் அவரை நோக்கி நடந்து இடை வழியில் அவரைச் சந்தித்தான்.

"தம்பி தேவன், அப்பாட்டைச் சொல்லுங்கோ. தீர்த்தத்துக்கு நாங்கள் காலமை வெளிக்கிட்டு வாறமெண்டு."

தேவன் 'ஓம்' என்றுகூடச் சொல்ல மறந்து திகைத்துப்போய் நின்றான். மாசிலாமணி அவனின் பதிலுக்குக் காத்திராமல் காரை நோக்கி விரைந்தார். அடுத்த சில நிமிடங்களில் தெருவோர வெளிச்சத்தைக் கிழித்துக்கொண்டு அகன்ற கார் அவன் கண்ணை விட்டும் மறைந்துவிட்டது. அப்படி என்ன அதிசயம் காருக்குள் நடந்திருக்கும்? அந்த ஒரு நிமிடத்துக்குள் நித்யா ஒரு சொல் மட்டுமே தகப்பனாருக்குச் சொல்லியிருப்பாள். அது மந்திரம்போன்று உடனே வேலை செய்திருக்கிறது. தலையைக் குனிந்துகொண்டு அந்த மந்திரத்தைத்தான் திரும்பத்திரும்பப் பாராயணம் பண்ணிக்கொண்டிருந்தாளோ நித்யா!

சிறிது நேரத்துக்கு முன்னர் அவளின் கச்சேரி முடிந்து, தெருவில் காத்திருந்த கார் வரை அவள் நடந்தபோது தேவனும் கூடவே வந்தான். மேற்கு வாசலைக் கடக்கும்போது படிகளில் அவள் காலடி எடுத்து வைத்த வேளை அவளின் காலில் அணிந்திருந்த வெள்ளிப் பாதசரம் சிணுங்கியதைக் கேட்டான். அவள் சேலையைத் தூக்கி அடி எடுத்து வைத்தபோது செந்நிறப் பாதங்கள் வெண் மண் தரையில் மெல்லப் பதிந்ததைக் கண்டான். அவளுக்குப் பக்கத்தில் அவளின் வேகத்தோடு இசைந்து நடந்து

சென்றபோது அவள் மீதிருந்த சுகந்தம் தனது சுவாசத்தோடு கலந்ததை உணர்ந்தான். தன் அறிவுக்கெட்டாத ராகமொன்றை வழியெல்லாம் இசைத்தபடி வந்தபோது அவளின் விரல்கள் அந்தத் தாளகதியை உச்சரித்ததைக் கண்டு மயங்கினான்.

காரடிக்கு வந்ததும், "உங்கள் இசையில் நான் மயங்கிப்போனேன்" என்றான் தேவன். நித்யா அவனை நிமிர்ந்து பார்த்தாள்.

"நானும் அதைக் கண்டேன்" என்றாள் சிரித்தபடி.

"இவ்வளவு பெரிய கூட்டத்தில் என்னைக் கண்டீங்களா?"

"பெரிய கூட்டமா, அப்படி இருக்கவில்லையே."

"ஓம், பெரிய கூட்டம்தான்."

"எனக்கு நல்லாய்த் தெரியும், நீங்கள் ஒருவர் மட்டும்தானே என் முன்னால் இருந்தீங்கள்"

தேவனுக்கு அடுத்து எதுவும் சொல்லத் தோன்றவில்லை.

ஒரு பெண்ணை விரும்புவதால் ஒரு ஆணுக்கு உண்டாகும் ஆனந்தத்திலும் பார்க்க அவளும் தன்னை விரும்புகிறாள் என்பதை அறியும்போது உண்டாகும் ஆனந்தம் அவனுக்குக் கிடைக்கும் மிக அற்புதமான அனுபவமல்லவா?

இன்று எங்கள் வீடு இதுவரை கண்டிராத குதூகலத்தால் நிறைந்து வழியப்போகிறது. அவளோடுகூடக் கடற்கரைக்கும் திரும்பக் கோயிலுக்கும், பிறகு வீட்டுக்குமாகப் பயணமாகப் போகிறேன். நாம் இருவரும் ஒன்றாய்ச் சவுக்கு மரங்கள் காற்றோடு அசைந்து பின்னணி கீதம் இசைக்க நடக்கப்போகிறோம். இருவர் கைகளும் தற்செயலாகப் பட்டதுபோன்று ஒன்றை யொன்று தொட்டுக்கொள்ளும்போது இருவருமே நாணம் கொள்ளப்போகிறோம். மணல் வெளியில் மறைந்து கிடக்கும் குறுணிக் கற்கள் அவளின் வெறும் பாதத்தில் குத்தி அவள் நோவில் 'ஓ'வென முனகும்போது அதை என் கைகளில் ஏந்தித் தடவியும் வாயால் ஊதியும் ஒத்தடம் கொடுக்கும்போது இருவரும் சேர்ந்து சிரிக்கப்போகிறோம். சில கனவுகள் பலிப்பதுண்டு, காலை நேரக் கனவுகள் பலிக்குமா? பலிக்குமென்றுதான் தேவன் நம்பினான்.

காலை பத்து மணியளவில் நித்யாவையும் அவளின் அப்பா, அம்மாவையும் ஏற்றிக்கொண்டு ஒரு கார் தேவனின் வீட்டு

வாசலில் வந்து நின்றது. மாட்டு வண்டிகளே அதிகமாகப் பயணம் செய்யும் அந்தத் தெருவில், கார் வரும் சத்தம் கேட்டால் அக்கம் பக்கத்திலுள்ள வீடுகளிலிருந்து சின்னஞ் சிறுசுகளெல்லாம் விழுந்தடித்துக்கொண்டு வாசலுக்கு ஓடி வந்துவிடும். பெரியவர்கள் வேலிக்கு மேலால் எட்டிப் பார்ப்பார்கள். நாய்களும் தங்கள் பங்குக்குக் குரைத்து வரவேற்கும். அதற்குள் அயலட்டையில் உள்ளவர்கள் விடுப்புப் பார்க்க ஆயத்தமாகிவிடுவார்கள்.

காரில் வந்தவர்கள் கதவைத் திறந்து இறங்கும் முன்னரே ஊரில் ஒரு பகுதி தேவனின் வீட்டு வாசலுக்கு வந்துவிட்டது. சிறுவர்களின் முகங்களில் ஆச்சரியம் நிறைந்து வழிந்தது. காரிலிருந்து இறங்கிய நித்யாவை அவள் தங்கள் வீட்டுக்குத்தான் வந்தவள்போல் கருதி ஆவலுடன் நோக்கினார்கள். அதற்குள் தேவன் காரடிக்கு வந்துவிட்டான். வீட்டுக்குள்ளிருந்து திண்ணைக்கு வந்து எட்டிப் பார்த்த பாவாடை தாவணிகளுக்கும் பிளாஸ்டிக் வளையல்களுக்கும் புதிய தோழி கிடைத்துவிட்டாள். பழையபடி சிறுமிகளின் சிரிப்பொலி வீட்டை நிறைக்கத் தொடங்கியது.

அதுவரை அங்கே ஓடித் திரிந்த சிறுசுகள் விளையாட்டை நிறுத்திவிட்டு நித்யாவைச் சூழ்ந்துகொண்டார்கள். பத்தொன்பது வயதானவள் என்று அவளைச் சொல்ல முடியவில்லை. வந்து சேர்ந்த சிறிது நேரத்திலேயே அங்கு நின்ற சின்னக் குமரிகளோடு அவளும் ஒருவளாகிவிட்டாள். அவளின் பார்வையில் படும்படியாக அடிக்கடி குறுக்கும் நெடுக்குமாக வந்துகொண்டிருந்தான் தேவன். நித்யாவின் இளமையும் பொலிவும் அவனை வானத்தில் மிதக்க வைத்தன. அவள் குனிந்து பாவாடையை இழுத்தும் உயர்த்தியும் ஒழுங்கு பண்ணுவதிலும் தாவணியைத் தள்ளி மார்பை மூடிவிடுவதிலும் அக்கறையாயிருந்ததைக் கண்டு ரசித்தான். இப்போதுதானே முதன் முதல் இங்கே வந்திருக்கிறாள் எங்களோடு பழகி இந்த வீட்டில் ஒருத்தியாக வலம் வருவதற்கு இவளுக்கு எவ்வளவு நேரம் எடுக்கப்போகிறது? இந்த வீட்டைத் தனது வீடுபோலவே கருதி எல்லாருடனும் உரிமை கொண்டாடுவதற்கு இவளுக்குச் சொல்லியா கொடுக்க வேண்டும்? தேவனைத் தன் கடைக்கண்ணால் கவ்விப் போகும் இடமெல்லாம் இழுத்துப் போவதில் மட்டும் அவள் குறை வைக்கவில்லை. நடு முற்றத்தினூடே தெரியும் வானத்திலிருந்து ஊஞ்சலொன்று கிழேயிறங்கித் தன்னையும் நித்யாவையும் ஏற்றி ஆட்டத் தயாராக வரக்கூடுமெனக் கற்பனைச் சிறகை விரிக்கத் துவங்கிவிட்டான் தேவன்.

வீட்டினுள்ளே சிறுமிகளின் கலகலப்புத் திடீரென நின்று விட்டதுபோல் வாசலில் காரியமாக நின்ற தேவனுக்குத் தோன்றியது. அப்படி என்ன நடந்திருக்கும்? அவன் நினைத்துப் பார்க்கும் முன்பே இரண்டு மூன்று சிறுமிகள் ஒன்றாய்ப் பாட ஆரம்பித்தது முகத்தில் புன்முறுவலை வரவழைத்தது.

மாசில் வீணையும் மாலை மதியமும்

வீசும் தென்றலும் வீங்கின வேனிலும்...

அட, வந்து கொஞ்ச நேரத்துக்குள் தனக்கெனச் சிஷ்யைகளை உருவாக்கிவிட்டாளா நித்யா! அப்பரின் தேவாரம் கல்யாணியில் தோய்ந்து அந்தக் காலை வேளைக்கு இன்னும் அழகூட்டியது.

மதியம் சாப்பாட்டோடு எல்லாரும் கோயிலுக்குப் புறப்பட்டார்கள். நித்யா அன்று கச்சேரியின்போது கட்டியதுபோன்ற சிவப்பு நிறச் சேலைக்குள் இன்னும் சிவந்துபோனாள்.

வாசலைத் தாண்டித் தெருவில் இறங்கியதும் தேவன் அவளை ஆச்சரியம் ததும்பப் பார்த்தான். அவன் பக்கத்தில் வந்தபோது, "இந்த நிறம்தான் உங்களுக்குப் பிடிக்குமென்று எனக்குத் தெரியும்" என்று அவள் சொன்னபோது அவன் எதிர்பார்த்த ஊஞ்சல் தெருவுக்கு வந்துவிட்டதோ என்று நினைத்து, அவளோடு தானும் அதில் ஏறத் தயாராகிவிட்டான். எல்லாரும் கோயிலை நோக்கியும் அதைக் கடந்து சமுத்திரத்தைக் காணவும் நடக்கத் தொடங்கினார்கள். சிறுமிகள் புடைசூழ நடந்துகொண்டிருந்த நித்யாவின் கைக்கு எட்டிய தூரத்தில் தேவன் பின்தொடர்ந்துகொண்டிருந்தான்.

நெடு நேரமாகச் சூரியன் உச்சந்தலையிலேயே குடி கொண்டிருந்தான் போலிருந்தது. அவன் எழுப்பிய வெக்கையை சில்லென வீசிய காற்று, துடைத்தபடி சென்றது. அடிவானமும் கடலும் நீல நிறப்படுதாவை இழுத்துப் போர்த்தியிருந்தன. தீர்த்தம் முடியவும் அடிவானம் செந்நிறத்தை அள்ளித் தீற்றிக்கொள்ளும் அழகை நித்யாவின் அருகிலிருந்து ரசிக்க வேண்டும் என்ற நினைப்பில் தேவனின் கைகள் அடிக்கடி நித்யாவின் விரல்களைத் தொட்டுத்தொட்டு நீங்கின.

கடல் அங்கே கண்ணுக்கு எட்டிய தொலைவில் இருப்பதுபோல் முதலில் தெரிந்தது. ஆனால், அதை நோக்கி நடக்கநடக்க அதுவும் தொடர்ந்து அதே தூரத்தில் இருந்துகொண்டது.

மனதுக்கு இதமான ஒருவருடன் கூட நடந்தால் தூரமென்ன? தொலைவென்ன? கடல் அப்படியே இருந்துகொள்ளட்டுமெனத் தேவன் நினைத்தான்.

அவன் எதிர்பார்த்தபடியே வழியில் சிறு கல்லொன்று நித்யாவின் பாதத்தைப் பதம் பார்த்துவிட்டது. அவள் "ஆ"வென்று வாய் திறந்து முனகியிருக்க வேண்டும். ஆனால், அப்படிச் செய்யவில்லை. தேவனின் தோளை எட்டி ஒரு கையால் பிடித்தபடி காயம் பட்ட காலைத் தூக்கியபடியும் நின்றாள்.

"கடலுக்கு வந்து கல் இடிக்காமல் தப்பியவர் எவருமில்லை, இடித்ததால் காயம் பட்டவர்களும் எவருமில்லை" என்றான் தேவன். நித்யாவை அங்கேயே இருத்திக் காயம்பட்ட காலைத் தன் மடியில் வைத்தான். உள்ளங்காலில் குட்டித் தாமரைப் பூவொன்று பூத்திருந்தது. அதன்மீது தன் விரலை வைத்து அழுத்தித் துடைத்தான். முதலில் அவள் மெல்ல நெளிந்தாள். பிறகு அவன் கை பட்ட இடத்தில் இறகால் வருடியது போலிருந்ததால் சிரித்தாள்.

"காலில் கல்லு குத்தியதே, இப்போ எப்படி இருக்கிறது?" என்று கேட்டான் தேவன்.

"கல்லு குத்தவில்லை, நான்தான் கல்லில் காலைக் குத்தி விட்டேன்?"

"அதுதான் உண்மை" இப்போது இருவரும் சிரித்தார்கள். அருகே ஓட்டமும் நடையுமாகக் கடலுக்குச் சென்றுகொண்டிருந்தவர்கள் அவர்களிருவரையும் பார்த்துத் தங்களுக்குள் ஏதோ சொன்னபடி சென்றார்கள். நித்யாவின் காலில் குத்திய கல்லுக்கு நன்றி சொல்லிக்கொண்டு, அவள் எழுவதற்குக் கையை நீட்டினான். அவளும் அதை விரும்பிப் பற்றிக்கொண்டாள். இரண்டு ராவணன் மீசைகள் ஒன்றையொன்று துரத்திக்கொண்டு அவர்கள் முன்னால் சென்றன. காற்றின் வேகத்தோடு அவை உருண்டு சென்றதைக் கண்டு நித்யா முன்பு கண்டிராத அதிசயத்தைக் கண்டவள்போல் நின்றாள்.

"அது இந்த மணற்காட்டு வெளியில் வளரும் தாவரங்கள். காய்ந்துபோனால் இப்படித்தான் காற்று அடிக்கிற பக்கம் உருண்டுகொண்டு போகும்" என்று தேவன் அவளுக்கு விளக்கினான்.

இருவரும் கடற்கரையோரமாக வந்துவிட்டார்கள். மணல் வெளியில் அலைகள் அணுக முடியாத தூரத்தில் கட்டுமரங்கள்

படுத்திருந்தன. பல நிறங்களில் தோணிகள் ஓய்வெடுத்துக் கொண்டிருந்தன. சில நிமிர்ந்தும் சில புரண்டும் படுத்திருந்தன. தேவன் தோணியில் ஒருபோதும் ஏறியதில்லை. கற்கோவளம் கிராமத்தில் அவனுடன் கூடப்படித்த பல நண்பர்கள் இருந்தார்கள். அவர்களைக் காணக் கிராமத்துக்கும் சமுத்திரக் கரைக்கும்கூடப் போயிருக்கிறான். ஊர் முழுக்கக் கூடிக் கரைவலை இழுத்ததை எத்தனை முறை கண்டு சந்தோஷித்திருக்கிறான். வலையை இழுக்கும்போது வெயிலில் காய்ச்சி எடுத்துத் தகதகக்கும் தாமிர நிற உடம்பில் தெறிக்கும் தசைகளைப் பார்த்து அதிசயித்திருக்கிறான். சுறா, றால், பாரை, வஞ்சூரன், வாளை, வௌவ்வால், நெத்தலி, கணவாய், கயல், கருந்திரளி, சாளை, சீலா, சூடை, திருக்கை, திரளி எனப் பல மீன் இனங்கள் அவர்களின் வலைகளில் அள்ளுண்டு வந்ததைக் கண்டிருக்கிறான். அப்போது அவர்கள் முகத்தில் தவழும் பெருமிதத்தைப் பார்க்க வேண்டுமே. தேவனும் அவர்களோடு சேர்ந்து ஆடிப் பாடிக் களித்திருக்கிறான். அவர்கள் எவ்வளவுதான் நெருங்கிய நண்பர்களாக இருந்தபோதும் சமுத்திர தீர்த்தத்துக்குப் பயணிக்கும் உற்சவ மூர்த்தியைக் காவும் உரிமையை ஒருகாலும் வெளியாட்களுடன் பகிரச் சம்மதித்ததில்லை. அந்த உரிமையைக் காலம்காலமாகப் போற்றிப் பேணி வைத்திருக்கிறார்கள். இவற்றையெல்லாம் நித்யாவை ஒரு நாள் கூட்டிவந்து காட்டிச் சொல்ல வேண்டுமென இப்போதே தீர்மானித்துக்கொண்டான்.

கரையில் அங்குமிங்குமாகப் பரந்திருந்த கடல் பாசியில் பாதங்கள் பதிந்தபோது எழுந்த கூச்சத்தால் துள்ளிக் குதித்து அவனையும் குதிக்க வைத்தாள் நித்யா. அலைகள் கால்களைத் தொட்டு உறவாடின. எழுந்து இருவர் கைகளும் ஒன்றையொன்று தொடுவதும் விடுவதுமாய்ச் சுருதி சேர்த்தன.

“அய்யா அடிக்கடி ஒரு கதை சொல்லுவார்” என்றான் தேவன்.

“எங்கை அதைச் சொல்லுங்கோ..?”

“நான் பேசப் பழகிய புதுசில் அவரோடு இங்கே வந்தேனாம்.”

“ம்ம்.” நித்யா முழுக் கதையையும் கேட்ட ஆவலுடன் நின்றாள்.

“நான் கடலைப் பார்த்து ஆச்சரியப்பட்டுச் சொன்னேனாம், ‘அய்யா, கணக்க டண்ணி கடக்கு.’

"ஓமோம், கணக்க டண்ணி கடக்கு" நித்யாவும் அதையே சொன்னாள். இருவரின் சிரிப்பு அலைகள் எழுப்பிய ஓசையில் அமிழ்ந்து போனது.

"இப்ப எனக்குப் புது ஆச்சரியம்" என்றான் தேவன்.

"எங்கே அதையும் சொல்லுங்கோ, எனக்கும் ஆச்சரியம் வருகுதாவெனப் பார்ப்போம்."

"இது கடல் அலையையும் உங்களையும் கண்டதால் உண்டான ஆச்சரியம்."

"அதென்ன புதுமையான ஆச்சரியம்?"

"அது எனக்குப் பிடித்த பாடலில் இருக்கிறது. அதை அப்படியே சொன்னால்தான் அந்த ஆச்சரியம் உங்களுக்கும் தொற்றும்."

"அப்ப பாடுங்கோ."

தேவன் தயங்காமல் பாடத் தொடங்கினான்.

"சோலை மலரொளியோ நினது சுந்தரப் புன்னகை தான்
நீலக் கடலலையே நினது நெஞ்சின் அலைகளடீ
கோலக் குயிலோசை உனது குரலின் இனிமையடீ
வாலைக் குமரியடீ கண்ணம்மா மருவக்காதல் கொண்டேன்."

எங்கிருந்து வந்தது இந்த வெட்கம்? நித்யா தலையைக் குனிந்து கொண்டாள். கைகள் அவளையறியாமலே சேலைத் தொங்கலை எடுத்து மார்பை மூடிக்கொண்டன. தேவன் அவளின் நாடியில் கை வைத்து முகத்தை உயர்த்தினான். அங்கே கடலலைகள் ஆர்ப்பரித்தன, இங்கே கண்ணிமைகளில் நீர் கசிந்தது. இருவரின் காதலும் எழுதப்பட்டு முத்திரை குத்தப்பட்டுவிட்டது.

தீர்த்தம் நடந்து முடிந்தது. இருவரும் அர்த்தமில்லாமல் ஏதோவெல்லாம் பேசிக்கொண்டு திரும்பிக் கோயிலை நோக்கி நடந்தார்கள். கூடவே வந்த சிறுசுகளெல்லாம் அவர்கள் பேச்சைக் குழப்ப முயன்றதையோ அவர்களைச் சுற்றி ஆயிரக் கணக்கனோர் நடந்து வந்ததையோ உணர்ந்துகொள்ளாதவர்கள்போல் தேவனும் நித்யாவும் தமது காதல் பரிமாற்றம் தந்த உவகையில் உலகை மறந்தார்கள்.

"நான் உங்களை இனித் தேவனென்றுதான் கூப்பிடப்போறன்?" என்று நித்யா திடீரெனச் சொன்னதும், கோயிலில் ஐயர் தந்த பஞ்சாமிர்தத்தை அப்படியே வாயில் போட்டுக்கொண்டதுபோல் தேவன் உணர்ந்து கரைந்தான்.

சமுத்திரக் கரைக்குச் செல்லும் பாதையிலிருந்து சிறிது தொலைவில் பரந்திருக்கும் சவுக்குத் தோப்பிலிருந்து மெல்ல வந்து வீசும் பின்கோடைக் காற்றின் கிளுகிளுப்பில் அவள் தனது பெயரை முதலில் சொன்னதும் கால்கள் வெண் மணலில் புதைய ஒரு கணம் அப்படியே நின்றுவிட்டான்.

"ஒன்று கேட்பேன். விரும்பினால் பதில் சொல்லலாம், இல்லையென்றால் விடுங்கள்."

"அப்படியென்ன சந்தேகம் வந்தது?"

"புல்லாய்ப் பிறவிதர வேண்டும் கண்ணா!" தேவன் அவள் பாடிய பாடலின் முதல் அடியை அவளைப்போன்றே பாடினான்.

"எனக்கு இது நல்லாய்ப் பிடித்த பாட்டு, அன்றைக்கு இதை முதலில் பாட விரும்பினேன்."

"இதை நீங்கள் மிகவும் உணர்ந்து பாடினீர்கள்போல் எனக்குப் பட்டது."

"அடுத்த முறை இன்னும் உணர்ந்து பாடுவேன்."

"ஏனென்று சொல்வீர்களா?"

"காரணம் என் முன்னால் நிற்கிறது."

தேவன் அசையாது நின்றான். அவன் கண்கள் கலங்கிவிட்டன. நித்யா சேலைத் தலைப்பால் அவனின் கண்களைத் துடைத்து விட்டாள். கையைப் பிடித்து பாதையின் ஓரமாய் அழைத்துக் கொண்டுபோய் மணல்மீது அவனை இருத்தித் தானும் கூடவே இருந்தாள். காற்றோடு சேர்ந்து அள்ளுண்டு வந்த வெண் மணல் அவர்கள்மீது விழுந்தது. அதற்கு அவள் சிணுங்கினாள். தூரத்திலிருந்து ஓடிவந்த இன்னொரு இளம் சோடி ஒன்றாக மணல்மேல் விழுந்தார்கள். அதைக் கண்டு அதிசயித்தாள். கையிலிருந்த பலூன் காற்றில் பறந்துவிட்டதேயென்று அழுத சிறுமியைக் கண்டு இரங்கினாள். கூடவந்த எல்லாரும் தொலைந்து போனார்களேயென்று சொல்லிச் சந்தோசப்பட்டாள். கடைசியில் தேவனின் கன்னத்தைத் தொட்டுச் சிரித்தாள்.

தேவனுக்கு அன்று இரவு, நித்யாவின் இதழ்கள் மலர்ந்த அழகையும் அவை உதிர்த்த சிரிப்பையும் நினைக்க, நினைக்க உறக்கம் வரவில்லை.

9

நித்யாவின் வீட்டு வாசலில் வந்து நின்றது தேவன் பயணித்த கார். அவன் இறங்குவதற்குக் கதவைத் திறந்து, காலை நிலத்தில் ஊன்றியதும், அடுத்து எதுவும் செய்ய முடியாதவாறு இறுகக் கட்டிப்போட்டன வீட்டிலிருந்து மிதந்து வந்த இசைச் சரங்கள். காரின் கதவில் சாய்ந்தபடியே சில நிமிடங்கள் கண்மூடிய லயிப்பில் ஆழ்ந்தான்.

வழங்குகின்றாய்க்குன் அருளார் அமுதத்தை வா... ரிக்கொண்டு...

அப்போது ராமு ஒருமுறை சொன்னது ஏனோ நினைவுக்கு வந்தது.

“உன்னைச் சுற்றியுள்ள எதுவும் உன் கண்களுக்குப் புலப்படாமல் மறைத்தது எந்த இசையோ அதுதான் உன்னதமான இசை.”

அவன் சொன்னதிலுள்ள உண்மையை இப்போது தேவன் உணர்ந்தான்.

“நான் இசையை ரசிக்கிறேன். அதைப் பாடியவரோ, வாத்தியத்தை வாசித்தவரோ, எனது மனதை மயக்கும்படியான தொரு பிம்பத்தை உருவாக்கினால் அதைப்போல் நானும் பாட வேணுமென்று விருப்பம் உண்டாகுது. அந்த ராகத்தை மனசில் அசை போட்டு எனக்குள்ளேயே மீட்டி மகிழ்வதில் பைத்தியமே ஏற்படுவதுபோல் உணர்வு தோன்றுகிறது. தனிமையாகப் பயணம் செய்யும்போது ஓவென வாய் திறந்து அதைப் பாட வேண்டுமென்ற உந்துதல் உண்டாகிறது. உன்னோடு கதைக்கிறபோது என்னுடைய அனுபவத்தை அட்சர சுத்தமாய்ச் சொல்ல வேணுமென்று விருப்பம் வருது. இதுதான் எனது இசை உலகம்” என்று தேவன் ஒருமுறை ராமுவுக்குத் தன் மனதிலுள்ளதைத் திறந்து காட்டினன்.

“அதேதான். அதேதான் நல்லதொரு சங்கீத உபாஷகனுடைய மனப்பக்குவம்” என்று சொன்னானே ராமு. அவன் சொன்னால் பெரும்பாலும் சரியாகத்தான் இருக்கும். என்னோடு சேர்ந்து பாடா விட்டாலும் நான் பாடுவதை ஏதோ அதிசயம் அரங்கேறுவதுபோல்

அவதானித்துக்கொண்டிருப்பான், கையோடு சிறிதும் பிசகாத தாளமும் அவனிடமிருந்து வரும்போது நான் ஏதோ மேடையிலிருந்து பாடுவதுபோலல்லவா உணர்ந்திருக்கிறேன்.

‘அப்படியொரு இசையில் மனம் கரைந்து அடிமையாகி விடுவதுபோல, அந்த இசையைப் படைப்பவர் மீதும் மனம் அடிமையாகிவிடுவதும் நடக்கிறதுதானே?’ என்று கேட்க வாய்ப்புக் கிடைக்கவில்லை. நாளைக்கு அவனைச் சந்திக்கும்போது இதையும் கேட்டுவிட வேண்டும். அப்போது அவன் நிச்சயம் என்ன சொல்லுவான் என்பதும் எனக்குத் தெரியும்.

“நீ நித்யாவுடைய பாட்டிலையும் அவளுடைய அழகிலையும் அடிமைப்பட்டுக் கிடக்கிறதும் இதைப்போலதான். அதைத்தானே ஹீரோ வேர்ஷிப் என்று சொல்லுவாய்.”

இப்போதே நான் நித்யாமீது ஹீரோ வேர்ஷிப் கொண்டு விட்டேனா? அல்லது அதற்கும் மேலாய் அவள் இல்லையேல் நான் இல்லை என்ற சரணாகதி நிலையை அடைந்துவிட்டேனா?

முழுமையாக ஒரு நாள்கூடப் பழகாத ஒரு பெண்மீது இப்படிக் கண்மூடித்தனமான பிரியம் கொள்வேனென்றால் அதற்குக் காரணம், அவள் தனது பெண்மையின் இயல்பான குளிர்ச்சியை அவள் தனது பாடலின் ஒவ்வொரு வரியோடும் குழைத்து ஊட்டுவதனால் மட்டும் இருக்காது, அதற்கும் மேலாய் அவளே செவியூடாக உள் நுழைந்து உடலின் நரம்புகளோடு முயங்குவதால் இருக்கலாம்.

எனக்கு விருப்பமான ஓர் உலகம் இந்த இசை உலகம்தான். வயலில் நெற்கதிர்கள் காற்றோடு அசைந்து எழுப்பும் ‘ம்ம்’மென்ற ஆலாபனை மனதை நிறைக்கின்றபோதும், தோட்டத்துக் கிணற்று ஒட்டிலிருந்து கிளிகளின் பேச்சை மொழிபெயர்க்கின்றபோதும், மாயவன் கோயிலின் மணிகள் கிலுகிலுக்கின்றபோதும், ஊர்த் தெருக்களின் ஓரம் குருவிகளின் கீச்சொலிகள் கூட வருகின்றபோதும், வீடுகளிலிருந்து குழந்தைகளின் அழுகுரல் காதில் நிறைகின்றபோதும், தாய்மாரின் தாலாட்டில் இமைகள் சோர்கின்றபோதும் இந்த இசைதானே என்னோடு கைகோர்த்தபடி வருகிறது! இந்தத் திவ்விய உணர்வை நித்யாவே என் கண் முன்னாலிருந்து அள்ளித் தருவாளானால் நான் உணரப்போகும் மேன்நிலை என்னவாகவிருக்கும்? அது வெறுமே பரவசம் அல்ல, அதற்கும்

மேலான ஒன்று. அதைத்தானே நான் இப்போது அனுபவித்துக் கொண்டிருக்கிறேன்!

அன்று காலை தேவன் மனதில் திடீரென ஒரு ஆவல் எழுந்தது. நித்யாவை ஒருமுறை போய்ப் பார்த்துவிட்டு வந்தால் என்ன? மாயவன் கோயிலில் திருவிழாக் கோலம் கலைந்து விட்டது. கோயில் அலுவலகத்தில் செய்துகொண்டிருந்த வேலையும் ஓய்ந்துபோனது. இனி அவர்கள் கூப்பிடும்போது வந்து பேரேடுகளையும் வங்கிக் கணக்குகளையும் கவனித்தால் போதும். முத்துவேலருக்கும் மகனின் தேவையும் தயவும் எல்லா நேரமும் தேவைப்படுவதில்லை. பொழுதைச் சோம்பலுக்குத் துணை போகவிடாமல் மனதுக்கு நிறைவு தருவது எதுவோ அதைத் தேடி அடைய வேண்டும். அது நித்யாவைக் காண்பதிலுள்ள இனிமை, அவளோடு பேசுவதிலுள்ள சுகம், அவளின் விரல்களை எடுத்து விரல்களோடு பொருத்திக்கொள்வதில் உண்டாகும் புல்லரிப்பு. இவற்றுக்கு இணையாக ஒரு பொழுது இருக்க முடியுமா?

தீர்மானம் எடுத்தாகிவிட்டது. பரபரவெனக் குளித்து வெளிக்கிட்டதும், 'வேட்டி கட்டிக்கொண்டு போவதா? ட்ரௌஷர் போட்டுக்கொள்வதா?' என்று முடிவெடுப்பதற்கு மட்டுமே தேவனுக்கு அந்த ஒரு நாள் போதும்போல் தெரியவில்லை. கடைசியில், அன்று நித்யாவின் கச்சேரியில் கட்டியிருந்ததுபோன்ற கரை போட்ட வேட்டியும் கை முட்டிய வெள்ளை நிற சேர்டும் தன்னையே கண்ணாடியில் பலமுறை பார்க்கவைத்தன. அவன் படும் அவசரத்தைக் கண்டதும் தாய்க்கு ஆச்சரியம் தாங்கவில்லை.

"ஏன் மோனை, எங்கையெண்டாலும் பயணமோ?" எனக் கேட்டாள்.

"ஓமம்மா, யாழ்ப்பாணம், ம்ம்... நல்லூருக்கு."

"நல்லூருக்கோ, அங்கை ஆர் இருக்கினம்?"

"அண்டைக்குத் தீர்த்தத்துக்கு வந்தினமம்மா, அவையள் வீட்டுக்கு."

"ஓ, அந்த மாசிலாமணி ஆக்கள் வீட்டுக்கோ, அவையள் நல்ல சனங்களெல்லோ. அவையள் அண்டைக்கு எங்களோடை பழகின மாதிரி எங்கடை ஊர்ச் சனங்கள்கூடப் பழகுறதில்லை. எப்பனுக்குள்ளை என்ன மாதிரி எங்களோட ஒண்டடிமண்டடியாய்ச் சேர்ந்திட்டுதுகள். அவையள் போனபோது எனக்கும் மனதில கஷ்டமாக் கிடந்தது."

தாய் அவர்கள்மீது தனது அன்பை வெளிப்படுத்த அறைக்குள்ளிருந்த பானைக்குள் மூடி வைத்திருந்த புழுக் கொடியலையும் அரைச்சாக்கு குத்தரிசியையும் அவர்கள் போனபோது கட்டிக் கொடுத்ததைத் தேவனும் கண்டிருந்தான்.

"ஓமம்மா, நீங்கள் குடுத்த புழுக்கொடியும் அரிசியும் அவையளுக்கு நல்லாப் பிடிச்சிருக்கும். அடுத்த வருசம் நல்ல பனங்கிழங்காத் தெரிஞ்செடுத்துக் குடுங்கோ. அவையள் இஞ்சை வராட்டிலும் நாங்களும் அங்கை ஒருக்காலெண்டாலும் போவம்தானே?"

"ஓமோம், அய்யாவட்டைச் சொல்லுறன். அவரும் மாசிலாமணி அண்ணரும் அண்டைக்கு மைச்சான்மாரைப் போலதானே நல்ல வாரப்பாடாய்க் கதைச்சுக்கொண்டிருந்தவை."

"நானும் கவனிச்சனான்."

"அப்ப, அவையளன்ர மகளும் அங்கை நிப்பாளெல்லோ." இதைச் சொன்னதோடு மரகதத்தின் முகத்தில் அர்த்தம் நிறைந்த முறுவல் மின்னலாய்த் தோன்றி மறைந்ததைத் தேவன் கவனிக்கத் தவறவில்லை.

அவளைக் காணத்தான் அங்கே போகிறான் என்பதை எப்படி அம்மாவிடம் சொல்வது? சொல்லாவிட்டாலும் அவர் கண்டுபிடித்துவிட்டாரே. தேவனுக்கு வெட்கமும் வகையாக அகப்பட்டுக்கொண்டேனே இனி எப்படித் தப்புவதென்ற சங்கடமும் ஏற்பட்டது. அம்மாவுக்கு மறுமொழி சொல்லத் தெரியாமல் தயங்கினான்.

"அதுதானம்மா, சும்மா இருக்கிறன்தானே, அவையளை ஒருக்கால் போய்ப் பாத்திட்டு வரலாமெண்டு நினைச்சன். அய்யாவட்டைச் சொல்லுங்கோம்மா." ஒருவாறு சமாளித்தாகி விட்டது. தேவனிடமிருந்து நிம்மதிப் பெருமூச்சு மெல்லமாய் வெளிப்பட்டது.

"சரி சொல்லுறன். நீ அங்கை இஞ்சை மினைக்கெடாமல் வேளைக்கு வந்திடவேணும் மோனை."

தேவனுக்கு அப்போதே நித்யாவின் வீட்டு வாசலில் நிற்பதுபோன்ற உணர்வு ஏற்பட்டுவிட்டது.

“மோனை, வெறுங்கையோட அங்கை போகக் கூடாது, வழியில் ஏதேனும் வாங்கிக்கொண்டு போ.”

“ஓமம்மா, அப்படியே செய்யுறன்” என்று சொல்லிவிட்டுப் புறப்பட்டான்.

நித்யா அன்று தந்த வீட்டு விலாசத்தை உள்ளங்கையில் எழுதிக் கொண்டாயிற்று. மதியம் இதோ திரும்பிவிடும்போலிருந்தது. பஸ்ஸுக்குக் காத்திருந்தால் பின்னேரம்தான் அங்கே போய்ச் சேரவேண்டிவரும். உடனே சந்தைக்குப் போய் முத்துவேலருக்குப் பழக்கமான கார் சாரதியை ஒழுங்குசெய்து வெளிக்கிட்டதிலிருந்து தேவனுக்கு அடுத்த ஒவ்வொரு கணமும் ஒரு முழு நாள் போல் தோன்றியது. இப்போதிலிருந்து ஒரு மணித்தியாலத்துக்குள் நித்யாவிடம் போய்விடலாம். அவளுடைய தெருவையும் இலக்கத்தையும் வழியெல்லாம் பாராயணம் பண்ணிக் கொண்டிருக்கலாம். திடீரென்று வாசலில் இறங்கி அவளை ஆச்சரியப்படுத்தலாம். தன்னுடைய திடீர் வரவினால் அவள் முகத்தில் தோன்றும் ஆச்சரியத்தைக் கண்டதும் என்ன சொல்வது? அழைப்பில்லாமல் போகும்போது என்ன சொல்லிச் சமாளிப்பது? தனக்கு இசைமீதுள்ள தீராத பற்றை அவர்களும் அறிந்து பெருமைப்பட வேண்டும். நித்யாவின் தகப்பனார் மாசிலாமணிக்கும் தாயாருக்கும் முன்னால் ஒரு நல்லவனாக, நித்யாவின் உண்மை நண்பனாகக் காட்டிக்கொள்ள வேண்டும். அந்த நட்பை அவர்கள் அங்கீகரிக்க முன்வர வேண்டும். இதெல்லாம் எடுத்தவுடன் இயலக்கூடிய காரியமா? இன்னும் எத்தனை முறை அவளிடம் போகவேண்டி வருமோ? துணிந்து புறப்பட்டாயிற்று, ஆயினும் உள்ளூரச் சிறு பதற்றம் தொடர்ந்தது.

கார் வந்து நித்யா வீட்டின் முன்னால் நின்றபோது அவனுக்குத்தான் பெரும் ஆச்சரியம் காத்திருந்தது. மரங்களும் பூச்செடிகளும் அணைத்தபடியிருந்த அவளின் வீட்டு வாசல் தெருவோரமாய் மெழுகப்பட்டு நடுவில் நேற்றோ இன்று காலையோ வரைந்த கோலம் இப்போதும் தெளிவாய்த் துலங்கியது. சாத்திக்கிடந்த இரும்புக் கிராதி போட்ட கதவுகளுக்கு மேலாய் மல்லிகையும் நந்தியாவட்டையும் வேறு ஏதோ பெயர் தெரியாத செடிகளும் ஒன்றையொன்று தழுவிப் பிணைந்தபடி பந்தல் முழுவதும் பூத்துப் பரவிக்கிடந்தன.

தேவன் கார் கதவை ஓசைப்படாமல் திறந்து வெளியே வந்து அதன்மீது சாய்ந்து வதியாக நின்றுகொண்டான். வீட்டினுள்ளே

போய் அவளின் மெய்மறந்த தெய்வீக நிலையைக் குழப்ப மனம் வரவில்லை. எட்ட நின்று இசையை ரசிப்பதிலும் ஒரு இதம் இருக்கிறது, அதைக் கண் மூடி அனுபவிப்பதிலும் இனிமை இருக்கிறது. பாடலோடு பாடுகிறவளையும் சேர்த்து மனதில் துதிப்பதிலோ ஆன்மா எல்லையற்ற பிரபஞ்சத்தில் பறப்பதுபோன்ற சுகத்தையல்லவா அனுபவிக்க முடிகிறது.

நித்யாவின் குரலில் ததும்பிய பக்திப் பரவசம் அவளின் இளமையைக் கடைந்து எடுத்துத் தந்த அமுதமாய்த் தொடர்ந்து அவனை மெய்மறக்க வைத்துக்கொண்டிருந்தது. சிலருக்கு அது இடைவிடாத பயிற்சியால் பண்பட்டு, முதிர்ந்த குரல்போல் தோன்றக்கூடும். ஆனால், அவள்மீது மயக்கம் கொண்ட தேவனுக்கோ, அது தன்னை வரவேற்க வேண்டுமென்ற நோக்கத்துடன் மாணிக்கவாசகரின் அற்புத வார்த்தைகளை மோகன ராகத்தில் குழைத்துப் பாடினாள்போல் தோன்றியது.

விழுங்குகின்றேன் விக்கினேன் வினையேன் என் விதியின்மையால்...

தொடர்ந்து அமுதம் சொட்டும் வரிகளால் வாசலில் வைத்து விருந்து படைத்தாள் நித்யா. தேவன் இன்னும் வீட்டு வாசல்படியில் கால் வைக்கவோ உள்ளே எட்டிப்பார்க்கவோ முயலவில்லை. அதற்குள் இப்படியொரு படையலா? இப்போதே உள்ளே செல்வோமா? பாடல் முடியும்வரை இங்கேயே நின்று இதே இன்பத்தைக் கிடைக்கும்வரை அள்ளி அருந்துவோமா? அறிவித்துவிட்டு வரக்கூடிய வசதிகளோ வாய்ப்புகளோ கிடைக்கவில்லை. திடீரென வந்து அவளுக்கு எல்லையற்ற ஆச்சரியம் கொடுக்க வேண்டுமென்ற எண்ணமும் இருக்கவில்லை. சமுத்திர தீர்த்தத்தின்போது தன் வீட்டுக்கு வரச்சொல்லி அழைப்பு விடுத்தாளே. அதைச் சாட்டாக வைத்துக்கொண்டு இங்கே வரவேண்டுமென்ற கட்டாயமும் இருக்கவில்லை. ஆனால், தீர்த்தம் காணவென்று நீண்டு கிடந்த வெண் மணல் பரப்பில் நடந்தபோது இருவரும் வார்த்தைகள் மூலம் பேசிக்கொள்ளாமல் மனங்களை மட்டும் தங்களைப் பிரதிநிதித்துவம் செய்யப் பணித்துவிட்டு மௌனத்தைத் தடமாகப் பற்றிக்கொண்டு காதல் தேர் இழுத்தார்கள் என்பது நினைவில் வந்து நெஞ்சை நிறைத்தது.

தேவனின் வீட்டிலிருந்து நல்லூர் கோயில் வீதியிலிருக்கும் நித்யாவின் வீடு அதிக தூரமில்லை. ஊரிலிருந்து யாழ்ப்பாணத்துக்கு உத்தியோகம் பார்க்கவென்று ஒவ்வொரு நாளும் போய்

வருகிறார்கள். வியாபார நிமித்தமும் போகிறார்கள். படம் பார்க்கப் போகிறவர்கள்கூடக் கடைசி பஸ்ஸைப் பிடித்துத் திரும்பி வந்துவிடுவார்கள். ஒருமுறையாவது தனியே நல்லூர் திருவிழாவுக்குப் போகவேண்டுமென்ற விருப்பம் அவனைக் கடந்த ஆண்டுகளில் இரண்டு முறை அங்கே அழைத்து வந்தது. இரண்டு பயணமும் இன்றும் நினைவில் நிற்கின்றன. கோயில் வழியாக வழக்கமாகப் போகும் பஸ் வண்டிகளைத் திருவிழாவின் வசதி கருதிக் கோயிலுக்கு அண்மையில் வர முடியாத வகையில் முன்னாலுள்ள ஒரு வளைவில் திசை திருப்பிவிட்டிருந்தார்கள். தேவன் அந்த வளைவில் இறங்கி நேரே பார்த்தபோது தூரத்தில் நல்லூர் முருகனின் கோபுரத்தின் அழகைக் கண்டான். வழியெல்லாம் தண்ணீர்ப் பந்தல்களும் காவடி எடுப்பவர்களோடும் பிரதட்டை செய்கிறவர்களோடும் துணைக்கு வரும் ஊர்வலங்களும் அவனைத் தெருவில் தடுக்கி விழச் செய்துவிடும்போலிருந்தன.

போதாக்குறைக்கு, பாத்திரக் கடைகள், சாய்ப்புச் சாமான் கடைகள், சாப்பாட்டுக் கடைகள், கடலை, சுண்டல் விற்கும் கடைகள் போன்ற எல்லாவற்றிலும் சனக்கூட்டம் முன்பு காணாததைக் கண்டதுபோல் மொய்த்துப்போயிருந்தது. கோயில் வாசலை வந்தடைவதற்குள் தேவனுக்கு மூச்சு நின்றுவிடும்போலிருந்தது. மாயவன் கோயில் தேர் திருவிழாவுக்கும் இதே கூட்டம்தான் வருடா வருடம் வந்துகொண்டிருக்கும். ஆனால், அதன் பரந்த ராஜ வீதியில் இன்னும் எத்தனை ஆயிரம் மக்கள் வந்து சேர்ந்தாலும் நெருக்கம் என்று சொல்லிக் குறைகூற முடியாது. இங்கே ஒடுக்கமான தெருவென்பதால் சனக்கூட்டமும் நெருக்கடியும் பெரிதுபோல் தோன்றியது. ஒருவாறு கூட்டத்தைச் சமாளித்துக் கோயில் வாசலுக்கு வந்தவனுக்குத் தேங்காய் அடிப்பவர்களையும் சூடம் கொளுத்துபவர்களையும் தாண்டி உள்ளே செல்ல முடியுமோவென்று ஐயம் உண்டானது. வேண்டாம் வெளியிலேயே நிற்போம், அதற்கும் மனிதர்கள் இடம்கொடுத்தால்தானே.

எதிர்ப்பட்டவர்களையெல்லாம் இடித்துத் தள்ளி முன்னேறுவதில் சுகம் காணவா இவர்களெல்லாம் கோயிலுக்கு வருகிறார்கள்? எவ்வளவு தொகை ஆண்கள் வீதிகளில் நின்றார்களோ அதே தொகைக்குக் குறையாமல் பெண்களின் பிரசன்னமும் இருந்தது. அவர்களில் இளம் வயதுப் பெண்களே அதிகமாயிருந்தார்கள். இவ்வளவு தொகை இளம் பெண்கள்

வருகை தரும் இடத்தில் இளம் வயது ஆண்களை ஆள் வைத்தா அழைக்க வேண்டும்? அத்துடன் நாகரிகமாய் உடை உடுத்திய பெண்கள் மிக அழகாகவும் இருந்தார்கள். 'பட்டணமென்றால் பெண்கள் அழகாகவும் கவர்ச்சியாகவும் பிறக்கிறார்கள்போலும்' என்று தேவன் எண்ணினான். மாயவன் கோயிலுக்கு வருகிறவர்கள் பெரும்பாலும் பெரு நகரத்து நாகரிகத்தின் பாதிப்பிலிருந்து தப்பி வாழ்பவர்கள், உள்ளூர்களிலுள்ள தொழில்களையே நம்பி வாழும் உழைப்பாளிகள். விலை கூடிய உடைகளுக்கோ முக அலங்காரத்துக்கோ வேறாகச் செலவு செய்ய வசதியற்றவர்கள். ஆனால், மெச்சத் தக்க இறை பக்தி அவர்களிடம் கூடுதலாக இருக்கிறது என்பதையும் மறுக்க முடியாது.

நித்யா நகரத்தில் பிறந்ததனால் அல்ல, இயற்கையாகவே அவளிடம் அழகு இருக்கிறது. ஆனால், அவள் அள்ளித்தரும் இசையின்பமா? அவளின் உடலழகா அவனை அவள் முன் மண்டியிட வைத்தது? சிலவேளை அவளே இந்தச் சந்தேகத்தைத் தீர்க்க உதவக்கூடுமல்லவா?

'தேவன், உனக்கு என்மீதா என் இசைமீதா காதல் என்று சொல்வாயா?' என்ற ஒரே கேள்வியில் என்னை உலுப்புவாளானால் அதற்கு நான் சொல்லும் என்ன பதில் இருவருக்கும் இனிப்பானதாக இருக்கும்?

நித்யாவின் விரல்கள் தம்மீது ஊர்கின்ற போதெல்லாம் கிளுகிளுப்படைந்து நாணம் கொண்டனபோல் தம்புராவின் நரம்புகள் அவளின் கந்தர்வ கானத்துக்கு இணையாய்ச் சுருதி சேர்ப்பதில் தொடர்ந்து முயன்றுகொண்டிருந்தன. கூடவே தோகை விரித்த அவளின் ஆலாபனை சிறிது நேரம் காற்றோடு கண்ணாமூச்சி விளையாடியது. எதற்காக இந்த ஆரவார மெல்லாமென்று தேவன் அதிசயித்த அடுத்த கணம் அவளிடமிருந்து தொடர்ந்தது அந்தக் கானம்...

வழங்குகின்றாய்க்குன் அருளார் அமுதத்தை வா... ரிக்கொண்டு விழுங்குகின்றேன்... விக்கினேன் வினையேன் என்விதியின் மையால்... தழுங்கருந்தேனன்ன தண்ணீர் பருகத்தந் துய்யக் கொள்ளாய்...

அழுங்குகின்றேன்... உடையாய் அடியேன் உன் அடைக்கலமே

அழுங்குகின்றேன்... உடையாய் அடியேன் உன் அடைக்கலமே

உடையாய் அடியேன் உன் அடைக்கலமே...

விழுங்குகின்றேன்ஞ் விக்கினேன் வினையேன் என் விதியின் மையால்...

உடையாய் அடியேன் உன் அடைக்கலமே..!

அடைக்கலம், அடைக்கலம். யார் யாரிடத்தில் அடைக்கலம்? தேவனின் கண்களிலிருந்து நீர் பொலபொலவென வழிந்தது. நித்யா பாடிக்கொண்டிருந்த திசையை நோக்கிக் கையெடுத்துத் துதிக்க வேண்டும்போல் தோன்றியது. ஐந்து நாட்களுக்கு முன் மாயவன் கோயில் மண்டபத்தில் குவிந்திருந்த சனக் கூட்டத்தின் மத்தியில் அவள் பாடியதைக் கேட்டபோதே ஆன்மாவைத் தொட்டுச் சுகம் கேட்கும் இசை என்னவென்பதை முதன் முதலாக உணர்ந்து நெகிழ்ந்தான். இப்போது அவளுடைய வீட்டில் நிலவும் அமைதியும் சௌந்தரியமும் இப்படியானதொரு தெய்வீக இசையை அதையொரு வேள்வியாகக் கருதிச் செய்வதில் அவளுக்கு உதவியிருக்கலாமென நினைத்தான். கல்வியைப்போல், பக்தியைப்போல் இசையும் ஒரு வேள்விதானே. இசைப்பவர்களுக்கு மட்டுமல்ல அதில் லயித்துவிடுவதில் தம்மை முற்றாய் மறப்பவர்களுக்கும்கூட அது வேள்வியாகப் போனதால்தானே இசை உலகெங்கும் பேசப்படும் ஒரே மொழியானது. இதை நித்யாவுக்குச் சொல்ல வேண்டும். அதற்கு முன் அந்தக் கேள்வி மீண்டும் அவன் முன்னே நர்த்தனமாடியது.

‘தேவன், உனக்கு என்மீதா என் இசைமீதா காதல் என்று சொல்வாயா?’

இந்தச் சிக்கலான கேள்விக்கும் அவள் பாடிய திருவாசகத்திலேயே விடை இருக்கிறதுபோல் தோன்றுகிறதே.

நீ என் மீது வைத்த தண்ணளியால் எனக்கு வழங்கிய அன்பாகிய அமுதத்தை வாரிக்கொண்டு விழுங்கினேன். அதனால் உண்டான வருத்தத்தை நீக்குவது உன்னாலன்றி முடியுமோ? இறைவா, தெளிந்த நீர் போன்ற உனதன்பை ஆரப் பருகுமாறு தந்து என்னை ஆட்கொள்ள வேண்டும்.

மாணிக்கர், சிவனிடம் அடைக்கலம் கேட்டுப் பத்துப் பாடல்கள் பாடினார். அவற்றுள் பத்தாவதான பாடலைக் கேட்டே நான் நித்யாவிடம் அடைக்கலமாகிவிட்டேன்.

அவளிடமுள்ள அழகோ இசையோ அந்த அடைக்கலத்துக்குக் காரணம் அல்ல, அவள்மீது நான் கொண்டிருப்பது இறைவன் மீது வைக்கும் அன்பு போன்றது. அன்பின் மேலீட்டால்தானே

அடைக்கலம் கேட்க முடியும். அதைக் கேட்டுத்தான் நான் இங்கே வந்திருக்கிறேன். தலை குனிந்தபடியே காற்றில் தவழும் நித்யாவின் இசையை நுகர்ந்தபடி நின்றவனை வீட்டு வாசலில் நின்ற யாரோ அழைப்பது போலிருந்தது. நிமிர்ந்து பார்த்த தேவனின் முன்னே மாசிலாமணி நின்றுகொண்டிருந்தார்.

"தற்செயலாக வாசலுக்கு வந்தபோது கார் நிக்கிறதைக் கண்டேன்" என்றார். தேவன் அவரை நோக்கி நடந்தபோது, நித்யாவின் தாயாரும் வாசலுக்கு வந்து சேர்ந்துகொண்டார். அவனைக் கண்டதும் தாயின் முகத்தில் ஆச்சரியமும் பரவசமும் ஒருங்காய்த் துலங்கின.

"இப்பதான் வந்தியளோ?" எனக் கேட்டார்.

"இப்ப, கொஞ்ச நேரம் முந்தித்தான். நித்யாவின் பாட்டைக் கேட்டுக்கொண்டிருந்தன். குழப்பக் கூடாது எண்டபடியால் உடனை உங்களைக் கூப்பிடயில்லை" என்றான் தேவன்.

"நாங்கள் ஒருவரும் நீங்கள் வந்ததைக் கவனிக்கயில்லை, வாருங்கோ" என்று முகம் மலர்ந்தபடி கூறி, இருவருமாய் தேவனை வீட்டினுள்ளே அழைத்துச் சென்றார்கள். அவன் வாசலைக் கடந்து வரவேற்பறையில் நுழைந்தபோது குப்பெனப் பூத்த மலர் போன்று மனதில் வியாபித்த உணர்வுகளின் பிரவாகம் தேவனை மட்டுமல்ல கம்பளத்தில் அமர்ந்திருந்த நித்யாவையும் வாயடைக்கச் செய்துவிட்டது.

வெளிச்சம் அதிகம் உள்ளே விழாத அந்த வரவேற்பு அறையில் அதுவரை வியாபித்திருந்த இசை இப்போது அடங்கிவிட்டது. ஆனால், அதன் மென்மையான அதிர்வுகளைத் தேவன் உணரத் தவறவில்லை.

"இருங்கோ, தேவன். வாறன்" என்று சொல்லிவிட்டு நித்யாவின் தாயார் வீட்டினுள்ளே போனார். மாசிலாமணியின் முகத்தில் அவனைக் கண்டதும் தோன்றிய ஆச்சரியம் இன்னும் அகலவில்லை. தேவன் வழியில் வாங்கி வந்த பழங்கள் நிறைந்த பையை அவரிடம் கொடுத்தான்.

பையை வாங்கிக்கொண்ட மாசிலாமணி, "அய்யா, அம்மா எப்படிச் சுகந்தானே? உங்கள் வீட்டுக்கு வந்தபோது நீங்கள் எல்லாரும் எங்களை எப்படி உபசரித்தீங்கள் எண்டதைத்தான் நாங்கள் வாய் ஓயாமல் கதைச்சுக்கொண்டிருக்கிறம்" என்றார்.

"எல்லாரும் சுகம். நான் வெளிக்கிட்டபோது அய்யா வெளியிலை போட்டார். அம்மாவிடம் 'நல்லூருக்குப் போட்டு வாறன்' என்று சொல்லிட்டு வந்திட்டன். அவருக்கும் நான் இஞ்சை வாறது நல்ல விருப்பம்" என்று சொல்லிவிட்டு, தேவன் ஒரு புன்முறுவலால் தன்னிடம் தோன்றிய வெட்கத்தை மறைக்க முயன்றான். அவன் சொன்னதைக் கேட்ட மாசிலாமணி அவன்மீது அதீத மதிப்புக் கொண்டவர்போல் நின்றதைக் கண்டபோது தன்மீது அன்பும் அக்கறையும்கொண்ட ஒரு குடும்பத்தோடு பழக்கமானதை நினைத்துப் பெருமிதமடைந்தான்.

"தம்பி என்ன குடிக்கிறியள்?" அடுப்படியிலிருந்து வந்து வரவேற்பறைக்குள் எட்டிப்பார்த்த நித்யாவின் தாய் கேட்டார். தேவன் நிமிர்ந்து அவரைப் பார்த்தானேயன்றி எதையும் சொல்லத் தெரியாமலிருந்தான்.

"களைச்சுப்போய் வந்திருக்கிறியள், கோப்பி கொண்டு வாறன்" என்று சொல்லிவிட்டு உள்ளே போனார்.

தேவன் நித்யாவின் வீட்டை உள்ளிருந்தபடியே அளந்தான். தன்னுடைய வீட்டின் பிரமாண்டத்துக்கு முன்னால் இது எவ்வளவோ சிறியது என்பதை அவனால் நினைக்காமல் இருக்க முடியவில்லை. ஆனால், இதை எவ்வளவு அழகாகவும் துப்புரவாகவும் வைத்திருக்கிறார்கள். முன்புறத்து வரவேற்பு அறையையொட்டி இரண்டு படுக்கை அறைகள் அடுக்கடுக்காய் இருந்தன. அவற்றுக்கு இந்தப்புறம் அடுப்படியும் அதற்கு முன்னாலுள்ள திண்ணையில் சாப்பாட்டு மேசையும் கதிரைகளும் ஒழுங்காக அடுக்கப்பட்டிருந்தன. வரவேற்பு அறையைத் தொட்டுச் செல்லும் திண்ணையின் எல்லையில் காற்றைக் கை நீட்டி வரவேற்றபடி ஒரு கதவு திறந்தபடி இருந்தது. அதனூடாக மரங்கள் அடர்ந்த கோடிப்புறம் தெரிந்தது. அங்கே கிடைக்கும் நிழலும் அமைதியும் எப்படி இருக்கும்? நிச்சயமாக எங்கள் வீட்டுக் கோடிப்புறம்போல் ஓவென்று திறந்த வெறுங்காணியும் எந்நேரமும் கடும் வெக்கையுமாக இருக்காது. இங்கே தெரியும் கோடிப்புறத்தை அவன் ஒருபோதும் கண்டிருக்கவில்லை. அதனால், அதன் பசுமையான தோற்றத்தைக் கண்டு வெறுமே கற்பனையில் திளைக்கவே முடிந்தது.

இங்கே எங்கள் வீட்டைப்போல் முன்வாசலுக்கும் அடுப் படிக்கும் இடையே அம்மா சொல்வதுபோல் ஒரு கட்டை

தூரம் இல்லை. இந்த வீட்டின் அமைப்பைப் போன்றே உறவும் நெருக்கமாக இருக்கிறது. நித்யாவும் பெற்றாரும் உறவாடும் முறையைப் பார்த்துக்கொண்டே இருக்கலாம். அவர்களுக்கிடையே அப்படியொரு ஐக்கியமும் நெருக்கமும் அவர்களின் ஒவ்வொரு அசைவிலும் பேச்சிலும் தெரிகிறது. அவர்கள் காட்டும் புன் சிரிப்பும் அங்க அசைவுகளும் இப்போதே அவர்களுடன் இணைந்துவிட வேண்டும் என்ற ஆவலைத் தூண்டுகிறது. எங்கள் வீட்டில் நாமும்தான் சிரிக்கிறோம், பேசுகிறோம் ஆனால், இவர்கள் தமக்குள் காட்டும் ஐக்கியமும் நேசமும் ஏன் எங்களிடம் இல்லாமல் போனது? இந்த வீடு சிறிதாக இருப்பதனால்தானா இவர்கள் நெருக்கமாக நிற்பதுபோல் தோன்றுகிறது? எங்கள் வீடு இதுபோன்று பன்னீர் தெளித்ததுபோன்ற சுகந்தம் கமழும் இடமுமல்ல. என்னுடைய ஊரில் அப்படியொரு பெரிய வீட்டைக் கட்டிக்கொள்ள முடியும். நகரப்புறங்களில் அது முடியக் கூடுமோ? ஆனால், ஒருவர்க்கொருவர் அன்பு காட்டுவதும் துணையாயிருப்பதும் வீடு எவ்வளவு பெரிது என்பதிலா அல்லது அதை எவ்வளவு அழகாய் வைத்திருக்கிறார்கள் என்பதிலா தங்கியிருக்கிறது? தேவனுக்கு அங்கே வந்ததிலிருந்து ஏற்பட்ட ஆச்சரியம் தொடர்ந்துகொண்டேயிருந்தது.

வரவேற்பறைச் சுவர்களில் சிறிதும் பெரிதுமாய்ப் படங்கள் தொங்கிக்கொண்டிருந்தன. தேவன் எழுந்து கிட்டப்போய் ஒவ்வொன்றாகப் பார்த்தான். இப்போதுதான் சந்தைக்கு வந்திருக்கிற வண்ணங்களிலும் பழைய காலத்துக் கறுப்புவெள்ளையிலும் நித்யா குடும்பத்தினரின் வரலாற்றைத் தெரிந்துகொள்ளலாம் போலிருந்தது. தெய்வங்களின் படங்களைக்கூடக் கவனமாகத் தேர்ந்தெடுத்திருந்தார்கள். அவை ஒவ்வொன்றுடனும் வீட்டுக்காரரின் ரசனையும் சேர்ந்து அங்கே தொங்கினபோல் தோன்றியது. தேவன் வீட்டுச் சுவர்களில் எந்தப் படங்களும் இல்லை. அம்மாவின் மெய்கண்டான் காலண்டர் மட்டும் உட்புறச் சுவரிலுள்ள ஆணியில் ஆடிக்கொண்டிருக்கும். மற்றும்படி சுவர்களெல்லாம் மௌனத்தில் ஆழ்ந்திருக்கும். இந்தப் படங்களில் நித்யா தேர்ந்தெடுத்துத் தொங்கவிட்ட படம் எதுவாயிருக்குமெனத் தேவன் யோசித்துப் பார்த்தான். ஒருவேளை அங்கே அந்த அறை வாசலுக்கு வலது கரையில் தொங்குகிறதே மானோடு பேசும் ஒரு பெண்ணின் படம், அந்தப் பெண்ணைப் போலத்தானே நித்யாவும் இருக்கிறாள். இன்னும் சில படங்களை அவளே

ஆக்கிரமித்திருந்தாள். அவற்றின் ஒன்றில் சிறு குழந்தையாய் கன்னங்களில் பால் வடியத் தாயின் மடியில் அமர்ந்திருக்கிறாள். இன்னொன்றில் அவள் படித்த இசைக் கல்லூரி வாசலில் சேலை கட்டியபடி நிற்கும் படம் நேற்றுத்தான் எடுத்ததுபோல் இருக்கிறது.

நித்யா எழுந்து வந்து தேவனுக்குப் பின்னால் நின்றாள். அவளுடைய மூச்சுக் காற்று அவன் காதோரம் பட்டபோது அவன் திரும்பிப் பார்த்தான்.

"உங்களுடைய படம்தான் சுவர் முழுதும் தொங்குறது. அதுதான் அலுக்காமல் பாத்துக்கொண்டிருக்கிறன்" என்றான்.

"அங்கே அக்காவும் அண்ணாவும், நடுவில நான். இது தேர்த் திருவிழாவில எடுத்தது, இது வேம்படியில சேர்ந்தபோது எடுத்தது, அங்கை, அப்பா முந்தி வைச்சிருந்த காருக்குமேலை ஏறி இருக்கிறன், இது வேல் விழாவில் எடுத்தது. அதிலும் அக்கா நிக்கிறா. அண்ணாதான் படம் எடுத்தவர். இது ஆர் சொல்லுங்கோ பார்ப்போம்? பள்ளிக்கூடத்து விளையாட்டுப் போட்டியில எடுத்தது."

நித்யா மூச்சு விடாமல் சொல்லிக்கொண்டே போனாள். தேவனும் அக்கறையோடு கேட்பதும் பார்ப்பதுமாயிருந்தான்.

"இது உங்களன்ர அம்மாவெல்லோ?" தேவன் இன்னொரு படத்தைக் காட்டிக் கேட்டான்.

"ஓமோம், அம்மாதான். இது ஒன்றுதான் அம்மா நிக்கிற தனிப்படம்." தேவன் அப்படத்தையே பார்த்தபடி நின்றான்.

"எப்பிடிக் கண்டுபிடித்தீங்கள் அம்மாவெண்டு?"

"அதிலை உங்களைத்தான் கண்டேன்" என்றான் தேவன்.

"நீங்கள் இதைப் பார்க்கல்லையே?" என்று ஒரு ஓவியத்தைக் காட்டினாள்.

"அடேயப்பா, மாலை நேரம், மலைகளுக்குப் பின்னால் மறையும் சூரியன். அழகாக இருக்குது" என்றான் தேவன்.

"இது நான் கீறினது" என்று சொல்லிவிட்டுச் சிறுபிள்ளை போல் குலுங்கிச் சிரித்தாள். தேவனும் அவளின் சிரிப்பில் கலந்துகொண்டான்.

“உங்களை வந்து காண வேண்டுமென்று திடீரென நினைச்சன். உடனே வெளிக்கிட்டு வந்திட்டன்” என்றான் தேவன்.

“நீங்கள் இண்டைக்கு என்னைக் காண வருவியளெண்டு என் உள்மனம் சொல்லிக்கொண்டிருந்தது.”

“நீங்கள் இப்போது பாடிய பாட்டிலிருந்து நானும் அதை உணர்ந்துகொண்டேன்.”

“இருங்கோ” நித்யா தேவனிடம் சுவரோரமாக இருந்த இருக்கையைக் காட்டிவிட்டுத் தானும் அருகிலிருந்த கதிரையில் இருந்தாள். அவன் நிமிர்ந்து பார்த்தபோது அப்போதுதான் விழிப்புக் கொண்டவள்போல் அவளும் அவனைப் பார்த்தாள். அன்று கச்சேரியின் முடிவில் பார்த்த அதே பார்வை. அடுத்து என்ன பேச வேண்டுமெனத் தெரியாதவர்களாய் மௌனமாய் இருந்தார்கள்.

சுவரில் சாத்தி வைத்திருந்த தம்புரா சிறிது சரிவதுபோல் தேவனுக்குத் தோன்றியது. அது விழுமுன்பே ஓடிப்போய்க் கையில் ஏந்தினான். கோவிந்தசாமி மாஸ்டரிடமும் ஒரு தம்புரா இருந்தது. அதை அவன் தொட்டதில்லை. தேவன் அன்றுதான் அப்படியொரு வாத்தியத்தை முதலில் தொட்டதால் மிகப் பக்குவமாக அதை அணைத்தெடுத்தான். அதன் தந்திகள்மீது தற்செயலாகப் பட்ட அவனின் விரல்கள் அதனைத் திடீரென உயிர்ப்பித்ததும் எழும்பிய நாதம் அறை முழுவதும் நிரம்பியது. அவன் சிறு பிள்ளைபோல் மிக ஆவலுடன் இன்னொருமுறை அதன் தந்திகளை மெதுவாய் மீட்டினான். அன்று நித்யாவின் விரல்களை முதன் முறை தொட்டபோது உண்டான உணர்வை அது நினைவுபடுத்தியது. இந்த இடம் அன்றிருந்த சூழலல்ல, அன்றுபோல் துணிவாக அவளின் விரல்களைத் தொடவோ கைகளை ஏந்தித் தன் கன்னத்தில் வைத்து அவற்றின் தண்மையில் நரம்புகள் சிலிர்க்க நிற்கவோ முடியாது. இது நித்யாவின் இல்லம்.

கையிலிருந்த தம்புராவை அவளிடம் நீட்டி, “எனக்காக இன்னொரு பாட்டு பாடுங்கோ” என்று கெஞ்சுவதுபோல் கேட்டான்.

“சரி, பாடுறேன். பாடத் துவங்கினதும் அது என்ன ராகமென்று சொல்லுவீங்களா?”

“ம்ம், எனக்கும் ராகம் என்னவென்று கண்டு சொல்ல விருப்பம்தான் ஆனால்?”

“என்ன ஆனால்?”

“நான் ராகத்தைப் பிழையாகச் சொன்னால் தண்டனை எதுவும் இல்லைத்தானே?”

“இங்கே சரி, பிழை என்று எதுவுமில்லை, தண்டனையும் கிடையாது. நீங்கள் இன்னொரு ராகத்தைச் சொன்னால் அதுவும் இசையை ஆராதிப்பதுபோலத்தான். ஒரு ராகத்தை நான் ஆலாபனை செய்கிறபோதும் நீங்கள் அதை அடையாளம் காண முயற்சிக்கிறபோதும் நீங்களும் நானும் ஆராதிப்பது இசை என்னும் நாதப் ப்ரம்மத்தைத்தான், இல்லையா?”

நித்யா என்ற ஒரு பெண்ணை நினைத்து மகிழ்ந்தாலென்ன அவளின் இசையோடு மனதைப் பிணைத்தாலென்ன அடிப் படையில் உணர்வு ஒன்றுதான். அதுதானா நம் இருவரையும் பிணைக்கும் நாதப் ப்ரம்மம்? அவள் ஏதோவொரு மாயத்தை நிகழ்த்துகிறாளென்றுதான் தேவனுக்குத் தோன்றியது.

நித்யா முன்வந்து தம்புராவைத் தேவனிடமிருந்து வாங்கினாள். அங்கே விரித்திருந்த கம்பளத்தில் அமர்ந்து மடியில் வைத்தாள். அவளின் விரல்கள் படவேண்டுமெனக் காத்திருந்ததுபோல் அதிலிருந்து சுருதி குதூகலமாய் எழுந்தது. தந்திகளை அவளின் விரல்கள் வருடினபோல் தெரியவில்லையே, தவழ்ந்தன போலல்லவா மயக்கம் தருகின்றன. தேவனின் கண்கள் அவளின் விரல்களோடு அலைந்தன.

நித்யாவின் இசைக்குக் கட்டியம் கூறுவதுபோல் எழுந்த தம்புராவின் நாதம் தேவனின் நரம்புகளில் தொற்றி ஜால வித்தை காட்டியது. மனதில் வேறு எந்த நினைவும் எழுந்து விடாமல் கட்டிப்போட்டுவிடும் மாயக் கயிறுதான் அவளின் விரல் நுனிகளில் ஜனிக்கிறதோ! தேவன் தன்னை மறந்தவனாய் எழுந்து வந்து, அவளருகே கம்பளத்தில் அமர்ந்தான். கைகள் குவிந்து மடியில் தவமிருந்தன. மூடிய நிலையில் கண்களும் செவிகளோடு கட்டுண்டு அந்தக் கந்தர்வ கானப் பிரவாகத்தில் ஆழ அமிழ்ந்தன.

10

தேவன் வீட்டுக்குத் திரும்பிக்கொண்டிருந்தான். நித்யா கடைசியாகப் பாடிய "காற்றினிலே வரும் கீதம்..." அவனோடு கை கோர்த்தபடி வந்துகொண்டிருந்தது. அவன் நடந்தபோது அவளின் காந்தக் குரலும் கூடவே நடந்தது. நின்றபோது அதுவும் அவனை அணைத்தபடி நின்றது. அதன் ரீங்காரம் தெருவில் ஓடும் வாகனங்களின் இரைச்சலையும் மீறிக் காதுக்குள் நுழைந்து காலின் மேல் காலைப் போட்டபடி உட்கார்ந்துகொண்டது. எத்தனை ஆயிரம் பேர் இதுவரை இந்தப் பாடலைப் பாடி யிருக்கிறார்கள். அவர்கள் ஒவ்வொருவரும் இந்த 'காலமெல்லாம்' என்ற சொல்லில் எப்படித் தங்கள் வாழ்வில் உணர்ந்த காதலை மீள நினைத்து உருகலாமெனக் காத்திருந்தவர்கள் போலல்லவா பாடினார்கள்? அந்த இனிய அவஸ்தையை அனுபவிக்கத்தானே அவளிடம் போனான்?

பின்னேரம் எல்லாரும் சேர்ந்து பிட்டும் குழம்பும் பழங்களும் சாப்பிட்டார்கள். சிறிது நேரம் பேசினார்கள். நித்யாவும் பெற்றோரும் போட்டிப் போட்டுக்கொண்டு தங்கள் குடும்ப விஷயங்களை தேவனுக்குச் சொன்னார்கள். தமது பிள்ளைகளில் மூத்த இருவரின் கொழும்பு வாழ்க்கையை அவர்கள் விபரித்தபோது அவன் வியப்பு மேலிடக் கேட்டுக்கொண்டிருந்தான். நித்யாவுடைய தகப்பனாரின் உத்தியோக வாழ்வும் அதனால், பலமுறை குடும்பத்தைப் பிரிந்திருக்க வேண்டி வந்ததையும் அவர் சொன்னபோது இப்படியானதொரு வாழ்வைத் தான் தெரிந்தெடுக்காமல் தடுத்ததற்குத் தனது தகப்பனுக்கு மனதில் நன்றி சொன்னான்.

தேவன் பஸ் தரிப்பிடத்தில் கண்ணை மூடியபடி நின்று, அப்பாடலைத் தன்னுள் மீள மீட்டிக்கொண்டிருந்தான். கூடவே அவளின் செவ்விதழ்கள் மெல்ல அசைந்து ஒவ்வொரு சொல்லாய் உதிர்த்துக்கொண்டிருந்த அதிசயத்தையும் வியந்தான். பஸ் அருகில் வந்து நின்றபோது அங்கே இறங்கியவர்கள் வழியில் நின்ற அவனைத் தள்ளிச் சென்றபோதுதான், இந்த உலகுக்கு வந்தான். அது அவன் ஏறவேண்டிய பஸ்தான். இதைவிட்டால் அன்றைய இரவு ஊருக்குத் திரும்ப இன்னொரு பஸ் கிடைக்கலாம், கிடைக்காமலும் போகலாம். கிடைக்காவிட்டால் போகட்டும்,

அடுத்த நாள் காலைவரை நித்யாவின் பாடலோடு ஒன்றிப்போய் இங்கேயே நின்றுகொள்ளலாம். ஆனால், வீட்டில் அம்மாவும் அய்யாவும் காத்திருப்பார்களே. எப்போதாவது, இரவு நெடு நேரமாகிய பின் தேவன் வீட்டுக்குத் திரும்பாவிட்டால் முத்துவேலர் சந்திக்கு வந்துவிடுவார். பிறகு சந்திக்கும் வீட்டுக்குமாக நடப்பார். வாசலில் வந்து நின்று தனக்குத்தானே நீட்டி முழக்கிப் பேசிக்கொண்டிருப்பார். வீட்டின் உள்ளேபோய் மரகதத்திடம், 'பிள்ளையை இன்னும் காணயில்லை' என்று குரல் கம்ம அறிவித்துவிட்டு, மீண்டும் வந்து வாசலில் நின்று அவன் வரும் திக்கைக் கவிந்த இருளூடாகக் கண்கள் கூசப் பார்த்துக்கொண்டிருப்பார். இடைக்கிடை, பிள்ளை எப்படியும் பத்திரமாக வந்துவிடுவெனென்று தனக்குத் தானே சமாதானம் செய்துகொள்வார்.

தேவன் பஸ்ஸில் ஏறினான். உள்ளே சன நெரிசல் எப்போதும் போலவே அதிகமாயிருந்தது. அது பெரிய ஆச்சரியமில்லை, பஸ்ஸில் இருந்தவர்கள் செய்ததுதான் அவனுக்குப் பெரும் ஆச்சரியமாகவிருந்தது.

உலகிலேயே உயர்ந்த இசையை எனக்கு இனியவள் பாடக் கேட்டுவிட்டு வந்திருக்கிறேன், இதென்ன இது, இவர்கள் தம்பாட்டுக்கு இருக்கிறார்களே, இவர்கள் என்னை ஒருமுறையாவது திரும்பிப் பார்த்தாலென்ன?

பஸ் ஓடிக்கொண்டிருந்தது. ஆங்காங்கே ஆட்கள் இறங்கிப் போனார்கள். அப்படியும் தேவனுக்கு இருக்க இடம் கிடைக்கவில்லை. நித்யாவின் இசையை மனதில் மீட்டியபடி பயணிப்பதற்கு நிற்கவோ இருக்கவோ இடம் கிடைக்கவேண்டிய அவசியம்தான் என்ன? ஆகாயத்தில் மிதந்தபடிதானே பயணிக்கப்போகிறேன்.

இப்போது எல்லாப் பயணிகளும் அவனை ஆச்சரியத்துடன் பார்த்தார்கள். இரவு நேர பஸ்ஸில் தன்பாட்டுக்குச் சிரிப்பும் பாட்டுமாக வருபவனை யார்தான் பார்க்காமலிருப்பர்?

தேவன் இன்னும் பலமாகச் சிரித்தான். நித்யாவோடு பேசிக் கொண்டிருந்ததில் நேரமாகிவிட்டது. ஆனால், எவரும் அவன் வேளையோடு வீட்டுக்குத் திரும்பவேண்டுமென்று நினைவுபடுத்தவில்லை. அதற்காக எவ்வளவு நேரத்துக்குத்தான் அங்கே நிற்பது? வாசலுக்கு வந்து நிதானமாகச் செருப்பை

மாட்டிக்கொண்டு முற்றத்தில் இறங்கினான். நித்யாவும் கூடவே இறங்கினாள். அது அவளுக்கும் அவனுக்குமாக ஒதுக்கப்பட்ட தனிப்பட்ட நேரமெனத் தீர்மானித்தவர்கள்போல் மாசிலாமணியும் மனைவியும் வரவேற்பறை வாசலிலேயே நின்றுகொண்டார்கள்.

“தேவன் போட்டு வாங்கோ, அய்யா, அம்மாவட்டை நாங்கள் விசாரித்ததாச் சொல்ல மறக்காதையுங்கோ” என்று தாயார் நினைவூட்டினார்.

“நிச்சயமாய்ச் சொல்லுவன். அதோடை உங்கள் அன்பையும் உங்கள் சமையல் ருசியையும்கூடச் சொல்ல மறக்க மாட்டன்” என்று சிரித்தபடி சொன்னான்.

அவனோடு வெளி வாசல் வரைக்கும் வந்த நித்யா, சுவரோடு சாய்ந்தபடி நின்றாள். தெருவோரத்து விளக்கொளியில் அவளின் புன்னகை ததும்பிய முகத்தைப் பார்த்தபடி நின்றான் தேவன். அவளிடம் உலகத்துச் சௌந்தரியம் அனைத்தும் புதைந்திருந்தது. மனதோடு எடுத்துச்செல்ல இதைவிடப் பெறுமதியானது வேறென்ன வேண்டும்!

தேவன் முதலில் அங்கே வந்தபோது நித்யாவிடம் ஏற்பட்ட வெட்கமும் பின் சிறிது நேரத்துக்குள் உண்டான துள்ளலும் அவன் எதிர்பார்த்திருந்ததுதான். ஆனால், அவளின் பெற்றார் காட்டிய அன்பையும் அக்கறையையும் அவன் அந்த அளவுக்கு எதிர்பார்த்திருக்கவில்லை. நித்யாவின் தாயார் ஓடியோடி அவனை உபசரிப்பதில் காட்டிய ஆர்வம் அவனைப் பெரிதும் சங்கடப்படுத்தியது மட்டுமல்லாமல் இவ்வளவு வரவேற்புக்குத் தான் தகுதியான ஆள்தானா? என்ற சந்தேகத்தையும் எழவைத்தது.

சிறிது நேரப் பழக்கத்திலேயே என்மீது அன்பையும் அக்கறையையும் காட்ட எப்படித்தான் இவர்களுக்கு முடிகிறது? ஏதோ பல காலமாகப் பழகிய உறவினர்கள்போன்று புதியவர்களோடு பேச்சாலும் செயலாலும் உறவை இறுக்கிக் கட்டிவிட எல்லாருக்கும் முடிந்துவிடுகிறதா? ஆனால் சிலருக்கு இது இயற்கையான குணம்போலும் என்று தேவன் நினைத்தான். வரவேற்பு அறையில் இருந்தவனைக் காணும் ஒவ்வொரு தடவையும் அவர்கள் முகத்தில் தோன்றிய பாந்தமும் நெருக்கமும் அவனை வியக்க வைத்தது. நாளைக்குத் தமது மகளை மணம் முடிக்கப் போகிறவனுடன் நடந்துகொள்வது போலல்லவா

இவர்கள் என்னை உபசரித்தார்கள் என்று எண்ணிய தேவனுக்கு ஒருபுறம் ஆச்சரியமும் அதே வேளை வெட்கமுமாகவிருந்தது. நித்யாவின் அன்பை யாசிக்கிற ஆரம்ப கட்டத்திலல்லவா நான் இருக்கிறேன். இவர்கள் என்னை இப்படி நடத்துவார்கள் என்று முன்பே அறிந்திருந்தால் வாசலில் நின்று ஒரு வார்த்தை மட்டும் பேசிவிட்டுத் திரும்பியிருப்பேனே. என்றாலும் இவர்கள் மனதை நோகடிக்கக் கூடாது என்பதாலல்லவா நானும் அவர்களின் போக்குக்கு இணங்கியவன்போல் காட்டிக்கொண்டேன். இப்படித்தான் இவர்கள் தம் வீட்டுக்கு வரும் எல்லாருடனும் பழகுபவர்களாக இருக்கலாம். இல்லையேல் உண்மையாகவே என்மீது இவர்களுக்கு இப்படியானதொரு வாஞ்சை அன்று சமுத்திர தீர்த்தத்துக்கு எங்கள் வீட்டில் வந்து நின்றபோது ஏற்பட்டிருக்கலாம். இல்லையேல் நித்யாதான் அவர்களிடம் தன் மனதைத் திறந்து காட்டியிருப்பாளோ? இங்கே வந்தாயிற்று, இனி யாரிடம் கேட்டு இந்தச் சந்தேகங்களைத் தீர்த்துக்கொள்வது?

"வந்தீங்கள் நிண்டு ஆறுதலாகப் போகலாம். கார் ட்ரைவர் உங்களுக்காகக் காத்திருக்கத் தேவையில்லை. காரை அனுப்பி விடலாம்" என்று மாசிலாமணி சொன்னதும், அதுவும் சரியென்றே தேவனுக்குத் தோன்றியது. வெளியே போய் அவரை அனுப்பிவிட்டு வந்தான். மிகுதியான நாள் முழுவதும் இப்படியே அவர்களின் அன்புப் பிடியில் கழியப்போகிறது என்ற எண்ணம் அவனைத் திக்குமுக்காட வைத்தது.

பெரும்பாலான நேரம் தேவனும் நித்யாவும் அர்த்தமற்ற எதையோவெல்லாம் பேசிக்கொண்டும் பேசச் சொற்கள் கிடைக்காத இடைவெளிகளில் சுவரிலுள்ள படங்களைப் பார்த்தும் கதிரையின் கைப்பிடிகளில் விரல்களால் தாளமிட்டபடியும் இருந்தார்கள். வாயால் பேசிக்கொள்வதால் மட்டுமா மனதில் எழும் பிரவாகத்தைப் பகிர்ந்துகொள்ள இயலும்? மௌனமும் பல வேளைகளில் சொற்களால் விபரிக்க இயலாத உணர்வுகளைப் பளிச்செனச் சொல்லிவிடுகிறதே.

"ம்... ம்" என்று எதையேனும் சொல்லி, அந்த மௌனத்தைக் குழப்பலாமென நினைத்தான்.

"என்ன, ம், ம்?" நித்யா துடுக்காகக் கேட்டாள்.

"ஒன்றைச் சொல்லலாமென நினைச்சன்."

“சொல்லுங்கோ, அதற்கேன் தயக்கம்?”

“நான் திடீரென்று வந்ததுக்கு உங்க அப்பா, அம்மா ஏதேனும் நினைக்க மாட்டினமோ?”

“நினைப்பினம், நினைப்பினம்” என்றாள் கண்களில் குறும்பு மிதக்க.

“நீங்களும்..?”

“ஓம், எல்லாரும்.”

தேவன் சந்தேகத்துடன் அவளைப் பார்த்தான். இவள் உண்மையிலேயே சொல்கிறாளா? அல்லது வேண்டுமென்றே அவனைச் சீண்டிவிடுகிறாளா? நித்யாவுக்கு அவனிடம் ஏற்பட்ட சங்கடம் உடனே விளங்கிவிட்டது.

“சும்மா சொன்னேன்” என்று கண்ணைச் சிமிட்டினாள். கைகள் தாமாகவே பின்னலை மார்பில் போட்டு அவிழ்க்கிறதும் பின்னுவதுமாக விளையாட்டுக் காட்டின.

“சும்மாவா?”

“ம்... ம்... சும்மாதான். நீங்கள் இண்டைக்கு என்னைக் காண வருவியளெண்டு ஏதோ என் மனத்துக்குள்ளை சொல்லிக்கொண்டிருந்தது என்று சொன்னனே நினைவிருக்குதோ?”

“அதற்குள்ளை மறந்துவிடுமா?”

இப்போது இருவரும் சிரித்தார்கள். சத்தம் கேட்டு நித்யாவின் தாயார் அடுப்படியிலிருந்து வெளியே எட்டிப் பார்த்துவிட்டு முகமெல்லாம் புன்முறுவல் பூக்கச் சென்றார் போலிருந்தது.

தேவன் வீட்டுக்கு வந்து சேர இரவு பத்து மணியாகி விட்டது. அய்யாவும் அம்மாவும் விறாந்தையிலிருந்து பேசிக் கொண்டிருந்தார்கள். இப்போதெல்லாம் தம்பிராசா பெரியய்யாவும் பொன்னுச்சாமி அப்பாவும் வந்து திண்ணையில் இரவிரவாக நடத்தும் சமாக்கள் குறைந்துவிட்டன. இதனால் பின்னேரப் பொழுதானால் அய்யாவும் அம்மாவும் குடும்பக் கதைகளைப் பேசிக்கொள்ள நிறைய வசதியும் நேரமும் இருந்தது.

வெளி வாசலில் கதவு கிறீச்சிட்டபோது அவர்கள் அதுவரை பேசிக்கொண்டிருந்த சங்கதி தடம்புரண்டுபோக தேவன்மீது கவனம் திரும்பியது.

“பிள்ளை வந்திட்டான், இனியெண்டாலும் நீங்கள் சாப்பிட வருவியள்தானே?” என்று மரகதம் முத்துவேலருக்கு இரவுச் சாப்பாட்டை நினைவூட்டினார்.

“சரியடியப்பா வந்திட்டன். என்னடா மோனை, போன காரியம் என்ன மாதிரி? என்று தேவனிடம் கேட்டார்.

“சும்மா ஒருக்கால் போட்டு வந்தனானன், அய்யா. எனக்கும் நித்யாவன்ர சங்கீதத்தில நல்ல விருப்பம். இன்னுமொருக்கால் கேக்கவேணுமென்று நினைச்சன். அதுதான் அம்மாட்டைச் சொல்லிப்போட்டுப் போனன்.”

“அதுக்கென்ன, அங்கை எல்லாரும் சுகம்தானே?”

“ஓமய்யா, உங்களையும் அவையள் நல்லா விசாரிச்சவை.”

“அப்ப, உன்னை நல்லாக் கவனிச்சவையள்தானே, மோனை?”

“ஓமம்மா, என்னை நல்லா கவனிச்சவை.”

நல்ல வேளை, வீட்டில் வரவேற்பு பயந்த அளவுக்கு இல்லை என்ற நிம்மதியுடன் தேவன் உள்ளே சென்றான். ‘பாப்பம், பிள்ளையட்டைப் பையப்பைய விஷயத்தை அறிய வேண்டியதுதான்’ என்று தன் மனதுக்குள் சொல்லிக்கொண்டு முத்துவேலரும் அவர்களைப் பின்தொடர்ந்தார்.

அடுத்த நாள் பொழுது விடிந்தது. சுகமான கனவுகளின் சுவடு கலையாமல் தேவன் வாசலுக்கு வந்தான்.

முற்றத்தில் வந்து நிற்கும்போது ஏதோ இனம் தெரியாத உணர்வுகளெல்லாம் அவனை வருடுவதுபோலிருந்தது. இதுவரை பெரிதாக எந்தப் பொறுப்பையும் சுமந்தறியாத வாழ்க்கையை வாழ்ந்தாயிற்று. எந்தப் பெண்ணையும் நிமிர்ந்து பார்த்துப் புன்னகைக்காமலும் வலியப் பேச்சுக் கொடுக்காமலும் இளமையின் அவஸ்தைகளைச் சமாளித்தாயிற்று. நண்பர்கள் சொல்லும் ருசிகரமான கதைகளைக் கேட்டு அவர்களோடு சேர்ந்து சந்தோஷித்துக் கழித்தாயிற்று. சினிமாக்களிலும் கதைகளிலும் இடம் பெறும் காதல் காட்சிகளை எட்ட நின்று ரசிக்கும் ஒருவனாகவே கடந்தாயிற்று. கதைகளில் வருவதுபோல் தானும் முகம் தெரியாத பெண்ணைக் காதலிக்கும் கனவுகளை இடைக்கிடை கண்டு களித்தாயிற்று. அடுத்த நாள் அதை நினைக்கும்போது இதெல்லாம் தற்காலிகமான மயக்கங்களே என்று தனக்குத் தானே சமாதானம்

சொல்லியாயிற்று. இப்போது இந்த நீண்டகாலத் தனிமை வாழ்வை நித்யா வந்து குலைத்துவிடுவாள் போன்றிருக்கிறதே என்று எண்ணிக் கிளுகிளுப்படைந்தான்.

இனி கோயிலில் கணக்கு எழுதும்போது நித்யா வந்து கதிரையை முன்னால் இழுத்துப் போட்டுக்கொண்டு உட்கார்ந்து விடுவாள். வயலில் எல்லாரும் கூட்டாக வேலை செய்யும்போது சேலை நுனியை எடுத்து இடுப்பில் செருவிக்கொண்டு வரம்பு மேட்டையும் கடந்து வந்து எல்லார் கவனத்தையும் கலைக்கப்போகிறாள். வீட்டுத் திண்ணைகளை அவளின் பாட்டுச் சத்தம்தான் நிறைக்கப்போகிறது. தனது அறைக்குள்ளும் விறாந்தைகளிலும் அடுப்படியிலும் கோடிப்புறத்திலும் வாசல் கதவடியிலும் அவள் ஒருத்தி மட்டுமே நின்று ஏதாவதொரு பாடலை முணுமுணுத்துக்கொண்டிருப்பாள். வருபவர்களை உபசரிக்கும்போதும் சிரித்தபடி வழியனுப்பும்போதும் சேலை காற்றில் பறக்க அவள் நிற்கும் அழகுதான் ஊரெல்லாம் ஒருமித்துப் பேசும் பேச்சாக இருக்கப்போகிறது. தெருக்களில் நடக்கும்போது வழியில் கும்பங்கள் வைக்காமலே வரவேற்புகள் தடபுடலாக இருக்கப் போகிறது. இனி நண்பர்களோடு கதைக்கவும் ஊர் உலாத்தவும் நேரம் அதிகம் இருக்காது. வானொலிப் பெட்டியை மூடிக்கட்டி வைக்கவேண்டியதுதான். சந்திக்குப் போவதற்குக்கூட அவளிடம்தான் முதலில் அனுமதி பெற்றாக வேண்டும். அவள் ஊட்டித்தான் சாப்பிடவேண்டுமென்ற நிலையும் வந்துவிடும்.

தேவன் தன்னை மறந்து உள்ளங்கையால் வாயைத் துடைத்துக் கொண்டான். இதுவரை அனுபவித்த தனிமை போய், இப்போது பக்கத்தில் துணையாக நித்யா நிற்பதுபோலிருந்தது. மனத்தில் அவ்வப்போது எழுந்து உபத்திரவம் செய்த தனிமைச் சுமை ஒரேயடியாக இறங்கிச் சென்றதுபோல் உடம்பெல்லாம் லேசாகி விட்டது. இதுவரை சங்கீத மாஸ்டரிடம் கற்ற பாடல்களை அன்றாடம் மனதில் மீட்டி இசையும் புலன் ஒடுக்கமுமாகத் திரிந்தவன் திடீரென்று இன்னொரு புதிய உலகில் நுழைந்துவிட்டாற்போல் மனமெல்லாம் துறுதுறுக்க நின்றான். முன்வாசலில் வந்து நின்றுகொண்டு இருபுறமும் நீண்டு கிடக்கும் தெருவைப் பார்த்தான். தெருவின் இரு எல்லைகளிலும் கண்ணுக்கெட்டாத தூரம் ஓவென விசாலித்தபடி கிடந்தது. வேலிகளில் பூவரசுகள் பூத்துக் கிடந்தன. வீட்டின் பின்னால் நித்யா வீட்டுக் கோடிப்புறம்போல்

மாவும் பலாவும் முருங்கையும் இயற்கையைப் போற்றித் திரு அகவல் பாடிக்கொண்டிருந்தன. நாலாபுறத்திலுமிருந்து கோயில் மணிகள் நாதம் எழுப்பின. குருவிகளின் கும்மாளம் காற்றை விலை பேசிக்கொண்டிருந்தது. காகம்கூட அன்று இனிமையாகக் கரைந்ததுபோலிருந்தது.

"மோனை..." திடீரென்று அம்மா வீட்டுத் திண்ணையிலிருந்து கூப்பிடுவது கேட்டது. தேவன் கனவு கலைந்து திரும்பிப் பார்த்தான். பெற்றவளால் உய்த்தறிய முடியாத ரகசியம் எதுவும் ஒரு மகனிடம் இருக்க முடியுமா? அவனைப் பற்றி எதுவும் அவளின் காதுக்கு எட்டாது போய்விடலாம். ஆனால், அவளுக்குக் கேட்காமல் அவனின் இதயம் துடிக்க முடியுமா? மரகதம் எப்படி அறிந்துகொண்டாள் வாசலில் நின்ற தேவனின் மனவோட்டத்தை? திரும்பிப் பார்த்த தேவனுக்குத் தாய் நின்ற தோற்றமும் அவள் முகத்தில் அரும்பி நின்ற அர்த்தம் நிறைந்த புன்னகையும் அதைக் காட்டிக்கொடுத்துவிட்டது. அம்மாவின் கழுத்தில் பெரிதாக நகைகள் எதுவும் இல்லை. ஒரு ஒற்றைச் சங்கிலி மட்டும் எட்டிப் பார்த்துக்கொண்டிருந்தது. தாலிக்கொடி அங்கேயே ஆணி அடித்து இறுக்கி வைத்ததுபோன்றுதான் சட்டையினுள்ளே மறைந்திருந்தது. காதில் கொஞ்சமாய் எண்ணெய் இறங்கியதோடு அப்போதும் மினுங்கிக்கொண்டிருந்தது. நூல் சேலையில் வயது வந்த அம்மன் போல் தேவன் கண்ணில் அவர் தோன்றினார்.

அய்யாவை இன்னும் கண்ணுக்கு நேராகச் சந்திக்கவில்லை. அவர் வீட்டினுள்ளேயும் கோடிப்புறமும் நடப்பதோ வழியில் குறுக்காகக் கிடக்கும் அதை, இதை எடுத்து அதற்குரிய இடத்தில் வைப்பதோ காதில் விழவில்லை. அவருக்குக் கோபம் வந்தால் மட்டுமே வீட்டில் சண்டமாருதமாக இருக்கும். அப்போது கையிலுள்ளதைத் தூக்கி எறிவார். அது வெற்றிலைத் தட்டாகவும் இருக்கலாம் தும்புக்கட்டையாகவும் இருக்கலாம். எறிந்த கையோடு அவரின் கோபமும் அடங்கிவிடும். அந்த வேளையாகப் பார்த்து எவரேனும் அவருடன் கதை கொடுத்தால் மட்டுமே அப்போதுதான் ஆரம்பித்த சண்டமாருதம் பெரும் பிரளயமாக உருவெடுக்க வாய்ப்புண்டு. இப்போது அந்தச் சத்தம் எதுவும் இல்லை என்பதைக் காணத் தேவனுக்கு ஆறுதலாகவிருந்தது. அய்யாவுக்கு தன்னில் கோபம் இல்லை, அத்துடன் தனது மனதிலுள்ளதை

அங்கீகரிக்கவும் அவர் தயாரில்லை என்பதை அதுவரை அவர் காட்டிய பயங்கர மௌனத்திலிருந்து அறிந்துகொண்டான். ஆனால், அம்மா எனக்கு ஆதரவாக இருக்கிறார். அந்த ஒன்றே எனக்கு வேண்டியது என்று தனக்குத் தானே சொல்லிக்கொண்டான்.

"என்னம்மா?" என்று கேட்டபடி அவளிடம் வந்தான்.

"அய்யா நேற்று ராத்திரி முழுதும் உன்னைப்பற்றித்தான் கதைத்துக்கொண்டிருந்தார்" என்று சொல்லிவிட்டுத் தலையைக் குனிந்துகொண்டாள்.

"ஏனம்மா, அவருக்குப் பிடிக்காததேனும் செய்திட்டனோ?"

"நீ அங்கை நல்லூருக்குப் போட்டு வந்திட்டியெல்லோ. இப்போதைக்கு அது போதும். ஆனால், அங்கை நெடுகிலும் போறது அவ்வளவு வடிவில்லை. அவையளும் என்ன மாதிரியான ஆக்களெண்டு எங்களுக்குத் தெரியாது என்றுதான் அய்யா யோசிக்கிறார்."

"அதுகள் நல்ல சனங்களம்மா. நல்லாப் படிச்ச குடும்பம். நித்யாவன்ர சகோதரங்கள் ரண்டு பேரும் கொழும்பிலை நல்ல வசதியாக இருக்கினம். என்னைக் கண்டால் அவையளும் மிச்சம் சந்தோசப்படுவினமெண்டு நித்யா சொன்னாள். அவளன்ர தாய், தகப்பனும் இப்பவே என்னைத் தங்கடை வீட்டிலை ஓராளாகத்தான் நினைச்சு நடக்குதுகள். நாளைக்குத் திடீரென அவையளைக் காணப் போகாவிட்டால் யோசிப்பினமெண்டு எனக்குத் தெரியும்."

மரகதம் மகனையே பார்த்துக்கொண்டிருந்தாள். 'அவன் மனதில் எவ்வளவு ஆசையைக் கட்டி வைத்திருக்கிறான்..? அய்யா ஈவிரக்கமில்லாமல் அவனை அங்கே போக வேண்டாமென்று தடுக்கப்பார்ப்பார்..? நான் இடையில இருந்து என்ன செய்யிறது?' தனது இயலாத் தனத்தை எண்ணி வருந்தினாள்.

"மோனை, இனியும் நீ அங்கை போகக் கூடாது என்று அவர் சொல்லயில்லை. நெடுகிலும் போகக் கூடாது எண்டுதான் சொன்னார். பிறகு உனக்கு மட்டுமில்லை, அந்தப் பெம்பிளைப் பிள்ளைக்கும் கூடாத பேர் வரக்கூடாதெல்லோ? அதுதான் எட்டத்திலையிருந்து பழகினால் போதும் என்று சொன்னார். அதோடை உன்ர மனதையும் நாங்கள் நோகடிக்கக் கூடாது, கண்டியோ?" - மரகதம்.

“ஓமம்மா, விளங்குது.”

“சரி, இப்போதைக்கு நீ ஒண்டுக்கும் யோசிக்காதை. அய்யாவும் உன்னோடை இதைக் கதைக்கப்போறயில்லை. நான் இருக்கிறவரைக்கும் உன்னைக் கலங்கவிட மாட்டன், மோனை, நீயும் அய்யாவோடை எதிரிகட்டாமல் இருந்தால் போதும்.”

தேவன் தாயைப் பார்த்தான். அய்யாவோடை நான் பிரச்னைப்படவேண்டி வரலாமென்று கவலைப்படுறார். அய்யாவின் மனதை எப்படியும் மாற்றப் பார்ப்பேன். அது அம்மாவுக்கு மட்டுமில்லை எனக்கும் மன ஆறுதல்தான்.

“வா மோனை, வெளியிலை போறதெண்டால் சாப்பிட்டுப் போ.”

தேவன் தாயைப் பின்தொடர்ந்து வீட்டுக்குள் சென்றான்.

11

கோடிப்புறத்தில் நின்ற தேவன் தங்கள் வீட்டுக்கு எங்கிருந்தோவொரு புதுக் களை திடீரென வந்துசேர்ந்துவிட்டதென நினைக்க ஆரம்பித்துவிட்டான். சுற்றவுள்ள எல்லாம் நேற்றுத்தான் முளைத்துக்கொண்டனபோல் தெரிகின்றன. மாசி மாதத்து வெக்கை கழுத்தில் ஏறி உட்கார்ந்துகொண்டதும் உறைக்கவில்லை. இதுவரை கண்ணிலும் கருத்திலும் படாமல் இருந்தவை இப்போது வாசல் படிக்குப் பக்கத்தில் முதல் முறை பூத்த ஒற்றைச் செம்பருத்திபோலக் கவர ஆரம்பித்துவிட்டன. தூரத்து வீடுகளின் கூரைகளுக்கு மேலாய்த் தென்னோலைகள் தொட்டு விளையாடுகின்றன. வேலியின் மேலே இரண்டு ஓணான்கள் நெடு நேரமாக ஒன்றையொன்று பார்த்தபடி இருக்கின்றன. குருவியொன்று ‘குக்குறூகுக்குறூ’ எனத் தனக்குப் பாடமான ஒரேயொரு காதல் கீதத்தை வழியெல்லாம் இசைத்தபடி செல்கிறது. பக்கத்து வளவுக்குள் சிறுமிகள் கீச்சி மாச்சித் தம்பளம் ஆடுகிறார்கள். அறுவடை முடிந்து உப்பட்டிகள் கட்டிக்கொண்டிருந்த பூமணியும் பெரிய தம்பியும் ஆளுக்காள் பரிமாறிக்கொண்டிருந்த வயற்புறத்துக் காதல் நினைவில் வந்து நெஞ்சை நிறைக்கிறது.

சின்னக் கட்டுக் கட்டிச்
சிங்காரக் கட்டுக் கட்டித்
தூக்கிவிடும் கொத்தனாரே
தூரக்களம் போய்ச் சேர.

கதிரறுத்துக் கிறுகிறுத்து
கண்ணிரண்டும் பஞ்சடைஞ்சு
சின்னக் கட்டுக் கட்டச்சொல்லிச்
சிந்துறாளே கண்ணீரை.

நெல்லடித்ததும் ட்ராக்டர்களில் வந்த வைக்கல் கோடிப்புறத்தின் மத்தியில் போட்டது போட்டபடி இருக்கிறது. அதனைக் கூட்டி அள்ளிப் போராக்க வேண்டும். பின்முற்றத்தில் காயப்போட்ட புளுக்கொடியலையும் ஒடியலையும் கவ்விக்கொண்டுபோகப் படையெடுக்கும் காகப் பரியலங்களைத் துரத்த வேண்டும். இந்தக் காரியங்களில் பதிந்திருக்க வேண்டிய அவன் மனம் நித்யாவின் வீட்டு வரவேற்பறையில் ஊஞ்சல் கட்டி ஆடிக்கொண்டிருக்கிறது.

கிணற்றடியில் குளிக்கப்போன நித்யா திரும்பிவரும்வரை காத்திருக்கிறான் தேவன். அங்கேயே மறைவில் நின்று உடுப்பு மாற்றி வீட்டுப் படிகளில் ஏறுகிறாள். 'பத்திரம், பத்திரம்' என மனம் பதறுகிறது. 'இவள் ஏன் மற்றப் பெண்களைப்போல் இல்லை?' என யோசனை ஓடுகிறது. சிரிக்கவேண்டிய தேவை இவளுக்கில்லை, அது நிரந்தரமாக முகத்தில் ஊறிப் போயிருக்கிறது. கோபிக்கவோ முறைக்கவோ தெரிந்திருப்பாளோ, அதையும் கேட்டுத்தான் அறிய வேண்டும் போலிருக்கிறது. என் நெஞ்சில் முகம் புதைக்கும்படியான உயரத்தில் இருக்கிறாள். துன்னாலைக் குயவனின் கையில் அகப்பட்ட செம்மண்ணாய் வழுக்கியபடி இறங்குகிறது இடுப்பு. மாசிலாமணியில் ஒரு சிறங்கை, அவரின் மனைவியில் ஒரு சிறங்கை எடுத்து இவளின் மேனி நிறத்தைக் கலந்திருப்பானோ பிரம்மா! கன்னத்தில் படர்ந்திருக்கும் ஈரத்தைத் தொட்டு அனுபவிக்க வேண்டும்போல் கைகள் துறுதுறுக்கின்றன. கண்ணிமைகளில் தொற்றி நிற்கும் நீர்த் திவலைகளை ஓடிப்போய்த் துடைத்துவிட வேண்டுமென்ற

அவசரம் எழுகிறது. அவிழ்ந்து புரளும் கேசத்திலிருந்து ஒழுகி நிலத்தில் விழும் நீர்ச்சொட்டுகளை எண்ண வேண்டுமென்ற அங்கலாய்ப்பு ஏற்படுகிறது. கிணற்றடி வாழை மடலுக்குள் புதைத்த குருத்து வெற்றிலையை உள்ளங்கையில் வைத்ததுபோல் நித்யா அன்று கன்னத்தில் தொட்டுச் சிலிர்க்கவைத்ததை நினைக்கிறான். அவன் கை தானாகவே தனது கன்னத்தைத் தடவிக்கொண்டது.

மாசிலாமணி நிற்கும் வேளைகளில் தனது உத்தியோக கால வரலாறுகளைச் சொல்லிக்கொண்டிருப்பார். கேட்பதற்கு இளம் வயதில் ஒருவர் அகப்பட்டுவிட்டால் முதியவர்களுக்கு உற்சாகம் பீறிட்டுக்கொள்ளுமாம். சிங்கள ஊரின் வனப்புகளைப் புகழ்வார். மலை நாட்டில் ரத்தம் குடிக்கும் அட்டைகளின் தந்திரத்தை விபரிப்பார், மட்டக்களப்புத் தமிழைப் பேசிக் காட்டுவார், கொழும்பு சாப்பாட்டுக் கடைகள் விற்கும் இடியாப்பத்தின் அளவையும் சாம்பாரில் மிதக்கும் முந்திய நாள் மரக்கறியின் ருசியையும் சொல்லிச் சிரிப்பார், கரிக்கோச்சியில் ஏறிக் கண்ணில் தூசி விழுந்ததைக்கூட அவர் சொல்ல மறக்கவில்லை.

தேவனோ, மாசிலாமணியின் பேச்சைக் கேட்பதுபோல் பாவனை பண்ணிக்கொண்டு மனதை அந்த வேளை நித்யா எங்கு நிற்கிறாளோ அங்கே அலையவிட்டிருப்பான். அவன் தகப்பனிடம் வளமாக அகப்பட்டுக்கொண்டதை நினைத்தால் அவளுக்குப் பாவமாக இருக்கும். அதனால் கையில் ஏதோ அவசரமான வேலை இருப்பதுபோல் அவர்கள் இருக்கும் வரவேற்பறையில் குறுக்கும்நெடுக்குமாக நடந்து போவாள். அப்போது ஏதேனுமொரு பாடலை மெல்லமாய் இசைத்தபடி செல்லுவாள். தானும் அங்கே இருக்கிறதைக் காட்டத் தாயாருடன் அளவுக்கதிகமாகவே சத்தம் எழுப்பிக் கதைப்பாள். இடையில் தகப்பனாருக்கும் எதையேனும் ஞாபகப்படுத்துவாள். "தேவன் என்ன குடிக்கிறீங்கள்?" என்று தாயார் அங்கே வந்து கேட்டால், தேவன் கேட்கிறதை நித்யாதான் கொண்டு வருவாள். மாசிலாமணியின் பிரசங்கம் கேட்பாரில்லாமல் காற்றில் கலந்துகொண்டிருக்கும்.

பின்னேரமானால் நித்யா, தேவனோடு கோயில்வரைக்கும் நடந்து வருவாள். இருவரும் வீதியின் மணலை அளைந்தபடி அர்த்தமின்றிப் பேசிக்கொண்டிருப்பார்கள். கடையில் ஐஸ்கிரீம் குடிப்பார்கள், கடலை வாங்கிக் கொறிப்பார்கள். "ஒரு பாட்டுப்

பாடு, அதை வழியெல்லாம் நினைத்துக்கொண்டு போகலாம்" என்பான். அவள் பாடுவாள். "பாடச் சொல்லிவிட்டு என்ர முகத்தைப் பார்த்துக்கொண்டிருந்தால் எப்படி?" என்று தேவனின் கன்னத்தில் இடித்துக் கேட்பாள். "பாட்டு எனக்கு ஏற்கனவே பாடம், உங்கள் முகத்தைத்தான் பாடமாக்கிக்கொண்டிருக்கிறேன்" என்பான். மாலை மங்கவும் அவள் புறப்படுவாள். "வீட்டை போறது பத்திரம், தெரு ஓரமாக நடந்து போகவேணும்" என்றெல்லாம் தேவன் புத்தி சொல்லுவான். "நான் சின்னப் பாப்பாதானே. ஏன் என்னைத் தூக்கிக்கொண்டுபோய் வீட்டில விடுறதுதானே" என்று சொல்லிவிட்டு, அவள் எழுந்து எட்ட நிற்பாள். அடுத்த கணம் அவன் தூக்க வருவான் என்பது அவள் அறிந்ததே. அன்றைக்குப் புதிதாக ஒரு கேள்வி கேட்டாள்.

"உங்களன்ர அய்யா, அம்மா என்ன சொல்லுகினம்?"

"அம்மாவுக்கு முழுச் சம்மதம். அம்மாட்டைச் சொல்லாமல் நான் ஒரு நாளும் இஞ்சை வாறதில்லை. அய்யாவுக்குச் சொல்ல வேண்டிய அவசியமில்லை. அவருக்கு முதல் நாளே தெரிஞ்சிடும். ஆனால், அவரோட நேரை கதைச்சால்தானே அவருக்குச் சம்மதமோ இல்லையோவெண்டு அறிஞ்சுகொள்ளலாம்."

"நான் அப்பா, அம்மாவோடை கதைக்கவில்லையா, அதைப்போலை நீங்களும் கதைக்கலாம்தானே?"

"அதுக்கு ஒரு காலம் வரும். அதைத்தான் காத்துக் கொண்டிருக்கிறன்."

இன்னும் எவ்வளவு காலத்துக்குக் காத்திருக்கவேண்டுமோ? அதே சிந்தனையோடு தகப்பனார் சொல்லும் காரியங்களை முழு விருப்பத்தோடு செய்து, அவரைத் தன் விருப்பத்துக்கு இசைய வைக்க முயல்கிறான். இப்போது அவருக்கும் சொல்லிவிட்டு நித்யாவைக் காண வரும் அளவுக்குத் துணிவு வந்துவிட்டதை நினைத்துப் பெருமிதம் அடைகிறான்.

இந்த இரண்டு வருடங்களிலும் நித்யாவை மாதமொரு முறையாவது சந்திக்கிறான் தேவன். அவளுடைய வீட்டுக்கு வரும் ஒவ்வொரு முறையும் ஏதோ புனிதமான காரியத்தைச் செய்வதுபோல் உணர்வு மேலிடுகிறது. அவளுடைய கச்சேரி ஊருக்குக் கிட்ட எங்கு நடந்தாலும் அங்கே போவதும், வீட்டுக்குத் திரும்பும் வழியில் அவள் பாடியதை மனதிலிருத்தி லயிப்பதும்,

சிலவேளை வழியை மறந்துவிடுவதும் வழக்கமாய்ப் போய்விடுகிறது. வெளியே போனால் ஏகாந்தத்தில் இருந்து வயற்புறத்தின் வெண் கொக்கையும் நாரையையும் ஆட்காட்டியையும் அழைத்துச் செய்தி அனுப்புவதுமாகப் பொழுது கழிகிறது. முத்துவேலரும் மகனுடைய போக்கு அன்றாடம் மாறிக்கொண்டு வருவதைக் கடைக்கண்ணால் கவனித்துவிட்டு, வீட்டில் அவன் இல்லாத வேளையில் மனதில் உள்ளதை மனைவியிடம் கொட்டித் தீர்க்கிறார்.

தெருவில் போகும் தெரிந்த பெண்ணைக்கூடத் திரும்பிப் பார்ப்பதைப் பொறுத்துக்கொள்ளாத சமூகத்தில் பிறந்த தேவன், நித்யா போன்ற ஒருத்தியின் காதலைப் பெற முடிந்ததென்றால் அது அம்மாவின் அன்பு இல்லாமல் நடந்திருக்காது. அவர் சொல்லும் ஆறுதல் வார்த்தைகள் இல்லையென்றால் தான் அய்யாவுக்குப் பயந்து ஒரேயடியாக ஒடுங்கிப்போய் இருந்திருப்பான். அம்மாவின் உதவியோடு அவரின் மனதை வென்றுவிடலாமென்ற நம்பிக்கை தேவனிடம் வேரூன்றுகிறது.

அம்மா தன்னிடம் மதிப்பு வைத்து வருகின்ற எல்லாருக்கும் ஏதோ ஒரு வகையிலாவது உதவுவதைச் சின்ன வயதிலிருந்தே தேவன் கண்டிருக்கிறான்.

“சேலேப் பிடவேய்” என்று கூவிக்கொண்டு ஒரு மலையாளத்து வியாபாரி வருவான். அவன் புதிசு புதிசாகப் பட்டு, பருத்தி, காடுவெட்டிச் சேலைகள்; சீத்தை, சாமோஸ், பப்ளினில் நிறம் நிறமாய்ச் சோளித் துணிகள்; உள்பாவாடைக்கு வெறும் வெள்ளையில் பப்ளின், காரிக்கன் துணிகள்; குழந்தைகளுக்கு வெல்வெட் துணிகள்; ஆண்களுக்குப் பட்டு வேட்டிகள், சாரங்கள், துவாய்கள் எனப் பலவற்றை ஜவுளி என்ற பெயரில் மடிப்புக் கலையாமல், பிசங்காமல் பொட்டளியாகக் கட்டித் தலையில் வைத்துக்கொண்டு வருவான். அம்மா அவனிடமிருந்த எதையும் வாங்குறாரோ இல்லையோ திண்ணையில் பொட்டளியை இறக்கி வைத்துவிட்டுத் தன்னுடைய மலையாளத் தமிழில் சுகம் விசாரித்துவிட்டுப் போவான். இவன் எங்களிலும்பார்க்க அழகாக யாழ்ப்பாணத் தமிழ் பேசுகிறானே! என்று அம்மா பிரமித்திருக்கிறார். இன்னொருவன் அம்மி பொளிகிறவன். அவன் தெருவால் வரும்போது “அம்மி பொளியல்லையோ அம்மி” என்று கூவிக்கொண்டு வருவான். அம்மியைப் பொளிய

அவசியம் இல்லாவிட்டாலும் 'பாவமெண்டு' அவனுடைய பசிக்கு ஏதேனும் கொடுத்து அனுப்புவார் அம்மா. இப்படியே பித்தளைப் பாத்திரத்துக்கு ஈயம் பூசுகிறவன், காண்டம் வாசிக்கிறவன், கதிர்காமத்துக் கோடலிச் சாமியார், தண்ணீர்ப் பந்தலுக்குக் காசு சேர்க்கும் சாப்பிட்டு நாலுநாள் போன்றவன், குடுகுடுப்பைக்காரன், பக்கத்து ஊர்ச் சாத்திரி என ஏராளமானோர் அம்மாவின் தயவு இல்லாதுபோனால் வாழ்வது கஷ்டம் என்னுமாப்போல் வந்துபோவார்கள். இவர்களைப் போன்றே சில உள்ளூர்க்காரர்களும் இருந்தார்கள். அவர்களின் வருகைக்கு இரவு, பகலென்று கிடையாது. அற் ஹோம், சாமத்தியச் சடங்கு, கரணவேதன விஞ்ஞாபனம், வீடு குடிபூரல், தாலி கட்டுப் போன்ற கொண்டாட்டங்களுக்கு அழைக்கிறவர்களும் கோயில் திருவிழா, விளையாட்டு விழா, வாசகசாலைக்கு நிதி என்று வருகிறவர்களும் சும்மா வருகிறவர்களும் வாயால் தோரணம் கட்டித் தொங்கவிட்டுப் போவார்கள். இந்த எல்லார் பெயரையும் ஒரு கடதாசியில் எழுதிவைத்தால் அம்மா எழுதுவது நாலு பக்கமாவது வரும். ஆனால், எல்லாமாக இரண்டு பேருக்கு மட்டும் அம்மா இருக்கும் திண்ணையிலும் மனதிலும் விசேட இடமிருந்தது.

கலட்டியிலிருந்து வரும் எண்ணெய்க்காரச் சின்னாச்சிக்கும் அம்மாவின் வயதுதான் இருக்கும். அவர் வரும் ஒவ்வொரு முறையும் அடுப்படியிலிருக்கும் பழைய சாராயப் போத்தல் நிறைய நல்லெண்ணையும் பூவரசம் இலையால் எடுத்துக் கொடுக்கும் எள்ளுருண்டையும் வாங்காமல் விட மாட்டார். சின்னாச்சி நடந்து வந்த களைப்புத்தீரத் தேத்தண்ணியும் குடித்து வெற்றிலையும் சப்பி ஊர்க்கதைகளையும் அலம்பிவிட்டுத்தான் போவார். அம்மா கொடுக்கும் காசைக் கொட்டைப் பெட்டிக்குள் வைத்த கையோடு அதன் உள்ளேயிருந்து ஒரு புகையிலைத் துண்டையும் எடுத்து வாய்க்குள் வைத்துக்கொள்வார்.

தேவமலர் எப்போ அம்மாவிடம் வருகிறாளோ, அப்போதே வீடும் அவர்களுடன் சேர்ந்து கலகலக்கத் துவங்கிவிடும். அவள் தெரு வாசலைக் கடந்து முற்றத்தில் இறங்கும்போது திறந்துகொள்ளும் வாய், அதே வாசலால் திரும்பப் போகும்போதுதான் மூடிக் கொள்ளும். முதல் கிழமை அள்ளிக்கொண்டுபோன அழுக்கு உடுப்புகளைத் தோய்த்து மடித்துச் சேலையொன்றில் சுற்றிக்

கொண்டுவந்து திண்ணையில் இறக்கிவைப்பாள். தேவனின் பழைய பள்ளிக்கூடக் கொப்பியில் அந்தந்தக் கிழமை போட்ட உடுப்புகளை அம்மா எழுதி வைத்திருப்பார். அதிலுள்ளதை அவர் ஒவ்வொன்றாக வாசிக்க, தேவமலரும் 'ஓமோம், இந்தாங்கோ' என்று சொல்லி எடுத்து வேறாக வைப்பாள். அவற்றை உள்ளே கொண்டுபோய் வைத்த கையோடு, கொடுக்கவேண்டிய கூலியையும் அம்மா அவளின் கையில் கொடுப்பார். அத்தோடு தொழில் சம்பந்தமான கொடுக்கல், வாங்கல் கணக்குகள் சரிபார்க்கப்பட்டுக் கொடுப்பனவும் முறையாக நிறைவேற்றப்பட்டுவிடும்.

தேவமலரும் அம்மா கையில் கொடுத்ததை எண்ணிப் பார்ப்பதில்லை. அது சில்லறைகளாகவும் இருக்கும், நோட்டுகளாகவும் இருக்கும். பெரும்பாலும் இரண்டு ரூபா நோட்டு. வாங்கிய கையோடு சேலை நுனியில் முடிந்து இடுப்பில் செருவிக்கொள்வாள். இவ்வளவு உடுப்புக்கு இவ்வளவு காசென்று கிடையாது. எவரும் கேட்டு வாங்கிக்கொள்வதில்லை என்ற சம்பிரதாயம் ஒருபுறம். ஆனால், அம்மா மற்றவர்கள் கொடுப்பதிலும் பார்க்கக் கூடுதலாகவே கொடுப்பார். அது தேவமலருக்குத் தெரியும். இனிமேல்தான் இருக்கிறது அவர்கள் வைக்கப்போகும் சங்கம்.

ஊர்க்கதைகளைக் காவிக்கொண்டுவந்து சொல்லும் வழக்க மெல்லாம் தேவமலரிடம் கிடையாது. அவள் அம்மாவோடு கதைப்பதெல்லாம் தங்கள் இருவரைப்பற்றியதாகவே இருக்கும். அம்மாவுக்கும் தனது சொந்த விருப்பு வெறுப்புகளைப் பேசி மனதிலிருக்கும் பாரத்தைக் குறைக்க ஒரு நம்பிக்கையான சீவன் தேவைப்பட்டது. தேவமலரின் தொடர்பு ஏற்பட்டதும் இவர்களுக்கிடையில் அப்படியொரு பந்தம் உருவாகிவிட்டது. இவ்வளவுக்கும் இரண்டு பேருக்கும் வயதில் பெருமளவில் இடைவெளி இருந்தது. எப்படி இந்த ஒட்டுறவு உண்டானது என்றதுதான் விசித்திரம்.

இப்போ கொஞ்ச நாட்களாகக் கல்யாண புரோக்கர்களும் தேவன் வீட்டில் எட்டிப்பார்க்க ஆரம்பித்திருக்கிறார்கள்.

அதற்குள் தாயார் படுக்கையில் விழுந்து ஆறு மாதத்துக்குள் பிரிந்துபோனது தேவனை ஒரேயடியாக நிலைகுலையச் செய்து விட்டது.

12

முத்துவேலருக்கு ஒரு காலமும் விளங்காத சங்கதிகளில் இந்தக் காலத்துக் காதலும் ஒன்று.

தேவன் துவக்கத்தில் நித்யாவின் பாட்டில் மயங்கினதும் பிறகு பையப்பைய அவளின் வடிவில் மயங்கினதும் கண்ணன், ராதையில் வைத்திருந்த மையல் போலத்தானே?

அந்தக் காலத்து மக்கள் காரணமில்லாமலா தெய்வங்களைக் கதாபாத்திரமாக்கி அவர்களைச் சுற்றி எண்ணற்ற கதைகளைச் சோடித்தார்கள்? அவர்களுக்குள் காதலும் ஊடலும் கல்யாணமும் நிகழ்வதுபோல் கதைகளைப் பின்னிக் காட்சிப்படுத்தினார்கள்? பிரசங்கங்களும் கதைகளும் நாடகங்களும் சினிமாக்களும் புனைந்தார்கள்? அது ஒரு காலம் என்றில்லை, இன்றும் அதையே அலுக்காமல், முடிவில்லாமல் செய்துகொண்டிருக்கிறார்கள்.

இவற்றுக்கெல்லாம் அவசியம் இருக்கிறதோ இல்லையோ ஆணையும் பெண்ணையும் வேறெந்த நோக்கத்தில் படைத்தான் இறைவன்? அந்த நோக்கம் அவன் விருப்பம்போல் தொடர்ந்து நிகழ்ந்துகொண்டிருக்க வேண்டும். அப்படி நிகழாவிடில், அப்படி யென்ன பாதகம் நேர்ந்துவிடும்? பொல்லாத மழை பெய்வதால் பாதகம் ஏற்படுவதுண்டு, மழையே பெய்யாமலிருந்தால் அதுவும் பாதகம்தானே! அதைப் போன்றதுதான் ஆணும் பெண்ணும் சேர்ந்து வாழ்வது, அதற்கு முதற்படியாகக் காதல் கொள்வது. அது பொல்லாத மழைபோல் இருக்கக் கூடாது மழையே இல்லாதது போலவும் இருக்கக் கூடாது. மழை பெய்யவும் வேண்டும் ஜீவராசிகள் பயன்பெறவும் வேண்டும். அவ்வாறுதான் காதலும் பேணப்பட வேண்டும்...

முத்துவேலர் சாய்மனைக் கதிரையில் சாய்ந்து முகட்டைப் பார்த்தபடி யோசனையில் ஆழ்ந்திருக்கிறார். முகடு அப்படியே தான் இருக்கிறது. ஆனால், புதிதாய் ஏதோ அங்கே வந்து உட்கார்ந்திருப்பதைக் கண்டவர்போல் கண்களை ஓடவிட்டுக் கொண்டிருக்கிறார். உட்திண்ணையில் விழும் மின்விளக்கின் ஒளி சாத்திக்கிடக்கும் வாசல் கதவுக்கூடாக வெளி விறாந்தையில் விழுகிறது. அந்தப் பிசுக்குப் பிடித்த மாலை நேரம் அழு

மூஞ்சியாய்ச் சோர்ந்திருக்கிறது. இரு வீடுகள் தள்ளிக் குழந்தையொன்று 'ஓ'வென்று அழுது அடம் பிடிப்பதும், அதன் தாய் 'சூச்சு சூச்சூ பாபாபா' என்று சமாதானப்படுத்தித் தூங்கவைக்க முயல்வதும் வேலிதாண்டி வந்து கேட்கிறது. தெருவோரம் இன்னும் பல வீடுகளில் தாலாட்டுப் பாடாமலே எல்லாரும் தூங்கிவிட்டார்கள் என்று எண்ணவைக்கும் அமைதி தெருவையும் தெரு நாய்களையும் தூங்கவைத்தது. தூக்கமென்ற வரத்தைப் பெற்றவர்கள் தூங்கிக்கொள்ளட்டும். முத்துவேலர் வாவென்று கூப்பிட்டாலும் வர மறுத்தது தூக்கம். அதனால் முகட்டோடு பேசிப் பொழுதைப் போக்குகிறார்.

மரகதம் இருந்தவரைக்கும் இந்த வீடும் வளவும்தான் அவளோடை ராச்சியம். அவளன்ர விருப்பத்துக்கு மாறாக ஒரு காரியமும் இஞ்சை நடந்தது கிடையாது. வீட்டிலை மட்டுமில்லை, ஊரிலையும் என்ன நல்லது கெட்டதுக்கும் அவளட்டை வந்து கதைச்சுப்போட்டுச் செய்யிற ஆக்களும் இருந்தினம். 'நாங்களெல்லாம் ஆரோவே' என்று சொல்லி எல்லாரையும் உறவு கொண்டாடிக் கையுக்குள்ளை போட்டுக்கொள்ளுவாள். அவளை வருத்தம் பாக்கவெண்டு வந்த சனங்களைக் கேட்டால் தெரியும் அவளுக்கு ஊரிலை இருந்த மதிப்பும் மரியாதையும். அவள் கொஞ்ச நாளாத்தான் காய்ச்சலாய்க் கிடந்தவள். அது கடைசியிலை நியூமோனியா ஆக்கினதோடை ஒரு கிழமைக்குள்ளை என்னை விட்டுட்டுப் போய்ச் சேந்திட்டாள். ஊர்ச் சனமெல்லாம் வந்து அழுது குளறிச்சுதுகள். அவளட்டை நெடுக ஓடி வாற ராசலச்சுமி எண்ட பாத்தியடிப் பெம்பிளை, அவள் பட்ட பாட்டைப் பாத்தாப் போலைதான் தெரிஞ்சுது ரண்டுபேரும் எப்பிடி ஐக்கியமா இருந்தவையளெண்டு. அவை அடுப்படிக்குள்ளையிருந்து சகோதரங்கள்போலை நெருக்கமாக் கதைக்கிறதை நானும் சிலவேளை கேட்டிருக்கிறன். மரகதத்துக்கு வருத்தம் வந்து ஆறு மாதமா அந்த ராசலச்சுமிதானே இஞ்சை வந்து அவளன்ர காரியமெல்லாம் பாத்தவள். சுடுதண்ணி வைச்சாலென்ன, குளிக்க வார்த்தாலென்ன, உடுப்புகள் தோய்ச்சுப் போட்டாலென்ன, எனக்குமாச் சேர்த்துச் சமைச்சு வைச்சாலென்ன அவள் வந்து கருமம் பாத்தபடியால்தானே நானும் என்ர பாட்டைப் பாக்கப் பொழுது கிடைச்சுது.

மரகதம் இப்பிடித் திடீரெனப் போனது முத்துவேலரை உலுப்பி எடுத்துவிட்டது. அவளின் முதல் துவசம் போன கார்த்திகை விளக்கேட்டோடு வந்து போனது. அவள் இப்ப

இருந்திருந்தால் அவர் இப்படி முகட்டைப் பார்த்தபடி மூளையை விட்டுக்கொண்டிருக்கத் தேவையில்லை. எந்தப் பிரச்னையைப் பேசத் துவங்கினாலும் 'எல்லாத்தையும் சாப்பிடுற நேரம் கதைக்கலாம்' என்று சொல்லிவிடுவாள். சாப்பிடும்போது அவள் முத்துவேலரைக் கதைக்கவிட்டதாய்ச் சரித்திரமே இல்லை. அவள்தான் பொலுபொலுவென்று வாய் ஓயாமல் கதைத்துக்கொண்டிருப்பாள். முத்துவேலர் இடையில் குறுக்கிட்டு ஒரு சொல்லாவது சொல்லாவிட்டாலும் தலையையாவது ஆட்டுவோமே என்ற எண்ணம்கூட இல்லாமல் சாப்பாட்டில் கவனமாக இருப்பார். சாப்பாடு முடிந்ததென்றால் கதையும் முடிந்ததென்று அர்த்தம். அதாவது மரகதத்தின் கதை. அதற்குள் முத்துவேலர் எந்த முடிவும் எடுத்திருக்க மாட்டார், அவள்தான் ஒரு முடிவை எடுத்திருப்பாள். அப்படித்தான் ஒவ்வொரு முறையும் ஒவ்வொரு பிரச்சனைக்கும் சாப்பாட்டு நேரத்தில் ஒரு பக்க விசாரணை நடந்து தீர்ப்பு எழுதப்பட்டுவிடும். முத்துவேலர் ஒரு சொல் சொல்லாவிட்டாலும் சம்மதம் கொடுத்ததாக ஏற்கப்பட்டு பிரச்னைக்குத் தீர்வு கண்டுபிடிக்கப்பட்டுவிடும் அவரும் மூலக் கொதியோ தலையிடியோ வந்து சீவனை வாங்காமல் தப்பிக்கொள்வார்.

இப்போது மரகதம் இல்லை, சாய்மனைக் கதிரை மட்டும் இருக்கிறது. பார்த்தபடி யோசிக்க முகடும் இருக்கிறது. முத்துவேலர் அதைத் தவிர வேறு எதுவும் செய்யத் தெரியாமலிருக்கிறார்.

தேவன் இந்த ரண்டு, மூண்டு வருசமா நித்யாவில விருப்பம் வைச்சுக்கிறானெண்டது எனக்கு நல்லா விளங்குது. அவள் என்ன வடிவான பெம்பிளைப் பிள்ளை. தேவன் மட்டுமென்ன சில்லறையான ஆளோ. ரண்டு பேரும் கண்ணனும் ராதையும்போலை நல்ல பொருத்தம். அந்த விஷயத்திலை நான் எப்பனும் குறை சொல்ல மாட்டன். ஆனால், பாட்டுக்காரியை வீட்டு மருமகள் ஆக்கினால் வீடு முத்தாப் பாட்டுத்தான் கேட்டுக்கொண்டிருக்கும். பிறகு திருவிழா, கச்சேரி, கொண்டாட்டம் எண்டு போய்க்கொண்டிருப்பினம். அங்கை இசை விழா நடக்குது, அதிலை பாடச் சொல்லி வந்து கேப்பினம். பள்ளிக்கூடத்திலை படிப்பிக்க வேணுமெண்டும் போகக் கூடும். பிறகு அவளையும் சரி, தேவனையும் சரி, கண்ணிலை கடையிலை காணேலாது. கொட்டிலிலை எரு அள்ள வேணும், வயல் வெட்டையிலை ஒரு கை குறைஞ்சால் ஓடி வந்து உதவ

வேணும், சூடு அடிக்க வேணும், வாய்க்கு ருசியாச் சமைச்சுத் தர வேணும், வீட்டுக்கு வாறாக்களை ஆளறிஞ்சு பழக வேணும் இதெல்லாம் பாட்டுக்காரியால செய்யக்கூடிய காரியமோ? இதைச் சொன்னால் பிள்ளை கவலைப்படுவான், தன்ர விருப்பத்துக்கு எதிராக் கதைக்கிறனெண்டு என்னோடையும் ஒரேயடியாக் கதையாமல் விட்டிடுவான். அதுக்காக என்ர மனதிலை இருக்கிற ஞாயத்தையும் சொல்லாமலும் இருக்கேலாது. ஆனால், எப்பிடிச் சொல்லி அவன்ர மனதை மாத்திறது எண்டதுதான் இப்ப எனக்கு இருக்கிற ஒரே கஷ்டமான காரியம்.

எட மோனை, உன்ர அம்மா எப்பிடியெல்லாம் இந்தக் குடும்பத்துக் காரியங்களைத் தட்டத் தனியச் செய்து காட்டினாள் தெரியும்தானே. அவளன்ர இடத்துக்கு ஒரு ஆள் வேணும். இதுதான் என்ர விருப்பம்." இப்பிடி அவனுக்கு ஒருக்கால் சொல்லிப்போட வேணும்.

வேளாண்மை எங்கடை குடும்பத்துக்குப் பரம்பரைத் தொழில். இந்த வீடும் வயலும் காணிகளும் பரம்பரைச் சொத்துகள். என்னை நம்பியிருக்கிறது எத்தினை தொழிலாளச் சனங்களெண்டு ஆருக்கும் தெரியுமோ? அதுகளன்ர சீவியத்துக்கு நான் செய்யிற தொழில்தான் சோறு போடுது. இதையெல்லாம் அழிய விட்டிட்டுக் கோயில் திண்ணைகளிலை இருந்து கச்சேரி வைக்கிறதாலை வாற ஐஞ்சு, பத்தை வாங்கிக்கொண்டு வர வேணும். இதுதானே உங்கடை விருப்பம். இதைப்போலை அறிவு கெட்ட கதையை என்ர சீவியத்திலை நான் கேக்கவேயில்லை.

தேவன் பெடியன் ஒண்டில் நான் சொன்ன இடத்திலை சடங்கு செய்து இப்ப உள்ளமாதிரித் தோட்டம் துரவெண்டு சீவியப்பாட்டைப் பாத்து வீட்டோடை இருக்க வேணும். இல்லை, நான் பாட்டுக்காரியைத்தான் கட்டுவனெண்டு ஒற்றைக் காலிலை நிண்டானெண்டால் என்ர வீட்டுத் திண்ணையையும் மிரிக்க வேண்டாம், என்ர செத்த வீட்டுக்கும் வர வேண்டாம். சொல்லிப்போட்டனெல்லோ, இனி உந்த அரைச் சதத்துக்கு உதவாத ஞாயமெல்லாம் என்னோடை கதைச்சு மினைக்கெடுறதிலை வேலையில்லை.

அடுத்தது என்னெண்டால், தேவன் பயலட்டை ரண்டிலை ஒண்டு முகத்துக்கு நேரை கேட்டுப் போட வேணும். சொன்னாப் போலை, அடுத்த நாயிற்றுகிழமைதானே ஏதோ அலுவலா

கொழும்புக்கு போறான் என்று சொன்னான். இண்டைக்கு வெள்ளிக்கிழமை. வெள்ளியோடை வெள்ளி எட்டு, சனி ஒம்பது, ஞாயிறு பத்து. ஓம், எல்லாமா பத்து நாள் கிடக்கு. போட்டு வருமட்டும் வாயைப் பொத்திக்கொண்டு இருப்பம். வந்தவுடனையும் பிரச்னை கிளப்பக் கூடாது. வீட்டிலை இருக்கிறது நானும் அவனும்தான். அவசரப்பட்டு அவனைப் பகைச்சால் பிறகு நான் சுவரோடைதான் கதைக்கவேண்டி வரும். எங்களுக்கு இப்பவும் சமைச்சுத்தாற ராசலச்சுமி வாய் திறவாத பெம்பிளை. இவளை விட்டால் இனசனத்துக்குள்ளை இப்பிடியான ஆளைக் கண்டுபிடிக்கிறது வலு கஷ்டம். ஆளும் மிச்சம் நம்பிக்கையான பெம்பிளைதான். அதுக்காக அவள் வீட்டிலை நிக்கிற நேரம் எங்கடை குடும்பத்து இட்டல், இடைஞ்சல்களையோ பிரச்னைகளையோ கதைக்கக் கூடாது.

அது சரி, தேவன் ஏன் அந்தப் பெடிச்சியோடை கொழும்புக்குப் போகப்போறனெண்டு ஒற்றைக் காலிலை நிக்கிறான்? ஒரு நாளும் இப்பிடிப் பிடிவாதமாய் ஒண்டையும் கேட்டிருக்க மாட்டான். ஆனால், பெடியன் பாவம், பிறந்து வளந்து எங்கடை ஊரைவிட்டு அங்காலை இஞ்சாலை போனது கிடையாது. நானும் ஒண்டும் விளங்காதவன். மற்றத் தேப்பன்மாரைப் போலை அவனை நாலு இடத்துக்குக் கூட்டிக்கொண்டு போகாமல் எந்த நேரமும் வீட்டுக்குள்ளை வைச்சிருந்திட்டன். ஒருக்கால் அவனைச் சாமான் சட்டி வாங்க யாப்பாணத்துக்குப் போனபோதெண்டாலும் கூட்டிக்கொண்டு போகயில்லை. அப்ப ஒருக்கால் பள்ளிக்கூடத்தோடை எங்கையோ காட்டுப்பக்கம் போட்டு வந்தான். வந்த கையோடை பிள்ளைக்குக் காய்ச்சல் பிடிச்சிட்டுது. தாயும் நானும் நல்லாப் பயந்து போனம். அதோடை அவனை வெளியிலை விடுறதெண்டால் ஆயிரத்தெட்டுத் தரம் யோசிப்பம். ரண்டுமுறை நல்லூர் திருவிழா பாக்கப் போனான். உதிலை இருக்கிற ஊர்தானே என்று போட்டுவாடா மோனை என்று சொல்லி அனுப்பினம். அவனுக்கும் வலு சந்தோசம். அப்ப இருந்து சங்கீதம் படிக்கிறதுக்கு சைக்கிளிலை அல்வாய்க்குப் போட்டு வாறான். வேறை ஒரு இடமும் அனுப்ப மனம் வராதாம். இப்ப இருவத்தினாலு வயதாகுது எண்டாலும் இப்பவும் சின்னப்பிள்ளை கணக்கிலைதான் சீராட்டிக்கொண்டிருக்கிறன். மகனை விட்டால் எனக்கு வேறை ஆர் இருக்கினம்? கெதியிலை அவனுக்கு நல்ல பெடிச்சியாய்ப் பாத்துக் கட்டிக் கொடுத்து

வீட்டோடை வைச்சிருக்க வேணும். அதுக்கிடையிலை உந்தப் பாட்டுக்காரியன்ர சகவாசத்தையும் ஒட்ட நறுக்கிப்போட வேணும். அதுக்குப் பிறகு அவன் அவளன்ர திக்கிலை தலை வைச்சும் படுக்கக் கூடாது.

தேவன் பெடியன், அந்தப் பெடிச்சியோடைதான் கொழும்புக்குப் போறானெண்டால் தானாய் அதைச் சொல்லிப்போட்டுப் போகட்டும். சொல்ல விருப்பமில்லையெண்டால் ஆரோடை, ஏன் கொழும்புக்கு போறையெண்டு கேட்டுச் சண்டித்தனம் பண்ணுறதும் உறவுக்குப் பகை. இந்தக் காலத்துப் பெடியளை வலு பக்குவமா விட்டுப் பிடிக்க வேணும். ஒரேயடியாப் பாய்ஞ்சு விழக் கூடாது. நாளைக்கு அவளைத்தான் கட்டுவனெண்டு பிடிவாதம் பிடிச்சால் என்ர பக்கத்து ஞாயத்தைச் சொல்லுவன். அவன் நான் பெத்து வளத்த பிள்ளை. நான் சொல்லுறதை ஓரளவுக்கெண்டாலும் ஊண்டி யோசித்துப் பார்ப்பான். அய்யாவும் வீடும் வளவும் கையிலையிருக்கிற தொழிலும் ஊரிலை இருக்கிற மானமும் நாசமாப் போகட்டும் எண்டு நினைச்சானெண்டால் அந்தப் பாட்டுக்காரியைக் கட்டிக்கொண்டு கஷ்டப்படட்டும் நான் குறுக்கை வரப்போறதில்லை.

என்ன சொன்னனான்? தேவன் தன்ர விருப்பத்துக்கு அவளை முடிக்க நான் கையைக் கட்டிக்கொண்டு பாத்துக்கொண்டிருக்கிறதோ? அது மட்டும் நடக்காது. மாயவனாணை அந்த மாதிரிச் சீர்கேடு என்ர குடும்பத்திலை நடக்க நான் சீவன் இருக்கிறவரைக்கும் விட மாட்டன். எங்கை பாக்கட்டும். அப்பன்ர சொல்லு பெரிசோ அவன்ர காதல் கோதாரி பெரிசோவெண்டு.

முத்துவேலர் யோசித்தபடியே கண்ணுறங்கிவிட்டார். தேவன் வீட்டுக்கு வந்தபோது ஆழ்ந்த தூக்கத்திலிருந்த தகப்பனாரைத் தட்டி எழுப்பினான். அவரும் மகனைக் கண்டதும் எழும்பி இருந்தார்.

"அய்யா, அடுத்த கிழமை நான் கொழும்புக்குப் போட்டு ஏழெட்டு நாளாலை வந்திடுவன். உங்களைத் தனிய விட்டிட்டுப் போக மனமில்லாமல் கிடக்குது."

'ஏன்ரா மோனை, கொழும்பிலை ஏதும் முக்கியமான அலுவலோ?' என்று கேள்வி முத்துவேலரின் வாய் நுனிவரை வந்துவிட்டது. ஆனால், கேட்கவில்லை. தன் மகனென்றால் தானாகச் சொல்லுவான்தானே என்ற நம்பிக்கையில் அமைதி காத்தார்.

“அங்கை வேல் விழாவும் நடக்கப்போகுது. அந்த நேரம் நானும் கொழும்புக்கு கூட வாறனெண்டு நித்யாவுக்குச் சொல்லிப்போட்டன். ஒரு முறையும் நான் கொழும்பை பாக்கயில்லையெண்டு உங்களுக்குத் தெரியும்தானே. அங்கை நாலு இடங்களுக்கு அவளோடை போகலாமெண்டு ஆசைப்பட்டனான். வேல் விழா முடியவும் நான் வந்திடுவன். உங்களுக்கு விருப்பம் இல்லையெண்டல் சொல்லுங்கோ. நான் போகாமல் நிப்பன்.”

முத்துவேலர் திடுக்கிட்டுப்போனார். தேவன் பயல் உரிச்சுப் படைச்சு என்ர மகன்தான்.

“இல்லை மோனை, வலு சந்தோசமாப் போட்டு வா. நீ கொழும்புக்கு போறதெண்டு அண்டைக்குச் சொன்னது எனக்கு நல்லா நினைவிருக்கு. ஆனால், என்னத்துக்கெண்டு அப்ப சொல்லயில்லை. அதுக்கென்ன, போக முன்னம் எப்பிடியும் எனக்குச் சொல்லுவைதானேயெண்டு நானும் பேசாமலிருந்தன். நித்யாவோடை போறனெண்டு சொன்னியெல்லோ அதைத்தான் யோசிக்கிறன்.”

தேவன் தலை குனிந்தபடி கேட்டுக்கொண்டிருந்தான்.

“ஏன்ரா மோனை, நான் என்ன யோசிக்கிறனென்டு விளங்குதோ?”

“அவளை நான் விரும்பிறனெண்டு தெரிஞ்ச பிறகும் இப்பிடிச் சொன்னால் நான் என்ன மறுமொழி சொல்லுறது?”

“அவளும் சரிக்குச் சரி உன்னை விரும்புறாளெண்டு அறிஞ்ச பிறகெல்லோ நீ இப்பிடி ஒற்றைக் காலிலை நிக்க வேணும்..? அதை முதலிலை அறிஞ்சியோ..? சும்மா தெரியாமல்தான் கேக்கிறன்?”

“அவளன்ர மனதை அறிஞ்ச பிறகுதான் அவளோடை நான் நெருங்கிப் பழகிறன், அய்யா, அம்மா இருந்த காலத்திலை அவள் மாயவன் கோயிலுக்குக் கச்சேரி செய்ய வாற நேரம் எங்களன்ர வீட்டுக்கும் வந்திருக்கிறாள், நானும் அவையள் வீட்டுக்கும் பல முறை போயிருக்கிறன். எல்லாத்தையும் பாத்துக்கொண்டுதானே இருக்கிறியள்?”

“இந்தக் காலத்திலை பெடியளெல்லாம் இப்பிடித்தானெண்டு எனக்குத் தெரியாமலே இருக்கிறன்? சில பேர் இப்ப ஒரு பெடிச்சியோடை சினேகிதம் வைச்சிட்டுக் கொஞ்ச நாளிலை அவளை விட்டிட்டு வேறை பெடிச்சியோடை சினேகிதம்

வைப்பினம். பிறகு துப்பரவா முந்திப் பிந்திச் சினேகிதம் வைச்சிராத இடத்திலை கலியாணம் கட்டுவினம். ஊரிலை எல்லா மாதிரியும்தான் நடக்குது. அதுதான் நாளைக்கு உனக்கு ஒரு பிரச்னையும் வரக்கூடாதெண்டு யோசிக்கிறன், மோனை."

"அப்பிடியொண்டும் நடக்காது, அய்யா. ஏனெண்டால் நாங்கள் ஒராளை ஒராள் முழுமனதோடை விரும்புறம். நித்யாவோட அம்மா, அப்பாவும் இதுக்குச் சம்மதமாயிருக்கினம். உங்களுக்குத்தான் இதிலை கொஞ்சமும் விருப்பமில்லையெண்டு எனக்கு நல்லாத் தெரியும். அம்மா எனக்கு எவ்வளவு ஆறுதல் தந்திருக்கிறா, அதிலை கொஞ்சமெண்டாலும் நீங்கள் தர வேணும். எங்கை ஒருக்கால் யோசித்துப் பாருங்கோ, என்ர விருப்பத்துக்கு மாறாகப் படிப்பை நிப்பாட்டினியளெல்லோ, அப்ப நான் உங்களோடை எதிர்த்து நிண்டேனா? அந்தக் காலத்தியிலையிருந்து எல்லாத்துக்கும் உங்களன்ர சொல்லைக் கேட்டுத்தானே நான் நடந்துகொண்டிருக்கிறன். நித்யாவை நான் முழு மனதோடை விரும்புறன். என்னைக் கலியாணம் கட்டச் சொல்லி அவளட்டைக் கேக்கப்போறன். தயவுசெய்து இதிலை நீங்கள் தலையிட வேண்டாம். உங்களை நான் மண்டாட்டமாகக் கேக்கிறன், இதுக்கு மேலை நான் உங்களுக்குச் சொல்லுறதுக்கு ஒண்டுமில்லை."

"சரி, மோனை. சந்தோசமாப் போட்டு வா, நான் தடுக்கயில்லை. நீ வந்தாப்பிறகு பயணக் கதையளைச் சொல்லுவைதானே." முத்துவேலர் கொஞ்சம் இறங்கி வந்தார். தேவன் இப்படி முன்னால் நின்று ஒருபோதும் சரிக்குச்சரி நியாயம் கதைத்தது கிடையாது. ஒருவேளை நித்யாதான் சொல்லிக்கொடுத்திருப்பாளோ, இவனை விட்டுப்பிடிக்கிறதுதான் ஒரே வழி.

'தேவன்ர மனதை இப்போதைக்கு நோகடிக்காமல் தப்பியாச்சு. இப்ப போட்டு வரட்டும். நான் சொல்லுற பெடிச்சியைக் கட்டின பிறகு கொழும்புக்கென்ன கதிராமத்துக்கும் தாராளமாப் போகட்டும். இந்த வல்லிபுரத்தாற்றை மோன் முத்துவேலர் இதைச் செய்து காட்டுறானோ இல்லையோவெண்டு எல்லாரும் பாக்கட்டும்.' முத்துவேலர் தீர்மானித்துவிட்டார். இருவரும் இனிமேல்தான் இரவு சாப்பிட வேண்டும்.

"அய்யா சாப்பிட்டுப் படுங்கோ" என்றான்.

“எனக்குப் பசிக்கல்லையடா, மோனை.” முத்துவேலர் கதிரையிலிருந்து எழும்பத்தான் விரும்பினார். ஆனால், மனமும் உடம்பும் விடுகிறதாயில்லை.

“வெறும் வயித்தோடை படுக்கக்கூடாதெண்டு அம்மா சொல்லுறவ. வாங்கோ சாப்பிடுவம்.”

“சரியடா மோனை, வா.”

இருவருமாகச் சேர்ந்து சாப்பிட்டார்கள். சாப்பாட்டுத் தட்டுகள் அருகருகே இருந்தன ஆனால், உறவு எட்டவே இருந்தது.

அன்றிரவு நன்றாகச் சாப்பிட்டு மகனின் கையால் தண்ணீரும் வாங்கிக் குடித்தார். வயிறும் மனமும் நிறைந்திருந்தது. படுத்தவுடனே நித்திரையும் கண் முட்ட வருமென்ற நம்பிக்கையுடன் படுக்கப்போனார். ஆனால், அவருக்கு அறம் புறமான கனவுகள் மட்டுமே வந்தன ஆழ்ந்த நித்திரை ஏங்கேயோ போய் ஒளித்துக்கொண்டது.

13

“இரண்டு பேருமாய் கொழும்புக்குப் போவோமா?” கடந்த ஒரு வருடமாக நித்யா, தேவனைக் கேட்டுக்கொண்டிருந்தாள். “அங்கை அண்ணாவும் அக்காவும் எங்களைப் பார்க்க ஆசைப் படுகினம்” என்றும் நினைவூட்டிக்கொண்டிருந்தாள். தேவனும் நேரமில்லையென்று சாட்டுச் சொல்லித் தப்பிக்கொண்டிருந்தான். இப்படியே சமாளித்துக்கொண்டு வந்தால் நித்யா நிச்சயம் மனம் நொந்து போவாளென்று அவனுக்குள் ஒருபுறம் யோசனையா யிருந்தது. கடைசியில் அவளின் விருப்பத்துக்குச் சம்மதம் தெரிவித்துவிட்டான். அவள் கூட வருகிறாள்தானே, புதிய இடத்தில் புதிய மனிதரைக் காணத் தயங்கவேண்டியதில்லை. தேவன் கொழும்புக்கு புறப்பட்டுவிட்டான். ஒரு காலமும் போகாத கொடிகாமம் ரயில் நிலையத்துக்கும் வந்தாயிற்று. பஸ்ஸிலிருந்து இறங்கியவனுக்குப் பல ஆச்சரியங்கள் காத்திருந்தன.

பஸ் நின்றதும் பிரயாணிகள் அனைவரும் முண்டியடித்துக் கொண்டு இறங்கினார்கள். கையோடு வேலைக்குப் போவதுபோல் எல்லாரும் உடுத்தியிருந்தார்கள். கொழும்பு நோக்கிப் பயணிக்கும்

மத்தியான யாழ் தேவி வந்துசேர இன்னும் நேரம் இருந்தது. ஆனால், அவர்கள் பஸ்ஸிலிருந்து இறங்கிச் செல்வதில் காட்டிய அவசரத்தைப் பார்த்தபோது, 'ரயில் அவர்களுக்காக அங்கே காத்திருக்கிறதோ?' என்ற சந்தேகம் தேவனிடம் எழுந்தது. ஒரு இடத்துக்கு முதன் முதல் செய்யும் பயணமென்றாலே எவருக்கும் திரும்பும் திசையெல்லாம் ஆச்சரியம் காத்திருக்கும். ரயில் நிலையமே அவனுக்கு முதல் ஆச்சரியமாகவிருந்தது. கொழும்பு நகரிலிருந்து ஊருக்கு விடுமுறையில் வந்து நாட்களைக் கழித்ததும் வேலைக்குத் திரும்புவதற்கு இவ்வளவு அவசரப்படும் உத்தியோகத்தர்கள் அங்கிருந்து ஊருக்கு வருவதற்கு எவ்வளவு அவசரப்பட்டிருப்பார்கள்! அதனால்தானா கொழும்பிலுள்ள உத்தியோகத்தர்களைப் பறவாதிகளென்று ஊரில் சொல்கிறார்கள்? தேவன் தனது பயணப்பையைக் கையில் எடுத்துக்கொண்டு கடைசி ஆளாக பஸ்ஸிலிருந்து இறங்கினான். கொழும்புக்குப் போகும்வரை நித்யாவுக்குப் பக்கத்தில், அவளின் கைகளை எடுத்து மடியில் வைத்தபடி இருக்கப்போகிறேன் என்ற உணர்வு அவன் மனமெல்லாம் ஊர்வதுபோல் இருந்தது.

நித்யாவின் கரங்களை முதன்முறை தொட்டதிலிருந்து எத்தனை முறை தேவனிடம் அவள் சிறைப்பட்டிருக்கிறாள். அவனிடம் இதற்குக் கணக்கு இருக்கிறதா என்று கேட்டால் இதென்ன கோயில் விவகாரமா கணக்குப் புத்தகத்தில் எழுதி வைப்பதற்கு? அம்மா எங்கள் வீட்டு முற்றத்தில் விரித்த பாயில் சாணமும் வைக்கலுமாகக் குழைத்து வரட்டிகள் தட்டி ஒட்டிவிடுவாரே, சின்ன வயதில் அவற்றை ஒவ்வொன்றாக எண்ணி மொத்தத் தொகையை அவரிடம் சொன்னது போன்றதா இது? முதலில் தயங்கித்தயங்கி நித்யாவின் விரலைத் தொட்டுப் பார்த்து, அதைத் தொடர்ந்து கைகளை ஒன்றாய் எடுத்து, பின்னர் தோள்களைத் தடவி, இடுப்பிலே ஊர்ந்து, இதற்குப் பிறகு என்ன செய்யலாம் என்று கண்ணை மூடிக்கொண்டு கற்பனையில் உழன்று, இது காதலல்ல அதற்கும் மேலாய் ஒருவரிடம் ஒருவர் அடைக்கலமாதலே என்று இருவரையும் எண்ண வைத்தது எதுவாக இருக்கலாம்? இந்தக் கேள்விக்குத் தேவன் இன்னமும் பதில் கண்டுபிடிக்கவில்லை.

முன்னர் எப்போதாவது வந்திருந்தால்தானே கொடிகாமம் என்ற ஊரோ, அங்குள்ள ரயில் நிலையமோ அவனுக்குப் பழக்கமாய் வந்திருக்க வாய்ப்பிருக்கும்? தேங்காய்க்குப் பெயர்போனது கொடிகாமம் என்று அவனுடைய ஊரில் சொல்வார்கள்.

அங்கிருந்து கொழும்பு நோக்கிச் செல்லும் கண்டி ரோட்டில் பளையும் ஆனையிறவும் அதற்கு அப்பால் பரந்தன், கிளிநொச்சி என்று பசிய விளை நிலங்கள் பரந்திருக்கின்றன என்பதும் அவனறிந்ததே. இந்தப் புழுதி பறக்கும் கொடிகாமம் என்ற குட்டி ஊரில் இந்த ராட்சத ரயில் வந்து நிற்கிறதென்றால் தேங்காய் விளைவதிலும் பார்க்க ரயில் வந்து நிற்பதனால்தான் அந்த ஊர் பெயர் பெற்றிருக்கும். இல்லையேல் இந்த இரண்டும்தான் அதற்குக் காரணமாக இருக்கலாம். தேவனுக்குச் சிரிப்பு வந்தது. கொடிகாமம் என்ற குட்டி ஊரே மனதில் பிரமாண்டமாக உருவெடுக்கும்போது கொழும்பு நகரம் எப்படி இருக்கப்போகிறது? 'இந்த முறை நீங்களும் என்னோடை வாருங்கோ' என்று நித்யா அழைத்திருக்காவிட்டால் இப்படியெல்லாம் விழிபிதுங்கவேண்டி வந்திருக்காது.

"நான் செகன்ட் கிளாஸில் யன்னலோடு இருந்து கை காட்டுவேன். என்னைக் கண்டதும் அடுத்து வாற வாசலில் ஏற வேணும்" இது நித்யாவின் கட்டளையும் வேண்டுகோளும்.

ஒரு கோடி கைகளின் மத்தியில் நித்யாவின் கையை ஒரு நொடியில் கண்டுபிடித்துவிடலாம். ஆனால், செகன்ட் கிளாஸை இந்த நீளமான ரயிலில் எங்கேயென்று கண்டுபிடிப்பது? இது தான் தேவனுக்கு அப்போதிருந்த பெரும் பிரச்சனை. இங்கே வேலை செய்பவர்களைக் கேட்டுப் பார்க்கலாமே. இதை நினைத்தபோதுதான் நித்யாவை அப்போதே கண்டுவிட்டதுபோன்ற நிம்மதிப் பெருமூச்சு அவனிடமிருந்து எழுந்தது.

இருபத்தியொரு வயதுவரை தோட்டமும் வயலும் மாயவன் கோயில் கணக்குப் புத்தகமும் சங்கீத வாத்தியாரும் என்று ஒரு குறுகிய உலகத்துக்குள் ஓய்வு ஒழிச்சலின்றிப் பயணித்தவனின் வாழ்க்கையை, ஒரு இரவில் பாடிய தேவகானத்தால் புரட்டிப் போட்டவளல்லவா நித்யா. அவளோடு ரயில் இருக்கையில் நெருக்கியபடி இருந்து செய்யும் பயணத்தை அனுபவிக்க வேண்டுமென்று ஆசைப்பட்டுத்தானே இங்கே முதன் முதலாக வந்திருக்கிறேன். "மொத்தமாக எட்டு மணித்தியாலப் பயணம்" என்று சொன்னாள். "அது எட்டு நாட்களாக இருந்தாலும் சம்மதமே" என்று நான் சொன்னபோது, என் கன்னத்தில் இடித்து, "ஆசையைப் பார், ஆசையை" என்றாளே. தேவன் நித்யாவின் நினைவில் ஆழ்ந்தபடி ரயில் நிலையப் படிகளை நோக்கி நடந்தான்.

தேவன் தன் இருபுறமும் ஏறிட்டுப் பார்த்தபோது கண்டி வீதி கண்ணுக்கு எட்டிய தூரம்வரை நீண்டுபோய்க் கிடந்தது. அதன் ஓரமாகத் தூங்கி வழிந்துகொண்டிருந்த கொடிகாமம் ரயில் நிலையம் பஸ்ஸின் வரவால் திடீரென உடலை முறித்துக்கொண்டு எழும்பிச் சுறுசுறுப்பாய் இயங்க ஆரம்பித்தது. ரோட்டுக்கு எதிர்ப்புறம் இருந்த இரண்டு சாப்பாட்டுக் கடைகளும்கூடக் களைகட்டத் துவங்கிவிட்டன. வீட்டிலிருந்து சாப்பாடு கட்டிக்கொண்டு வராதவர்கள் அந்தக் கடைகளில் காய்ந்துபோன தோசை, இட்லி வகைகளைக் கண்ணை மூடிக்கொண்டு விழுங்கிக் கொண்டிருந்தார்கள். இதுவும் ரயில் நிலையத்தில் டிக்கட் எடுக்க அவசரப்பட்டதுபோன்றே தேவனுக்குப் பட்டது.

கடைகளில் சாப்பிட்ட எல்லாருக்கும் புதிய தெம்பு வந்து சேர்ந்து கொண்டது, மிகவும் உசாராக ரயில் நிலையத்துக்கு வந்தார்கள். கையில் சாப்பாட்டுப் பொதியோடு வந்தவர்கள் ரயில் ஏறியபின் அங்கேயே ஆறுதலாக இலையை அவிழ்த்துக்கொள்ளலாமென்ற எண்ணத்தோடு ரயில் வரும் திக்கைப் பார்த்தபடி நின்றார்கள். 'இப்போது அம்மா இருந்திருந்தால் அவர் காட்டும் அன்பையும் தரும் சாப்பாட்டையும் நித்யாவோடு பகிர்ந்திருக்கலாம்' என்று தேவன் ஒரு ஆண்டுக்கு முன் இறந்துபோன தாயின் நினைவில் ஆழ்ந்தான். இப்போது அம்மாவின் இடத்தை நிரப்ப நித்யா வந்துவிட்டாள். இனி அன்புக்கும் அக்கறைக்கும் என்ன குறை இருக்கப்போகிறது? அருகில் ஒட்டியபடி இருந்து இலையை நிறைப்பாள், 'சாப்பிடு' என்று அகப்பைக் காம்பால் வெருட்டுவாள். செம்பில் தண்ணீர் தருவாள். அவளின் விரல்கள் தண்ணீரிலும் பார்க்கக் குளிர்ந்துபோயிருக்கும். குடித்ததும் முந்தானையால் வாயைத் துடைத்துவிடுவாள். தேவனின் திறந்திருந்த கண்களுக்குள் கனவுகள் மிதந்தன.

டிக்கட் விற்கும் சன்னலுக்கு எதிரே சனம் குவிந்து போயிருந்தது. அங்கே வரிசையில் முன்னுக்கு நிற்பவர்களைத் தள்ளிக்கொண்டு யன்னலடிக்கு வரப் போராடும் கூட்டத்தைப் பார்த்ததும் வரிசையின் கடைசியில் போய் நின்றுகொண்டான். அடுத்த ஐந்து நிமிடத்தில் டிக்கட்டையும் வாங்கிவிட்டு ரயிலைக் காத்திருந்தான். அடுத்த அரை மணியில் தூரத்து வளைவில் ரயில் இந்தப் பக்கம் நோக்கித் திரும்பிக்கொண்டிருந்தது. செகண்ட் கிளாஸ் வண்டி எங்கே வந்து நிற்குமென்று வாசலில் நின்ற

நாராயணபுரம்

காக்கிச் சட்டைக்காரரிடம் கேட்டு அறிந்தாயிற்று. நித்யாவின் கை யன்னலுக்கு வெளியே தெரிவதைத் தரிசிக்கக் காத்திருந்தான் தேவன்.

ரயில் வந்த வேகத்தைப் பார்த்ததும், அது தன்னைக் கடந்து ஒரேயடியாகப் போய்விடும்போல் தேவனுக்குத் தோன்றியது. ஆனால், அது படிப்படியாக வேகத்தைத் தளர்த்தி அவனுக்கு முன்னால் ஒரு பெட்டியையும் அதன் யன்னலூடாக அவளின் கையையும் காட்டிவிட்டுச் சந்தோசப் பெருமூச்செறிந்து நின்றது. நித்யா சொன்ன திக்கில் ஓடிப்போய் வாசலைக் கண்டு ஏறினான். அதோ நித்யா இப்போதுதான் துடைத்துவைத்த சிலைபோல் அந்த இருக்கையில் அவனுக்காகக் காத்திருக்கிறாள். தேவனைக் கண்டதும் அவள் முகத்தில் மலர்ந்த சிரிப்பை அப்படியே அவன் கண்களால் அள்ளி எடுத்தான். ரயில் பயணம் இவ்வளவுக்கு இனிமையானதா, இதையா இவ்வளவு காலமும் தட்டிக் கழித்து வந்தேன்? தேவனுக்குத் தன்மீதே கோபம் உண்டாயிற்று.

பிரயாணிகள் ஏறி ரயில் நகரத் தொடங்கவும் கொடிகாமம் யன்னல் வழியே காணாமல் போய்விட்டது.

முன்இருக்கையில் ஒரு முதிய தம்பதி இருந்தார்கள், அவர்கள் தென்னிலங்கையைச் சேர்ந்தவர்கள்போல் தெரிந்தது. தமக்கிடையில் மொழி குறுக்கிட்டதால் பேசத் தயங்கினார்கள் போலுமிருந்தது. தேவனுக்கும் நித்யாவுக்கும் சிங்களம் தெரிந்திருந்தால் அல்லது அவர்களுக்குத் தமிழ் தெரிந்திருந்தால் இவ்வளவுக்கும் அவர்களோடு ஓரளவுக்காவது நட்பு ஏற்பட்டிருக்குமென்று தேவன் நினைத்தான். ஒரு குட்டி நாட்டில் வாழும் இனங்களுக்குள்தான் எத்தனை பிரிவுகள்? எத்தனை வேறுபாடுகள்? அவர்கள் தேவனையும் நித்யாவையும் அடிக்கடி பார்த்துப் புன்னகைத்தார்கள். புன்னகை என்பதும் ஒரு மொழிதானே, மற்றவர் மீதுள்ள அன்பையும் மரியாதையையும் புன்னகையால் தெரிவித்துவிட முடிகிறது. கபடமற்ற ஒரு புன்னகை இருவருக்கிடையில் எவ்வளவு விரைவில் நட்புப் பாலம் கட்டிவிடுகிறது.

“ஒரு கிழமை எங்கை நிக்கப்போறோம்? அண்ணா வீட்டிலா அக்கா வீட்டிலா?” - தேவன்.

“அண்ணா வீட்டிலை நிற்கப்போறம். பாருங்கள் அவர்கள் எப்படி உங்களோடை பழகுவினமெண்டு. அக்காவும் அத்தானும்

தங்கள் வீட்டிலும் வந்து நிற்கச் சொன்னார்கள். தாங்களே எங்களை எல்லா இடமும் கூட்டிக்கொண்டு போறதாயும் சொன்னார்கள்" - நித்யா.

நித்யாவின் அண்ணா பார்த்திபன், கோட்டை ரயில் நிலையத்தில் காத்திருந்தார். அவரோடுகூட வெளியே வந்தபோது கொழும்பு நகரம் ஒளி வெள்ளத்தில் மூழ்கியிருந்தது. இரவு ஒன்பது மணியாகிறது. ஆனால், தெருவில் வாகன இரைச்சலோ சனங்களின் நடமாட்டமோ ஓயவில்லை. கொஞ்சம் கவனமின்றி நடந்தால் அவனை ஓடைக்குள் தள்ளிவிடுவார்கள்போல் ரயிலிலிருந்து இறங்கிய சனக்கூட்டம் வீட்டுக்குப் போக அவதிப் பட்டபடி விரைந்தது. தேவன் நித்யாவின் கையை இறுகப் பிடித்துக்கொண்டான். இனி அவள்தான் எல்லா இடமும் துணைக்கு வரப்போகிறாள் என்ற எண்ணம் தேவனிடம் ஆரம்பத்திலிருந்த பயத்தைப் பறக்கடித்துவிட்டது. பார்த்திபனின் வீட்டில் நித்யாவின் அக்கா மைதிலியும் கணவர் திருமாலும் குடும்பமாக அவர்களுக்காகக் காத்திருந்தார்கள்.

"தேவன் வந்திருக்கிறார்" என்ற பார்த்திபனின் அறிமுகத்தோடு வீடு கலகலக்கத் துவங்கிவிட்டது.

"வாருங்கோ தேவன்" என்று சொல்லி வரவேற்ற எல்லாரும் அந்த முதல் சந்திப்பிலேயே அவனோடு இழைந்துகொண்டார்கள். அவர்களின் குழந்தைகள் புது முகத்தைக் கண்ட ஆச்சரியமும் பயமும் ஒருங்குசேர ஒருபுறம் ஒதுங்கி நின்று அவனையே பார்த்தபடி இருந்தன.

"நித்யா, தேவனை விரும்புறதிலை பெரிய ஆச்சரியமில்லை." எல்லாரும் சாப்பாட்டு மேசையின் முன்னால் உட்கார்ந்தபோது மைதிலி குனிந்து பார்த்திபனுடைய மனைவியின் காதுக்கு மட்டும் எட்டும்படியாகச் சொல்லிவிட்டுச் பெருமிதம் கலந்த சிரிப்பை அடக்க முடியாமல் தலை குனிந்தாள்.

"ஓமோம், எவ்வளவு அமைதியான ஆள். எங்களிலை காட்டுற மரியாதையைப் பாத்தீர்தானே?"

"ம்ம்... பார்த்தனான். இவரும் நல்லாப் பாடுவாராம்."

"நித்யாவோடை சேர்ந்தால் பாடத்தானே வேணும்."

"ஆனால், இவர்தான் தன்னோட முதல் ரசிகர் என்று சொன்னா."

“அப்ப தன்ர முதல் ரசிகரிலை நித்யா மயங்கிப்போட்டாவோ?”

“தேவனைப் பார்த்தால் எந்தப் பெடிச்சியும் மயங்குவாள்தானே?”

அவர்கள் இருவரும் எதற்காகக் கெக்கட்டம் விட்டுச் சிரித்தார்கள் என்பது அங்கிருந்த ஒருவருக்கும் விளங்கவில்லை.

சாப்பாட்டு மேசையில் இருந்த எல்லாரும் தேவனையே கண்களில் வியப்பு கவியப் பார்ப்பதும், அவன் தங்கள் பக்கம் திரும்பும்போது எதுவும் நடவாததுபோல் முகத்தைப் புன்முறுவலால் பூசி மெழுகுவதுமாக இருந்தார்கள். அன்றே அவன் எல்லாரோடும் நெடுநாள் பழகியவன்போல் ஆகிவிட்டான். அவர்கள் தன்மீது காட்டும் அன்புக்கும் அக்கறைக்கும் உரியவனாக நடக்க வேண்டுமேயென்ற கரிசனையும் மனதில் எழுந்தது. மாசிலா மணியின் வீட்டில்தான் தனக்கு எதிர்பாராத வரவேற்புக் கிடைக்கிறதென்றால் இன்றுதான் முதன்முறை கண்ட இவர்களும் அதேபோல் தனக்கு மதிப்புத் தருகிறார்களே என்பதை அவனால் கிரகிக்க முடியாதிருந்தது.

பார்த்திபன் தனது வீட்டில் கடற்கரையைப் பார்த்தபடியிருக்கும் ஒரு அறையைத் தேவனுக்கு ஒதுக்கியிருந்தார். ஊரில் இருக்கும் வீட்டில் வேண்டியபோது தனிமையும், வேண்டியபோது சுதந்திரமும் தந்த அறையை நினைத்துப்பார்த்தான். அங்கே எல்லா நேரமும் வெக்கையாக இருந்ததென்றால் இங்கே குளுகுளுவென இருந்தது. அறைக்குள் நுழைந்ததும் இரண்டுமுறை தும்மியும் தீர்த்துவிட்டான். கடற்கரை பக்கத்தில்தான் என்று சொன்னார்கள் ஒருமுறை அங்கே போக வேண்டுமென அப்போது அவனுக்குத் தோன்றவில்லை. தெருவோடு கடற்கரை ஒட்டியிருக்கிறது என்று மேலும் சொன்னார்கள், அப்போதுதான் அதைப்போய்ப் பார்க்க வேண்டும்போலிருந்தது.

நித்யா இன்னும் அந்த அறைக்கு வந்து அவனோடு முரண்டு பிடிக்கவில்லை என்பதை அவனால் சகிக்க முடியாமல் இருந்தது. ‘இருவரையும் ஒன்றாக மற்றவர்கள் பார்த்துவிட்டால் என்ன நினைப்பார்களோ?’ என்ற பயம் ஒருபுறம் வாட்டியது. ஆனால், அவளின் குரல்தான் வீடு முற்றாகக் கேட்டுக்கொண்டிருந்தது. அங்கே பாடுகிறாள், வேலைக்குப் போயிருக்கும் எல்லாரையும் தொலைபேசியில் உபத்திரவப்படுத்துகிறாள், பக்கத்து வீட்டுச் சினேகிதியைச் சுவருக்கு மேலாகக் குரல் எழுப்பிக் கூப்பிடுகிறாள்,

குசினிக்குள் ஏதோ கடாமுடா செய்கிறாள், "ஏ தேவன், குளிச்சு வெளிக்கிடுங்கோ, சாப்பிட்டு வெளியே போகலாம்" என்று கதவடியில் நின்று அதிகாரம் பண்ணுகிறாள். தேவனுக்கு 'ஏன் இங்கே வந்தோம்?' என்று ஆகிவிட்டது.

நித்யா ஐந்து நிமிடத்தில் வெளிக்கிட்டுத் தயாராகிவிட்டாள். சிவப்பில் ஒரு கடுதாசித் திலகம் நெற்றியின் நடுவில் இடம் பிடித்துக்கொண்டது. அவ்வளவுதான் அவள் செய்த ஆயத்தம். மிகுதியை இயற்கை பார்த்துக்கொண்டது.

பார்த்திபன் தேவனுக்குக் கொடுத்த அறை மட்டுமல்ல, அந்த வீடும், நீண்ட நேரான தெருக்களும், நெருக்கமாக நிற்கும் கடைகளும், கண்ணாடி அலுமாரிகளில் இறக்குமதிச் சாமான்களும், உயர்ந்த கட்டடங்களும், விரைந்துகொண்டிருக்கும் வாகனங்களும், ஓடிக்கொண்டிருக்கும் மனிதர்களும் எல்லையற்ற ஆச்சரியத்தைக் கொடுத்தன. சந்தியில் நின்று சும்மா பார்த்துக்கொண்டு நின்றாலே போதுமென நினைத்து அங்கேயே நின்றுகொண்டான். தனது ஊரின் விதானையார் வீட்டுச் சந்தியை நினைத்துப்பார்த்தான். கட்டை இராமசாமியின் கடை கண்ணுக்கு முன்னால் வந்து போனது. சத்தியமூர்த்தியை, யோசேப்பை, கோவிந்தசாமி மாஸ்டரை, பொன்னுச்சாமி, தங்கராசா சங்கீத இரட்டையர்களை, அய்யாவைக்கூட நினைத்தபடி நின்றான். அவனை இழுத்துச்செல்ல நித்யாவுக்கு இரு கைகள் போதவில்லை.

தேவன் அவளோடு போய் கொழும்பில் பல இடங்களைச் சுற்றிப் பார்த்தான். கோயிலுக்குப் போனார்கள், கடைகடையாக ஏறி இறங்கினார்கள், களைத்துப்போய் வீடு திரும்பினார்கள். எல்லாரும் சேர்ந்து சாப்பிடும் வேளையில் பார்த்திபன் கதை சொல்ல ஆரம்பித்துவிடுவார். அவரோடு திருமாலும் சேர்ந்து விடுவார்.

"இந்த சிடியிலை தமிழ்ச் சனங்கள் எவ்வளவு சந்தோசமாகத் திரியுதுகளெண்டு நினைத்திருப்பீர், தேவன்" என்று ஆரம்பித்தார் பார்த்திபன்.

"ஓம், நானும் பார்த்தேன்" என்று ஆமோதித்தான் தேவன்.

"அது வெளி வேஷம்" என்றார் திருமால்.

"அவர்கள் மனதுக்குள் இருக்கிற பயத்தையும் தங்களன்ர நகர வாழ்க்கையில் இருக்கிற நம்பிக்கையின்மையையும் கெட்டித்தனமாக மறைக்கிறார்கள்."

"கடைசியா நடந்த கலவரத்தில் மற்ற இனத்தால் நெருப்பு வைச்சுச் சாம்பலாப்போன தங்களன்ர வீடுகளையும் தொழில்களையும் தமிழ்ச் சனம் திரும்பக் கட்டிக்கொண்டார்கள்."

"கொலை செய்யப்பட்டவர்களை மறந்துபோனார்கள்."

"தப்பிப்போனவர்கள் கொஞ்ச நாளில் திரும்பி வந்து இங்கே காலூன்றிக்கொண்டார்கள்."

"எல்லாம் பழையபடி வந்து சேர்ந்துகொண்டது."

"ஆனால், இனங்களுக்கு இடையிலிருக்கிற உறவு?"

"அதுமட்டும் திரும்பி வரவில்லை."

"இருந்ததிலும் பார்க்கச் சீர்கெட்டுப் போச்சு."

"அதைக் கொஞ்சமும் பொருட்படுத்தாமல் இருக்கிறம் என்பதைக் காட்டத்தான் இந்த வெளி வேஷம்."

தேவன் கேளாமலே அவர்கள் இருவரும் மாறிமாறி கொழும்பு நகர வெளிச்சத்தில் மறைந்திருக்கும் இருளை விபரித்துக்கொண்டிருந்தார்கள். அவன் நம்ப முடியாமல் கேட்டுக்கொண்டிருந்தான். கிராமத்தில் சாதி வெறியென்றால் நகரத்தில் இனவெறி. இதுவென்ன, உடம்பில் புழுதி படர்ந்தால் தட்டிவிட்டுப் போவதுபோல் சுலபமாகத் தவிர்த்துவிடக்கூடிய பாதிப்பா? அடுத்து வந்த நாட்களிலும் தேவன் தென்னிலங்கை அரசியலை அவர்களிடமிருந்து அறிந்து மனம் நொந்தான். எப்போது இந்த இருள் அகலப்போகிறது? இங்குள்ள அரசியல்வாதிகள் அதை அகலவிட்டால்தானே!

அடுத்த மூன்று நாட்களில் வீடு திரும்ப வேண்டும். அதற்குள் வேல் விழா பார்த்தார்கள். நீண்ட வீதியை நிறைத்தபடி தங்க ரதம் வந்தது. கோயிலில் தமிழ்நாட்டு நாதஸ்வரம் இசைமாரி பொழிந்தது. எங்கும் அடித்து விலக முடியாத மக்கள் கூட்டம். எல்லாவற்றையும் பொழுதுபோக்காகப் பார்க்கும் மக்கள் மத்தியில் இசையாவது, இறைவனாவது, இரண்டையும் அமைதி தவழும் நேரத்தில்தான் ஆராதிக்கலாம் என்ற உண்மையை அறிவதற்கே இவர்களுக்கு நேரம் கிடைப்பதில்லை.

"இன்றைக்கு கொழும்பு காலிமுகக் கடற்கரைக்குப் போய் வரலாம்" என்றாள் நித்யா.

"அப்படி அங்கே என்ன வித்தியாசம் இருக்கப்போகிறது, எங்களன்ர ஊரிலை இல்லாத கடற்கரையா?" என்று கேட்டான் தேவன்.

"சரி, இதையும் வந்து பாருங்கோ" என்று சொல்லி அவனை அங்கே இழுத்துக்கொண்டு போனாள். கடற்கரையைச் சென்றடைய அரை மணி நேர பஸ் பயணம். பஸ்ஸில் முன்னும்பின்னும் குவிந்திருக்கும் பிரயாணிகளின் மத்தியில் அகப்பட்டு இடிபடுதல் அவனுக்குப் பழக்கமானதுதான். ஆனால், அன்று நித்யாவோடு நெருக்கியடித்துக்கொண்டு அவளை முகர்ந்தபடி செய்த பயணம் தந்த அனுபவம் அவனுக்கு இனிமையும் புதுமையுமாகவிருந்தது. கூட்டத்தில் நின்ற சில ஆண்கள் வேண்டுமென்றே பக்கத்தில் நிற்கும் பெண்களுடன் இடிபட்டதைக் கண்டான். பெண்களும் அதை விரும்பி நின்றார்கள்போல் தெரிந்தது. நகர வாழ்க்கையில் ஊறியிருக்கும் சிரமங்களுக்கிடையே இப்படியான தற்காலிக சுகங்களையும் அனுபவிக்க வேண்டுமென்று பலர் இந்த மாதிரியான இடிபாட்டை விரும்புகிறார்கள்போலுமெனத் தேவன் நினைத்தான்.

கடற்கரை மிகப் பிரமாண்டமாக இருந்தது. நடக்க வந்தவர்களும் இருந்து ரசிக்க வந்தவர்களும் அந்தப் பிரதேசத்தையே நிறைத் திருந்தார்கள். தூரத்தில் கப்பல்கள் சில ஊர்ந்துகொண்டிருந்தன. இன்னும் சில கரைக்குக் கிட்ட நங்கூரம் பாய்ச்சி நின்றிருந்தன. கற்கோவளம் கடற்கரையில் கும்பலாகக் காணப்படுவதுபோல் வலைகளையோ வள்ளங்களையோ அங்கே காணக் கிடைக்கவில்லை. வயதான ஒருவர் தன் வயதையொத்த காமெராவுக்குள் கடலையும் கப்பல்களையும் அடக்கப் பெருமுயற்சி செய்துகொண்டிருந்தார். வானம் வெறும் நீல மயமாகவிருந்தது. எதிர்ப்புறமாக நின்ற கட்டடங்களின் உயரம் கழுத்தை முறித்துவிடும் போலிருந்தன. ஏற்கனவே நெருக்கமாய் நிற்கும் கட்டடங்களுக்கிடையே எப்படித்தான் வெறும் நிலப்பரப்பைக் கண்டுகொள்கிறார்களோ, அங்கெல்லாம் புதுக் கட்டடங்களை எழுப்பிக்கொண்டிருந்தார்கள். கடற்கரையில் ஓடித் திரிந்த சிறுவர்கள் எழுப்பிய ஓசையைக் கடல் அலைகளை அனுப்பி விழுங்கிக்கொண்டிருந்தது. அங்குமிங்குமாய்க் காதலர்கள் இறுகப் பிணைந்திருந்தார்கள். ஒவ்வொரு பத்து அடியிலும் ஒரு காரம் சுண்டல் வண்டில் நின்றுகொண்டிருந்தது. இது நகரப்புறத்துக் கடற்கரை, அதனால்தான் தனக்குப் புதுமையாக இருக்கிறதெனத் தேவன் நினைத்தான். ஆனால், அங்கும்

இங்கும் மாறாது இருப்பது சோவென வீசும் காற்று மட்டுமே. கடலுக்கும் காற்றுக்கும் அப்படியொரு ஈடுபாடாக இருக்கலாம். நித்யாவின் இடுப்பை அணைத்தபடி விடியும்வரை அங்கேயே இருந்தாலென்னவென்று நினைக்க ஆரம்பித்துவிட்டான் தேவன்.

"என்ன ஒரேயடியாய் மலைச்சுப்போனீங்களோ?" என்று கேட்டுத் தேவனின் தோளில் இடித்தாள் நித்யா.

"ம்ம்... மலைச்சுத்தான் போனன். இதென்ன இந்த மாதத்திலும் பட்டம் ஏத்துறாங்கள்? இந்தக் கடற்கரையில் மணலுக்குப் பதிலாகப் புல்லல்லவா இருக்கு. அப்பப்பா, எவ்வளவு சனம்!"

"சரி, அதிசயப்பட்டது போதும். இப்படி இருப்பம்" என்று சொல்லிப் புல்தரையில் அவனையும் இழுத்து ஒட்டியபடி இருந்துகொண்டாள் நித்யா. அவளுடன் பரிமாறவென்று மனதில் பொத்திப்பொத்தி வைத்திருந்த ரகசியங்கள் தேவனின் உதட்டு நுனியில் வந்து இடம்பிடித்துக்கொண்டன. அதை இப்போதே சொல்லிவிடலாமென்றால் அவள் விட்டால்தானே. பாடமாக்கி வைத்திருந்ததை மீட்பதுபோல் ஆரம்பித்துவிட்டாள்.

"நேற்று ராத்திரி வீட்டுக்கு வந்து அண்ணாவோடு கதைச்சிட்டுப் போனாரே கார்த்திகேயன், அவங்க ரண்டு பேரும் இன்டியன் ஓவர்சீஸ் பேங்கில் பெரிய வேலையிலை இருக்கினம். நெருக்கமான சினேகிதமும் எண்டபடியால் அவரும் இவரட்டை வருவார், இவரும் அவரைக் காணப் போவார். அடையார் மியூசிக் அகாடெமியில சேர ஆப்ளிகேஷன் போடப்போறனெண்டு சொன்னனென்லோ. அதை நீங்களும் விரும்பினீங்கள், நினைவிருக்கா?"

"ம்ம், நல்லா நினைவிருக்கு. கெதியாச் செய்யுங்கோ எண்டும் சொன்னேன்."

"செய்யத் துவங்கியாச்சு. கார்த்திகேயன்ர குடும்பம் சென்னையிலை இருக்கு. அவங்கதான் ஆப்ளிகேஷன் அனுப்பிற விஷயமா எல்லா உதவியும் செய்தாங்கள்."

"அப்ப ஆப்ளிகேஷன் அனுப்பியாச்சா?"

"போன மாசம் அனுப்பியாச்சு. பதில் வந்ததும் உங்களுக்குச் சொல்லலாமெண்டு காத்திருந்தன்."

"அதுக்கென்ன, உங்களுக்கு இடம் நிச்சயம் கிடைச்சிடும்."

"எதை வைச்சுச் சொல்லுறீங்கள்?"

“நீங்கள் மாயவன் கோயிலிலை பாடினதை வைச்சுச் சொன்னேன்.”

நித்யா சிரித்தாள், கடலலைகள் பின்னணி இசைக்க முந்திக் கொண்டன. “இங்கே ஏதோ கச்சேரி நடப்பதுபோலல்லவா எல்லாரும் திரும்பிப்பார்க்கிறார்கள்” என்றான் தேவன்.

மேற்கே அடிவானம் சிவந்துகொண்டு வந்தது. அதைக் காத்திருந்ததுபோல் தெரு விளக்குகள் மின்ன ஆரம்பித்தன. நித்யாவின் கண்களும் கூடவே மின்னினபோல் தெரிந்தது.

தேவன் ஏதோவொன்றைச் சொல்ல வேண்டுமென்ற எண்ணத்தோடுதான் வந்திருந்தான். அதை எப்போது ஆரம்பிக்கலாம் எனக் காத்திருந்தவனுக்கு இது பொறுத்த நேரம்போல் தோன்றியது. ஆனால், எப்படித் துவங்குவது? எப்படிச் சொல்லி முடிப்பது? என்பதில்தான் தேவனுக்கு வழி புலப்படவில்லை. ஒவ்வொரு சொல்லாகத் தெரிந்தெடுத்து ஒரு சிறிய வசனமாக்க முயன்றான். நித்யா இருந்த நிலையில் அவனின் சங்கடம் எதுவும் அவளுக்கு வசப்படவில்லை. அவள் தன்பாட்டுக்கு எதையோவெல்லாம் சொல்லிக்கொண்டிருந்தாள். ஏதோ பிரசங்கம் செய்வதுபோல் ஆற்றொழுக்காகப் பாடலையும் வசனத்தையும் இசைத்துக்கொண்டிருந்ததால், அதுவரை அவளுக்கு என்ன சொல்லவேண்டுமென ஆயத்தப்படுத்தியதெல்லாம் தேவனுக்கு மறந்துபோயிற்று.

“போன வெள்ளிக்கிழமை ஒரு பிள்ளையார் கோயிலுக்குப் போனமே, நினைவிருக்குதா? வாசலில் செருப்பை வைத்துவிட்டுத் திரும்பி வாறபோது பத்திரமாக இருக்குமோவென்று யோசித்தீர்களே? இதுவென்ன கோயில் மணி கிலுங்கிலுங்கென எந்த நேரமும் அடித்துக்கொண்டிருக்கிறதே என்று கேட்டீங்களே? பிரசாதம் கொண்டுவந்த பூசகர் எங்களைப் பார்த்துவிட்டுப் புதுமணத் தம்பதிகளென்று நினைத்திருப்பாரென்று சொல்லி என் இடுப்பையும் கிள்ளி உங்களோடு என்னையும் பரவசத்தில் ஆழ்த்தினீர்களே நினைவிருக்கிறதா? ஒரு வருசத்துக்கு முந்தி அங்கே செய்ததுதான் நான் செய்த எல்லாக் கச்சேரிகளிலும் பெரியது. அப்படிச் சனம் அள்ளுப்பட்டுக்கொண்டு வந்தது. எனக்கு உள்ளுக்குள் அடக்க முடியாத சந்தோசம். இந்தக் கச்சேரியை இதுவரை செய்த எல்லாவற்றிலும் பார்க்க அழகாகச் செய்துவிட வேண்டும் என்று பிள்ளையாரை வேண்டினேன். கச்சேரியை உண்மையில்

அற்புதமாகத்தான் நடத்தினேன். சனங்களும் அப்படிப் பெரிய வரவேற்பைத் தந்தார்கள். கச்சேரி முடிந்த பிறகுதான் தெரிந்தது எனக்குப் பிறகு தமிழ்நாட்டிலிருந்து வந்த ஒரு நாதஸ்வரக் குழுவின் கச்சேரி இருந்ததென்று. அப்பா பிறகு சொன்னார், 'அதனாலென்ன அங்கே வந்த ரசிகர்கள் உன்னுடைய கச்சேரியை ரசித்தார்களா இல்லையா? அதுதான் உனக்கு முக்கியம்.' அவர் அப்படிச் சொன்ன பிறகு எனக்குள் இருந்த தன்னம்பிக்கை இன்னும் வளர்ந்தது."

நித்யா கைகளை மட்டுமா ஆட்டிப் பேசிக்கொண்டிருந்தாள். கண்கள்கூடப் பேசின போலிருந்தது. காற்றில் சேலை நுனி பறந்ததை ஏதோ பழக்கதோஷத்தால் எடுத்து இடுப்பில் மீண்டும் செருவிக்கொண்டாளேயொழியப் பேச்சு மட்டும் தொடர்ந்துகொண்டிருந்தது. அடுத்தமுறை சேலை நுனி காற்றில் பறக்கும்போதுதான் அதை எடுத்து அவளின் இடுப்பில் செருவ வேண்டுமெனத் தேவன் ஆவல்கொண்டான். 'அக்கம்பக்கத்தில் வளையல் கடை ஏதேனும் இருந்தால் இன்னும் பல சோடி வளையல்கள் வாங்கி அவளின் கைகளுக்குப் போட வேண்டும். வளையல்களை எண்ணுவதுபோல் கைகளை என் மடியில் வைத்துக்கொள்ள வேண்டும். இவள் தன்னை மறப்பாள். அப்போது ஆயத்தப்படுத்தியதைச் சொல்லிவிட வேண்டும். இன்னும் காலம் கடந்துபோனால் இருவருக்குமே ஆகாது.' தேவன் தனக்குள் பேசிக்கொண்டிருந்தான்.

"தேவன், வேறை உலகத்திலை உலாவுறீங்களோ?" என்று திடீரென நித்யா கேட்டபோதுதான் கடற்கரைக்கு மீள வந்தான்.

"வேறை உலகம்தான், அனால், நீங்களும் அங்கே இருந்தீங்கள், அதனால்தான் என்னை மறந்துபோனேன்."

"நீங்களும் நானும்? அதுவும் இன்னொரு உலகத்தில்? அற்புதமான கற்பனையாக இருக்கிறதே."

"நான் சொல்லப்போவதைக் கேட்டால் இன்னும் அற்புதமாக இருக்கும்."

அடுத்து அவன் என்ன சொல்லப்போகிறான் என்ற ஆவலில் நித்யா எதுவும் பேசாதிருந்தாள். வானம் இருண்டுகொண்டு வந்தது. தெருவோரத்து மின்சார விளக்குகள் கடற்கரைக்கு ஒளியூட்டுவதில் தோற்றுப்போயின. இந்த இருவரைப்போலவே

தொட்டம் தொட்டமாக இணைந்திருந்த சோடிகளை இருள் இன்னும் நெருக்கமாக்கியிருந்தது. தேவன், நித்யாவின் கைகளை எடுத்தான், மடியில் வைத்தான், அவற்றை மெல்லத் தடவியபடியே அவளின் கண்களினூடாகப் பார்த்தான். அங்கே கருணை இருந்தது, கனிவு இருந்தது, காதல் இருந்தது. ஒரு பெண்ணிடம் இவற்றுக்குமேல் ஒருவனுக்கு என்ன வேண்டியிருக்கிறது?

"நித்யா, நீங்கள்தான் என்னுடைய உலகம். இனி என்னுடைய வாழ்க்கை முழுவதும் உங்களோடுதான். நீங்கள் சம்மதம் சொல்ல வேணும்." அவன் இரப்பது போலிருந்தது. நித்யா அதை உள்ளுக்குள் ரசித்தாள். அது புன்னகையாய் மலர்ந்தது.

"இதைக் கேட்க ஏன் இவ்வளவு காலம் எடுத்தீங்கள்? தெரியாமல்தான் கேட்கிறன், சொல்லுங்கோ?"

இந்த விஷயத்தில் பெண்கள் எந்த அளவுக்கு அவசரப் படுகிறார்களோ அந்த அளவுக்கு ஆண்கள் தாமதம் செய்வார்கள். ஒரு பெண் எப்போது ஒருவனை ஆழமாக விரும்ப ஆரம்பித்தாளோ அப்போதே அவனுடன் வாழ ஆரம்பித்துவிடுகிறாள். அவனுக்குத் தன்னையே கொடுக்கத் தயாராகும் பெண்களும் இருக்கிறார்கள். அது அவரவருக்கு இடையேயுள்ள நெருக்கத்தின் கனதியைப் பொறுத்தது.

"அய்யாவன்ர நிழலிலை வாழ்ந்ததாலைதான் இந்த முடிவை எடுக்க இவ்வளவு காலம் எடுத்தது. இப்ப என்ர சொந்தக் காலிலை நிற்கிற அளவுக்கு வளர்ந்திட்டன்" என்றான் தேவன். அவன் குரலில் முன்பொருபோதும் இருந்திராத தன்னம்பிக்கை தொனித்ததை நித்யா உணர்ந்துகொள்ளத் தவறவில்லை.

"நானும் கச்சேரிகளுக்குப் போறதிலையும் இசை உலகத்திலை தொடர்புகளை வைத்திருக்கிறதிலையும் சுதந்திரமாக இருக்கிறன். எனக்குத் தேவைக்கு மேலாகப் பணமும் வந்து சேருது. தெரியும் தானே?"

"இசை இறைவனுக்குச் செய்கிற அர்ப்பணம். அதுக்குப் பணப் பெறுமதி கிடையாதெண்டு மாஸ்டர் சொல்லுவார். அதை நானும் நம்புகிறேன். அதனாலை உங்களைப் பாடுவதற்கு அனுப்பிச் சம்பாதிக்க வேண்டுமெண்டு நான் விரும்பயில்லை."

"சம்மதம், சம்மதம்."

நித்யா நன்றியோடு அவனின் கைகளை எடுத்துத் தன் கண்ணோடு ஒற்றினாள். கடல் அலைகள் அடங்கினாற்போலிருந்தது.

காற்று வேகம் தணிந்து அவர்களைத் தடவிச் சென்றது. கையோடு அவளின் நறுமணத்தில் சிறிதைக் களவாடிச் சென்றது. தேவன் அவளின் மடியில் சாய்ந்தான். அவளின் கழுத்திலிருந்த சங்கிலி அவன் முகத்தில் தவழ்ந்தது, மார்பகம் நெற்றியில் பதிந்தது. தேவன் கண்களை மூடிக்கொண்டான். அவளின் மூச்சோடு தானும் ஒன்றிப்போய் அவளோடு கலந்ததுபோலிருந்தது.

அடுத்த இரண்டு நாட்களில் தேவனும் நித்யாவும் அன்று வந்ததுபோன்றே ரயிலில் ஊருக்குத் திரும்பினார்கள். நித்யாவை ரயில் நிலையத்தில் காத்திருப்பதாக மாசிலாமணி அறிவித்திருந்தார். நித்யாவின் சகோதரங்கள் எல்லாரும் ரயில் நிலையத்துக்கு வந்து வழியனுப்பினார்கள். அவர்கள் வாழ்வில் புதிய அத்தியாயம் ஆரம்பமாகின்றதெனக் குரலெழுப்பி ரயிலும் புறப்பட்டது.

14

தேவன் நன்றாய்ப் பழகிப்போன தெருவால் நடந்து வந்து கொண்டிருந்தான். மனமோ வானத்தில் மிதந்துகொண்டிருந்தது. நல்லூர் கோயில் வீதி கண்ணுக்கு எட்டிய தொலைவுவரைக்கும் முன்பு ஒரு நாளும் இல்லாத மாதிரி சோடிக்கப்பட்டிருந்தது. தென்னை மரங்கள் வீடுகளின் வளவுகளுக்குள்ளிருந்து வெளியே நீண்டு ஓலைகளை விரித்துத் தெருவை மூடியிருந்தன. சுவர்களுக்கும் வேலிகளுக்கும் மேலாய்ச் செடிகளும் பூங்கொடிகளும் படர்ந்து பூங்காவனம்போல் அழகு காட்டின. வழியெல்லாம் கூட்டித் தண்ணீர் தெளித்திருந்தது. தெரு ஓரமாகக் கட்டித் தொங்கிக்கொண்டிருப்பவை என்ன, மாவிலைகளும் தோரணங்களுமா? வீட்டு வாசல்களெல்லாம் கும்பம் வைத்து மங்கல விளக்குகள் எரிகின்றனவே. வாசலோடு நிற்கும் எல்லார் முகங்களிலும் எங்கிருந்து வந்தன இந்தப் புதிய களையும் மலர்ச்சியும்? மேள தாளங்களும் நாட்டிய தாரகைகளும் நடுத்தெருவில் அரங்கேறாத குறைதான். யாரை வரவேற்க இந்த ஆர்ப்பாட்டமெல்லாம்? இன்றைக்கு யாரேனும் பிரமுகர் அவ்வழியாக வருகிறார் போலிருக்கிறது. வேறு யார், அது நானாகத்தான் இருக்க வேண்டும், நித்யா கொழும்பில் வைத்துத் தன் சம்மதத்தைத் தந்துவிட்டாள். இன்று அவளுடைய பெற்றாரின் வாய்மூல அங்கீகாரத்தைப் பெறுவதற்காகவல்லவா இந்த ராஜ நடையை நடந்துகொண்டிருக்கிறேன்? தேவன் பொங்கி

வழியும் ஆனந்தம் முகமெல்லாம் புன்னகையைப் போர்த்திவிட நடந்துகொண்டிருந்தான்.

நித்யாவின் வீட்டை அடைய இன்னும் சிறிது தூரமே இருந்தது. இதே நேரம்தானே அன்று முதன் முதலாக அவளைக் காண வந்தேன். அன்றுபோலவே இன்றும் என் வரவுக்காகக் காத்திருப்பாள். வரவேற்பறையில் விரித்த கம்பளத்தில் இருந்து தம்புராவை மடியில் வைத்துப் பாடிக்கொண்டிருப்பாள். அது பெரும்பாலும் மாணிக்கவாசகரின் அடைக்கலப்பத்தில் இன்னொரு பாடலாக இருக்கக் கூடும்.

நித்யாவும் தேவனும் கூட்டாக கொழும்புக்குப் பயணம்போய் ஒரு கிழமையானதும் அங்கிருந்து நேற்று மத்தியான ரயிலில் திரும்பினார்கள். ரயில் யாழ்ப்பாணம் வந்தபோது பத்து மணியாகிவிட்டது. ரயில் நிலையத்தில் மாசிலாமணி காத்திருந்தார். அந்தச் சனக்கூட்டத்தின் மத்தியில் அவரோடு ஒரு சொல்லாவது பேசலாமென்றால் வாய்ப்புக் கிடைக்கவில்லை.

மாசிலாமணி இருவரையும் கண்டவுடன் விரைந்து வந்து நித்யாவிடம் பெட்டிகளை வாங்கிக்கொண்டார். அவர் குரல் கனத்துப்போயிருந்ததைத் தேவன் அவதானித்தான்.

"தேவன், எங்களுக்கு கார் காத்துக்கொண்டிருக்குது. நாங்கள் இந்தப் பக்கத்தாலை வீட்டை போறம். நீங்களும் கெதியா உங்கடை பஸ் எடுத்து வீட்டுக்குப் பத்திரமாகப் போய்ச் சேருங்கோ, நேரம் செண்டுபோச்செல்லோ!"

"ஓமோம். நீங்களும் நேரத்தோடை வீட்டுக்குப் போய்ச் சேருங்கோ. நான் நாளைக்கு வீட்டுக்கு வாறன்" என்று தேவன் சொன்னது அங்கிருந்து புறப்பட்ட ரயில் எழுப்பிய இரைச்சலில் அவர்களின் காதில் விழுந்திருக்குமோவென்று சந்தேகத்துடன் தேவன் அங்கேயே நின்றான். அவன் பார்த்துக்கொண்டிருக்கும்போதே அவர்கள் எதிர்த் திசையில் போய் மறைந்துவிட்டார்கள். தேவன் தன்னுடைய பஸ்ஸைத் தேடி ஓடிப் போனான்.

நித்யாவைப் போய்க் கண்ட ஒவ்வொரு முறையும் வீட்டுக்குத் திரும்பும்போது அவளோடு கழித்த பொழுதுகளே நினைவில் வந்து அவனுடைய பயணத்தை லேசாக்கிவிடுவதுண்டு. அன்றும் அப்படித்தான். நாளைக்கு எழுந்ததும் அவளைக் காணப்போக வேண்டும். அவளை மட்டுமல்ல, அவளின் பெற்றாரை, அந்தவொரு

முக்கிய சந்திப்புக்காக என்று நினைவுகளுடன் தேவனின் நடை தொடர்ந்தது.

நித்யாவின் வீட்டுக்குக் காலையில் போனால் இடியப்பம், தோசை, வெள்ளையப்பம் என்று ஒவ்வொரு நாளும் ஒவ்வொரு வகைப் பலகார வகைகள் அவனுக்கென்று அடுப்பில் ஏறக் காத்திருப்பது வழக்கமாகிவிட்டது. வீட்டுக்குள் காலடியெடுத்து வைத்ததும், அவனை வரவேற்க நித்யாவின் அம்மா முதலில் வந்துவிடுவார். “வாங்கோ, பஸ்ஸிலையா வந்தியள்?” என்ற அவரின் சம்பிரதாயக் கேள்வியில் அவன் மீதிருக்கும் அன்பு, அக்கறை, வாஞ்சை எல்லாம் வெளிப்படும். அதனைத் தொடர்ந்து கோயில் மணி குலுக்கியதுபோன்று நித்யா வீடு முழுவதும் கலகலப்பை மூட்டிவிடுவாள். அதற்குள் மாசிலாமணியும் வந்துவிட்டால் அவளோடு கதைக்கத் தேவனுக்கு அவகாசம் கிடைக்குமாவென்று சந்தேகம் வந்துவிடும்.

அவள் வீட்டில் நிற்கும்போது இடைக்கிடை கிடைக்கும் தனிமையில் அவளின் அணைப்புத் தரும் சுகத்துக்காக ஏங்கிய காலம் ஒன்றிருந்தது. அவளின் அறைக்குள் எட்டிப் பார்ப்பதுபோல் உள்ளே அவனுக்காகக் கதவருகில் காத்து நிற்கும் அவளின் விரல்களோடு பின்னுவதிலிருந்து ஆரம்பித்து அவளின் இடுப்பை இழுத்து அணைப்பதுவரை எத்தனையோவெல்லாம் நிகழ்ந்திருக்கின்றன. இப்போதெல்லாம் இருவருமாய் கோடிப்புறத்துக் கிணற்று ஒட்டில் இருந்துகொண்டு கையைக்கூடத் தொட்டுக்கொள்ளாமல் பேசிக்கொள்ள முடிகிறது. பேச்சில் பொருள் இல்லாமற் போனாலும் புரிந்துகொண்டவர்கள்போல் நடிக்க முடிகிறது, ஒருவரையொருவர் குற்றம்சாட்ட முடிகிறது, அடுத்த கணம் சமாதானமாக முடிகிறது, சொற்களுக்குப் பதிலாகச் சிரிப்பை மட்டும் பகிர்ந்து சொல்ல வந்ததன் பொருளைப் புரிந்துகொள்ள முடிகிறது, பகிர்ந்ததை நினைத்துப் பொழுது அத்தனையையும் கழிக்க முடிகிறது, ஒரு கிழமையாகக் காணாமல் இருக்க முடிகிறது, கண்டதும் காணாமல் போனதால் ஏற்பட்ட வலிக்கு வடிகால் தேடிக்கொள்ள முடிகிறது, காதல் தரும் இனிய அவஸ்தையில் உலகம் ஒரேயடியாக அஸ்தமித்துவிட்டாலும் பரவாயில்லைபோல் நினைக்க முடிகிறது.

தேவன் வாசலைக் கடந்து வீட்டினுள்ளே நுழைந்தான். வழக்கத்துக்கு மாறாக எங்கும் ஆழ்ந்த அமைதி சூழ்ந்திருந்தது.

நித்யாவின் குரலோ வீட்டிலுள்ள ஏனையோரின் குரலோ நடமாட்டமோ வீட்டில் பன்னீர் தெளித்ததுபோன்ற சுகந்தமோ எதுவுமே இல்லை. அவனுக்கு இது புதிராகவிருந்தது. எல்லாரும் கோடிப்புறம் போயிருப்பார்களோ, அங்கே போய் எட்டிப் பார்த்தான். அங்கும் எவரும் இல்லை. திரும்பி வந்து கதிரையில் இருந்தான். அப்போது நித்யா அவளுடைய அறையிலிருந்து வந்து தலை குனிந்தபடி மௌனமாய் நின்றாள். அவனைக் கண்டதும் ஓடி வந்து பக்கத்தில் இருக்கிறவளல்லவா? இன்று என்ன மௌனமாக நிலைகுத்தி நிற்கிறாளே, தேவன் எழுந்து நிற்கக்கூட இயலாதவனாய்க் கதிரைச் சட்டத்தைப் பிடித்துக்கொண்டான். பேச வேண்டும், அவளோடு பேச வேண்டும். அந்த மௌனத்துக்குரிய காரணத்தை அறிய வேண்டும். அவளின் மனம் நோகும்படியாக ஏதேனும் நடந்திருந்தால் ஆறுதல் சொல்ல வேண்டும்.

“நித்யா... என்ன நடந்தது..? ஏன் மௌனமாக நிக்கிறீங்கள்?”

நித்யா எதுவுமே பேசவில்லை, தொடர்ந்து மௌனமாக அங்கேயே நின்றாள். அவள் பாட ஆரம்பித்ததும் தம்புராவின் கம்பிகள் அறுந்து மௌனிக்கப் பாடல் சொற்களோடு சொற்களாய்க் கரைந்துபோனதுபோலிருந்தது.

அப்போது அடுத்த அறையிலிருந்து மாசிலாமணியும் மனைவியும் கதவைத் திறந்து வெளியே வந்தார்கள். அவர்களும் நித்யாவைப் போலவே யோசனையோடு வந்து நின்றார்கள்போல் தேவனுக்குத் தோன்றியது.

“வாங்கோ தேவன், இருங்கோ” என்று சொல்லித் தனக்கு அருகேயிருந்த கதிரையொன்றைக் காட்டிச் சொன்னார் மாசிலாமணி. தேவன் போய் கதிரையில் இருந்தான்.

வழக்கத்துக்கு மாறாக அன்று ஏதோ நடந்திருக்கிறது அல்லது நடக்கப் போகிறதுபோல் தேவனின் மனதில் உறுத்தியது. இல்லையேல் இந்த மௌன நாடகம் எதற்காக? மாசிலாமணி ஆழமாக யோசிக்கிறார், அதற்கு என்ன காரணமிருக்கலாமென்ற பயம் கலந்த கேள்வி அவனுள் எழுந்தது.

தாயாரும் அறை வாசலில் நித்யாவுக்கு அருகில் வந்து நின்றார். அவர்களிடம் எதையாவது கேட்க வேண்டுமெனத் தேவன் நினைத்தான். ஆனால், எந்தக் கேள்வியையும் எழுப்புவதற்கு வேண்டிய காரணமோ சந்தேகமோ எழாமல் எதைக் கேட்பது?

நித்யாவிடமாவது கேட்கலாமென்றால் அவளும் எங்கேயோ குரலுக்கு எட்டாத தூரத்தில் நிற்பதுபோலல்லவா இருக்கிறது.

"தேவன், எங்களுக்குத் தெரியும் நீங்கள் விபரம் எதையும் அறியாமல்தான் வந்திருக்கிறியள்" என்று மாசிலாமணி தயவுடன் சொன்னார்.

தேவன் ஆச்சரியம் கலந்த பயத்துடன் அங்கு நின்ற எல்லாரையும் மாறிமாறிப் பார்த்தான். அவனுக்கு எதுவுமே விளங்கவில்லை. பூடகமாக இல்லாமல் எதையும் நேரே பளிச்செனச் சொல்ல மாட்டார்களா என ஏங்கினான்.

"உங்களன்ர அய்யா ரண்டு நாளைக்கு முந்தி இங்கை வந்திருந்தார்?"

"அய்யா?"

"ஓம், அய்யாதான். எங்களோடை ஏதோ அவசரமான விஷயம் கதைக்கவேணும்போலை வந்தார்."

"உங்களோடை அப்படியென்ன அவசரமான காரியம் அய்யாவுக்கு?"

"அவர் வந்து நிண்ட மாதிரியைப் பார்த்ததும் நானும் அப்பிடித்தான் நினைத்தேன்."

"நான் ராத்திரி கொழும்பாலை வந்த நேரம் அய்யா முழிப்பா யிருந்தார். "சாப்பிட்டுப் படு மோனை" எண்டு சொல்லிவிட்டுத் தானும் படுக்கப் போயிட்டார். இண்டைக்குக் காலமையும் எனக்கு முன்னம் வெளிக்கிட்டு வெளியிலை போயிட்டார். நான் இங்கை வர வெளிக்கிடும் வரைக்கும் அவர் வீட்டுக்குத் திரும்பயில்லை. உண்மையா எனக்கு ஒண்டுமே தெரியாது. எதுக்காக இங்கை வந்தார்?

"உங்களுக்குக் கலியாணம் பேசியிருக்கிறாரெண்டு சொல்ல வந்தாராம்."

"என்ன சொல்லுறியள்?"

"ஓம், கலியாணம் பேசியிருக்கிறாரெண்டுதான் சொன்னார்" என்று நித்யாவின் தாயார் தலையிட்டார்.

"கலியாணம் எனக்கு? அதுவும் எனக்குத் தெரியாமல்? அய்யா அப்படி எதையும் என்னோடை கதைக்கயில்லை."

“அப்ப அவர் தானாகத்தான் முடிவு எடுத்துக்கொண்டு வந்திருக்க வேணும்.”

“அப்பிடித்தான் இருக்கும். அம்மா போனதிலையிருந்து நான் அய்யாவுக்குச் சொல்லிப்போட்டுத்தான் இங்கை வாறனான். அது அவருக்கு முழுச் சம்மதம் இல்லையெண்டு எனக்கு நல்லாத் தெரியும். ஆனால், ஒரு நாளும் இங்கை வாறதைக் குறை சொல்லவில்லை. அவர் தன்னுடைய மனதிலை இருந்ததை என்னோடை கதைக்கவும் இல்லை.

“தேவன் நீங்களெண்டாலும் அய்யாவோடை உங்கட விருப்பத்தைக் கதைச்சிருக்கிறியளோ?”

“ஓமோம், கதைச்சிருக்கிறன். கொழும்புக்கு போறதுக்கு முதல் நாள் என்ர மனதிலை உள்ளதை அவருக்குச் சொன்னேன். நித்யாவை நான் முழு மனதோடை விரும்புறன். என்னைக் கலியாணம் கட்டச்சொல்லி அவளட்டைக் கேக்கப்போறன். தயவு செய்து இதிலை நீங்கள் தலையிட வேண்டாம். உங்களை நான் மண்டாட்டமாகக் கேக்கிறன் எண்டெல்லாம் சொன்னேன்.”

“இவ்வளவு சொல்லியும் அவர் உங்களுக்காக இரங்காமல் போனாரெண்டால் ஏற்கனவே அவர் ஒரு தீர்மானத்தோடை இருந்திருந்தார்போலை தெரியுது.”

“கொஞ்ச நாளாக மூளையை விட்டுக்கொண்டு இருந்தார். அவசியத்துக்கும்கூட என்னோடை கதைக்காமலிருந்தார். சில வேளை அவருக்கு ஏதேனும் மனக்குழப்பம் வந்திருக்குமென்று எனக்கு ஒருபக்கம் கவலயாயிருக்கு.”

“இல்லை, அவர் நல்ல நிதானமாகத்தான் கதைத்தார். உங்கள் குடும்ப வரலாறெல்லாம் சொன்னார். உங்களன்ர கையிலைதான் குடும்பம், தொழில் எல்லாம் தங்கியிருக்கிறதெண்டு சொன்னார். எங்கடை குடும்பத்திலை தனக்கு எவ்வளவு மதிப்பும் மரியாதையும் இருக்கிறதெண்டு சொன்னார். உங்களிலை வைச்சிருக்கிற மாதிரியே நித்யாவிலையும் தனக்குப் பாசம் இருக்கிறதெண்டு சொன்னார். நீங்கள் தன்ர விருப்பத்துக்குக் கலியாணம் கட்டாமல் நித்யாவோடை வாழப் போனால் தனக்குப் பிறகு குடும்பத்தையும் தொழிலையும் கவனிக்க ஒருதரும் இல்லாமல்போய் இருக்கிற செல்வமும் அழிஞ்சுபோடும் என்று அழுவாரைப்போலை சொன்னார். கடைசியிலை, எங்கட

மனம் நோகும்படியாகக் கதைக்கவேண்டி வந்ததுக்காகத் தன்னை மன்னிக்க வேணுமெண்டு மண்டாடினார். அவர் வீடு தேடி வந்து தன்ர கதையைச் சொன்னதுக்காக அவரை நாங்கள் குறை சொல்லப் போறதில்லை. ஆனால், அவர் எடுத்த முடிவு நித்யாவையும் உங்களையும் இப்படியொரு இக்கட்டான கட்டத்துக்குக் கொண்டுவருமெண்டு நாங்கள் எதிர்பார்க்கயில்லை."

"நீங்களும் நித்யாவும் எவ்வளவுக்கு ஓராளை ஓராள் விரும்புறீங்களெண்டது எங்களுக்கு நல்லாய்த் தெரியும். நாங்களும் அதுக்குச் சம்மதம் தந்துதானே நடந்து வந்திருக்கிறம். அதையும் நாங்கள் அவருக்குச் சொல்லாமல் விடயில்லை. அதெல்லாம் தனக்குத் தெரியும் எண்டார். ஆனால், அவர் கதைச்ச மாதிரிக்கு, அவர் என்ன பாடு பட்டாலும் நீங்கள் ரண்டு பேரும் கூடி வாழுறதைத் தடுக்கவேணுமெண்ட நோக்கத்தோடைதான் இஞ்சை வந்தார் எண்டது எங்களுக்கு விளங்கியிட்டுது."

"அவர் கதைச்ச எல்லாத்தையும் உங்களுக்குச் சொல்லுறது வடிவில்லை. ஆனால், உங்களைத் தன்னட்டையிருந்து பிரிக்க வேண்டாமெண்டு மன்றாடினார். அதைத்தான் எங்களாலை தாங்க முடியாமல் கிடக்குது."

மாசிலாமணியும் மனைவியும் மாறிமாறி அன்று நடந்ததை விபரித்தபோது தேவன் விறைத்துப்போயிருந்தான். நித்யாவை இது எப்படித் தாக்கியிருக்கும்? நிமிர்ந்து அவளைப் பார்த்தான். அவள் அவனைப்போல் மனம் பேதலித்து நிற்கவில்லை. அவன் அங்கே வந்தபோது மௌனமாய்த் தலையைக் குனிந்தபடி நின்றதுபோன்றே இப்போதும் நின்றாள்.

"தேவன், உங்கடை அய்யா இஞ்சை வந்து கதைச்சதாலை எனக்கு எந்த மன வருத்தமும் இல்லை. அதாலை எங்கள் வீட்டில் ஒண்டும் மாறப்போறதும் இல்லை. சொல்லப்போனால், நான் எப்பவோ என்ர முடிவை எடுத்திட்டன். உங்கட அய்யா எதிர்க்கிறார் எண்டதுக்காக அதை நான் மாற்றப்போறதில்லை. எனக்கு விருப்பமான ஒரு வாழ்வு இருக்குமெண்டால் அது உன்னோடைதான். அதை மட்டும் நீ மறக்காமல் இருந்தால் போதும்." நித்யா சொல்லிவிட்டுத் தனது அறைக்குள்போய்க் கதவைச் சாத்திக்கொண்டாள். தேவன் எழுந்து அவளின் பின்னால் போகவே முயன்றான். ஆனால், தனது சக்திக்கு

மேலாக எதுவோ அவனைக் கட்டிப்போட்டது. கண்கள் கலங்கப் பிரம்மை பிடித்தவன்போல் இருந்தான்.

மாசிலாமணி, தேவனுக்கு அருகிலேயே இப்போதும் இருந்தார். மனைவி வாசல் கதவில் சாய்ந்தபடி நின்றிருந்தார். 'இனிமேல் பேசுவதற்கு என்ன இருக்கிறது?' என்பதுபோல் மௌனத்தை எடுத்து மடியில் வைத்துக்கொண்டார்கள். நேற்று வீட்டுக்கு வந்த நேரம் அய்யா விழித்தபடிதானே என்னைக் காத்துக்கொண்டு இருந்தார். அப்ப தான் இங்கே வந்து கதைத்ததைச் சொல்லி யிருந்தால் என்னுடைய வாழ்க்கையில் தலையிடவேண்டாமெண்டு இன்னொருமுறை அவரட்டை மன்றாடி அவரின் மனதை மாற்ற முயற்சித்திருப்பேன். எனக்கு வஞ்சகம் செய்துவிட்டு ஒன்றும் அறியாதவர்போல் நடித்த அய்யாவோடு வாதிட்டும் மன்றாடியும் என்ன பிரயோசனம் என்று தேவன் மறுகினான். இனி இங்கே நின்று என்ன செய்வது, எந்த முகத்தோடு இவர்களுடன் உறவாடுவது? தேவன் எழுந்து நின்றான். எவரும் அவனைத் தடுக்கவில்லை.

"தேவன், நீங்கள் எப்பவும் எங்கட வீட்டுக்கு வரலாம். நாங்கள் எட்ட இருந்தாலும் பிரிஞ்சு போகவில்லை. அதை மட்டும் மறவாதையுங்கோ" என்றார் மாசிலாமணி.

தேவன் கேட்டுக்கொண்டு வாசலுக்கு வந்தான். வழக்கம்போல் 'போயிட்டு வாறேன்' என்றுகூடச் சொல்லவில்லை. காலில் செருப்பை மாட்டிக்கொண்டு வெளி வாசலைக் கடந்து தெருவுக்கு வந்தான். நித்யாவும் பின்னால் வருவாள் என்ற நம்பிக்கையுடன் திரும்பிப் பார்த்தான். அவள் அங்கே வாசல் கதவோடு நின்றிருந்தாள்.

நித்யா அழவில்லை. அவள் முகம் கண்ணீர்விட்டுத் துடைத்தது போன்றும் இருக்கவில்லை. இவள் ஒரு சாதாரண பெண்ணாக இருந்தால்தானே கனவுகள் காணவும் அவை பறிபோகும்போது கண்ணீர் விடவும் செய்வாள். இவளைக் கண்டவுடனே நான் வணங்கவல்லவா ஆரம்பித்தேன். தொட்டு அசிங்கப்படுத்தக் கூடாதென்று மனதில் வைத்துப் பூஜிக்கவல்லவா தொடங்கினேன். தேவன் தனக்குள் சொல்லிக்கொள்ள மட்டுமே முடிந்தது.

கோயில் வீதி கண்ணுக்கு எட்டாத தூரம்வரை நீண்டிருந்தது போல் தோன்றியது. நேற்றுவரை நன்றாகப் பழகிப்போன வீதியும்

சுற்றியுள்ள மரங்களும் செடிகளும் கோயிலும் சூழலும் இன்று தன்னை வேண்டாதவனாக ஒதுக்கிவிட்டதுபோல் உணர்ந்தான். தகப்பனையும் தாயையும் அழைத்தான், மாசிலாமணியையும் மனைவியையும் அழைத்தான், எல்லாரும் மறுபுறம் தலையைத் திருப்பி நின்றார்கள். எவரிடம் தன் மனதிலுள்ள துயரத்தைச் சொல்லி ஆறுதல் பெறலாமென்று தெரியாதவனாகத் திரும்பி நித்யா நின்ற திக்கில் பார்த்தான். அவள் அங்கேதான் நின்று கொண்டிருந்தாள். எவர் என்னை ஒதுக்கினாலென்ன நித்யா என்ற ஒருத்தியின் மனதில் நான் குடியிருக்கிறேன். அதுவொன்றே போதும். தேவன் மேலும் நடக்கமுன் அவளைச் சில கணங்கள் பார்த்தபடி நடுத்தெருவில் நின்றான்.

நித்யா அவனை முதன் முதல் கண்டபோது இடுப்பில் வேட்டியும் வெறும் மார்புமாக கோயில் அறை வாசலில் நின்றபடி தன்னை வியப்புடன் பார்த்துப் புன்னகைத்த அதே அப்பாவி இளைஞனாகத் தெரிந்தான். அவன் தலை குனிந்து மெல்ல நடந்து சென்றதைப் பார்த்தபடி நின்றாள், தூரத்தில் அவன் பிம்பம் மறைந்த பின்பும் அவனைக் கண்களில் ஏற்றி மனதில் துதித்தபடி நின்றாள்.

அன்றிரவு நித்யாவைப் பிரிந்து, அவளின் வீட்டைப் பிரிந்து எப்படி வந்து பஸ் ஏறினான், எப்படி வீட்டுக்குப் போய்ச் சேர்ந்தான் என்றதெல்லாம் தேவனுக்கு நினைவிலிருக்கவில்லை. தன்னுடைய அறைக்குள் போய்க் கதவைச் சாத்திவிட்டு ஓவெனக் குரலெடுத்து அழுதது மட்டும் நினைவிலிருந்தது.

தேவனை வழியனுப்பிவிட்டு வீட்டினுள்ளே வந்த நித்யாவின் நிலையோ வேறாக இருந்தது. அவள் மனம் எண்ணற்ற கேள்விகளை எழுப்பிக்கொண்டிருந்தது. இனி இந்த ஊரில் இருப்பதில் என்ன அர்த்தம் இருக்கிறது? அவனோடு கழித்த நாட்களை மூட்டை கட்டிப் பரணில் வைத்துவிட்டு, எதுவும் நடவாததுபோல் கடந்துவிடுவதும் நடக்கப்போறதில்லை. அவனோடு கூடி வாழ்ந்தால்தானா வாழ்வு, அவன் எதிர்பார்த்ததுபோல் என்னை ஆக்கிவிடுவதும் அவன் என்மீது கொண்ட காதலுக்கு நான் செய்யும் பிரதியுபகாரமல்லவா?

மாசிலாமணியும் மனைவியும், 'அவள் என்ன சொல்லப் போகிறாள்?' என்பதை அறியக் காத்திருந்தார்கள்.

“அப்பா, இரவுக்கு அண்ணாவோடு கதைக்க வேணும். அதோடை கெதியாக கொழும்புக்கு போக வேணும்.”

“ஓம் நித்யா, அண்ணாவுக்கு நிச்சயம் சொல்லத்தான் வேணும். கொழும்புக்குப் போறதெண்டால் எல்லாருமாப் போவம்.”

“அடையாறு அகாடெமியிலையிருந்து பதில் வருமட்டும் இந்த ஊரில் இருக்க முடியாது.”

“விளங்குது மகளே, அண்ணாவட்டைப் போனால் எங்கள் எல்லாருக்கும் ஆறுதலாக இருக்கும். சென்னைக்குப் போறதுக்கு ஆயத்தம் செய்யிறதுகு அவரைத்தானே நம்பியிருக்கிறம்...”

அன்று நடந்ததைப் பார்த்திபனுக்குத் தொலைபேசி மூலம் அறிவித்தார்கள். அடுத்த நாள் மதிய ரயிலில் புறப்பட்டுவிட்டார்கள். நடந்துபோனதை மறந்துபோனவர்கள் போலவே போகும் வழியில் பொழுதைக் கழித்தார்கள். கொழும்பு கோட்டை ஸ்டேஷனில் பார்த்திபன் காத்திருந்தார். நித்யாவிடம் எதிர்பார்த்திருந்த எந்த மாறுதலையும் அவர் காணவில்லை. முன்புபோலவே சிரித்த முகத்துடன் ஏதோவொரு பாடலை ஹம்மிங் செய்தபடி ரயிலிலிருந்து இறங்கியவளிடம், தன் மனதிலுள்ளதைக் காட்டிக்கொள்ளாமல் வரவேற்றார். அண்ணா நடிக்கிறார் என்பது நித்யாவுக்கு நன்றாய் விளங்கிப்போனது. நடந்தவற்றை அவனுடன் பேசவோ மறந்தும் தேவனின் பெயரை எடுக்கவோ செய்யாமல் அவருடன் வீட்டுக்குப் போனாள். எல்லாரும் கதைக்க ஒரு நேரம் வரத்தானே போகிறது என்பது மட்டும் அவளுக்குத் தெரிந்திருந்தது.

அடுத்த நாள் காலை பார்த்திபன் மனைவியோடு வேலைக்குப் புறப்பட்டார். வழியில் பிள்ளைகளைப் பள்ளிக்கூடத்தில் சேர்க்க வேண்டும். வழக்கமான அவசரமும் கூடவே சென்றது.

“நித்யா, பின்னேரம் அக்காவும் அத்தானும் வருவினம். எல்லாரும் வீட்டை நிண்டால் நல்லது” என்று வாசலில் நின்று சொன்னார்.

“ஓமண்ணா, நாங்கள் வீட்டைதான் நிப்பம்.”

பின்னேரம் மைதிலியும் திருமாலும் வந்தார்கள். குழந்தைகளின் கும்மாளத்தில் வீடு அமளிப்பட்டது. அவர்களோடு தானும் சேர்ந்து குதூகலித்தாள். எப்போது அவளுடன் கதைக்கலாமென்று எல்லாரும் காத்திருந்தார்கள். தனக்கு ஆறுதல் கூறவென்று வந்தவர்களிடம் எதையும் மறைக்க நித்யா விரும்பவில்லை.

"அக்காவுக்கும் அண்ணாவுக்கும் நான் சொல்லுறது இது தான். எனக்காக நீங்கள் கவலைப்படுறதுக்குப் பதிலாகத் தேவனுக்காகக் கவலைப்படுங்கோ. எனக்கு ஆறுதல் சொல்ல நீங்கள் இருக்கிறீங்கள். அவனுக்கு ஒருவரும் இல்லை."

"உண்மை, நித்யா. எங்களுக்குத் தெரியும் தேவன் ஒரு அமைதியான பிள்ளை. தகப்பனுக்குத் தன்ர மனதிலை பட்ட நியாயத்தைச் சொல்லுவார். ஆனால், அவரோடை சண்டைக்குப் போவாரெண்டு நான் நம்பயில்லை."

"அவன் அப்பிடிச் சண்டைக்குப் போற ஆளாக இருந்திருந்தால் நானும் அவனை விரும்பியிருக்க மாட்டேன்."

"அவரன்ர அப்பாவித்தனத்தைத் தனக்குச் சாதகமாக்கிக் கொண்டாரெண்டுதான் நான் நினைக்கிறன்."

"அது அவனன்ர பலவீனம் இல்லை. அவனட்டை இருந்த நல்ல குணங்களிலை அதைத்தான் நான் அதிகம் விரும்பியிருந்தன்."

"அக்காவுக்கு தேவனை நான் பலமுறை புகழ்ந்திருக்கிறன். எல்லாம் அவனன்ர குழந்தை மனதுக்காகத்தான்."

"அதனாலைதான் அவரைத் தகப்பன் சுலபமா ஏமாற்ற முடிந்ததெண்டு நினைக்கிறன்."

"அதை இனி பேசி என்ன பிரயோசனம், அண்ணா?"

"நித்யா, நீ இப்ப என்ன செய்ய வேணுமெண்டு விரும்பிறியோ அதுக்கு உதவ நாங்கள் தயாராக இருக்கிறம். மனதிலை இருக்கிறதை ஒளிக்காமல் சொல்லு?" என்றாள் மைதிலி.

"அப்பா சொல்லியிருப்பார். நான் சென்னைக்குப் போய்ப் படிக்க வேணும். நான் அங்கை போய்ப் பயிற்சி எடுத்து வரவேணுமெண்டதுதான் தேவன்ர விருப்பமும். அவனன்ர விருப்பத்தை நிறைவேற்றப்போறன். அதுக்கு உதவி செய்தால் போதும்."

"அதை நாங்கள் நிச்சயம் செய்வம். தேவன்ர தகப்பன் வந்து கதைச்சதையெல்லாம் மனதிலை வைச்சிருக்காமல் இருந்தால் போதும்."

"அதை யாழ்ப்பாணத்திலை ரயில் ஏற முந்தியே இறக்கி வைத்துவிட்டு வந்தாச்சு" என்று அவள் சொல்லிவிட்டுச் சிரித்ததை, எல்லாரும் அதிசயிப்புடன் நோக்கினார்கள்.

அடுத்த சில கிழமைக்குள் நித்யா, தாய் தகப்பனுடன் சென்னைக்கு விமானம் ஏறினாள்.

காலம் எவருக்காகவும் காத்திருக்கவில்லை.

15

சில நாட்களில் முன்அறிவித்தல் இல்லாமலே மேகங்கள் இருண்டுவிடுகின்றன. மழை பெய்வதற்கு இது ஆரம்பமோவென்றால் அதுவுமில்லை. சும்மா காரணமில்லாமல் வெள்ளை நிற மேகங்கள் தமது கரிய நிறத் துணைகளுக்குப் பின்னால் மறைந்துவிடும். சம்பவங்கள் காரண காரியத்தோடுதான் நடக்கின்றனவாம். ஆனால், மனித வாழ்க்கையில் சில நிகழ்வுகளுக்குக் காரணம் எதுவும் வேண்டியதில்லைப்போலும்.

வானம் இருண்டதும் விண்மீன்கள் முகம் காட்டப் புறப்பட்டன. அதுவும் அழகில் சேர்த்திதான். ஆனால், முழு மதியும் அதைக் கடந்து செல்லும் வெண்ணிற மேகங்களும் நடத்தும் மௌன நாடகம் தரும் மன அமைதியை வானத்து விளையாட்டுகளில் வேறு எதுவும் தந்துவிடுவதில்லை. வானவில்கூட அதற்குப் பின்னர்தான்.

தேவன் முன்விறாந்தையின் சிமெந்துத் தரையில் வந்து இருந்தான். பகலெல்லாம் காற்றோடு கலந்திருந்த பிசுபிசுப்பின் எச்சசொச்சம் தோளெங்கும் கசிந்து கமக்கட்டில் இறங்குகிறது. மாயவன் கோயில் அர்த்தசாமப் பூசைக்கு அடித்த மணி முற்றத்தில் நிலவிய அமைதியைக் குலைத்தபடி வந்து சரணடைந்தது. வேலிகளில் ஓணானோ சாரையோ சலசலப்பை எழுப்பிவிட்டு ஒளிந்துகொண்டது. வீட்டுக்குத் திரும்பிக்கொண்டிருந்த வண்டில் மாடுகளின் உற்சாகம் கழுத்து மணிகளில் எதிரொலிக்கிறது. ஆனால், தேவனிருந்த மன நிலையில் இந்த எதுவுமே அவனை இந்த உலகத்துக்கு மீட்டுவரும்போல் தெரியவில்லை.

தன்னை மறந்து ஏகாந்தத்தில் உறையவைக்கும் சிந்தனையோ புலன்களை அடக்கிவிடும் யோகமோ அவனுக்கு இன்னும் சித்தியாகவில்லை. வெறுமே கவலையில் கரைந்து மௌனித்துப் போவதே அவனால் அப்போது செய்யக்கூடியதாய் இருந்தது.

தாயின் திடீர் மறைவை நினைக்கிறான். அவர் போனதிலிருந்து முத்துவேலர் கிடையாகக் கிடந்தார், அதன் பிறகு ஒரு மாதத்தில், எல்லாம் மாயவன் விளையாட்டு என்று தன்னைத் தேற்றிக்கொண்டு இயல்பு வாழ்க்கைக்குத் திரும்பிவிட்டார். 'அவருக்கு இரும்பு மனம்' என்று எல்லாரும் சொல்லிச் சென்றார்கள். ஆனால், எவருடனும் பகிர்ந்துகொள்ள முடியாத ஆழ்ந்த சோகம் தனக்குள் துன்புறுத்திக்கொண்டிருந்ததை மறைப்பதில் வெற்றியும் கண்டார். அதைத் தேவனே அறிந்துகொள்ள முடியாமற் போனதுதான் ஆச்சரியம். ஆனால், அவரின் உடம்பு கொஞ்சம்கொஞ்சமாய் உருகி, உருக்குலைந்து வருவதை மட்டும் அவன் அவதானிக்கத் தவறவில்லை. மரகதம் போனதும் தானும் போய்விடும் காலம் விரைவில் வந்துவிடும். அதற்கிடையில் முடிக்காமல் இருக்கும் அலுவல்களை இப்போதே செய்து முடித்துவிட வேண்டும் எனத் தீர்மானித்துக்கொண்டவர்போல் இயங்கி வந்தார். இதனால் அவரின் ஒவ்வொரு சொல்லிலும் செயலிலும் வழக்கத்தில் இல்லாத அவசரம் அவருக்குப் பின்னே நின்று உந்திக்கொண்டிருந்தது.

எல்லாக் கணவன்மாரும் இறந்துபோன மனைவியை நினைத்து நாலு பேரறியக் கண்ணீர் வடித்து அரற்றுவதில்லை. அவளோடு கழித்த பொழுதுகளைச் சொல்லிப் புலம்புவதில்லை. மனைவியை ஒரேயடியாக மறந்துபோனவர்கள், இடைக்கிடை அவளின் நினைவில் தோய்பவர்கள், உடலும் மனமும் உருக்குலைந்து போகிறவர்கள் அவளோடு திரும்பவும் சேரவேண்டுமென்று நாட்களை எண்ணிக்கொண்டிருப்பவர்கள் எனப் பல வகையான வர்கள் இருக்கிறார்கள்.

தகப்பனாரின் சமீபத்திய போக்கினைத் தேவன் கவனித்துக் கொண்டு வந்தான். அய்யா, அம்மாவை நினைத்து உள்ளுக்குள் செத்துக்கொண்டிருக்கிறார் என்பது மட்டும் அவனுக்கு நன்றாய் விளங்கியது. சில மாதங்களாக அவர் தன்னைத் தனிமைப் படுத்திக்கொண்டுவருகிறார் என்பதை அறிந்தபோது அவன் அடைந்த அதிர்ச்சியிலும் பார்க்க அவருக்கு ஆறுதல் கூற முடியவில்லையே என்ற தனது இயலாத்தனம்தான் அவனை இன்னும் துயரத்தில் ஆழ்த்தியது. அய்யாவும் அம்மாவைத் தொடர்ந்து போய்விட்டால் தான் முற்றிலும் அநாதையாய்ப் போய்விடவேண்டிவரும். அதை நினைக்கவே அவன் நெஞ்சு வலித்தது. அய்யா, அவர் ஒருவர்தான் என்னை இதுவரை

தாங்கிய விழுது. அவரிடமிருக்கும் பொறுப்புகளைத் தோளில் சுமந்து சமாளிக்கும் திறமையும் அறிவும் கிடைத்துவிட்டதென உறுதியாக நம்பிக்கொண்டாலும் அவருக்குச் சொல்லாமல் எந்தப் புதிய காரியத்தையும் ஆரம்பிக்க மனம் இணங்க மறுக்கிறது.

'அம்மா, நீ போனதோடு எங்கள் வீட்டிலிருந்த ஐஸ்வரியங்களும் அமைதியும்கூடப் போய்விட்டதே' என்று தேவன் தூணோடு சாய்ந்தபடி கண்ணீர் மல்கத் தாயை நினைத்தான்.

இரவாகிவிட்டது. இப்போது வானத்தில் மேகமும் இல்லை வெண்ணிலவும் இல்லை. பூமியை வேவுபார்த்துக்கொண்டு மின்மினிகள் தூங்காமல் விழித்திருந்தன. தூரத்து நட்சத்திரமொன்று ஒளி நூலைப் பற்றிக்கொண்டு துரித கதியில் வீடு மாறியது. தேவன் வானத்து விளையாட்டு எதிலும் கவனம் செலுத்தாமல் தலை குனிந்தபடி இருந்தான்.

"மோனை!" அம்மாதான் அழைக்கிறாள்.

"என்னம்மா?"

"இப்படியே இருந்தால் தடிமன் பிடிச்சுவிடுமடா, வா மோனை. சாப்பிட்டுப் படு."

"பசிக்கல்லையம்மா."

"எவ்வளவு நேரமாப் போட்டுது, பசிக்கல்லையெண்டு சொல்லுறாய். அங்கை அய்யாவும் உன்னோடை சாப்பிடக் காத்துக்கொண்டிருக்கிறார்."

"அவரை முதலிலை சாப்பிடச் சொல்லு."

"நீ வர மாட்டனெண்டால் கவலைப்படுவார். வா, மோனை."

"நான் வராட்டில் ஏனம்மா அவர் கவலைப்படப்போறார்?"

"என்ன கதை இது, நீ சாப்பிடாமல் இருந்தால் உன்ர அய்யா கவலைப்படாமல் இருப்பாரா?"

"நீ காட்டிற அக்கறையே போதும் அம்மா."

அம்மா பக்கத்தில் வந்து இருக்கிறாள். அவரிடமிருந்து வரும் அம்மா மணம் அவனை முதலில் தழுவுகிறது. அதைத் தொடர்ந்து அவர் அவனின் தோளில் கையை வைக்கிறார். அடுத்து பிடரியைத் தடவி விடுகிறார். அப்படியே தலையைக் கோதி விடுகிறார்.

"உன்ர அய்யாவோடை நான் எத்தினை வருசமாய்க் காலம் தள்ளுறன். என்ர மனதை எத்தினை தரம் நோகடித்திருக்கிறார்.

ஆனால், அடுத்த நிமிசம் அதை மறந்துபோடுவார். நீ பிறந்த பிறகுதான் என்னையும் வீட்டிலை இருக்கிற ஒரு சீவனாக நினைச்சு நடக்கத் துவங்கினார். அதோடை எடுத்ததுக்கெல்லாம் கத்திறதும் குதிக்கிறதும் குறைஞ்சிட்டுது. அதுக்காக அவர் என்னிலை அன்போ அக்கறையோ இல்லையெண்டு சொல்ல மாட்டன். சில நாளிலை அவர் செய்யிறது எனக்குப் பெரிய அதிசமாக் கிடக்கும். திண்ணையிலை இருந்துகொண்டு மேகத்தைப் பார்த்துக் கதை சொல்லுவார். வியாபாரத்துக்குப் போன இடத்திலை நடந்தது, சண்டைப்பட்டது, ஆர் ஏமாற்றினவங்கள், ஆர் நல்லவங்கள், எவங்களைக் கடைசி வரைக்கும் நம்பக் கூடாது எண்டெல்லாம் சொல்லிக்கொண்டிருப்பார். சாமம்சாமமாய்க் கதை சொல்லுவார். கடைசியிலை சொல்லுவார் 'நான் விடுற மூச்சு ஒவ்வொண்டும் உனக்காகவும் பிள்ளைக்காகவும்தான். நான் பிழை விட்டாலும் அது உங்கடை நன்மைக்காகத்தான்' எண்டு சொல்லுவார். நல்லா யோசிக்காமல் அவர் ஒரு முடிவுக்கும் வர மாட்டார். என்னோடை கதைச்சு முடிவெடுத்த பிறகுதான் உன்னைச் சங்கீதம் படிக்க வைச்சார் எண்டது உனக்குத் தெரியுமோ மோனை? அவருக்குப் பொய், புரட்டுத் தெரியாது. ஆனால், அவர் சில நேரம் சொல்லுறது பச்சைப் பொய்போலை இருக்கும். பிறகு அது உண்மையென்று கண்டதும் அவரிலை எனக்கு இன்னும் மரியாதை வரும். அவர் எதிலும் பிழை விடலாம் ஆனால், உன்ர விஷயத்திலை மட்டும் பிழை விட மாட்டார். இப்ப விளங்குதுதானே? வா, சாப்பிடுவம். அய்யாவோடை கோவிச்சுக்கொண்டு இருந்தது போதும்."

தேவன் கண் விழித்துப் பார்த்தான். எங்கும் இருளாயிருந்தது. பக்கத்தில் பார்த்தான் அம்மா இருந்த இடம் வெறுமையா யிருந்தது. கோழியொன்று மரத்திலிருந்து சிறகடித்து அலறிய ஓசை மட்டும் கேட்டது. அம்மா எழுந்து சென்றது மட்டும் கேட்கவில்லை.

அம்மா எங்கே எழுந்து சென்றார்? அவர் பக்கத்தில்தான் இருக்கிறார்போல் அம்மா மணம் இப்போதும் வீசுகிறதே. அம்மாவிடம் இதைப்போல் இன்னும் ஆயிரக்கணக்கான கதைகள் இருக்கின்றன. எல்லாம் நான் பலமுறை கேட்ட கதைகள்தான். அம்மா போன பிறகு இப்படி இரவு நேரம் நான் தனிமையில் இருந்தால் அவரும் பக்கத்தில் வந்து இருந்துவிடுவார். அவர் கதைகளையும் சொல்லித் தலையையும் கோதி விடுவார். அது

உண்மையில் அம்மாவென்றே நினைத்துக்கொள்வதில் களைப்புத் தீர்ந்து மன ஆறுதலும் உண்டாவது போலிருக்கும்.

தேவன் சிறிது நேரம் யோசித்துப் பார்த்தான். அம்மா, அய்யாவைப் பற்றிச் சொன்ன கதைதெல்லாம் உண்மை. அவற்றை அவர் எத்தனையோ முறை சொல்லியும் அலுக்காத கதை. ஆனால், அம்மாவுக்கு என்னை விட்டால் இப்படிக் கதை சொல்ல எவருமில்லை. அவர் சொன்ன கதைகளில் ஒன்றை மட்டும் ஒருமுறைதான் சொன்னார்.

"நீ கட்டின சீலையோடைதானே வந்தனி" என்று அய்யா ஒருமுறை தன்னை மறந்த கோபத்தில் அம்மாவைத் திட்டிவிட்டார். அவருக்கு அழுகை வந்துவிட்டது. "எங்கடை குடும்பம் ஏழைக் குடும்பம்தான். ஏழைக் குடும்பத்துப் பெம்பிளைதான் புருஷன்ர வீட்டைத் தன்ர வீடாக மதிப்பாள். நானும் அப்பிடித்தான் மதிச்சு வந்திருக்கிறன். இது அய்யாவுக்குத் தெரியும். அடுத்த நாள், "நான் ஒரு விசரன், கொஞ்சமும் யோசிக்காமல் உன்னைக் கவலைப்படுத்திப்போட்டன், அதை மனதிலை வைச்சிருக்காதை யடியம்மா" என்று சொன்னார். நான் அவருக்காக மனம் வருந்தினனேயொழிய அவரிலை எனக்குக் கொஞ்சமும் கோபம் வரயில்லை.'

கூரையில் எங்கேயோவொரு சிறு இடைவெளிக்குள்ளால் பல்லி சொன்னது. அங்கு நிலவிய அமைதியில் அது தேவனின் காதுக்குள் புகுந்து அரற்றியதுபோலிருந்தது. பல்லி மட்டுமல்ல வீட்டைச் சுற்றி எத்தனை மிருக இனங்கள் ஓசை எழுப்புகின்றன, மாடு கத்துகிறது, ஆடும் கத்துகிறது, பூனையும் கிளியும் குருவியும் கோட்டானும் இன்னும் இவை போன்ற எத்தனையோ சீவராசிகள் இரவு, பகலென்று இல்லாமல் ஓசை எழுப்புகின்றன. இந்தக் குட்டிப் பல்லி எழுப்பும் ஓசைக்கு மட்டுமேன் வேறெந்த மிருகத்துக்கும் கொடுக்காத மதிப்புக் கொடுத்து நமக்கு என்னவும் நேர்ந்துவிடலாம் என்ற பயமும் உண்டாகிறது? அம்மா பல்லி சொல்வதில் முழு நம்பிக்கை கொண்டிருந்தார். கையிலிருந்த வேலையை விட்டு இன்னொன்றைத் துவங்கும்போது பல்லி சொல்லிவிட்டதென்றால் போதும், அந்த வேலையை அப்படியே ஓரமாய் வைத்துவிட்டுப் பழைய வேலையில் கவனம் செலுத்துவார். பல்லி எதையும் சொல்லிவிட்டுப் போகட்டும். அது சொல்வதை நாம் ஏன் கேட்க வேண்டும். மற்ற மிருகங்கள் சொல்வதையெல்லாம்

கேட்டுக்கொண்டா காரியம் பார்க்கிறோம்? முதலில் மனிதர்கள் சொல்வதைக் கேட்போம். அடுத்தது நமது மனம் சொல்வது என்னவென்று கேட்போம். அய்யா தன் மனம் சொன்னதைக் கேட்டிருந்தால் இந்த முடிவுக்கு வந்திருப்பாரா? ஒருவேளை அவரின் மனம்தான் இந்த முடிவைச் சொல்லியிருக்குமோ? அதைத்தானா தன்னுடைய மொழியில் அப்படி விளங்கப்படுத்தினார்?

"மோனை, நான் எல்லாத்தையும் நல்லா யோசித்துப்போட்டுத் தான் இந்த முடிவுக்கு வந்திருக்கிறன். மாயவனாணை, உன்னை அந்தப் பாட்டுக்காரப் பிள்ளையட்டையிருந்து பிரிக்கவேணு மெண்டு இந்த முடிவுக்கு வரயில்லை. எங்களை நம்பியிருக்கிற குடும்பங்கள் வாழ வேணும். எனக்குக் குத்தகைக்குக் காணி தந்த ஆக்களுக்கு நாங்கள் மோசம் செய்யக் கூடாது. எங்கட விவசாயம் ஒழுங்கா நடக்க வேணும், தோட்டம் துரவைக் கவனிக்காமல் காயவைத்துவிட்டால் எடுத்தவுடனை வாற நட்டத்தை எப்படிச் சமாளிக்கிறது..? யோசிச்சுப் பார், மோனை? உன்ர அம்மா இவ்வளவு காலமும் எக்குப் பக்க பலமாக இருந்து இதையெல்லாம் கவனிச்சு என்னையும் மகாராசாவாக வைச்சிருந்தாள்; தெரியும்தானே. அவளன்ர இடத்திலை எங்களுக்கு ஒரு பெம்பிளை வேணும். நான் சொல்லுறது நியாயம்தானோவெண்டு ஒருக்கால் ஊண்டி யோசிச்சுப் பார். நீ என்ர பிள்ளை, எனக்கு நல்லாத் தெரியும் நீ ஒரு நாளும் பிழை விடமாட்டை."

அய்யா என்ன சொல்கிறாரோ அதுவே எங்கள் வீட்டில் எழுதாத சட்டமாகிவிட்டது. அது அவரைப் பொறுத்தவரை நியாயமும் நீதியுமாக இருக்கலாம். அதன் அடிப்படையில் அவர் என்னை வருத்தித் தன் காரியத்தை நிறைவேற்றிக்கொள்ளலாம். ஆனால் நித்யாவை வருத்துவதற்கு அவருக்கு யார் அதிகாரம் கொடுத்தது? என் விருப்பத்துக்கு மாறாக அவர் எடுக்கும் முடிவு அவளையும் பாதிக்குமானால் அய்யாவா அவளின் கண்ணீரைத் துடைக்க முன்வருவார்? நான்தானே ஓடிப்போய் அவளுக்கு ஆறுதல் தரவேண்டும். அப்படியான ஒரு மனிதனாகவா நான் இருக்கிறேன்? இல்லையே. அய்யாவுக்குப் பயந்த கோழையாகவல்லவா இருக்கிறேன். இதற்கு எங்கே இருக்கிறது மார்க்கம்? தேவன் தான் நித்யாவுக்கு இழைத்த அநீதியை நினைக்கவும் அதைத் தீர்க்க வகை தெரியாமலும் தன் தலையைத் தானே பிய்த்துக்கொள்ளவே முடிந்தது.

ராஜாஜி ராஜகோபாலன்

முத்துவேலர் வீட்டினுள்ளேதான் இப்போதும் இருக்கிறார். விறாந்தைக்கு வந்து சாய்மனைக் கதிரையில் சாய்ந்து முகட்டோடு பேசும் மன நிலை இப்போதெல்லாம் அவருக்கு உண்டாவதில்லை. பகல், இரவெல்லாம் உள்ளேதான் அவருடைய பொழுது கழிகிறது. யாராவது வந்து அவரைக் கூப்பிட்டால் மட்டுமே வாசலுக்கு வந்து வரவேற்பார். சிலவேளை வருகிறவர் அவரின் உறவுக்காரராக அல்லது நண்பராக இருந்தால் மட்டுமே வீட்டுக்குள்ளே கூப்பிட்டு இருத்துவார். வருகிறவர்கள்தான் கதைக்கவேண்டும். இவர் கேட்டுக்கொண்டிருப்பார்.

இப்போதெல்லாம் பொன்னுச்சாமியும் தங்கராசாவும் அவரைப் பார்க்க வருவது குறைந்துபோயிற்று. அவர்களுக்கு அவர்களுடைய பிரச்சனைகளோடு இழுபறிப்படவே இருபத்து நான்கு மணி நேரம் போதாமலிருக்கலாம்.

முத்துவேலர் தனது சினேகிதங்களை நினைக்கிறாரோ என்று கண்டுகொள்ளவும் இயலாதிருந்தது. தருமதிகாரரையும் துப்பரவாக மறந்துபோனவர் போலவே அவரின் மனக்கணிதத்தில் வரவுப் பக்கம் வெறுமையாய்ப்போனது. ஏதோவொரு தீர்மானத்தை மனதில் வைத்தே அவர் இயங்கி வந்தாரென்று தேவன் சந்தேகிக்க ஆரம்பித்தான். அவனுடைய சந்தேகம் அடுத்த நாட்காலை வெளிவந்துவிட்டது.

“மோனை, இண்டைக்குக் கோயிலிலை காரியம் இருந்தால் ‘வரேலாமல் கிடக்குது’ எண்டு ஒருக்கால் நேரை போய்ச் சொல்லிப்போட்டு வா.” என்றார்.

முத்துவேலர் இட்ட கட்டளைக்கு ஒரு மறுப்பும் சொல்லாமல் வேறு வேட்டியைக் கட்டிக்கொண்டு வந்து வாசலில் செருப்பைத் தேடியவன் உள்ளே திரும்பித் திண்ணையில் நின்றிருந்த தகப்பனைப் பார்த்தான். முத்துவேலர் வாசலுக்கு மெல்ல நடந்து வந்தார்.

“ஏன் அய்யா, வேறை ஏதேனும் காரியம் இருக்குதோ?” என்று கேட்டான்.

“ஓமடா மோனை, எங்களுக்கு வேண்டிய ஆக்கள் இண்டைக்கு வருகினம். நீயும் வீட்டை நிண்டால் நல்லது.” வெளியே பரவி யிருந்த சூனியத்தைப் பார்த்தபடி சொன்னார்.

“ஓம் அய்யா நிக்கிறன்.”

முத்துவேலர் தலையைக் குனிந்தபடி சாய்மனைக் கதிரையில் போய் இருந்தார்.

16

"எல்லாரும் வாருங்கோ, இப்பிடி இருங்கோ" என்று வீட்டுக்கு வந்தவர்களை வரவேற்றார் முத்துவேலர். அப்படி அழைக்கும் அளவுக்கு நிறையப்பேர் அங்கே வரவில்லை. மொத்தமாய் மூன்று பேர் மட்டுமே வந்திருந்தார்கள். சத்தியமூர்த்திக்கும் யோசேப்புக்கும் அன்று அங்கே நடக்கப்போவதைச் சொல்ல தேவனுக்கு வாய்ப்புக் கிடைக்கவில்லை. சத்தியமூர்த்தியைக் கண்டு கதைக்கவே நேரம் போதவில்லை. ஆனாலும் அவர்கள் வந்திருந்தால் எவ்வளவு நல்லது என்று ஒரு கணம் யோசித்தான். அவர்கள் என் மன நிலையை அறிவார்கள், ஆறுதலும் தரக்கூடும். ஆனால், அய்யாவின் தீர்மானத்துக்கு எதிராக அவர்களால் வாய் திறக்க முடியுமா? தேவன் நடப்பதை மௌனமாகப் பார்த்துக்கொண்டிருந்தான்.

தேவனின் மௌனத்தைச் சம்மதமாக முத்துவேலர் எடுத்திருக்க வில்லை. ஆனால், தான் எடுத்த முடிவுக்குப் படிப்படியாக இணங்கி வருவானென்று நம்பியிருந்தார். 'கொஞ்ச நாள் போகட்டும், அதற்குப் பிறகு நல்ல நாளாகப் பார்த்துத் தாயன்ர தமையன்காரன் நவரத்தினம் வீட்டுக்கு வந்து கதைக்கட்டும். அப்போது பார்த்துக்கொள்ளலாம்' என்று எண்ணி இருந்துவிட்டார். இன்று அவர்தான் மனைவியுடன் வந்திருந்தார். கூடவே மனைவியின் தம்பியும் வந்திருந்தார்.

"இவர்தான் அம்மாவன்ர ஒண்டுவிட்ட அன்னையென்று சொல்லுவம் அந்த நவரத்தினம். தச்சந்தோப்பிலையிருந்து வந்திருக்கினம். என்ன செய்யலாம் எவ்வளவு காலத்துக்குத்தான் உறவைத் தூரத்தில வைச்சிருக்கிறது? இண்டை யோடை இடையிலை விட்டுப்போன உற்றம், சுற்றமெல்லாம் கிட்ட வந்திடும்" என்று எல்லாருக்கும் பொதுவாகச் சொன்னார். அது தேவனுக்கு அவரை அறிமுகம் செய்ததற்குச் சமம் என்றும் எண்ணிக்கொண்டார்.

ஓரமாகவிருந்த கதிரையில் இருந்த நவரத்தினம் மெல்ல எழுந்து வந்து தேவனுக்குப் பக்கத்திலிருந்த கதிரைக்கு அடுத்த கதிரையில் பவ்வியமாக அமர்ந்தார். தேவன் அவரை நோக்கி மரியாதையான புன்னகை செய்தான். அத்தோடு பழையபடி அமைதியில் மூழ்கிவிட்டான்.

இவர் மூலமாகத்தானே அய்யா சிங்கப்பூரிலிருந்து எனக்கு மணிக்கூடு எடுப்பித்துத் தந்தவர்? அதற்குக் காசு வாங்க மறுத்தவரும் இவர்தானே? இவர் அப்போதே என்னை மனதில் வைத்துத்தான் இந்த உதவியைச் செய்திருப்பாரோ?

ஒரு நல்ல குடும்பத்தில் திறமான மாப்பிளைப் பெடியன் இருந்தால் பெண்ணைப் பெற்றவர்கள் நான் முந்தி, நீ முந்தி என்று வந்து உறவு கொண்டாட வந்துவிடுவார்கள். எந்த மந்திர வித்தை செய்தாயினும் அவனைத் தம் மகளுக்குப் பேசிக் கல்யாணத்தை ஒப்பேற்றிவிட வேண்டுமென்று ஒற்றைக் காலில் நின்று காரியம் பார்ப்பார்கள். இதையும் அம்மாதானே ஒரு நாள் சொன்னார். ஆனால், அன்றைக்கு மணிக்கூட்டைத் தந்தபோது ஏன் இந்த நவரத்தினம் என்ற ஒன்றுவிட்ட தமையனின் அடிப்படை நோக்கம் என்னவென்று அம்மாவுக்கு விளங்காமல் போனது? ஒருவேளை அம்மாவும் இவரின் நோக்கத்துக்கு ஆதரவாக இருந்திருப்பாரோ? விபரமறியாமல் அம்மாவைக் குறை சொல்லக் கூடாது. அய்யாவும் இந்தச் சம்பந்தத்தைப் பல காலமாக மனதில் வைத்துத்தான் இவருடன் உறவைப் பழையபடி நெருக்கமாக வைத்திருந்திருப்பார். சிலவேளை இது தற்செயலாக நடந்த சம்பவமாகவும் இருக்கலாம். இன்று இவர்கள் இங்கே வந்ததற்கு என்னதான் பின்னணி இருந்தாலும் இதனால் பாதிக்கப்படப்போகிறவன் நான்தானே? ஏற்கனவே நடுக்காட்டில் நிற்பவனுக்கு எந்த மிருகத்தின் கால்தடத்தைப் பின்பற்றி நடந்தாலும் இறுதியில் ஏதோவொரு சிக்கலில்தானே மாட்டுப்பட வேண்டிவரும்? இனி எந்த வழியாலும் தப்ப முடியாது என்று தெரிந்த பிறகு இரவாக இருந்தாலென்ன பகலாக இருந்தாலென்ன?

நவரத்தினத்தின் மேலிருந்த சந்தன வாசம் தேவன் மீது எட்டிப் படர முயன்றது. நல்ல உயரமாகவிருந்தார். அவருடைய உடலின் பொது நிறத்துக்குப் பொருத்தமில்லாமல் முகம் சிறிது கறுத்துப்போயிருந்தது. நெற்றியில் விரல் நுனியால் இட்ட திருநீற்றின் அடையாளம் இப்போதும் துலங்கியது. அதன் நடுவில் குங்குமம் கணீரெனப் பளிச்சிட்டது. வழியில் வெயில் பட்டதால் முகத்தில் அரும்பியிருந்த வியர்வை முத்துகளைக் கையிலிருந்த சால்வையால் துடைத்துவிட்டார். பெண்ணுடைய தாய் தேவைக்கதிகமான அடக்கத்துடன் கதிரை நுனியில்

அமர்ந்திருந்தார். அவர் தேவனைப் பார்த்து உள்ளுக்குள்ளேயே பெருமைப்பட்டுக்கொண்டிருந்தது அவரின் முகத்தில் தெரிந்தது. அவர் ஒன்றிரண்டு நகை, நட்டுகளைப் போட்டுக்கொண்டு வந்தபோதும் அதுவே அவருக்கு அதிகம் போலிருந்தது. அவர் முகமோ கணவனைப்போல் களைத்தவர் போலில்லாமல் பொலிவாக இருந்தது. அவர் நெற்றியிலும் கடும் சிவப்பில் குங்குமம் பளிச்சிட்டது. அதன் கீழிருந்து சந்தனப் பொட்டு கரைந்தபோதும் மறையாமலிருந்தது. இவர்களும் எங்களைப்போல் தோட்டமும் வயலும் வண்டிலும் மாடுமென்று அன்றாடம் அல்லாடிக்கொண்டு இருக்கிறவர்கள்தானே, இவர்களுடைய முகத்தில் மட்டுமேன் எங்கள் ஊர்ச் சனங்களிடம் இல்லாத ஒரு களை இருக்கிறதென்று தேவன் அதிசயித்தான். நவரத்தினத்தின் மனைவியின் முகத்திலுள்ள களை அவருடைய மகள் முகத்திலும் இருக்கத்தானே வேண்டும். இந்தச் சம்பந்தத்தில் துளியும் அக்கறை இல்லாத எனக்கு அந்தப் பெண் எப்படி இருந்தால்தான் என்ன?

தமது மகளை ஒரு குடும்பத்தில் கட்டிக்கொடுக்க வேண்டுமென விரும்பிவிட்டால், பெண் வீட்டார் இல்லாத அடக்கத்தையும் பணிவையும் கையோடு எடுத்துக்கொண்டு மாப்பிளை வீட்டாரைக் காண வர வேண்டும். அவர்கள் மனதைத் தங்களின் விருப்பத்துக்கு எதிராகத் திருப்பிவிடக்கூடிய ஒரு சொல்லைக்கூடப் பெண் வீட்டார் பேசிவிடக் கூடாது. பேசும் ஒவ்வொரு சொல்லோடும் சிரிப்பையும் பணிவையும் பரிமாறிக்கொள்ள வேண்டும். கையில் வெற்றிலைத் தட்டை வாங்கும்போதோ தேநீர்க் குவளையைக் கையில் எடுக்கும்போதோ அதே பணிவும் சிரிப்பும் அவர்கள் கண்ணில் வெளிப்பட வேண்டும். எந்தக் கட்டத்திலும் அவர்கள் சொல்வதற்கு எதிர்ப் பேச்சு பேசவே கூடாது. தங்கள் குடும்பம் அமைதியானது, ஊரில் எல்லாரோடும் ஒற்றுமையாக வாழ்ந்துகொண்டிருப்பது என்பதைச் சந்தர்ப்பம் கிடைக்கும்போது சொல்லிக்காட்டிவிட வேண்டும். மாப்பிளை வீட்டாரும் தங்களைப் போன்றே நல்ல குடும்பம் என்று நம்பி வந்ததாக நாசூக்காக அறிவித்துவிட வேண்டும். இப்பவே முற்றாக்கலாம், தள்ளிப்போடுறது வடிவில்லை, இத்தனையாம் திகதி கதைக்க வாறம், இனியென்ன நாள் பார்க்கலாம்தானே என்பது போன்ற எந்த முடிவையும் தாமாகவே எடுக்கக் கூடாது. நீங்கள் சொன்னதை நாங்கள் யோசிக்க வேண்டுமென்றோ இப்போ கொஞ்சம் வசதியில்லையென்றோ மறந்தும் வாய்

திறக்கக் கூடாது. இந்தச் சம்பந்தம் இரண்டு பகுதிக்கும் நல்லது என்பதைச் சொல்லாமல் சொல்லிவிட வேண்டும். இவற்றுள் ஒன்று பிழைத்ததோ ஆரம்பப் பேச்சுக்காலே தடம்புரண்டு போய் விடும்.

"உங்களன்ர மகளுக்கு எத்தினை வயசெண்டு சொன்னியள்? நான் துப்பரவா மறந்து போனன்." ஓலை பார்க்கப் போனபோதே முத்துவேலர் பெண்ணுடைய வயதை அறிந்திருந்தார். ஆனால், அதை நவரத்தினத்தின் வாயால் தெரிந்துகொள்ள வேண்டும் என்பது மட்டுமல்ல தேவனும் அதை அறிந்துகொள்ள வேண்டுமென்ற நோக்கம் அவருக்கு.

"திலகத்துக்கு இப்ப இருவத்தொரு வயசு நடக்குது" என்று மனைவி இதற்குள் குறுக்கிட்டாள்.

"அப்ப பிள்ளை கொஞ்சமெண்டாலும் படிச்சும் முடிச்சிருப்பாள், என்ன?"

"நாவக்குளி கவர்ன்மென்ட் பள்ளிக்கூடத்திலை சீனியர் வகுப்பு படிச்சு பாஸ் பண்ணினதோடை மகள் சும்மா இருக்கயில்லை. வீட்டுக் கருமங்களெல்லாம் ஒழுங்காகச் செய்வாள். தோட்டம் துரவுகள் அவளன்ர கை பட்டு என்னமாய்க் காய்க்கிதுகள். வயல் காரியங்களிலும் அவள்தான் எங்களுக்கு எல்லாம். கொடுக்கல், வாங்கலெல்லாம் ஒழுங்காகக் கணக்கு வைச்சிருக்கிறாள். கோயிலுக்குப் போகவும் விருப்பம். நான் சும்மா சொல்லயில்லை. நீங்கள் நேரை வந்து பாத்தாலெல்லோ தெரியும்" என்று சொன்ன கையோடு சிரிப்பையும் சேர்த்துச் சமாளித்துக்கொண்டார். அவர் சொன்னதையெல்லாம் முத்துவேலர் கேள்வி எதுவும் எழுப்பாமல் கேட்டுக்கொண்டிருந்தார். தேவனும் நிலத்தைப் பார்த்தபடி கேட்டுக்கொண்டிருந்தான்.

நித்யாவின் வீட்டிலும் மல்லிகைச் செடி வாசலில் நிற்கிறது. அதன் கிளைகள் மேலே போட்டிருக்கிற பந்தல் முழுதும் பரந்து கிடக்கிறது. அதன் மொட்டுகள் இலைகளின் ஊடாக எட்டிப் பார்க்கும் அழகை நான் பக்கத்தில் நின்று பார்த்திருக்கிறேன், பூவின் இதழ்கள் நிலத்தில் விழுந்துவிடக்கூடும் என்ற பயத்தில் அவற்றை மெல்லமாகவே தொட்டுப் பார்த்திருக்கிறேன். அவற்றின் மென்மையை உணர்ந்து மெய்சிலிர்த்திருக்கிறேன், அவற்றை முகர்ந்தபோது நித்யாவை முகர்ந்ததுபோல் உணர்ந்திருக்கிறேன். அவளும் அருகில் வந்து நிற்பாள். அவளிடமிருந்து வரும் மணம் ஒரு

கணம் மல்லிகையாக இருக்கும், இன்னொரு கணம் ரோஜாவாக இருக்கும், அடுத்த கணம் பழையபடி அவளுக்கென்று இருக்கிற மணத்தை அள்ளிக்கொண்டு வரும். அந்த மணம்தான் எனக்கு மிகவும் பிடித்தது. தேவனின் மனம் இப்போது கோயில் வீதியில் நித்யாவின் வீட்டு வாசலில் நின்றது.

நவரத்தினம் கதைத்து ஓய்ந்துபோக, அவரின் மனைவி தங்கள் மகளை இன்னும் கூடுதலாக அறிமுகப்படுத்திக்கொண்டிருந்தாள். மகள் திலகம் பிறந்ததிலிருந்து தங்கள் வீடு லட்சுமிகரமாக இருக்கிறதென்றாள். இடைக்கிடை, "நீங்கள் ஒருக்கால் வீட்டை வர வேணும்" என்ற வசனத்தையும் ஒப்புவித்துக்கொண்டிருந்தாள்.

நித்யாவின் வீடும் அழகாய் இருக்கிறது, பெரும் வசதியுள்ளவர் வீடுபோல் பகட்டாக இல்லாவிட்டாலும் அவளின் குடும்பம் பெருமைப்படக் கூடியதாக இருக்கிறது. அதை லட்சுமிகரமாக இருக்கிறதென்று இன்னும் எவரும் சொன்னதில்லை. அவளிடம் இருக்கிற கலைத் திறமைக்காக அங்கே சரஸ்வதியும் குடியிருக்கிறாள் என்றும் எவரும் சொன்னதில்லை. அந்த வீட்டில் நித்யா இருக்கிறாள். அது ஒன்று மட்டுமே அவளின் வீட்டை நேசிப்பதற்குப் போதுமானதாயிருக்கிறது.

எல்லார் பேச்சையும் கேட்டுக்கொண்டு அதற்குப் பதிலாக ஒரு சொல்லுக்கும் வாய் திறக்காமலும் மனதிலிருக்கும் ஏமாற்றத்தையும் விரக்தியையும் வெளியே காட்டிக்கொள்ளாமலும் தேவன் கதிரையோடு கட்டுண்டு இருந்தான். 'அடுத்து என் எதிர்காலம் என்ன?' என்ற கேள்வியே அவன் மனதைக் குடைந்துகொண்டிருந்தது. மூன்று ஆண்டுகளாக நித்யாவுடன் இறுகிப்போயிருந்த காதலை அய்யாவுக்காகவும் இனி வரப்போகிற முகம் தெரியாத பெண்ணுக்காகவும் தியாகம் செய்துவிடுதல் நடக்கக்கூடிய காரியமா? அப்படித் தியாகம் செய்யவேண்டிவந்தால் இந்த மனதை நித்யாவிடம் கொடுத்துவிட்டு அர்த்தமற்ற வாழ்க்கையை இவளிடம் கொடுத்துவிடுவதும் நடக்கக்கூடிய காரியமா?

அன்று அவள் காட்டிய மனத் தைரியம் எவ்வளவு உறுதி யானது, நித்யாவா இப்படி! என்று தேவனை அதிசயிக்க வைத்தது.

"என்னுடைய வாழ்வு தேவனோடுதான்!"

நவரத்தினமும் மனைவியுமாகப் பலமுறை கேட்டுக்கொண்டும் அவர்கள் வீட்டுக்குப் போகத் தேவன் சம்மதிக்கவில்லை.

“அப்ப மோனை, நீ பெம்பிளையை நீ ஒருக்கால் பாக்க வேண்டாமோ?” என்று முத்துவேலர்கூட மகனைக் கேட்டுவிட்டார். தேவன் அசையவேயில்லை.

அடுத்த கிழமையே தேவனுக்கும் திலகத்துக்கும் கல்யாணம் நிச்சயமாகிவிட்டது. அவன் வீட்டில் பேச்சுக்கால் நடக்கிறதை அறிந்து தாங்களும் அதில் சம்பந்தப்படவும் விடுப்பறியவும் உறவினர்கள் வந்துகொண்டிருந்தார்கள். கல்யாணம் நிச்சயமாகிவிட்டதை முத்துவேலர் அவனின் காதில் படும்படியாக வந்தவர்களிடம் ஓயாமல் சொல்லிக்கொண்டிருந்தார். இப்போது முன்னையிலும் பார்க்க உற்சாகமாகவும் இருந்தார்.

“பெம்பிளை கண்ணுக்கு வலு குளிர்ச்சியான பிள்ளை. புத்திசாலியெண்டாலோ அப்பிடிப் புத்திசாலி. நானும் ரண்டுதரம் அங்கை போய்ப் பாத்துக் கதைச்சுப்போட்டு வந்தனான். இந்தப் பக்கம் இப்பிடியான மருமகளை ஆரேனும் எடுத்திருக்கினமோ? இந்தச் சம்பந்தம் மகனுக்கு மட்டுமில்லை என்ர பரம்பரைக்கே அடிச்சுப்போட்ட லக்கு, தெரியுமோ?”

எவ்வளவு சொல்லியென்ன தேவன் காத்த மௌனம் சிலருக்கு வியப்பாக இருந்தது. சிலரைப் பொறுத்தவரை, “மாப்பிளைப் பெடியனுக்கு இன்னும் வெக்கம் விடயில்லை போல கிடக்கு.”

கல்யாணப் பந்தல் போட்டுக்கொண்டிருந்த நேரமாகப் பார்த்து எப்போதோ தொலைந்துபோன ராமு திரும்ப வந்து சேர்ந்தான். வந்த வேகத்தில் திரும்பவும் தொலைந்து போவான் என்பதும் தேவன் அறிந்ததே. அவன் கேரளாவுக்குப் போகப்போவதாக ஒரு முறை சொன்னான். பிறகு ரஷ்யா போவதாகச் சொன்னான். பல காலமாக இந்தப் பக்கம் தலை காட்டாமல் இருந்ததை நினைத்தபோது அவன் அப்படிப் போயிருக்கக்கூடுமெனத் தேவன் நம்பினான். எப்படி இங்கே நடப்பதை அறிந்து திடீரென வந்து சேர்ந்தானென்று ஆச்சரியமாகவும் ஆறுதலாகவும் இருந்தது. ராமு வந்த கையோடு தேவனைப் பிடித்துக்கொண்டான்.

“தேவன், நீ நித்யாவிலை வைச்சிருக்கிற காதலிலும் பார்க்க உன்ர அப்பரிலை வைச்சிருக்கிற பயம்தான் கூடவென்று எனக்கு நன்றாய் விளங்குது. ஆனால் உன்னைக் காதலித்த பிழைக்காக அவளுக்கு இவ்வளவு பெரிய தண்டனையைக் கொடுத்திருக்கக் கூடாது. இந்த மூன்று வருசமாய் அவள் உன்னோடைதானே

சுற்றித் திரிந்தாள். நீ போகாத அவளன்ர கச்சேரி ஒன்று சொல்லு பாப்பம். நீ அவளோடு பரிமாறின காதலை என்ன மாதிரியெல்லாம் வர்ணித்திருக்கிறாய். அவள்தான் உன்ர வாழ்க்கையில் குறுக்கிட்ட ஒரே பெண் என்றாய், அவளோடு வாழ்வதுதான் உன்னுடைய லட்சியம் என்றெல்லாம் புசத்தினாய். இப்ப கொப்பற்றை சொல்லுக்கு மறுப்புச் சொல்லத் தைரியம் இல்லாமல் வாயைப் பொத்திக்கொண்டு இருந்திட்டாய். எங்கையடாப்பா உன்ர காதலும் கத்தரிக்காயும். கோழைகள்தான் காதலை மோசமாய் அசிங்கப்படுத்திறது வழக்கம். நீயும் அப்படியொரு கோழையாய்ப் போவாயென்று எனக்குத் தெரியாமல் போச்சு. நீயும் நானும் வருசக் கணக்காகக் கதைச்ச லட்சிய வாழ்வின் ஒரு கணத்துக்கும் கடைசியிலை அர்த்தம் இல்லாமல் செய்துபோட்டாய். இப்ப நான் உனக்காக மட்டுமில்லாமல் நித்யாவுக்காகவும் கவலைப்படுறன். நீ முடிவு எடுக்க முந்தி நான் சொன்னதையும் ஒருக்கால் யோசிச்சுப் பார்."

ராமு பொரிந்து தள்ளிக்கொண்டிருந்தான். தேவன் எதுவும் சொல்லாமல் கேட்டுக்கொண்டிருந்தான். அவன் சொன்னதில் நியாயம் இருந்தது. அது மட்டும் தேவனுக்கு விளங்கியது. தேவனிடமிருந்து பதில் கிடைக்குமென்று எதிர்பார்த்தவன்போல் தெரியவில்லை, ராமு அன்றும் சொல்லிக்கொள்ளாமல் கிளம்பி விட்டான். அவன் போனதும் சத்தியமூர்த்தி வந்து சொன்னது வேறு விதமாகவிருந்தது.

"இப்ப எல்லாமே முற்றாகிப்போன விஷயம். திலகம் உன்னைத் தான் நம்பியிருக்கிறாள். அவளை உன்னுடைய மனைவியாக நினைத்து நடக்காவிட்டாலும் உன்னை மட்டும் நம்பி வாற ஒரு பெண்ணாக நினைத்துக்கொள். உனக்கு இருக்கிறதுபோலத்தான் அவளுக்கும் ஒரு வாழ்க்கை காத்திருக்கிறதென்டதை மறவாதே. அது உன்னோடு மட்டுமே என்பதையும் மறவாதே. காதலித்தவளையே கலியாணம் கட்டி வாழ்ந்தவர்கள் ஆயிரம் பேரில் ஒரு சிலர் தான். ஆனால், கலியாணத்துக்குப் பிறகு கட்டியவளைக் காதலித்தவர்களின் வாழ்க்கையைத்தான் உண்மையான காதல் வாழ்வு என்று சொல்வேன்."

தேவன் அப்போதும் மௌனமாக இருந்தான். ராமு அன்று போனவன்தான், அதற்குப் பிறகு அவனோடு தொடர்புக்கு முயன்றும் கிடைக்காமற்போயிற்று.

17

தேவனுக்கும் திலகத்துக்கும் அன்று மதியம் திருமணமாகியிருந்தது. மணமகள் வீட்டில் ஒரு கிழமைக்கு முதல் ஆரம்பித்த சந்தடி தாலி கட்டும் நாளில் வீட்டை நிறைத்துத் தெருவுக்கும் எட்டிவிட்டது. மாலையானதும் சடங்கும் சாப்பாடும் ஒருவாறு ஓய்ந்துபோனது. இனிமேல் கூட்டிப் பெருக்கிக் குப்பை அள்ளிப் பழையபடி வீட்டைக் கண்ணுக்குப் பார்வையாக வைத்திருக்க வேண்டும். தோரணங்களையும் வாழைகளையும் அப்படியே விட்டிருக்கிறார்கள். பந்தல் கூரைக்குக் கட்டிய வெள்ளை நாலாம் சடங்கு வரைக்கும் அப்படியே இருக்க வேண்டும். ஊருக்குள் இரவலாய் எடுத்த பாய்கள், கம்பளங்கள், குத்து விளக்குகள், பன்னீர்ச் செம்புகள், சமையல் பாத்திரங்கள் எல்லாம் திண்ணையில் குவிந்துபோயிருக்கின்றன. அவற்றையெல்லாம் கழுவி, மினுக்கி நாலாம் சடங்கு முடிந்த கையோடு அந்தந்தச் சொந்தக்காரர்களிடம் கொண்டுபோய்க் கொடுத்துவிட வேண்டும். அதுவரைக்கும் தெருவில் நின்று பார்த்தாலே வீட்டில் கல்யாணக் களை இப்போதும் குலையாமல் இருக்கும்படியாகப் பார்த்துக்கொள்ள வேண்டும்.

திலகம், தேவனைப் பின்தொடர்ந்து தம்பதிகளாக அவன் வீட்டுக்குப் புறப்பட்டாள். அவளின் கண்கள் கவிழ்த்துவிட்ட குடம் போல் சொரியத் தொடங்கிவிட்டது. அன்றாடம் அவளோடு பழகிய சினேகிதிகளும் அக்கம்பக்கத்தில் உள்ளவர்களும் தங்களுக்குள் சிரித்துக்கொண்டு 'அழாதை திலகம்' என்று அவளின் கன்னத்தையும் தோளையும் தடவி ஆறுதல் சொல்லிக்கொண்டிருந்தார்கள். கடைசியில் பெற்றாரையும் வீட்டையும் பிரியவேண்டி வந்தபோது அவள் விக்கிவிக்கி அழுததைத் தேவனும் பக்கத்தில் நின்று கவனித்தான். என்றாலும் எப்போது வீட்டுக்குப் திரும்பிப் போகலாம் என்ற அவதிதான் அங்கு வந்த நேரத்திலிருந்து அவன் மனதில் திரும்பத்திரும்ப எழுந்துகொண்டிருந்தது.

நவரத்தினமும் மனைவியும் பெம்பிளைமாப்பிளையோடு மணமகன் வீட்டுக்குப் புறப்பட்டுவிட்டார்கள். முதல் முறையாகப் புது மணப்பெண் கணவனின் வீட்டுக்குப் போகும்போது கையோடு கொண்டுபோகும் தாம்பாளங்களும் தட்டுகளும் பழங்களாலும் பணியாரங்களாலும் உடை, புடவைகளாலும் நிரம்பிப்போய்க்

கிடக்கின்றன. அவற்றைப் பட்டுத் துணியால் மூடிப் பக்குவமாகக் கொண்டுபோகும் பெண்கள் முகத்தில் அர்த்தம் நிறைந்த புன்னகை அரும்பியிருக்கிறது. திலகத்தோடு கூடவரும் உறவுக்காரர்கள் மாப்பிளை வீட்டுக்குப் போகும் பயணத்தை அனுபவிக்கவும் அங்கே வீடும் வரவேற்பும் எப்படியிருக்கும் என்பதை விடுப்புப் பிடுங்கவும் மனம் முழுவதும் அடங்காத ஆர்வத்துடனிருக்கிறார்கள். கொஞ்சம் முன்னராகத்தான் பிறந்த வீட்டைப் பிரியும் வேதனையைத் தாங்க முடியாமல் அழுதுகொண்டிருந்த திலகம் எப்போது கணவன் வீட்டுப் படிகளில் ஏறலாமென்ற ஆவலும் புது இடத்தில் தன்னை எப்படி வரவேற்பார்களோ என்ற படபடப்புமாக வந்துகொண்டிருக்கிறாள். முத்துவேலர் வீடு பழையபடி சமையலும் சாப்பாடுமாக அமர்க்களப்படுகிறது. உட்திண்ணையில் பெம்பிளைமாப்பிளை இருப்பதற்கென்று கம்பளம் விரித்து வைத்திருக்கிறார்கள். திலகத்தை அங்கே வந்த இளம் பெண்கள் நடத்தி வந்து கம்பளத்தில் இருத்துகிறார்கள். அவளும் சிரிப்பும் வெட்கமும் மேலிடப் புது நட்புகளோடு மெல்லம்மெல்லமாய் ஐக்கியமாகிறாள். அவளுக்குப் பக்கத்தில் இருக்கவேண்டிய தேவனைத் தேடித்தான் கண்டுபிடிக்க வேண்டியிருக்கிறது.

வீட்டின் உட்புறத் திண்ணையோரமாகத் தூணொன்றில் சாய்ந்தபடி இருக்கிறான் தேவன். பட்டு வேட்டியில் எப்போதோ தட்டுப்பட்டுத் தெறித்த சந்தனம் ஊறிப்போயிருக்கிறது. துவக்கத்தில் முழுக்கையாய் இழுத்துவிட்ட சேர்ட்டை மடித்து மேலே விட்டிருக்கிறான். கழுத்தில் ஊறிப்போயிருக்கும் வியர்வையையும் பிசுபிசுப்பையும் அவ்வளவாக உணர்ந்தவன்போல் தெரியவில்லை. அன்று காலையில் தனது வீட்டிலிருந்து ஆரம்பித்து திலகத்தின் வீட்டில் நடந்து முடிந்த சடங்கெல்லாம் மறந்துபோயிற்று. அவனுடைய உடம்பு மட்டும்தான் இங்கே திண்ணையில் இருக்கிறது, மனமோ கோயில் வீதியில் நித்யாவைச் சுற்றியபடி இருக்கிறது. அவளின் பசிய விரல்களின் தடவலில் சிலிர்த்தெழுந்த தம்புராவின் ஸ்வரம் தவழ்ந்து வந்து இதயத்தை மெல்ல வருடுகிறது. அதன் மெல்லிய தழுவலில் நரம்புகள் அனைத்தும் மயங்குவதுபோல் சோர்கின்றன. பக்கத்தில் இருந்து அவன் மடியில் கையை ஊன்றியபடி நித்யா அவன் முகத்தையே பார்த்தபடி இருக்கிறாள். கோடிப்புறத் தோட்டத்திலிருந்து எழும் பறவைகளின் கீச்சொலிகளைக் கேட்டு ஒராளை ஒராள் பார்த்துப் புன்னகைக்கிறார்கள்.

"அந்த இரண்டு குருவிகளும் ஆணும் பெண்ணுமாய் இருக்கலாம். கொஞ்ச நேரத்துக்கு முந்தி, குக்கூ போட்டுக்கொண்டிருந்த பறவை ஆணாக இருக்கலாம்" என்று சொல்கிறான் தேவன்.

"இல்லை, அது பெண்ணாகத்தான் இருக்கும். அதன் குரலில் படிந்திருந்த சோகத்தைக் கேட்டு உணர்ந்தீர்கள்தானே?" என்று தேவனின் கண்ணூடாகப் பார்த்தபடி கேட்கிறாள் நித்யா.

"கேட்டேன், நானும் அந்தச் சோகத்தை உணர்ந்தேன். நல்ல வேளை, அந்தப் பெண் குருவி கடைசியில் தனது சோடியைத் தேடிக்கொண்டது."

"எப்படித் தெரிந்துகொண்டீர்கள்?"

"இரண்டுமாய்க் குதூகலித்ததையும் நான் கேட்டேனே."

"பெண் குருவி கடைசியில் தனது சோடியைத் தேடியும் அடையாமல் போயிருந்தால் அந்தக் குருவிக்கு என்ன நடந்திருக்கும்?"

"பெண் குருவி மட்டுமல்ல, இரண்டுமே இதே போன்ற இன்னொரு நாளை வேண்டிப் பொறுமையோடு காத்திருக்கும்" என்றான் தேவன்.

"அது பறவைகளுக்கும் மிருகங்களுக்குமுள்ள சிந்தை. அதுவே மனிதர்களிடமும் இருந்தால் வாழ்வில் பிரிவுகளும் துயரங்களும் ஏற்பட இடமிருக்காது, இல்லையா?" நித்யா உண்மையிலேயே முன்னால் நின்று பேசுகிறாளா?

தேவன் திடுக்கிட்டு நிமிர்ந்து உட்கார்ந்தான். எங்கே அந்தக் குதூகலம்? சமுத்திரத் தீர்த்தத்தின்போது வெண் மணலில் கால் புதைய நடந்தபோது அந்த மாலை மங்கிய வேளையில் ஒரு கணத்துக்குள் ஜனனம் கொண்ட குதூகலம், அன்றிலிருந்து மூன்று ஆண்டுகளுக்கு மேலாக விருட்சமாக வளர்ந்த குதூகலம், அவளை முதலில் அணைத்தபோது உண்டான குதூகலம், கொழும்பு கடற்கரையில் அவளிடம் தன்னை மணம் செய்யக் கேட்டபோது பொங்கிய குதூகலம், இவையெல்லாம் இப்போ எங்கே போனது? 'நான் போயிட்டு வாறன்' என்று வழக்கமாக அவன் சொல்லும் பிரியாவிடை... 'நான் வாறன்' என்று குறுகிப்போய் இருந்தாலும் பரவாயில்லை, வெறும் மௌனத்தையே சொற்களாய் வாசலில் இருத்திவிட்டு, கனத்த மனதோடு பிரிந்த அந்த நாள் எவ்வளவு இரக்கமற்றது. இது நடந்து ஒரு மாதம்கூட

இருக்காது. அதற்குள்தான் எத்தனை திருப்பங்கள். சாதாரண மனிதர்களே காதலுக்காகப் போராடும் காலமல்லவா இது? நித்யாவோடு இசையும் நட்புமாக வாழ்ந்த நான் அவளை மட்டுமே கட்டுவேனென்று அய்யாவுடன் சண்டை பிடித்து வெற்றி பெறாமல் எப்படி வாய் பொத்தி மௌனியாக இருக்க முடிந்தது? நான் அய்யாவுக்குப் பயந்து வளர்ந்தவன் என்பது எனக்கே நன்றாய்த் தெரியும் ஆனால், சுத்தக் கோழையாக வளர்ந்தேன் என்பதை இப்போதுதான் உணர்கிறேன்.

ஒரு பெண் ஒருவனை எப்போது ஆழமாக விரும்ப ஆரம்பித்துவிடுகிறாளோ அப்போதே அவனோடு சேந்து வாழும் கனவில் மிதக்க ஆரம்பித்துவிடுகிறாள். இது பெரும்பாலான பெண்களுக்குப் பொருந்தும். நித்யாவும் இதே தீர்மானத்தைத்தான் எடுத்திருந்தாள் என்பதை அன்றே கடற்கரையில் இந்த மர மண்டைக்கு உணர்த்தியபோதுதானே தெரிந்தது. அவள் மனதில் என்ன நினைத்திருக்கிறாள் என்றதை அறிய முயற்சிக்காமல் வெறுமே பாடுவதும் பக்கத்திலிருந்து பேசுவதுமாகக் காலத்தை வீணாக்கியதல்லாமல் வேறென்ன செய்தேன். 'நீங்களும் வேண்டாம், உங்களின் சொத்தோ தயவோ வேண்டாம், நித்யாவோடு வாழ்கிற வாழ்க்கைதான் எனக்கு வேண்டும்' என்று அய்யாவின் முகத்துக்கு முன்னால் சொல்லிவிட்டு வீட்டிலிருந்து எப்போதோ வெளியேறி யிருக்க வேண்டும். செய்தேனா இதை? என் மனதைத் திறந்து அவளின் விருப்பத்தைக் கேட்டு அவளின் சம்மதத்தைப் பெற்ற பிறகாவது இதைச் செய்ய முடிந்ததா? அவருக்குத் தெரியாமலா இவ்வளவு காலமும் அவளுடன் சுற்றிக்கொண்டிருந்தேன்? எல்லாம் முடிந்த பிறகு, யார் மீது இந்தப் பழியைச் சுமத்தித் தப்பிக்கலாமென்றா நான் இப்போது யோசித்துக்கொண்டிருக்கிறேன்? இது அய்யாவின் எல்லா விருப்பத்துக்கும் வாய் மூடிச் சம்மதம் கொடுத்த பிறகு உண்டான காலம் கடந்த ஞானம். இது வந்தென்ன வராது விட்டென்ன. கோழைகள் வாழத் தகுதியற்றவர்கள். அதுவும் தனக்குப் பிடித்த பெண்ணோடு வாழ்ந்து காட்டும் வல்லமை அற்றவர்கள்.

தேவனுக்கு வயிற்றைப் பிசைவதுபோலிருந்தது. அது பசியின் காரணத்தாலும் இருக்கலாம் வரப்போகிற இரவையும் அதைத் திலகத்தின் முன்னால் துணிவாகச் சந்திக்க முடியாத தன் கையறு நிலையை நினைத்ததாலும் இருக்கலாம். அன்று முழுவதும் அவன்

சாப்பிட்டது பெண் வீட்டில் நடந்த கல்யாணக் கொண்டாட்டப் பைம்பலில் மதியம் கடந்த பின்னர் பூதக்காலச் சாப்பாடு என்ற விடாப்பிடியான வழமையைப் பேண வேண்டுமென்பதற்காக விருப்பமின்றிச் சிறிதளவு சாப்பிட்டதுதான். அந்தப் பதற்றமான வேளையில் புத்தம்புது மலராக அருகில் இருந்துகொண்டு தானும் மணக்க, உணவும் மணக்க, திலகம் தன் கையால் குழைத்துக் கொடுத்த சோற்றை இலையில் கொட்டவும் இயலாமல், சாப்பிடவும் முடியாமல் தவித்ததையும் அதைக் காட்டிக்கொடுக்காமல் எப்படியோ தப்பிக்கொண்டதையும் நினைத்தான். அவன் ஒரு கவளத்தையாவது தன்னிடமிருந்து வாங்கி வாயில் வைப்பான் என்று எதிர்பார்த்தபடி திலகம் அவனையே ஓரக் கண்ணால் கவனித்தபடி பக்கத்தில் இருந்தாள். தன்னை நோக்கி நீட்டிய அவளின் மருதாணி படிந்த சிவந்த கைகள் அவனின் கண்ணில் படவில்லை, இப்போதுதான் வடித்த ஓவியம் போன்ற அவளின் மணமகள் தோற்றம்கூட அவனைக் கவரவில்லை.

முழங்காலை மடித்துச் சேலைத் தொங்கலைக் கவனமாக இழுத்து இடுப்பில் செருகியிருந்தாள். சந்தன நிறச் சட்டையின் மேலாய்ப் பிதுங்கும் தோளின் தசைப் பரப்பும் 'ஒரு முறையாவது பார்' என்று அவனின் கண்களைக் கவ்வி இழுக்க முயன்றுகொண்டிருந்தது. அதுவாவது அவனின் கவனத்தைக் கவர்ந்திருக்க வேண்டும். அதுவும் இல்லை. அவள் கட்டியிருந்த கூறைப்பட்டுச் சேலையின் அகன்ற முகதலை அவளின் மார்பின் மேலாய்ச் சரிந்து வழிந்து உள்ளேயிருந்து மயக்கம் காட்டும் அவளின் இளமையின் வனப்பை மூடி மறைக்க முனைந்து தோற்றுக்கொண்டிருந்தது, அதுவாவது கண்ணில் பட்டதா? அதுவும் இல்லை. நெற்றியின் மத்தியில் கனன்றுகொண்டிருந்த குங்குமத்துக்குச் சிறிது மேலாக அவளின் தலையிலிருந்து இறங்கிய உச்சிவரியில் பதித்திருந்த சிவப்பு நிறக் கற்களிலிருந்து தெறித்துப் பறந்த ஒளிக் கற்றை அவனின் கன்னத்தைத் தொட்டு 'ஏய் தேவன், உன் பக்கத்தில் இருப்பவள் உனது புத்தம்புது மனைவியல்லவா?" என்று கேட்டது. அவன் அசையவே இல்லை. முறுக்கிப் பின்னிக்கட்டிய கரிய நிறக் கூந்தல் கற்றையோடு பிணைந்திருந்த சடைநாகத்தின் நுனிப்பாகம் துவண்டுபோய் அவளின் மடிமேல் படுத்திருந்தது.

சிறகுகளால் தம்மை மூடிக்கொண்ட கரும் சிட்டுகளாய் அவளின் கண்கள் எண்ணற்ற கனவுகளைச் சுமந்துகொண்டு

மௌன கீதம் இயற்றிக்கொண்டிருந்தன. தேவன் இன்னும் அவளை நிமிர்ந்து பார்க்கவில்லை. மணவறையில் வந்திருந்த திலகத்தின் மேல் மூடியிருந்த மூட்டாக்குக்கு மேலாய் அவளின் சிவந்த வதனம்கூட அவனின் கவனத்தை இழுக்கவில்லை. தாலி கட்டிய வேளையில் அவள் தலை குனிந்திருந்ததும் அவனுக்கு வசதியாய்ப் போயிற்று. ஏதோ பெற்றவனுக்குச் செய்யவேண்டிய கடமையைச் செய்துவிட்டுப் பெருமை கொண்டவன்போல் சடங்குகள் எல்லாவற்றுக்கும் மௌனத்தையே கடிவாளமாகப் பிடித்துப் பின்தொடர்ந்தான். தன்னைப் பார்த்துச் சிரித்தவர்களைக் கண்டு சிரித்தான். ஏதாவது கேட்க வேண்டுமென்று நினைத்து அர்த்தமற்ற கேள்விகளைக் கேட்டவர்களுக்குத் தலையை ஆட்டியும் தானும் அர்த்தமற்ற சொற்களால் பதில் சொல்லியும் சமாளித்தான். புது மாப்பிளை ஏன் இப்படி வாய் மூடியபடி இருக்கிறாரென்று கூட்டத்தில் எத்தனையோ பேர் கதைத்திருப்பார்கள் என்பதை அவன் நினைத்துப்பார்த்தான். கல்யாணக் கொண்டாட்டத்தில் கதைப்பதும் கதையாமல் இருப்பதும் அவரவர் விருப்பம். அந்த நாளில் எல்லாரும் சந்தோசமாகக் கலந்துகொண்டாலே போதும்.

பெண் வீட்டிலிருந்து தனது வீட்டுக்கு வரும்வரைக்கும் அதே மௌனம் தேவனை ஆட்கொண்டிருந்தது. திலகத்தை இன்னும் அறிமுகமற்ற பெண்ணாகக் கருதியும் அவளின் அருகில் இருக்கவேண்டி வந்தது தற்செயலாக நடந்தவொரு சம்பவம் என்றும் நினைத்துக்கொண்டவன்போல் காருக்குள் அடுக்கிவிட்ட பணியாரப் பெட்டிபோல் வெறும் சுமையாக இருந்தான்.

கல்யாணத்துக்கு வந்திருந்த உறவினர்களும் நண்பர்களும் பொழுது சாயமுன்னரே சொல்லியும் சொல்லாமலும் அகன்று விட்டார்கள். முத்துவேலரின் வீடு பழையபடி அமைதியில் மூழ்கத் தொடங்கியது. நவரத்தினமும் மனைவியும் திரும்பிப் போக ஆயத்தம் செய்துகொண்டிருந்தார்கள்.

“நீங்கள் எல்லாரும் கடைசிவரை நிண்டு கலியாணத்தை ஒப்பேற்றி வைச்சதே பெரிய காரியம்” என்று சம்பிரதாயத்துக்காகச் சொல்லிவைத்தார் முத்துவேலர்.

“நாங்களெல்லோ அப்பிடிச் சொல்லவேணும்” என்று சம்பந்தியைச் சமாதானப்படுத்தினார் நவரத்தினம்.

அவர்களும் கார் ஏறினார்கள். திலகம் கண்ணீரினூடே அவர்களை அனுப்பிவிட்டு வந்தாள். மாலை நேரம் எவருக்காகவும்

காத்திருக்கப் போவதில்லை. அது அடுத்து வரும் இரவுக்கு அவசரம்அவசரமாகக் கட்டியம் கூறிக்கொண்டிருந்தது. இந்த இரவு முழுவதையும் இப்படியே திண்ணையில் இருந்து கழித்தாலென்ன என்று நினைத்தான் தேவன். ஆனால், திலகமோ அந்த இரவை எப்படிக் கழிக்கப்போகிறோமென்ற எதிர்பார்ப்புடன் தனக்குள்ளே கிளுகிளுப்பு அடைந்துகொண்டிருந்தாள். இன்னும் கொஞ்ச நேரத்தில் தேவனின் கைகளில் வசமாக மாட்டுப்படப்போகிறேன். என்ன சொல்லித் தப்பிக்கலாம்? தப்பிப்பதுபோல் இருக்கவும் வேண்டும், முழுவதுமாகத் தப்பிக்கவும் கூடாது. சினேகிதிகள் சொல்லித் தந்த ஒவ்வொரு உத்தியையும் பிரயோகிக்கலாம். சிலவேளை எந்த உத்திகளும் தேவையற்றும் போகலாம். திலகம் தனக்கும் தேவனுக்கும் ஒதுக்கப்பட்ட அறையிலிருந்து கனவில் ஆழ்ந்துவிட்டாள். தேவன் உள்ளே வர வேண்டுமே, இன்னும் அதற்கான நேரம் அவனைப் பொறுத்தவரை வரவில்லை.

எனக்கு இப்படி நேர்ந்திருக்கக் கூடாது. அப்படி நேர்ந்து விட்ட பிறகு அதற்கு எவரையும் பழி சொல்லவும் கூடாது. பழி முழுவதும் என்மீதுதான் இருக்கிறது. அதைத்தானே ராமு உரத்துச் சொன்னான்.

"கோழைகள்தான் காதலை மோசமாக அசிங்கப்படுத்திறது வழக்கம். நீயும் அப்படியொரு கோழையாக இருப்பாயென்று எனக்குத் தெரியாமல் போச்சு."

அவன் சொன்னதும் நியாயம். சத்தியமூர்த்தி சொன்னானே, அதுவும் எவ்வளவுக்கு நியாயமானது. அவன் பெரிதாய்ப் படித்தவ னில்லை. சின்ன வயதிலேயே கடையும் வியாபாரமும் என்று இளம் வயதுக் கனவுகளைத் தன் குடும்பத்தின் நன்மைக்காகத் தியாகம் செய்தவன். என்னோடு சின்ன வயதுமுதல் நெருக்கமாகவும் விசுவாசமாகவும் பழகியவன். அவன் சொல்வதை வாழ்க்கைப் பாடமாகவல்லவா எடுக்க வேண்டும்.

"திலகம் உன்னை நம்பி வந்திருக்கிறாள். அவளை உன்னுடைய மனைவியாக நினைத்து நடக்காவிட்டாலும் உனக்காகத் தன்ர குடும்பத்தை விட்டுப் பிரிஞ்சு வந்த ஒரு அபலைப் பெண்ணாகவாவது நினைத்துக்கொள். உனக்கு இனிமேல் இருக்கிறதுபோலத்தான் அவளுக்கும் ஒரு வாழ்க்கை இருக்குது. காதலித்தவளையே கலியாணம் கட்டி வாழ்ந்தவர்கள் ஆயிரம் பேரில் ஒரு சிலர் தான். ஆனால் கலியாணத்துக்குப் பிறகு கட்டியவளைக்

காதலித்தவர்களின் வாழ்க்கைதான் உண்மையான காதல் வாழ்வு என்று சொல்வேன்."

தேவன் தனது நண்பர்கள் சொன்னதை மாறிமாறி நினைத்துப்பார்த்தான். இவர்கள் ஒருவரும் நித்யா சொன்னதை அறிந்திருக்கவில்லை.

"இந்தக் கையை நீங்கள் தொட்டதிலிருந்து நான் உங்களுடையவளாகப் போனேன். என்னுடைய வாழ்க்கையைப் பகிர்ந்துகொள்ள உரித்துடைய ஒரே ஜீவன் நீங்கள் ஒருவர்தான். நீங்கள் இன்னொரு பெண்ணைக் கட்டவேண்டி வந்தாலும் நான் உங்களுடையவள். இந்த எண்ணத்தோடு நான் வாழ்ந்து கொண்டிருப்பன்."

கடைசியாக அவள் சொன்னதுதான் அவனை அப்படி அதிர்ச்சிக்குள்ளாக்கியது.

"உங்களைக் கட்டப்போறவளும் என்னைப்போலை ஒரு பெண்தானே?"

தேவன் எழுந்து உட்கார்ந்தான்.

நித்யா என்ன சொல்கிறாள்? இன்னொரு பெண்ணோடு நான் வாழ நேர்ந்தாலும் தன்னையும் நினைவில் வைத்திரு என்கிறாளா? தனக்குத் தருவதற்குத் தயாராகவிருந்த உரிமையையும் சுதந்திரத்தையும் கட்டப்போறவளுக்கும் கொடு என்கிறாளா?

நித்யாவை மனதில் பூஜித்துகொண்டு திலகத்தோடு வாழ்வதும் ஒரு வாழ்க்கையா? அது இரண்டு பெண்களின் வாழ்க்கையிலும் நிம்மதியைக் குலைத்தது போலல்லவா ஆகிவிடும்? எங்கேயிருக்கிறது இந்தச் சிக்கலை விடுவிக்கும் வழி? தேவன் தலையைப் பிய்த்துக்கொண்டான். நித்யாவோடு எனக்கிருக்கும் காதலை நாளைக்குத் திலகம் எப்படியும் அறிந்துவிடுவாள். நானே அதைச் சொல்லிவிட வேண்டிய சந்தர்ப்பமும் வரலாம். அப்போது எப்படி அவளைச் சமாதானப்படுத்தப்போகிறேன்? இப்போதே மூன்று பேர்களின் வாழ்க்கையிலும் நிம்மதி குலைந்துவிடும்போல் இருக்கிறதே.

படுக்கை அறையின் கதவடியில் திலகம் அவனைப் பார்த்தபடி நிற்கிறாள். அடுத்த நிமிடம் தேவனின் கையைப் பிடித்தோ பிடிக்காமலோ 'வாருங்கோ' என்று அழைக்கக் கூடும். கல்யாணம் நடந்த அன்றிரவே வீட்டில் பிரளயத்தை உண்டாக்குவதா

இல்லையேல், இவன் எப்போதும் இப்படித்தான் என்பதுபோல் நடித்துத் தப்பப் பார்ப்பதா?

"உங்களைக் கட்டப்போறவளும் ஒரு பெண்தானே?" மீண்டும் நித்யா.

தேவன் எழுந்து நின்றான். அறையிலிருந்து வெளியே கசியும் ஒளியில் திலகம் இப்போதும் கதவடியில் அவனையே பார்த்தபடி நிற்பது தெரிகிறது.

நித்யா, உன் நினைவோடு இவளோடும் என் வாழ்க்கையைப் பகிரப்பார்க்கிறேன்.

18

தேவன் எழுந்து அறையை நோக்கி நடந்தான். எவ்வளவு நேரத்துக்குத்தான் திண்ணையில் தூணுக்கு முண்டுகொடுப்பது. திலகமும் இப்போதும் அங்கே கதவடியில் நின்றுகொண்டிருக்கிறாள். அவள் நெடு நேரமாகக் காலை மாற்றிமாற்றி நின்றுகொண்டிருந்தாள் என்பதைத் தேவனும் கவனித்திருந்தான். அவளுக்குக் கிட்ட வந்ததும் அவனை அறைக்குள் முன்னே போக வழி விட்டுப் பின் தொடர்ந்தாள். அவள் தேவனைத் தொடர்ந்து முதன்முறையாக அவன் வீட்டு விறாந்தைப் படிகளில் ஏறி உள்ளே வந்தபோது 'இதுதான் பெம்பிளைமாப்பிளையன்ர அறை' என்று ஒரு உறவுக்காரப் பெண் சுட்டிக்காட்டி அவளுக்குச் சொன்னதைத் தேவனும் அவதானித்தான். அது அவன் சின்ன வயதிலிருந்து புழங்கிவந்த அறை. இதுவரை காலமாக அவனுடைய அறை. இப்போது எப்படி அதற்குப் புதுப் பெயரும் மெருகும் வந்து சேர்ந்துகொண்டது என்று வியந்தான். அதே அறைக்குள் நுழைந்தபோது ஒரு நாளும் இல்லாமல் முன்னர் அறியாத ஒரு பெண் பக்கத்தில் நிற்கிறாள். நித்யாகூட உள்ளே நுழைந்திருக்கிறாள். படிக்கும் மேசைக்கு மேல் ஏறி இருந்துகொண்டு கால் ஆட்டியபடி அவனையும் ஆட்டி வைத்திருக்கிறாள். இப்போது நிற்பவள் புது மணப்பெண் என்ற உரிமையோடு வந்திருக்கிற திலகம். 'இவள் வேறை, அவள் வேறை என்று ஒருபோதும் நினைத்துக்கொள்ளாதே' என்று சத்தியமூர்த்தி கொஞ்ச நேரத்துக்கு முந்தி எழும்பிச் செல்லும்போது குனிந்து முகத்துக்கு நேராகச் சொல்லிவிட்டுப் போனானே.

ஒரு கூடைப் பூக்களைக் கவிழ்த்துக் கொட்டிப் பரவிவிட்டது போன்று இருக்கிறது கட்டில் விரிப்பு. அதுவொரு ஓவியமென்று

நம்பமுடியவில்லை. அதன்மேல் தூய பருத்தித் துணியில் உறை போட்ட தலையணைகள் தலைமாட்டில் இருந்தன. கட்டிலின் தலைப்பக்கச் சட்டத்தில் பூச்சரங்களும் கட்டப்பட்டிருந்தன. இதையெல்லாம் யார் செய்திருப்பார்கள்? இங்கு வந்து நின்ற பெண்களாகத்தான் இருக்கும். இதுபோன்ற சோடனைகளைக் கற்பனை பண்ணுவதில் பெண்களுக்கு நிகராக வேறு யார் இருக்கிறார்கள்? ஆனால், இந்தக் கட்டில் தேவன் நேற்றுவரை பாவித்த ஒற்றைக் கட்டில் அல்ல. கிட்டத்தட்ட இரண்டுபேர் தாராளமாகப் படுக்கக்கூடிய பரந்த கட்டில். அது மட்டுமே அவனுடைய அறை முழுவதையும் அடைத்துக்கொண்டதுபோல் இருந்தது. அவன் இருந்து படித்த மேசையும் புத்தகங்களும் இனி தேவைப்படாது எனக் கருதிக்கொண்டார்களோ, அவற்றை அறையின் மூலையில் கொண்டுபோய் ஒதுக்கி வைத்துவிட்டார்கள்.

தேவன் கட்டிலில் ஏறி இருந்தான். அது முன்பிலும் பார்க்க மிகவும் மென்மையாகவிருந்தது. அய்யா கட்டிலை மட்டுமல்ல மெத்தையையும் தேடித்தேடிப் புதிதாய் வாங்கிப் போட்டிருக்கிறார். சுவரில் ஒரு முகம் பார்க்கும் கண்ணாடியும் அதற்குக் கீழே ஒரு சிறிய மேசையும் முளைத்துக்கொண்டன. இவை மட்டுமா இன்னும் எத்தனையோவற்றையெல்லாம் தனக்குத் தெரியாமல் தகப்பனார் செய்திருக்கிறாரென்று தெரிந்தது. அவன் கட்டிலில் வசதியாக இருக்கும்வரைக்கும் திலகம் பக்கத்திலேயே நின்றாள். இன்னும் தேவன் அவளின் முகத்தை நேரே பார்க்கவில்லை. அவனுக்குப் பக்கத்தில் வந்து இருந்தாள். அவனுடைய ஒரு கை மெத்தைமேல் பதிந்திருந்தது. அதையே பார்த்துக்கொண்டிருந்தவள் அதை ஒரு முறை தொட்டுப் பார்த்தாள், கூடவே சிரித்தது போலவும் இருந்தது. இளம் பெண்களின் கைகள் ஆண்களின் கைகளிலும் பார்க்கக் குளிர்ச்சியாக இருக்கும். தொட்டுப் பார்ப்பதற்கோ எடுத்து கன்னத்தில் வைத்துக்கொள்வதற்கோவென்றுதான் குளிர்ச்சி அங்கே ஊறிப்போயிருக்கலாம். தாம்பத்தியத்தின் ஒரு அங்கமாகவும் அது இருக்கலாம். இன்னும் கொஞ்ச நேரத்துக்கு இப்படியே வைத்திருந்து தனது ஸ்பரிசத்தை அவன் உணர வேண்டுமென்று விரும்பினாள். இப்போதும் தேவன் முகத்தைத் திருப்பி அவளைப் பார்க்க முனையவில்லை. சில கணங்கள் மௌனத்தில் கழிந்தன. குனிந்திருந்த தேவனின் நாடியில் கையை வைத்து அவன் முகத்தைத் தன் பக்கம் திருப்பினாள். அவன் அப்போதுதான் அவளை முதன் முறையாக நிமிர்ந்து

பார்த்தான். அவளின் வலது உள்ளங்கையில் அவன் கட்டிய தாலி விளக்கொளியில் பளிச்சிட்டது. அதை அவனிடம் நினைவூட்டி யாயிற்று. கையோடு அதைக் கண்களில் ஒற்றிவிட்டுச் சட்டையின் உள்ளே பத்திரப்படுத்தினாள். தேவன் அவளை அதிசயமாகப் பார்த்தான். இப்படியொரு அறிமுகத்தை அவளிடமிருந்து அவன் எதிர்பார்க்கவில்லை. இப்போது அவன் முகம் திடீரென மலர்ந்ததுபோல் அவளுக்குத் தோன்றியது.

"ஏன் கதைக்கிறீங்கள் இல்லை?" காதோடு கிசுகிசுப்பதுபோல் கேட்டாள்.

"ம்... ம்... ம்..." என்று மட்டுமே அவனால் சொல்ல முடிந்தது.

"ஏன் பேசாமல் இருக்கிறீங்களெண்டு சொல்லுங்கோவன்" இப்போது அவளின் குரலில் கெஞ்சல் இருந்தது.

"கொஞ்சம் களைத்துப் போனேன், அதுதான்" என்று சொல்லிச் சமாளித்தான்.

"பசிக்குதா?" என்று மீண்டும் அவனின் நாடியைத் தன் பக்கம் திருப்பிக் கனிவுடன் கேட்டாள்.

மீண்டும் "ம் ம்" என்றான்

"வாங்கோ சாப்பிடுவம்" என்று சொல்லிவிட்டு, கட்டிலிலிருந்து இறங்கிக் கீழே நின்றபடி அவனின் கையையும் பிடித்து இறங்க உதவினாள். இப்போது திலகத்தின் முகத்தில் புதுப் பொலிவும் உடலெங்கும் உற்சாகமும் சேர்ந்துகொண்டன. பின்விறாந்தை யிலிருந்து பல பெண்கள் ஒன்றாய்ச் சிரித்த சத்தம் கேட்டது. கோடிப்புறத்துக் கொட்டிலிலிருந்து லச்சுமி 'அம்மா, அம்மா' என்று அழைத்தது. அது வழக்கத்தில் ஒருமுறை மட்டுமே கூப்பிடும். தேவன் திண்ணையால் நடந்து அடுப்படியை நோக்கிச் சென்றான். வழியில் கோடிப்புறக் கதவடியில் நின்று வெளியே பார்த்தான். அம்மா போன பிறகு அய்யா அதே கவனத்தை லச்சுமிமீது கொண்டிருந்தார். தண்ணீரும் சாப்பாடும் அந்தந்த நேரத்தில் கொண்டுபோய் கொட்டிலில் வைத்துவிடுவார். இன்று கல்யாணச் சந்தடியில் லச்சுமியைக் கவனிக்க மறந்து போனாரோ? அதனால்தானா லச்சுமி இரண்டு தரம் கூப்பிட்டது? போய்ப் பார்க்க வேண்டுமென்று தனக்குள் தீர்மானித்தபடி அடுப்படியை நோக்கி நடந்தான். அங்கே வழியை அடைத்தபடி பளபளக்கும் ஒரு சாப்பாட்டு மேசையும் சுற்றுவரக் கதிரைகளும் அடுக்கப்பட்டிருந்தன.

நாராயணபுரம்

நிலத்திலிருந்து சாப்பிட்டுப் பழகிய தேவன் மேசையில் இருந்து முதன்முதல் சாப்பிட்ட வீடு நித்யாவுடையது. அவன் மேலும் அந்த அனுபவத்தை இரைமீட்கமுன் பின்விறாந்தையிலிருந்து இரு பெண்கள் வந்து அவர்களோடு சேர்ந்துகொண்டார்கள்.

"பெம்பிளைமாப்பிளைக்குச் சுடச்சுடச் சாப்பாடு தயாராக இருக்கு. என்ன வேணுமெண்டு சொல்லுங்கோ, எல்லாம் இருக்குது" என்று சொல்லிவிட்டுச் சிரித்த பெண்களோடு திலகமும் சேர்ந்துகொண்டாள். அவளின் சிரிப்பை இப்போதுதான் கண்டு அதிசயித்தான்.

சாப்பாட்டு மேசையில் எத்தனையோ பண்டங்கள் சட்டிகளிலும் கோப்பைகளிலும் நிரம்பி இருந்தன. அவன் முன்பு கண்டிராத புதியனவெல்லாம் சமைத்திருந்தார்கள். கூட்டத்தில் நின்றிருந்த ஒரு பெண் எல்லாரையும் தள்ளிவிட்டு முன்னால் வந்து, "அது நான் சமைத்த பொங்கல் ஆனால், கல் இல்லாத பொங்கல்" என்று சொல்லிவிட்டுச் சிரித்தாள். இது திலகத்துக்கு இன்னும் வாய்ப்பாகப் போய்விட்டது. அவளும் சேர்ந்து சிரித்தாள். இன்னொரு பெண் தலையை மட்டும் நீட்டி, "இது இவையளன்ர வயலிலை விளஞ்ச பச்சைப் பெருமாள். வாயிலை வைச்சுப் பாருங்கோ, இதன்ர ருசியை சீவியத்திலை மறக்கமாட்டியள்" என்றாள். "பெம்பிளைமாப்பிளை பூதக்காலத்துக்குச் சோறுதானே சாப்பிட்டவை. இரவைக்குப் பலகாரம்தான் சோக்காயிருக்கும்" என்றாள் இன்னொருத்தி. தேவனுக்குப் பிடித்தமான உப்புமாவும் இடியப்பமும் அருகிலேயே இருந்தன.

தேவனும் திலகமும் சாப்பிட்டு முடித்தார்கள். அங்கு நின்ற பெண்களையும் 'நீங்களும் சாப்பிடுங்கோ' என்று சொல்லிவிட்டு அவன் மீண்டும் அறைக்கு வந்து கட்டிலில் சாய்ந்தபோது வயிறு நிறைந்திருந்தது. ஆனால், தலையணையும் மெத்தையும் தரும் சுகம் அப்போது அவன் மனதை அலைக்கழித்துக்கொண்டிருந்த சிந்தனையைக் கட்டிப்போடத் துணை செய்யும்போல் தோன்ற வில்லை. ஒரு காலமும் சந்தித்திருக்காத பெண்ணுடன் இந்த இரவைக் கழிக்கப்போகிறேன் என்ற எண்ணம் மனதில் குறுகுறுப்பை ஏற்படுத்துவதற்குப் பதிலாகக் குற்ற உணர்ச்சியை உண்டாக்கியது. இந்தக் கட்டிலில் எனக்கு அருகே இருக்கவேண்டியவள் நித்யாவல்லவா? எப்படி இந்தப் புதியவள் இதைப் பகிர்ந்துகொள்ள வந்தாள்? இன்னும் இவளுடன் எதையெல்லாம் பகிரப்போகிறேனோ?

தேவனால் தன் கேள்விகளுக்குப் பதில் அறிய முடியாது திகைத்தான், கட்டிலில் படுத்து முகட்டைப் பார்க்கத்தான் முடிந்தது. திருமண வாழ்வில் முதல் இரவுதான் மிக உன்னதமானது. ஆனால், அதை நினைவூட்டுவதுபோல் பின்னர் வரும் ஒவ்வொரு இரவும் அந்த உன்னதத் தன்மையில் குறைந்துவிடுவதில்லை. அந்த இரவையே நினைக்க முடியாதிருந்த தேவனுக்கு இனி வரும் இரவுகளையா நினைக்க முடியும்? முகட்டில் ஏதோ எழுதியிருக்கிறதுபோல் கற்பனைபண்ணி அதை வாசிக்க முயல்வதுதான் ஒரே வழி.

சிறிது நேரத்தில், அவனுடைய சிந்தனையைக் கலைப்பதுபோல் திலகம் ஈரக் கையைத் துவாயால் துடைத்தபடி அறைக்குள் நுழைந்தாள். அவள் அங்கே வந்தபோது கட்டியிருந்த கூறைச் சேலை இப்போதும் அவளைச் சுற்றியபடி இருந்தது. இரவாகிவிட்டது இனி அதை மாற்றிக்கொள்ளலாம் என்று அவளுக்குச் சொல்வோமா? ஒரு பெண்ணுக்குத் தெரியாதா எதை எப்போது உடுத்த வேண்டுமென்று. நமக்கேன் அந்த வேலை? இவ்வளவு நேரமாக அங்கே என்ன செய்தாய் என்றாவது கேட்கலாமா? அதுவும் அழகல்ல.

திலகம் அறையினுள்ளே வந்ததும் தேவன் முகத்தில் எழுந்திருந்த கேள்வியை உடனேயே புரிந்துகொண்டாள்.

"லச்சுமிக்குக் குடிக்க வைத்துவிட்டு வந்தேன்" என்று சாதாரணமாகச் சொன்னாள். லச்சுமி பசியால் கூப்பிட்டிருக்கு மென்று அனுமானித்து அதற்குக் குடிக்கக் கொடுத்துவிட்டு வந்திருக்கிறாள். அப்போது அதன் பெயரையும் அறிந்திருக்கிறாள். எவ்வளவு முன்யோசனையோடு காரியம் செய்கிறாள் என்று நினைத்தான் தேவன். அதுவும் கூறைச் சேலையோடு போயல்லவா தண்ணீர் வைத்துவிட்டு வந்திருக்கிறாள். வேட்டியோடு நிற்கிற எனக்கேன் இந்தக் காரியம் நினைவுக்கு வராமல் போனது?

திலகம் சொன்னதைக் கேட்டு வாயை மூடிக்கொண்டு இருக்கலாமா? ஆனால், எதுவும் மனதில் தோன்றவில்லை. அவள் கண்ணாடியின் முன் போய் நின்றாள். இனிச் சேலையை மாற்றிப் படுக்கைக்குப் பொருத்தமாக ஏதேனும் உடுத்த வேண்டுமென நினைத்தாளோ. அவள் வீட்டிலிருந்து கொண்டுவந்த சூட் கேஸ் பிதுங்கியபடி சுவர் ஓரமாக நிலத்தில் இருந்தது.

"இஞ்சை ஒருக்கால் இதைக் கழட்டிவிடுறீங்களோ?" என்று தலை மேலிருந்த உச்சிவரியைக் காட்டித் தயங்கியபடி கேட்டாள்.

தேவன் கட்டளைக்குப் பணிந்தவன்போல் உடனே கட்டிலிலிருந்து இறங்கி அவளின் பின்னால் போய் நின்றான். திலகத்தின் தலையில் சிக்குகளுக்கிடையே மாட்டப்பட்டிருந்த உச்சிவரியைக் கழற்ற முதலில் எங்கே ஆரம்பிப்பதென்று அவனுக்குத் தெரியவில்லை.

"இங்கே, இதை முதல் கழட்டுங்கோ" என்று சொல்லி விரலால் தொட்டு அந்த இடத்தை அடையாளம் காட்டினாள். தேவனுக்கு இது புதிய அனுபவம். இதை எப்படியும் செய்து பார்த்துவிட வேண்டும். கேசத்தில் மாட்டியிருந்த கிளிப்புகளை ஒவ்வொன்றாகக் கழற்றி எடுத்தான். எடுக்களடுக்க சிக்கல் இன்னும் பல மடங்கு கூடிக்கொண்டிருந்தது. இது பின்னால் நின்று செய்கிற காரியமல்ல. தேவன் அவளுக்கு முன்னால் வந்து நின்றான். அதற்குள் திலகம் அவசரப்பட்டுவிட்டாள். திறந்திருந்த ப்ளவுஸுக்கு மேலே கைகளைக் குறுக்காக வைத்துக்கொண்டாள். இதை அவன் கவனிக்கவில்லை. அவளுடைய சேலை தோளிலிருந்து கீழே விழுந்திருந்தது. அதை அள்ளி எடுத்துக்கொண்டு நிமிர்ந்தபோது அவன் எதிர்பார்த்திராத தோற்றத்தில் அவள் அங்கே நின்றிருந்தாள். திலகம் தன்னை மறந்து இரு கைகளாலும் தேவனிடமிருந்து சேலையை வாங்கினாள். அவனுக்கு மனமெல்லாம் குறுகுறுத்தது. கட்டிலில் ஏறித் தலை யணையில் முகத்தைப் புதைத்துக்கொண்டான்.

திலகம் இரண்டு நிமிடத்துக்குள் இன்னொரு சேலைக்குள் புகுந்துகொண்டதும் எதுவும் நடவாததுபோல் தேவனுக்குப் பக்கத்தில் வந்து இருந்தாள். அவன் தலையைத் திருப்பி அவளைப் பார்த்ததும் சிரித்தாள். ஏன் சிரித்தாள், தேவனுக்கு அது விளங்க வில்லை. இவள் எப்போதும் சிரித்தபடிதான் இருப்பாள் போலும். மேசையில் சாப்பிட இருந்தபோது எத்தனை தரம் சிரித்திருப்பாள். அவனும் சிலமுறை கடைக்கண்ணால் அதைக் கவனித்தான். அது வெள்ளந்தியான சிரிப்பு. பளிச்சென்ற வெண்ணிறப் பற்கள் அதற்குக் கூடுதலாக அழகைச் சேர்த்தன. நித்யா இவளைப்போல் எடுத்ததுக்கெல்லாம் சிரித்ததில்லை. சிரிப்பைப் பேச்சுக்குப் பக்க வாத்தியமாகத்தான் வாசித்திருக்கிறாள். அம்மாவும் அப்படிச் சிரித்ததில்லை. அவர் சிரிக்கின்றபோது முதிர்ச்சியும் அடக்கமும் தான் அங்கே பளிச்சிடும். திலகத்தை இப்போது நன்றாக அளவெடுத்தான். அப்போதுதான் பெட்டியிலிருந்து எடுத்த புதுப் பொம்மை போலப் பளிச்சென்றிருந்தாள். கழுத்து வியர்வைகூடச் சந்தனமாக மணக்கிறது. இவளுடைய கண்களுக்குச் சாந்து தேவைப்பட்டிருக்காது. இவளோடு நித்யாவை ஒப்பிடாமல்

இருக்க முடியவில்லை. அவள் தொட்ட இடத்தில் விரல்களின் ஈரம் நெடு நேரம் காயாமல் இருப்பதுபோல் தேவனுக்குப் படுவதுண்டு. இன்னொரு சிந்தனை திடீரென அவன் மனதை ஆக்கிரமித்தது. நித்யாவை எப்படி ஆழமாய் மனதில் வைத்துப் பூஜிக்கிறேனோ அதே அளவுக்குத் திலகத்தின்மீதும் என் மனம் நாட்டம் கொள்ளுமா? என்பது நிச்சயமில்லை.

ஆனால், அவளை விடாது நினைத்துக்கொண்டிருக்கும் நான் இவளோடும் விசுவாசமாக நடந்துகொள்ள வேண்டுமே, அது எப்படிச் சாத்தியம்? இங்கே இந்த அறையின் வெளிச்சத்தில் என்னோடு ஒட்டியபடி இருப்பது உண்மையில் யார்? ஒரு புறம் பார்த்தால் நித்யா போலவும் மறுபுறம் பார்த்தால் திலகம் போலவுமல்லவா இருக்கிறது. நித்யாவைச் சேலையிலும் பாவாடை தாவணியிலும்தான் கண்டு அதிசயித்திருக்கிறான். திலகத்தைச் சேலையில் கண்டாயிற்று, எதுவும் இல்லாமலும்கூட ஒரு கணம் கண்டாயிற்று. தேவனுக்குத் தலையைச் சுற்றியது. நான்தான் அவசரப்பட்டுவிட்டேனோ? ஒரு பெண் எதைக் கட்டிக்கொண்டாலும் பெண்மை என்ற ஒரு அதிசயம் அவளின் எங்கேயோ ஒரு பொட்டிலிருந்து மாயம் காட்டும். அதைக் கண்டு பின்தொடர்ந்து போய் அதை வழிபடுபவன் மட்டுமே அந்தப் பெண்ணோடு உண்மையாக வாழ்கிறான் என்று நினைத்திருந்த காலம் ஒன்று இருந்ததே.

திலகம் தேவனுக்கு இன்னும் நெருக்கமாக வந்து இருந்தாள். கதைப்பதற்கு எதையாவது தேடிக் கண்டுகொள்ள வேண்டுமென்ற அவதி அவளிடமும் அதிலிருந்து தப்ப வேண்டுமென்ற அவதி இவனிடமும் எழுந்தது. அவளைச் சந்தோசப்படுத்தக்கூடிய எதைச் சொல்லத் துவங்கலாம், சொல்லிவிட்டு நித்திரையாகலாம்? தேவனுக்குத் தெரியவில்லை. திலகத்துக்கு நிச்சயம் தெரிந்திருக்கும். பெண்கள் வாயைத் திறப்பதற்கு இன்னொருவர் உதவி தேவைப் படுவதில்லை. அவள் ஏதேனும் சொல்வாள், கேட்டபடியே நித்திரையாகிவிடலாம் என்று நம்பியவனாய்ப் பேசாதிருந்தான். திலகம் அவனின் நெஞ்சின்மேல் கையை வைத்தபடி எதையோ சொல்லத் துவங்கினாள். திருமண நாள் முழுவதும் தான் யோசித்துக் கொண்டே இருந்தது ஏன் என்று கேட்பாளென எதிர்பார்த்தான். அவள் அந்தக் கதையை எடுக்கவேயில்லை. வேறு ஏதோவெல்லாம் சொன்னாள். சொன்னதோடு சிரிப்பையும் மறக்கவில்லை. தங்கள்

வீட்டுப் பசு அண்மையில் ஈன்ற குட்டியின் அழகைச் சொல்லிச் சிரித்தாள். தன்னுடைய சினேகிதியின் திருமணத்தின்போதுதான் அவளுடைய சாமத்தியச் சடங்கையும் சேர்த்துச் செய்தார்களென்று சொல்லிச் சிரித்தாள். தங்கள் ஊரிலிருக்கும் அநாதியான கோயிலில் நடந்த அதிசயத்தைச் சொல்லிச் சிரித்தாள். தனது வீட்டுக்குக் கிட்டேயிருக்கும் ரயில் நிலையம் எவ்வளவு குட்டி என்று சொல்லிச் சிரித்தாள். அங்கு வேலை செய்யும் ஸ்டேஷன் மாஸ்டர் தொளதொள சட்டையைப் போட்டுக்கொண்டு நடக்கும் அழகை வேடிக்கை பார்த்ததைச் சொல்லிச் சிரித்தாள். வேறும் ஏதோ கதையெல்லாம் சொல்லிச் சிரித்தாள். அவள் சொன்ன கதைகளைக் கேட்டுக்கொண்டானேயொழிய எதுவும் அவன் மனதில் தங்கவில்லை. அவளின் சிரிப்பு மட்டுமே காதில் ரீங்காரம் இட்டுக்கொண்டிருந்தது. அதை நினைத்தபடி அப்படியே நித்திரையாய்ப் போனான்.

தேவனின் நித்திரை அடுத்த நாட்காலைவரை தொடர்ந்தது. திலகம் வேளையோடு எழும்பித் தோய்ந்து குளித்துவிட்டு வந்து அவனுக்குப் பக்கத்திலிருந்து மெல்லத் தொட்டு எழுப்பினாள். அவளின் கேசத்திலிருந்த நீர்த்திவலையிலிருந்து ஒரு சொட்டு அவன் கன்னத்தில் விழுந்தது. தேவன் எதையோ முனகிவிட்டுத் திரும்பிப் படுத்தான். அவன் என்ன சொன்னானென்று அவளுக்கு விளங்கவில்லை. அவன் இன்னும் கொஞ்சம் நித்திரை கொள்ளட்டுமென்று எழுந்துகொண்டாள். அப்போது அவன் 'நித்யா' என்று சொன்னது திலகத்துக்குத் தெளிவாய்க் கேட்டது. அவள் அங்கிருந்து அகன்றபோது சிரித்ததும் தேவனுக்குக் கேட்டது.

அந்த நித்யா யாராக இருப்பாள் என்று அறியக் கொஞ்சமாவது அக்கறைகொண்டவள்போல் தெரியவில்லை. திரும்ப அறைக்கு வந்தபோது தேவன் குளித்து வேறு வேட்டியில் தொளதொளத்த புதிய சேர்ட்டும் போட்டிருந்தான். அவனைப் பார்த்ததும் திலகத்துக்குச் சிரிப்பு முட்டியது. அந்த ஸ்டேஷன் மாஸ்டரின் தொளதொளத்த சட்டையைப் பார்த்துச் சிரித்த அதே சிரிப்பு.

அவளை "வா" என்று சொல்லி அழைத்துக்கொண்டு வாசலுக்கு வந்தான் தேவன். அதிகாலை எவ்வளவு அழகானது, எந்தப் பருவகாலமாக இருந்தாலும் அதிகாலைக்கென்று ஒரு தனிப்பட்ட அழகு இருக்கிறது. வயலிலிருந்து வீசும் காற்றிலும் வேலியில் காகங்கள் நிரையாய் இருந்து கரைவதிலும் கண்ணுக்குத்

தென்படாத குருவிகளின் கீச்சுமூச்சிலும் அழகு இருக்கிறது. வேலைக்குப் போகும் மனிதரின் நடையிலும் பள்ளிக்குச் செல்லும் பிள்ளைகளிலும் காலையின் அழகும் கூடவே அவசரமும் தெரிகிறது. தெருவில் போவோர் அவர்கள் இருவருக்கும் கையை அசைத்து வாழ்த்துச் சொல்லிக்கொண்டு போனார்கள். சைக்கிளில் விரைந்த ஒருவர் சடக்கெனக் கீழே இறங்கிவிட்டு அவர்களைப் பார்த்துக் கையசைத்துவிட்டு மீண்டும் ஏறிப் போனார்.

"நாங்கள் இண்டைக்குக் கோயிலுக்குப் போனால் என்ன?" என்று திடீரென்று நினைத்துக்கொண்டவன்போல் கேட்டான் தேவன்.

"ஓம் போவோம், எனக்கும் விருப்பம்" என்று சொல்லி அவனின் கையை பிடித்துக்கொண்டு துள்ளினாள் திலகம்.

"பொறுங்கோ அய்யாவட்டைக் கேட்டுக்கொண்டு வாறன்" என்று சொல்லிவிட்டு வீட்டினுள்ளே போக முனைந்தான் தேவன்.

"வேண்டாம், நான் போய்க் கேட்டுக்கொண்டு வாறன்" அவனின் பதிலுக்குக் காத்திராமல் குதித்தபடி படிகளில் பாய்ந்து ஏறி உள்ளே போனாள். போன வேகத்தில் திரும்பி வந்தாள்.

"நாளைக்குப் போகட்டுமாம். இண்டைக்கும் ஆக்கள் வருவினமாம்" என்றாள். அவள் முகத்தில் சிறிது ஏமாற்றம் தெரிந்தது.

"ஓம், அதுதான் பொருத்தமான நாள். நாளைக்கு ஞாயிற்றுக் கிழமையெல்லோ. கோயிலில் விசேஷமாகவும் இருக்கும்."

"அப்ப நாளைக்குப் போவம். அய்யாவும் அம்மாவும் நாளைக்குப் பின்னேரம்தான் வருவினம். அதுக்கிடையிலை போட்டு வந்திட வேணும்" இருவரும் தீர்மானம் எடுத்தாயிற்று.

நான் நித்யாவின் பெயரைச் சொன்னதை மனதில் வைத்திருந்து 'யார் அந்த நித்யா?' என்று திலகம் கேட்காவிட்டாலும் நிச்சயம் யோசிப்பாள். அந்த யோசனை தீவிரமாவதற்குள் அவளைப் பற்றித் திலகத்துக்குச் சொல்லிவிட வேண்டும். மறைப்பதில் வரும் வேதனையை உண்மையைச் சொல்லுவதில் கிடைக்கும் ஆறுதல் குறைத்துவிடும்.

"நித்யா என்று சொன்னேனே, அவங்க யாரென்று உனக்குச் சொல்ல வேணும்."

“அதுக்கென்ன இப்ப அவசரம், பிறகு சொல்லுங்கோ. காலமை சாப்பிட வேணும். அங்கை சமையல் முடிஞ்சிது.”

“சரி பிறகு கதைப்பம். எனக்கும் கோயிலிலைதான் காலமையும் பின்னேரமும் பொழுது கழியிறது. அய்யா எல்லாம் சொன்னவர்தானே?”

“அவர் அண்டைக்கு ஒரு நாள் உங்களைப்பற்றித்தான் அளந்து கொண்டிருந்தார். நான் வீட்டுக்குள்ளையிருந்து கேட்டுக் கொண்டிருந்தன். எனக்குச் சிரிப்பு முட்டிவிட்டது.”

“நீயாவது சிரிக்காமல் இருக்கிறதாவது. வா, சாப்பிடுவம்.”

முதல் கண்டம் தாண்டியாயிற்று இனி மற்றதை நாளை பார்த்துக்கொள்ளலாம் என்று தனக்குள் சொல்லிக்கொண்டு திலகத்துடன் வீட்டினுள்ளே போனான்.

அடுத்த நாட் காலை தேவனும் திலகமும் கோயிலுக்குப் புறப்பட்டார்கள்.

“வயலுக்குள்ளாலை போவமா? தெருவாலை போவமா?” என்று கேட்டான் தேவன்.

“நடந்துதானே போகப்போறம், எப்படிப் போனாலும் புண்ணியம்தான்.”

இருவரும் சோடியாக நடந்து சென்றதை வழியில் சந்தித்தவர்கள் கண்டு சந்தோஷித்தார்கள்.

“என்ன, கோயிலுக்குப் போறியள்போலை கிடக்கு!”

“உங்கடை கலியாணத்துக்கு வரேலாமல் போச்சுது, பிறகு ஒரு நாளைக்கு வாறம்.”

“ஏய் தேவன், சோக்காய் இருக்கடாப்பா.”

“பெம்பிளை மாப்பிளையாய் எப்போ எங்கட வீட்டுக்கு வரப்போறீங்கள்?”

வழியில் சந்தித்த ஒவ்வொருவருக்கும் தலையை ஆட்டியும் சிரித்தும், ‘ஓமோம்’ என்றும் மரியாதைக்கு மரியாதையாய் முகமன் தெரிவித்துக்கொண்டும் இருவரும் கோயிலுக்கு வந்துவிட்டார்கள். திலகம் கைகளைக் குலுக்கி வளையல் ஒலியோடு வாய் ஓயாமல் அலட்டிக்கொண்டு வந்தாள்.

“கடலை, மள்ளாக்கொட்டை இப்ப வாங்குவமா, வீட்டை போற நேரம் வாங்குவமா?”

"இப்பவே போய்த் தோசைக் கடையிலை சாப்பிட்டால் என்ன?"

"அந்தக் கடையிலை நன்னாரித் தேத்தண்ணி நல்ல ருசி."

"ஓ, தளிசையை மறந்துபோனன்."

ஏன் இந்தத் துள்ளலெல்லாம் துள்ளுகிறாள்? இவளென்ன இப்போதும் குழந்தையா? இரண்டு நாளைக்கு முன்பு கூறைச் சேலையைக் கட்டிக்கொண்டு அசைந்தசைந்து நடந்து வந்ததை அதற்குள் எப்படி மறந்தாள்? இவள் இப்படி அலட்டுவாளென்று ஏன் இவளுடைய அய்யாவும் அம்மாவும் அப்போ கல்யாணம் பேச வந்தபோது சொல்லாமல் போனார்கள்? இவளின் சிரிப்பையும் ஆட்டத்தையும் சகித்துக்கொண்டிருக்கலாம். ஆனால், இவள் காட்டுகிற உற்சாகத்தை என்னால் காட்ட முடியவில்லையே! இவளை நினைக்கநினைக்க ஒருபுறம் மலைப்பாகவும் இருக்கிறது இன்னொரு புறம், அமைதியை விரும்பும் எனக்கு இப்படியொரு பெண் வந்து வாய்க்கவேண்டி வந்ததேயென்று ஆச்சரியமாகவும் இருக்கிறது. தேவன் பதில் தெரியாத கேள்விகளைக் கேட்டுக்கொண்டு திலகத்தோடு படியேறிக் கோயிலுக்குள் காலடி வைத்தான்.

வாசலில் ஒரு சோடி புதுமணத் தம்பதியர் அவர்களைக் கடந்து சென்றார்கள். அவர்களின் ஒட்டுறவைப் பார்த்தபோது அவர்களும் தம்மைப்போல் கடந்த கிழமையில்தான் கல்யாணம் செய்திருப்பார்கள்போல் தேவனுக்குத் தோன்றியது. ஆனால், அந்த ஒட்டுறவுக்கு மேலாக இன்னுமொன்று இருக்க வேண்டும். அதுதான் அப்படி அவர்களைப் பிணைத்திருக்கலாமென நினைத்தான். அவர்கள் அருகருகே நடந்தபோது அவர்கள் ஏற்கனவே ஒத்திகை செய்துகொண்டு வந்தவர்கள்போலல்லவா இருந்தது. மார்கழிக் குளிர்போல், காலைக் காற்றின் இதம்போல், வெயில் வேளையில் மரத்தடி நிழல்போல் ஏதோவொன்று அவர்களைப் பிணைத்தது போலல்லவா நடந்து சென்றார்கள். ஒருவேளை காதலில் வென்று காட்டியவர்களாக இருக்கலாம். இன்று திலகத்தின் இடத்தில் நித்யா வந்திருந்தால் நாமும் இப்படித் தான் இருந்திருப்போமா? தேவன் உள்வீதியின் நடுவே வந்து நின்றான். பின்னால் வந்துகொண்டிருந்தவள் திலகம் என்பது மறந்துபோய்விட்டது. கிட்ட வந்தவள் அவனின் கையைப் பிடித்து அவனை இன்னொரு பக்கம் இழுத்துச் சென்றபோதே பக்கத்தில் வருவது திலகம் என்பது தெரிந்தது.

கோயிலில் மனிதர்கள் எழுப்பிய சலசலப்புக்கு மேலாகப் பூசை மணிகள் கலகலத்தன. நாதஸ்வர ஓசை வந்து சேலைத் தலைப்புகளைக் காற்றில் பறக்கவிட்டது. எங்கும் நிறங்களே ஆட்சி செய்வதுபோலிருந்தது.

ஏற்கனவே சொல்லி வைத்ததுபோல் கோயில் நிர்வாகத்தைச் சேர்ந்த அத்தனை பேரும் திலகத்தையும் தேவனையும் வரவேற்றார்கள்.

"தம்பிக்கு ரண்டு கிழமை லீவு கொடுத்திருக்கிறம். அதுக்குள்ளை கலியாணச் சடங்குக் காரியங்களை முடிச்சுக்கொண்டு இஞ்சை கந்தோருக்கு வந்திட வேணும்" என்று கோயில் வண்ணக்கர் மூக்குக் கண்ணாடிக்கு மேலாய்த் தேவனையும் திலகத்தையும் மாறிமாறிப் பார்த்துக்கொண்டு கட்டளையிட்டார்.

"ஐயா சொன்னால் தேவன் நாளைக்குக்கூட வந்திடுவான்" என்று சொல்லிச் சிரிப்பலை எழுப்பினார் இன்னொருவர்.

"புதுப் பெம்பிளை தேவனுக்கு பெர்மிஷன் கொடுத்தால்தானே அவனும் வருவான்" என்று வேறொருவர் சொன்னதும் இன்னும் சிரித்தார்கள்.

கோயிலின் உட்பிரகாரத்திலிருந்த விக்கிரகங்களின் முன்னால் நின்ற ஒவ்வொரு முறையும் திலகம் தேவனின் மீது சாய்ந்து கொள்வதில் கவனமாக இருந்தாள். அவள் மீது பூசியிருந்த சந்தன மணத்திலும் மேலாய் அவள் தன் மீது சாய்ந்தபோது உண்டான பரவசத்தில் கிறங்கிப்போயிருந்தான் தேவன்.

"நீங்கள் இவ்வளவுக்கு அமைதியானவரெண்டு எனக்குத் தெரியாது. இஞ்சை என்னைப் பாருங்கோ, நான் எப்பிடி இருக்கிறன்" என்றாள்.

தேவன் அவளைத் திரும்பிப் பார்த்தபோது அவள் முக மெல்லாம் குறுகுறுத்தபடி இருந்தது. கழுத்தில் உண்டான வியர்வை வடிந்து நெஞ்சின் இடைவெளியை நோக்கி இறங்கி யிருந்தது. சற்றே விலகியிருந்த சேலையின் பின்னால் நின்று எட்டிப் பார்க்க முயன்றுகொண்டிருந்தது இள மார்பகம். அவன் கண்களை எடுத்து சுற்றியுள்ள வேறெதையும் பார்க்கலாமென்று எண்ணித் தலையைத் திருப்பிக்கொண்டான். சுவர்களிலிருந்த பெண் ஓவியங்களிலும் அவளின் மார்பகங்களே தெரிவதுபோல் அருட்டின. இனி திரும்ப வேறு இடமில்லை எனக் கண்டதும்

மீண்டும் அவளையே நோக்கினான். இப்போது அவள் சேலையை இழுத்து மார்பகத்தை மூடியிருந்தாள். மூடிக்கொண்டால் மட்டும் மனதிலிருந்து இலகுவாய் மறைந்துவிடக்கூடிய எழிலா அது. தேவன் மௌனமாக அவளின் கையைப் பிடித்தபடி நடக்க ஆரம்பித்தான். கூடவே அவளிடமிருந்து சந்தன மணமும் வந்தது. அவளின் கையிலிருந்து ஊறிய ஈரம் அவன் மனதை இன்னும் இளக வைத்தது.

வழியில் வசந்த மண்டபமும் வந்து குறுக்கிட்டது. தேவன் திலகத்தின் கையைப் பிடித்து அங்கேயே நிற்க வைத்தான். அவளுக்கும் எதுவோ விளங்கிவிட்டதுபோல் அவனின் முகத்தைப் பார்த்தபடி நின்றாள்.

"எனக்குச் சங்கீதமெண்டால் நல்ல விருப்பமென்று அய்யா சொல்லியிருப்பார்."

"ஓமோம், இப்பவும் சங்கீதம் படிக்கப் போறீங்கள் என்றும் சொன்னார்."

"ஓம் அதுவும் ஒரு பக்கம் நடந்துகொண்டிருக்குது. என்ர கூட்டாளி ராமுவும் நானும் அதை இசை என்று சொல்லுவம். எங்களுக்கு அது சும்மா பாட்டுப் பாடிக்கொண்டிருக்கிற வேலை இல்லை. இசையை எங்கள் உயிருக்குச் சமமாக நேசிக்கிறம்."

"அப்படியோ!" இப்போது திலகம் அவனை மிக்க ஆச்சரியத்துடன் பார்த்தாள்.

"பெரும்பாலும் பாடுவது ராமுவாகத்தான் இருக்கும். அவன் பாடுவான் நான் கேட்டுக்கொண்டிருப்பன். நானும் சில நேரம் அவனோடையும் தனியவும் பாடியிருக்கிறன். ஆனால், எனக்கு அவனைப்போலை திறமை இல்லை."

"அதுக்கென்ன, படிக்கப்படிக்க வித்துவானாய் வந்திடுவீங்கள்."

தேவனுக்குச் சிரிப்பு முட்டியது. "வித்துவானாக வாறதுக்காக நான் இசை பழகயில்லை. பாடுறபோதும் பாட்டைக் கேக்கிறபோதும் என்ர மனதுக்கு இதமாகவும் ஆறுதலாகவும் இருக்கும். உயர்ந்த இசையைக் கேக்கிறபோது ஆகாயத்தில் மிதப்பதுபோல் இருக்கும். ஆத்மாவோடு பேசுறதுதான் இசை."

"எனக்கு விளங்கயில்லை. பாடிக்காட்டினால் சிலவேளை விளங்கும். எப்ப பாடிக்காட்டப் போகிறீங்கள்?"

“நான் மட்டுமில்லை, ரண்டு பேருமாய்ப் பாடுவம்.”

“நானுமா? அதுக்கென்ன எனக்கும் சொல்லித் தாருங்கோ. ஆனால், என்ர குரல் அவ்வளவு இனிமையில்லை, தெரியும்தானே.”

“இல்லை, எனக்கு இனிமையாகத்தானே இருக்குது.”

“அப்ப எனக்கும் சங்கீதம் பொருத்தம் என்று சொல்லுறீங்கள். அப்படித்தானே?”

தேவன் அவளின் கையைத் தொட்டான். தொட்டதும் தனது விரல் குளிர்ந்ததுபோலிருந்தது. இரண்டு இரவுகள் அவளைத் தொடாமலே பக்கத்தில் படுத்து நித்திரை கொண்டாயிற்று. தற்செயலாகக்கூட அவளைத் தொட்டதாக அவனுக்கு நினைவில்லை. அவனால் தொடக்கூடிய தூரத்தில்தான் அவள் படுத்திருந்தாள். ஆனால், மனதால் எட்ட இயலாத தூரத்திலல்லவோ இருந்தாள்.

“என்ன கடுமையாக யோசிக்கிறியள்?”

“ம்ம்... ரண்டு பேருக்கும் நேரமும் வசதியும் வாறபோது பாடத்தானே போறம்.”

“அதென்ன, இந்த மண்டபத்துக்கு வந்தவுடனை உங்களுக்குச் சங்கீதம் நினைவு வந்தது?”

“நல்ல கேள்வி கேட்டாய் போ. இந்த இடத்திலை இருந்து எத்தினையோ பேர் கச்சேரி பண்ணியிருக்கினம். நானும் சின்ன வயசிலையிருந்து நிறைய வித்துவான்களன்ர கச்சேரிகளைக் கேட்டிருக்கிறன். பிரபல வித்துவான்களோட நாதஸ்வரக் கச்சேரி களெல்லாம்கூட இங்கே நடந்திருக்குது. மூண்டு வருசத்துக்கு முந்தி ஒரு பெண் இஞ்சை பாட வந்திருந்தா. அவவன்ர பாட்டும் எனக்குப் பிடிச்சுக்கொண்டுது. பிடித்தமான ஆக்களோட கதைக்க விரும்பிறதும் வழக்கம்தானே. அவவோடையும் கதைச்சுப் பழகினன். அவவன்ர பேர்தான் நித்யா.”

“நேற்று நீங்கள் சொன்ன அதே நித்யா?”

“ஓமோம் அவதான்.”

“அதேன் நித்திரையிலும் அவவன்ர பேர் உங்களுக்கு நினைவுக்கு வந்தது?”

“மனதிலை அந்தப் பேர் இருந்ததுதான் காரணம்.”

“அப்ப, நீங்கள் அவவை நல்லா விரும்பியிருக்கிறியள் என்று நினைக்கிறன்.”

"அப்பிடியும் சொல்லலாம். அப்ப இரண்டு பேரும் நெருங்கின சிநேகிதமாயிருந்தம். பிறகு எப்படியோ பிரிஞ்சு போனம். இது தான் நடந்தது. உனக்கு இதை மறைக்கக் கூடாது, எப்பிடியும் சொல்லிப்போட வேணுமெண்டு நேற்று நினைச்சன். இப்ப என்ர மனதிலிருந்த பாரத்தையும் இறக்கிவைச்சாச்சு."

"அடேயப்பா, எவ்வளவு பெரிய கதையை எவ்வளவு சுருக்கமாச் சொல்லிப்போட்டியள். எனக்குச் சொன்னதோடை உங்கடை மனப்பாரம் குறைஞ்சிடுமென்று சொன்னியள். அதுதான் எனக்குப் பிடிச்சுக்கொண்டுது. நீங்கள் முந்தி ஆரோடை சிநேகிதமா இருந்தீங்கள் எண்டது எனக்கு முக்கியமில்லை. இப்ப என்னோடை எப்பிடி இருக்கிறியள் எண்டதுதான் எனக்கு முக்கியம்.

"உனக்கும் என்னிலை சந்தேகம் எழும்பாமல் இருந்தால் எனக்கு இன்னும் ஆறுதல்."

"அவவோடை பிறகும் தொடர்பு இல்லாமல் இருங்கோ, சந்தேகம் எழும்பாது?"

"ஆனால், கோயிலிலையோ வெளியிலையோ அவ பாட வந்தால் போய்க் கேக்கிறதிலை ஒரு பிழையும் இல்லைத்தானே?"

"நல்ல கதை இது, எல்லாருந்தானே அவவன்ர பாட்டைக் கேக்க வருவினம். அதுமாதிரி நீங்களும் வந்து கேட்டுப்போட்டுப் போங்கோ. அதிலென்ன பிழை?"

"இல்லை, நாளைக்கு உன்ர மனம் நோகக் கூடாது பார்."

திலகம், தேவனின் கையை இறுக்கிப் பிடித்தாள். "நீங்கள் கும்பிடுற கோயிலிலை வைச்சு இதைச் சொன்னியளெல்லோ, நீங்கள் பிழை விடமாட்டியளெண்டு எனக்கு நம்பிக்கை இருக்கு. நான் எப்பவும் உங்களிலை அன்பா இருப்பேனெண்டு உங்களுக்கு நம்பிக்கை இருந்தால் போதும். அது மாதிரி நீங்களும் என்னிலை எப்பவும் அன்பாய் இருக்க வேணும். இது ஒன்றுதான் நீங்கள் எனக்குச் செய்ய வேண்டியது.

தேவன் அவளையும் பார்த்தான் வசந்த மண்டபத்திலிருந்த உற்சவ மூர்த்தியையும் பார்த்தான். கோயிலின் உள்ளே மணியோசை எழுந்தது.

"வா, பூசையைக் காணுவம்."

கோயில் நிர்வாகத்தினரும் பூசகர்களும் புதுமணத் தம்பதிகளுக்குக் கோயிலில் விசேட பூசை ஒழுங்கு செய்து அன்றைய நாளை எப்போதும் நினைவிலிருக்கச் செய்துவிட்டார்கள்.

பூசை முடிந்தது. திலகம் புதுப்பெண்ணாகப் பக்கத்தில் ஒட்டியபடி நிற்கிறாளே என்ற உணர்வால் பூசையில் மனம் நாட்டம் கொள்ளவில்லை. போதாக் குறைக்குக் கும்பிட வந்தவர்கள் அவர்கள் இருவரையும் பார்ப்பதும் தங்களுக்குள் கதைப்பதுமாக இருந்தார்கள். தேவனுக்கு எப்போது வீட்டுக்குப் போகலாம் என்றிருந்தது.

"அப்ப வா போவம். உனக்கு விருப்பமான தோசை வித்து முடியப்போகுது."

இருவருமாக வெளி வீதி நோக்கி நடந்தார்கள். கோயிலுக்கு வந்தபோது கண்ணில் படத் தவறிய தீர்த்தக் குளமும் அதனோடு ஒட்டியிருந்த மண்டபமும் இப்போது தேவனின் கண்ணில் சிறைப்பட்டது. அந்த மண்டபத்தின் திண்ணையில் நித்யாவோடு பேசிப்பேசியே கழித்த நாட்கள் அவன் கண்களில் படமாய் விரிந்தன. தேவன் கண்களைத் துடைத்துக்கொண்டான். திலகம் பார்க்கக்கூடும் என்ற கவலை அவனிடம் கொஞ்சமும் இருக்கவில்லை. அவை நித்யாவும் நானும் ஒன்றாய் அனுபவித்த பொழுதுகள், என்னோடு இறுதிவரை பயணிக்கப்போகும் நினைவுகள். இந்தக் கோயிலும் புழுதி பறக்கும் இந்த மண்ணும் எவ்வளவுக்கு நித்தியமோ அவ்வளவுக்கு நித்யாவின் நினைவுகள் என்னுடன் நித்தியமாயிருக்கும்.

19

நமக்கு மிக நெருக்கமானவர்கள் என்னதான் படிப்பும் தொழிலுமென்று தூரத்து ஊர்களுக்கோ அயல் நாடுகளுக்கோ போய் வாழ நேர்ந்தாலும், நாம் அவர்களைப் பற்றி அறிந்துகொள்ள விரும்பாமலும் முயற்சிக்காமலும் நம்முடைய பாட்டைப் பார்த்து ஒதுங்கி இருந்துவிட முடியுமா? காலம்காலமாக அன்பையும் நேசத்தையும் பகிர்ந்து உறவாடிய ஒருவர் எட்ட வாழ நேர்ந்தால் அவருடன் ஏற்கனவேயிருந்த அபிமானமும் உறவும் இனி இல்லையென்று ஆகிவிடுமா? நித்யா மேற்படிப்புக்காக

இந்தியாவுக்குப் போக வேண்டுமென்று தேவனோடு கொழும்பில் நின்றபோது சொல்லிக்கொண்டிருந்தாள். அவளுக்கிருந்த விருப்பத்தை அவனும் ஊக்கப்படுத்தினான். இதுவரை அங்கே போயிருப்பாளா, இல்லையேல் இப்போதும் ஊரிலோ கொழும்பிலோதான் இருக்கிறாளா? எங்கே வாழ நேர்ந்தாலும் நலமாக இருக்கிறாளா? வெறுமே கேள்விகளை எழுப்பி என்னையே நொந்துகொள்வதைத் தவிர வேறென்ன கண்டேன். சரி, ஒருமுறை அவள் வீட்டுக்குப் போய்ப் பார்க்கலாம். அவளைக் கடைசியில் சந்தித்து மாதக் கணக்குத்தானே ஆகிறது. கிழமைக்கு ஒருமுறையாவது காணாமலிருக்க முடியாமல் போனவன் எப்படி மாதக் கணக்கில் காணாமல் இருக்க முடிகிறது? கடைசியில் போயே தீர்வது என்று தீர்மானித்தான் தேவன்.

திலகத்துக்கு இதைச் சொல்வோமா விடுவோமா? அவள் முதலில் சிரிப்பாள். 'அதற்கென்ன, சும்மா சினேகிதம்தானே, பட்டணம் போறபோது ஒருக்கால் அங்கேயும் எட்டிப்பார்த்தால் அப்படியென்ன குறைந்துவிடப்போகிறது?' என்று சொல்லுவாள். ஆனால், மனதுக்குள் என்ன நினைத்துக்கொள்வாளோ? பெண் மனம், அதுவும் இப்போதுதான் கல்யாணமான பெண் மனமல்லவா அவளுடையது. கட்டிய கூறையைக் கழற்றி வைக்குமுன் கணவன் இன்னொரு பெண்ணைக் காணப் போவது போலல்லவா இது இருக்கிறதென அவள் மனதுக்குள் எண்ணிக்கொண்டால், எங்கள் இருவர் நிலையும் என்னவாகும்? அவள் மனதை அறியமுன் அவசரப்பட்டு அவளையும் நோகடித்து என்னையும் நோகடிக்க வேண்டுமா? நித்யா இதை அறிந்தால் அவள் மனதையும் நோகடித்துவிடுமே. போக வேண்டாம், போய்ப் பிரச்னைகளை உருவாக்க வேண்டாம். முதலில் அவளுக்கு ஒரு கடிதம் எழுதிப் பார்ப்போம்.

முன்புபோல் 'அன்பே நித்யா' என்று ஆரம்பிக்கும் கடிதம் இப்போதும் எழுத முடியுமோ? அந்த உறவைத்தானே இப்போது இல்லையென்று ஆக்கிவிட்டேன். 'நித்யாவுக்கு அன்புடன் எழுதிக்கொள்வது' என்று ஆரம்பித்து அரைப் பக்கம் நிரப்பிக் காலையே அனுப்பியாயிற்று. அவளுடைய பதில் வரும் வரைக்கும் தபால்காரன் வரும் திக்கைப் பார்த்தபடி வாசலில் காத்திருக்க வேண்டும். அதிலும் ஒருவகை இனிமை இருக்கிறது. தேவன் மனம் வாசல் கதவடியில் குடியிருக்க ஆரம்பித்துவிட்டது.

அந்த நாளும் வந்தது. அது நித்யாவிடமிருந்து மூன்று, நான்கு பக்கத்தில் எழுதப்பட்ட பதில் கடிதம் அல்ல அது. ஒரு தபால் அட்டை மட்டுமே வந்தது. மாசிலாமணி அந்த அட்டையில் கிடைத்த இரண்டு பக்கத்திலும் குறுக்கிக்குறுக்கி எழுதியிருந்தார். செய்தி பெரிதல்ல, ஆனால், தேவனைப் பொறுத்தவரை பாரதூரமானது. ‘மாயவன் திருவருளை முன்னிட்டு வாழும் தேவன், நித்யா மேற்படிப்பு படிக்க விரும்பியிருந்தாள் என்பதை அறிவீர்கள். அதற்காகச் சென்னைக்குப் போயிருக்கிறாள். மகனுடைய சினேகிதரின் குடும்பம் அங்கே இருக்கிறது. அவர்களோடு அவள் தங்கவும் அங்கே ஒரு இசைக் கல்லூரியில் இடம் எடுக்கவும் எங்கள் மகன் அவர்களோடு சேர்ந்து ஒழுங்கு செய்திருந்தார். நாங்களும் அவர்ளோடு துணைக்குப் போயிருந்தோம். எல்லாரும் அங்கே நிற்க முடியாது என்பதால் அவளை அவர்களுடன் தங்க வசதி செய்துவிட்டு வந்திருக்கிறோம். படிப்பு விபரம் கிடைத்ததும் அறிவிக்கிறேன். நீங்கள் விசாரித்ததாக நித்யாவிடம் சொல்கிறேன். உங்கள் இருவருக்கும் ஆசீர்வாதம். இப்படிக்கு பட்சமுள்ள மாசிலாமணி.’

ஒரு மாதத்துக்குப் பின்னர் மாசிலாமணி முதலில் தந்த வாக்கை மறக்காமல் நித்யாவின் படிப்பு விபரம் அனுப்பி யிருந்தார். இப்போதும் தபால் அட்டையில்தான். ‘மாயவன் திருவருளைத் தொடர்ந்து, மகள் அடையாறு சங்கீத அகாடெமியில் சேர்ந்திருக்கிறாள். இது நாலு வருசப் படிப்பாம். அவளைத் பிரிந்த கவலையில் இருக்கிறோம். இப்போது பயணம் செய்ய எனது உடல்நலமும் இடம் தருவதில்லை என்பதால் இனி எப்போ அவளைக் காணுவோமெனத் தெரியவில்லை.’ மிகுதிச் செய்தி முன்பு போலவே. இப்படியான சூழ்நிலைகளில் தபால் அட்டை மிக உவப்பானது. மனதில் நிறைய இருக்கும் ஆனால், அவற்றை எழுத இடமும் போதாமல் இருப்பது ஒருவகையில் வசதியாய்ப் போய்விடும்.

அதற்குப் பிறகு நாலு வருடங்களாக நித்யாவைப் பற்றிய தகவல் எதுவும் தேவனுக்குக் கிடைக்கவில்லை. ஒருமுறை நல்லூருக்குப் போனபோது அவளின் வீடு பூட்டியிருந்தது. அயலில் இருந்தவர்கள் மாசிலாமணியும் மனைவியும் கொழும்பில் மகனுடன் தங்கி யிருக்கிறார்களென்றும் நித்யா சென்னையில் படிக்கிறாளென்றும் சொன்னார்கள். பிறகு இருமுறை போனபோதும் இதே பதில்தான்

கிடைத்தது. தேவன் பலத்த ஏமாற்றத்துடன் திரும்பிவிட்டான். தான் அவளைக் காணாது தவிப்பேன் என்பதை அறியாதவளா? எப்படியும் அவளாக ஒரு கடிதம் எழுதுவாளென்று நம்பிக் காத்திருந்தான். பத்திரிகைகளிலும் வானொலியிலும் ஏதேனும் விபரம் கிடைக்குமென்றும் தேடிக்கொண்டிருந்தான். எவ்வளவு முயன்றென்ன, அவளுக்கு நடந்த எதையும் அவனால் அறிய முடியாமற் போனது.

நித்யாவின் பயணம் தேவனை மனதில் இருத்தியபடியே ஆரம்பமானது. அவள் சென்னையில் படிக்கப்போவதற்கு வேண்டிய ஏற்பாடுகளைத் தமையன் பார்த்திபன் செய்து கொடுத்தார். அப்போது அவருடன் முன்பு இந்தியன் ஓவர்சீஸ் வங்கியில் வேலை செய்த நண்பர் கார்த்திகேயனும் இதற்கு உதவ முன்வந்தார்.

நித்யாவோடு மாசிலாமணியும் மனைவியும் கூடவே சென்னைக்குப் பயணமானார்கள். அடையாறு சங்கீத அகாடெமியில் அனுமதிக்கான விண்ணப்பத்தை அவள் இரண்டு மாதங்களுக்கு முன்னரே அனுப்பியிருந்தாள். அகாடெமியும் நேர் முகப் பரீட்சைக்கு அழைத்திருந்தது. சென்னைக்குப் போனதும் பல ஆச்சரியங்கள் அவளுக்காகக் காத்திருந்தன. பெரிய நகரம், பெரிய கல்லூரி, கார்த்திகேயனின் குடும்பமும் பெரியது. அவர்களுடைய இதயமோ இன்னும் பெரியது. அதுபோன்றே நித்யாவிடமிருந்த நம்பிக்கையும் பெரிதாகவிருந்தது. அவள் அங்கே போகமுன்னரேயே அவளுடைய இசைப் புலமைக்கு ஏற்கனவே சேர்ந்திருந்த புகழ் அங்கே போய்க் கதவடியில் காத்திருந்தது. நேர்முகப் பரீட்சையில் தேவனுக்கு மிகப் பிடித்தமான பாடலையே முதலில் பாடினாள். கண்ணனின் இடத்தில் தேவன் இருப்பதாகக் கற்பிதம் பண்ணியதால் இருக்கலாம், அவளின் இசையில் பரீட்சை மண்டபம் மாயவன் கோயில் மண்டபமானது. அடுத்த நாளே அவளைத் தெரிவு செய்த தகவலை அகாடெமி அறிவித்துவிட்டது. உடனே அதைத் தேவனுக்கும் அறிவித்தாலென்ன என்ற ஆசையும் அவளின் மனதில் எழுந்தது. அதை ஒரு கடிதத்தில் சொல்லிவிடலாம். கையோடு அன்பையும் பரிமாறிக்கொள்ளலாம். இன்னொருமுறை அதை யோசித்தபோது அப்போதுதான் திருமணமாகியிருக்கும் அவனின் குடும்ப வாழ்க்கையில் அவளின் கடிதம் சலசலப்பை

ஏற்படுத்திவிடலாம் என அஞ்சி அந்த எண்ணத்தை முற்றாகக் களைந்துவிட்டாள்.

நித்யா அடையாறில் சேர்ந்தபோதுதான் அவளுடன் முன்பு படித்த நளாயினியையும் முருகதாஸையும் சந்திக்க நேர்ந்தது. நளாயினி நித்யாவைப் போலல்லாமல் அங்கே தெரிவாகப் பலமுறை முயற்சித்துக் கடைசியில் வெற்றி கண்டவள். அவர்கள் இருவரும் வகுப்பில் சக மாணவிகளாக மட்டுமல்லாமல் அறைத் தோழிகளாகவும் ஆகிக்கொண்டனர். நான்கு ஆண்டு இசைப் பயிற்சியும் தொடர்ந்தது. தம்புராவை எடுத்து மடியில் வைத்ததும் தேவனே அங்கே தலைவைத்துப் படுப்பதுபோன்ற உணர்வும் அவளிடம் எழுந்துவிடும்.

தேவனும் திலகத்துடன் கதைக்கும்போது நித்யாவைப் பற்றியதாக இல்லாமல் வேறு எதையோவெல்லாம் கதைத்தான். திலகம் சொல்வதை உடனே கிரகித்துக்கொள்ளுவாள். அவள் கேட்கும் கேள்வியிலும் பதிலிலுமிருந்த புத்திசாலித்தனம் அவனைக் கவர்ந்தது. அதனால் நேரம் கிடைக்கும்போதெல்லாம் அவளுடனிருந்து கதைக்க வேண்டும் போலிருக்கும். சிலவேளை அவளின் பேச்சு நன்றாய் விபரம் அறிந்தவர்களின் பேச்சாக இருக்கும். அவள் முத்துவேலரைக் கவனிப்பதிலும் அவருக்கு விருப்பமான சாப்பாட்டைச் செய்து கொடுப்பதிலும் முழு மனதுடன் செயல்பட்டதையும் தேவன் கவனித்து வந்தான்.

அவர் எதையேனும் மறந்து தேடுகின்றபோது அதைத் தேடி எடுத்து வந்து கொடுப்பது அவளாகத்தான் இருக்கும். அவர் செய்ய விரும்பிய சின்னச்சின்னக் காரியங்களை நேரத்தோடு ஞாபகப்படுத்துவாள். சில வேளைகளில் திலகத்திடம் கேட்டுக் கொண்டுதான் சில அலுவல்களை முடிவெடுக்க வேண்டிய நிலைக்கு முத்துவேலர் வந்துவிட்டார்.

திருமணமாகி இரண்டு ஆண்டுகளில் அப்பனையும் அடுத்த இரண்டு ஆண்டில் அபிதாவையும் தந்த பெருமிதம் அவள் கன்னக் கதுப்பில் துலங்கியது. காது மடல்கள் தாமரை இதழை அவனுக்கு நினைவூட்டின. வயல் காட்டில் வேலை செய்ததால் உள்ளங்கைகள் முன்பு இருந்த வழவழப்பை இழந்துவிட்டன. ஆனால், அவை தந்த குளிர்ச்சி இப்போதும் மாறாதிருக்கிறது.

நித்யாவுக்கு அந்த நான்கு ஆண்டுகள் தேவனுக்கு முன்னாலிருந்து பாடியதுபோன்றே கழிந்தன. சென்னையில் படிக்கின்றபோது

மலேசியா, சிங்கப்பூரென்று கச்சேரிக்கு அழைப்புகள் வந்து கொண்டிருந்தன, அவளும் பறந்து சென்று ரசிகர்களைக் குளிர்வித்து வந்தாள். அப்போதுதான் அவள் செய்த கச்சேரிகளை கொழும்பு பத்திரிகைகள் பேசத் தொடங்கின. தேவன் அவற்றைத் தேடித் தேடி அறிந்து மனம் குளிர்ந்தான். படிப்பு முடிந்து வந்ததும் கொழும்பிலும் பாடுவாளென்று அறிந்தான். இப்போது அவள் முன்பு அனுபவித்திராத புகழில் மிதந்துகொண்டிருப்பாள். அதில் ஒரு பகுதியையாவது தனக்கும் ஒதுக்கி வைத்திருப்பாளென்று தேவன் எண்ணிப் பெருமிதமடைந்தான். இனி பெருமிதமடைந்து என்ன பயன்? நான் இப்போது அனுபவிக்கும் குடும்ப வாழ்க்கையை அவளும் அனுபவித்திருப்பாளா? தனிமைதானே அவளுக்குத் துணையாக இருந்திருக்கும். புகழும் பொருளும் சேர்ந்திருக்கும். ஆனால், முன்னைப்போல் துள்ளலும் புன்னகையும் இப்போதும் அவளுடன்கூட இருக்குமா? பிறகு அர்த்தமற்ற பெருமை கொள்வதில் அப்படி என்ன ஆனந்தம் வந்துவிடப் போகிறது? அவளை நேரில் ஒருமுறை காணவும் பேசவும் சந்தர்ப்பம் வராமலா போய்விடும், அப்போது எல்லாவற்றையும் அறிந்துகொள்ளலாம் என்று எண்ணிச் சமாதானமடைந்தான்.

அந்த வேளையில் நித்யாவிடமிருந்து தேவனுக்கு ஒரு கடிதம் வந்தது.

"எனது நெஞ்சத்தில் நிறைந்த தேவன், இனியும் உங்களுக்கு ஒரு கடிதம் எழுதாமல் இருக்க முடியவில்லை. படிப்பு முடிந்து கொழும்புக்கு இன்றுதான் வந்தேன். இனி தொடர்ந்து இங்கேதான் இருப்பேன். ஊருக்கும் பலமுறை வரச் சந்தர்ப்பம் வரும். மாயவன் கோயிலுக்கும் வருவேன். அப்போது காணுவோம் என்றதை நினைக்க மனமெல்லாம் தேன் சுரந்ததுபோல் இருக்கிறது. அப்பாவின் உடல்நலம் தொடர்ந்து மோசமாகி வருகிறது. அவரைக் கவனிப்பதே இப்போது எனக்குள்ள முதல் கடமை. விபரம் அடுத்த கடிதத்தில் எழுதுகிறேன். என்றும் உங்கள், நித்யா."

அவள் சொன்ன அடுத்த கடிதம் வரவேயில்லை.

ஆனால், காலம் எவருக்காகவும் காத்திருக்கப்போவதில்லை. தேவன் வாழ்க்கையிலும் பல மாற்றங்கள் ஏற்படத் தொடங்கின. முத்துவேலர் ஓய்விலேயே பெரும் பொழுதைக் கழித்ததால் அவனே தனியனாய் வயலும் தோட்டமுமென்று ஓடிக்கொண்டிருக்க

வேண்டிவந்தது. தோட்டத்துப் பயிர்களுக்கு நீர் இறைத்துப் பாத்தி கோலி வேலி விராய்களை அடைத்துப் பாதுகாப்பதிலிருந்து வயலில் காலபோகச் செய்கையையும் ஒழுங்காகக் கவனித்து வந்தான். தகப்பனாரின் மேற்பார்வையில் பயிற்சி எடுத்த ஒவ்வொரு காரியத்தையும் இப்போது செப்பமாகச் செய்ய முடிந்தது.

முத்துவேலருக்கு விறாந்தையிலுள்ள சாய்மனைக் கதிரை இப்போதெல்லாம் ஒத்துக்கொள்ளவில்லை. உள்திண்ணையில் உள்ள கட்டிலில் உடம்பைச் சால்வையால் போர்த்தியபடி தேவன் வீட்டுக்குத் திரும்பி வரும்வரை காத்திருப்பார். தேவன் பின்திண்ணை வாசலால் வீட்டுக்குள் வர முன்பே அவனோடு கதைக்க ஆவல் எழுந்துவிடும்.

"என்ன மோனை, இண்டையான் பாடுகள் என்ன மாதிரிப் போச்சுது?"

"தோட்டத்துக்குப் புதிசா துலா செய்து போடவேணும்போலை கிடக்கு. தண்ணி இறைக்க ஆக்களோடை வாற சிவராசா நாலுதரம் சொல்லிப்போட்டார்."

"அதை வேளையோடை மறக்காமல் செய்துபோடு. நானும் அதை அப்ப யோசித்துப் பார்த்தனான். கொம்மாவாணை நான் அயத்துப்போனன்."

"பரவாயில்லை, அய்யா. ஆனால், ஒரு மெசினை வாங்கினால் தண்ணி இறைக்கிறதும் சுகம், வேலையாட்களையும் காத்துக் கொண்டிருக்கத் தேவையில்லை. சிவராசாவும் நானும் மற்ற வேலைகளைக் கவனிப்பம்."

"அதுவும் நல்ல காரியம்தான். ஆனால், எங்களுக்கு வேலை செய்யிற மற்ற ஆக்களுக்குப் பிழைப்பு இல்லாமல் போயிடும். அதுதான் யோசிக்கிறன்."

"எனக்கும் முழுக்கச் சம்மதமில்லைத்தான். ஆனால் ஊரோடை ஒத்துப்போக வேண்டியதாகக் கிடக்கு. சுத்தவுள்ள எல்லாரும் இப்ப மிசின்தானே பாவிக்கினம்."

"ஓம், ஓம். நானும் பாத்துக்கொண்டுதான் இருக்கிறன்."

"நீங்கள் யோசிப்பியளெண்டு தெரியும், அய்யா."

"அப்ப வேறையென்ன?"

“இந்த முறை வெட்டுக்கு வேறை ஆக்களைப் பிடிக்க வேணும், வானம் பொய்ச்சுப் போட்டுதெல்லோ, அதாலை விளைச்சலும் போன வருசம்போலை இருக்காது...”

தேவன் சொல்லிக்கொண்டிருப்பான், அதைக் கேட்டபடியே முத்துவேலர் நித்திரையாகிவிட்டிருப்பார்.

வீட்டில் குழந்தைகள் எழுப்பிய குதூகலம் மனதையும் திண்ணையையும் நிறைத்தது. அதை அனுபவிக்கவே தேவன் வேளையோடு வீட்டுக்கு வருவான். வீட்டுக்குள் நுழையும்போது வாசல் கதவடியிலிருந்த முகம் பார்க்கும் கண்ணாடி தடுத்து நிறுத்திவிடும். அது மரகதம் பத்து ஆண்டுகளுக்கு முன் கோயில் திருவிழாவில் வாங்கிய கண்ணாடி. வாங்கிய சில மாதங்களில் இளிக்க ஆரம்பித்துவிட்டது. திலகம் வந்தபிறகும் இளித்தபடிதான் இருந்தது. தேவனுக்கு அந்தக் கண்ணாடியே போதும்போலிருக்கும். இரண்டு நிமிடங்களாவது வாயையும் முகத்தையும் கோணலாக்கித் தன் முகத்தில் அப்படியேதும் பெரிய மாற்றம் ஏற்பட்டிருக்கிறதாவெனப் பார்ப்பான். நெற்றி இன்னும் அகன்று கன்னமும் தசை கட்டி யிருந்தது. ஆனால், நரை இன்னும் எட்டிப் பார்க்கவில்லை. நாளைக்குக் காதுக்கு மேலாக மெல்லியதாய் ஆரம்பிக்கக் கூடும். அதுவே மேலும் பரந்து செல்ல அவசரப்பட்டதுபோல் கருமையான மயிர்களுக்கிடையே ஊடுருவத் தொடங்கிவிடும். வயிறும் தன் பங்குக்கு வயதைக் கூட்டிக்காட்டுகிறதோவென யோசிப்பான். அந்த நேரம் திலகம் அங்கே வந்துவிட்டால், “அது வயிறு இல்லையப்பா, செல்ல வண்டி” என்று சொல்லிவிட்டு அதில் ஒரு குத்துக் கொடுத்துவிட்டுப் போவாள்.

தேவனுக்கு வயதும் ஏறத் தொழில் அனுபவமும் வளர்ந்தது. குத்தகைக்கு எடுத்திருந்த வயல் காணிகளை திருப்பிக் கையளித்து விட்டான். சொந்தமாக இருக்கிற வயல்களில் விளைச்சலும் முன்னைப்போல் அமோகமில்லை. மழையும் ஒருபுறம் ஏமாற்றி வந்தது. தொழிலாளர்களும் ஒழுங்காக வர முடிவதில்லை. அவர்களையும் குறை சொல்ல முடியாத வேளைகளும் வந்ததுண்டு. சாக்குகளில் நெல்லைக் கொண்டுவந்து வீட்டில் அடுக்கிவிட்டால் போதுமா? கேட்ட இடங்களுக்கு ஏற்றி அனுப்ப வேண்டும், அன்னம்மா மில் கணக்குப்பிள்ளை வாய் முழுக்க வெற்றிலைக் குழம்புடன் வந்து, “ஒரு பத்து மூட்டையெண்டாலும் இப்ப அனுப்புங்கோ” என்று சொல்லிவிட்டுப் போவார். நெல்லியடி

மணியம் ஸ்டோர்ஸ் முதலாளி சிவலை மணியம், உடுப்பிட்டி பசுபதி அண்ணர் போலப் பலர் தேவனின் வாடிக்கையாளர்களாக இருந்தனர். ஒரு நாள் யோசேப்பு ஒரு மணியான யோசனை சொன்னான், "எனக்கும் நேரம் கிடைக்கிறதில்லை, என்ர ட்ராக்டருக்கும் இடைக்கிடை ஏலாமல்போடும். நீங்கள் சொந்தமா ஒரு ட்ராக்டரை வாங்கி ஓடவிட்டால் என்ன? ஊருக்குள்ளை மட்டுமில்லை, அச்சுவேலி, நெல்லியடி எண்டு நேரம் காலம் இல்லாமல் ஊர் முழுதும் உங்களன்ர வண்டி ஓடிக்கொண்டிருக்கும். நானும் வேணுமெண்டால் உதவிக்கு வருவன், கண்டியளோ."

தேவனுக்கு அந்த யோசனை பிடித்துக்கொண்டது. யாழ்ப் பாணத்தில் வெள்ளைக்காரன் பெயரிலிருந்த கொம்பனியில் கதைத்து நல்ல நிலையிலிருந்த ஒரு ட்ராக்டரை வாங்க யோசேப்பையும் கூட்டிக்கொண்டுபோய் விலை பேசி ஒப்பேற்றினான். அது வந்ததோடு வீட்டுக் கோடிப்புறம் ஒரே சத்தமும் சலாருமாய்ப் போய் விட்டது. முந்தியெல்லாம் வீட்டில் இழுபறிப் பட்டுக்கொண்டிருந்த நெல்லை இப்போ சொந்த ட்ராக்டரில் கொண்டுபோய் விற்று விட முடிந்தது. ஆறு மாதத்தில் லாப, நட்டத்தைப் பார்த்தபோது யோசேப்பு காட்டிய வழியால் வந்து சேர்ந்த ஆதாயம் தேவனுக்குப் பெரும் பூரிப்பைத் தந்தது. திலகமும் தன் பங்குக்கு இன்னும் இரண்டு பசுக்களைக் கோடிப்புறத்துக் கொட்டிலில் நிரப்பிவிட்டாள். வீட்டில் பாலுக்கும் தயிருக்கும் குறைவிருக்கவில்லை. மந்திகை யிலிருந்த வெங்காயம், மிளகாய் செய்த தோட்டத்துக்கு அடுத்ததாக இருந்த காணிக்காரர் ஒரேயடியாகச் சிங்கப்பூருக்குப் போக அந்தக் காணியை அடிச்சுப்போட்ட விலைக்குத் தேவன் வாங்கிக் கொண்டான். இப்போது இரண்டு காணியிலும் விளைந்த வெங்காயத்தை கொழும்புக்கு அனுப்பும் அளவுக்கு அவனின் கை பட்ட மண் அள்ளிக் கொடுத்தது. இரவு வந்தால் தொழிலாளர் சம்பளம், வருமதி, கொடுக்குமதி பார்ப்பதற்கே தேவனுக்கு நேரம் போதவில்லை.

அன்று இரவாகிவிட்டது. திண்ணையில் தனக்குப் பக்கத்தில் வந்திருந்த திலகத்திடமிருந்து வந்த சந்தன மணம் தேவனைத் திரும்பிப்பார்க்க வைத்தது. அன்று காலை நெற்றியில் இட்ட குங்குமம் இன்னொரு அவதாரம் எடுத்திருந்தது. மற்றும்படி எந்த முகப்பூச்சும் அவளிடம் இல்லை. இப்படியே அவளைப் பார்க்கிற ஒவ்வொரு முறையும் இப்போதுதான் முதன் முறை பார்ப்பதுபோலிருக்கும்.

“நல்லாப் பாத்துட்டியள்தானே?” என்று கேட்டாள் திலகம்.

“எவ்வளவு நேரமும் பார்த்துக்கொண்டிருக்கலாம்.”

“உஷ், கையை அங்காலை வையுங்கோ. களைச்சுப்போய் வந்திருக்கிறன்.”

திருமணமான ஆரம்பத்தில்தான் அவளுடைய இடுப்பு நாள் முழுவதும் அவனுடைய அணைப்புக்கு எட்டும்படியான தூரத்தில் இருந்தது. பிறகு கொஞ்சம்கொஞ்சமாய் எட்டிப்போனதைத் தேவன் கவனித்து வந்தான். அவளும் அவனிடமிருந்து வெளிப் படும் ஆசையை அறியாதவளா? ஆனால், பெண்கள் மனம் கணவன் காட்டும் ஆசையிலும் பார்க்க அன்புக்குத்தானே முதலில் ஏங்குகிறது. பிள்ளைகளின் கலகலப்பு திண்ணைகளை நிறைக்கின்றபோதும் அவர்களின் பின்னால் மனம் ஓடுகின்றபோதும் தேவன் கேட்கின்ற அணைப்பை இன்னும் இறுக்கமாகக் கொடுத்தாலென்னவென்று அவளுக்கு நினைக்கத் தோன்றும். வயது ஏறஏற அந்தப் பருவத்துக்குரிய ஆசைகளும் பக்குவமடைந்து போகின்றன போலும்.

அதற்குள் பதினைந்து ஆண்டுகள் என்ன வேகமாகக் கடந்து விட்டன. காலம் மட்டுமா, மனிதர்கள், சூழல்கள், அரசு, விலைவாசி என்று மொத்தத்தில் மனித வாழ்வே தலைகீழாகப் புரட்டிப் போட்டதுபோல் ஆகிவிட்டது. விவசாயத்தில் வரும்படியும் நட்டமும் மாறிமாறி வந்து தேவனைச் சோதித்தன. போக்குவரத்து தன் பங்குக்குப் பயமுறுத்தத் தொடங்கிற்று. ஒருமுறை தோட்டத் திலிருந்து வீட்டுக்குக் கொண்டுவந்த வெங்காயமும் செத்த மிளகாயும் உள்ளூரிலும் விற்க முடியாமல் நாட்டின் மற்றப் பகுதிகளுக்கும் அனுப்ப முடியாமல் அழுகிப்போனது. இன்னொரு புறம் இயற்கை அனர்த்தங்களும் ஆட்சி மாற்றங்களும் நாட்டைச் சிதிலமடைய வைப்பதிலேயே குறியாயிருந்தன. கலைகளையும் தொழில்களையும் வளர்ப்பவர்கள் அருக ஆரம்பித்தார்கள். எதற்கும் வெளிநாட்டுத் தயவை நாடுகின்ற பழக்கம் அரசு மட்டத்திலேயே அறிமுகப்படுத்தப்பட்டுவிட்டது. நாகரிகமடைந்த நாடுகளின் பொருள்களை மதிக்கவும் உள்ளூர்ப் பொருள்களை இகழவும் மனிதர்கள் பழகிக்கொண்டார்கள். கோயில் திருவிழாக்களைக் கவர்ச்சியாகச் செய்வதில் போட்டிகள் உருவாகிவிட்டன.

தீபாவளிகளும் பொங்கல்களும் பெயருக்கு வந்துபோயின. செலவு கைக்கு அடங்க மறுத்தது. வங்கியில் நகைகளை அடகு

வைத்தவர்கள் மீட்க முடியாமல் நட்டப்பட்டனர். தமிழ் பிரதேசங்களில் இன விடுதலைக்கான போராட்டத்தில் இளைஞர்கள் ஆயுதமேந்திப் போராடத் தொடங்கிவிட்டார்கள். அவர்களுக்கும் அரசாங்கத்துக்குமிடையே போர்களும் போர் நிறுத்தங்களும் பேச்சு வார்த்தைகளும் மாறிமாறி நடந்துகொண்டிருந்தன. எல்லாவற்றிலும் பார்க்க, திலகத்திடம் ஏற்பட்ட மாற்றம்தான் தேவனுக்கு வியப்பாக இருந்தது. அவளிடமிருந்து இடைவிடாது வரும் சிரிப்பு எப்படி மறைந்துபோனதோ தெரியவில்லை. இடைக்கிடை அது எட்டிப் பார்க்கும் ஆனால், அது தேவனைச் சிரிக்க வைப்பதில்லை. அவளின் பழைய வெகுளிச் சிரிப்பு அவனுக்கே மறந்துபோனது. ஆனால், அவளின் முரட்டு அழகும் கவர்ச்சியும் மட்டுமல்ல இன்னும் பல நல்ல குணங்கள் தேவனுக்குப் பிடித்தமாயின. சொந்தக்காரர், பிறத்தியார் என்றில்லாமல் எல்லாரையும் தேவை யென்று கருதி நடந்து வந்தாள். முத்துவேலரைத் தன் தகப்பனார் போன்று கவனிப்பதிலும் பணிவும் அக்கறையும் காட்டுவதிலும் தவறவில்லை. வீட்டில் குழந்தைகளின் குதூகலம் மட்டும் குறையாமலிருந்தது. முத்துவேலருக்குத் தள்ளாமையும் மெல்ல மெல்ல வந்து சேர்ந்துகொண்டது.

முத்துவேலர் இப்போதெல்லாம் வெளியே போவதில்லை. சீன வெடி சடசடவென வெடித்ததுபோன்று பொரிந்து தள்ளும் வழக்கமெல்லாம் அற்றுப்போய்விட்டது. திலகம் அவருக்கு விருப்பமானதை நேரத்தோடு செய்து கொடுப்பாள். அவரும் தலையைக் குனிந்தபடி சாப்பிடுவார். அவள் கொடுத்த முழுவதையும் சாப்பிட்டுப் பலகாலமாகிவிட்டது. தலையிடி, காய்ச்சலென்று அவதிப்படும்போது அக்கறையாக விசாரிப்பாள், தானே மருத்துவம் செய்வாள். யாரோவெல்லாம் அவரிடம் வருவார்கள். எவரோடும் உறவு கொண்டாடுவதோ எட்டி நின்று பேசுவதோ அவருக்கு அனாவசியம் என்று ஆகிவிட்டது. அவர்கள் வரவேண்டுமென்பதற்காக வருகிறார்கள். போகவேண்டு மென்பதற்காகப் போகிறார்கள், இதில் சொல்லுவதற்கு என்ன இருக்கிறது? என்று அவர் நினைத்துகொள்வார். அதைச் சில வேளை வாய்விட்டுச் சொல்லிக்கொண்டதும் உண்டு.

வேலியோடு நின்ற பூவரசுகள் முழுவதுமாய்ப் பட்டுப்போய் விட்டன. அவற்றைத் தறித்துவிட்டுக் கம்பி வேலி போடச் சொல்ல வேண்டுமென்ற எண்ணத்தைப் பல நாட்களாக

மனதில் அசைபோட்டுக்கொண்டிருக்கிறார். அவை தந்த நிழலும் தண்மையும் தொலைந்துபோனது பெரிய இழப்பாகவே அவருக்குத் தோன்றியது. இனிமேல் தெருவில் எரிக்கும் வெயில் வீட்டு முற்றத்தில் ஏறியதும் அதன் வெக்கை படு சுதந்திரமாக வீட்டுக்கு உள்ளேயும் நுழைந்துவிடும். வெளி வாசல் கதவு பத்திரமாக இருக்கிறது. தெரு மாடுகளுக்கு உள்ளே வர இப்போதும் அனுமதி இல்லை. ஆனால், பந்தலில் படர்ந்திருந்த மல்லிகையும் எப்போதோ அழிந்துபோனது. இந்த வயல்காட்டு மண்ணுக்கென்று சில மரங்கள் இருக்கின்றன. எந்த மரம் பொருத்தமோ அதைத்தான் மண்ணும் நாடும். தான் இப்போ நாடிக்கொண்டிருப்பது கடைசி நாட்களை என்பது மட்டும் முத்துவேலருக்கு நன்றாய் விளங்கியிருந்தது.

நான் விட்ட இடத்திலிருந்து மகன் எல்லாப் பொறுப்பையும் எப்பவோ கையில் எடுத்திட்டான். நல்லாய்த்தான் செய்கிறான். அவள் திலகம் பெடிச்சி துணையா இருக்கிறதாலை அவனுக்கும் ஆறுதல். முத்துவேலர் திண்ணையிலிருந்து தன்பாட்டில் சொல்லிக் கொண்டிருந்தார். கேட்பதற்குத்தான் பக்கத்தில் ஆள் எவரும் இருக்கவில்லை. தேவனையும் நித்யாவையும் பிரிக்கவெனச் செய்த சதி அவரின் மனதில் இப்போதும் உறுத்திக்கொண்டிருந்தது. அது ஒன்றுதான் தான் செய்த கூடாத காரியம் என்பது நன்றாய்த் தெரிந்திருந்தது. போக முந்தி மாயவனிடம் கேட்காவிட்டாலும் மகனிடம் மன்னிப்புக் கேட்டுவிட வேண்டும். இந்தத் தீர்மானம் எடுத்ததோடு அவர் மனம் சாந்தியடையத் தொடங்கியது.

தேவன் அன்றாடம் செய்கிற எல்லாவற்றுக்கும் மேலாக நித்யாவுக்கு என்ன நடந்திருக்கும் என்ற யோசனையிலேயே மனதை அலையவிட்டான். அவள் கடைசியாகக் கடிதம் எழுதி எட்டு ஆண்டுகள் ஆகியிருக்குமா? படிப்பை முடித்துக்கொண்டு கொழும்புக்கு வந்த நேரம் மாசிலாமணி உடல்நலம் குறைந்து சிரமப்பட்டார் என்றல்லவா எழுதியிருந்தாள். அதற்குப் பிறகு என்ன நடந்திருக்கும்? தேவன் விசாரித்துக்கொண்டேயிருந்தான். அவள் இப்போதும் சென்னையில் இருக்கிறாளென்ற செய்திதான் தொடர்ந்து கிடைத்தது. அவளை ஒரு முறையாவது காண வேண்டும். அவள் அனுப்புவதாகச் சொன்ன கடிதம் வந்திருந்தால் நானும் அவளைத் தேடிப் போயிருப்பேன். கொழும்புக்கும் போய் வந்திருப்பேன். அவளுக்கு ஏதேனும் பிரச்சனை ஏற்பட்டிருந்தால் அவளுக்குப் பக்கத்தில் நின்று உதவுவதைப்போல் வேறென்ன மனச்

சாந்தி இருக்க முடியும். அவளைக் காணும் அந்த ஒருநாள் வராமல் போய்விடுமா? தேவனுக்குத் தனிமை கிடைக்கிறபோதெல்லாம் சிந்தனை இப்படியே எழுந்துகொண்டிருந்தது. அது திண்ணையும் தெருவுமென்று இல்லாமல் எங்கும் கூடவே வந்துகொண்டிருந்தது.

20

கடகடவென்ற இரைச்சலோடு முத்துவேலரின் வீட்டு வாசலைக் கடந்து சென்ற ட்ராக்டர் கொஞ்சம் தள்ளிப்போய்த் தெருவோரமாக நின்றது. அப்போது எழுந்த புழுதிப் படலத்தினூடாக அது யாருடைய ட்ராக்டராக இருக்கலாம் என்பதைக் கண்டுபிடிக்க முத்துவேலர் வீட்டு முன்விறாந்தையில் இருந்தவர்களால் முடிய வில்லை. மாலை வெயில் ஒருபுறம் கண்களைக் கூசச் செய்தது. எழுந்து நின்று பார்த்த ஓரிருவரின் கண்களில் வண்டியிலிருந்து இறங்கி வந்துகொண்டிருந்த யோசேப்பின் நெடிய உருவம் வேலிக்கு மேலால் தெரிந்தது.

“வேறை ஆர், வண்டில்கார அலோசியசன்ர மோன்தான். உந்தக் கிழட்டு ட்ராக்டரை எவ்வளவு காலத்துக்குத்தான் உவன் ஓடிக்கொண்டிருப்பான்” என்றார் ஒரு அனுதாபி.

“அதுகூட உன்னட்டை இல்லை. சும்மா மற்ற ஆக்களன்ர சாமானை நக்கல் அடியாதை” என்றார் அவரோடு கூட வந்திருந்த நண்பர். இருவரும் சுகயீனமாகப் படுத்திருக்கும் முத்துவேலரைப் பார்க்கவென்று வந்து விறாந்தையில் கதிரைகளை இழுத்துப் போட்டு வெற்றிலைத் தட்டையும் மடியில் வைத்துக்கொண்டு இருந்தவர்கள்.

முத்துவேலர் வீட்டின் உட்புறத் திண்ணையில் போட்ட கட்டிலில் படுத்திருக்கிறார். கட்டிலுக்கு மெத்தை இல்லை, குறுக்குச் சட்டங்களுக்குமேல் பலகையைப் போட்டுவிட்டு அதன்மேல் புல்லுப் பாயையும் துப்பட்டியையும் விரித்திருந்தார்கள்.

‘மூச்சு கொஞ்சம் இழுத்துப் பறிக்குது, அவ்வளவுதான். சொல்லும்படியா எனக்கு வேறை ஒரு வருத்தமும் இல்லை’ என்ற ஒரே மறுமொழியைத் தன்னைப் பார்க்க வந்தவர்களுக்குக் கடந்த ஒரு கிழமையாகச் சொல்லிக்கொண்டிருக்கிறார். இதை முழுமையாகச் சொல்லவிடாமல் மூச்சுத் தடை செய்கிறது, வாய்

கோணலாகிச் சொற்கள் அர்த்தமின்றித் தெறித்து விழுகின்றன. அப்படியிருந்தும் அவருடைய பதிலில் மாற்றமில்லை. அவரின் அறிவுக்கு எட்டியவரை ஆஸ்பத்திரி மருந்தை உருசி பார்த்துப் பழக்கமில்லாத உடம்பு இது. "ஒருக்கால் இங்கிலீசு டாக்குத்தரட்டைக் காட்டிக் கேட்டால் என்ன?" என்று எட்ட நின்று இலவச ஆலோசனை சொன்னவர்களுக்கு, "எனக்கு ஒண்டுமில்லை என்று தெரியும்தானே, பிறகென்னத்துக்கு ஆஸ்பத்திரியிலை போய்க் காவல் கிடக்கச் சொல்லுறியோ?" என்ற பிடிவாதமும் பிடிப்பார்.

இதற்குள், 'முத்தருக்குச் சேடம் இழுக்கத் துவங்கியிட்டுது' என்று ஒரு கதை ஊரில் அடிபடத் தொடங்கிவிட்டது.

யோசேப்பு முற்றத்தில் வந்து நின்றான்.

"பெரியவருக்கு எப்பிடி?" என்று தேவனிடம் கேட்டான்.

"நேற்று இருந்த மாதிரித்தான் இருக்குது, அய்யாவை உள்ளை வந்து பாரன், உன்னைக் கண்டால் சந்தோசப்படுவார்" என்று சொல்லி அவனை அழைத்தான் தேவன்.

யோசேப்பு தயக்கத்துடன் படியேறி உள்ளே வந்தான். விறாந்தையிலிருந்த எல்லாரும் அவனுக்குக் கிடைத்த திடீர் வரவேற்பைக் கண்டு ஒராளை ஒராள் அர்த்தத்துடன் பார்த்தார்கள். ஒரு சிலர் முகத்தில் ஏளனம் வழிந்தது. மற்றவர்கள் முத்துவேலருக்கும் அவனுக்குமிடயிலுள்ள நெருக்கத்தை முழுதாக அறிந்தவர்கள்போல் மௌனம் சாதித்தார்கள்.

"உவன்ர தேப்பன் அலோசியசு வந்திருந்தால் அவனுக்கு இதிலும் பார்க்கக் கூடின மரியாதை கிடைச்சிருக்கும், அவன்தான் எப்பவோ ட்ராக்டராலை விழுந்து செத்துப்போனானே. பாவம், வயசுபோன காலத்திலை வீட்டோடை இருந்திருக்கலாம். ட்ராக்டர் விட உடம்புத் தைரியம் போதாட்டில் பிள்ளை உழைக்கிறான்தானே இனியென்ன, பேரப்பிள்ளையளைப் பாத்துக்கொண்டு பொழுது போக்கிறதை விட்டுட்டு, விசரன் அநியாயமாய்ச் செத்துப்போனான்."

"அலோசியசுக்கு என்ன நடந்ததெண்டு உனக்குச் சரியாத் தெரியாது, யோசேப்பும் எப்பிடியான ஆளெண்டும் தெரியாது. ஆரோ சொன்ன ஒண்டுமத்த கதையைக் கேட்டுட்டுச் சும்மா புசத்துறை" என்றார் பக்கத்தில் இருந்தவர். அதோடு இருவரும் மௌனமாகிவிட்டார்கள்.

முத்துவேலர் வீட்டின் முன்விறாந்தை அல்லது பின்விறாந்தை இந்த இரண்டில்தான் யோசேப்பும் அலோசியசும் ஏறி இறங்கி யிருக்கிறார்கள். அதற்கு மேல் ஏறி உள்ளே போக வாய்ப்பு ஏற்படவில்லை, அவசியமும் ஏற்படவில்லை. திண்ணையில் ஏறினால்தானா உறவு? அதையும் தாண்டி முத்துவேலர் அலோசியசோடும் மகன் யோசேப்போடும் ஐக்கியப்பட்டவர் என்ற உண்மை ஒரு சிலருக்கு மட்டுமே தெரியும்.

கட்டிலில் படுத்திருந்த முத்துவேலருக்கு வாசல் நிலையோடு நிலையாக நின்ற யோசேப்பு கண்ணில் பட்டுவிட்டார்.

"யோசேப்பு, அங்கையேன்ராப்பா நிக்கிறை, இஞ்சை வாடா, மோனை" என்று முத்துவேலர் சிரமப்பட்டுச் சொன்னார். பக்கத்தில் நின்றவர் யோசேப்பைக் கிட்ட வரும்படி சைகை காட்டிக் கூப்பிட்டார். அவன் முத்துவேலரையே பார்த்தபடி கட்டிலை நோக்கி வந்தான். முத்துவேலரின் கண்கள் பனித்ததுபோல் தோன்றியது. அடுத்த அடி எடுத்து வைக்க முன்னர் யோசேப்புக்கு அழுகை முட்டிக்கொண்டு வந்தது. "ஐயா" என்று ஒரு சொல் மட்டும் சொன்னான், அடுத்த கணம் முத்துவேலரின் காலடியில் கட்டிலைப் பிடித்துக்கொண்டு இருந்துவிட்டான்.

முத்துவேலர், 'அழாதே' என்று சொல்ல விரும்பியும் முடியாமல் கையை மட்டும் அசைத்து அதைச் சொல்லிவிட முயன்றார். தூக்கிய தலையும் கையும் சோர்ந்து விழுந்தன. களைப்போடு மீண்டும் படுத்துவிட்டார். அதற்குள் அவருக்குப் பழையபடி மூச்சு வாங்கத் துவங்கிவிட்டது. யோசேப்பு காலடியில் இருக்கிறான் என்ற உணர்வு அவருக்குக் கொஞ்சம் மன ஆறுதலாக இருந்தது. அவருடைய மனம் கடந்த காலங்களைப் புரட்டிக்கொண்டிருந்தது.

தேவனும் யோசேப்பும் சின்ன வயதில் ஒரே பள்ளிக் கூடத்தில் படித்துக்கொண்டிருந்தார்கள். ஒராளை ஒராள் தேடிப் போய்ப் பழகினார்கள். யோசேப்பு தேவனைக் காணவந்தால் இருவருமாய் விறாந்தையிலிருந்து பள்ளிக்கூடம், விளையாட்டு என்று தங்கள் இளவயது விருப்பங்களைப் பற்றிப் பேசிப் பொழுதைப் போக்குவார்கள், ரேடியோவில் பாட்டுக் கேட்டுக் கொண்டிருப்பார்கள் அல்லது. சில வேளைகளில் முத்துவேலர் கேட்கும் உதவிகளை இருவருமாய்ச் செய்து கொடுப்பதுமுண்டு.

அன்றொரு நாள் யோசேப்பு தேவனைக் காண வந்தபோது எவரும் கண்ணில் படவில்லை. ஆனால், அவனுக்குத் தெரியும்

மரகதம் உள்ளேதான் இருப்பார். விறாந்தையில் ஏறி அடுப்படிப் பக்கமாகத் தலையை நீட்டிச் சொன்னான்.

"நான் பள்ளிக்கூடத்தை விட்டிட்டணை."

"ஏனடாப்பு, இன்னும் கொஞ்ச நாளைக்குப் பல்லைக் கடிச்சுக்கொண்டு சீனியர் படிச்சு முடிக்கலாம்தானே?" என்று கேட்டபடி மரகதம் அடுப்படியிலிருந்து வெளியே வர, அவரைத் தொடர்ந்து முத்துவேலரும் வந்தார்.

"அய்யாவுக்கு ஒரு உதவியாள் தேவைப்படுது. அவராலை தனியச் சாமான் ஏத்தி இறக்கேலாமல் கிடக்குது, அதுதான் பாருங்கோ."

அதற்குப் பிறகு யோசேப்பு, முத்துவேலர் கேட்கும் உதவிகளை வீட்டிலும் வெளியிலும் செய்துவந்தான்.

அன்றைக்கு முத்துவேலர் வீட்டுக் கிணறை இறைக்க வந்த யோசேப்பு தண்ணீர் இறைக்கும் மெஷினை இயக்கிவிட்டுப் பாத்தி கோலிக்கொண்டிருந்தான். மத்தியானம் நல்ல வெயில். கையில் மண்வெட்டியை ஏந்திக்கொண்டிருந்தவனின் கண்ணில் முற்றத்து மண்ணுக்கு மேலாய் எட்டிப்பார்த்தபடி ஏதோ மினுங்கிக் கொண்டிருந்தது தெரிந்தது. அது என்னவாய் இருக்கலாம் என்ற ஆவலில் அதைக் கையில் எடுத்துப் பார்த்தபோது அது ஏதோ பழைய தங்க நகைபோலிருந்தது. அதை உள்ளங்கையில் வைத்தபடி திண்ணையில் ஏறி உள்ளே போய்க் கூப்பிட்டான்.

"இஞ்சை ஒருக்கால் வாறியளோ!"

முன்அறையில் வேலையாயிருந்த மரகதம் யோசேப்பின் அழைப்பைக் கேட்டுத் திண்ணைக்கு வந்தார். எப்போதோ காணாமல்போன அவளுடைய எட்டுக் கல் தோடு அவனுடைய கையில் மினுங்கிக்கொண்டிருந்தது.

"மாயவரே!" என்று அலறிய மரகதம் அதைக் கையில் வாங்கிச் சேலை நுனியால் துடைத்தார். அவளின் அலறலைக் கேட்டு உள்ளே நின்ற முத்துவேலரும் அங்கே வந்து சேர்ந்தார். இருவருக்கும் நடந்ததை நம்ப முடியவில்லை.

"இந்தத் தோடு ஒரேயடியாத் துலைஞ்சு போட்டுதெண்டெல்லோ நினைச்சுக்கொண்டிருந்தன். இது இவர் நாங்கள் கலியாணம் கட்டிய கையோட செய்வித்துத் தந்தது. நடுவிலை சாதிக் கல்லு

வைச்சுச் செய்தது. இஞ்சை பாருங்கோ, இப்பவும் அதன்ர வெளிச்சத்தை. அப்பிடியே கண்ணைப் பறிக்குது."

முத்துவேலரும் முன்னால் வந்து மரகதத்தின் கையிலிருந்த தோட்டைப் பார்த்தார் கையோடு யோசேப்பையும் அன்றைக்குத்தான் புதிதாய்க் கண்டவர்போல் அதிசயமாய்ப் பார்த்தார். இந்தக் காலத்திலை இப்பிடியும் ஆக்கள் இருக்கிறாங்களோ என்ற சந்தேகமும் தான் அப்படி எதையும் பெரிதாகச் செய்துவிடவில்லையென்ற பாவனையில் மிகச் சாதாரணமாக நின்ற யோசேப்பின் தோற்றமும் அவரை வியப்பில் ஆழ்த்தின.

"மெத்தப் பெரிய உபகாரம், யோசேப்பு. எனக்கு இதுக்குமேலை என்ன சொல்லுறதெண்டு தெரியல்லை. இந்தத் தோட்டுக்கு இண்டையான் பெறுமதி சொல்லேலாது, நீ செய்த உதவிக்கும் பெறுமதி சொல்லேலாது."

யோசேப்புக்கு இந்த வரலாறெல்லாம் மறந்துபோய்விட்டது. தகப்பனாரின் வண்டில் மாடுகளை வைத்து உழைத்துக் கிடைத்த வருவாயில் மிச்சம் பிடித்து ஒரு சில உபாதைகளுடன்கூடிய பழைய ட்ராக்டர் ஒன்றை வாங்கினான். அதைத் திருத்தி உருப் படியாக்குவதற்கு முத்துவேலர் உதவி செய்தார். அது மட்டும் அவன் நினைவில் ஒருபோதும் அழியாமல் இருந்தது. முத்துவேலருக்கோ அவனின் யோக்கியம் மட்டும் நினைவிலிருந்தது.

முத்துவேலர் காலடியில் நின்ற யோசேப்பை விரல் நீட்டி அருகில் அழைத்தார். கூடவே தேவனையும் அழைத்தார். இருவரும் பக்கத்தில் வந்து நின்றார்கள்.

"யோசேப்பு, நான் போற நேரம் வந்திட்டுது. என்ன வந்தாலும் என்ர மகனுக்கும் குடும்பத்துக்கும் நீ எப்பவும் துணைக்கு இருக்க வேணும். இதுதான் நான் உன்னட்டைக் கேக்கிற ஒரே உதவி."

"ஓம் ஐயா, நீங்கள் கேக்கிற உதவியை நிச்சயமாச் செய்வன், யோசிக்காதையுங்கோ" என்று சொன்ன யோசேப்பு கண்ணீரை அடக்க மாட்டாமல் எழுந்து பழையபடி வாசலுக்கு வந்து நின்றான்.

முத்துவேலரின் கண்களிலிருந்து ஒருபோதும் வழியாத கண்ணீர் வழிந்தது. அதைக் கண்டதும் தேவன் பதறியபடி அருகில் வந்து, 'அய்யா அழாதையுங்கோ' எனத் தேற்றினான்.

தேவன் கையால் அவரின் கண்ணீரைத் துடைத்துவிட்டான். முத்துவேலர் கையைத் தூக்கித் தேவனின் கையை மெல்லப் பிடித்தார்.

"மோனை!"

"என்னையா, ஏதேனும் வேணுமோ?" என்று கேட்டார் தேவன். 'கிட்ட வா' என்பதுபோல் முத்துவேலர் தலையை ஆட்டினார்.

தேவன் அவருக்கு இன்னும் கிட்ட வந்து காதைக் கொடுத்து நின்றான்.

"மோனை, நான் உனக்குப் பொல்லாத தீங்கு செய்திட்டன். என்னிலை உனக்குக் கோவமில்லையெண்டு ஒருக்கால் சொல்லு, மோனை" என்றார்.

"இல்லை அய்யா, நீங்கள் எனக்குச் செய்ததெல்லாம் நன்மை தான். சும்மா தேவையில்லாமல் கவலைப்படுறியள்."

"இல்லை மோனை, உன்ரை விருப்பத்துக்கு அந்த நல்லூர் பெடிச்சியைக் கலியாணம் கட்ட விடாமல் தடுத்துப்போட்டன்."

தேவன் எதுவும் சொல்லத் தெரியாமல் மௌனமாயிருந்தான்.

"ரண்டு பேரும் என்னை மன்னிக்க வேணும்" என்று தொடர்ந்து முத்துவேலர் சொன்னபோது தேவனுக்கும் கண் கலங்கியது.

இனியென்ன, எல்லாம் முடிந்துபோன சங்கதி. பெருமையையும் பொருள் பண்டத்தையும் மட்டும் பாதுகாக்க எடுக்கும் எல்லா முடிவும் வாழ்க்கையை ஒருநாள் பொசுக்கென்று ஆக்கிவிடும் என்றது எல்லாம் முடிந்த பிறகுதானே விளங்குகிறது. இப்ப அய்யா கையோடு எதைக் கொண்டுபோகப்போகிறார்? அவர் விட்டுப்போகும் எதை நான் கொண்டுபோகப்போகிறேன்? நித்யா என்மீது காட்டிய அன்புக்கு இணையாக இப்போது இந்தக் குடும்பத்தில் என்ன இருக்கிறது? அவளையும் என்னையும் பிரிக்கும் சதியை என்னுடைய அய்யாதானே செய்தார்? அவர் என்னைப் பெற்று வளர்த்த ஒன்றுக்காக அவர் எனக்குச் செய்ததை நான் மன்னித்து மறந்துவிட வேண்டும். அதை அவருக்குச் சொல்லிவிட வேண்டும் என்ற தீர்மானத்துடன் தகப்பனைப் பார்த்தார். முத்துவேலர் விட்ட கடைசி மூச்சு மட்டுமே தேவனுக்காகக் காத்திருந்தது.

* * *

இரண்டாம் பாகம்

1

தேவன் தூக்கம் கலைந்து எழுந்து வந்து பின்முற்றத்தில் இறங்கவெனக் கதவைத் திறந்தார். முற்றம் இருட்டிப்போயிருந்தது. வானத்தில் குறுக்கும்நெடுக்குமாகப் பரவிக் கிடந்த ஒளிக்கோடுகள் தூரத்துப் பனைகளின் பின்னால் ஒளிந்துகொண்டன. ஆழ்ந்த அமைதி காற்றில் தொங்கிக்கொண்டிருந்தது. அதனைக் கிழித்தபடி அங்கும்இங்குமாக சேவல்கள் ஆளுக்காள் விசாரிப்பதும் பதில் கூறுவதுமாய்ப் பூபாளம் இசைக்கத் தொடங்கிவிட்டன. மின்சார வசதி எட்டிப்பாராத பல வீடுகளின் திண்ணை வளைகளிலும் விறாந்தைகளிலும் அரிக்கன் லாம்புகளும் போத்தல் விளக்குகளும் அலுக்மலுக்கெனக் கண் சிமிட்டிக்கொண்டிருந்தன. இன்னும் சிறிது நேரமாவது போர்வைக்குள் சுருண்டு சுகம் காண வேண்டு மென்ற முனைப்பே அவ்வூரில் பலருக்கும் இருந்தது என்பது வேலிகளிலும் பூவரசமரக் கிளைகளிலும் உற்சாகத்துடன் எழுந்து சிலிர்த்து நிற்கும் சேவல்களுக்கு மட்டும் எப்படியோ தெரிந்துவிடும். 'அட அட, எழும்புங்கோ' என்ற அவற்றின் ஓயாத திருப்பள்ளியெழுச்சி ஊர் முழுவதும் வியாபித்தது.

திலகம் எப்போதோ விழித்திருப்பாள். ஆனால், அவள் எழுந்து சென்றுவிடாமல் தனது கையை அவள்மீது போட்டபடி அபிதா உறங்கிக்கொண்டிருப்பாள். பாயில் முதலிரவு விரித்த துப்பட்டி ஓரமாய் ஒதுங்கியிருக்கக் கைகளிரண்டையும் கோர்த்துக் கன்னத்துக்குப் பொறுப்பு வைத்துக்கொண்டு பக்கவாட்டில் படுத்திருக்கும் திலகத்தைத் தேவன் எட்ட நின்று பார்த்தார். திண்ணையின் ஒற்றை விளக்கு உமிழும் மங்கிய ஒளியில் தாய்மையின் செழுமை ததும்பும் திலகத்தின் இளமைக்கோலம் அவரின் கண்களை இமைகொட்டாமல் அவள்மீது நிலைக்கவைத்துப் புளகாங்கிதம் அடையச் செய்தது.

இவளுக்கு இந்த ஆண்டோடு முப்பத்தைந்து வயதாகிறதென்று சொன்னால் யாராவது நம்புவார்களா? கடந்த பதினைந்து வருடத் திருமண வாழ்வில் இரு பிள்ளைகளைப் பெற்றுத் தந்தபோதும் அதிகம் அலுங்காமல், நலுங்காமல் சேலை மறைவில் நின்று கண் சிமிட்டும் திலகத்தின் செழிப்பான உடம்பின் இரக்கமற்ற வளைவுகள் தேவனின் மனதைத் தாலாட்டும். சிறிதும் தளராத அவளின் கனத்த மார்பகங்களை, தேவன் அவளுக்குக்கூடத் தெரியாமல் கடைக்கண்ணால் அளவெடுத்து ரசிப்பதுண்டு. இப்படியே ஒவ்வொரு இரவும் இளமை குலுங்க அவரின் ஒவ்வொரு நரம்பையும் சுண்டி இழுத்துச் சுருதி சேர்த்துக்கொண்டிருக்கிறாள்.

திலகம் உயரமென்றும் இல்லாமல் குள்ளமென்றும் இல்லாமல் தேவனின் உயரத்துக்குப் பொருத்தமான தோற்றத்திலும் நிறத்தில் தாய்வழியில் வந்த மென் சந்தன நிறத்திலும் இருந்தாள். குரலை வைத்துத்தான் அவள் வீட்டில் இருக்கிறாளா இல்லையாவென்று தேவன் அறிந்துகொள்வார். நாளைக்கு அபிதா பெரியபிள்ளை யானதும் திலகத்தின் ஓசை எழுப்பாத நடையையும் மென்மையான குரலையும் பயின்றுவிடுவாள். இரண்டு பெண்களோடு வாழ்வதும் வரம் போன்றதுதான் என்று தேவன் பெருமிதமடைவார்.

தேவனுக்கு நாற்பது வயதாகிறது. ஆனால் அவரைப் பார்க்கிறவர்கள் முப்பத்தைந்துக்கு மேல் மதிக்க மாட்டார்கள். நாற்பதோடு உடம்பின் தசை நார்கள் தளர்ந்து எலும்புகளோடு தமக்குள்ள ஒட்டுறவைப் படிப்படியாகக் குறைத்துக்கொள்ளும் என்பார்கள். மூட்டுகளுக்கு அவ்வப்போது எண்ணெய் விட வேண்டும் என்ற உணர்வு உறைக்க ஆரம்பித்துவிடும். முதுகுத் தண்டு இதோ நானும் இங்கே நிமிர முடியாமல் இடைக் கிடை முறுகிப்போய் இருக்கிறேனென்று எச்சரிக்கை செய்து கொண்டிருக்கும். இனி எனக்கு மறுமொழி சொன்ன பிறகே மற்றவர்களைக் கவனிக்க வேண்டுமென்று நாடிப்பிடிப்பு தோளைத் தட்டிச் சொல்வது போலிருக்கும். கண்களும் முன்னால் ஏதாவது போட்டுக்கொள் இல்லையேல் உனது கை ரேகைகளையே பார்க்க முடியாது போய்விடுமென விரல்களால் கசக்கவைக்கும். ஆனால், விசுவாசமாகச் சொன்னால் இந்த உடம்பு இயற்கையாக விடுக்கும் சவால்களெல்லாம் தேவனிடம் அவியவில்லை என்பதே உண்மை.

அப்பன் இன்னும் நித்திரையால் எழும்பவில்லை. அறையில் விளக்கை அணைத்து முழுக்க இருள் மூடிய பிறகே நித்திரை

கொள்ளுவான். அறைக் கதவையும் சாத்திக்கொள்வான். அதைப் பூட்டிவிடும் அளவுக்கு மனதில் இன்னும் துணிவு பிறக்கவில்லை. அபிதாவின் அறையோ கதவே இல்லாதது போன்றது. திண்ணையிலிருந்து விளக்கு வெளிச்சம் அறையினுள்ளே எப்போதும் விழ வேண்டும். இல்லையேல் எழுந்து 'அம்மா' எனக் கூப்பிட ஆரம்பித்துவிடுவாள். விடிவதற்கு முன்னரேயே அவளுக்கு எப்படியோ விழிப்பு ஏற்பட்டுவிடும். நித்திரை முழுவதுமாய் அகலாத விழிப்பு. அந்த நிலையில் கண்களைக் கசக்கியபடி தாய் படுத்திருக்கும் பாயைத் தேடி வந்து பக்கத்தில் படுத்து அவள்மீது கையைப் போட்டபடி நித்திரையைத் தொடருவாள். அபிதா வந்து படுப்பாளென்ற எதிர்பார்ப்பினால்தான் திலகமும் விடியலோடு எழும்ப முடிவதில்லை. பெண் மக்களுக்குத் தாயின் அரவணைப்பு கிடைப்பது ஒரு குறிப்பிட்ட காலம்வரைக்கும் தானே. கூட்டில் வாழும்வரை குஞ்சுபோல் அதை அனுபவிக்கட்டும் என்று எண்ணி அதுவரைக்கும் அவளின் அணைப்புக்காகக் காத்திருப்பவள்போல் அரைக்கண்ணை மூடியபடி படுத்திருப்பாள் திலகம்.

தேவன் படித்த ஹார்ட்லியில்தான் அப்பனும் படிக்கிறான். காலை நேரத்தோடு வீட்டிலிருந்து புறப்பட்டுக் குச்சு ஒழுங்கைகளில் நடந்து, தார் போட்ட ரோட்டில் ஏறி வண்டிகளுக்கு அவதானமாக ஒதுங்கி மொத்தமாய் அரை மணி நேரத்தில் ஆஸ்பத்திரிச் சந்திக்கு வந்து அவன் பள்ளிக்கூடம் போக பஸ் எடுக்க வேண்டும். அதற்கிடையில் அவன் களைத்துப்போய்விடுவான் என்பதால் யோசேப்பு ஒவ்வொரு நாளும் வந்து அப்பனைத் தனது சைக்கிளில் ஏற்றிக்கொண்டுபோய் பஸ்ஸில் ஏற்றிவிட்டு வர ஒழுங்கு செய்திருந்தார் தேவன். பின்னேரமும் சந்தியில் காத்திருந்து பள்ளிக்கூடத்திலிருந்து திரும்பிவரும் அப்பனை வீட்டுக்குக் கூட்டிக்கொண்டும் வருவார் யோசேப்பு. அப்பன் எட்டாம் வகுப்புக்கு ஏற்றம் பெற்றபோது ஒரு சைக்கிளை வாங்கிக் கொடுத்திருந்தார். அதிலிருந்து யோசேப்புக்கு அப்பனோடு சிறு பிள்ளைபோல் பேசிக் களித்துச் சந்திக்குச் செல்லும் வாய்ப்பு நின்றுபோனது. ஆனால், அவருக்கும் தேவனுக்கும் பள்ளிக்கூட நாட்களிலிருந்து உண்டான சினேகிதமும் விசுவாசமும் தொடர்ந்து கொண்டிருந்தன.

அபிதாவைக் கடற்கரைப் பள்ளிக்கூடத்துக்குக் கூட்டிக்கொண்டு போக கார்க்கார நல்லதம்பி காலம் தவறாமல் வந்துவிடுவார்.

அவருடைய ஹில்மன் கார் அரைக்கட்டை தூரத்திலுள்ள சாவகச்சேரி ரோட்டிலிருந்து தெருவுக்குள் நுழையும் முன்னரே எழுப்பும் சத்தம் தேவன் வீட்டுக்கு எட்டிவிடும். அபிதாவும் வெளிக்கிட்டுவிடுவாள்.

பிள்ளைகள் இருவரும் நன்றாகப் படிக்க வேண்டும். தனக்குக் கிடைக்கத் தவறிய மேற்படிப்பு அவர்களுக்காவது கிடைக்க வேண்டும். கொழும்புக்கோ கண்டிக்கோ போய்ப் படிக்கும் வாய்ப்பு நிச்சயம் தனக்குக் கிடைக்குமென்ற நம்பிக்கை ஹார்ட்லியில் படிப்பை முடிக்கும்போது தேவனுக்கு இருந்தது. ஆனால், அந்த ஆசை நிறைவேறவிடாமல் தகப்பனார் தடுத்துவிட்டதுதான் அவர் மீது தேவனுக்குக் காலம்காலமாக இருந்த கோபம். பின்னர் அவரின் வாழ்க்கையில் சந்தித்த ஏனைய சவால்கள் அதைப் படிப்படியாய் மறக்கடித்துவிட்டது.

"நாங்கள் வயல் வெட்டையிலை இறங்கி வேலை செய்யப் பிறந்தனாங்கள். ஊர் உலகத்துக்கு எங்களாலை இயன்ற அளவு உதவி செய்யிறம் எண்ட பெருமை எங்களுக்கு இருக்கு. இதை என்ன நேற்று, முந்தநாள் இருந்தா செய்யிறம், நானறிய ஐஞ்சாறு தலைமுறையாய்ச் செய்யிறம். நீ இதுக்கு மேலாலை படிச்சு எங்களுக்குப் புதுசா என்ன வந்து சேரப்போகுதடா, மோனை? பன்னிரண்டாம் வகுப்புவரைக்கும் படிச்சால் போதும். நாளைக்கு அரசாங்கத்தோடை காரியம் பாக்க வேணுமெண்டு வந்தால், இல்லாட்டில் வழக்கு விசாரணையென்று வந்தால் பிரச்சனையை விளங்கிக்கொள்ளக் கெட்டித்தனம் வேணும். தமிழைப் படிச்ச அளவுக்கு இங்கிலீசையும் படி. அதுக்கு மேலை படிச்சு எங்களுக்கு என்ன ஆகப்போகுது?" முத்துவேலர் மகனுக்குக் கண்டிப்பாகச் சொல்லிவிட்டார். தகப்பனோடு விவாதம் செய்து பயனில்லையென்று தேவனுக்கு நன்றாய்த் தெரியும். இனி அப்பனும் அபிதாவும் படிக்கட்டும் தனக்குக் கிடைக்காத கல்வியும் அனுபவமும் அவர்களுக்குக் கிடைக்கட்டும் என்று தேவன் தீர்மானித்துக்கொண்டார்.

தேவன் அருகில் வரும் அரவம் கேட்டுப் பாயில் படுத்திருந்த திலகம் மெல்லத் திரும்பிய மாதிரி இருந்தது. திண்ணையின் அடுத்த கரையில் எரிந்த விளக்கின் மங்கிய ஒளியில் அவளுடைய நெற்றியில் நேற்று வைத்த குங்குமம் சிறிது கலைந்து இமைகளின் நடுவே கசிந்திருந்தது தெரிந்தது. அவளின் மார்பில் தன் தலையைப் புதைத்தபடி ஆழ்ந்த நித்திரையில் இருந்தாள்

அபிதா. திலகத்தின் மேலிருந்து விலகிப் பாயில் படர்ந்திருந்த துப்பட்டியை எடுத்து விரித்து இருவர் மீதும் போர்த்திய தேவன் சிறிது நேரம் அவர்களைப் பார்த்தபடி நின்றார்.

பெண்கள் குடும்பத்தின் தூண்டாமணி விளக்குகள். குழந்தைப் பருவத்திலிருந்தே அவர்களிடம் குடும்பத்தின் மீதான பாசமும் பொறுப்பும் இயல்பாகவே பிறந்துவிடும். ஆண்களாகிய நாம் அதை அனுசரித்து நடந்தால் அவர்களுக்கும் நமக்கிடை யிலுள்ள உறவுப் பாலம் உறுதியாகிவிடும். குடும்ப வாழ்க்கையில் மகிழ்ச்சியொன்றே முதல் நோக்கமானால் இதைவிடப் பெரிதாக நாம் எதையும் செய்யவேண்டிய அவசியமில்லை.

வேட்டியை வரிந்து கட்டி வெளிக்கிட்ட தேவனின் வேகத்தை, “என்னப்பா, கோயிலுக்கோ?” என்ற திலகத்திடமிருந்து எழுந்த அழைப்புத் தணித்தது. உலகம் மறந்த நித்திரையில் அவள் இருக்கின்றபோதும் அவளிடம் ஏதேனும் கேள்வி கேட்டுவிட்டால் உடனே பதில் வந்துவிடும், ஒரு சின்னச் சரசரப்புக்கே கண் விழித்து விடுவாளே. இவள் என்ன நித்திரைகொள்கிறாளா? இல்லையேல் வெறுமே கண்ணை மூடிக்கொண்டு என் நன்மையையே வேண்டித் தவம் செய்கிறாளா?

“ஓமப்பா, கோயிலில் அலுவல் இருக்குதென்று ராத்திரிப் படுக்கிறபோது சொன்னன். உன்னை ஏன் எழுப்பி உபத்திரவப்படுத்த வேணுமெண்டுதான் சத்தம்கித்தம் போடாமல் வெளிக்கிடுறன்” என்றார்.

“நான் மறக்கயில்லை, போட்டு வாங்கோ, ராத்திரி மழை கொஞ்சம் பெஞ்ச மாதிரிக் கிடந்தது. வரப்பிலை இறங்கிற நேரம் பாத்து நடவுங்கோ” என்று கூறிய கையோடு அபிதாமேல் துப்பட்டியை இழுத்து மூடிக்கொண்டாள்.

அப்பனின் அறையில் இப்போது விளக்கு எரிந்துகொண்டிருந்தது. அவன் நாடியில் கையை வைத்து ஊன்றியபடி மேசையில் விரித்தபடி யிருந்த புத்தகத்தில் கவனமாயிருந்தது சற்றே சாத்திக்கிடந்த கதவுக்கூடாகத் தெரிந்தது. ஒரு காலை மடித்துக் கதிரையில் வைத்திருந்தான். இன்னும் சிறிது நேரத்தில் அதைக் கீழே இறக்கிவிட்டு அடுத்த காலை எடுத்து அதேபோல் வைத்துக் கொள்வான். அவன் படிப்பதைக் காணும்போதெல்லாம் அவருக்குள் மனது சிலிர்த்துச் சிரிப்பும் மேலிடுவதுண்டு. ‘என்னைப்போல்தான் என் பிள்ளையும் இருக்கிறான். மேசை

யிலிருந்து படிக்கும் முறை மட்டுமல்ல எழுந்தாலும், நடந்தாலும், கதைத்தாலும், சிரித்தாலும், தும்மினாலும்கூட ஒவ்வொரு அசைவிலும் என்னையே அச்சொட்டாகக் கொண்டிருக்கிறான்.' இதை அவர் அடிக்கடி தனக்குள் சொல்லிப் பெருமைப்பட்டுக் கொள்வார்.

தேவன், அப்பனின் அறை வாசலில் வந்து நின்றார்.

"அப்பன், கோயிலுக்குப் போறன், வாறியோ?"

"இப்ப குளிரும் அப்பா. அதோடை எனக்கு ஹோம் வேர்க் கிடக்கு. பின்னேரமெண்டால் வருவன்" என்றான் அப்பன்.

"இண்டைக்குப் பள்ளிக்கூடம் லீவுதானே?"

அதற்கிடையில் திண்ணையிலிருந்து திலகம் குறுக்கிட்டாள்.

"படிக்கிற பிள்ளையை ஏன் அரியண்டப்படுத்திறியள்? நீங்கள் கவனமாப் போட்டு வாங்கோ."

கோயிலுக்குப் போகவென வெளிக்கிட்டாயிற்று. தேவன் புறப்பட்டுவிட்டார்.

2

முற்றத்தில் வந்து நின்ற தேவனுக்கு வெளிக்க முயன்று கொண்டிருந்த கரிய நிற வானம் கண்ணுக்குள் புகுந்து ஜாலம் காட்டியது. எவ்வளவு பிரமாண்ட வானமாக இருந்தாலென்ன தூரத்தில் ஒற்றை வைரக்கல்லாக மின்னியபடி 'எங்கே என்னை விழுங்கிவிடு பார்க்கலாம்?' எனச் சவால்விடும் நட்சத்திரத்தை விழுங்கிவிட அதனால் முடியவில்லை.

மாயவன் கோயில் திக்கை நோக்கி நின்றவரின் மனதில் அவனின் ராஜகோபுரம் மேகத்தைத் தொடுவதுபோல் எழுந்து மனதைச் சிலிர்க்க வைத்தது. இன்று இந்த வடிவம் கனவாக விருக்கலாம் ஆனால், நாளை அவன் ராஜகோபுரம் உண்மையில் எழத்தானே போகிறது? அதன் ஒவ்வொரு அங்குல வளர்ச்சியிலும் நாமெல்லாம் பங்குகொள்ளப் போகிறோம். சில்லிட்ட மனதிலிருந்து எழுந்த சிந்தனை அவரின் உடலைப் புல்லரிக்க வைத்தது. தேவனின் கால்கள் மண்ணின் ஈரத்தை நுகர்ந்தபடி முன்னேறின.

விரிந்திருந்த வயல் வெளியெங்கும் அமைதி போர்த்தியிருந்தது. எங்கிருந்தோவொரு நாகணவாய் நானும் இங்கே விடிவதற்குள் எழுந்துவிட்டேனென்று யாருக்கோ அறிவித்துக்கொண்டிருந்தது. சில வண்டுகளுக்கு நேரம் காலம் தெரியாது போலும். அவைகளுக்கு எப்போதும் சிவராத்திரிதான். ம்ம்ம்... என்ற அதன் ஓங்காரம்தான் சூரியனைத் தட்டி எழுப்புகிறதோ! தெருவில் பதிந்திருந்த சல்லிக் கற்கள் தேவனின் உள்ளங்கால்களைப் பதம் பார்த்தன. இன்னும் கொஞ்ச தூரம் நடந்ததும் இந்தக் கால்கள் மெத்தென்ற மண்ணில் படத்தானே போகின்றன?

வழியில் பிள்ளையார் பெருமானைத் தரிசித்த பிறகே மாயவன் கோயிலை அடையும் வழமை இன்று நேற்றல்ல நடக்கப் பழகிய நாளிலிருந்து அவரிடம் ஐக்கியமாகியிருந்தது. அதற்குமுன் குட்டிப் பிள்ளையார் கோயில் படித்துறையில் குளித்துக்கொள்ளலாம். தண்ணீரும் சில்லென உடம்பையும் மனதையும் லேசாக்கிவிடும் என்ற ஆவலுடன் தொடர்ந்து நடந்தார். வெற்றுடம்பைத் தாக்கிய குளிர் காற்று நரம்புகளைச் சில்லிட வைத்தது. கிழக்கு வெளிக்க இன்னும் கொஞ்ச நேரம் இருக்கிறதென்பது சமுத்திரத்தைத் தொடும் தூரத்து வானத்தின் கருமையிலிருந்து தெரிந்தது. நெஞ்சில் குறுக்குக் கட்டியபடி நாகர்கோயிலிலிருந்து நடந்து வரும் நாவற்பழ வியாபாரி போல வானம் கருமை போர்த்திக் காட்சியளித்தது. கருமையிலும் கண்ணுக்குப் புலப்படாத அழகு இருக்கிறதென எண்ணியவர்போல் அதைப் பார்த்தபடி நடந்தார். தேவனுக்கு எதிர்ப்புறமாக ஒருவர் அரைகுறையாய் நிரம்பிய சாக்கைத் தோளில் போட்டுக்கொண்டு ஓட்டமும் நடையும் கலந்த வேகத்தில் வந்துகொண்டிருந்தார். அவர் தேவனை அணுக முன்னரே சாக்கிலிருந்த வெங்காய மணம் அவரை எட்டிவிட்டது. சாகவகச்சேரி அல்லது கொடிகாமம் சந்தையில் அவரின் உழைப்பை விற்றுப் பணமாக்க வேண்டுமானால் அன்றைய முதல் பஸ்ஸைப் பிடித்தாக வேண்டும் என்ற அவசரம் அவரின் ஓட்டத்தில் தெரிந்தது. காலம்காலமாய்ப் பழகிப்போன பாதையில் அவரின் கால்கள் தாமாகவே வழியைக் கண்டு விரைந்தன. இன்னும் சிறிது நேரத்தில் எதிர்ப்படும் வயல் வரப்பில் ஏறிக் குறுக்கும்நெடுக்குமாய் நடந்து இறுதியில் வெட்டையின் எல்லையை எட்டிவிடுவார்.

இதோ வயல் வரப்பும் ஒற்றையடிப் பாதையும் கைகோர்த்து ஊர்ந்து செல்லும் மணல் சரிவில் இறங்கியாயிற்று. வழியில் நீர்

நிரம்பி வழியும் தாமரைக் குளத்தின் ஓரமாகத் தவளைகளின் வாழ்த்தொலிகளைச் செவிமடுத்து நடந்தால் மொத்தமாய் அரை மணி நேரத்துக்குள் குட்டிப் பிள்ளையார் கோயில் படித்துறைக்கு வந்துவிடலாம். அங்கே சென்றதும் குளிப்புக்கு வசதியாக எட்டு முழ வேட்டியை மடித்து நாலு முழமாக்கிக் கட்டியிருந்தார். வெற்றுடம்போடு குளிக்க இப்போது கட்டியிருக்கிற கோவணமே போதும்.

இருவாட்டியாய் அமைந்த அப்பிரதேசத்து மண் நெற்பயிருக்கு உகந்ததென்பார்கள். அது மாயவன் கோயிலை அண்டிய அந்தப் பூமிக்கு நல்லதொரு நிரூபணமாகவிருந்தது. போன சித்திரையில் பெய்த சிறுமாரியையொட்டி ஆழ உழப்பட்ட மண் அந்த ஆவணி யிலிருந்து கார்த்திகைவரை பெய்த மழையால் பூரித்துப்போனது எவ்வளவு உண்மை என்பதை, செழித்து வளர்ந்திருந்த நெற்கதிர்கள் அந்த விடிகாலையிலும் ஆடி அசைந்து காற்றோடு சேர்ந்து கோஷ்டி கானம் இசைத்துக்கொண்டிருந்ததிலிருந்து தெரிந்தது. இந்தப் பருவகால விளைச்சலில் அழகியவாணன், வெள்ளை, பெரிய வெள்ளை, கறுப்பன், மொட்டைக் கறுப்பன், நாலுமொழிக் கறுப்பன், பச்சைப் பெருமாள், மலையரசன், சம்பா என்று அனைத்து நெல்லினங்களும் கமக்காரரின் வீட்டு வாசலில் இன்னொரு வசந்தத்தைக் கொண்டுவந்து இறக்கிவிடும்.

தேவனுக்குப் பாட்டன் வழியில் வந்த நிலமிருந்தது. முத்து வேலர் காலத்தில் அது ஆறு ஏக்கர் விளை நிலமென அறிந்திருந்தார். மந்திகைத் தோட்டக்காணி சில பரப்புகள் இருக்கலாம். அதன் பரப்பளவை அவர் இன்னும் அறிந்துகொள்ள முற்படவிலை. அயல் காணிக்காரர்களுடன் கொண்டுள்ள உறவு பலமாக இருக்கும் வரை எல்லை ஒழுங்காக இருக்கிறதா எனக் கணக்கெடுத்துக் கொண்டிருக்க வேண்டியதில்லை. 'ஆடிப் புழுதி தேடி உழு' என்ற மரபே இங்கு விவசாயம் செய்யும் எல்லாரும் பின்பற்றும் வழி. காலபோகத்தை நம்பி வாழும் தேவன் போன்றவர்களுக்கு வானம் பார்த்த வேளாண்மை மழை பெய்த காலத்தில் செல்வத்தைக் கொடுத்தது, காண்டிய காலத்தில் வாடிப்போன பயிரைப் பார்த்துப் பெருமூச்சிடவும் வைத்தது.

வரப்போடு தோழமை கொண்ட தேவனின் கால்கள் அடி பிசகாமல் முன்னேறிக்கொண்டிருந்தன. வழியில் கோழிச் சூடன், நெற்சப்பி, கிடைச்சன், கோரை, சம்பு, வெள்ளெருக்கு, திருநீற்றுப்

பச்சை போன்ற களைப்பூண்டுகள் அவரின் பாதங்களைப் பதம் பார்த்தன. அவை தன் கால்களின் வீரியத்தை விசாரிக்கின்றதென எண்ணிக்கொண்டார்.

வேளாண்மை எங்களுக்கு மட்டுமல்ல எங்களோடு சேர்ந்து பாடுபடும் உழைப்பாளிகள் குடும்பங்களுக்கும் வாழ்வாதாரம். மற்றத் தொழில்களைப் போலவே இதிலும் இயற்கை அனர்த்தம், தொழில் போட்டிகள், புதுமை என்ற பெயரில் அறிமுகமாகி இருப்பதையும் நாசம் செய்யும் வியாபார தந்திரங்கள் தலையெடுத்துவிட்டன.

அய்யா சொல்லுவார், “கலப்பையை நல்ல நாளில் வயலுக்கு எடுத்து வந்து ஓரிணை மாடுகளைப் பூட்டி ஏர் மங்கலம் செய்த காலம் ஒன்று இருந்தது. இப்போதெல்லாம் ஏர் கொண்டு உழுபவர்கள் அருகியதால் ஏர்களைச் செய்யும் தச்சர்களும் அருகி விட்டார்கள்.” ஏர் மட்டுமா? இன்னும் எத்தனையோ தொழில் முறைகள் இந்த மண்ணிலிருந்து துடைத்தெறியப்பட்டுவிட்டன. தேவன் நடக்கும்போதே கணக்கிட்டுப் பார்த்தார். பக்கத்து ஊரான துன்னாலை மட்பாண்டத் தொழிலுக்குப் பெயர் பெற்றது. அவரின் நினைவுக்கு எட்டிய நாளில் குன்று போலிருந்த களிமண் காலப்போக்கில் தரை மட்டமானதோடு பாண்டம் வனைதலையே தொழிலாகக் கொண்டவர்களின் பிழைப்பும் படுத்துபோனது.

இப்படியே, வீட்டில் தறி பூட்டிச் சேலை, வேட்டி, சால்வை, துப்பட்டி போன்றவற்றை நெய்து, வீடு வீடாகச் சென்று விற்று வாழ்ந்தவர்கள் இறக்குமதிப் புடவைகளோடு போட்டிப் போட்டுத் தலை நிமிர முடியாமற் போனது. கட்டுமரம் ஏறிக் கடலுக்குப் போன மீனவர்கள் எல்லாரும் யந்திர வள்ளங்களை வாங்க முடிந்ததா? மாட்டு வண்டில் விட்டவர்கள் கார் வாங்கிக் கொண்டார்களா, சைக்கிள் வாடகைக்கு விட்டவர்கள், கிணறு வெட்டியவர்கள், கூலி வேலைக்குப் போனவர்கள் இன்று என்னவானார்கள், எப்படி இன்றைக்கு வேண்டிய அரிசியையும் பருப்பையும் அவர்களால் வாங்க முடிகிறது?

தேவன் விட்ட பெருமூச்சு காற்றோடு கலந்துபோனது.

வழியில் எதிர்ப்பட்ட மண் மேட்டைக் கடந்தபோது வலப் புறம் பரந்திருந்த அவருடைய வயல் நிலமும் அதற்கு அப்பால் அவரைப்போன்று காலம்காலமாக விவசாயம் செய்வோரின் நிலங்களும் கல் வீடுகளும் கண்ணுக்கு எட்டிய தூரம்வரை

மங்கலாகத் தெரிந்தன. இன்னும் இரு மாதங்களில் அருவி வெட்டுக்காலம் வந்துவிடும். வெட்டிய நெற்பயிரைத் தேவனும் வேலையாட்களும் களத்தில் இறங்கி உப்பட்டியாக வைத்துப் பின்னர் மாவக்கையாக்கி வண்டில்களிலோ தலையிலோ ஏற்றி வீட்டுக்குக் கொண்டுவந்து சூடு வைப்பார்கள். வருகிற தையோடு தேவனின் வீடு பொங்கலும் விருந்தினர்களுமாகக் களைகட்டிவிடும். அவரின் நிலத்தில் வேலை செய்யும் குடும்பங்களிலும் எதிர்காலத்தைப் பற்றிய நம்பிக்கை குடிகொண்டுவிடும். தேவனின் கனவுகளோடு நடையும் வேகமெடுத்தது.

வயல் நிலங்களுக்குத் தெற்கே நெடிதாய் நிற்கும் பனை மரங்கள் கரிய இருளைப் போர்த்தியபடி உறங்கிக்கொண்டிருக்கின்றன. அவற்றினிடையே ஓய்வற்ற பொழுதோடும் உரிமைகள் மறுக்கப்பட்ட வாழ்வோடும் அன்றாடம் போராடும் இன்னொரு வகுப்பு மக்களின் குடிசைக் குடியிருப்புகள் சிதறிக் கிடக்கின்றன. அவர்களை காணத் தேவன் பலமுறை அங்கே சென்றிருக்கிறார். அவர்களின் குடிசைகள் மாரி மழையைத் தாக்குப் பிடிக்க முடியாத அளவுக்குப் பலமற்றவை. ஆனால், அவர்களிடையேயுள்ள உறவும் தமது உரிமைக்காக எழுப்பும் குரலும் எந்த எதிர்ப்பையும் தாங்கும் உறுதியுடன் இருக்கின்றன. இவர்களின் போராட்ட ஏடுகள் பல எரிந்து சாம்பலாய்ப் போயிருப்பினும் அவற்றின் அடியில் அவற்றின் கனல் இன்றும் கனிந்துகொண்டுதானிருக்கிறது. அவர்கள் மத்தியில் பிறந்த சிவாவும் இந்தத் தலைமுறையின் இன்னும் பலரும் தமது உரிமைக்காகச் சிந்திய குருதி இன்னமும் முழுமையாய்க் காய்ந்துபோய்விடவில்லை. அவர்களுக்கும் கோயில் கதவுகள் திறந்துவிடப்பட வேண்டும் என அன்றொரு நாள் குரல் எழுப்பியவர்களில் தானும் ஒருவராயிருந்தார் என்ற நினைவு அந்த வேதனைகளின் நடுவே அவருக்கு ஆறுதல் தந்தது.

தாமரை இலைகளாலான துப்பட்டியைப் போர்த்திக் கொண்டிருந்த கவடுகிராய்க் குளக் கரைக்கும் வந்தாயிற்று. பகலெல்லாம் வரால் மீன்களை இறாஞ்சிக்கொண்டு போக நீர் மட்டத்தின் மேலாய் வட்டமிடும் கொக்குகளையும் மீன் கொத்திகளையும் விருந்தினராக வரவேற்க அந்தக் குளக்கரை விடிகாலை வேளைக்குத் தன்னைத் தயார்படுத்திக்கொண்டிருந்தது. தவளைகள் அடித் தொண்டையில் ‘ட்றில், ட்றில், குறோக்’ என்று இடைவிடாமல் வரவேற்பு கீதம் இசைத்துக்கொண்டிருந்தன. குளத்தின் ஆழத்தையும் ஆபத்தையும் தேவன் போன்று

அவ்வழியால் அன்றாடம் நடந்து சென்று பழக்கப்பட்டவர்களே துல்லியமாகச் சொல்வார்கள்.

அன்றொரு நாள், இந்த உலகில் வாழ விரும்பாது, இக்குளத்தில் விழுந்து உயிரை மாய்த்துக்கொண்ட ஒரு மனிதனின் உடலை அந்தக் கரையில்தானே இழுத்துப் போட்டிருந்தார்கள். அவன் கடைசி நேரத்திலாவது மாயவனின் திக்கில் நிமிர்ந்து பார்த்திருந்தால் ஒருவேளை மனம் மாறி மீண்டும் மனிதனாயிருப்பானென்று ஊரில் பலர் ஒருமித்துப் பேசிக்கொண்டார்கள். அதே வாய்கள்தான் செத்துப்போனவனின் ஆவி இப்போதும் இக்குளத்தைச் சுற்றித் திரிகிறதென்று கதையையும் கட்டியிருந்தன. அதை நம்பியவர்கள் நம்பிக்கொண்டார்கள். அல்லாதோர் மாயவா, நாராயணா என்று அழைத்துப் பொறுப்பை அவனிடம் கொடுத்துவிட்டுத் தம் கடமையில் வழக்கம்போல் ஈடுபட்டுக்கொண்டார்கள். எல்லாம் மனிதர்கள் தமக்குத் தாமே தேடிக்கொள்ளும் நன்மையும் தீமையுமாகும். 'அவரவர் தமது வாழ்வில் பிழை செய்வதும் புண்ணியம் கட்டிக்கொள்வதும் அவரவர் விதிப்படி' என்று யாரோ ஒரு ஏகாந்தி ஒரு நாள் கோயில் வீதியில் நின்று தன்னை மறந்து சொல்லிக்கொண்டிருந்ததைத் தேவனும் கேட்டிருந்தார்.

அந்தக் கேட்பாரற்ற தனிமையிலும் மெத்தென்று வீசிய கூதல் காற்றிலும் மனம் மிதப்பதை உணர்ந்த தேவன் எதேனும் பாடலைக் குரலுயர்த்திப் பாட வேண்டுமென்ற உந்துதலுக்குள்ளானார். அவருக்கு இப்படியான வேளைகளில் மனதில் முதல் தோன்றுவது 'குலம் தரும் செல்வம் தந்திடும்' என ஆரம்பிக்கும் பெரிய திரு மொழிப் பாடல்தான். 'நலம் தரும் சொல்லை நான் கண்டு கொண்டேன், நாராயணா என்னும் நாமம்' என்னும் இறுதி வரியைப் பாடும்போதுதான் முன்னெப்போதும் கிடைத்திராத பேறைப் பெற்றவர்போல் உருகுவார். இன்றும் அவரின் உச்சக்குரலில் எழுந்த பாடல் வரிகள் அந்தப் பிரதேசத்தின் ஏகாந்தத்தை எட்டி வளைக்க முயல்வதுபோல் ஓங்காரமிட்டன.

'இது மாயவனுக்கு கேட்டிருக்குமோ?' நிச்சயம் நித்யாவுக்குக் கேட்டிருக்கும். அவள்தானே இப்பாடலின் அடிகளைத் தன் தேன் குரலால் பாடி என்னைப் பரவசப்படுத்தியவள். நித்யாவே நேரில் வந்து நின்றதுபோல் தோன்றியதும் தென்றல் வந்து தீண்டியவர்போல் சிலிர்ப்புடன் நிமிர்ந்து சுற்றுமுற்றும் பார்த்தார். எதிரே மங்கலாய்த் தெரிகின்ற மாயவனுடைய ராஜவீதியின் அருகேயுள்ள தீர்த்தக் கேணியின் படிக்கட்டுகளில் அமர்ந்துகொண்டு அந்த மனம்

மயங்கும் அந்திப் பொழுதில் எனக்காகவே அவள் இப்பாடலைப் பாடியபோது நான் மாயவன் வாசலில் நெடுஞ்சாண்கிடையாகக் கிடந்தேனா? அவள் மடியில் குழந்தையாய்த் தவழ்ந்தேனா? கோயிலுக்கு மட்டுமல்ல எங்கே தனிமையில் சென்றாலும் அன்று அவள் மீதிருந்த சுகந்தமும் அவள் நினைவும் கூடவே வந்து அவரின் சுவாசத்தினூடே புகுந்துவிடும். அது தவிர்க்க முடியாத, அடக்க முடியாத மன எழுச்சியாகவே அவளைப் பிரிந்த நாளிலிருந்து அவரை ஆட்கொண்டு வந்தது. இத்தனை ஆண்டுகளாக அந்த எழுச்சியை அவரினுள்ளே தொடர்ந்து ஊட்டிக்கொண்டிருக்கிறாள் நித்யா. நான் கோழையாய்ப் போய் வாய்மூடி மௌனித்ததாலல்லவா அவளை நான் பிரியவும் அவள் தனித்துப் போகவும் நேர்ந்தது. தேவனின் கண்களிலிருந்து நீர் பிரவாகம் எடுத்தது.

மாயவன் கோயில் காண்டாமணி 'டாண்டாண்' என முழங்கி ஓய்ந்தது.

மணி ஓசையைக் கேட்டதும் தேவன் நீர் ஒழுகும் கண்களுடன் படித்துறைக்கு விரைந்தார். மார்கழி இருள் இப்போதைக்கு அகலாது போலிருந்தது. குட்டிப் பிள்ளையார் கோயிலுக்குப் பின்புறமாய் நின்ற வேப்பமரத்தில் தொங்கிய விளக்கை அப்போதுதான் யாரோ ஏற்றியிருந்தார்கள். அதன் ஒளியில் படித்துறை மங்கலாகத் தெரிந்தது. அதைச் சுற்றியிருந்த புற்றரையின்மீது தேங்கி நிற்கும் தண்ணீர் விளக்கொளி பட்டு அசைந்ததுபோல் இருந்தது. அவசரம்அவசரமாக வேட்டியையும் சால்வையையும் அவிழ்த்து, மடித்து உடுப்புத் தோய்க்கும் கல்லில் வைத்துவிட்டு வெறும் கோவணத்துடன் படித்துறைக்கு வந்தார்.

இந்த நேரத்தில் அங்கே வரும் துணிச்சல் இளம் வயதுக் காரர்களுக்குத்தான் இருக்கும். அந்த வயதில் தானும் தனது நண்பர்களுடன் மார்கழித் தோய்ச்சல் நாட்களில் அங்கேயிலிருக்கும் தண்ணீர் வாளிக்குப் போட்டிப் போட்ட நினைவு உந்தித் தள்ள ஓடிப்போய்க் கயிற்றோடு கட்டியிருந்த வாளியொன்றைக் கையிலெடுத்தார். குளத்தில் தண்ணீரை மொண்டுமொண்டு தலையில் ஊற்றினார். அப்படியொரு ஆவேசத்தோடு ஊற்றினார். இந்த நீர்த் திவலைகளோடு நித்யாவைப் பிரிந்ததால் உண்டான துயரமும் கண்ணீரும் கழுவுப்பட்டுப் போகட்டும் என்று சொல்லி ஊற்றினார். வெறுமே நீரை அள்ளி உச்சந்தலையில் ஊற்றி இலகுவாய் அழித்துவிடக்கூடியதா அவளைப் பிரிந்த துயரம்?

கண்ணீரை மட்டும் கழுவி விடுவதால் அறுந்துபோகக்கூடியதா அவள் மீதிருந்த காதல்?

சுற்றுமுற்றும் பார்த்த தேவன் எவரும் தன்னை அவதானிக்க வில்லையென நிச்சயித்ததும் குளக்கட்டு ஓரமாய் நின்ற அரளி மரத்தின் பின்னால்போய் நின்றார். ஈரக் கோவணத்தை அவிழ்த்து இறுக்கிப் பிழிந்து மீண்டும் கட்டினார். நீர்த் திவலைகள் வழிந்தோடும் உடம்பில் வேட்டியை எட்டு முழமாய்க் கட்டிச் சால்வையையும் இடுப்பில் இறுகப் பிணைத்தார். பிள்ளையார் பெருமானின் தெற்கு வீதி வழியாகக் கிழக்கு வாசலுக்கு வந்தார். வலப்புறம் பிராமண வளவினுள்ளே யாரோ விளக்கேற்றுவது தெரிந்தது. மனதிலுள்ள விளக்கையும் இப்படித்தான் ஒருவர் உள்ளிருந்து ஏற்ற வேண்டுமோ? அது அந்த மனத்துக்கு உரியவரேயல்லாமல் இன்னொருவரால் முடியக்கூடிய காரியமா? மனம் எப்போதும் இருளாக இருந்து மயக்கும்படியாகத்தான் படைக்கப்பட்டிருக்கிறதா? அவரவரின் தூய்மையான சிந்தனை என்ற விளக்குத்தான் அங்கே நிரந்தரமாக ஒளியைப் பாய்ச்சுகிறதுபோலும்.

பிள்ளையாரை வாசலில் நின்று வணங்கிவிட்டு, மாயவன் கோயிலை நோக்கிய நீண்ட வெண் மணற் பாதையில் நடைபோடத் துவங்கினார் தேவன். பாதையின் அந்தலையில் குறுக்காக, வடக்குத் தெற்காய் நீண்டு செல்கிறது தார் போட்ட வீதி. அது வடக்கே இரண்டு கட்டை தூரம் வராத்துப்பளை, கற்கோவளம், தும்பளை ஆகிய சிறு கிராமங்களைக் கடந்து சென்று இந்து சமுத்திரமும் பாக்கு நீரிணையும் இணைந்துகொள்ளும் வளைவில் சடாரெனத் திரும்பிப் பருத்தித்துறை நகரை நோக்கி நடையைக் கட்டும். தெற்கு நோக்கியபடி செல்லும் கிடங்கும் பிட்டியுமான கிராவல் ரோட்டின் இரு கரைகளையும் தமது குச்சு ஒழுங்கைகளை நீட்டி எட்டிப்பிடிக்க முனையும் சிற்றூர்கள் இனிமேல் ஆங்காங்கே சோம்பல் முறித்து எழுந்து அன்றைய உலகோடு போராடப் புறப்பட்டுவிடும். அவற்றில் உடல் உழைப்பையே உரமாகக் கொண்ட மாவடி, வல்லாப்பிட்டி, வீரியடி, பள்ளக்கேணி, எழுவாக்கை, ஆழ்வான் பிறிவு, நாமத் தாழ்வு என்னும் சிறு கிராமங்களும் குடத்தனை, அம்பன், நாகர்கோயில் போன்ற சிற்றூர்களும் அவற்றுக்கு அப்பாலுள்ள மாமுனை, செம்பியன்பற்று, மருதங்கேணி, உடுத்துறை, ஆழியவளை போன்ற வளரத் துடிக்கும் மணற்காட்டு நிலங்களும் தேவனுக்குத் தொழில் ரீதியில் மிகவும் தோழமையான இடங்கள்.

தேவன் தார் ரோட்டைக் கடந்தபோது இரு பக்கத்திலுமிருந்த தேநீர்க் கடைகளின் கதவுகள் இப்போதும் பூட்டியபடி இருந்தன. ஆனால், அவற்றின் கூரைகளின் மேலாக எழுந்த புகைப்படலம் உள்ளே அவை வேளையோடு விழித்துக்கொண்டன என்பதை நிரூபித்தது. மார்கழியில் ஆரம்பமாகும் திருவனந்தல் பூசைக்கு அடியார்கள் திரண்டு வரக்கூடும். அன்று காலை சில மணித்தியாலங்கள் மட்டுமே சுறுசுறுப்படைய வாய்ப்பிருக்கும் வியாபாரத்தில் எப்படியாவது ஒருநாள் வருவாயை ஈட்டிவிடலாமென்ற அசையாத நம்பிக்கையும் அந்தப் புகைப்படலத்தின் நடுவேயுள்ள தீயில் கொழுந்துவிட்டு எரிவதுபோல் அவருக்குத் தோன்றியது.

தேவன் நிமிர்ந்து நோக்கியபோது மாயவன் கோயிலின் மேற்கு வீதிக் கதவுகள் நாராயணனின் திருவாயைப் போன்று அகலத் திறந்திருந்தன. அவற்றினூடாகத் தெரிந்த மங்கிய ஒளியில் மாயவன் கால்களை நீட்டியபடி ஆனந்தசயனத்தில் மூழ்கிறானோவென்று ஒருகணம் கற்பனையில் ஆழ்ந்தார். இருநூறு ஆண்டுகளுக்கு முன்பு சேதர் தாமோதரர் நன்கொடையாய்க் கொடுத்த வல்லிபுரக் குறிச்சியிறை அபாண்டபுலோ சங்கலையடி புற்றடி என்னும் காணியில் அவரோடு வல்லிபுரமும் ஆழ்வாரும் வேலரும் இணைந்து எழுப்பிய கனவுக் கோயிலல்லவா இந்த மாயவன் உறையும் திருக்கோயில்! இது கடந்த முப்பது ஆண்டுகளுக்குள் எவ்வளவு மாறிவிட்டது என்பதைத் தேவன் அறிவார். ஆனால், அதற்கு முந்திய நூற்றுக்கணக்கான ஆண்டு வரலாற்றை யார் அறிவார்? அதை வரிவரியாக எழுதிவைத்துப் பேண வேண்டும். இதுதான் இன்றைய தலைமுறையின் தலையான கடமை.

கூப்பிய கரங்களுக்கிடையே மாயவன் குடியிருக்க வருவான் என்ற நம்பிக்கையுடன் மனமும் கண்ணும் மூடித் தியானத்தில் மூழ்க முயற்சித்தார் தேவன். இப்போதெல்லாம் தியானத்தை வலிந்து கூப்பிட்டாலும் வர மறுக்கிறது. அது வருவதும் வர மறுப்பதும் அவரவர் மனதோடு சம்பந்தப்பட்டதல்லவா? எங்கே அமைதி இல்லையோ அங்கே ஆற்றல் குறைந்துவிடுகிறது. தனிமனிதனாக இருந்தாலென்ன, மக்கட் கூட்டமாயிருந்தாலென்ன, நாடாக இருந்தாலென்ன இந்த அமைதியென்ற ஒன்றுதானே எதையும் ஆக்குவதும் அழிப்பதுவும்? இணங்க மறுக்கும் மனதோடு ஒத்துப் போவதா? எதிர்த்து மல்லுக்கு நிற்பதா? அமைதியைத் தேடி வந்த இடத்தில் சிந்தையை ஒருமுகப்படுத்த வேண்டுமானால் அவனை நேரில் தரிசித்து அடைக்கலமாவதுதான் ஒரே வழி.

மேற்கு வாசல் திறந்தபடியிருக்கிறது. அதனூடாகக் கோயிலின் உள்ளே அடியெடுத்து வைத்தார் தேவன். எடுத்து வைக்கும் ஒவ்வொரு அடியும் மாயவனின் கர்ப்பக்கிரகத்தை நோக்கி வைக்கும் குழந்தை நடைபோன்ற உணர்வை அவருக்குள் ஏற்படுத்தியது. சிறு வயதில் கால்கள் வெண் மணலில் புதைய முத்துவேலரின் விரல்களை இறுகப் பிடித்தபடி ஆவலும் குறும்பும் கலந்து ததும்ப நடந்ததும் அவரின் பிடியிலிருந்து விடுபட்டு ஓடிச் சென்றதும் அவர் பின்னால் வந்து அள்ளி எடுத்தபோது முரண்டு பிடித்ததும் தேவனின் மனதில் மங்கலாக நினைவுக்கு வந்தன. பின்னர் வளர்ந்து அவரோடுகூட நடந்து வந்த நாட்களில் அவர் அடிக்கடி சொன்னது தேவனுக்கு ஒருபுறம் வேதமாகவும் மறுபுறம் வேதனையாகவும் இருந்தது.

"மோனை, இந்தக் கோயிலைப் பற்றிக் கனக்கக் கதைகள் இருக்குது. ஆனால், வரலாறு என்று சொல்ல ஒண்டாவது இருக்க வேணும். அந்த வரலாறைத்தான் நானும் இவ்வளவு நாளாய்த் தேடிக்கொண்டிருக்கிறன்."

அந்த வரலாறு ஒருபோதும் எழுதப்படாமலே போகலாமென்ற எண்ணம் தேவனின் மனதை வருத்தியது.

3

மூதுகு இல்லாத புட்டுவத்தில் படிந்திருந்த தூசியைத் தோளிலிருந்த துவாயை எடுத்துத் தட்டிவிட்டு நிமிர்ந்து உட்கார்ந்தார் சத்தியமூர்த்தி. பரந்த நெற்றியில் திருநீறும் அதன் நடுவே நாமமும் துலங்கின. இடுப்புக்குமேல் எதுவும் அணியாததால் கருமையும் செம்மையும் கலந்து படர்ந்த மேனி பழுத்த வியாபாரியின் கோலத்தைப் பறைசாற்றுகிறது. அவரின் கண்ணில் படும்படியாகப் பலசரக்குகள் எழுதப்பட்ட கடதாசியொன்று காற்றில் பறக்காதவாறு மேசை மேலிருந்த முட்டாசு போத்தலின் கீழே செருவப்பட்டிருந்தது. அதை ஒரு கையால் எடுத்து மறுகையால் மூக்குக் கண்ணாடியைச் சரிசெய்துவிட்டுக் கண்களை அதில் ஓடவிட்டார். அது திலகம் எழுதியதென்று பழக்கமான கையெழுத்திலிருந்து புலனாகியது.

“என்னடாம்பி முருகேசு, தேவன் காலமையே வந்திட்டாரோ, ஆள் என்ர கண்ணிலை படயில்லை” என்று கடையின் நடுவே குறுக்கேயிருந்த கண்ணாடி அலுமாரிக்குப் பின்னால் அலுவலா யிருந்த முருகேசுவைக் கேட்டார்.

“இல்லை, முதலாளி. அவர் நேற்றுக் கடை பூட்டிற நேரமாப் பாத்து வந்தவரெல்லோ. அப்ப உந்தக் கடதாசியை என்னட்டைத் தந்திட்டு அவசரமாப் போட்டார். நானும் பேத்தனமா மறந்துபோனன் போலை கிடக்கு.”

கடைச் சிப்பந்தி முருகேசு இதை அறிவித்துவிட்டுப் பழையபடி அலுவலில் ஈடுபடத் துவங்கினான். துணைக்கு நிற்பவன் என்று தான் அவனை எவருக்கும் அடையாளம் காட்டுவார் கடை முதலாளி சத்தியமூர்த்தி. ஆனால், அவன் கடைச் சிப்பந்தி மட்டு மல்ல அவருக்கு வியாபாரத்தில் மட்டுமல்லாமல் குடும்பக் காரியங்களிலும் வலது கையாக இருப்பவன். அவருக்கு இன்னொரு கை இருந்தால் அந்தக் கையாகவும் இருப்பான் என்று தேவன் போன்று அவரோடு மிக நெருக்கமான நண்பர்கள் தமக்குள் சொல்லிக்கொள்வார்கள். அவர் அங்கே கடை திறந்த நாளிலிருந்து, வியாபாரம் எழுந்து நின்றபோதும் சறுக்கி விழ நேர்ந்தபோதும் அவருக்குத் துணையாக நின்றவன் முருகேசு. சத்தியமூர்த்தியிலும் பார்க்கப் பத்து வயதே இளையவனாக இருந்தபோதும் அவரின் தொழில்நுட்பங்களைக் கூடவேயிருந்து கரைத்துக் குடித்தவன். முருகேசு இல்லையென்றால் கடையை இழுத்துப் பூட்ட வேண்டியதுதான் என்று அவர் இன்னும் வாய்விட்டுச் சொல்லவில்லை. அப்படிச் சொல்லாவிட்டாலென்ன அதுதான் உண்மையும்.

சத்தியமூர்த்தியின் பலசரக்குக் கடை ஆலடிச் சந்தியிலிருந்து வடக்கு நோக்கிச் செல்லும் பருத்தித்துறை ரோட்டிலுள்ள கடை வரிசையின் அந்தலையில் இருக்கிறது. ஆரம்பத்தில் தகரக் கொட்டிலாக இருந்த தனது பழைய கடையை அண்மையில் சிமெந்து கட்டடமாக்கி வியாபாரத்தைத் தொடர்ந்திருக்கிறார்.

கடையினுள்ளே இந்தியாவிலிருந்து இறக்குமதியான சீனி, சர்க்கரை, பருப்பு, மல்லி, உளுந்து, போன்ற பலசரக்குச் சாமான்களுடன் உள்ளூர் உற்பத்திகளும் சாக்குகளில் நிரம்பிக் கீழேயும் கொட்டுண்டு கிடக்கின்றன. வாசல்புறத்துத் திண்ணையில் வாடிக்கையாளர்கள் விரும்பி வாங்கும் பல அரிசி வகைகள்

சாக்குகளில் வரிசையாக இருக்கின்றன. சத்தியமூர்த்தியின் மேசையின்மேல் சுருட்டும் பீடியும் மூடப்பட்ட போத்தல்களில் இருக்கின்றன. பலவகை முட்டாசுகளும் சொக்களேற்றுகளும் குட்டிப் போத்தல்களை அழகுபடுத்துகின்றன. சிகரட் மட்டும் காசு வைக்கும் லாச்சிக்குள் பத்திரமாக இருக்கிறது. வல்வெட்டித்துறை ஒறேஞ்ச் பார்லி சோடாவுக்குத்தான் அதிக மவுசு என்றபடியால் அதை அடுக்கி வைக்கும் றாக்கையின் பல தட்டுகள் எப்போதும் நிரம்பியிருக்கும். கொழும்பிலிருந்து வரும் யானை மார்க் சோடாக்கள் இன்னொரு இன்னொரு தட்டில் இருக்கும். கண்ணாடி அலுமாரியில் ஹார்லிக்ஸ், ஓவல்டின், சவுக்காரங்கள் போன்றவை அடுக்கப்பட்டிருக்கின்றன.

அலுமாரியின் பின்னாலிருந்த முருகேசு இப்போது சத்தியமூர்த்தியின் பக்கம் தலை நீட்டிக் குரல் கொடுத்தான்.

"சொன்னாப்போலை முதலாளி, லொறிக்காரக் கதிர்காமன் நேற்று வவுனியாவிலை நிண்டு சொல்லி அனுப்பினவன். இண்டைக்குக் காலமை சாமானைக் கொண்டுவந்து இறக்குவானாம்."

"கதிர்காமனோ?"

"ஓம் முதலாளி. அவனை நினைவிருக்குதோ?"

"அவன் முந்தித் தபால் கந்தோரிலை பீயோனா வேலை செய்து பிறகு சம்பளம் போதாது எண்டு சொல்லி விட்டிட்டுப் போனவனெல்லோ? ஆளை எனக்கு நல்லாத் தெரியும். சொன்ன மாதிரித்தான் செய்வான், காத்துக்கொண்டிரு."

கதிர்காமன் அந்தக் காலத்து அரிச்சந்திரன் மயான காண்டம் நாடகத்தில் சந்திரமுகியாக நடித்து பார்த்தவர்களையும் கேட்டவர்களையும் சிரிக்கவைத்தவன் என்பது எல்லாரும் அறிந்த சங்கதி.

"மெயில் பஸ் வரல்லையோ போஸ்ட் மாஸ்டரை போய்க் கேள், மெயில் ட்ரெயின் வரல்லையோ ஸ்டேசன் மாஸ்டரை போய்க் கேள்."

கதிர்காமனின் இந்தப் பொன்மொழி அவனிலும் பார்க்கப் பிரசித்தமானது. அவன் 'கண்டறியாத கவுண்மேந்து உத்தியோகம்' வேண்டாம் என்று சொல்லிவிட்டு லொறி ஓட்டத் துவங்கினான். அடுத்த மூன்று வருடத்துக்குள் சிங்கள ஊரில் வசதியாயிருந்த ஒரு முஸ்லிம் வியாபாரியின் 'கழண்டு கொட்டுண்டுபோன' லொறி

ஒன்றை வாங்கி வந்து ஏதோவெல்லாம் மாய மந்திரம் செய்து உருப்படியாக்கிவிட்டு ஊரிலிருந்து கதிர்காமம் வரைக்கும் புகை கக்க சாமான் ஏற்றிப் பறிக்கிற விபாபாரம் செய்கிறான். 'ஆள் சில்லறையான ஆளில்லை' என்றது முருகேசுவின் அபிப்பிராயம்.

"மத்தியானமாப் போச்சு அவனை இன்னும் இந்தப் பக்கம் காணயில்லை" என்று சொன்ன சத்தியமூர்த்தி கடையிலிருந்து இறங்கிவந்து இடப்புறமாகச் சந்தடி மிக்க ஆலடிச் சந்தியை நோட்டம்விட்டார். கண்ணுக்கு எட்டிய தூரம்வரை கதிர்காமனின் லொறி வரும் சிலமனைக் காணவில்லை.

தெற்குப் புலோலியின் எல்லையைத் தொட்டு நிற்கிறது ஆலடி முச்சந்தி.

சந்தியிலிருந்து தெற்காலை கொடிகாமத்தையும் சாவகச் சேரியையும் பார்த்துச் சிறுபிள்ளைகள் விளையாடும் கெற்றப்போல் போல இரட்டைக் கிளைவிட்டு ஓடுகிறது தார் பதித்த வீதி. அங்கிருந்து பார்த்தால் வடக்காலை போகும் பருத்தித்துறை வீதியின் இரு கரைகளிலும் இல்லையில்லையென்றாலும் ஒரு இருபது கடைகளாவது இருக்கும். வீதியின் மேற்குக் கரையில் சொந்தமாக லொறி வைத்திருக்கும் அளவுக்கு வசதியுள்ள செல்லமுத்துவின் சிமெந்து, இரும்புக் கம்பிகள் போன்ற வீடு கட்டும் உபகரணங்கள் விற்கும் இரட்டைக் கடை இருபக்கத்துக் கதவுகளையும் அகலத் திறந்தபடி வரவேற்கிறது. அதன் வாசலில் குறுக்காகக் கட்டியுள்ள கயிறில் உள்நாட்டுச் செய்தித் தாள்களும் குமுதம், கல்கி, ஆனந்த விகடன் போன்ற பத்திரிகைகளும் இன்னொரு கயிறில் வெயில் பட்டு மங்கிப்போன பஞ்சாங்கப் புத்தகங்களும் தொங்குகின்றன.

கடையின் முன்விறாந்தையில் கயிற்று வளையங்கள், வாளிகள், மண்வெட்டிகள் போன்றவை குறுக்கே நடப்பவர்களின் காலை இடற வைக்கும்படியாகப் பரவிக் கிடக்கின்றன. காலையில் கடையைத் திறந்தபோது சாமிப் படத்துக்கு முன்னால் எரித்த சாம்பிராணியின் தடித்த புகையும் மணமும் வெளியேற மறுத்து இப்போதும் அங்கே சுழன்றுகொண்டிருக்கிறது. அதற்கு அடுத்து அதே திண்ணையோடிருக்கும் பல நோக்குக் கூட்டுறவுச் சங்கக் கடை, பொதுமக்கள் பாஷையில் சங்கக் கடை, மனேச்சரோடு சேர்ந்து தூங்கி வழிகிறது. அந்தக் கடையின் வடக்குக் கரையோடு ஆரம்பமாகிறது ஆலடிச் சந்தை. அயல் தோட்டங்களிலிருந்து

அன்று விடிகாலை பிடுங்கப்பட்ட மரக்கறிகளும் நீர்வேலி வாழைக்குலைகளும், கொடிகாமத்துத் தேங்காயும் உள்ளூர்ப் புகையிலையும் பருவ காலத்துக்கு ஏற்றாற்போல் பழ வகைகளும் செம்மண் தரையில் சாக்கின்மேல் வாசமடித்தபடி படுத்திருக்கின்றன. மீனோ இறைச்சியோ வாங்கவேண்டுமானால் பருத்தித்துறைச் சந்தைக்கு அல்லது இன்னும் தூரத்திலுள்ள நெல்லியடிச் சந்தைக்குத் தான் போக வேண்டும். மத்தியானமானதும் வியாபாரமும் முடிந்து அக்கம்பக்கமெல்லாம் ஆளரவமற்றுவிடும்.

சந்தையிலிருந்து இன்னும் வடக்கே சிங்களக் குடும்ப மொன்றுக்குச் சொந்தமான சீதா பேக்கரி கதவுகளை இறுக மூடிக் கொண்டு உறங்குகிறது. மாலையானதும் அங்கே தயாராகும் பாணும் பணிசு வகைகளும் எழுப்பும் வாசனை அந்தப் பிரதேசத்தையே வளைத்துப்போட்டுவிடும். அதற்கு அடுத்து ஒரு அரசாங்க மிருக வைத்தியசாலை மிருகங்களுமின்றி மனிதர்களுமின்றித் திறந்த படி இருக்கிறது. எப்போதாவது 'மாட்டு டாக்குத்தர்' என அழைக்கப்படும் மிருக வைத்தியர் தனது உதவியாளுடன் வருவார். அங்கே எவரும் அவர்களுக்காகக் காத்திருப்பதில்லை. அதனால் வந்த கையோடு வீட்டுக்குத் திரும்பிவிடுவார். கால்நடை வளர்ப்பவர்கள் ஊரெல்லாம் இருந்தார்கள். அவைகளுக்கு என்ன ஊட்ட வேண்டுமென்றும், வருத்தம் வந்தால் என்ன செய்ய வேண்டுமென்றும் அவர்களுக்கு நன்றாய்த் தெரிந்திருந்தது.

மாட்டு டாக்குத்தருக்கும் வேலை செய்யாமலே சம்பளம் வந்துகொண்டிருந்தது. அங்கிருந்து ஒரு கட்டை போனால் கிராம கோடுக் கட்டடம் ஆளரவமற்று அழுது வடிந்துகொண்டிருக்கும். அங்கேயிருந்து பஸ்ஸுக்கு ஐந்து சதம் கொடுத்தால் பருத்தித்துறைக்குப் போய் கடற்கரைக்கு ஒரு நடை போய்வரலாம். பெரிய சந்தையிலும் கடைகளிலும் சாமான் வாங்கலாம். பக்கத்து தியேட்டரில் படமும் பார்க்கலாம்.

ஆலடிச் சந்தையின் எதிர்ப்புறம் திறந்தபடி கிடக்கும் அகன்ற கிறாதிக் கதவுக்கு உட்புறமாகக் கிட்டினனின் மரக்காலை உயர்ந்த வேம்பு, புளியமரங்களின் பின்னால் பதுங்கிக்கொண்டிருக்கிறது. உட்புற வேலியோடு விறகு 'நிறுக்கும்' பெரிய அளவு தராசு நிமிர்ந்து நிற்க அதைச் சுற்றித் தரையில் தராசுப் படிகள் ஒழுங்கற்றுக் கிடக்கின்றன. மரக்காலையில் விறகு கொத்தும் கோவிந்தன் தீட்டிய கோடரியோடு காலையிலேயே வந்துவிடுவான். அவனுக்குத் தெரிந்த ஒரே தொழில் விறகு கொத்துவதுதான். நாளைக்கு

மனிதர் விறகுக்குப் பதிலாக நவீன முறையில் அடுப்பை மூட்டத் துவங்கிட்டால் அவனுடைய கோடரியோடு இரும்புபோன்ற உடம்பும் கறள் பிடித்துவிடலாம்.

மரக்காலைக் காணிக்குள் வேலியோரமாகத் தனித்து நிற்கும் தகரக் கொட்டிலிலுள்ள கம்மாலையில் நீறு பூத்திருக்கும் அடுப்பு அதன் சொந்தக்காரனின் மனம்போலப் புகைந்துகொண்டிருக்கிறது. மாடுகளுக்கு லாடன் அடிப்பதுதான் அவனுடைய பிரதான தொழில். இன்று மதியமாகியும் இன்னும் எந்த வாடிக்கையாளரும் வந்து சேரவில்லை. மரக்காலைக்கு அடுத்து கபே, ஹோட்டல் என்ற பெயர்களில் இலையான் மொய்க்கும் இரண்டு மூன்று சாப்பாட்டுக் கடைகள் மூக்கைப் பொத்த வைக்கின்றன.

அவற்றின் முற்றங்களில் வெற்றிலைத் துப்பலும் அரைகுறையாய் எரிந்த சிகரெட்டுகளும் பீடிகளும் எச்சில் வாழை இலைகளும் மக்களை எட்ட நடக்கச் செய்கின்றன. அங்கிருந்த ரேடியோவிலிருந்து தொடர்ந்து சினிமா பாடல்களும் இடைக்கிடை செய்திகளும் அலறிக்கொண்டிருக்கின்றன. தெரு ஓரமாகத் தனியே நிற்கும் அரச மரத்தடியில் சைக்கிள் திருத்தும் கடை பூட்டியபடி கிடக்கிறது. அதன் கதவோரம் தொங்கிக்கொண்டிருக்கும் பழுதடைந்த டயர்களும் டியூப்புகளும் கடையில் நடைபெறும் தொழிலையும் கடைக்காரனின் சோம்பேறித்தனத்தையும் பறைசாற்றுகின்றன.

சைக்கிள் கடைக்குப் பக்கத்திலுள்ள ஓடைக்குள் 'சாமான்' என்று குடிமக்கள் பரிபாஷையில் அடையாளம் காட்டப்படும் சாராயப் பந்தல் இரவு பகலென்று பாராமல் திறந்தபடி வரவேற்கிறது. அதன் வாசல் திண்ணையில் ஓலைப் பெட்டி நிறையத் தட்டை வடையை வைத்திருக்கும் நடுத்தர வயதுப் பெண் வருவோர் போவோரை ஏக்கத்துடன் பார்த்தபடி இருக்கிறாள். பந்தலுக்கு எதிர்ப்புறமாய், மந்திகை அம்மன் அடர்ந்த மரங்களின் கீழே உறங்கிக்கொண்டிருக்கிறாள்.

சாராயப் பந்தலுக்குள்ளிருந்து வெளியே வந்த ஒருவர் வாயை இறுகத் துடைத்துவிட்டு மடியிலிருந்து ஒரு பீடியை எடுத்துப் பற்றவைக்க முயன்றபோது எதிரேயிருக்கும் அம்மன் கோயில் கண்ணில் பட்டது. உடனே அந்தத் திக்கு நோக்கித் தலையில் குட்டு வைத்து வணங்கிவிட்டு ரோட்டில் ஏறி நடக்கிறார்.

இவற்றை விட்டால், ஆலடிச் சந்தியிலிருந்து நெல்லியடி நோக்கிச் செல்லும் குறுக்குத் தெருவில் சிறு தூரம் நடந்தால் எப்போதும்

சுறுசுறுப்பாக இயங்கிக்கொண்டிருக்கும் மந்திகை ஆஸ்பத்திரியின் இரட்டைக் கதவு போட்ட வாசலுக்கு வந்துவிடலாம். அது அரசாங்க வைத்தியசாலை என அறியப்பட்டபோதும், அங்கே அடிக்கடி வரும் வயதான பிரசைகளுக்கு அது எப்போதும் தருமாஸ்பத்திரிதான். வியாதியை விபரிக்கமுன் டாக்குத்தர் மருந்தை எழுதிக் கொடுத்துவிடுவார் என்ற அனுபவ உண்மை அங்கு வரும் வியாதிக்காரர்களுக்கு நன்றாய்த் தெரியும். என்றாலும் போத்தல் நிறையப் பல நிறங்களில் மருந்தை வாங்கிக்கொண்டு வெளியே வரும்போது 'வருத்தம் நாளைக்கு மாறிவிடும்' என்ற நம்பிக்கையை அவர்கள் ஒருபோதும் கைவிட்டதில்லை. அந்த மருந்தும் அவர்களைக் கைவிட்டதில்லை. வழியிலுள்ள பலசரக்குக் கடைகளில் அரை றாத்தல் சீனியும் ஒரு தேயிலைப் பைக்கெட்டும் வாங்கிக்கொண்டு வியாதிக்காரரைப் பார்க்கப்போகும் உறவுக்காரர்களின் நடமாட்டம் பிற்பகலென்றால் ஆஸ்பத்திரி வாசலில் சூடு பிடிக்க ஆரம்பித்துவிடும்.

அன்று காலை வேளையிலும் வார்டுகளில் தங்கியிருக்கும் சொந்தக்காரரைப் பார்க்க வந்திருக்கும் ஒரு கும்பல் உள்ளே போக வாய்ப்புக் கிடைக்குமென்ற நம்பிக்கையுடன் கதவோரம் பொறுமையுடன் காத்து நிற்கிறது. அவர்களுக்கு அடைக்கப்பட்ட கதவு பெரிய டாக்குத்தரையே நேரே போய்ப் பார்த்துவிடும் செல்வாக்கு மிக்கவர்களுக்குத் தானாகவே திறந்துவிடுவதுமுண்டு.

"உந்தக் கங்காணி றாஸ்கோல் உள்ளுக்கை போக விட்டால் தானே?" என்று ஒருவர் பொருமிக்கொண்டு நின்றார். அவர் கையிலிருந்த குறை பீடி புகைந்துகொண்டிருந்தது.

"பாவம் என்ரை மோள், ரண்டு நாளாக வயித்திலை வலி தாங்கேலாமல் கஷ்டப்படுறாள் எண்டபடியால் இஞ்சை கொண்டந்து சேர்த்துவிட்டனான். அவளை ஒருக்கால் போய்ப் பாக்கலாமெண்டால் நேஸி தேவடியாளுகள் விட்டால்தானே. 'போ, போ, இப்ப பாக்கேலாது' எண்டு திட்டித்திட்டிக் கலைக்கிறாகள்" இது ஒரு வயதான பெண்ணின் வயித்தெரிச்சல். இனி மகளைக் காண வேண்டுமென்றால் மதியம்வரை காத்து நிற்க வேண்டும். சந்திக் கடையில் வாங்கிய சீனிச் சரையையும் சக்கரையும் மடியில் ஒருபுறம் பாரமாய் அழுத்திக்கொண்டிருந்தன.

ஆஸ்பத்திரி வாசலிலிருந்து கூப்பிடு தூரத்தில் மந்திகைச் சந்தி பஸ்ஸும் தட்டி வேனும் வந்து தரிக்கும் இடமாதலால்

காலையிலிருந்து மாலைவரை கலகலத்துக்கொண்டிருக்கும்.

"நெல்லியடி, கொடியாமம். ஓடி வா, ஓடி வா. சத்தியமா பஸ்ஸுக்கு முன்னாலை கொண்டுபோய் இறக்குவம். அண்ணை, அங்கை பின்னாலை ஏறு. எணேய், கடகத்தை என்னட்டைத் தந்திட்டு முன்னாலை ஏறணை. தம்பி, சைக்கிளை ஏத்திறதெண்டால் மேலை போட்டிட்டுக் கயிறாலை கட்டிவிடுறன், சரியோ?"

"ஓமோம், ஓமோம்."

"எண்டாலும் இடைக்கிடை எட்டிப் பாத்துக்கொள்ளு." கொண்டக்டர் வேனின் வாசலுக்கும் பின்னுக்குமாகப் பறந்து கொண்டிருந்தான். சந்தியில் காத்திருந்த சிறு கும்பல் வேனில் ஏற வந்தபோது தூரத்தில் வந்துகொண்டிருக்கும் அரசாங்க பஸ் அவனின் கண்ணில் பட்டுவிட்டது.

"அண்ணை, பஸ் வருது" தட்டி வேன் சாரதிக்கு அவசரச் செய்தியை அனுப்பிவிட்டு வாசலில் நின்றவர்களை செத்த மிளகாய் மூட்டையைத் தள்ளிவிடுவதுபோல் உள்ளே ஏற்றி விட்டான். இப்போதே வேன் நிறைந்துவிட்டது. ஆனால், இன்னும் எப்படிப் பத்துப் பேரை ஏற்றலாம் என்ற சூத்திரத்தை நன்கறிந்தவன் கொண்டக்டர். வேன் அலறியபடி புறப்படவும் பஸ் பெரிதாக எந்த ஆரவாரமும் இல்லாமல் அதே இடத்தில் வந்து நின்றது. தட்டி வேன் கொண்டக்டரின் பேச்சுக்கு மசிந்து கொடுக்காமல் பஸ்ஸைக் காத்து நின்ற சிலர் வலு ஆறுதலாக வந்து ஏறிக்கொண்டார்கள். பஸ்ஸும் அந்த இடத்தைப் பிரிய மனமின்றிப் புறப்பட்டது.

தெருவில் எரித்த காலை வெயிலூடே விசிறியடித்துக்கொண்டு வந்த சூட்டையும் பிசுக்கையும் வைத்து அன்று மதிய வெயில் எந்தக் கணக்கில் வாட்டப்போகிறது என்பதை சத்தியமூர்த்தி அறிவார். அதை உத்தேசித்து கடை வாசலில் சின்னதாகவொரு பந்தல் போட்டிருக்கிறார். பந்தலின் கீழே வாடிக்கையாளரின் வசதிக்காக ஒரு பக்கத்தில் இரண்டு வாங்கில்களைப் போட்டிருக்கிறார். எதிர்ப் பக்கத்தை சைக்கிள் நிறுத்தும் இடமாக ஒதுக்கி வைத்திருக்கிறார். சில வேளைகளில் இந்த இரண்டு வாங்கில்களும் சாமானுக்கு வந்தவர்களாலும் சும்மா வந்தவர்களாலும் நிரம்பி விடுவதுண்டு. அந்தத் தெருவில் எந்தக் கடைக்கு முன்னாலும் சேராத சனக்கூட்டம் சத்தியமூர்த்தியின் கடைக்கு முன்னால் சேருவதற்குரிய காரணம் முதலில் அவர் வாடிக்கையாளரோடு

பேசும் சாதுரியமான பேச்சு. அதற்கடுத்ததாகச் சங்கரலிங்கத்தின் வருகையைத்தான் சொல்ல வேண்டும்.

"ஜீஜீ பொன்னம்பலத்துக்கும் எனக்கும் ஒரு விஷயத்திலை யெண்டாலும் ஒற்றுமை இருக்குது தெரியுமோ? நாங்கள் ரண்டு பேரும் சகட யோகக்காரங்கள். அதோடை அவரும் கறுவல், நானும் கறுவல். ஹா ஹா ஹா!"

இதுபோன்ற ஏதேனும் பெரும் கொழுக்கியாகப் போட்டுக் கொண்டுதான் சத்தியமூர்த்தியின் கடை வாசலுக்குப் பிரசன்னமாவார் சங்கரலிங்கம். அவர் எழுப்பும் கேள்விக்கான பதிலும் அதைத் தொடர்ந்து வரும். கூடவே அவரின் கன்னம் சிதறும்படியாக வெடிக்கும் பயங்கரச் சிரிப்பு எட்ட நிற்கும் ஆட்களையும் அவரின் கூட்ட மைதானத்துக்கு அழைத்து வந்து விடும். ஒரு ஆள் வசதியாக அகப்பட்டாலே போதும் சங்கரலிங்கத்துக்கு ஞானம் பிறந்துவிடுமென்றும் இன்னும் கொஞ்சம் வயசு போனால் அக்கம்பக்கத்தில் எவரும் இல்லாமலே தன் பாட்டில் புசத்தத் துவங்கிவிடுவார் என்றும் சொல்வார்கள். சங்கரலிங்கத்தின் வரவினால் கடையில் வியாபாரம் நடக்கிறதோ இல்லையோ வாசலில் கூட்டம் சேர்ந்திருப்பது செலவில்லாத விளம்பரம் என்பதை, சத்தியமூர்த்தி தெரிந்துவைத்திருந்தார்.

"என்ன காணும் சத்தியமூர்த்தி, பண்டாரநாயக்கா கவுன்மெண்டிலை என்னைப் போலை ஓராள் நிதி மந்திரியாய் இருந்தால் போதும் அமெரிக்கன் டொலர் இலங்கைக் காசோடை போட்டிப் போடத் துவங்கிவிடும், கண்டியளோ!"

"அப்ப எங்கடை போயிலை, பனங்கிழங்கு, புழுக்கொடியல், பினாட்டுகூட வெளிநாட்டுக்கு ஏற்றுமதியாகும் என்று சொல்லுறீரோ?"

சங்கரலிங்கத்தின் பேச்சைக் கேட்க வந்த கூட்டத்திலிருந்து ஒருவர் கேட்பார் அல்லது அவரை மேலும் உசுப்பேற்றுவார். அவரும் அதைத்தான் காத்திருந்தவர்போல் சடாரெனப் பதில் சொல்லி, கேள்வி கேட்டவரின் வாயை மூட வைத்துவிடுவார்.

"அவ்வளவுக்கு நான் என்ன எகானமிக்ஸ் தெரியாத மடையனெண்டு நினைச்சுக்கொண்டீரோ? உம்மைப்போலை உரிச்சுப்போட்ட வெங்காயத்துக்கு எகானமிக்ஸ் சொல்லிக்கொடுக்க நான் ஒரு விடுபேயன் இல்லை பாரும்."

சங்கரலிங்கம் இதைச் சொல்லிவிட்டு ஒரு வெடிச் சிரிப்புச் சிரிப்பார். அத்தோடு கேள்வி கேட்டவர் வாயை மூடிக்கொண்டு விடுவார். தன்னைப்போன்ற ஒருவர் நிதி மந்திரியாயிருந்தால் நாட்டில் என்னென்ன முன்னேற்றமெல்லாம் நடக்குமென்பதை விளக்க வேண்டிய அவசியமும் அவருக்கு இல்லாதுபோய்விடும். அடுத்த நிமிடம் அவர் பேச்சு வேறு திசைக்குத் திரும்பிவிடும். ஆனால், அவரைக் கேள்வி கேட்பதுபோல் கிண்டல் செய்யத் தயாரான ஆட்கள் எப்போதும் அவரைச் சுற்றி இருப்பார்கள். இதையெல்லாம் பொருட்படுத்துகிற ஆளில்லை சங்கரலிங்கம்.

"என்ர மூத்தவன் அப்ப மிலிட்டரியிலை இருந்த காலத்தில பெட்டி முட்டக் காக்கித் துணியும் மைப்பீஸ் சீலையும் அனுப்புவான், கேள்விப்பட்டிருப்பியள். அப்ப வீட்டை வாறாக்களுக்கு அதிலை எத்தினை முறை ஒரு அரைச்சல்லியும் வாங்காமல் வெட்டி வெட்டிக் குடுத்திருப்பன் தெரியுமோ? அதிலைதானே உங்கை எல்லாரும் காச்சட்டை, சேட் தச்சுப் போட்டவங்கள்."

"இப்ப உங்கடை மகன் எங்கை இருக்கிறார்?" கூட்டத்திலிருந்த இன்னொரு அபிமானியின் நியாயமான கேள்வி எழும்.

"வலு சோக்கான கேள்வி கேட்டீரப்பா, அவன் கொம்மாண்டர் புறமோஷன் எடுத்து அம்பாந்தோட்டையிலை இருக்கிறான் என்று நீர் பேப்பரிலை வாசிக்கயில்லை போலை கிடக்கு. நீர் ஆசுப்பத்திரி சுவீப் றிசல்ட் பாக்கத்தான் ஈழநாடு பேப்பரை எட்டிப் பாப்பீரெண்டது ஊர் அடிபட்ட செய்திதானே."

இந்த மறுமொழியோடு கேள்வி கேட்ட அந்த ஆளும் அப்போதைக்கு வாயை மூடிக்கொள்வார். இவ்வாறாக எவர் கேள்விக்கும் அவர் சொல்லும் பதில் பொய்யும் புளுகுமாக இருந்ததை அவர்கள் கண்டுகொள்ள முன் அடுத்த கதைக்குச் சடாரெனத் தாவிப் பழைய கதையை மறக்கடிக்கச் செய்துவிடுவார் சங்கரலிங்கம்.

சங்கரலிங்கத்தின் குடும்பத்துக்குப் புலோலிதான் சொந்த இடம். இதனால் அந்த ஊரிலும் அடுத்த ஊர்களிலும் மூன்று தலைமுறைக்கு முந்தியவர்களின் வரலாறெல்லாம் அவருக்குத் தலைகீழ்ப் பாடம். முக்கியமாக, பார்லிமெண்ட், நகரசபை எலெக்சன் கேட்டவர்கள், வென்றவர்கள், கட்டுக்காசு இழந்தவர்கள், கட்சி மாறினவர்கள் எதிராளியிடம் காசை வாங்கிக்கொண்டு எலெக்சனிலிருந்து வாபஸ் வாங்கிக்கொண்டவர்கள், மனைவிமாரைத் தாலிப் பிச்சை

கேட்க அனுப்பி பார்லிமென்டுக்குத் தெரிவானவர்கள் என்ற பலரின் விருத்தாந்தமெல்லாம் அவருக்குத் தலைகரண பாடம்.

கையிலிருந்த பனை ஓலை விசிறியால் முதுகைச் சொறிந்து கொண்டிருந்த சத்தியமூர்த்தி மூக்குக் கண்ணாடியின் மேலாக ரோட்டை நோட்டம் விட்டபோது கடையை நோக்கி நாயோட்டமும் சில்லறைப் பாய்ச்சலுமாக வந்துகொண்டிருந்த சங்கரலிங்கம் தென்பட்டார். அவரின் மெலிந்த உடல் பலவீனம் காரணமாக நடுங்கித் தளம்புவதையும் தோளிலிருந்து வழுக்கி விழும் சால்வையை எடுத்துத் திரும்பவும் போட முடியாது தடுமாறுவதையும் கண்டபோது அவர் மனம் சங்கரலிங்கத்தின் இயலாமையைக் கண்டு வருந்தியது. அவர் கடைக்குக் கிட்ட வந்தபோதுதான் அவர் கையில் அன்றைய தினசரி நசுங்கிப் போயிருந்ததைக் கண்டார். ஏதோ தலைபோகும் செய்தியோடை வாறார். அதுதான் இந்த அவசர நடை போலும்.

"உவன்தான் எகானமிக்ஸிலை டொக்டர் பட்டம் எடுத்த நிதி மந்திரி என்னெம் பெரேரா, அவனையே பேய்ப்பட்டம் கட்டித் தங்களன்ர சம்பளத்தை ஏத்திப்போடலாமெண்டு பாத்தாங்கள் உந்த கொழும்பு பெரிய தபால் கந்தோர் மெயில் சோட்டேர்ஸ் சங்கம். உரிச்ச வெங்காயங்களெண்டால் உவங்கள்தான் உரிச்ச வெங்காயங்கள்."

ரோட்டிலிருந்து இறங்கிக் கடை வாசலுக்கு வர முன்னரே சங்கரலிங்கம் எழுப்பிய கேள்வி பந்தலுக்குள் நுழைந்துவிட்டது. கையோடு அட்டகாசமான பதிலும் அதைத் தானே பாராட்டுவது போன்ற சிரிப்பும் அவரிடமிருந்து வருமென்று பந்தல் வாசிகளுக்கு நல்ல மனப்பாடம்.

"அதார் மெயில் சோட்டேர்ஸ்?" இடையில் தலையிட்டார் வாங்கிலில் இருந்து சோடா குடித்துக்கொண்டிருந்த சங்கரலிங்கம் அபிமானி.

"மெயில் சோட்டேர்ஸ் ஆக்களெண்டால் ஒவ்வொரு நாளும் கொழும்புக்கு வாற லட்சக்கணக்கான தபாலுகளை ஊர் வேறாகப் பிரிச்சு அந்தந்த இடங்களுக்கு ரயிலிலையோ வானிலையோ அனுப்ப ஒழுங்கு செய்யிறவங்கள்."

"அடேயப்பா..! அப்பிடியோ அங்கே வேலை செய்யிறாங்கள்!" உண்மையிலேயே ஆச்சரியப்பட்டுப் போனார் கேள்வி கேட்டவர்.

"எங்கட பருத்துறை, கரவெட்டி போஸ்ட் ஓஃபிசுக்கு ஏழெட்டு பேக்குகள் மட்டும் வரும். அவங்களட்டையோ நாடு முழுதுமிருந்தெல்லோ வரும், சும்மா கோயில் வீதியிலை இருந்து கடலை கொறிக்கிற வேலையெண்டு நினைச்சீரோ?"

"உண்ணாணை தெரியாமல்தான் கேட்டனான்" என்று அதே ஆள் சமாதானக் கொடி ஏற்றினார்.

"உவள் பொம்பிளை பண்டாரநாயக்காவன்ர கவுன்மென்ட் ஏற்கனவே வங்குறோத்தாப் போய்க்கிடக்கு. இந்த லட்சணத்திலை உவங்களன்ர சம்பளக் கோரிக்கையை இந்தா பிடியென்று நிறைவேற்றிறதெண்டால் உலக வங்கியிலைதான் ஊருப்பட்ட கடன் வாங்க வேணும். என்னெம் என்ன செய்தான் தெரியுமோ?

"தொழிலாளரன்ர சப்போட்டு இல்லாட்டில் சோசலிசக் கட்சி யிலையிருந்து என்னெம் பெரேரா பார்லிமென்டுக்கே வந்திருக்க மாட்டான். இப்ப பண்டாரநாயக்காவன்ர அரசாங்கத்திலை நிதி மந்திரி எண்டாப்போலை சோட்டேர்ஸ் சங்கம் கேட்ட சம்பள உயர்வுக் கோரிக்கையை 'இந்த பிடி' என்று குடுக்க ஏலுமோ? கோரிக்கை என்னவெண்டால், 'இண்டை இரவுக்குள்ளை எங்கடை சம்பளத்தை நூறுக்கு ஐஞ்சு சதம் உயத்த வேணும் இல்லாட்டில், நாளைக்கு விடியப்புறத்திலையிருந்து ஒரு போஸ்காட்கூட கொழும்பு மெயில் சோட்டிங் ஓபிசிலையிருந்து அங்காலை இஞ்சாலை அரங்காது. அந்தளவுக்கு நாடு முழுதும் ஸ்ரைக் கலக்கத் துவங்கியிடும்' என்று கதையைக் கிளப்பி பேப்பரிலையும் அதைப் பெரிசாப் போட்டிட்டாங்கள்.

"என்னெம் என்ன சில்லறையான ஆளோ, பாத்தான், நிதி மந்திரியாகி மூண்டு மாசந்தான் ஆகுது, இவங்கள் நாளைக்கு ஸ்ரைக்கிலை குதிச்சால் அடுத்த கிழமை மந்திரி வேலைக்கு அள்ளிவைச்சுப்போடுவாங்கள். இவங்களன்ர வாயை மூடவும் வேணும் மந்திரி உத்தியோகத்தை இறுக்கிப் பிடிச்சிருக்கவும் வேணுமெண்டால் உடனை ஏதேனும் நுட்பமா பிளான் பண்ணிச் செய்ய வேணும். அப்பிடி பிளான் பண்ணினபடி செய்து போட்டான். நேற்று ராத்திரியே வர்த்தமானியிலை போட்டான் ஒரு ஓடர். நாளையிலையிருந்து போஸ்டல் சோட்டேர்ஸ் எண்ட கடைசி நிலைச் சிப்பந்தியளன்ர உத்தியோகப் பெயர் சோட்டிங் ஓஃபிஸர்ஸ் என்று மாத்தப்பட்டிருக்குது என்று ஒரு வரிதான் அந்த ஓடர். அடேயப்பா, 'நாளையிலையிருந்து நாங்கள் எல்லாரும்

ஓஃபிஸர்ஸ்’ என்று துள்ளிக் குதிச்சாங்கள் இந்த சோட்டிங் வெங்காயங்கள். அதோடை சம்பள உயர்வுக் கோரிக்கையையும் கட்டையில போட்டிட்டு ஸ்ரைக்கையும் மறந்துபோனாங்கள். இது என்னெம்முக்குக் கிடைச்ச முதல் வெற்றி கண்டியளோ?”

இனி சங்கரலிங்கம் மூச்சு விட வேண்டும். அவரைச் சுற்றி நின்று கதையைக் கேட்டுக்கொண்டிருந்தவர்களும் வாயை மூட வேண்டும். அவரின் வாக்குச் சாதுரியத்தை நன்கறிந்த சத்தியமூர்த்தி மனதுக்குள் சிரித்துக்கொண்டார். ஒரு சின்னச் விஷயத்தை வைத்து இந்த அளவுக்குக் கூட்டம் சேர்க்க ஆனானப்பட்ட என்னெம்மாலேயே முடியாது.

பந்தல் வாசிகளுடன் சேராத இன்னும் பலர் சத்தியமூர்த்தியின் கடைக்கு வருவதுண்டு. செல்வநேசத்துக்கு அறுபது வயது இருக்கும். அவளுடைய மனிசன் எப்போதோ செத்துப்போனார். அன்று பிடித்தது தரித்திரம். உள்ளூர் விதானையாரை மன்றாடி ஏசண்டர் ஐயாவுக்கு எழுதிப் போட்டதால் மாதாந்தம் இருபது ரூபா மானியம் கிடைத்து வந்தது. அது அவளுக்குக் கொஞ்சமாவது ஆறுதல் தந்தது. என்றாலும் ‘பிச்சைச் சம்பளம் எடுக்கிறவள்’ என்று ஊர் ஆட்கள் கொடுத்த பட்டம்தான் அவளால் பொறுக்க முடியாதிருந்தது. கடைக்கு வந்தால் சாமானுக்குரிய காசை சில்லறையாகக் கொடுப்பாள். அதுவும் பத்து முறை எண்ணிவிட்டுத்தான் கொடுப்பாள். அதைக் கண்ணை மூடிக் கொண்டு லாச்சிக்குள் போட்டுவிடுவார் சத்தியமூர்த்தி.

கடைக்குச் சபாரத்தினம் பத்தர் வந்தாலோ சுற்றுப்புறம் சோடித்த மாதிரி ஆகிவிடும். அவரின் கம்பீரமான தோற்றத்தை இன்னும் எடுப்பாக்கும் சிவந்த மேனியும் மணிக்கையை எட்டும் பூப்போலை வெள்ளை நேஷனல் சேர்ட்டும் அகலக் கரை போட்ட வேட்டியும் முகத்தில் ஒருபோதும் மாறாத புன்னகையும் அவர் போகுமிடமெல்லாம் வாடிக்கையாளர்களை வளைத்துப் போட்டுவிடும். வாயில் விலையுயர்ந்த சிகரட் தன்பாட்டில் புகைந்துகொண்டிருக்கும். ஆனால், புகையை உள்ளே இழுத்ததை எவரும் கண்டதில்லை. சொன்னால், சொன்ன நேரத்துக்கு நகை செய்து கொடுத்துவிடுவார். அவர் கைபட்ட தங்கமும் மாற்றுக் குறைந்ததில்லையென்ற பெயரையும் எடுத்திருந்ததால் அவர் கேட்கும் அதிகப்படி கூலிக்கு இணங்கிடுவார்கள். இதைத்தான் செல்வாக்கு என்று சொல்லுறது என்பார் சத்தியமூர்த்தி. சபா ரத்தினத்தின் வாடிக்கையாளர்கள் வாழும் எந்தெந்த ஊர்களில்

அவருக்குத் தொடுப்புகள் இருக்கிறதென்ற ரகசியமும் சத்திய மூர்த்திக்குத் தெரியும். சபாரத்தினம் எப்படி இதையெல்லாம் சமாளிக்கிறார் என்றதுதான் அவருக்குப் பெரும் ஆச்சரியம்.

சத்தியமூர்த்திக்கும் புலோலிதான் எல்லாம். அவரின் தகப்பனார், ஐம்பத்தெட்டாம் ஆண்டுக் கலவரத்தின்போது ஹொறவபொத்தானையில் கடை வைத்திருந்தார். அதுவொரு முழுச் சிங்கள ஊர். ஆனால், அவரின் கடை காலை திறந்தால் மூடும் நேரம்வரைக்கும் அங்கே வியாபாரம் பறக்கப்பறக்க நடந்துகொண்டிருக்கும். இதனால், அந்த ஊரிலிருந்த சிங்கள சில்லறை வியாபாரிகள் பலருக்கு வயித்தெரிச்சல். இவரும் மற்ற எல்லா யாழ்ப்பாணத்துக் கடைக்காரர்களைப்போல் உள்ளூர் பொலீசை கையில் போட்டுக்கொண்டு எந்தப் பிரச்னை தலை காட்டினாலும் சமாளிக்கத் தயாராக இருந்தார்.

ஆனால், பல நாட்களாக மறைமுகமாக ஆயத்தத்திலிருந்த தமிழர்களுக்கு எதிரான கலவரம் திடீரென வெடித்தபோது அவரும் ஏனைய யாழ்ப்பாணக் கடைக்காரர்களும் கடையையும் பொருட்களையும் பாதுகாக்க வழி தெரியாமல் உயிர் தப்பினால் போதுமென்று காடுகளுக்கூடாகச் சொந்த ஊர்களுக்குத் தப்பி வந்துவிட்டார்கள். கொலை, கொள்ளை, தீவைப்பு போன்ற எல்லா அட்டூழியங்களும் ஒருவாறு ஓய்ந்தபின்னர் கடையைப் பார்க்கப்போனவர் விசர் பிடித்து வீடு திரும்பினார். அவர் முதலிட்டிருந்த அத்தனை செல்வமும் கொள்ளையடிக்கப்பட்டுக் கடையும் எரிந்து சாம்பலாய்ப் போய்க் கிடந்தது.

வீட்டுக்கு வெறுங்கையோடு திரும்பியவர் அந்தக் கவலையைத் தாங்க முடியாமல் படுத்த படுக்கையாகிவிட்டார். அதற்குப் பிறகு அவர் எழும்பவே இல்லை. அப்போது அவரின் ஒரே மகன் சத்தியமூர்த்திக்குப் பன்னிரண்டு வயது. ஊரிலும் ஹொறவ பொத்தானையிலுமாக மாறிமாறி வாழ்ந்த குடும்பம் ஒரேயடியாக நொடித்துப்போய்விட்டது. அடுத்த சில ஆண்டுகளில் தகப்பனார் காலமாகிவிட்டார். இனி சத்தியமூர்த்தி ஒருவன்தான். வீட்டில் அடுப்பு எரிவதற்கு ஏதேனுமொரு தொழிலில் இறங்க வேண்டும் என்ற நிர்ப்பந்தம் உருவாகியது. அப்போது பத்தாம் வகுப்புப் படித்து முடித்தவனிடம் உத்தியோகத்தைத் தேடுவதிலும் பார்க்க வியாபாரத் துறையில் இறங்குவதே கனவாக இருந்தது. கையில் காசில்லாதவன் வியாபாரம் செய்து வெற்றிபெற முடியுமா? ஆனால், அவரின் தகப்பனாருடைய நண்பர் புளியமரத்துக்

காக்கா சத்தியமூர்த்தியின் குடும்பத்தில் இரக்கம் கொண்டு உதவிக்கு வந்தார்.

பருத்தித்துறையில் அப்துல் காதர் பல காலமாகவே மளிகைக் கடை வைத்திருந்தார். சந்தைக்கு அருகே பிரதான வீதியில் நின்ற பழைய புளியமரத்துக்குப் பக்கத்தில் காதரின் கடை இருந்ததால் புளியமரத்துக் காக்கா என்ற பெயர் எடுத்திருந்தார். வாடிக்கையாளர் வந்து கேட்கும் சாமான் இருப்பில் இல்லையென்றால், 'இல்லை' என்ற சொல் அவரின் வாயிலிருந்து வந்தது கிடையாது. சாதுரியமாக இன்னொன்றை அதன் இடத்தில் விற்றுவிடும் தொழில்நுட்பம் தெரிந்தவராக இருந்தார்.

"முதலாளி, நெஸ்பிறே ஒரு பெட்டி தாருங்கோ" என்று கேட்பார் வாடிக்கையாளர்.

"லக்ஸ்பிறே இருக்குதுங்க, நெஸ்பிறேயிலும் பார்க்கத் திறமான பால் மா. ஒருக்கால் குடிச்சுப் பாத்திட்டு வந்து சொல்லுங்க" என்பார்.

"லக்ஸ்பிறே சிலோன் சாமான். எனக்கு இம்போர்ட் சாமான் தான் வேணும்" என்று பிடிவாதமாக நிற்பார் வந்தவர்.

"என்ன சொல்றீங்க, இப்பவெல்லாம் சிலோன் உற்பத்திதானே திறம்னு எல்லாரும் சொல்லிக்கிறாங்க. எனக்கு சல்லி ஒன்னும் தர வாணாம். இந்தாங்க கொண்டுபோய் வீட்ல டீயோ கோப்பியோ போட்டுக் குடிச்சிப் பாருங்க. கொளந்தைப் பிள்ளைக்கும் கொடுத்துப் பாருங்க. மனதுக்குப் பிடிச்சா சல்லியைக் கொண்டாந்து தாங்க. இல்லீன்னா வாணாம். சம்மதமா?"

சரிதான், முதலாளி சும்மாவா சொல்லப்போகிறார் என்று தீர்மானித்தவர் சிலோனில் செய்த லக்ஸ்பிறேயை வாங்கிக்கொண்டு போவார். அவர் திரும்பி வந்து வாங்கின சாமானைக் குறை சொல்லப் போவதில்லையென்று காக்கா அனுபவத்தில் அறிந்திருந்தார். அந்த அளவுக்கு வாடிக்கையாளருடன் வாலாயமாகப் பேசிப் பொருளை விற்றுவிடுவார். அதே ஆள் அவரிடம் திரும்பவும் வந்து சாமான் கொள்வனவு செய்ய வேண்டும் என்ற இலக்கையே நோக்கமாகக் கொண்டு அவர்களை வளைத்துகொள்வதில்தான் காக்காவின் வியாபாரத்தின் வெற்றி தங்கியிருந்தது. சத்தியமூர்த்தியின் தகப்பனாரும் முன்னர் அதே தெருவில் கடை வைத்திருந்தார். அவரும் காக்காவைப்போலவே வியாபார நுட்பம் தெரிந்தவராக இருந்ததும் இந்த இருவருக்குமிடையே நெருங்கிய நட்பை ஏற்படுத்த உதவியது.

இளம் வயது சத்தியமூர்த்தி புளியமரத்துக் காக்காவின் கடை வாசல் வழியாகத்தான் பள்ளிக்கூடம் போவான். ஆரம்பத்தில் ஊரிலிருந்து மற்ற மாணவர்களுடன் நடந்து வந்தபோதும் பிறகு சைக்கிளில் வந்தபோதும் காக்காவின் கடையைப் பார்த்தபடி போவான். காக்கா கடையில் சாமான்களைப் பரப்பி வைத்திருந்த நேர்த்தியையும் மேசையின் முன்னால் இருந்துகொண்டு கடைக்கு வருவோரையும் தெருவோரம் செல்வோரையும் அவர் தன் பேச்சால் வசியம் செய்யும் அழகையும் அவன் அவதானிக்கத் தவறுவதில்லை. இப்படியே சின்ன வயதிலிருந்து அவனுக்குப் பலசரக்குக் கடை வியாபாரத்தில் ஈடுபாடும் விருப்பமும் ஏற்பட்டுவிட்டது.

"என்ன தம்பி, பாத்துக்கிட்டே போறீங்க?" என்ற காக்காவின் வழக்கமான விசாரணை போன்ற வரவேற்பு சத்தியமூர்த்தியை வாசலில் வைத்து வசீகரிக்கத் தவறுவதில்லை. ஒன்றிரண்டு தடவை அவரிடம் பேச்சுக் கொடுத்திருக்கிறான்.

"உங்களன்ர கடையைச் சும்மா பாத்தனான்" என்று முதல் முறை அவன் சொன்னது பல காலம் அவனின் நினைவி லிருந்தது. பின்னர் அதுவே அவன் சைக்கிளைக் கடை வாசலில் வைத்துவிட்டு உள்ளேபோய் அவருடன் பல விஷயங்களைக் கதைக்கும் பழக்கமாய் மாறியது. பிறகு ஒரு காலத்தில் தானும் இதுபோன்று கடை வியாபாரம் நடத்தி வாடிக்கையாளர்களை வாலாயம் செய்யமென்ற என்ற ஆசையையும் அவனுள்ளே வளர்த்தது. அவருடன் ஏற்பட்ட நட்பும் கூடவே தொடர்ந்தது.

"உங்க அப்பா சொகமா இருக்காங்களா?" தடித்த மூக்குக் கண்ணாடியை நெற்றிமேல் உயர்த்திவிட்டு விசாரிப்பார் காக்கா.

"ஓமோம் சுகமா இருக்கிறார். நேற்று அப்பாடை தபால் வந்தது. அதிலை நீங்கள் சுகமா இருக்கிறியளோவெண்டு விசாரித்து எழுதியிருந்தார்."

"அடே, அப்படியா! அவர் எவ்வளவு பெரிய மனுஷன். என்னையெல்லாம் சுகம் விசாரிச்சாரே!"

சத்தியமூர்த்தியின் மனம் பூரித்துப்போகும்.

தகப்பனார் இறப்பதற்குச் சில நாட்களுக்கு முன்னர் சத்தியமூர்த்தியைப் பக்கத்தில் வரும்படி கூப்பிட்டார். அவரைக்

கதைக்கவிடாமல் முதலில் இருமல் தடை செய்தது. அவன் அவரைக் கவலையுடன் பார்த்துக்கொண்டிருந்தான்.

"மோனை, எனக்குப் பிறகு அம்மாவுக்கும் தங்கச்சிமாருக்கும் நீதான் துணைக்கு இருக்கிறை..." மீண்டும் பலத்த இருமல். வாயிலிருந்து இரத்தம் வந்துவிடுமோவென்று பயத்தில் சத்தியமூர்த்தி பதில் சொல்லத் தெரியாமல் விம்மினான். தகப்பனார் அவனின் தலையைத் தடவி, "அழாதே மோனை. நான் சொல்லுறதைக் கவனமாக் கேள்" என்றார்.

அவன் அவர் என்ன சொல்லப்போகிறாரென்று அறிய ஆவலுடன் இருந்தான்.

"மோனை, புளியமரத்துக் காக்கா உனக்கு நல்ல பழக்கம்தானே, அவரை ஒருக்கால் போய்க் காண வேணும்."

"ஏனப்பா?"

"கொஞ்ச நாளைக்கு முந்தி என்னைப் பார்க்க இஞ்சை அவர் வந்தவரெல்லோ. அப்ப உன்ர படிப்புக்கு உதவ வேணுமெண்டு அவரட்டைக் கேட்டனான். அவரும் 'ஓம், கவலைப்பட வேண்டாம் நான் இருக்கிறன்' எண்டு சொன்னவர்."

"சரியப்பா, செய்யிறன். ஆனால்...?

"என்ன மோனை, அவர் உதவுவார் அதிலை சந்தேகமில்லை?"

"ஓமப்பா, நீங்கள் கேட்டால் நிச்சயம் செய்வார் ஆனால், எனக்குப் பத்தாம் வகுப்பு முடிஞ்சதும் வியாபாரம் பழக வேண்டு மெண்டதுதான் விருப்பம்."

"யாவாரமோ? அதுதானே எங்களைக் கடைசியிலை ஒரேயடியாப் படுத்தினது."

"அது நீங்கள் சிங்கள ஊரிலை கடை வைச்சிருந்தபடியால். நாங்கள் ஊரோடை சின்னதா எண்டாலும் ஒரு கடை போட்டிருந்தால் இந்த நிலைமை வந்திருக்காது, அய்யா."

"அப்படியும் நடந்திருக்கலாம். ஆர் கண்டது? விதி எப்பிடியோ அப்பிடித்தான் நடக்கும். அப்பிடித்தான் நடந்தது" அதற்கு மேல் அவரால் கதைக்க முடியவில்லை கண்களை மூடியபடி யோசிக்கத்தான் முடிந்தது.

மகன் தொடர்ந்து படிக்கவும் வேணும், அதுக்காகப் பிறத்தியாரிடம் கடமைப்படவும் கூடாது. சத்தியமூர்த்தியின்

தகப்பனார் கடைசியில் ஒரு முடிவுக்கு வந்தார். எதையும் இப்ப தீர்மானிக்க வேண்டாம். முதலிலை மகன் காக்காவிடம் போய்க் கதைத்தாலே போதும். அவர் நிச்சயம் ஒரு வழி காட்டுவார்.

தகப்பனார் காலமாகிச் செலவுகளெல்லாம் முடிந்தன. தாயாரின் விசும்பல் ஒன்றுதான் வீட்டில் எஞ்சியிருந்து சத்திய மூர்த்தியை வாட்டிக்கொண்டிருந்தது.

"மோனை, அப்பா சொன்னதை மறந்துபோனியோ?" ஒரு நாட்காலை அம்மா கேட்டாள்.

"இல்லையம்மா, மறக்கயில்லை" என்றதோடு நிறுத்திக் கொண்டான். அவரைக் கண்டு கதைத்தால் தொடர்ந்து படியென்றுதான் கட்டாயப்படுத்துவார். கடையொன்றிலை நின்று வியாபாரம் பழக விருப்பமென்று சொன்னால் ஒருவேளை ஒத்துக்கொள்ள மாட்டார் என்ற சந்தேகத்தால் தொடர்ந்து சொல்லத் தயங்கினான்.

"அப்ப அவரை ஒருக்கால் போய்க் கண்டால் என்ன?"

அவன் அன்றும் போகவில்லை. அதற்குப் பிறகும் அம்மா பலமுறை கேட்டும் போகவில்லை.

கடைசியாக ஒரு நாள், "அப்பா கேட்டதை நீ செய்வாய் எண்டெல்லோ நான் நம்பியிருந்தன்" என்று கவலையுடன் சொன்னாள்.

அப்பா கேட்டது எதுவோ அதை நிறைவேற்றுவதுதான் ஒரு மகனின் கடமை, அவனுடைய சொந்த விருப்பமோ வெறுப்போ அங்கே முக்கியமில்லை. சரி, அவரைப் போய்ப் பார்க்கலாமென்று கடைசியில் முடிவெடுத்தான்.

கடை வாசலில் அவனைக் காத்திருந்தவர்போல் புளியமரத்துக் காக்கா நின்றிருந்தார். சத்தியமூர்த்தி சைக்கிளிலிருந்து இறங்கி வாசல் படியில் ஏறமுந்தியே காக்காவின் முகம் அவனை நோக்கி மலர்ந்திருந்ததைக் கண்டான்.

"வாங்க தம்பி. நீங்க எப்படியும் எங்ககிட்ட வருவீங்கன்னு தெரியும். உங்கப்பா கேட்டதை மறந்துபோவேன்னு நினைச்சீங்களா?"

சத்தியமூர்த்தி அவரை நிமிர்ந்து பார்த்தான். அவர் ஏதோ முடிவோடுதான் நிற்கிறார்போல் அவனுக்குப் பட்டது.

"அப்பாவும் உங்களோடை கதைக்கச் சொன்னார். ஆனால்,

அவர் போனாப்போலை எனக்கு என்ன செய்யிறதெண்டு தெரியாமல் இருந்தன். அதுதான் உங்களைக் காணச் சுணங்கிப்போச்சு."

"சுணங்கிப்போனா என்னங்க, உங்க மனம் என்ன முடிவு எடுத்திருக்கின்னு நம்மளுக்குத் தெரியுமே."

சத்தியமூர்த்தி அவரை ஆச்சரியத்துடன் பார்த்தான். இவர் நல்லவர் மட்டுமல்ல புத்திசாலியும்கூட என்று நினைத்தான்.

"எனக்கும் படிக்க விருப்பம்தான் ஆனால், குடும்ப நிலைமை அவ்வளவு திருப்தியில்லை, பாருங்கோ."

"அதுதான் தெரியுமே, அதனாலேதான் தொழில் செய்யணும்னு நினைக்கிறீங்க, அப்படித்தானே?"

சத்தியமூர்த்தி பதில் சொல்லாமல் 'ஆம்' என்று தலையை மட்டும் அசைத்தான்.

அன்று புளியமரத்தடிக் காக்கா உருவாக்கிய சத்தியமூர்த்திதான் இன்று சொந்தக் கடையும் கடை நிறையச் சரக்கும் நூற்றுக் கணக்கான வாடிக்கையாளரும் வைத்திருக்கிறார்.

4

சத்தியமூர்த்தி அன்றைக்குப் பட்டணம் போனபோது தேவன் சொல்லிவிட்ட புதிய சைக்கிளையும் கையோடு வாங்கி வந்திருந்தார். காலமை கச்சேரி பஸ்ஸில் வெளிக்கிட்டுப் போனவர் பின்னேரமானதும் புதுக்கடையில் தனது வியாபார அலுவல்களை முடித்துவிட்டுத் தட்டி வேனில் சைக்கிளையும் ஏற்றிக்கொண்டு பொழுதுபடுவதற்கு முன்னர் வந்துசேர்ந்தார். அவர் புதுச் சைக்கிளோடு தனது கடை வாசலில் இறங்கியதைக் கண்டதும் புத்தம் புதிய கேம்ப்பிரிஜ் கார்தான் வந்து நிற்கிறதோவென்ற ஆர்வம்கொண்ட சனக்கூட்டம் அங்கே குழுமிவிட்டது.

தட்டி வேன் வழக்கமாக கொடிகாமம், சாவகச்சேரி, சுன்னாகம் என்று சந்தை கூடும் ஊர்களுக்கும் திருவிழாவுக் காலத்தில் நயினாதீவு, தெல்லிப்பழை, கீரிமலை, தொண்டமானாறு போன்ற இடங்களுக்கும் ஓடிக்கொண்டிருந்தது. யாழ்ப்பாணத்திலிருந்து சைக்கிள், தண்ணீர் இறைக்கும் யந்திரம் போன்ற ஏதேனும் பெரிய சாமான்களை ஏற்றி வருவதென்றால் தட்டி வேனைத்தான் பொது

மக்களும் கமக்காரர்களும் நம்பியிருந்தார்கள். ஆனால், அது அங்கே வருவதும் அருமை என்றும் சொல்வார்கள். வந்தாலும் ஒரு சாமானை ஏத்தி, இறக்கிறதென்றால் 'உவங்களோடை படுகிற பாடு தாங்கேலாது' என்பதும் அவர்களின் அனுபவப் பாடம்.

"தம்பி, இளைக்கயிறு ரண்டு முடிச்சு வாங்கிக் கொண்டந் திருக்கிறன், இந்தா பிடி. பின்னுக்குச் சைக்கிளை ஏத்தி இறுக்கிக் கட்டு. ஆனால், அதிலை ஒரு கீறலும் விழக் கூடாது, கண்டியோ" பட்டணத்தில் சைக்கிள் கடை வாசலில் தட்டி வேன் கொண்டக்டர் பெடியனுக்கு சத்தியமூர்த்தி கொடுத்த கட்டளை. அவர் எதிர் பார்த்த இளைக்கயிறு முடிச்சிலும் பார்க்க இறுக்கமாயிருந்தது.

"ஓமண்ணை, நீங்கள் எங்கடை வேனிலை வழக்கமாச் சாமான் ஏத்திறனிங்கள்தானே. நாங்கள் எப்பவெண்டாலும் ஒரு துளி தன்னும் பிசகு வர விட்டிருப்பமோ?" என்றான் கொண்டக்டர்.

"இல்லை அப்பனே, இது புதுச் சைக்கிள், அதோடை என்ரையும் இல்லை."

"பாத்தவுடனை நானும் கண்டுபிடிச்சிட்டன். அங்கை சைக்கிள் பளபளவெண்டு மினுங்குது. ஒண்டுக்கும் யோசியாதையுங்கோ. பின்சீட்டிலையிருந்து ஒரு கையாலை அப்ப இப்ப கொஞ்சம் பிடிச்சுக்கொள்ளுங்கோ. சைக்கிளை உங்களன்ரை கடை வாசலிலை பத்திரமா இறக்கிப்போட்டுத்தான் போவம்" கொண்டக்டர் சத்தியமூர்த்தியின் மனதுக்கு நம்பிக்கை உண்டாகும்படி சொல்லி விட்டுத் தன் பாட்டுக்குப் போய்விட்டான். அப்படியிருந்தும் அவருக்கு இன்னும் திருப்தி உண்டாகவில்லை. தேவன் தன்னை நம்பிச் சொல்லிவிட்ட சைக்கிளை முட்டை அடுக்கிய பெட்டிபோல் மிகக் கவனமாகக் கொண்டுபோய்ச் சேர்க்க வேண்டும். அதற்காக அவர் என்ன கயிறுமாலைப்படவும் தயாராக இருந்தார்.

அது ஸ்டான்லி றோட்டிலிருந்த சாம்பசிவம் கொம்பனியில் வாங்கிய றலி சைக்கிள். 'இங்கிலீஸ்காரன் செய்த சாமானெண்டால் சும்மாவே' என்ற மனப்போக்கு எல்லார் மனதிலும் இருந்த காலம் அது. வெறும் ஷேவ் எடுக்கும் பத்துச் சதம் செவன் ஓ க்ளாக் ப்ளேட்முதல் ஒஸ்டின் கேம்ப்ரிஜ் கார்வரை அத்தனை பொருட்களும் இறக்குமதி செய்யப்பட்ட காலத்தில் இதில் ஏதேனும் ஒன்றை வைத்திருப்பவரை நல்ல பசையான ஆளென்று எவரும் கண்ணை மூடிக்கொண்டு சொல்லிவிடுவார்கள். அவர்கள் அவிழ்த்துவிடும் சுயபுராணங்களில் தாங்கள் வாங்கி

வைத்திருக்கும் சாமானைப் புளுகுவதிலும் பார்க்க உள்நாட்டுத் தயாரிப்புகள் அரைச் சதத்துக்கும் உதவாது என்னுமாப்போல் நக்கலடிப்பதுதான் பெரும் பங்கு வகிக்கும்.

தேவன் சொல்லி சத்தியமூர்த்தி வாங்கிக்கொண்டுவந்த சைக்கிளில் தேவைக்கு அதிகமாகவே பல பாகங்கள் இருந்தன. கேரியரும் ஸ்டான்டும் ஒரு மூட்டை அரிசியை அப்படியே தூக்கி வைக்கக்கூடிய அளவுக்குப் பெரிதாகவும் உறுதியாகவும் இருந்தன. ஒன்றுக்கு மேலதிகமாக மூன்று மணிகள் வேறு. சத்தியமூர்த்தி இரண்டு கைகளாலும் அவற்றைச் சின்னப் பையன்போல் அடித்துக் கிலுகிலுவென ஒலியெழுப்பிக் காட்டினார். வழக்கத்திலும் பார்க்கப் பெரிய ஹெட் லைட், டைனமோ போன்ற மேலதிகமான ஆனால், இருட்டு ஒழுங்கைகளுக்குள் பயணம் செய்யும் தேவனுக்கு மிகவும் அவசியமான பாகங்கள் சைக்கிளின் விலையை எக்கச்சக்கமாக உயர்த்திவிட்டன. எல்லாமாய் முன்னூற்றைம்பது ரூபாவும் சில்லறையும் என்று சொல்லி மடியிலிருந்த ரசீதை எடுத்து எல்லாருக்கும் காட்டினார். அவ்வளவுதான், சத்தியமூர்த்தி கடையைச் சுற்றி நின்ற கூட்டத்தில் ஆளுக்காள் புதிய சைக்கிள் விமர்சனத்தில் இறங்கிவிட்டார்கள்.

“எங்கை பாப்பம்!” என்று கூவிக்கொண்டு கூட்டத்தை ஊடுருவியபடி முன்வரிசைக்கு வந்தார் செல்லத்தம்பி ஆசாரியார். அவரின் கழுத்திலோ நெற்றியிலோ துறவிக்குரிய அடையாளங்கள் எதுவுமில்லையென்றாலும், துறவி போன்ற தோற்றம் இருந்தது. நீர்க்காவி ஏறிய வேட்டியை வரிந்து கட்டி யிருப்பார். அதற்குப் போட்டியாகச் சால்வையும் தோளையும் சுற்றிக் காற்றிலும் பறக்கும். நெற்றியில் மாயவன் கோயில் திரு நாமம் கொட்டைப் பாக்கு அளவுக்குப் பொலிந்திருக்கும். அன்று காலை எந்தப் பூ கையில் அகப்படுகிறதோ அதைக் காதில் வைத்துக்கொள்வார். இந்த வயதிலும் அழகாக இருக்க முடியும் என்றதற்கு அத்தாட்சியாக இவரைச் சொல்ல ஊர்க்காரர் தயங்க மாட்டார்கள். மனம் ஏகாந்தத்தையும் இயற்கையையும் நேசிக்கிற பக்குவம். “இல்லாதவங்கதான் இந்த உலகத்தில மெஜாரிட்டி ஆனால், உலகம் அவர்களுடையதில்லை” என்பது போன்ற கருத்துகளைச் சந்தர்ப்பம் கிடைக்கும்போதெல்லாம் சொல்லுவார். அவற்றை எழுதிவைத்திருப்பதற்கு ஒரு சீடனாவது அவருக்குக் கிடைக்கவில்லை என்பதுதான் அவரின் ஒரேயொரு துரதிர்ஷ்டம்.

“வலு திறமான சைக்கிளாகத்தான் வாங்கிக்கொண்டு வந்திருக்கிறீர், தம்பி சத்தியமூர்த்தி. கிட்டத்தட்ட நூறு வருசத்துக்கு முந்தி இதை இங்கிலீஸ்காரன் செய்யத் துவங்கினான். இண்டைக்கு எங்கட நாட்டில இதுதானே ஓகோவெண்டு வித்துத் தள்ளுது.”

சத்தியமூர்த்திக்குப் புளுகம் தாங்கவில்லை. தேவனை இதற்கு மேல் சந்தோசப்படுத்த முடியுமோ என்றுகூட எண்ணினார். செல்லத்தம்பி சைக்கிளுக்கு அருகில் வந்து மூக்குக் கண்ணாடியை உயர்த்திவிட்டு இன்னொரு முறை விசாலமாய் ஆராயத் தொடங்கினார்.

“நான் வேலாயுதம் பள்ளிக்கூடத்தில படிச்ச காலத்தில அப்பு ஒரு றலி சைக்கிளை வாங்கித் தந்தார். அதுக்கு லைட் கிடையாது. ‘பள்ளிக்கூடத்துக்குப் போறவனுக்கு இரவிலை என்ன சைக்கிள் ஓட்டம்’ எண்டு சொல்லிப்போட்டு லைட் போட்டுத் தராமல் இருந்திட்டார். அது செகண்ட் ஹான்ட் சைக்கிள் எண்டாலும் புத்தம் புதுசு போலத்தான் இருந்தது. கொஞ்சக் காலத்தாலை அதன்ரை பெல் மூடி கழண்டு எங்கேயோ விழுந்திட்டுது. தெருவிலை ஆக்கள் குறுக்கை வந்தால் நான்தான் ‘ட்ரிங் ட்ரிங்’ என்று வாயால் மணி அடிச்சுக்கொண்டு ஓட்டியிருக்கிறன் எண்டால் பாத்துக்கொள்ளுங்கோவன். நான் கவுண்மென்ட் உத்தியோகத்துக்கு எடுபடுமட்டும் அதிலைதானே சுத்தித் திரிஞ்சனான்” என்று தனது பழைய ஏட்டைப் புரட்டிவிட்டு சைக்கிள் பின் சில்லை ஒருமுறை சுற்றிப் பார்த்தார். அது ‘ஸ்ஸ்’ஸென ஒலி எழுப்பி வெள்ளிக் கோலமிட்டது. சுற்றி நின்ற எல்லாரும் சைக்கிள் தங்களுடையதுதான் என்ற மாதிரித் திருப்தியடைந்தார்கள்.

செல்லத்தம்பி ஆசாரியாரை ஆலடிச் சந்தியிலிருந்து பருத்தித் துறைச் சந்தைவரையும் எதிர் திக்கில் நெல்லியடிச் சந்தி வரையும் ஏதோவொரு புத்தகக் கடையில் காணலாம். அங்கே இல்லையேல் மாயவன் கோயில் வீதியில் நிற்கிறார் என்று அறிந்துகொள்ளலாம். அவர் கிளறிக்கல் வேலையிலிருந்து ஓய்வு பெற்றதும் அதை முதலில் தனக்குப் பழக்கமான புத்தகக் கடைக்காரர்களுக்குத்தான் அறிவித்தார்.

அந்த எழுபது வயது இளைஞர் மிச்சமாயுள்ள தனது ஆயுட்காலத்துக்குள்ளே எப்படியும் காண வேண்டுமென்று இரண்டு ஆசைகளை ஒதுக்கிவைத்திருந்தார். அதில் ஒன்று

மாயவனுக்குச் சித்திரத் தேர் கட்ட வேண்டும். மற்றது அவன் வாசலில் ராஜகோபுரம் எழ வேண்டும். கோயிலுக்கு வந்தால் எங்கேயோ ஆரம்பிக்கிற அவர் பேச்சு இறுதியில் முடிவது இந்த இரண்டைப்பற்றியும்தான் இருக்கும். அதை அவர் சொல்வதிலுள்ள அழகையும் ஆர்வத்தையும் கண்டும் கேட்டும் ரசிப்பதற்கென்றே ஆட்கள் அவரைச் சுற்றிக் கூடியிருப்பர்.

பனம் மட்டைகளால் வரிச்சுக்கட்டிய வேலியைப் போல அவரின் மார்புக்கூட்டில் எலும்புகள் துறுத்திக்கொண்டு நின்றன. ஒட்டி உலர்ந்துபோன வயிற்றைப் பார்ப்பவர்களை இவர் கடைசியாக எப்போது சாப்பிட்டிருப்பார் என்று யோசிக்கத் தூண்டும். அவரின் வேட்டியைப்போன்றே தோளில் நீர்க்காவி பிடித்த பூணூல் தொங்கிக்கொண்டிருக்கும். செல்லத்தம்பி பரம்பரைபரம்பரையாகச் சைவத்தைப் பேணியவர். இவரின் பரம்பரையில் அங்கமாயுள்ள சில குடும்பங்கள் யாழ்ப்பாணம் வண்ணார்பண்ணையில் விஸ்வகுல மக்களாக அறியப்பட்டார்கள். இதுபோன்றே குடா நாட்டில் இவரின் இனசனங்கள் பரந்திருந்தனர். ஆனால், முழுச் சைவக் குடும்பமென்று அடையாளம் காட்டப்படும் ஒரு சிலவற்றில் புலோலி வடகரையிலுள்ள இவருடைய குடும்பமும் ஒன்று. ஆனால், இவர் அதையெல்லாம் பெரிதுபடுத்திக் கதைப்ப தில்லை.

“ஆ, அங்கை வாறார் தேவன். அவர்தானே சைக்கிள் சொந்தக்காரர்.” செல்லத்தம்பி காட்டிய திசையில் எல்லாரும் பார்த்தார்கள். தேவன் தனது பழைய சைக்கிளில் வந்து கொண்டிருந்தார். அங்கே நின்றவர்களின் பார்வை இப்போது புதிய சைக்கிளிலிருந்து தடம் புரண்டு அவரின் பழைய சைக்கிளின் மேல் பதிந்தது. இனி இந்தப் பழங்கிடையன் தேவனுக்குத் தேவைப்படாது. உதைப் பொல்லாலை அடிச்ச காசுக்கு அமத்திப்போட வேணும் என்ற எண்ணம் அங்கிருந்த பலரின் மனதில் ஏற்கனவே கொடியேறத் துவங்கிவிட்டது. சும்மா சொல்லக் கூடாது, சாமான் திறம்தான். கொஞ்சம் முன்னர்தான் சத்தியமூர்த்தி தட்டி வேனிலிருந்து இறக்கிய புதுச் சைக்கிளைப் பிரமாதமாக வர்ணித்த கூட்டம் இப்போது தேவனின் பழைய சைக்கிளை ஆஹா, ஓஹோ என்று புகழத் தயாராகிவிட்டது.

தேவன் சைக்கிளிலிருந்து இறங்கியதும் அதை உருட்டிக்கொண்டு வந்து பந்தலுக்குள் விட்டார். அடுத்த கணம் அதைச் சுற்றிக் கூட்டம் கூடிவிட்டது. டைனமோவைப் பார், பழசெண்டாலும்

உருளை எப்பனும் தேயாத மாதிரிக் கிடக்குது, பாத்தியோ. மக்காட்டும் இப்பவும் புதுசு போலைத்தானே இருக்குது. டயர் மட்டும் என்ன, போன மாதம்தான் போட்ட மாதிரிக் கிடக்குது. இல்லையெண்டாலும் ஒரு அம்பது ரூவாவுக்குப் பரவாயில்லை. 'மற்ற ஆக்கள் வாய் வைக்கமுந்தித் தேவனோடு நைஸாக கதைச்சுப் பழைய சைக்கிளை அமத்திப்போட வேணும்.' அங்கிருந்த எல்லார் மனதிலும் இதே திட்டம் ஒரே சமயத்தில் உருவாகிக்கொண்டிருந்தது. அவர்களின் வயிற்றில் ஓங்கிக் குத்தியதுபோல் கடையிருந்து வந்த முருகேசு தேவனின் பழைய சைக்கிளை உருட்டிக்கொண்டுபோய் பின்புறம் வைத்துவிட்டு அப்படி ஒன்றும் நடக்காதுபோல் பழைய படி கடையினுள்ளே போய்விட்டான். அதுவரை பலமாகத் திட்டம் போட்டுக்கொண்டிருந்தவர்கள் தங்கள் முகத்தில் எல்லாருமாய்க் கரி அப்பிவிட்டார்கள் என்பதை அப்போதுதான் உணர்ந்தார்கள்.

"சத்தியமூர்த்தி, இதென்ன அநியாயமாக் கிடக்கு? தேவன்ர பழஞ்சைக்கிளை வாங்கலாம் எண்டெல்லோ நானும் காலமை யிலியிருந்து உங்கட கடை வாசலிலை நிக்கிறன். உவன் முருகேசு சிமிக்கிடாமல் அதை எடுத்துக்கொண்டுபோறான். நீங்களும் சம்மதம் கொடுத்த மாதிரி நிக்கிறியள்" கூட்டத்தில் நின்ற ஒருவர் கடைசியில் தன் வயித்தெரிச்சலைக் கொட்டித் தீர்த்துவிட்டார்.

"அது பாருங்கோ, முருகேசு அப்பவே தேவனோடை கதைச்சு சைக்கிளை வாங்கிப்போட்டான்."

"விலைக்கோ?"

"வேறையென்ன விலைக்குத்தான்."

"அப்ப அம்பது அறுபதோடை முடிஞ்சிருக்கும். அப்பிடித் தானே?"

"அதை அவையளோடை கதைச்சு அறிஞ்சுகொள்ளுங்கோ" சத்தியமூர்த்தி வேட்டியை அவிழ்த்து இன்னொருமுறை இறுக்கிக் கட்டிக்கொண்டு கடையினுள்ளே போய்விட்டார்.

உண்மையில் அநியாயம்தான் நடந்துபோச்சு. மூண்டுபேரும் தங்களுக்குள்ளை ரகசியமா காரியத்தை முடிச்சுப்போட்டினம். தேவன்ர பழைய சைக்கிளைப் பொல்லாலை அடிச்ச காசுக்கு அமத்திப்போடலாமென்று கனவு கண்டுகொண்டிருந்த எல்லாருக்கும் பலத்த ஏமாற்றம். 'அதோடை தேவையில்லாமல்

அவரன்ர புதுச் சைக்கிளைப் புளுகிக்கொண்டிருந்தன்' என்று ஒருவர் வாய்விட்டே சொல்லிவிட்டார். 'இனி இந்தப் பக்கம் எட்டியும் பாக்கிறயில்லை' என்று பக்கத்தில் நிற்பவருக்கு மட்டும் கேட்கும்படியாகச் சொல்லிவிட்டு அந்த இடத்தை விட்டு அகன்றார் இன்னொருவர்.

தேவன் புதுச் சைக்கிளை வாங்கிய கையோடு பழைய சைக்கிளையும் விற்றுவிட்டார். அதற்கிடையில் நடந்த நாடகத்தை வெகுவாக ரசித்தவர் ஒருவர் இருந்தாரென்றால் அவர்தான் செல்லத்தம்பி.

தேவன் கடைக்குள்போய் சத்தியமூர்த்தியிடம் மிகச் சுருக்கமாய் ஏதோ கதைத்துவிட்டு வெளியே வந்து தனது புதிய சைக்கிளை எடுத்து நடக்கத் துவங்கினார். அதற்குள் கடை முன்னால் இருந்த பந்தல் வெறுமையாய்ப் போனது. அடுத்த ஒரு மணிக்குள் இன்னொரு கூட்டம் அங்கே களைகட்டத் துவங்கிவிடும் என்பது சத்தியமூர்த்திக்குத் தெரியும். புதிய சைக்கிளை தேவன் உருட்டிக்கொண்டு போவதையும் பக்கத்தில் செல்லத்தம்பி கதை கொடுத்துக்கொண்டு போவதையும் கண்டு மனதுக்குள் சிரித்துக்கொண்டார்.

செல்லத்தம்பி தன் வாழ்நாளில் காண வேண்டுமென்று ஆசைப் பட்டது மாயவனுக்கு ராஜகோபுரமல்லவா? அதைப்பற்றித்தான் தேவனுடன் கதைத்துக்கொண்டு போகிறார் என்பதை மற்றவர்கள் சொல்லித் தெரியவேண்டிய அவசியம் சத்தியமூர்த்திக்கு இருக்கவில்லை.

5

திலகம் பரபரவென வெளிக்கிட்டாள். செங்கமலம் இன்னும் கொஞ்ச நேரத்தில் வந்துவிடுவாள். ஒரு மாதத்துக்கு முன்னர் சொன்னதையே நினைவில் வைத்து நேரத்தோடு வந்து வீட்டுக் காரியங்களில் கை கொடுப்பவள் அவள். என்றாலும் திலகத்துக்கு அப்போதிருந்த அவசரத்தில் செங்கமலம் இப்போதைக்கு வந்து சேர மாட்டாள் என்றே தோன்றியது. மிக்க அவசரம்தான். புதுக் கோயிலடி நாகரத்தினம் வீட்டுக் கல்யாணத்துக்குப் பலகாரம் சுடப்போகிறார்களாம். அவரின் பெண்சாதி செல்வலச்சுமி போன கிழமை நேரே வந்து சொல்லிவிட்டுப் போனாள். போகாமல் விட்டால் இருவரும் கவலைப்படவேண்டி வரும். கவலை மட்டு

மல்ல இப்படிக் கலகலப்பான பெண்கள் கூட்டத்தில் சேரத் தவறினால் அங்கே வரும் எல்லாருக்குமல்லவா பதிலுக்குமேல் பதில் சொல்லித் தப்ப வேண்டியிருக்கும். மனசார, இந்த இருவரும் தமக்குள் என்ன நடந்தாலும் ஒராளை ஒராள் கோபிக்கிறதோ குறை சொல்கிறதோ இல்லை. இது எப்படியோ இடையில் ஏற் பட்டுக் காலப்போக்கில் இறுகிப்போன நட்பு. கடைத் தெருவிலும் கோயில்களிலும் ஊர்க் கொண்டாட்டங்களிலும் இந்த இருவரையும் ஒன்றாய்க் கண்டவர்கள் 'பணக்காரச் சினேகிதம்' என்ற நினைப்பில் தம்மையும் இவர்களுடன் இணைத்துக்கொள்ள முற்படுவார்கள். ஆனால், இடையில் வரும் இந்த மாதிரியான நட்புகளை இவர்கள் ஓடும் புளியம்பழமும்போல ஏற்றுக்கொள்வதும் உண்டு.

ஊரில் உண்மையாகவே பணக்காரிகளாக இருப்பவர்கள் ஒரு ரகம், பணக்காரிபோல் நடிப்பவர்கள் இன்னொரு ரகம். இதில் ஏதேனும் மனோதத்துவம் இருக்கலாம். அதனால்தான் இரண்டாவது ரக ஆட்களுக்கும் பெருமதிப்புக் கிடைப்பது வழக்கம். ஆனால், செல்வலச்சுமி உண்மையிலேயே பணக்காரி. அத்துடன் 'மனிசன் பெரிய கவுண்மேந்து உத்தியோகமெல்லோ' என்ற இன்னொரு சமூக அந்தஸ்தும் அவளுடன் ஒட்டிப்போயிருந்தது. அவள் சாமான் வாங்கத் தெருவுக்கோ சந்தைக்கோ ஒருநாளும் போனது கிடையாது. அவளுடைய குடும்பத்துப் பனங்காணிகளும் தென்னங்காணிகளும் வெங்காயத் தோட்டங்களும் நாலு தலைமுறைக்கு இருத்திப்போட்டுச் சோறு போடக் காணும். அப்படியிருந்தும் அவள் இரக்கப்பட வேண்டிய இடத்தில்தான் இரக்கப்படுவாள், கொடுக்க வேண்டிய இடத்தில்தான் கொடுப்பாள் என்பது ஊரறிந்த உண்மை.

இது கொஞ்ச காலத்துக்கு முன்னர் நடந்தது. அவளுடைய மதவடிப் பனங்காணிக்குள் விழுகிற பனங்காய்களையெல்லாம் வேலியில் கண்டாயம் வைத்து நடுச்சாமத்தில் நுழைந்து களவாடி வந்தான் சம்பந்தன். அவனை ஆட்களை வைத்து ஒரு இரவில் அமத்திப் பிடித்துப் பனையோடு கட்டிவைத்துவிட்டாள். அடுத்த நாட்காலை அவனுடைய பெண்சாதி ராசம் வந்து "செல்லக்கா, என்ர மனிசனை அவுத்துவிடுங்கோ, பாவம். தெரியாமல் செய்து போட்டார்" என்று அழாத குறையாய் சொல்ல, "ஆர் சாமத்திலை காணிக்குள்ளை வந்து பனங்காயும் மட்டைகளும் களவெடுக்கிறாங்களெண்டு எங்களுக்கு உண்ணாணைத் தெரியாதடி ராசம். வாறவங்களைக் கண்டால் பிடிக்கச் சொல்லித்தான்

கூலிக்காரரை வைச்சனான். உன்ர மனிசன்தான் வேலியிலை கண்டாயம் வெட்டிக் களவெடுக்கிறாரெண்டு முந்தியே தெரிஞ் சிருந்தால் முதலிலை உன்னட்டையெல்லோ வந்து சொல்லி யிருப்பன். நீயும் உன்ர மனிசன் இப்பிடிச் செய்யப் பேசாமல் பாத்துக்கொண்டிருப்பியோ?" இப்படிச் செல்வலச்சுமி அவளின் கன்னத்தைத் தடவிச் சொன்ன பிறகு, சம்பந்தனை இனி இரவு உத்தியோகத்துக்குப் போக விட மாட்டாளென்று செல்வலச்சுமிக்கு நல்லாய்த் தெரியும். அவளுடைய ராசதந்திரம் அப்படி என்று சொல்லி ஊரே வியந்தது.

தெருக் கிணத்தடிக்குப் பக்கத்து ஓடைக்குள் இருக்கிற கனகம்மாவுக்கு அன்றொரு நாள் கொஞ்சம் பணத்தட்டுப்பாடாய் இருந்தது. செல்வலச்சுமியிடம் ஒரு பத்து ரூவா கடன் கேட்டுப் பார்க்கலாமென்று அவளுடைய வீட்டின் கேட்டைத் திறந்து "மெய்யே, செல்லம்.." என்று கூப்பிட்டுக்கொண்டு போய் முற்றத்தில் நின்றாள். செல்வலச்சுமி வீட்டு வாசலில் நிற்பதைக் கண்டதும் "கனகாலம் கதைக்கயில்லை எண்டபடியால் உதாலை போற நேரம் ஒருக்கால் எட்டிப் பாத்தனான்" என்று சொல்லி ஒருவாறு சமாளித்துக்கொண்டாள். வந்தவளைப் பொருட்படுத்தாமல் கையிலிருந்த வேலையில் கவனமாகவிருந்த செல்வலச்சுமியின் போக்கைக் கண்டதும் இன்றைக்குக் காரியம் சரிப்பட்டு வராது எனக் கனகம்மா கணித்து வந்த இரண்டு நிமிடத்தில் அங்கிருந்து கழன்றுகொண்டாள். திரும்பி நடக்கும்போது வழியில் வந்த தன்னைப்போன்ற இன்னொருத்தியிடம் "செல்வலச்சுமி தன்னட்டைக் கடன் கேட்டுப்போடுவனெண்டு வழுக்கிக்கொண்டு போறாள், பாத்தியே! வேறையென்ன, அவ உத்தியோகத்தன் பெண்சாதியெல்லோ, அதுதான் உந்த நடப்பு. உவையளடை கண்டறியாத சம்பாத்தியத்தன்ர விறுத்தத்தை கொழும்புக்குப் போய்ப் பாத்தாலெல்லோ தெரியுமெண்டு சும்மாவே சொல்லுறவை" என்று புறணி வடித்தாள். "உனக்கு ஒரு அறுப்பும் தெரியாது, 'இந்தச் செல்வலச்சுமி சும்மா கொடுப்பாள், கடன் மட்டும் கொடுக்க மாட்டாள்' எண்டு வாசல் சுவரிலை எழுதி வைச்சிருக்கிறாள். அது உன்ர கண்ணுக்கு மட்டும் படயில்லையோ?" என்று மற்றவள் சொல்லிவிட்டுப் போய்விட்டாள்.

கொழும்பு உத்தியோகத்தர்கள் ஊருக்கு வரும்போது மகாராசா போல் வந்து திரும்பிப் போகும்போது பிச்சைக்காரன்போல் போவார்களென்று ஊர்ச்சனங்கள் சொல்லுவதுண்டு. அங்கே

தாங்கள் படும்பாடு தங்களுக்கு மட்டுமே தெரியுமென்று உத்தியோகத்தர்கள் சொல்வார்கள். செல்வலச்சுமியின் மனிசன் நாகரத்தினம் சிவ சத்தியமாய் தெற்கில் காலியோ மாத்தறையோ ஒரு காட்டுக் கந்தோரில் பெரிய உத்தியோகமென்று சிலருக்குத் தெரியும். காட்டு மரங்களைக் களவாக வெட்டி விற்கிறவர், அதுதான் பசையுள்ள ஆளென்றும் கதை அடிபடுவதுண்டு. அவர் எப்போதாவது ஊருக்கு வரும்போது சிங்கள ஊர்ச் சாப்பாடுகளையும் அள்ளிக்கொண்டு வருவார். அடுத்த நாளே செல்வலச்சுமி அதில் வாய்க்கு ருசியானதைச் சேலைக்குள் மறைத்து வைத்துக்கொண்டு திலகத்திடம் வந்துவிடுவாள். இனி ஊர்க்கதை, உலகத்துக் கதை என்று நேரம் போவது தெரியாத பேச்சில் பொழுது கழிந்துவிடும். பின்விறாந்தையில் போட்டிருக்கும் வாங்கிலில் இருவரும் காலைத் தொங்கப் போட்டுக்கொண்டு கதைக்க ஆரம்பிப்பார்கள். செல்வலச்சுமிக்கு வெற்றிலை போடும் பழக்கமும் இருந்தது. திலகத்துக்கு அது இன்னும் தொற்றிக் கொள்ளவில்லை. என்றாலும் வருகிறவர்களுக்காக வீட்டில் எப்போதும் வெற்றிலை, பாக்கு இருக்கும். இடைக்கிடை கதைச் சமாவைத் தற்காலிகமாக ஒத்திவைத்துவிட்டுச் செல்வலச்சுமி எழுந்து எட்டமாய்ப் போய் வேலியோரம் வெற்றிலைச் சாறைத் துப்பிவிட்டு அதன்மேல் முற்றத்து மண்ணைக் காலால் வாரி மறைத்துவிட்டு வருவாள். மண்ணில் வெற்றிலைச் சிவப்பு அடையாளத்தைக் கண்டால் தேவனுக்கு ஒத்துக்கொள்ளாது என்பது அவளுக்கும் தெரிந்ததுதான்.

நாகரத்தினத்தின் முதல் தாரத்து மகளுக்குத்தான் கல்யாணம். செல்வலச்சுமிக்குப் பெண் பிள்ளைகள் இல்லாததால் அவரின் முதல் தாரத்தின் மகளையே தன் மகளாக ஏற்றுக்கொண்டுவிட்டாள் என்பது அவள் வாயிலிருந்து வந்த கதை. ஆனாலும் ஊராக்கள் கிசுகிசுத்தது வேறாக இருந்தது. அந்த மூத்த தாரத்தின் பெயரில் இருந்த சீதனக் காணிகள்தான் 'இந்த உலகத்திலை இல்லாத அதிசயமான' உறவுக்கு உண்மையான காரணம் என்பதுதான் அது. திலகம் இதையெல்லாம் அறிந்திருந்தபோதும் அதைப்பற்றிச் செல்வலச்சுமிக்கு முன்னால் ஒரு கேள்வி கேட்டிருக்க மாட்டாள். நல்ல இடத்துச் சினேகிதம், அதில் மட்டும் அவளுக்கு நம்பிக்கை இருந்தது. இன்றைக்கு ஒருக்கால் தலையைக் காட்டிவிட்டு வந்தாலே போதும். அவளுக்குத் தெரியும்தானே, திலகத்துக்கு எப்போதும் தலைக்கு மேல் வேலை என்பது. போன கையோடை வரவேண்டியதுதான்.

செங்கமலம் இன்னும் வந்தபாடில்லை. பள்ளிக்கூடம் விடுகிற நேரம், இன்னும் ஒரு அரை மணித்தியாலத்தில் அபிதாவை நல்லதம்பியின் கார் கொண்டுவந்து இறக்கிவிடும். அவள் படிப்பது கடற்கரைப் பள்ளிக்கூடமென்பதால் மூன்று மைல் போகவரக் கார் வசதி செய்து கொடுத்திருந்தார் தேவன். நல்லதம்பிக்கும் அவருடைய ஹில்மன் காருக்கும் ஒரே வயதுதான் இருக்குமென்று ஊரில் சொல்வார்கள். அதற்கு ஹோர்ன் தேவையில்லை என்ற பயங்கர ரகசியமும் பலரறிந்ததே. வெள்ளை நிறத்தில் வேட்டியும் அரைக்கை சேர்டும் அணிந்த அறுபது வயதான நல்லதம்பியிடம் பெண் பிள்ளைகளைக் கண்ணை மூடிக்கொண்டு ஒப்படைக்கலாம் என்று பெற்றார்கள் சொல்லுவார்கள். காரை வெளியில் எடுக்குமுன் ஒரு த்ரீ ரோசஸ் சிகரெட் இழுத்தால்தான் அவருக்குக் கையும் காலும் காரோடு சேர்ந்து ஓடும். சிகரெட் மணத்தைப் பிள்ளைகளிடமிருந்து மறைக்க காரில் ஏறுமுன் சந்திக் கடையில் ஒரு பீடா வெற்றிலையை வாங்கிச் சப்பித் துப்பிவிட்டு வருவார். முன்இருக்கையை ஒரு ஆறாம் வகுப்புப் பிள்ளைக்கு ஒதுக்கியிருப்பார். பின்இருக்கையில் மிச்சமான ஐந்து பெண்களும் நெருக்கியடித்துக்கொண்டு இருப்பார்கள். வழியெல்லாம் சிறு பெண்கள் எழுப்பும் கலகலப்பை ரசித்தபடி மூன்று கட்டை தூரத்தை அரை மணியில் கடந்துவிடுவார்.

செங்கமலம் வந்ததும் அன்று இடித்து, அரிக்க வேண்டிய சேரல் பச்சை அரிசி சருவச் சட்டிக்குள் நனையப் போட்டபடி கிடந்தது. எல்லாமாக நாலு கொத்து அரிசியாவது இருக்கும். திலகத்தைப் பொறுத்தவரை மாதத்துக்கு இரண்டு முறையாவது அரிசி மாவும் மிளகாய்த் தூளும் இடித்து வைப்பதுதான் சிரமமான காரியம். முந்தியெல்லாம் செங்கமலத்தின் தாய் மீனாட்சிதான் இந்த மாதிரி உதவிகள் செய்துவந்தாள். அவளுக்குச் சீட்டுப் பிடித்துச் சம்பாதிக்கும் ரகசியம் நாலு வேறு ஆட்களிடம் குட்டிச் சீட்டுப் போட்டு ஏமாந்தபிறகு தெரியவந்தது. அந்த ஏமாற்றத்திலிருந்து படித்த பாடத்தை அப்படியே தனது சொந்தச் சீட்டுப் பிடிக்கும் வியாபாரத்தில் பயன்படுத்திக்கொண்டாள். அத்துடன் திலகத்தின் வீட்டுக்கு வந்து வேலை செய்வதையும் நிறுத்திவிட்டாள். அவளுடைய மகள் செங்கமலம் தாயின் வாடிக்கையாளர்களின் நம்பிக்கையை இலகுவாகப் பெற்றுக்கொண்டாள். மீனாட்சி இடுப்பில் கைக்குழந்தையுடன் வந்து அரிசி, மிளகாய்த்தூள் இடித்துக் கொடுத்த நாட்களில் ஒருநாள் செங்கமலமும் கல்யாணமாகித்

தன் குழந்தையை இடுப்பில் சுமந்துகொண்டு தாய்க்கு உதவிக்கு வந்து நின்றபோது, திலகத்தின் வீட்டில் எல்லாரும் அந்த இருவரையும் மிக்க அதிசயமாகப் பார்த்தார்கள். "மகளைக் கட்டிக்கொடுத்தாச்சு இனி அவள் பாடு, அவளன்ர பிரியன்ர பாடு" என்று மீனாட்சி சொல்லிச் சமாளித்துவிட்டாள்.

செங்கமலம் மத்தியானம் வந்தாளென்றால் அன்று பொழுது படுவதற்கு முந்தி மர உரலில் அரிசியோ மிளகாயோ தனியனாகவே இடித்து அரித்துக் கொடுத்துவிட்டுத்தான் போவாள். இடைக்கிடை திலகமும் இன்னொரு உலக்கையை எடுத்து உதவிக்கு வந்துவிடுவதும் வழக்கம். செங்கமலம் ஓங்கிஓங்கி உலக்கையைப் போடும்போது வாயும் அதே வேகத்தில் ஊர்க் கதை அளந்துகொண்டிருக்கும்.

செங்கமலம் தனக்கு முப்பது வயதாகின்றதென்று கடந்த நாலு வருடங்களாகச் சொல்லுகிறாள். சிரித்தபடிதான் சொல்வாள். 'சும்மாதான் சொல்லுறன்' என்று மழுப்புவது அவளின் சிரிப்பில் ஒளிந்திருக்கும். அவள் சொல்வது உண்மையா? பொய்யா? என்று திலகம் கவலைப்படுவதில்லை. அவள் தன்னிடம் கொடுத்த வேலையில் காட்டும் அக்கறையும் நாணயமுமே அவளுக்கு என்ன வயதிருக்கும், எப்படி இந்தச் சம்பாத்தியத்தில் சமாளிக்கிறாள் என்பதைப்பற்றியெல்லாம் எவரும் சந்தேகமெழுப்ப வேண்டிய அவசியத்தை ஏற்படுத்தவில்லை. சேலைத் தொங்கலை எடுத்து இடுப்பில் செருவிக்கொண்டு வேலைக்கு ஆயத்தமாகும்போது அவளின் வழுக்கி விழும் இடுப்பையும் தடித்த கன்னங்கரேலென்ற கேசத்தையும் பார்ப்பவர்கள், 'இவளுக்கா முப்பது வயது?' என்று சந்தேகம் கொள்வார்கள்.

மீனாட்சியும் செங்கமலமும்தான் திலகத்தின் குடும்பத்தோடு தொடர்புடையவர்களென்று சொல்லிவிட முடியாது. மீனாட்சியின் வீட்டுக்காரர் மாணிக்கம் மாதமொருமுறை வந்து தேவனுக்கு முடி வெட்டுபவர். காலையில் ஆரம்பிக்கும் பத்து நிமிட முடிவெட்டும் வேலை சில நாட்களில் மதியம்வரைக்கும் நீள்வதுண்டு. முடி வெட்டுவதற்கு அடுத்ததாக அவருக்குத் தெரிந்த கலை கதை சொல்லுதல், முடிவில்லாத கதை. தேவனின் கையிலுள்ள மற்ற அலுவல்களைப் பொறுத்து கதையும் நீளும் சுருங்கும். கடைசியில் கையில் காசு, அரிசி, நெல்லு, மரக்கறிகளோடுதான் மாணிக்கம் வீட்டுக்குப்போக விடைகொடுப்பார் தேவன். இந்த மாதாந்தக் கைங்கரியத்தின் இறுதியில் தேவனுக்குத் தலைப்பாரம் மட்டுமில்லாமல் மனப்பாரமும் குறைவதுண்டு. மாணிக்கத்தின்

வேலைத் திறமையிலும் பார்க்க அவர் ஊர் துளவாடங்களைச் சொல்லும் வாய்ச் சாதுரியம்தான் அவருக்குக் கிடைக்கும் மாதாந்தப் பொழுதுபோக்கு. அதிலும் மேலாய் மாணிக்கம் தனது வாடிக்கையாளரின் இட்டல் இடைஞ்சல்களைத் தன் தலையில் போட்டுக்கொண்டவர்போல் அக்கறையுடன் அவரவர் பிரச்சனையைக் கேட்டு வழி சொல்லுவார். கையோடு தேவாரம், திருவாசகத்திலிருந்து தனக்குப் பாடமான வரிகளையும் பாடிக் காட்டுவார். மனதுக்கு ஆறுதல் எந்த வழியில் கிடைத்தாலென்ன? முன்னால் இருந்தபடி அக்கறையுடன் தன் கதையைக் கேட்பவரிடம் இயற்கையாகவே ஒரு பிடிப்பு வந்துவிடும். அந்த வகைப் பிடிப்புத்தான் தேவனுக்கு மாணிக்கத்தின்மீது இருந்தது.

செங்கமலம் சொல்லிவைத்த மாதிரி வந்துவிட்டாள். "என்னங்கோ" என்று குரல் எழுப்பியபடி வந்தவளைக் கண்டதும் திலகத்துக்குக் காரியமெல்லாம் முடிந்தமாதிரி ஆறுதல் ஏற்பட்டது.

"செங்கமலம், இண்டைக்கு அரிசி இடிக்கிற வேலைதான், போனமுறை இடிச்ச மிளகாயிலை இப்பவும் அரைவாசி கிடக்கு. அதுதான் பின்னேரமா வரச் சொன்னனான், கண்டியோ."

"ஓமணை, அதுக்கென்ன, எல்லா நாளும் ஒரு மாதிரியே."

"பாத்தியே, சொல்லிப்போட்டை."

"நீங்கள் எங்கையோ போறதுக்கு வெளிக்கிட்டுக்கொண்டு நிக்கிற மாதிரிக் கிடக்குது."

"ஓமோம், இவ எங்கடை செல்லலச்சுமி வீட்டிலை வாற கிழமை சடங்கெல்லோ. அண்டைக்குச் சொன்னதை மறந்துபோனியோ?"

"ச்சாய், நானே மறக்கிற ஆள். அவ உங்களோடை எவ்வளவு நெருக்கமெண்டு தெரியாமலே நான் இருக்கிறன்?"

"ஆதுதானே, அங்கை, அபிதா வாற நேரம். இண்டைக்கெண்டு கார் வாற சிலமனைக் காணயில்லை. நீ வந்த கையோடை போகலாமெண்டுதான் வெளிக்கிட்டன். அபிதாவட்டையும் ஒரு சொல் சொல்லிப்போட்டுப் போனால் நல்லது. அப்பனும் இப்போதைக்கு வர மாட்டான். தகப்பனும் ஏதோ அலுவலா வல்வெட்டித்துறைக்குப் போனவர், அவரும் வந்தபாடாய்க் காணயில்லை."

"ஏன் நீங்கள் மினைக்கெடுறியள். அபிதா வாற நேரம் வரட்டும். நீங்கள் போன கையோடை ஓடி வாருங்கோ. நானும்

அதுக்கிடையிலை அரிசியை இடிச்சு முடிச்சுப்போடுவென்."

"அப்ப நான் ஓடிப்போட்டு ஓடி வாறன். பிள்ளையும் எப்பனாலை வந்திடுவாள்."

"நான் நிக்கிறன்தானே, போட்டு வாங்கோ."

6

செங்கமலம் அரிசி இடித்துக்கொண்டிருந்தாள். வாசல் திண்ணையில் ஏதோ அரவம் கேட்டது.

"அம்மா, வந்திட்டன்" என்று பிரகடனம் செய்துகொண்டு வந்தாள் அபிதா. அவள் வெளி வாசலைக் கடந்து உள் திண்ணையில் ஏறி வீட்டினுள்ளே நுழையும்போதே இந்தப் பிரகடனம் செய்வது வழக்கம். இது பள்ளிக்கூட நாட்களில் மட்டுமல்ல வெளியே போய்விட்டுத் தனியே வீட்டுக்குத் திரும்பி வரும் ஒவ்வொரு முறையும் நடக்கிறதுதான். ஆனால், அன்று அதை அவள் வழக்கத்திலும் பார்க்க அவசரமாகச் சொன்னதுபோல் முற்றத்தில் நின்ற செங்கமலத்தின் மனதுக்குப் பட்டது.

அபிதா படிக்கும் கடற்கரைப் பள்ளிக்கூடத்து வெண்ணிற உடுப்பு அவளின் உடலோடு எப்போதுமே கச்சிதமாகப் பொருந்தியிருக்கும். அந்தக் காலத்திலிருந்து கடற்கரைப் பள்ளிக்கூடம் என்ற மிகப் பழைய மெதடிஸ்ட் பள்ளிக்கூடம் மட்டுமே பெண்களுக்கானதாய் இருந்தது. பின்னர் அதற்குப் போட்டியாக உயர் சைவ வேளாளர் தங்கள் பெண் பிள்ளைகளுக்கும் தனியாக ஒரு சைவப் பள்ளிக்கூடம் வேண்டும் என்ற சிந்தனையோடு புதிதாகவும் பெரிதாகவும் தங்கள் சொந்தக் காணியில் ஒன்றைக் கட்டிக்கொண்டார்கள். அந்தப் பள்ளிக்கூடம் துறைமுகத்திலிருந்து ஒரு மைல் தூரத்தில் தெற்கே பிரதான வீதியில் இருந்ததால் இந்து வேளாளர் பெருமளவில் வாழும் புலோலிப் பிரதேசத்துப் பெண் பிள்ளைகள் இந்தப் பள்ளிக்கூடத்துக்குப் போவதைப் பெருமையாக எண்ணியிருந்தார்கள். புதுப் பள்ளிக்கூடத்துக்கு இடப்பட்ட இந்து மங்கையர் கல்லூரி என்ற பெயர் எவருக்கும் நினைவில் இருப்பதில்லை. புதிதாய்க் கட்டியபடியால் புதுப் பள்ளிக்கூடமென்ற பெயரே புழக்கத்தில் வந்துவிட்டது.

கடற்கரைப் பள்ளிக்கூடத்துப் பிள்ளைகளின் உடுப்பும் புதுப் பள்ளிக்கூடத்துப் பிள்ளைகளின் உடுப்பும் முதலில் பார்ப்பவர்களுக்கு ஒரே மாதிரித்தான் தோன்றும். இரண்டு பள்ளிக்கூடத்து உடுப்புமே பளீரென்ற வெள்ளை நிறத்திலிருக்கும். கவனமாக அவதானிப்பவர்களுக்கு மட்டும் தெரியும் ஒரே வேறு பாடு புதுப்பள்ளிக்கூடத்து உடுப்பு முழங்காலுக்குக் கீழே சிறிதாவது இறங்கியிருக்கும். அத்தோடு உடம்பில் இறுக்கமாக இல்லாமல் எங்குமே தளர்ந்தபடி இருக்கும்படியாகப் பள்ளிக் கூட நிர்வாகம் பார்த்துக்கொள்ளும். எல்லாவற்றிலும் சைவ முறையை அனுசரிக்க வேண்டும் என்றபடியால் பள்ளி மாணவியர் மட்டுமல்ல அவர்கள் அணியும் உடுப்பும் கவர்ச்சி காட்டாமல் இருக்க வேண்டுமென்பதை எழுதாத சட்டம்போல் வைத்திருந்தார்கள். மாணவிகள் பெரியபிள்ளையாகிவிட்டால் தாவணிதான் போட வேண்டுமென்ற சட்டமும் இருந்தது. பிள்ளைகளின் படிப்பிலும் பார்க்க ஒழுக்கக் கட்டுப்பாடுதான் முக்கியம் என்பதுபோல் பள்ளிக்கூட நிர்வாகத்தினர் பள்ளி மாணவிகளின் எல்லா நலன்களிலும் கவனமெடுத்து வந்தார்கள்.

கடற்கரைப் பள்ளிக்கூடத்தை அதன் ஆரம்பத்தில் அழைக்கப் பட்டதுபோல் வேதப் பள்ளிக்கூடமென்று வெளியில் சொல்வதைத் தவிர்த்துக்கொண்டவர்களும் இருந்தனர். இவர்கள் அது கடற்கரையில் கட்டப்பட்டிருந்தபடியால் கடற்கரைப் பள்ளிக்கூடம் என்று அடையாளம் காட்டினர். வேதப் பள்ளிக்கூடமாயிருந்தபோதிலும் அதன் நிர்வாகம் எந்த மாணவியையும் பலவந்தமாகக் கிறிஸ்தவ சமயத்தில் இணைக்க முயன்றதில்லை. இதனால் சைவக் குடும்பத்துப் பெண்களும் இங்கே விரும்பிச் சேர்ந்துகொண்டார்கள். இங்கே படிப்பும் திறமென்று பெருமைப்பட்டவர்களும் இருந்தார்கள். உண்மையும் அதுதான் என்றபடியால் தூரத்திலிருந்து பெண் பிள்ளைகள் பஸ்ஸிலும் தனியார் வாகனங்களிலும் வந்து அங்கே படித்து வந்தனர்.

பதினொரு வயதாகும் அபிதாவின் வதனம் எந்தக் கணமும் மலர்ந்துவிடும் பருவத்தில் எட்டிப் பார்க்கும் மல்லிகை மொட்டுப் போலவே செங்கமலத்தின் கண்களுக்குப் படுவதுண்டு. அவளின் நடையையும் பேச்சையும் கவனிப்பது செங்கமலத்துக்கு ருசிகரமான பொழுதுபோக்கு. ‘கண்ணைப் பார் கன்னத்தைப் பார், இந்த வயதில் நான் இப்படியா துறுதுறுத்தபடி இருந்தேன்? இவளைப் பார்த்துக்கொண்டேயிருக்கலாம் போலிருக்கிறதே’ என்று செங்கமலம்

தனக்குள்ளே வியந்துகொள்வாள். அவள் சாப்பிடும் சிவப்பரிசிச் சோறும் நெய் அல்லது கட்டித் தயிரும் அவளின் உடலைத் தாராளமாகவே வளம்படுத்தியிருந்தது. "பிள்ளைக்கு மிளகாய் சுற்றிப் போடுங்கோம்மா" என்று அவள் திலகத்துக்கு அடிக்கடி நினைவூட்டுவாள். "எத்தனை தரம்தான் செய்யிறது?" எனப் பெருமை தலைதூக்கக் கேட்பாள் திலகம். அபிதா திண்ணையிலோ முற்றத்திலோ வரும்போதெல்லாம் செங்கமலம் கண்களை அவள் மீது பரவவிடுவாள். "எவ்வளவு வேகமாக வளர்கிறாள் இந்தக் குட்டிப் பெண்".

ஒரு சின்னப் பெண்ணை இப்படி ரசிக்கிறேனே, நான் அவளைப் பெற்றவளாயிருந்தால் இது நியாயமானதே. இவர்கள் வீட்டு வேலைக்கு வந்தவள் இப்படிச் செய்யலாமோ? செங்கமலம் அப்போது திலகத்தை நினைத்தாள். இவளல்லவோ தன்னுடைய வடிவைப் பெண் பிள்ளைக்கு அள்ளிக் கொடுத்திருக்கிறாள். திடீரென ஒரு பெரிய ரகசியத்தைக் கண்டறிந்ததுபோன்று உணர்ந்ததும் வெட்கமடைந்தாள். இவர்கள் என்மீது காட்டும் அன்புக்கும் அக்கறைக்கும் நான் விசுவாசமாக நடந்துகொள்ள வேண்டும்.

செங்கமலம் அன்று தன் பிள்ளைகளைத் தாயோடு வீட்டில் விட்டுவிட்டு வந்திருந்தாள். பக்கத்து வீட்டுப் பிள்ளைகளும் வளர்ந்தவர்களுமாக அங்கே ஒருபோதும் கலகலப்புக்குக் குறைவிருக்காது. அவர்களின் காணிகளுக்கு வேலிகளோ எல்லைகளோ கிடையாது. அதனால் ஒரு வீட்டுத் திண்ணையிலிருந்து எதிர் வீட்டுத் திண்ணையிலோ அடுப்படியிலோ இருக்கிற உறவுகளின் முகத்தைப் பார்த்துக் கதைக்கக்கூடிய அளவுக்கு நெருக்கம் இருந்தது. அவர்கள் வாழும் மண் வீடுகள் உதிர்ந்து விழுவதுபோல் இருந்தாலும் உறவு உறுதியாகவிருந்தது. எல்லாருக்கும் பொதுவான கிணறு தெருவோரம் இருந்தது. அவர்களின் குடும்பங்களில் காணி உரித்துக்கும் கிணற்றுப் பங்குக்கும் சச்சரவுப்பட்டது என்றுமே நடந்ததில்லை.

திலகம் வீட்டு விறாந்தையில் செங்கமலம் வழக்கத்தில் ஏறுவதில்லை. வளவின் பக்கத்து முற்றத்தால் வீட்டின் பின்புறம் வந்ததும் அதன் கீழேயுள்ள படிக்கட்டில் இருந்துகொள்வாள். விறாந்தையில் ஏற வேண்டாம் என்று அவளை எவரும் ஒருபோதும் கட்டளையிட்டதில்லை. அவளும் ஏற முயற்சித்ததில்லை. அப்படி எல்லாராலும் அங்கீகரிக்கப்பட்டதொரு பழக்கம் மீனாட்சியின் காலத்திலிருந்து இருந்துவந்தது. எவரும் நியாயம் கேட்கவுமில்லை.

ஊர் முழுவதும் இதுதானே முறை என்னுமாப்போல் இணங்கிக்கொண்டனர்.

"செங்கமலம், இதை ஒருக்கால் பிடி, என்னாலை தனியத் தூக்க ஏலாது" என்று திலகம் ஒரு நாள் கையில் பாதியளவு நிரம்பிய அரிசிச் சாக்கோடு அடுப்படிப் பக்கத்திலிருந்து அழைத்தபோது செங்கமலம், "சாக்கோடை இழுத்துக்கொண்டு வாங்கோம்மா, சீமெந்து நிலந்தானே" என்று சொல்லி ஒதுங்கிக்கொண்டாள். அதற்குப் பிறகு திலகம் அவளைத் திண்ணையில் ஏறும்படி வற்புறுத்தியதில்லை. "இதெல்லாம் இந்தச் சின்னக் குமரிக்கு விளங்குமோ" என்று அபிதாவை நினைத்து அன்று தனக்குள் சிரித்துக்கொண்டாள் செங்கமலம்.

பின்விறாந்தையில் பள்ளிக்கூட உடுப்போடு வந்து நின்ற அபிதாவை முற்றத்தில் உலக்கையும் கையுமாக நின்ற செங்கமலம் கண்டாள்.

"அம்மா புதுக்கோயிலடிக்குப் போய்விட்டா, மோளை, போன கையோடை வாறன் எண்டு சொல்லிப்போட்டுத்தான் போனவ." அபிதா அதைக் கேட்டுக்கொண்டே தனது அறையைத் தேடி ஓடிவிட்டாள். அவளின் நீண்டு அடர்ந்த கூந்தல் அவளோடு சேர்ந்து துள்ளியதைச் செங்கமலம் வெகுவாக ரசித்தாள். "இவள் இண்டைக்கோ நாளைக்கோ பெரியபிள்ளையாகிவிட்டால் வீடெல்லாம் சோடிச்ச மாதிரியெல்லோ வந்துவிடும்." செங்கமலம் உலக்கையை இறக்கி வைத்துவிட்டு அதுவரை இடித்த அரிசி மாவை அள்ளி அரித்தெடுப்பதற்கு ஆயத்தமானாள். அந்நேரம் உள்திண்ணையிலிருந்து அபிதா அழைத்த குரல் கேட்டது. ஏதோ அவசரக் குரல் போல்தான் தோன்றியது. "அம்மா..." அதைத் தொடர்ந்து, "செங்கமலம் இஞ்சை ஓடி வா!"

செங்கமலம் திகைத்துப்போய் முற்றத்தின் ஓரமாயிருந்த தண்ணீர் வாளியைச் சரித்துக் கையை முற்றாகக் கழுவிக் கொண்டாளேயொழியச் அபிதா எழுப்பிய கூவல் கேட்டு அந்தத் திக்கில் ஒரு அடிகூட நகரவில்லை. என்ன நடந்திருக்கும்? ஏன் இப்படி இந்தச் சின்னக் குமரி அலறுகிறாள்? ஓடிப்போய் அறிய வேண்டுமென்ற ஆவலும் விறாந்தையில் ஏற முடியாத கையறு நிலையும் அவளை அசையாமல் அதே இடத்தில் நிறுத்தியது.

"செங்கமலம், இஞ்சை ஒருக்கால் வா, பயமாக் கிடக்கு." என்னத்தையோ கண்டு பயந்து போனாள்போலை. பூச்சி புழுவைக்

கண்டாலும் உவளுக்குப் பீச்சல் பயம். ஒன்றுமத்த சிலந்தியைக் கண்டு பயப்பிடுவாளெண்டால் வேறையென்னத்துக்குப் பயப்பிட மாட்டாள்? அபிதாவைத் தன் அருகில் இருத்திக் கதைகள் சொன்ன வேளைகளில் இருவருமாய்ச் சிரித்ததும் கும்மாள மிட்டதும் இருவர்க்கிடையில் ஒருவித பாசவலையைப் பின்னி யிருந்தது. அதெல்லாம் முற்றத்துப் பொழுதுபோக்கோடுதான். ஆனால், இது தேவனின் வீட்டுத் விறாந்தையல்லவா? அதில் ஏற உரித்தில்லாத சீவன் தானாகவே அத்திண்ணையில் ஏறும் உரிமையை எடுக்க முடியுமா?

"செங்கமலம்..!" இப்போது அபிதாவின் அலறல் வீடெங்கும் எதிரொலித்தது.

செங்கமலம் விழுந்தடித்துக்கொண்டு படியேறி வீட்டுக்குள் நுழைந்தாள். ஒரு காலமும் ஏற நினைத்திராத திண்ணை, உட்புக முடியாத வீடு. ஆனால், அந்த அலறல் அவளிடம் அதுவரை நிலைகொண்டிருந்த எல்லா கட்டுப்பாடுகளையும் சிதறடித்துவிட்டது.

"என்ன கண்ணு, என்ன நடந்தது?" அறை வாசலில் நின்ற செங்கமலத்தைக் கண்டதும் அபிதா இன்னும் அலற முற்பட்டாள். ஆனால், செங்கமலமோ வாயெல்லாம் சிரிப்பாய் நின்றாள்.

அபிதா பெரியபிள்ளையாகிவிட்டாள். இனி வீடெல்லாம் சோடிச்ச மாதிரித்தான். செங்கமலம் ஓடியோடிக் காரியம் பார்த்தாள். திலகத்தின் அறைக்குள் மடித்தபடி கிடந்த எட்டு முழச் சேலையை எடுத்துவந்து அபிதாவைச் சுற்றிக் கட்டினாள். விபரம் அறியாத வெட்கத்துடன் கட்டிலில் ஒதுங்கிப்போயிருந்த அபிதாவைச் செங்கமலம் இறுக அணைத்துக்கொண்டாள்.

"இனி பயப்படாதை, கண்ணு. அம்மா, அப்பா இப்ப வந்து விடுவினம். பார், அவையள் எவ்வளவு சந்தோசப்படுவினமெண்டு."

"ம்... ம்..." என்று அதிசயப்பட்டாளேயொழிய அபிதாவிடமிருந்து பேச்சு எழவில்லை. உடம்பு ஒருபுறம் நடுங்கியபடியிருந்தது.

"அவையள் வருமட்டும் நான் இருக்கிறன், பயப்படாதையம்மா." இப்போ அபிதாவுக்குச் சிரிப்பு பொங்கிக்கொண்டு வந்தது.

"நாளைக்குச் சாமத்தியச் சடங்கு செய்வினம் பாரன், வீட்டிலையும் ஊரிலையும் எல்லாரும் படுகிற பாட்டை."

இப்போது அபிதாவின் சிரிப்பில் சங்கடம் தெரிந்தது. எப்படி

இனி இந்தப் புதுத் தொல்லையைச் சமாளிக்கப்போகிறேனென்ற பயமும் இருந்தது.

அடுத்து என்ன செய்யவேண்டுமென்று செங்கமலத்துக்கு நன்றாய்த் தெரிந்திருந்தது. கோழி முட்டையை உடைத்து சுத்தமான நல்லெண்ணெய்யோடு அப்போதுதான் பெரியபிள்ளையானவளின் தொண்டைக்குள் ஊற்றிவிட வேண்டும். பிள்ளைகளுக்கு உடனே ஓங்காளித்துக்கொண்டு வரும். துப்பவிடக் கூடாது, விழுங்கிவிடும்வரை வாயை மூடி வைத்திருக்க வேண்டும். இதெல்லாம் நடக்கக்கூடிய காரியமா? அதுவும் நேற்றுவரை பக்கத்து வீட்டுப் பிள்ளைகளுடன் ஓடிப்பிடித்து விளையாடிக்கொண்டு திரிந்த அபிதாவிடம். அதைச் செய்து காட்டும் கெட்டித்தனம் செங்கமலத்திடம் இருந்தது. ஆனால், சைவக் குடும்பத்தில் பிறந்து மாமிசம் சாப்பிட்டு அறியாத இந்தச் சின்னப் பெண்ணிடம் செய்யக்கூடிய காரியமா? செங்கமலம் நிதானமாக யோசித்தாள். இந்தப் பிள்ளைக்கு உடனடியாக ஏதாவது கொடுத்தாக வேண்டும். திலகம் வரும்வரைக்கும் காத்திருக்க முடியாது.

செங்கமலம் குசினிக்குள் போய் அரக்கப்பரக்கத் தேடிக் கடைசியில் நல்லெண்ணெய்ப் போத்தலைக் கண்டுபிடித்து எடுத்து வந்தாள். அது ஊரில் வடித்த திறமான எண்ணெய். ஒரு கிண்ணத்தில் இரண்டு விரல்கடை அளவில் எண்ணெய்யை ஊற்றி விடுவிடுவென வந்து அபிதாவிடம் நீட்டினாள். 'திலகம் வந்தபிறகு உளுத்தம்மாவில் களி கிண்டிக்கொடுக்கலாம்... கத்தரிக்காய், வெங்காயம் எல்லாம் நல்லெண்ணையில் பொரித்து இடியப்பத்தைத் தூளாக்கிக் கலந்து கொடுக்கலாம்...' செங்கமலத்தின் கற்பனை சிரிப்புக்கிடையில் எல்லையற்று நீண்டுகொண்டே போனது. இதெல்லாவற்றையும் விழுங்க அபிதா தயாராக இருப்பாளா? அதுதான் செங்கமலத்துக்கு அப்போதைய பெரிய கேள்வியாக இருந்தது.

"இதென்ன இது, செங்கமலம், வெறும் நல்லெண்ணெய்!" அபிதாவுக்குப் பேராச்சரியம். 'இது தலைக்குப் பூசுகிறதெல்லோ?'

"இப்போதைக்கு இதை எடுத்து ஒரே மடக்கிலை குடி மோளை, ஒண்டுக்கும் பயப்பிடாதை. அம்மா வந்தாப்போலை உனக்கு அவ, வாய்க்கு ருசியா ஏதேனும் தாறாவோ இல்லையோவெண்டு பார்." செங்கமலத்தின் அன்பும் கண்டிப்பும் கலந்த குரலில் கட்டுண்டு கிண்ணத்தை வாங்கி ஒரே மடக்கில் விழுங்கிவிட்டுப்

பரிதாபத்துடன் அவளைப் பார்த்தாள் அபிதா. அறைக்குள் முதல் வந்தபோது செங்கமலத்துக்கு ஏற்பட்ட ஆச்சரியம் இப்போது முகம் முழுவதும் சிரிப்பாய் மலர்ந்திருந்தது. அபிதாவைக் கையைப் பிடித்து நடத்திவந்தாள். இருவருமாய் பின்பக்கத்து விறாந்தையில் வந்து இருந்தார்கள்.

நடந்ததை இனி உறவுகளுக்கு அறிவிப்பார்கள். முதலில் யாருக்குச் சொல்வார்களென்று செங்கமலத்துக்குத் தெரியவில்லை. ஆனால், திலகம் வீட்டுக்குத் திரும்பியதும் வீடு தலை குத்தண வந்துவிடும் என்பது மட்டும் தெரிந்திருந்தது.

7

ஊரில் கொஞ்ச நாட்களாக அபிதாவின் சாமத்தியச் சடங்கைப் பற்றித்தான் பேச்சாக இருந்தது. அடுத்த இரண்டு கிழமைக்குள் ஊரையும் உறவுகளையும் அழைத்து மேள, தாளத்தோடு பெரிதாய்க் கொண்டாட்டம் நடத்திவிட்டாள் திலகம். அந்த ஒருநாள் சடங்கு அவர்களுடைய கல்யாணக் கொண்டாட்டத்தைத் தோற்கடித்துவிட்டதுபோல் இருந்தது. தேவனும் திலகமும் ஓடியோடி எல்லாரையும் ஒரே மாதிரிக் கவனித்தார்கள். "சாப்பிட்டியளோ, சாப்பிட்டியளோ?" என்று ஏற்கனவே சாப்பிட்டவரையும் பலமுறை கேட்டு எல்லாரிடமும் தங்களுக்குள்ள அக்கறையையும் அபிமானத்தைக் காட்டவும் தவறவில்லை. அவர்கள் இருவரும் அருகாய் நின்றபோதெல்லாம் அங்கு நின்ற பெண்கள் தங்களுக்குள் சிரிப்புக்கிடையே கிசுகிசுத்துக் கொண்டார்கள்.

"பாத்தியே, ரண்டு பேரும் இப்பவும் புதுப் பெம்பிளை மாப்பிளைபோலைதான் இருக்கினம்."

"அதுக்குக் குடுத்து வைக்க வேணுமடியப்பா. ஒற்றுமையான புருசன் பெண்சாதியாய் வாழுறதெல்லாம் அவையவை முற்பிறப்பிலை செய்த புண்ணியமெல்லோ!"

"ஆனால் உள்ளுக்கை எத்தினை கட்டுப்போட்டுகள் இருக்குதோ, ஆருக்குத் தெரியும்?"

"எந்த வீட்டிலைதான் பிரச்னை இல்லை? அதைச் சமாளிச்சுக் கொண்டு போறதுதான் கெட்டித்தனம், கண்டியோ."

“ஓம் தெரியும், எண்டாலும் இவையளைப் பாத்தால் வெளி யிலைதான் ஆளுக்காள் உருகி வழியிற மாதிரியெல்லோ கிடக்கு.”

“அது பாக்கிற ஆளன்ர கண்ணைப் பொறுத்தது.”

“என்னோடையும் திலகம் கொஞ்சம் முந்திக் கதைச்சவ. அப்ப நான் ரகசியமாக் கேட்டன்.”

“அப்பிடி என்ன ரகசியமாக் கேட்டனி?”

“உன்ர ஆள் இப்பவும் முந்தின மாதிரித்தானே? எண்டு. அதுக்கு அவ சிரிச்சுச் சமாளிச்சுக்கொண்டு போட்டா.”

“அதென்ன முந்தினமாதிரி?”

“முந்தினமாதிரி எண்டால் கலியாணம் முடிச்ச கையோடை இரவிரவா என்ன செய்யினமோ அது. இதென்ன ஒண்டும் தெரியாத வெங்காயம்போலை கேள்வி கேக்கிறை.”

“அது எல்லா வீட்டிலையும் நடக்கிறதுதானே. ஏதோ புதுக் கதை கதைக்கிறையெண்டு நினைச்சுக்கொண்டியோ?”

“உன்ர வீட்டிலையுமோ?”

“போ விசர். உனக்கு உந்தக் கதை கதைக்கிறதெண்டால் பாயாசம் சாப்பிடுற மாதிரி.”

“சின்னப் பெம்பிளைக்கு ஆலாத்தி எடுக்க வாங்கோ” என்று திலகம் கூப்பிட்டதும் அத்தனைப் பெண்களும் கிசுகிசுப்பதை நிறுத்திவிட்டு விழுந்தடித்துக்கொண்டு வந்து வரிசையில் நின்றார்கள்.

கணவன், மனைவியரில் இரவு பகலென்று இல்லாமல் எல்லா வேளையிலும் அன்பையும் காதலையும் பரிமாறிக்கொள்பவர்கள் இருக்கிறார்கள், ஓயாத சந்தேகங்களையும் குற்றச்சாட்டுகளையும் ஆளுக்காள் சொரிந்துகொள்பவர்களும் இருக்கிறார்கள், இந்த இரண்டையும் கலந்து அனுபவிப்பவர்களும் இருக்கிறார்கள். அப்படியும் தாம்பத்தியம் தொடர்ந்துகொண்டுதான் இருக்கும். தாங்கள் மட்டும் இதற்கு விதிவிலக்கல்ல என்று திலகம் தனக்குக் கிடைக்கும் ஒவ்வொரு சந்தர்ப்பத்திலும் தேவனுக்கு நிரூபித்துக்கொண்டு இருப்பாள்.

அன்று மாலை தேவனின் வீடு வழக்கம்போல் கலகலப்பில் மூழ்கிப்போயிருந்தது. பிள்ளைகள் பள்ளிக்கூடத்திலிருந்து வந்து அன்றைய புதினங்களைச் சொல்லத் திண்ணையில்

இருந்துகொண்டார்கள். தேவன் கணக்குக் கொப்பிகளை மூடி வைத்துவிட்டுப் பிள்ளைகளோடு நெருக்கியடித்துக்கொண்டு இருந்துவிட்டார்.

“அப்பா, செல்வி டீச்சர் வேறை ஸ்கூலுக்கு மாறிப்போறா. எங்களெல்லாருக்கும் சரியான கவலை” இதைச் சொன்னபோது அபிதாவின் குரல் கம்மிப்போனது.

“சில டீச்சர்மார் சொந்த ஊருக்கு மாற்றம் எடுத்துப் போவினம். சிலர் ப்ரமோஷன் எடுத்துப் போவினம். இன்னும் கொஞ்சப் பேர் வேறை ஊரில கலியாணம் கட்டி மாறிப்போவினம். எல்லா மாதிரியும் நடக்கிறதுதான். நான் படிச்ச காலத்திலை இப்ப நடக்கிற மாதிரி இல்லை, ஆனால், ஒரு டீச்சர் பென்சன் எடுத்துக்கொண்டு போனால் இன்னொரு திறமான டீச்சர் வந்து சேர்ந்திடுவார்.”

“அவ நல்லாப் படிப்பிப்பா. அதோடை எல்லாரையிலையும் அன்பா இருப்பா.”

“அதிலை மட்டும் மாற்றம் இருக்காது, அபிதா. டீச்சர்மார் எல்லாரும் அப்பிடித்தான்.”

“அப்பா, எங்கட ட்ரிப்பை கேன்சல் பண்ணிட்டினம்” என்றான் அப்பன்.

“அண்ணா பாவம், இவ்வளவு நாளும் புளுகிக்கொண்டிருந்தான்.”

“இப்ப நாட்டு நிலைமை சரியில்லை எண்டதாலை அப்பிடி முடிவு எடுத்திருப்பினம்.”

“அப்பிடித்தான் கதைச்சவை.”

“எவராயிருந்தாலும் இந்த நாளிலை பிரச்சனைகளிலை மாட்டுப்படாமல் தங்களைப் பாதுகாத்துக்கொள்ள வேணும்.”

அப்போது திலகம் அடுப்படியிலிருந்து சேலைத் தலைப்பால் கைகளைத் துடைத்துக்கொண்டு வந்து அவர்களுடன் சேர்ந்து கொண்டாள். எல்லாருக்கும் முன்னால் நடுமுற்றத்தின் ஊடாக வானம் வேடிக்கை காட்டிக்கொண்டிருந்தது. காற்று எட்டிப் பார்ப்பதும் ஒளிந்து ஓடுவதுமாகக் கண்ணாமூச்சி விளையாடியது. கிள்ளலும் கிண்டலும் கதையும் சிரிப்புமாகப் பொழுது நகர்ந்தது. அதுவேதான் அன்று அறிந்து வந்த தகவலைச் சொல்ல உவப்பான நேரமெனக் கண்டார் தேவன்.

“நித்யா அடுத்த கிழமை மாயவன் கோயிலிலை பாட வாறாள். அதுவும் கன காலத்துக்குப் பிறகு. கன காலமெண்டால் ரண்டு, மூண்டு வருசமில்லை, எல்லாமாப் பதினைஞ்சு வருசம்.” இதை அவர் சொல்லி முடிக்க முன்னரே அவரை நோக்கி வெறுப்பை உமிழ்ந்துவிட்டு விசுக்கென எழுந்துபோனாள் திலகம்.

தேவன் மனம் நொந்துபோய்விடவில்லை. அவள் அப்படித் தான் செய்வாளென அவருக்குத் தெரிந்திருந்தது. இந்தத் தகவலை இப்போது சொல்லிவிட்டால் அடுத்த ஏழு நாளில் திலகம் படிப்படியாக அமைதியடைந்துவிடுவாள். அந்த வேளையாகப் பார்த்துக் கோயிலுக்குப் புறப்பட்டால் பெரிதாக அதைப் பொருட்படுத்த மாட்டாள். வீட்டில் எப்போதாவது நித்யாவைப் பற்றிப் பேச்சு எழும்போதோ வானொலியில் அவளின் பாட்டைக் கேட்கும்போதோ திலகம் காட்டும் முறைப்பும் அதைத் தொடர்ந்த பயங்கர மௌனமும் அடுத்து வரும் நாட்களில் எப்படிப் படிப் படியாக நீர்த்துப் போகுமோ அதுபோலவே இப்போதும் ஆகுமெனத் தேவன் எதிர்பார்த்தார்.

“நித்யா இப்ப எங்கே இருக்கிறா?” என்று கேட்டாள் அபிதா. வானொலியில் பெயரெடுத்த பாடகி பக்கத்திலுள்ள மாயவன் கோயிலுக்கு வரப்போகிறாள். இப்போதே அபிதாவுக்கு அவளின் கச்சேரியை நேரில் கேட்கும் ஆர்வம் தலை தூக்கிவிட்டது.

“அவளைப் பற்றின விபரமொண்டும் எனக்குத் தெரியாது, அபிதா. நேரை காணுறபோது கேட்டுப் பார்ப்பம்.”

நித்யா இப்போதும் கொழும்பில்தான் இருக்கிறாளோ, அங்கே இருந்தால் சொந்த ஊருக்கு வராமல் போவாளா? அவளைக் கோயில் நிர்வாகம் கச்சேரிக்குக் கூப்பிட ஆயத்தமானபோது அதை அறியாமல் போனேனே? சென்னையில் படித்துவிட்டு வந்ததும் ஒரு கடிதம் அனுப்பினாளே, அதுதானே அவள் கடைசியாக எழுதிய கடிதம். பிறகு விபரம் எழுதுவாளென்று அதில்தானே சொன்னாள். ஒருவேளை மறந்துபோயிருப்பாளோ, இல்லை, அப்படிச் செய்யவே மாட்டாள். கச்சேரிகளுக்குப் பறந்துகொண்டிருந்ததால் அவளுக்கு நேரம் கிடைக்காமல் போயிருக்கும். சரி, இப்போதாவது வருகிறாளே, எனக்குச் சொல்லவென்று எத்தனையோ கதைகளோடு வருவாள். அவற்றில் ஒன்றாவது நாங்கள் இருவரும் இணைந்திருந்த காலத்தை நினைவூட்டுவதாக இருக்கும். கச்சேரி முடியட்டும், அவளோடு

ஆறுதலாக இருந்து பேசிய பிறகே வீட்டுக்கு வருவது. தேவன் தீர்மானித்துவிட்டார்.

இப்போது முதல் கட்டமாக நித்யா கச்சேரிக்கு வருவதை ஒருவாறு வீட்டில் அறிவித்துக் குமுறவிருந்த பூகம்பத்தின் தாக்கத்தை ஓரளவுக்குக் கட்டுப்படுத்தியாயிற்று. இனி வசதியைப் பொறுத்து அடுத்த கட்டத்துக்கு நகர வேண்டும். அடுத்து வந்த நாட்களை எண்ணுவதிலேயே அவரின் பொழுதுகள் கழிந்தன.

அன்று பின்னேரமானதும் தேவன் கோயிலுக்குப் போக ஆயத்தமானார். "அப்பா, நாங்களும் நித்யாவின் கச்சேரியைக் கேக்கப்போறம்" என்று அப்பனும் அபிதாவும் கூட்டாகச் சொன்னார்கள். பிள்ளைகள் விரும்பும்போது அவர்களை விட்டுத் தனியாகப் போதலும் நியாயமில்லை. நித்யாவுடன் கதைப்பதற்கு அவர்கள் தடங்கலாக இருக்கப்போவதுமில்லை.

"ஓம் அதுக்கென்ன, எல்லாருமாப் போவம். நித்யா பாடுறதை நேரிலை கேட்டு எவ்வளவு காலம்! கெதியாக மறக்கக்கூடிய குரலா?" என்று தேவன் சாதாரணமாகச் சொன்னார்.

"குரலை மட்டுமோ?" என்று எட்ட நின்ற திலகம் சொன்னது தேவனின் காதில் தெளிவாக விழுந்தது.

தேவனுக்கு உண்டான ஆச்சரியமும் அதிர்ச்சியும் திலகம் தானும் கூடவருவேனென்று புறப்பட்டதுதான். அன்று பின்னேரம் முழுவதும் தன்னை இன்னும் இளமையாகக் காட்டிக்கொள்வதில் அவள் எடுத்த பெருமுயற்சி தேவனுக்கு ஒருபுறம் சிரிப்பை மூட்டினாலும் மறுபுறம் ஆழ்ந்து யோசிக்க வைத்தது. வானொலியில் நடந்த நித்யாவின் கச்சேரியை வீட்டில் தேவனும் பிள்ளைகளுமாக எத்தனைமுறை கேட்டிருப்பார்கள். ஒருமுறையாவது அதில் அவள் ஆர்வம் காட்டியதில்லை. தனக்கும் இசைக்கும் ஜென்மத்துப் பகை என்பது போல்தான் நடந்து வந்திருக்கிறாள். அன்றைக்கு அவள் இப்படியொரு முடிவு எடுத்ததும் இது எங்கே போய் முடியப்போகிறதோவென்ற யோசனையும் தான் நித்யாவைக் காண முடியாமற்போய்விடலாமென்ற அச்சமும் தேவனிடம் எழுந்தது.

நித்யாவைக் காணவும் அவளின் இசையைக் கேட்கவும் போகிறோமென்ற களிப்பில் தேவன் மிதந்துகொண்டிருந்தபோதிலும் அப்போது அடிபட்டுக்கொண்டிருந்த வதந்திகள் அவரின் மனதில் திகிலைக் கிளப்பிக்கொண்டிருந்தன. எந்த வேளையிலும்

இராணுவம் கிராமங்களை ஊடுருவி வந்து பொதுமக்களைத் தாக்கலாம். அதற்கான ஆயத்தம் நடக்கிறது என்பதுதான் இப்போ நிலவிய அமைதிக்கான காரணம்.

அன்று மாலை நித்யா பத்திரமாகக் கோயிலுக்கு வந்தது போலவே கச்சேரி முடிந்து வீட்டுக்குத் திரும்ப வேண்டும். கோயிலுக்கு வரும் வழியெல்லாம் இதே சிந்தனைதான் அவரின் மனதை ஆக்கிரமித்திருந்தது. அங்கே வந்து அலுவலகத்தில் விசாரித்தபோது அவளும் பக்கவாத்தியகாரர்களும் கச்சேரி முடிந்ததும் ஊரிலேயே ஒரு வீட்டில் தங்கி, அடுத்த நாள் திரும்பிப் போகப்போகிறார்கள் என அறிந்த பிறகே அவருக்கு நிம்மதி ஏற்பட்டது.

இப்போதெல்லாம் இரவில் நடக்கும் நிகழ்ச்சிகளுக்கு மக்கள் முன்னைப்போல் வருவதில்லை. அப்படியிருந்தும் நித்யாவின் இசையைக் கேட்க மாயவன் கோயில் வசந்த மண்டபம் ரசிகர்களால் நிரம்பிப்போயிருந்தது. இப்போது அவள் சங்கீதத்தில் மேலும் பயிற்சிகளை முடித்து இலங்கை, இந்தியா, சிங்கப்பூர், மலேசியாவென்று புயலாகப் பயணித்துக் கச்சேரிகள் செய்துவிட்டு வந்திருக்கிறாள் என்ற தகவல் பத்திரிகைகளில் அடிபட்டு ஊர்களுக்குள்ளும் பரவிவிட்டது. இசையில் பழுத்த ஒரு பெண்ணின் பாடலைக் கேட்கப்போகிறோம் என்ற ஆர்வத்தில் திளைத்த ரசிகர்கள் அவள் மேடைக்கு வருவதைக் காத்திருந்தார்கள்.

அப்பனையும் அபிதாவையும் மேடைக்கு முன்னால் இருத்தி விட்டு, தேவன் கூட்டத்தின் எல்லையில் போய் நின்றார். நித்யாவை ஒருமுறை தரிசித்துவிட்டுத் திலகத்திடம் திரும்பிவிட வேண்டும். வரும்போதே வாயை இறுக மூடியபடி வந்தவள் தனது ஒரு நிமிடத் தாமதத்தைப் பொறுப்பாளா? அப்போதுதான் நித்யாவும் மேடைக்கு வந்தாள். அவள் யாரைக் காணவென அங்கே வந்தாளோ அவரும் அவளைக் காணவெனக் காத்து நின்றார். இருவர் கண்களும் பதினைந்து ஆண்டுக்கால இடைவெளிக்குப் பாலம் அமைத்தன. அப்பனும் அபிதாவும் அப்போதுதான் நித்யாவைக் கண்டனர். அவளின் இதழ்களில் பூத்த புன்முறுவலைக் கண்டனர். தங்களை அரவணைத்த கண்களைக் கண்டனர். அவளின் அழகைக் கண்டனர். ஆச்சரியமும் திகைப்புமாக ஒருவரையொருவர் பார்த்து மலைத்தனர். நித்யா இப்போது அவர்களைப் பார்த்துச் சிரித்தாள். மின்சார ஒளியில் பற்களின் வெண்மை சிறகடித்தது. கால்களை மூடிய சேலையை ஒழுங்கு

செய்ததும் நிமிர்ந்து உட்கார்ந்து மீண்டும் அவர்களைப் பார்த்துப் புன்முறுவல் சிந்தினாள். அடுத்த சில விநாடிகளில் அவளின் தேவகானம் வானத்திலிருந்து இறங்கியதுபோல் எழுந்தது. அவர்கள் அதுவரை கேட்டு உணர்ந்திராத பாடல். அதுவே தேவன் மீண்டும் கேட்கவெனக் காத்திருந்த பாடல்.

புல்லாய்ப் பிறவி தர வேண்டும் கண்ணா,

புனிதமான பலகோடி பிறவி தந்தாலும்

பிருந்தாவனமதில் ஒரு புல்லாய்..!

ஆன்மாவைத் தேடும் கானம் என்று அப்பா சொல்வாரே, இப்போதுதானே விளங்குகிறது. எங்களுக்கு இப்படியொரு தெய்வீக அனுபவமா? தாம் கேட்டு உணர்ந்ததை அவர்களால் நம்ப முடியவில்லை. இந்தக் குரலை வானொலியில் கேட்டு அப்பா எத்தனை முறை கண்ணீர் சிந்தியிருப்பார். தன்னைச் சுற்றியுள்ள எதையும் உணராதவர்போல் இருந்திருப்பார்.

திலகம் சனக் கூட்டத்திலிருந்து விலகி எட்ட இருக்க விரும்பி உள்வீதியில் சுவர் ஓரமாக இருந்துவிட்டாள். அவள் தனக்குக் கச்சேரியும் கூட்டமும் ஒருபோதும் மனதுக்கு உவப்பான இடங்கள் இல்லை என்று நெற்றியில் எழுதி வைத்தவள்போல் தனித்திருந்தாள். ஆனால், அவள் அங்கே வருவதற்குரிய உள் நோக்கம் வேறாக இருந்ததைத் தேவன் இன்னும் அறிந்திருக்கவில்லை. இவருக்கு இப்போதும் இசையில் நாட்டம் இருக்கிறதா? இல்லையேல் நித்யா வந்து பாடும்போது மட்டும் அந்த நாட்டம் திடீரென வந்துசேர்ந்துகொள்கிறதா? அதை இன்று நேரே பார்த்து அறிந்துகொள்ள வேண்டும் என்பதுதான் அவளின் நோக்கமாகவிருந்தது.

திலகம் அங்கே தனியே இருக்கிறாள் என்ற நினைவு அப்போது தான் வந்து தேவனை உறுத்தியது. நித்யாவைக் கண்டு கண்களால் பேசியதே இப்போதைக்குப் போதும். நாளைக்கு அவள் ஒரு கடிதம் போடுவாள், நானும் அவளைத் தேடிப்போய்க் காணக்கூடும். திலகத்தை அங்கே தனிய இருத்திவிட்டு நான் இங்கே நித்யாவின் இசையில் என்னையும் அவளையும் மறந்து இருப்பதா? பிள்ளைகள் அங்கேயே பாட்டைக் கேட்டபடி இருக்கட்டும், கச்சேரி முடிந்ததும் போய்க் கூட்டி வந்துவிடலாம் என்று எண்ணிக்கொண்டு கூட்டத்திலிருந்து விலகித் திலகம் இருந்த இடத்துக்குத் திரும்பி வந்தார்.

தேவன் திரும்பி வருமுன் திலகத்தின் மனமெல்லாம் மண்டபத்தில் பாடிக்கொண்டிருக்கும் நித்யாவின்மீதே இருந்தது. பார்க்கப்போனால் உவள் வருசத்துக்கு ஒரு முறையாவது அக்கம் பக்கத்து ஊர்களில் கச்சேரி வைக்கிறாள் போலிருக்கிறது. இப்பவும் ரண்டு பேருக்குமிடையிலை தொடர்சல் இல்லாமலா இவர் இவளன்ர கச்சேரிக்கு விழுந்தடித்துக்கொண்டு ஓடி வந்தார்? ஏன் இந்த மனிசன் என்னை இப்பிடி ஏமாற்றிக்கொண்டு வாறார். வீட்டில கட்டின பெண்சாதி இருக்க இவர் ஏன் இன்னொரு பெம்பிளையை நினைச்சு மாயுறார்? நான் இதை ஊண்டி, ஊண்டி விசாரிப்பனெண்டு பயம். அதுதான் நான் கேட்க முந்தியே கதையைக் கெட்டித்தனமாக மாற்றிப்போடுவார். இவள் முந்திக் கச்சேரி செய்த ஒவ்வொரு முறையும் இவர் விரதம் இருந்தவர்போல் கோயிலே கதியென்று இருந்திருப்பார். இதையெல்லாம் அறியாமலா நான் வீட்டுக்குள் அடைந்து கிடக்கிறன். ஓரேயொரு முறை, அது நான் சுகமில்லாமல் ஆஸ்பத்திரியிலை இருந்த நேரம் சுட்டிபுரம் கோயிலிலை உவளன்ர கச்சேரி நடந்தது. அதுக்கு உவர் போகேலாமல் போட்டுது. அண்டு முழுவதும் உலகமே வெறுத்துப் போன மாதிரி இருந்தார். நானும் கடைக்கண்ணாலை கவனிச்சுக்கொண்டுதான் இருந்தன்.

எவ்வளவு காலத்துக்கு உந்தச் சின்னமேளத்தோடையிருந்த சினேகிதத்தை எனக்குத் தெரியாமல் மறைத்து வைச்சிருந்தார்? உவள் அனுப்பிய தபாலிலை என்ன எழுதியிருந்ததெண்டு அவர் சொல்லாமல் விட்டாலென்ன அந்த வரலாறெல்லாம் தெரியாமல் இருக்கிறதுக்கு நானென்ன முழு முட்டாளா? அண்டைக்குக் கலியாணத்துக்கு ரண்டாம் நாள் இஞ்சை கூட்டிக் கொண்டு வந்து தானாக எல்லாத்தையும் சொன்னார்தான். அது அப்ப. ஆனால், இப்பவும் எனக்குத் தெரியாமல் அவளைத் தேடிப்போகிறாரோ, யார் கண்டது? முதலில் இண்டைக்கு வீட்டுக்குப்போக வெளிக்கிடுற நேரம் பாத்துக்கொள்ளுறன். எல்லாவற்றையும் நினைத்து திலகத்துக்குக் கண் கலங்கியது. தொண்டை வறண்டுவிடும்போலிருந்தது.

தேவன் திரும்பி வருவதைக் கண்டதும் திலகம் தானும் ஏதோ சங்கீதம் கேட்டு ரசிப்பதுபோன்ற பாவனையுடன் இருந்துகொண்டாள்.

நித்யா தாயே யசோதாவைத் தோடியில் தோரணமாய்க் கட்டிக்கொண்டிருந்தாள். திலகத்துக்குப் பக்கத்தில் வந்திருந்த

தேவன் சுவரில் சாய்ந்தபடியே இசையில் ஒன்றிவிட முயன்றார். ஆனால், அப்போது திலகம் இருந்த நிலையில் நித்யாவின் இசையில் திளைக்கும் மனநிலை அவருக்குக் கைவரவில்லை. பக்கத்தில் நெருப்பை மூட்டிவிட்டுக் கண்ணுறங்க முடியுமா?

திலகம் பக்கத்திலிருந்த தேவன்மீது சாய்ந்து அவருக்கு மட்டும் கேட்கும்படியாகச் சொன்னாள், "ஓண்டு கேக்கிறன் உண்மையைச் சொல்லுவியளோ?"

"நான் உனக்கு ஒண்டையும் மறைக்கிறயில்லையெண்டு தெரியும்தானே?" கேள்விக்குரிய பதிலைக் கேள்வியாகச் சொன்ன தேவனின் முகத்தில் சிரிப்பு அரும்பியது.

"ம்ம், தெரியும். ஆனால், இப்ப கேக்கிறதுக்குச் சொல்லுங்கோ."

"நாங்கள் என்ன கோயிலுக்குக் கதைக்க வந்தனாங்களோ சங்கீதம் கேக்க வந்தனாங்களோ?"

"மழுப்பாமல் கேட்டதுக்கு மட்டும் மறுமொழியைச் சொல்லுங்கோ."

"புதிசா ஏதேனும் கேக்கிறதெண்டால் கேள்."

"புதிசோ பழசோ தெரியாதைத்தானே கேக்க வேணும்."

"சரியப்பா கேள்" கொஞ்சம் சலிப்போடு தேவன் பதில் சொன்னார்.

"அதேன், உங்கடை ஆள் பாடுறதை அவளன்ர கண்ணுக்கு முன்னாலை இருந்து கேக்கிறதுதானே உங்கடை வழக்கம். இண்டைக்கு எட்ட வந்து இருந்திட்டியள்?"

தேவனுக்குச் சிரிப்பு அடக்க முடியாமல் எழுந்தது.

"உஷ், சத்தம்!" வாயில் விரலை வைத்து அதட்டினாள் திலகம்.

"நித்யாவைச் சொல்லுறியா?"

"உங்கடை ஆளெண்டால் வேறை ஆர்?"

தேவன் சில கணங்கள் மௌனமாக இருந்தார். இவள் ஏன் எப்போதும் நித்யாவையே மனதில் வைத்துப் புகைந்து கொண்டிருக்கிறாள்? நானும் எத்தனைமுறை கையைப் பிடித்துக் கன்னத்தைத் தொட்டுச் சமாதானம் செய்து பார்த்துவிட்டேன். இவள் இப்படியே கேட்கக்கேட்க என் மனம் இன்னும் கூடுதலாகவல்லவா அவளை நினைத்துக்கொண்டிருக்கும் என்பதை இவள் ஏன்

அறியாமலிருக்கிறாள்? அவ்வளவுக்கு இவள் அப்பாவியா, பொறாமை பிடித்தவளா அல்லது என்னை நோகடித்துத் தான் மகிழலாமென்று நினைத்திருக்கிறாளா? இவளுக்குத் திருப்திதரக் கூடிய மாதிரி ஒரு பதில் சொல்லலாமென்றால் என்னாலும் அது முடியவில்லையே.

"ஓமோம், தெரியும், தெரியும்."

"அப்படிச் சொல்லுங்கோ."

தேவன் மீண்டும் மௌனத்தில் ஆழ்ந்தார். நித்யா சங்கரா பரணத்தில் ஒவ்வொரு இழையாக அவிழ்க்கிறதும் பின்னுகிறதுமாக ஜாலவித்தை காட்டிக்கொண்டிருந்தாள். அவளின் குரலினிமையில் மனம் முழுவதுமாய் லயிக்க முடியவில்லையேயென்று தேவனின் மனம் பொருமியது. திலகம் திடீரென்று எதிர்ப்பக்கம் திரும்பி யிருந்த தேவனின் முகத்தைத் தன் பக்கம் திருப்பிக் கேட்டாள்,

"நீங்கள் உவளன்ர வடிவிலை மயங்கினனிங்களோ குரலிலை மயங்கினனிங்களோ?" அன்றொரு நாள் நித்யாவின் வீட்டு வாசலில் நின்று தனக்குத் தானே கேட்ட கேள்வியல்லவா இது? யார் கேட்டாலென்ன, நியாயமான கேள்விதானே? பதிலும் இவளுக்குத் தெரிந்ததுதானே? தேவன் சிறிதும் தயக்கமில்லாமல் பதில் சொன்னார்.

"இரண்டிலையும்."

திலகம் தன் கணவனின் முகத்தை மிக அனுதாபத்துடன் பார்த்தாள். அங்கே எந்தச் சலனமும் இல்லை. வழக்கம்போல் அவரின் வயதுக்கேற்ற அமைதியான அழகும் பொலிவும் அங்கே குடிகொண்டிருந்தன. மனதில் அமைதி இருக்கிறவரின் முகத்தில்தானே இவ்வளவு அழகு தோன்ற முடியும்? இசை நிகழ்ச்சி முடிந்து சனங்களெல்லாம் வெளியேறிய பின்னர் வெறுமையான மண்டபத்தில் நிலவுவதுபோன்ற ஆழ்ந்த அமைதி. பாவம், இந்த மனிதனின் மனதை எவ்வளவு காலத்துக்குத்தான் இப்படி நோகடிப்பது? என்றாலும், நான் இவரோடு வாழுறபோது இவர் இன்னொரு பெண்ணில் மையல் கொண்டால் என்னுடைய மனம் எவ்வளவுக்கு நொந்துபோகும் என்பதைக் கொஞ்சமும் உணராத வெறும் சடமா இவர்? 'பாவம், இவளுக்கு ஆறுதலாக ஒரு சொல்லாவது சொல்லுவோமே' என்று நினைக்காத இரக்கமற்ற மனிதனா, கொஞ்சமாவது என்னில் பற்றுப் பாசமென்று இல்லாமல் கட்டினதற்காகக் கடமை செய்பவரா இவர்?

இன்னும் எவ்வளவு மோசமாக இவரை நோகடித்தாலும் மனது சுலபத்தில் சமாதானம் அடைய மாட்டேன் என்கிறதே. பெண்கள் எப்பவுமே இப்படித்தான். தன் கணவன் தற்செயலாக இன்னொரு பெண்ணைப் பார்த்துவிட்டாலே அவளின் காலடியில் அவன் விழுந்துவிடக்கூடுமென நினைத்துப் பதறுவதும் தனக்கே அவன் உரியவன் என்ற நிலைப்பாட்டை உறுதியாக்கச் சன்னதம் கொள்ளத் தயாராக இருப்பதும் யுகம்யுகமாகத் தொடர்ந்து வரும் மனப்போக்குத்தானே.

தேவன் அப்படியே உறைந்துபோய் இருந்தார்.

"நீங்கள் என்னைக் கட்டமுந்தி வேறையொரு பெம்பிளையை விரும்பியிருந்தால் அது பழைய கதை, அதுக்கும் எனக்கும் ஒரு சம்பந்தமில்லை. அதுக்கு உங்களை நான் குறை சொல்லப் போறதும் இல்லை. ஆனால், என்னைக் கட்டின பிறகு நானிருக்க நீங்கள் வேறையொரு பெம்பிளையை விரும்புறது ஞாயமும் இல்லை, நீதியும் இல்லை. நான் சொல்லுறதை ஒப்புக்கொள்ளுறியளோ, இல்லையோ?"

"ஒப்புக்கொள்ளுறன் திலகம், நான் அப்பிடிச் செய்யிற ஆளில்லை. இதுவரைக்கும் என்னை நல்லாத் தெரிஞ்சுகொண்டிருப்பாய்தானே?"

"அப்பிடிச் செய்யமாட்டியளெண்டு தெரியும்." திலகத்தின் முகத்தில் வெற்றி துள்ளு நடை போட்டது. அவளின் முகத்தை நிமிர்ந்து பார்த்தார் தேவன்.

"உன்னை நான் ஏமாற்ற மாட்டன், கவலைப்படுத்த மாட்டன் என்று நீ நம்பியிருக்கிறாய் எண்டதுதான் என்ர வாழ்க்கையில எனக்குக் கிடைச்ச பெரிய சந்தோசம். அதைமட்டும் தெரிஞ்சு கொள்ளு."

"உங்களை நம்பும்படியா நடந்துகொண்டிருந்தால் எனக்குப் போதும், வேறை சந்தோசமொண்டும் வேண்டாம்."

கச்சேரி முடிந்தது. மண்டபத்திலிருந்த கூட்டம் அடுத்து நடக்கப்போகும் நாதஸ்வரக் கச்சேரியை ரசிக்கக் காத்திருந்தது. தேவன் ஓடிப்போய்ப் பிள்ளைகளைத் தேடினார். அப்பனும் அபிதாவும் வாசலில் நின்றிருந்தார்கள். நித்யா அவர்களுடன் பேசிக்கொண்டிருந்தாள். தேவன் அப்படியே நடுவழியில் நின்று விட்டார். பேசி முடிக்கட்டும், என்னால் இயலாததை எனது பிள்ளைகளாவது செய்யட்டும். நித்யாவிடம் திருவிழா நடத்தும்

ஆட்கள் வந்துசேர்ந்தார்கள். அடுத்த நிமிடம் அவளையும் அழைத்துக்கொண்டு சென்றுவிட்டார்கள்.

அன்று நித்யாவின் கச்சேரியை நேரேயிருந்து ரசிக்க இயலாமற் போனது தேவனுக்கு ஏமாற்றத்தை உண்டுபண்ணியபோதும் திலகத்தைச் சாந்தப்படுத்தியதே பெரிய சாதனையென்று ஆறுதல் கொண்டார். அவளும் தான் நினைத்ததைச் சாதித்துவிட்ட பெருமிதத்தில் இருந்தாளென்பதைத் தேவன் கண்டார். பிள்ளைகள் வந்து அவர்களுடன் சேர்ந்துகொண்டார்கள். கோயிலுக்கு வந்த போது திலகத்திடமிருந்த மன இறுக்கம் இப்போது தளர்ந்திருந்தது. அது தொடர்ந்து இருக்கவேண்டுமென்ற வேண்டுதலுடன் தேவன் குடும்பத்துடன் வீட்டுக்குத் திரும்பினார்.

8

அன்று மாலை பிள்ளையார் கோயில் வீதியில் விளையாடிக் கொண்டிருந்த சிறுவர்கள் தூரத்தில் திடீரென எழுந்த வெடிச் சத்தம் கேட்டு அதிர்ந்துபோய் பயம் மேலிட ஒருவரையொருவர் பார்த்தனர். அச்சத்தம் பனம் காணிகளுக்கு அப்பாலிருந்து எழுந்ததும் கூட்டுக்குத் திரும்பிய பறவைகள் கீச்சிட்டபடி நாலா திக்குகளிலும் பறந்தன. ஊர் முழுவதும் திடீரென அமைதியில் ஆழ்ந்தது. அடுத்த கணம் கோயில் வீதியும் வெறுமையாய்ப் போனது. அவர்களோடு சேர்ந்து விளையாடிக்கொண்டிருந்த அப்பனுக்கு அது மிகவும் பழக்கமான அனுபவம்தான். ஆனால், அவனுடைய நண்பர்கள் இப்படியான கட்டங்களில் எப்படித் தப்பிக்கொள்வது என்பதை அவனிலும் பார்க்க நன்றாய் அறிந்து வைத்திருந்தார்கள் போலும், கண்ணிமைக்கும் நேரத்துக்குள் அக்கம்பக்கங்களில் ஓடி மறைந்துகொண்டார்கள். அப்பனுக்கு அந்த யுக்தி கைவரவில்லை.

“சிநேகிதர்களோடு பிள்ளையார் கோயில் வீதியில் விளையாடப் போனால் பொழுதுபட முந்தி வீட்டுக்கு வந்துவிட வேண்டும். வீட்டுக்கு வாற நேரம் வெடிச் சத்தம் கேட்டால் பதுங்கி ஒளிந்துகொள்ள மறக்காதே.”

தேவன் அப்பனுக்குப் படித்துப்படித்துச் சொல்லும் இந்தப் புத்திமதி உந்தித் தள்ளத் தானும் அங்கிருந்து ஓடி ஒளிந்துகொள்ள

வேண்டுமென்று அவதிப்பட்டான். அந்த அவசரத்தில் அவன் வழக்கமாகப் போகும் தெருவுக்குப் பதிலாக இன்னொரு குறுக்கு ஒழுங்கையில் இறங்கியபோது எங்கும் இருள் கவிய ஆரம்பித்துவிட்டது. தொடர்ந்து வேலியோரமாக நடந்து சென்றான். அது அவனுக்கு அதிகம் பழக்கமில்லாத ஒழுங்கை. பிள்ளையார் கோயிலையும் பிரதான வீதியையும் இணைக்கும் தெருவில் அவன் இறங்கியிருந்தால் பெரும்பாலும் ஏற்கனவே தெரிந்தவர்களும் உறவினர்களும் வாழும் ஒரு வீட்டிலாவது நுழைந்து அடைக்கலம் தேடியிருக்கலாம். ஆனால், இப்போது இறங்கியிருக்கிற ஒழுங்கையில் அவனுக்குத் தெரிந்தவர்கள் என்று சொல்வதற்கு எவருமில்லை. அப்பாவுக்குத் தெரிந்தவர்கள் நிச்சயமாய் இருப்பார்கள், அவரின் பெயரைச் சொல்லி உதவி கேட்கலாமென்றால் எந்த வீட்டுக் கதவைத் தட்டுவதென்ற பதற்றம் இன்னொருபுறம் எழுந்தது. காலம் கடந்துகொண்டிருந்தது. தூரத்திலிருந்து மேலும் வெடிச் சத்தம் எழுந்தபடி இருந்தது. அவன் அங்கும்இங்கும் நோட்டம் விட்டபடி தனியாக நின்ற ஒரு வீட்டைக் கடந்து விறுவிறுவென நடந்தான்.

"ஏய் தம்பி, நில்லு!"

அந்த வீட்டின் சரிந்திருந்த வாசல் படலையின் பின்னாலிருந்து அந்த மாலை நேரத்தின் அமைதியைக் கிழித்தபடி எழுந்த கட்டளை அவனைத் திடுக்கிட வைத்தது. பதற்றத்துடன் அந்த இடத்திலேயே நின்றுவிட்டான்.

"உனக்கு வெடிச் சத்தம் கேட்கல்லையோ?" என்று அதட்டும் குரலில் கேட்டுக்கொண்டு படலையைத் தள்ளித் திறந்துகொண்டு ஒருவன் அப்பனை நோக்கி வந்தான். வந்தவன் பத்திரிகைச் செய்திகளில் பல தோற்றங்களில் அடிபடும் சிவா என்று மட்டுப் பிடிக்க அப்பனுக்கு அதிக நேரம் எடுக்கவில்லை. கறுப்பு நிறத்தில் நீண்ட காற்சட்டையும் சேர்ட்டும் அணிந்திருந்தான். கால்களில் ஏதேனும் போட்டிருந்தானோவென்று தெரியவில்லை. உயரமாகவும் கொஞ்சம் நிறமாகவும் இருந்தான்போலவும் தோன்றியது. அவன் அறிந்திருந்ததுபோல் சிவா நன்றாய் வளர்த்தியானவனே ஆனால், பயங்கரமானவன்போல் தெரியவில்லை.

அது குடா நாடெங்கும் இராணுவத்துக்கும் விடுதலைப் போராளிகளுக்குமிடையே முறுகல் வரவரத் தீவிரமடைந்து வந்த காலம். போராளி இயக்கங்கள் வங்கிகளைக் கொள்ளையடித்தன,

நாராயணபுரம்

பொலிஸ் நிலையங்களைத் தாக்கின என்பதே வானொலியிலும் பத்திரிகைகளிலும் அன்றாடச் செய்தியாகிவிட்டது. பதிலுக்கு பொலிஸும் இராணுவமும் வன்முறையில் தாம் கொஞ்சமும் சளைத்தவர்களில்லையென்று நிரூபித்துக்கொண்டிருந்தன.

வளர்ந்து வரும் இருபக்கத்து வன்முறைகள் குறித்து நாட்டில் ஆளுக்கொரு கருத்து இருந்தபோதும் இரண்டு வருடத்துக்கு முன்னர் நடந்த இனக் கலவரமே ஒரு காலத்தில் அமைதி பூத்திருந்த நாட்டைக் கூறுபோடவும், மேலும் அவலத்தை மக்களிடம் கொண்டு செல்லவும் காரணமானது என்பதில் ஒத்த கருத்துக் கொண்டிருந்தார்கள். வடக்கு, கிழக்கு மாகாணங்கள் அமைதியில் ஆழ்ந்துபோனதுபோல் வெளியே தோற்றமளித்தபோதும் அதன் அடியில் கனன்றுகொண்டிருந்த இயக்கங்களின் போராட்ட முன்னெடுப்புகள் அங்கே நிலவிய இராணுவ ஆட்சிக்கு எதிரான கிளர்ச்சிகளாக மூலைமுடுக்குகளெல்லாம் முளைவிட ஆரம்பித்தன.

சில நிமிடங்களுக்கு முன் புதுக்கோயிலுக்கு அருகே எழுந்த வெடிச் சத்தமும் இராணுவக் கவச வாகனங்கள் எழுப்பிய பயங்கர இரைச்சலும் எந்தவிதப் பாதிப்பும் சிவாவிடம் உண்டாக்கவில்லைபோல் தோன்றியது.

"தம்பி, இப்ப ரோட்டுப் பக்கம் போனியோ சுட்டுப் போடுவாங்கள். கொஞ்ச நேரம் இங்கே பதுங்கி இருந்திட்டுப் பிறகு போகப் பார்க்கலாம்" என்றான்.

இராணுவமென்ற சொல்லைக் கேட்டாலே அப்பனுக்குப் பயம் தொற்றிக்கொள்ளும். பகலில் வீட்டுக்குள் அடைபட்டுப் புத்தகமும் படிப்புமாகப் பொழுதுபோக்குவதும் பின்னேரமானால் வெளியே இராணுவ நடமாட்டம் இல்லையென நன்றாக அறிந்தபிறகு நடை தூரத்திலுள்ள புதுக்கோயில் வீதியில் விளையாடப்போவதும் அவன் பொழுதுபோக்காகப் போனது. அந்த வீதியில் விளையாட வரும் நண்பர்கள் மூலமாக ஊருக்கு வெளியேயும் நகரப்புறங்களிலும் நடக்கும் களேபரங்களைப்பற்றி அறிந்துகொள்ள முடிந்தது. வீடுகளில் பெற்றாரிலும் பார்க்கப் பிள்ளைகளே நாட்டு நிலவரங்களை அதிகமாகத் தெரிந்து வைத்திருந்தார்கள். தேவனும் தனது அரைகுறை அறிவை மகனோடு பகிர்ந்துகொள்வதைத் தவிர்த்திருந்தார். தனக்கே முழுவிபரமும் தெரியாதபோது அவனுக்கு எப்படிப் பாடம் நடத்துவது என்பதுதான் அவரின் எண்ணமாயிருந்தது.

பள்ளிக்கூடமும் ஒழுங்காகத் திறக்கப்படுவதில்லை. போக்கு வரத்தும் தொடர்ந்து சீர்கெட்டுக்கொண்டிருந்தது. நண்பர்களைச் சந்திக்க வேண்டுமென்றால் அப்பாவின் சம்மதத்தின்மேல் ஊருக்குள் அவர்களின் வீடுகளிலோ கோயில் வீதிகளிலோ உள்ளூரிலுள்ள பள்ளிக்கூட வளவிலோதான் காண வேண்டும். இப்போது பிரச்சனை எதுவுமில்லை, பயமில்லாமல் வெளியே போகலாமென்று எண்ணி வெளிக்கிடும்போது திடுக்கிடும்படியாக எங்கேயோவொரு மூலைக்குள் ஏதோவொரு அசம்பாவிதம் நடந்து எல்லாரையும் பழையபடி வீட்டுக்குள்ளோ பதுங்கு குழிக்குள்ளோ முடங்கச் செய்துவிடும்.

அப்பனிலும் பார்க்க வயதில் மூத்த செல்வனும் ரமேசும் பக்கத்துக் கிராமமான புலோலியைச் சேர்ந்தவர்கள். அன்றைக்குப் பின்னேரம் ஆறு மணியளவில் கோயில் வீதியில் விளையாடிவிட்டு ஒழுங்கைகளுக்கு ஊடாக வீட்டுக்குத் திரும்பிக்கொண்டிருந்த இருவரையும் எந்த ஓசையும் எழுப்பாமல் வந்த இராணுவத்தினர் நடுவழியில் வைத்துச் சுட்டுக் கொன்றுவிட்டுப் போய்விட்டனர். 'டுப்டுப்'பென்று பலமுறை தொடர்ந்து வெடித்த துப்பாக்கிச் சூட்டுச் சத்தம் ஊர் மக்களைப் பீதியுடன் வீட்டுக்குள்ளேயே கட்டிப்போட்டுவிட்டது. அதனால், அந்தச் சிறுவர்களுக்கு ஏற் பட்ட துயரம் அடுத்த நாள் காலைதான் அவர்களை எட்டியது. அந்தத் தெருவின் புழுதி படர்ந்த மண்ணில் அவர்களின் இள ரத்தம் உறைந்து போயிருந்ததைக் கண்டு, தலை சுற்ற வீட்டுக்கு வந்தவர்கள் சொன்ன கதைகளைக் கேட்டவர்கள் இனி எந்தக் காரியத்துக்கும் தெருவுக்கு வரக்கூடாதெனத் தீர்மானித்துக் கொண்டார்கள். ஆனாலும் அந்த இருவரின் மரணச் சடங்குக்கு வருவது வரட்டுமென்று ஊரே திரண்டு போனது.

செல்வனுக்கும் ரமேசுக்கும் ஏற்பட்ட முடிவும் சிறு நகரங்களிலும் சில வேளைகளில் கிராமங்களின் மையப் பகுதிகளிலும் இராணுவம் செய்யும் அட்டூழியங்களும் கெடுபிடிகளும் அப்பன் மனதில் முன்பு அறிந்திராத பெரும் பயத்தை ஏற்படுத்தியிருந்தது. அந்தப் பயத்தினூடே தனக்குப் பக்கத்தில் நின்ற சிவாவை, 'உங்களையே நம்பியிருக்கிறேன்' எனச் சொல்பவன்போல் நிமிர்ந்து பார்த்தான்.

"நீ இப்ப வீட்டை போகேலாது. கொஞ்சம் பொறு, புதுக் கோயிலடியில இராணுவ நடமாட்டம் முழுதாகக் குறையட்டும். அவங்கள் ஒரேயடியாய்ப் போய்ச் சேர்ந்திட்டாங்களெண்டு கண்டபிறகுகூட அவங்கள் வந்த பாதையாலை போகக் கூடாது.

நேரம் நல்லாய் இருண்டு போட்டுது பார். அவங்கட நடமாட்டம் இப்ப தெருவிலை இல்லையெண்டு நம்பித் துணிச்சலாய் ரோட்டுக்கு வாற எவரையும் மறைஞ்சு நிண்டு சுட்டுத் தள்ள அவங்களுக்கு வசதியாப்போடும். இதைத் தெரிந்துகொண்டும் நீ அவசரப்பட்டுப் பிரதான வீதியைக் கடந்து போகக் கூடாது. இப்ப விளங்குதோ ஏன் உன்னை நான் மறிச்சனெண்டு?"

அப்பன் தலையை ஆட்டிவிட்டுச் சிவா சொல்வதைக் கவனமாகக் கேட்டபடி நின்றான்.

"இன்னும் கொஞ்சம் பொறு, நான் அவங்கடை கண்ணில படாமல் உன்னைப் பத்திரமாய் கூட்டிக்கொண்டுபோய் வீட்டில சேர்க்கிறன்."

சிவா பின்னால் நின்ற கொட்டிலுக்குள் அப்பனைக் கூட்டிக் கொண்டு போனானான். அவனைப் பின்பற்றி நடப்பதே அப்பனுக்குப் பெருமையாக இருந்தது. இவனைத்தானே சின்ன சிவா என்று சொல்வார்கள். இவனைப்பற்றி இதுவரை கேள்விப்பட்டதெல்லாம் உண்மையாய் இருக்குமோவென்று ஆச்சரியப்பட்டான். பள்ளிக்கூட வாத்தியாருக்குக் கதிரையால் அடித்தவன். ஊரிலுள்ள உயர் சாதிக்காரகளுக்குச் சிம்ம சொற்பனமாக இருந்தவன். ஊரை விட்டு ஓடிப்போனவன். பிறகு திரும்பி வந்தவன். இயக்கத்தில் இருப்பவன். எவருக்கும் எந்தவித உதவியும் தேவையென்றால் ஓடி வருபவன். தன்னைச் சுற்றியுள்ள எந்தப் பெரிய அளவிலான இராணுவப் பிரசன்னத்தையும் கண்டு துளியும் கலங்காதவன் என்று பெயர் எடுத்தவன். இந்த மென்மையான மனிதனா அவன்? அப்பனால் நம்பமுடியவில்லை.

கீழ்வகுப்பில் படிக்கும்போது மாயாஜாலக் கதைகளை வாசித்து அதிசயித்தது போலவே சின்ன சிவாவின் கதைகளைக் கேட்டு அப்பன் அதிசயித்திருக்கிறான். வாத்தியாருக்கு அவன் ஏன் அடிக்கவேண்டி வந்தது என்பதை அப்பனுக்குத் தேவன் சாடைமாடையாகச் சொல்லியிருந்தார். அவர் சொன்னதை வைத்து இவனை நம்பலாமென்று அப்பன் முடிவு எடுத்தான்.

அவர்கள் நின்ற கொட்டிலுக்குள் ஏதோ ஊர்வனவெல்லாம் செத்தைகளுக்கூடாக ஓடிச் சரசரப்பை ஏற்படுத்தின. அவை எலிகளும் கீரிகளும் ஓணான்களுமாக இருக்கலாம். பாம்புகளாகவும் இருக்கலாம் என்ற எண்ணம் தோன்றியதும் அப்பனுக்கு இன்னும் கிலி மூண்டது. சிவா அந்தச் சூழலில் மிகப் பழக்கப்பட்டவன்போல்

கொட்டிலின் வாசலோடு அசையாமல் நின்றான். அவன் ஏதோ திட்டம் தீட்டுவதில் ஆழ்ந்திருக்கிறான் என்பது அப்பனுக்கு நன்றாய் விளங்கியது.

சின்ன சிவா இளம் வயதிலேயே பொல்லாதவனென்றும் எதற்கும் அஞ்சாதவனென்றும் பெயர் எடுத்தவன். அந்த ஊரில் அவனுடைய சமூகத்தினர் சிறுபான்மையினர் என்றாலும் அவர்களிடையே நிலவிய விளையாட்டுத் திறமையும் பாடல், கூத்துக் கலை போன்றவற்றில் ஈடுபாடும் அவர்களைப் பற்றி வெளியூர்களிலும் பேசவைத்திருக்கின்றன. கடந்த தலைமுறையைச் சேர்ந்த இந்த ஊர்க்காரர்களான பலர் கம்யூனிச சித்தாந்தம் படித்தவர்களென்றும் சமத்துவம் பேசுகிறவர்களென்றும் அப்பன் கேள்விப்பட்டிருக்கிறான். ஆனால், அதை விளங்கிக்கொள்ளும் அறிவு அவனிடம் இருக்கவில்லை. இப்போது ஊரில் பெயர் பெற்றிருக்கிற சிவா கொஞ்ச காலத்துக்கு முன்னர் கொலை செய்யப்பட்ட பழைய சிவாவைத் தொடர்ந்து அவனைப்போலவே புரட்சிக்காரனாக உருவாகி வந்ததால், 'சின்ன சிவா' என்று அழைக்கப்பட்டான். சின்ன சிவாவின் கதையைக் கேட்டதும், அவனைப் போன்றவர்களிடம் போர்க்குணம் ஏற்படுவதற்குச் சமூகத்தில் அப்போதிருந்த ஏற்றத்தாழ்வும் காரணமாக இருக்கலாமென அப்பனுக்கு விளங்கியது. அவன் ஒருபோதும் சின்ன சிவாவை நேரில் சந்தித்தது கிடையாது. வீட்டில் அப்பா பேச்சுக்கிடையே அவன் பெயரை இடைக்கிடை பாவித்ததைக் கேட்டிருக்கிறான். ஆனால், சிவாவின் முழு வரலாறைச் சொல்ல வில்லை.

சிவா கால்களை அகட்டியும், கைகளைக் கட்டிக்கொண்டும், எதிரே நின்ற அப்பனிடம் கேட்டான்:

"நீ தேவனுடைய மகனெல்லோ?"

அப்பன் வாய் திறந்து பதில் சொல்லாமல் தலையை மட்டுமே, 'ஆம்' என்று சொல்வதுபோல் அசைத்தான்.

"நான் நாலாம் வகுப்புப் படிச்ச நாளிலையிருந்து அவரை எனக்குத் தெரியும்."

தேவனை முதன்முதலாக அறிந்துகொண்ட நாள் இப்போதும் சிவாவுக்கு நன்றாக நினைவிருக்கிறது.

சிவாவுடன் நாலாம் வகுப்பில் கூடப் படித்த மாணவர்களில் ஒருவன் அன்று பாடசாலைக்கு வரவில்லை. அவன் கிராமத்தின்

மேட்டுக்குடியைச் சேர்ந்தவனென்றபடியால் அவனுக்கு வகுப்பறையில் மேசையோடு கதிரையும் கொடுக்கப்பட்டிருந்தது. ஆசிரியரின் கட்டளைப்படி நிலத்தில் பாடப் புத்தகங்களை வைத்துப் படித்துக்கொண்டிருந்த சிவா அன்றைக்கு வகுப்புக்கு வராதவனின் கதிரையில் ஏறி இருந்துகொண்டான். வகுப்பாசிரியர் அதற்கு எதிர்ப்புக் காட்டுவார் அல்லது கோபிப்பாரென்று அவனுக்கு நன்றாய்த் தெரியும். நாங்களெல்லாம் இப்போ கோயிலுக்குள் சுதந்திரமாகப் போக முடியும் பள்ளிக்கூடத்தில் மட்டுமேன் எமக்குச் சமத்துவம் தர மறுக்கிறார்கள் என்று நினைத்த சிவா, தான் செய்தது சரியென்றே முடிவெடுத்தான். சிவா கதிரையில் இருந்ததைக் கண்ட ஆசிரியர் முகத்தில் கோபம் பறக்க விறுவிறென்று வந்து அவனைக் கழுத்தில் பிடித்துக் கதிரையிலிருந்து இழுத்து வகுப்புக்கு அப்பால் வீசி எறிந்தார். கூடவே வாயில் வந்தபடி அவனைப் பேசத் தொடங்கிவிட்டார். அவரின் குரல் கேட்டு அங்கே வந்த மற்ற இரு ஆசிரியர்கள் பக்கத்துச் சுவரில் மோதுண்ட சிவாவின் தலையிலிருந்து இரத்தம் ஒழுகியதைக் கண்டுகொள்ளாமல் அவன் கதிரையில் ஏறி இருந்தது எவ்வளவு பெரும் பிழை என்பதைப் பற்றியே பேசிக்கொண்டிருந்தார்கள்.

நெற்றியில் வழிந்த இரத்தத்தைக் கையால் துடைத்த சிவா எழுந்து வந்தான். அடுத்த சில கணங்களுக்குள் தான் இருந்த அதே கதிரையைத் தூக்கித் தன்னைத் தாக்கிய ஆசிரியரை அடித்தான். கதிரை முறிந்து சிதறியது. ஆசிரியரின் கோபமும் இன்னும் உக்கிரத்துடன் அவன்மீது திரும்பியது. மற்ற ஆசிரியர்கள் மேலும் பிரச்னை வலுக்காமல் அந்த ஆசிரியரை அங்கிருந்து இழுத்துச் சென்றுவிட்டார்கள். சிவா நெற்றியில் ஒழுகும் இரத்தத்துடன் வீட்டுக்கு வந்து சேர்ந்தான்.

அடுத்த நாள் சிவாவைப் பள்ளிக்கூடத்திலிருந்து நீக்கி விட்டார்கள். சிவாவின் தகப்பனார் அவனைத் திரும்பவும் பள்ளியில் சேர்க்கும்படி எவ்வளவோ மன்றாடிப் பார்த்தார். பள்ளிக்கூடத் தலைமை ஆசிரியர் எதற்கும் மசிந்து கொடுக்கவில்லை. ஆசிரியரைக் கதிரையால் அடித்தவன் என்ற சான்றிதழ் சிவாவின் பள்ளிக்கூட ஆவணங்களில் மிக சேர்ந்துகொண்டது. இந்தச் சச்சரவு கிராமத்தின் இரு பகுதிகளுக்குமிடையே இன்னும் ஆழமான பிளவை ஏற்படுத்திவிடலாம் அத்தோடு கோயிலிலும் பிற பொது இடங்களிலும் இவர்களுக்கிடையே முன்னேற்றமடைந்து வந்த

சுமுகமான சூழ்நிலையைப் பாழாக்கிவிடலாமென்று ஊரிலிருந்த சிலர் தாமாகவே முன்வந்து நிலைமையைச் சீராக்க முயன்றார்கள். அப்போது தேவனின் குரல்தான் சிவாவுடைய தகப்பனாரின் சார்பில் ஓங்கியிருந்தது. தேவனுடைய சமாதானப் பேச்சைத் தலைமை ஆசிரியரும் சிவாவிடம் அடி வாங்கிய ஆசிரியரும் அவர்களுக்கு ஆதரவு தெரிவித்த உயர்மட்ட ஆட்களும் முழுமூச்சாக எதிர்த்தார்கள். அவர் வேறு வழியின்றித் தனக்குத் தெரிந்த ஒரு ஆசிரியை மூலம் சிவாவை கடற்கரையிலுள்ள பெண்கள் பள்ளிக்கூடத்தில் சேர்த்துவிட்டார். தனது தகப்பனாரோடு தேவன் முதல் நாள் அந்தப் பாடசாலைக்கு வந்தபோதுதான் சிவா அவரை முதலில் காண நேர்ந்தது.

அங்கே சிவா நன்றாகப் படித்து முடித்தபோதும் ஆசிரியரைக் கதிரையால் அடித்தவன் என்ற குற்றச்சாட்டு அவனின் மேற்படிப்புகளை ஊரில் தொடரவிடாமல் தடுத்துக்கொண்டிருந்தது. அவன் அதையெல்லாம் வென்று பல்கலைக்கழகம் போய்ப் பட்டம் பெற்று வந்தான்.

"எனக்கு எப்படி வீட்டை போறதெண்டு வழி சொன்னால் போதும், நான் எப்படியும் போய்விடுவன்" என்றான் அப்பன்.

"அதைத்தான் நானும் யோசித்துக்கொண்டிருக்கிறன்."

இப்போது மீண்டும் 'டொப்டொப்'பென்று தொடர்ந்து வெடிச் சத்தம் கேட்டது.

சிவா தொடர்ந்து பேசும் முன்னர் இன்னும் சமீபத்தில் இன்னொரு வெடி வெடித்த பலத்த ஓசையும் அதிர்ச்சியும் அப்பனைக் கவ்வியது. சிறிது நேரத்தில் எங்கும் அமைதி சூழ்ந்தது.

"இப்ப போகலாம், நானும் கூட வாறன்" என்று அழைத்தான் சிவா.

அப்பன் அவனை நிமிர்ந்து பார்த்தான். இந்த இக்கட்டான வேளையில் இவனை விட்டால் வேறு யார் வந்து உதவ முடியும்?

"உங்களுக்குப் பயமில்லையோ?" அப்பன் நடுங்கியபடி கேட்டது சிவாவுக்குச் சிரிப்பை மூட்டியது.

"எனக்கு இதெல்லாம் பழக்கம்."

"வீட்டை அப்பாவும் அம்மாவும் பயத்திலை யோசித்துக் கொண்டிருக்கப் போகினம்"

"அப்ப வா போவம். இன்னும் பிந்தக் கூடாது."

சிவா, அப்பனின் கையைப் பிடித்து நடந்து கொட்டிலின் பின்புறம் வந்தான். அதன் எல்லையில் உயரமான வேலி அறுக்கையாக அடைக்கப்பட்டிருந்தது. அதை இலகுவில் ஏறிக் கடந்து அந்தப் பக்கம் போய்விட முடியாது.

சிவா, அப்பனைக் கூட்டிச் சென்றதோ வேலியின் ஓரத்தில் கண்டுகொள்ள முடியாதிருந்த ஒரு பொட்டின் கதவு. அதுவும் வேலியின் ஒரு பாகம் போலவே அந்த இருளில் தோன்றியது. சிவா அதை அதிக சிரமமில்லாமல் தள்ளினான். அது அடுத்த பக்கம் திறந்துகொண்டது. அங்கிருந்து பார்த்தபோது இருட் படலம் மட்டுமே அப்பனின் கண்ணெதிரே பூதாகாரமாக நின்றது. அதையும் ஊடுருவிப் பார்த்தபோது அங்கும்இங்குமாய்ப் பற்றைகள் மங்கலாகத் தெரிந்தன.

சிவாவின் கையை இறுகப் பிடித்தபடி நடந்துகொண்டிருந்தான் அப்பன். வழியில் தென்பட்ட வடலிப் பனைகளும் ஈச்சம் பற்றைகளும் இருட்டில் பயங்கரமாகத் தோற்றமளித்தன. மனிதப் போக்குவரத்து அற்ற மணல் வெளியில் அவன் பலமுறை இடறி விழுந்த போதெல்லாம் சிவா தாங்கிப் பிடித்துக்கொண்டான். புதுக்கோயிலடியால் வளைந்து செல்லும் பிரதான வீதியை அண்மியபோது சிவா, அப்பனின் கையை இன்னும் இறுகப் பிடித்தபடி அவனை நிலத்தோடு இருக்க வைத்துவிட்டான்.

"ரோடு அவ்வளவு அகலமில்லை. ஆனால், ஆபத்து எந்தப் பக்கத்திலையுமிருந்து எந்த நேரமும் வரலாம். அதுதான் நின்று நிதானிச்சுப் போக வேணும்" என்று சிவா, அப்பனின் காதுக்குக் கிட்டக் கிசுகிசுத்தான். ரோட்டின் இரு பக்கத்திலும் இருட் குகைகளாகத் தோன்றின. சிவா விட்ட மூச்சு மட்டும் அப்பனுக்குப் பெரிதாகக் கேட்டது.

"ம், வா போவம். என்னைப்போலை தவண்டுகொண்டு வா" சிவா கட்டளையிட்டுவிட்டு அப்பனைப் பிடித்திருந்த கையைத் தளர்த்தி ரோட்டுக்குக் குறுக்காக ஆமைபோல் தவழ்ந்து சென்றான். அப்பனும் அவனைப்போலவே நகர்ந்து பின்தொடர்ந்தான். ரோட்டைக் கடந்ததும் பழையபடி நடந்தும் பதுங்கியும் அப்பனின் வீடுவரை சென்றார்கள். தாங்கள் அந்தச் செத்தை கட்டிய வீட்டிலிருந்து வெளிக்கிட்டு ஒரு மணித்தியாலத்துக்கு மேலிருக்கும் என்று அப்பன் கணித்தான். அங்கே அப்பாவும் அம்மாவும்

அபிதாவும், 'தனக்கு என்ன நடந்திருக்கும் என்று நினைத்துப் பதறிப்போயிருப்பார்கள்' என்று நினைத்தபோது தன்னிடமிருந்து எழுந்த அழுகையை அடக்க முடியாது தவித்தான்.

"வீட்டுக்கு வந்திட்டம்" என்று சிவா சொன்னதும், அப்பன் அவனின் கையை இறுகப் பிடித்துத் தன் நன்றியைத் தெரிவித்தான்.

மெல்லச் சாத்திய கதவினூடே வீட்டினுள்ளேயிருந்து விளக் கொளி தெரிந்தது.

"சரி, நீ இப்ப போகலாம்" என்று சொல்லிவிட்டு சிவா வாசலில் நின்றுகொண்டான்.

வாசலில் எழுந்த சத்தம் கேட்டு, தேவன் கதவடிக்கு வந்து பார்த்தபோது அப்பன் முற்றத்துக்கு வந்துவிட்டான். தெருவோரம் சிவா நடந்து சென்றது தேவனின் கண்களில் பட்டது.

9

தேவன் வாழ்ந்த சிற்றூர் பெருந்தெருக்களுக்கு எட்ட இருந்ததால் அதுவரை எந்த இராணுவமும் அதன் குறுகிய ஒழுங்கைகளுக்குள் பயணிக்க முன்வரவில்லை. இதை நன்கறிந்த போராளிகள் தாம் தலைமறைவாக வாழவும் இயக்கக் கருமங்களை முன்னெடுக்கவும் இவ்விடங்களைப் பயன்படுத்தினர். எப்போதாவது அண்மையில் வெடிச் சத்தங்கள் உலுக்கும்போதும் இராணுவ வாகனங்கள் அருகிலுள்ள பிரதான வீதிகளில் பேரிரைச்சலை எழுப்பிக்கொண்டு செல்லும்போதும், பக்கத்தில் போராளிகள் இருக்கிறார்கள்தானே என்று மக்கள் சமாதானம் அடைந்துகொள்வார்கள். ஆனால், போராளி இயக்கங்களுக்கிடையே ஏற்பட்ட பலப் பரீட்சை சிற்றூர்களையும் எட்டியபோது அவர்களின் பாதுகாப்பு கேள்விக் குரியதாகிவிட்டது.

அன்று காலை வெளி வாசல் கதவடியில் யாரோ வந்து நிற்பதுபோன்ற சத்தம் கேட்டு வாசலுக்கு வந்த திலகம் உள்ளே நோக்கிக் குரல் கொடுத்தாள்.

"அப்பா, இஞ்சை ஆரோ ரண்டு பெடியள் வாசலிலை வந்து நிக்குதுகள்."

"ஆராம், எதுக்காம் வந்தவையள்?" தேவன் உள்ளேயிருந்து கேட்டார்.

“நீங்கள்தான் வந்து கேளுங்கோ.”

தேவன் திண்ணையிலிருந்த கதிரைச் சட்டத்தில் போட்டிருந்த சால்வையை எடுத்துத் தோளில் போட்டுக்கொண்டு வாசலில் நின்ற திலகத்திடம் வந்தார். அவள் குரலில் கலந்திருந்த ஆச்சரியம் கலந்த அதிர்ச்சி இப்போது அவருக்கும் ஏற்பட்டது. வேட்டியை அவிழ்த்து இறுகக் கட்டிக்கொண்டு முற்றத்தைக் கடந்து வெளி வாசல் கதவடிக்கு நடந்தார்.

விடலைப் பருவத்தில் இரண்டு பையன்கள் சைக்கிளில் ஒரு காலையும் வாசல் கதவில் மறு காலையும் ஊன்றியபடி அவரின் வருகைக்காகக் காத்திருந்தனர். அவர்கள் நின்ற தோற்றத்தைக் கண்டதும் தேவனுக்கு உடம்பு நடுங்காவிட்டாலும் வயிற்றில் முடிச் சொன்று உருவானது போலிருந்தது. அடுத்த கணம் அவருடைய அனுபவ அறிவும் ஊரில் பெற்ற கேள்வியறிவும், ‘உசாராக இரும், ஒரு சொல் பிழையாகச் சொன்னீரோ அதுதான் உம்முடைய கடைசிச் சொல்லாக இருக்கும்’ என்று அடித்துரைத்தன.

அவர்கள் அணிந்திருந்த நீண்ட காற்சட்டையும் ஷேர்டும் அதற்குப் பொருத்தமான தொப்பியும் போராளிகள் அணிவது போன்று கடும் பச்சை நிறத்தில் இருந்தன. சட்டைப் பைகளில் ஏதோவெல்லாம் துறுத்திக்கொண்டிருந்தன. இந்த நேரம் பள்ளிக்கூடம், விளையாட்டு, வாசகசாலை என்று தமது இள வயது நாட்களை அனுபவிக்க வேண்டியவர்கள் திடீரென வழி தடுமாறிப்போய் இந்த வாழ்க்கைக்குத் தள்ளப்பட்டு விட்டார்களென்றுதான் அவருக்கு எண்ணத் தோன்றியது.

“ஆர் தம்பிமார் வந்திருக்கிறது?”

“இஞ்சை கிட்ட வாங்கோ வீட்டுக்காரர், ஒரு கதை சொல்லக் கிடக்கு” அவர்களில் ஒருவன் கிட்டத்தட்டப் பெண் குரலில் சொன்னான்.

வேட்டி அவிழ்கிறதென உணர்ந்துகொண்டவர்போல் தேவன் அதை இடுப்பில் இழுத்து இறுக்கிக்கொண்டார். அவர் அடுத்த விசாரணையை எழுப்ப அவர்கள் இடம் தரவில்லை.

“நாங்கள் ஆரெண்டு தெரியும்தானே, நாளைக்கு மத்தியானம் எங்களிலை இருவத்தைஞ்சு முப்பது பேருக்குச் சாப்பாடு சமைச்சு வையுங்கோ” இதைக் கேட்டதும் தேவன் அதிர்ந்துபோனார். என்றாலும் இப்படியான வேளைகளில் எப்படித் தன்னைத் தயார்

பண்ணிக்கொள்ள வேண்டுமென்னும் அவரின் அனுபவத்தில் பெற்ற பாடம் அவரை நிமிர்ந்து அதே வேளை விநயத்துடன் பேசவைத்தது.

"தம்பிமார், வீட்டிலை மனிசியும் நானும்தான். இரண்டு மூண்டு பேருக்கெண்டால் எங்களாலை சமைச்சுச் சமாளிக்க முடியும். முப்பது பேர் மட்டிலையெண்டால் எப்படி எங்களால் செய்ய முடியும்? நீங்களே யோசிச்சுப் பாருங்கோ."

"அதெல்லாம் உங்கடை பிரச்சனை. இயக்கத்தன்ர பிரச்சனை இல்லை" பெண் குரலுக்குரியவன் உறுதியாகச் சொன்னான்.

தேவன் திகைத்துப்போய் எதுவும் சொல்லத் தெரியாமல் சில கணம் மௌனமாக நின்றார்.

"நாளைக்கு மத்தியானம் வாறம். முப்பது பேருக்கு மச்சச் சாப்பாடு தயாராயிருக்க வேணும்." இரண்டாமவன் அவரைப் பார்க்க விருப்பமில்லாதவன்போல் வேறு பக்கம் முகத்தைத் திருப்பி அழுத்தமாகச் சொன்னான். முதலில் கோரிக்கை போலிருந்த அவர்களின் கட்டளை இப்போது எந்த நேரமும் சிதறி வெடித்துவிடக்கூடிய எறிவெடிபோன்று அவரைத் தாக்கியது.

"பொறுங்கோ, பொறுங்கோ! மச்ச மாமிசமெல்லாம் நாங்கள் சமைக்கிறயில்லை, தம்பிமாரே. நாங்கள் பிறவிச் சைவமெண்டு கேள்விப்பட்டிருப்பியள்தானே?"

"உந்த ஞாயத்தை வேறை ஆரோடையும் கதைச்சுக் கொள்ளுங்கோ. நீங்கள் ஆரைப் பிடிச்சுச் சமைக்கிறியள் எண்டதைப் பற்றி எங்களுக்கு அக்கறையில்லை. நாளைக்கு மத்தியானம் சாப்பாடெல்லாம் சொன்னபடி ரெடியாக இருக்க வேணும். ஏதேனும் சாட்டுக்கீட்டுச் சொன்னியளோ பெரிய வில்லங்கம்தான் வரும். அவ்வளவுதான் நாங்கள் சொல்ல வந்தது."

இந்த இளம் வயதுக்குள் அவர்கள் இன்னும் எந்தெந்தக் காட்டுமிராண்டித்தனமான துறையிலெல்லாம் பயிற்சி எடுத்திருப்பார்களோ யார் கண்டார்கள். ஆனால் தங்கள் பார்வையில் கொடூரத்தையும் வெறுப்பையும் சிந்துவதற்கும் குரலால் மனிதரைச் துச்சமாக மதிப்பதற்கும் கற்றிருப்பார்களென்று அவருக்கு விளங்கியது.

இதே வேளை அடுத்தவன் தன் காற்சட்டைக்கு மேலாலிருந்த சேர்ட்டை தற்செயலாக உயர்த்துவதுபோல் நகர்த்தினான். சேர்ட்

உயர்ந்ததும் அவனின் இடுப்பில் செருவியபடி இருந்தவொரு கைத்துப்பாக்கி அந்தக் காலை வெயிலில் பளிச்சிட்டது. இதைக் கண்ட தேவன் அப்படியே உறைந்துபோனார். மனதிலிருந்த அற்ப சொற்ப தைரியமும் பொசுக்கெனப் பறந்துபோனது.

அந்தத் துப்பாக்கியால் இதுவரை எத்தனைபேரை இரத்தம் கக்கக் கொலை செய்திருப்பார்களோ இன்னும் எத்தனை பேரைக் கொலை செய்யத் திட்டம் தீட்டியிருப்பார்களோவென்று பயத்திலூறிய சிந்தனை அவரை நாக்குளற வைத்துவிடும் போலிருந்தது. அந்த இளைஞர்களின் மரத்தில் இழைத்ததுபோன்ற முகங்களிலும் கண்களிலும் தெறித்த கொடூரத்தையும் எந்த வயதினிடமிருந்தும் அவரின் வாழ்க்கையில் கண்டிருக்கவில்லை.

"உங்களுக்கு எத்தினை பிள்ளைகள்?" தேவனின் பயங்கர மௌனத்தைக் கலைக்க எண்ணியவன்போல் துவக்கைக் காட்டியவன் கேட்டான்.

"ரண்டு பிள்ளைகள்."

"அவையள் உங்கை வீட்டோடைதானே இருக்கினம்?"

"ஓமோம், பிள்ளையள் படிச்சுக்கொண்டு இருக்குதுகள்."

"உங்கடை சரித்திரத்தையெல்லாம் அறிஞ்சுகொண்டுதான் வந்திருக்கிறம். உண்மையை உங்கடை வாயிலையிருந்து வரப்பண்ணவேணும் எண்டபடியால்தான் கேட்டன். எங்களுக்குப் புலுடா அடிச்சுத் தப்பிவிடலாமென்று நினைச்சுப்போடவேண்டாம். நாங்கள் உங்கடை சுதந்திரத்துக்காகப் போராடுறம். நீங்கள் என்னெண்டால் உங்கடை பிள்ளையளைப் பெரிய படிப்புக்கு ஆயத்தப்படுத்திறியள், அப்பிடித்தானே?"

"இல்லை தம்பிமாரே, எங்கடை சரித்திரமெல்லாம் முந்தியே அறிஞ்சுபோட்டுத்தான் வந்திருக்கிறியளெண்டு சொன்னியள், இப்ப கேள்வியெல்லாம் கேக்கிறியள்." உண்மையிலேயே அவருக்கு ஏற்பட்ட ஆச்சரியத்தால் கேட்டார்.

"கேள்வி கேக்கிறது நாங்கள், பதில் சொல்லுறது நீங்கள். எங்களை எந்த மாதிரியான கேள்வியும் கேக்கவேண்டாம், விளங்குதோ?"

"ஓமோம் விளங்குது, சொல்லுங்கோ."

"தமிழ் ஈழத்துப் பிள்ளைகள் என்ன படிக்கவேணும், எங்கை,

என்னமாதிரி உத்தியோகம் பாக்கவேணுமெண்டு தீர்மானிக்கிறது நாங்கள்."

தேவன் மௌனமாக அவர்கள் சொல்வதைக் கேட்டபடி இருந்தார். எதைச் சொன்னாலும் இப்படி எடுத்தெறிந்து பேசுபவர்களிடம் மௌனமே கூடுதலான பாதுகாப்பைத் தருமென்று விளங்கியது. போதாததற்குக் கையில் துப்பாக்கியும் மனதில் கொலையுணர்வும் கொண்ட இந்த முட்டாள்களுடன் எப்படித் தன்மையாகப் பேசினாலும் பயன்படாது என்பதும் விளங்கியது.

"பருத்தித் துறையிலிருந்து கிழக்கு நாடு முழுவதும் எங்கடை கண்காணிப்பிலைதான் இருக்குதெண்டு கேள்விப்பட்டிருப்பியள்." அவனுடைய ஒரு கை இப்போது இடுப்பில் இருந்ததைத் தேவன் கவனிக்கத் தவறவில்லை.

"ஓமோம், எல்லாம் நாங்கள் நல்லாய் அறிஞ்ச விஷயந்தான், தம்பிமாரே."

"அதாவது, மற்ற இயக்கங்களிலும் பாக்க நாங்கள்தான் சிங்கள ஆமியாலை உங்களுக்கு ஆபத்து வராமல் பாதுகாக்கிறம் எண்டதையும் அறிஞ்சிருப்பியளெண்டு நினைக்கிறன்."

"இதென்ன தம்பி, இதெல்லாம் தெரியாமலே நாங்கள் ஊரிலை சீவிக்கிறம்." இதைக் கேள்வியாக இல்லாமல் மன திலிருந்த நட்புணர்வைக் காட்டுவதுபோல் சொன்னார்.

"அப்ப வாறம். சொன்னதையெல்லாம் நினைவு வைச்சிருப்பியள்தானே?" அவருடைய பதிலுக்குக் காத்திராமல் இருவரும் போய்விட்டார்கள். போகும்போது வீட்டையும் சுற்றியுள்ள காணியையும் மரங்களையும்கூட விட்டுவைக்காமல் கணக்கெடுத்துச் சென்றார்கள் போலவும் தெரிந்தது. அவருக்கு அப்போதிருந்த பதகளிப்பில் எந்தத் திக்கில் அவர்கள் போனார்கள் என்பதைத் தெரிந்துகொள்ளுமளவுக்கு சுற்றாடல் பற்றிய உணர்வு இருக்கவில்லை. வாசல் கதவோடு கதவாக உறைந்துபோயிருந்தார்.

'நீர் மட்டுமில்லை காணும், ஊர் முழுவதும் இப்ப உம்மைப்போலத்தான் உயிர்ப் பயத்தில் உறைந்துபோயிருக்கிறது." என்று யாரோ தெருவில் நின்று தன்னைப் பார்த்துச் சொல்லிவிட்டுப் போனதுபோல் தேவன் உணர்ந்தார்.

இந்தப் பெடியளின் களேபரம் ஆரம்பத்தில் தெருச் சந்திகளில்

நெருப்பை மூட்டியபோது இயற்கையாகவே உண்டான பயத்தால் அதைக் கண்டு ஒதுங்கியும் தப்புவதற்கு வேறு வழி எதுவும் புலப்படாமல் அவற்றுக்கு ஆதரவாகவும் இருந்தவர்கள்தான் இந்த ஊர்க்காரர்கள். இப்போது அது இவ்வளவு வேகத்தில் தான் வாழும் குச்சு ஒழுங்கைக்குள்ளும் நுழைந்து வெடித்துக் கிளம்புமெனத் தேவன் எதிர்பார்த்திருக்கவில்லை. ஓய்வான வேளைகளில் கிளித்தட்டு, பந்தடித்தல் போன்ற விளையாட்டுகளிலும் சமூக சேவைகளிலும் ஈடுபட்டுத் திரியவேண்டிய பிள்ளைகளின் கண்களில் எப்படி இவ்வளவு பொல்லாத குரூரம் வந்து சேர்ந்தது? தியாகிகள், மக்களின் சுதந்திரத்துக்காகப் போராடுகிறவர்கள் என்றெல்லாம் ஊரின் மூலை முடுக்குகளெல்லாம் பறையடிக்காமலே விளம்பரப்படுத்தப்படும் இவர்களின் பராக்கிரமமும் வாய் வீரமும் இயலாதவர்களையும் ஒரு இயக்கத்திலும் சேராமல் ஒதுங்கியிருப்பவர்களையும் துன்புறுத்துவதில்தான் செலவழிகிறதோவென்று ஒருகணம் நினைத்தார். நினைக்கநினைக்க மனதில் பயம் மேலும் கவ்விக்கொண்டது.

சில நாட்களுக்கு முன்னர் கிராமக் கோட்டு சந்திக்கு அப்பாலிருக்கும் பலசரக்குக் கடைக்குச் சாமான் வாங்க வந்து நின்ற ஒருவரின் முன்னால் திடீரெனத் தோன்றிய மூவர் முன் விசாரணை எதுவும் இல்லாமல் அவரின் முகத்தின் நடுவே துப்பாக்கிக் குண்டைச் செலுத்தி அருகிலிருந்த கிடுகு வேலியெல்லாம் இரத்தம் சிதறச் செய்துவிட்டு சைக்கிளில் ஏறிப் போனார்களென்று தேவன் கேள்விப்பட்டிருந்தார். படுகொலை செய்யப்பட்டவரைப் பற்றி ஊரில் அவ்வளவு நற்பெயர் இருக்கவில்லை. எந்தக் கட்சி ஆட்சியில் இருக்கிறதோ அந்தக் கட்சியின் உள்ளூர் தலைவர்களுக்கு எடுபிடி ஆளாக இருப்பதே அந்த நடுத்தர வயதுடைய குடும்பத்தவரின் பிழைப்பாக இருந்து வந்தது. ஆனால் அவரின் உயிரைப் பலிகொள்ளும் அளவுக்கு அந்த மனிதர் ஏதேனும் தவறு செய்திருப்பாரென்று எவரும் நம்பத் தயாராக இருக்கவில்லை. ஒரு மனித உயிருக்குப் பெறுமதி என்பதே இல்லையா? ஒரு உயிரைக் காவு கொள்வதற்கு இன்னொரு மனிதனுக்கோ மனிதக் கூட்டத்துக்கோ கேள்வி கேட்கப்படாத அதிகாரத்தை யார் கொடுத்திருப்பார்கள்? நடந்ததைக் கேள்விப்பட்டதும் தேவன் இப்படித்தான் நினைத்தார். இப்போது அந்த அதிகாரம் அவரின் வீட்டு வாசல் கதவையும் தட்டுமென்று எதிர்பார்த்தாரா? மனைவியிடம் போய் நடந்ததைச்

சொல்லவும் மறந்து வெளிக் கதவின் கிராதியைக் கையால் இறுகப் பற்றியபடி உடல் பதற நின்றார்.

முப்பது பேருக்குச் சாப்பாடு. அதுவும் இறைச்சி வாசனை ஒருபோதும் எழாத அவரின் வீட்டில் சமைத்துக் கொடுக்கவேண்டும். அதற்கான எல்லா ஆயத்தங்களும் அந்த ஒரு நாள் முடிவதற்குள் செய்தாகவேண்டும். இல்லையேல் அவர்களின் இயக்கத்தின் எதிரியென்று அடையாளம் காட்டப்படக்கூடும். அந்த அடையாளம் எந்த முடிவைத் தனக்கும் தன் குடும்பத்துக்கும் கொண்டுவருமென அவரால் அப்போது நினைத்துப் பார்க்க முடியவில்லை.

அப்போது அவருக்குள் இன்னொரு சந்தேகமும் எழுந்தது. இந்தப் பெடியள் எந்த இயக்கமாக இருக்கக்கூடும்? வாயில் நுழையச் சிரமப்படும் எத்தனையோ பெயர்களைத் தமிழிலும் ஆங்கிலத்திலும் நீட்டியும் குறுக்கியும் சொல்கிறார்கள். இவர்களுக்குள்ளேயே வெட்டும் குத்தும் நடக்கிறதென்றும் தமக்கு வேண்டாதவர்களையும் எதிரி இயக்கத்தின் தலைமையில் இருப்பவர்களையும் விசாரணை எதுவுமில்லாமல் கண்ட இடத்தில் சுட்டுத் தள்ளிக் கதையை முடிக்கிறார்களென்றும் கேள்விப்பட்டது நினைவுக்கு வந்தது. வீட்டுக்கு வெளியே புறப்பட்டால் இப்படியான வேதனை தரும் செய்திகளைக் கேட்பதும், வீட்டுக்கு நிச்சயமாகத் திரும்ப முடியுமோ என்ற பயம் எழுவதுமே இப்போது வழக்கமாகிவிட்டது.

நாட்டில் உண்மையில் என்ன நடக்கிறதென்றே அறிய முடியாமலிருக்கிறது. வானொலிச் செய்திகளும் தணிக்கை செய்யப்பட்டுவிட்டன. பத்திரிகைகளும் அரசாங்கத்துக்கு ஒருபுறம் போராட்ட இயக்கங்களுக்கு மறுபுறம் பயந்து பயந்தே பக்கங்களை நிரப்பிப் பொது மக்களின் செய்திப் பசியை அரைகுறையாகத் தீர்த்துக்கொண்டிருக்கின்றன. எந்தத் திக்கிலிருந்து வரும் எந்தக் கதையையும் அப்படியே நம்பிவிடும் பழக்கமும் மக்களிடம் ஊறி விட்டது. பொது மக்களின் கண்ணுக்குப் புலப்படாமல் மறைந்து திரியும் போராளிகள் எங்கே நிலைகொண்டிருக்கிறார்கள் அடுத்து என்ன செய்வார்கள் என்பதெல்லாம் எவரின் அறிவுக்கும் எட்டாத மர்மமாக இருக்கின்றன. ஆனால் அவர்களை வைத்துக் கட்டப்படும் கதைகள் மட்டும் வாயு வேகத்தில் பரவிக்கொண்டிருக்கின்றன. அவற்றுக்கு மூக்கும் முழியும் வைத்துப் பரப்புவதையே சிலர் பொழுதுபோக்காகக் கொண்டிருக்கிறார்கள்.

இங்கே வந்தவர்கள் நாளைக்கு இன்னும் எத்தனை வீடுகளுக்குப் போய் இப்படி அடாவடித்தனம் பண்ணுவார்களோ யார் கண்டது. இவர்களை ஏன் பத்திரிகைகள் இனம் கண்டு மக்களை முன்கூட்டியே எச்சரிக்காமலிருக்கின்றன? அவருக்கு எதுவுமே விளங்கவில்லை!

வாசலுக்குச் சென்றவரை நீண்ட நேரமாய்க் காணாத திலகம் கதவடிக்கு வந்து வெளியே பார்த்தாள். அவளுக்குள் திகைப்பும் கேள்விகளும் ஒன்றுசேர எழுந்தன.

“அப்பா, என்னவாம் பெடியங்கள்?” ஏதேனும் ஊர்க்காரியமாக அவரைத் தேடி அவர்கள் வந்திருந்தால் எவ்வளவு நல்லதென நினைத்தாள்.

தேவன் அவளை உள்ளே அழைத்துச் சென்றார். தெரு வாசலடியில் நடந்ததைச் சொன்னபிறகு அடுத்து என்ன செய்யலாமெனச் சேர்ந்து யோசித்தார்கள்..

“துவக்கத்திலையே பெடியளுடன் முண்டக்கூடாது. கேட்டதைச் செய்து கொடுத்து நல்ல பெயர் வாங்கப் பார்க்கவேணும்.” என்றாள் திலகம்.

“ஆனால் இயக்கப் பெடியள் தாங்களாக வந்து இப்பிடி அடாவடித்தனம் பண்ணிச் சாப்பாடோ பண உதவியோ கேட்பதில்லையென்று அறிந்திருக்கிறன்.” என்றாள்.

“அது வேறை இயக்கமாக இருக்கவேணும். இவங்கள் போட்டி இயக்கமாக இருக்கவேணும். இவங்களுக்கு, எங்களால் சமைச்சுப்போட ஏலாதெண்டு சொல்லித் தப்ப முடியுமோ.? சமையலுக்கு ஆயுத்தம் பண்ண வேண்டியதுதான். வேறை வழியில்லை.”

தேவன் ஆச்சரியத்துடன் மனைவியை நோக்கினார். இவளென்ன சுய புத்தியால்தான் கதைக்கிறாளா என்று அவருக்குச் சந்தேகம் உண்டானது.

“கேட்டபடி நாளைக்குச் சமைத்துக் கொடுக்கவேண்டியதுதான்.” திலகம் உறுதியாகச் சொன்னபோது அது நடைமுறையில் எப்படிச் சாத்தியப்படுமென அவருக்குச் சந்தேகம் எழுந்தது.

“எப்படி இதைச் செய்யலாம்?” எனக் கேட்டார்.

”முதலிலை சுணங்காமல் சத்தியமூர்த்தியோடை ஒருக்கால் கதைச்சுப்போட்டு வாருங்கோ.”

"ஓமோம் அதுதான் சரி. அதை நான் இன்னும் நினைச்சுப் பாக்கயில்லை" என்றார் தேவன்.

"அதோடை சமையலுக்குச் சாமான்கள் வாங்கிறதெண்டால் கடைப்பக்கம் போகத்தானே வேணும். சத்தியமூர்த்தியைக் கண்டிட்டு மற்றக் காரியத்தைப் பாருங்கோ."

திலகம் சமாதானப்படுத்தியபோதும் தேவனுக்கு மருட்சி இன்னும் தீர்ந்தபாடில்லை.

"இவங்கள் இப்படி இடம் கண்டுகொண்டால் தொடர்ந்தும் உபத்திரவம் தரக்கூடும்."

"அதைப் பிறகு யோசிப்பம், இப்ப இதைச் செய்யுங்கோ."

சரி, முடிவு எடுத்தாகிவிட்டது. தேவன் வேட்டியும் ஷேர்ட்டுமாக சைக்கிளோடு முற்றத்தில் இறங்கினார்.

"கவனம், அவங்கள் திரும்பி வந்தால் நான் வெளியிலை போட்டன் எண்டு மட்டும் சொன்னால் போதும். வேறை கதை வளக்க இடம் கொடுக்க வேண்டாம்." தேவனுக்கு அவளைத் தனியாக விட்டுப்போக மனமில்லாமல் புறப்பட்டார்.

"ஓமோம், தெரியும் யோசிக்காமல் போட்டுக் கெதியா வாங்கோ."

வழியெல்லாம் திலகம் வீட்டில் தனித்து நிற்கிறாளேயென்ற பயமும் தனது கையறு நிலையை நினைத்து எழுந்த ஆற்றாமையுமாகத் தேவன் சந்தையடிக்கு வந்துவிட்டார்.

ஆலடிச் சந்தியில் போக்குவரத்து அதிகம் இல்லை. சந்தை வேளையோடு முடிந்து போனதற்கான அடையாளமாகத் தெரு நாய்கள் மட்டுமே அங்கே சுற்றிக்கொண்டிருந்தன. தேநீர்க் கடையிலிருந்து சினிமா பாடல் வந்துகொண்டிருந்தது. சத்தியமூர்த்தி கடையின் முற்றத்தில் இரண்டு மூன்று பேர் கூடி நின்று பேசிக்கொண்டிருந்தது தூரத்தில் வந்துகொண்டிருந்த தேவன் கண்ணில் பட்டது. சைக்கிளின் வேகத்தைக் குறைத்துத் தெருவின் ஓரமாக வந்துகொண்டிருந்தவரை விறகு கடைக்குப் பக்கத்தில் நிற்கும் வேப்ப மரத்தடியில் நின்று யாரோ கையசைத்துக் கூப்பிடுவதுபோன்று அருட்டியது. யாராய் இருக்கலாம் என்று நினைத்து சைக்கிளை நிறுத்திவிட்டு அங்கேயே இறங்கி நின்றார். நீண்ட காற்சட்டையும் ஷேர்ட்டும் அதற்குமேல் தடிப்பான ஜாக்கெட்டும் அணிந்திருந்த ஒரு இளைஞன் அவரை நோக்கி மிக நிதானமாக நடந்து வந்தான்.

சமீபத்தில் வந்தபோதுதான் அவன் யாரெனத் தெரிந்தது. அவன் சின்ன சிவா. இப்போது முன்னையிலும் பார்க்க உயரமாகவும் தடிப்பாகவும் வளர்ந்திருந்தான்.

"சிவாதானே அது? தம்பியைக் கண்டு கனகாலம்." அவனைக் கண்டதும் தேவனுக்குத் திடீரென்று எங்கிருந்தோவொரு பலம் வந்து சேர்ந்துகொண்டது.

"ஓம் பாருங்கோ. உங்களுக்கு ஒரு கதை சொல்லக் கிடக்கு. அவசரமாப் போறியளோ?"

"பறவாயில்லை, சொல்லுங்கோ, தம்பி."

"சுருக்கமாச் சொல்லுறன். இப்ப கொஞ்சம் முந்தி உங்க வீட்டை வந்தவங்களன்ர கட்டளைப்படி நீங்கள் எதுவும் செய்யத் தேவையில்லை."

"அப்படியோ!!" தேவனுக்கு ஆச்சரியம் தாளவில்லை. அதற்கிடையில் அவர்கள் வந்த விபரம் சிவாவுக்கு எப்படி எட்டியிருக்கும்?

"விஷயம் எப்படி எனக்குத் தெரிந்ததென்று யோசிக்கிறியள், இல்லையோ?" சிவா ஜாக்கெட்டின் முன் பாக்கெட்டுக்குள் கைகளை விட்டபடி மிக நிதானமாகக் கேட்டான். இரண்டு பாக்கெட்டுகளிலும் பந்துபோல் ஏதோ துறுத்திக்கொண்டிருப்பது தெரிந்தது.

"இப்ப நீங்கள் இந்தியாவிலை நிக்கிறியளெண்டும், ஊருக்கு வாறயில்லையெண்டும் கேள்விப்பட்டன். அதுதான்."

"நீங்கள் என்னைப்பற்றி யோசியாதையுங்கோ, திரும்பி வீட்டை போங்கோ. இனி அவங்களாலை உங்களுக்கு ஒரு வில்லண்டமும் வராது. நாங்கள் அங்கை சுத்திக்கொண்டுதான் நிப்பம். நீங்கள் ஒண்டும் நடவாதமாதிரி உங்கட பாட்டைப் பாத்துக்கொண்டிருங்கோ."

சிவா தன்னுடைய காரியம் முடிந்தது என்ற மாதிரி அதே மரத்தடிக்குத் திரும்பிப் போனான். தேவன் பார்த்துக்கொண்டிருக்கும்போதே மரக்காலைக்குப் பின்னால் மறைந்துவிட்டான்.

10

அன்று காலை பெய்த மழையால் தெருவெங்கும் வெள்ளம் தேங்கிப்போய்க் கிடந்தது. அதிலிருந்து தப்பவென்று ஒதுங்கிய பாதசாரிகள் வேலியோரமாக நடந்து சென்றதால் அங்கே சகதி பிடித்த ஒற்றையடிப்பாதை உருவாகிவிட்டது. அதே தெருவால் சைக்கிளில் வந்துகொண்டிருந்த தேவனுக்கு முன்னால் ஒரு பெண் முழங்கால்வரை சேலையை உயர்த்தியபடி மிகக் கவனமாக அடியெடுத்து நடந்து சென்றுகொண்டிருந்தாள். அவள்மீது சேற்று நீரை வாரிவிடக்கூடாது என்று எண்ணிய தேவன் சைக்கிளிலிருந்து இறங்கி ஒரு கையால் வேட்டியை உயர்த்தியும், மறுகையால் சைக்கிளையும் பிடித்துக்கொண்டும் நடந்தார். எதிரே குறுக்கிட்ட பிரதான வீதி கழுவித் துடைத்ததுபோல் இருந்தது.

சத்தியமூர்த்தியைக் கண்டு ஒரு கிழமையாகிவிட்டது. தேவன் போய்க் காணாவிட்டாலும் சத்தியமூர்த்தி அவரின் வீட்டுக்கு வந்துபோவது வழக்கம். ஆனால் இப்போதெல்லாம் அவ்வாறு ஒழுங்காக வர முடிவதில்லை. கடைக்கு நாலு சரக்கு வாங்கிப் போடுவதற்கே அவர் ஆலாய்ப் பறக்கவேண்டியதாயிருந்தது. எங்கும் பற்றாக்குறையே பேசுபொருளாகிவிட்டது. குடா நாட்டிலிருந்து தெற்கிலுள்ள ஏனைய நகரங்களுக்கான போக்குவரத்தில் ஏற்பட்ட ஒழுங்கின்மையால் அத்தியாவசியப் பொருட்களின் வருகை பின்னடையத் தொடங்கியது. எல்லாவற்றுக்கும் போராளி இயக்கங்களுக்கும் பாதுகாப்புப் படைகளுக்குமிடையே ஏற்பட்ட முறுகலே காரணமென்று உள்ளூர்ப் பத்திரிகைகள் இரண்டு அங்குலச் செய்திக் குறிப்போடு நிறுத்திக்கொண்டன.

தேவனையும் சத்தியமூர்த்தியையும் போன்றவர்கள் தமது பிள்ளைகள் இந்த இயக்கங்களின்மீது ஏற்பட்ட கவர்ச்சியால் உந்தப்படக்கூடுமென்று முன்கூட்டியே கணித்திருந்தார்கள். படிக்கவும் விளையாட்டு, பொழுதுபோக்குகளில் ஈடுபடவுமென வெளியில் போகும் இளம் பிராயத்தினரின் கவனத்தைத் திருப்பித் தம் இயக்கங்களில் இணைய வைக்கும் வகையில் அவர்களை மூளைச் சலவை செய்வதற்கென்றே இயக்க உறுப்பினர் பலர் மறைமுகமாகச் செயற்பட்டு வந்தார்கள் என்பதையும் அவர்கள் அறிந்திருந்தார்கள். இதனால் வீட்டில் இளையவர்களின் மனதிலிருப்பது என்னவென்பதைப் பெற்றார்களே

அறியமுடியாத நிலை உருவாகிவிட்டது. இயக்கங்களின் பிரசாரத்தால் ஒதுக்குப்புறம் நகரப்புறம் என்றில்லாமல் குடா நாடெங்குமிருந்த இளைஞர்கள், சிறுவர்களில் பலர் தமது கல்வியையும் குடும்பத்தின் மீதிருந்த பாசத்தையும் பொறுப்பையும் துறந்து தமக்குப் பிடித்த இயக்கங்களில் சேர்ந்துகொண்டார்கள். அப்படியிருந்தும் இயக்கங்களின் படை பலத்தை வலுப்படுத்தக் கட்டாய ஆட்சேர்ப்பும் பிராயமடையாதவர்களை இழுத்துச் செல்லும் பகிரங்கமாகவே நடந்து வந்தன. இவ்வியக்கங்கள் பட்டப்பகலிலும் வன்முறையில் ஈடுபட்டு அப்பாவிகளையும் எந்த இயக்கங்களிலும் ஈடுபடாதவர்களையும் தமக்கெதிராகக் கருத்துக் கூறிய அரசியல்வாதிகளையும், கல்விமான்களையும்கூட, குருதி சிந்தக் கொலை செய்து வருவதைக் கண்ட மக்கள் இனி எவர் கையால் எப்போ செத்தாலென்ன என்ற மனோநிலைக்குத் தள்ளப்பட்டுவிட்டனர்.

அப்படியிருந்தும் அவர்கள் இயக்கங்களுக்கு எதிராக ஒரு வார்த்தைகூடச் சொல்லப் பயந்து மௌனம் காத்தனர். அதையே மக்கள் தமக்கு ஆதரவாக இருக்கிறார்களென்று திரிவுபடுத்துவதில் முன்னணிப் போராளி இயக்கங்கள் ஓரளவுக்கு வெற்றி கண்டன. வன்முறையே தாம் எடுத்துக்கொண்ட லட்சியத்தை அடைவதற்கான வழிமுறை, அதன் மூலம் கிடைக்கும் வெற்றி உண்மையில் மக்களின் வெற்றியே என்ற மாயத் தோற்றத்தை அவர்கள் மனதில் பதிய வைக்க அவை முயன்றன. அது மக்களைப் பெருமைப்பட வைப்பதற்குப் பதிலாகப் பயத்தில் உறையவைப்பதில் முடிந்தது.

வட, கிழக்கு மாகாணமெங்கும் அமைதியை விரும்புகிறவர்களும் அநியாயத்தைக் கண்டு வாய் பேசாது ஒதுங்கி இருப்பவர்களுமே அதிகமாக வாழ்ந்தார்கள். அவர்கள் மனதில் அரச பயங்கரவாதத்தின் மீதான வெறுப்பும் வளர்ந்து வந்தது. இதேவேளை இயக்கங்களுக்கிடையான அதிகாரப் போட்டியும் உக்கிரமடைந்து வந்தது. அவை ஒன்றையொன்று ஒழித்துக்கட்டுவதில் பிறிதானதொரு பயங்கரவாதத்தைத் தோற்றுவித்துக்கொண்டிருந்தன. அவை தம்மிடையே தொடர்ந்து மோதிக்கொண்டதால் அரசுக்கெதிரான அவர்களது மொத்தப் போராட்டச் சக்தியை இழக்கவேண்டி வந்தது என்ற உண்மையை உணரத் தவறிவிட்டன.

தேவன் தனக்கு முன்னால் பலத்த இரைச்சலுடன் வந்த இராணுவ வாகனத்தைக் கண்டு திடுக்கிட்டாற்போல் சைக்கிளை

கரையோடு நிறுத்தி ஒதுங்கி நின்றார். வழியில் எதிர்ப்படும் எவரையும் முட்டி மோதிச் சாகடித்துவிட்டு முன்னேறத் துடிப்பதுபோன்ற அதன் அசுர வேகத்தைக் கண்டு அதிர்ந்துபோன பலர் அவரைப்போன்றே ஒதுங்கி நின்றனர். அன்றொரு நாள் பின்னேரம் அந்தச் சந்தியிலிருந்து கூப்பிடு தூரத்திலிருந்த வாசகசாலையை நிர்வகித்துக்கொண்டிருந்த இளைஞன் ஒருவனை இராணுவத்தினர் சுட்டுக் கொன்றுவிட்டுத் தெருவோரமாக குருதி வெள்ளத்தில் விட்டுச் சென்றதைத் தேவனும் கண்டு அதிர்ந்துபோய் நின்றார்.

இன்னொரு நாள் ஒரு குடும்பஸ்தரைக் கழுத்தில் சுருக்கிட்டு மின்சாரக் கம்பத்தில் தூக்கியிருந்தார்கள் ஒரு இயக்கத்தினர். இந்த இரு பக்கத்திலுமிருந்து நீதியையும், மனித நேயத்தையும் எப்படி எதிர்பார்ப்பதென்ற கவலையே அன்று மக்களிடமிருந்த எல்லாக் கவலைகளிலும் மிகப் பாரதூரமானதாகவிருந்தது.

இராணுவ வாகனம் தன் முகத்தில் வீசியடித்த புகையைத் துடைத்துவிட்டு மீண்டும் சைக்கிளில் ஏறிப் பயணிக்க வெளிக்கிட்டபோது, வீதியின் வலப்புறமாகவிருந்த பஸ் தரிப்பிடத்தில் சில சிறுமிகள் நிற்பதைத் தேவன் கண்டார். அவர்களுடன் சத்தியமூர்த்தியின் மகள் பவித்திராவும் சுவரோரமாக நின்றுகொண்டிருந்தாள். அவள் கையில் வழக்கமாகவிருக்கும் புத்தகங்கள் இல்லை. தன்னைக் கண்டதும் அவள் சுவரை நோக்கி மெல்லமாய்த் திரும்பியதுபோல் அவருக்குப் பட்டது. அவர் அதைப் பொருட்படுத்தாமல் சைக்கிளில் ஏறிப் புறப்படத் தயாரானார். அதே நேரம் பஸ் தரிப்பிடத்துக்கு எதிர்ப்புறமாக ஒரு சோமர்செட் கார் வந்து நின்றது. அங்கே நின்ற சிறுமிகள் கும்பலாய் ஓடிப்போய் அதில் ஏறினர். பவித்திரா அவர்களோடு சேர்ந்து காரில் ஏறப்போனபோதே தேவனுக்கு நடப்பது என்னவென்று மூளையில் உறைத்தது. சைக்கிளை வீதியோரமாக நிறுத்திவிட்டு, ஓடிப்போய் அவளின் கையைப் பிடித்துக்கொண்டார்.

“பவித்திரா, எங்கே போறாய்?” என்று அதட்டும் குரலில் கேட்டார்.

“டியூஷனுக்குப் போறேன், மாமா” என்றாள் பவித்திரா. அவள் பதிலில் பதற்றம் நிறைந்திருந்தது. ஏற்கனவே அது பள்ளிக்கூடம் நடக்கும் நேரம். இப்போது அங்கே இருக்கவேண்டியவள் டியூஷனுக்குப் போகிறாள் என்றால் எப்படித்தான் நம்புவது?

தேவனுக்குத் தான் செய்வது சரியோ என்றுகூடச் சந்தேகம் எழுந்தது. ஆனால் அவள் காரில் ஏறுவதற்காக அவரின் பிடியிலிருந்து கழன்றுவிட முரண்டு பிடித்தபடி நின்றாள். இந்த வேளையில் இப்படியான கூட்டத்தோடு சேர்ந்து போகிறாளென்றால் சத்தியமூர்த்திக்குத் தெரியாமல் அவள் தானாக முடிவுசெய்து புறப்பட்டிருக்கிறாள் என்பது அவருக்கு விளங்கியது. தேவனின் பிடி இன்னும் இறுகியது. பவித்திராவால் இப்போது அவரின் கையிலிருந்து விடுவித்துத் தப்பமுடியாமற்போனது. கார்ச் சாரதியும் நிலைமையைக் கவனித்துவிட்டு ஏனைய சிறுமிகளோடு சடாரெனக் காரைக் கிளப்பிச் சென்றுவிட்டான். தேவனும் பவித்திராவும் வீதியில் தனித்து நின்றார்கள்.

“பவித்திரா, இப்ப நீ வீட்டுக்குப் போம்மா, ஒண்டுக்கும் யோசிக்காதை. பிறகு கதைக்கலாம்.” என்று அன்பொழுகச் சொல்லிவிட்டு அவளைப் பிடித்திருந்த பிடியையும் தளரவிட்டார். அவள் தன் கையை இழுத்து அவரிடமிருந்து விசுக்கெனக் கழன்றுகொண்டு அங்கிருந்து விரைவாக அகன்று கிட்டவிருந்த ஒரு குச்சு ஒழுங்கைக்குள் நுழைந்து மறைந்துபோனாள்.

சத்தியமூர்த்திக்குப் பெரிய உபகாரத்தைச் செய்துவிட்டதாக உணர்ந்து பெருமிதம் அடைந்த தேவனுக்கு அடுத்த கணம் சிறுமிகளை இயக்கத்தில் இணைக்க கூட்டிச் செல்ல வந்த கார்காரர் இயக்கத்திடம் தன்னைப்பற்றி அள்ளி வைத்துவிடுவாரென்ற சந்தேகமும் எழுந்தது. அந்தக் கார்கார இளைஞனை அவருக்கு முன்பே தெரியும். அவனின் தகப்பனார் அவருக்கு நண்பரும்கூட. நடப்பதைப் பொறுத்திருந்து பார்க்கலாம் என்று நினைத்தவர் உடனே சத்தியமூர்த்தியியைக் காணப் புறப்பட்டுவிட்டார்.

பவித்திராவுக்குப் பதினான்கு வயதிருக்கும். வயதுக்கு மீறிய வளர்த்தியோடு பிடிவாத குணமும் அவளிடமிருந்தது. படிப்பிலும் ஆர்வமோ முயற்சியோ இல்லாதவள் என்றும் அறிந்திருந்தார். அவளுக்குக் கீழே இரண்டு, மூன்று வயது வித்தியாசத்தில் இன்னும் இரண்டு பெண்கள் இருக்கிறார்கள். காலம் கெட்டுக் கிடக்கிறது. எந்த வேளையில் எதுவும் நடக்கலாமென்ற சூழலில் பெண் பிள்ளைகளை வளர்த்தெடுப்பதும் அவர்களின் பாதுகாப்பைப் பேணுவதும்தான் சத்தியமூர்த்திக்கு அப்போதிருந்த ஒரே கவலையாயிருந்தது.

சத்தியமூர்த்தியின் கடைக்கு வந்ததும் அவரை

இழுத்துக்கொண்டு கடையின் பின்புறம் சென்று நடந்ததை விபரமாகச் சொன்னார் தேவன். சத்தியமூர்த்தி பதறியடித்துக்கொண்டு உடனே வீட்டுக்குப் போய் நிலவரத்தை அறியத் தன் சைக்கிளை எடுத்து அவரையும் தன்னுடன் வரும்படி கேட்டுக்கொண்டார். இருவரும் சத்தியமூர்த்தியின் வீட்டுக்குப் போய்ச் சேரமுன்பே பவித்திராவும் அங்கே வந்து அறைக்குள் சென்று கதவையும் வாயையும் இறுக மூடிக்கொண்டு இருந்துவிட்டாள். அவள் ஒருவாறு வீட்டுக்கு வந்து சேர்ந்தது சத்தியமூர்த்திக்கும் மனைவிக்கும் மன ஆறுதலாக இருந்தது. இனித்தான் இன்னும் பெரிய கடமை அவர்களுக்குக் காத்திருந்தது. பவித்திரா அப்படியான கூட்டத்தில் மீண்டும் சேர்ந்துகொள்ளாமல் எப்படித் தப்பிக்கொள்ளவதெனப் புத்தி சொல்வதுதான் அது.

தேவன் அவர்களிடம் விடைபெற்றுக்கொண்டார். சத்தியமூர்த்தி அழுவாரைப்போல் தேவனின் கைகளைப் பிடித்தபடி ஒருமுறைக்குப் பலமுறை நன்றி சொல்லிக்கொண்டிருந்தார். 'இண்டையிலிருந்து நீர் இன்னும் அக்கறையோடு பவித்திராவைக் கவனிக்கவேணும்' என்று சொல்லிவிட்டுத் தேவன் கடைத்தெருவுக்குக் கிளம்பினார்.

பவித்திரா அடுத்த சில நாட்களுக்குள் வீட்டிலிருந்த எவர் கண்ணிலும் படாமல் தனக்குப் பிடித்த இயக்கத்தில் இணைய ஓடிவிட்டாள். அன்றிலிருந்து சத்தியமூர்த்தி செல்வமெல்லாம் இழந்தவர்போல் பித்துப்பிடித்து ஒருவருடனும் பேசாமல் கடையில் வெறுமனே உட்கார்ந்திருந்தார். வாடிக்கையாளர்களுடன் முன்புபோல் பேசுவதில்லை. முருகேசுவே வியாபாரத்தை நடத்திக்கொண்டிருந்தான். கடைக்கு வருகிறவர்கள் சத்தியமூர்த்திக்கு முன்னால் நடந்ததைப் பேசிக்கொள்ள விரும்பாதவர்கள்போல் அமைதி காத்தார்கள். ஆனால் அவரைச் சுற்றியுள்ள உறவுகள் அவருக்காக வருந்தியது பவித்திராவுக்காகவும் வருந்தியது. தேவனும் வந்து ஆறுதல் சொல்லிக்கொண்டிருந்தார். அவரும் எங்கேயோ யோசனையை விட்டபடி கேட்டுக்கொண்டிருந்தார்.

"சத்தியமூர்த்தி, இது இப்ப உங்கட குடும்பப் பிரச்சனை மட்டுமில்லை, எங்கட சனங்களன்ர பிரச்னையும் இதுதான். பார்க்கப்போனால் பிள்ளைகளுள்ள ஒவ்வொரு குடும்பத்துக்கும் தங்கடை பிராயமடையாத பிள்ளைகளின் பாதுகாப்புத்தான் இண்டைக்குப் பெரும் சவாலாயிருக்குது. இயக்கத்தன்ர பிரச்சாரத்தைக் கேட்டுச் சில பிள்ளைகள் தாங்களே எந்த இயக்கத்திலை சேரலாமென்று தீர்மானிக்குதுகள். அப்பிடி

எதிலும் சேராத பிள்ளைகளை இழுத்துக்கொண்டு போகவும் இயக்கத்து ஆட்கள் வந்திடுவாங்கள். உமக்கு இருக்கிற பயமும் பொறுப்பும்தான் எனக்கும் இருக்குது எண்டதையும் மறந்துவிடாதீர்." இப்படியே தேவன் அவரைப் பலமுறை கண்டு ஆறுதல் சொல்லிக்கொண்டிருந்தார்.

அதற்குப் பிறகு சத்தியமூர்த்தி, தன்னை வதைத்துக்கொண்டிருந்த வேதனையை எவ்வாறு உதறி எறிந்துவிட்டுப் பழையபடி நிமிர்ந்து எழுந்துகொண்டார் என்பதைத் தேவனே அறிய முடியாமற் போனது. ஆனால் யார் மீதோ அவருக்கிருந்த வன்மம் மட்டும் வளர்ந்து வந்ததைத் தேவன் அறியத் தவறவில்லை.

11

இப்போதெல்லாம் திலகம் எதைப் பேசத் துவங்கினாலும் அதை எங்கேயோ ஆரம்பித்து, வேறு எங்கேயோ சுற்றிச் சுழன்று கடைசியில் அந்தவொரு இக்கட்டான கட்டத்துக்கு வந்தவுடன் ஒரு பெருமூச்சை உதிர்த்துவிட்டு நிறுத்திக்கொள்வாள். அடுத்த நிமிடம் கேள்விகளையும் சந்தேகங்களையும் எழுப்பிக் கண்ணீரில் முடிப்பாள். நித்யாவின் கச்சேரியைக் கடைசியாகக் கேட்ட திலிருந்து திலகம் இந்த நாடகத்தை அன்றாடம் நடத்திக்கொண்டிருக்கிறாள்.

திண்ணையின் ஓரமாகப் பாயை விரித்துவிட்டுக் காலைக் கீழே தொங்கவிட்டபடி இருந்துகொண்டு நடு முற்றத்தினூடாக வானத்தையும் நட்சத்திரங்களையும் பார்த்தவாறு கதையளப்பது தேவனுக்கும் திலகத்துக்கும் இடைக்கிடை கைகூடிவிடுவதுண்டு. திருமணம் நடந்த புதிதில், நடுமுற்றத்தில் முழு நிலவொளி விழும் நாட்களைச் சின்னஞ்சிறு பெண் கொள்ளும் ஆவலுடன் காத்திருப்பாள். அந்த நாட்களில் சிரித்துச் சிரித்தே இளம் வயதுத் தேவனின் போக்கை இளக வைத்து அவனை மடியில் குழந்தையாக்கிய நாட்களை மீண்டும் நிகழ்த்திக் காட்டுவாள்.

"பேசாமல் இதிலை வந்து இருங்கோ." என்று தேவனை முதலில் அழைப்பாள் திலகம்.

"கொஞ்சம் வேலை கிடக்குதப்பா." தேவன் ஒருபோதும் உடனே வந்துவிடுவதில்லை.

"அப்படியென்ன பெரிய வேலை, காலமை செய்தால் ஏதும் குறைஞ்சு போடுமோ?"

"குறைஞ்சுதான் போகும், நான் வேலையாட்களுக்குக் கொடுக்கவேண்டிய சம்பளக் கணக்கு முடிக்கவேணும். அது கையிலை கிடைக்குமெண்ட நம்பிக்கையோட எத்தினை பேர் நாளைக்கு வேலைக்கு வருவினம் தெரியும்தானே?" இதைப்போல் குத்தகைக் கணக்குகள், வண்டில் கூலிகள், தருமதி, கொடுப்பனவு கணக்குகள் என்று பலவற்றை அவர் அன்றே முடித்தாக வேண்டும். அதனால் அவர் வேலையிலிருந்து கவனத்தை எடுக்காமல் பதில் சொல்லுவார்.

எல்லாவற்றையும் முடித்தபிறகே வருவார். கூடவேயொரு 'அப்பாடா'வும் சேர்ந்துகொள்ளும். திலகம் தலையைத் திருப்பிக்கொண்டு கொஞ்சம் தள்ளி இருப்பாள்.

"என்னப்பா சொன்னனி, நான் வேலைப் பராதியிலை இருந்திட்டன்."

"என்ன காதிலை விழாதமாதிரி நடிக்கிறியள்?" அவள் வலிய வம்புக்கு இழுப்பாள்.

"சரி, விழயில்லையெண்டு வைச்சுக்கொள்ளன், விஷயத்தைச் சொல்லுமப்பா." இப்போது தேவன் திலகத்தின்மீது மெதுவாய்ச் சாய்ந்துகொள்வார். இந்த அணுகலோடு அவள் வலிய இழுத்து வைத்திருந்த மன இறுக்கம் கொஞ்சமாவது தளர்ந்துபோகும்.

இன்றும் அதே கதைதான். இவள் என்னைத் துன்புறுத்த வேண்டுமென்று எண்ணித் தன்னைத்தானே துன்புறுத்துகிறாள் என்று தேவனுக்கு விளங்கியது. அதனால் அவள்மீது அனுதாபமே எழுந்தது.

"சரி, இன்னுமொருக்கால் சொல்லுமப்பா." தேவன் இப்போது நிதானமாகக் கேட்டார்.

"இந்த வருசமும் பத்தாம் திருவிழாவுக்குச் சங்கீதக் கச்சேரி ஒழுங்கு பண்ணியிருக்கினம் எண்டு கேள்விப்பட்டன்."

"மாயவனுக்கு இன்னும் கொடியேறயில்லை, அதுக்குடனை பத்தாம் திருவிழாவுக்கு அடுக்குப் பண்ணுறியோ?" கூடவே சிரித்தும் விட்டார்.

"என்ன கண்டறியாத சிரிப்புச் சிரிக்கிறியள்?"

"சரி சிரிக்கயில்லை, நீ என்ன சொல்லப்போறாயெண்டு எனக்கு நல்லாத் தெரியும்."

“எங்கை அதை ஒருக்கால் எனக்குச் சொல்லுங்கோ பாப்பம்?”

“பத்தாம் திருவிழாவுக்கு நித்யா பாட வரப்போறாளென்று சொல்லப்போறாய். ஓமோ இல்லையோ?”

“ஓம், அதேதான்.”

“உண்மையிலை அவள் இந்த வருசம் வரமாட்டாளாம். நாட்டு நிலைவரம் சரியில்லை, அதனால் வேறை ஏதோ நிகழ்ச்சி ஒழுங்கு செய்யினம் என்று கேள்விப்பட்டன்.”

“பாவம், உங்களுக்குத்தான் சரியான ஏமாற்றம், என்ன?” தேவனின் முகத்தைத் திருப்பி அவரை சந்தேகத்துடன் பார்த்துக் கேட்டாள் திலகம். அந்த மங்கிய வெளிச்சத்திலும் அவளின் கரிய விழிகள் துறுதுறுவென அவர்மீது அலை பாய்ந்ததை அவர் கவனிக்கத் தவறவில்லை.

“உண்மையாகச் சொன்னால் ஏமாற்றமென்று எதுவுமில்லை. நித்யா பாட வருவாளென்றால் திருவிழா இன்னும் களைகட்டிவிடும். எனக்கும் அவளன்ர பாட்டைக் கேட்க விருப்பம். இது உனக்கும் தெரியும்தானே?”

திலகம் எதுவும் பேசாமலிருந்தாள். திடீரென்று அவரை உலுப்புவதுபோல் நெஞ்சில் விரலால் இடித்துக் கேட்டாள்,

“எனக்கு ஏதேனும் நடந்து நான் செத்துப்போனனெண்டால் நீங்களும் பிள்ளைகளும் தனித்துப் போடுவியளெல்லோ?”

“இதென்ன இருந்திட்டுப் பேய்க்கதை கதைக்கிறை. நீ நல்ல சுகமா இருக்கிறை. உனக்கு வருத்தம், கிருத்தமெண்டு எதுவும் இல்லை. சும்மா தேவையில்லாத கற்பனையெல்லாம் பண்ணி மனதை நோகடிக்காதை.”

“நீங்கள் என்னிலை வைச்சிருக்கிற அன்பாலைதான் இதைச் சொல்லுறியளெண்டு எனக்கு விளங்குது. எண்டாலும் இதைக் கேக்கவேணுமெண்டு கொஞ்ச நாளாய் நினைச்சுக்கொண்டிருந்தன்.”

“சரி, கேட்டிட்டாய், நானும் பதில் சொல்லிட்டன். என்னிலை உனக்கு இருக்கிற பாசமும் அக்கறையும் எனக்கு நல்லாத் தெரியும். அதாலைதான் உன்னைக் கேக்கிறன், இந்த மாதிரி அர்த்தமில்லாத கேள்வி கேட்டு என்ர மனதை இனியும் நோகடிக்காதை.”

“நீங்களும் அவளிலை விருப்பம் வைக்காமல் இருந்தால் போதும், எனக்கு வேறை ஒண்டும் விசேசமாய்ச் செய்ய வேண்டாம்.”

தேவன் மௌனமாக இருந்தார்.

திலகத்தின் இந்த வேண்டுகோளுக்கு மௌனத்தைத் தவிர வேறென்ன பதில் இருக்கிறது என்று எண்ணியபோது அதுவே சிலவேளை பாதகமாகிவிடலாமென்ற அச்சமும் எழுந்தது.

புகுந்த வீட்டைப் புரிந்துகொள்ள ஒரு புத்திசாலிப் பெண்ணுக்கு ஒரு நாளே போதும். அதே பெண்ணுக்குப் புருஷனின் மனதைப் புரிந்துகொள்ள மட்டுமேன் முழு வாழ்க்கைக் காலமும் போதாமல் இருக்கிறது? இதனால்தானா கணவனின் மனதை மனைவியும், அவளின் மனதைக் கணவனும் மாறி மாறி நோகடித்து இருவர் வாழ்க்கையையும் ஒன்றாகப் பாழடிக்கிறார்கள்? குழந்தைகளைப் பெற்ற பிறகும் அதே நிலைமைதானே பல குடும்பங்களில் தொடர்கிறது. காதலும் உடல் உறவும் இவர்களுக்கிடையே இணக்கத்தை உருவாக்கிவிடுவதுபோல் தோன்றுவதெல்லாம் தற்காலிக மயக்கம் மட்டுமே. கணவன் மனதில் தனக்குரிய இடத்தை இன்னொரு பெண்ணும் பகிர்ந்து கொண்டிருக்கக்கூடுமென்ற சந்தேகம் எப்போது எழுகின்றதோ, அப்போதே அந்த இணக்கமும் நிர்மூலமாகிவிடுகிறது. திலகம் அந்தச் சிந்தனையைக் கட்டி எழுப்புவதிலேயே கவனமாக இருந்தாள். அதைத் தேவன் மறுக்கின்ற ஒவ்வொரு முறையும் அவளின் சந்தேகமும் நித்யா மீதான வன்மமும் வலுப்பெற்று வந்தன.

திலகத்துக்கு உண்டான மனக் கிலேசத்துக்கு ஒரு பாவமும் அறியாத நித்யாதான் காரணமா? சரி, நித்யாதான் காரணமாக இருந்தாலும் அவளை எப்படி என் நினைவிலிருந்து அறுத்தெறிவது? திலகத்தோடுள்ள உறவு இதுவரை பதினாறு ஆண்டுகள், நித்யாவோடு மூன்று ஆண்டுகள் மட்டுமே. ஆனால் காலத்தை வைத்தா உறவின் பராக்கிரமத்தை எடை போடுவது? திலகம் என் ரத்தமும் தசையுமென்றால் நித்யாவிடம்தானே எனது இருதயம் இருக்கிறது? திருப்பித் தரவேண்டுமென்று சொல்லி அதை நான் அவளுக்குக் கொடுக்கவில்லையே, அதை அவளாகவல்லவா உரிமையுடன் எடுத்துக்கொண்டாள். அந்த இடத்தில் தனது இருதயத்தை வைத்துத் தைத்துவிட்டு என்னைக் காலமெல்லாம் அவள் நினைவில் வாட விட்டிருக்கிறாள். அவள் நினைவை அறுத்தெறிவதென்றால் அவளின் இருதயத்தையல்லவா முதலில் என்னிடமிருந்து பிடுங்கி எடுக்கவேண்டும்? தேவன் மேகத்தில் மறையும் நிலவைப் பார்த்துக் கேட்டுக்கொண்டிருந்தார். நிலவிடமிருந்து இன்னும் பதில் எதுவும் வரவில்லை.

தேவன் மெல்லமாய்த் திலகத்தின் மடியில் தலைவைத்துச் சாய்ந்தார். ஆஹா, என்ன சுகம், இப்படியே இந்த இரவு முழுவதும் இவளோடு இருந்துகொண்டால் ஒருவேளை நான் சொல்வதை விளங்கி என்மீது இனி இந்த விதமான சந்தேகங்களையும் எழுப்பாமல் இருக்கக்கூடும். பல வேளைகளில் இருவர் உடல்களின் நெருக்கத்திலும் சங்கமத்திலும் உறவு பலமடைவது நடக்கிறதுதானே. தாம்பத்தியம் என்பது வெறும் சடங்கும் சம்பிரதாயமும் மட்டுமா, அவற்றுக்கும் மேலாக அது பிரசவிக்கும் உன்னதமான உறவு இருக்கிறதே, அதற்கு இணையாக இந்த உலகத்தில் இன்னொன்று இருக்க முடியுமா?

தேவன் திலகத்தின் மடியில் வைத்த தலையை எடுக்காமல் காலை நீட்டிப் படுத்தார், நிமிர்ந்து அவளை நோக்கினார். திலகத்தின் கண்கள் கலங்கிப்போயிருந்தன. அவற்றிலிருந்து எந்த நேரமும் கண்ணீர் சிந்தலாம். வாயிலிருந்து பூகம்பம் வெடித்துக் குமுறலாம். இப்போ நான் என்ன சொல்லிவிட்டேன், என்ன செய்துவிட்டேனென்று திலகம் இந்த நிலைக்குத் தன்னைத் தள்ளித் துன்புறுகிறாள்? நித்யா எங்கேயோ தூரத்தில் இருக்கிறாள். எப்போதாவது இங்கே வந்து எங்கள் வாழ்க்கையைக் குலைக்க வேண்டுமென்று ஒரு துரும்பையாவது எடுத்துப் போட்டிருப்பாளா? இப்படியே நாம் தொடர்ந்து தொலைவில் இருந்துகொள்ளலாமே. அவள்மீது புகைச்சலைக் கிளப்பிக்கொண்டிருப்பதால் அவளுக்கும் எனக்குமிடையே முன்னர் எந்த வகையான உறவும் இருக்கவில்லை என்று ஆகிவிடுமா? உறவையும் பகிர்வையும் கூட்டி அள்ளி எங்கேயாவது கிடங்கு வெட்டிக் கொட்டி மூடிவிட்டு 'சிச்சீ' எதுவும் நடக்கவில்லையென்று ஒரேயடியாகச் சமாதானம் கொள்ளமுடியுமா?

அன்றிரவு தேவன் எத்தனையோ முறை அவளுடன் உடலுறவுக்கு முயன்றபோதும் ராங்கியோடு அடுத்த பக்கம் திரும்பிப் படுத்துவிட்டாள். பிறகு அவர் பக்கம் அவள் திரும்பவே யில்லை. தேவன் வேறு வழியின்றி ஒளியிழந்துகொண்டிருந்த நட்சத்திரங்களைப் பார்த்தவாறிருந்தார்.

12

அன்று காலையானதும் தேவன் முற்றத்தில் இறங்கியபோது எங்கேயோவொரு மரத்திலிருந்து தனிமையில் வாடும் ஒரு குருவி எழுப்பிய 'குக்கூ, குக்கூ' என்ற இடைவிடாத அழைப்பு இனம் புரியாத சோகத்தை அவர் மனதில் விதைக்க முனைந்தது. அது ஏன் அப்படிக் கூவுகிறதெனச் சிறிதேனும் விளங்கிக்கொள்ள இயலாத இளம் பிராயத்தில் தானும் கூடவே கூவிக் களித்தது அன்றைக்கு மட்டும் ஏனோ அவரின் மனதில் சிறு முள்ளாய்க் குத்தியது. அக்குருவியின் ஒவ்வொரு கூக்கூவுக்கும் பதில் சொல்வதுபோலத் தானும் குக்கூ எழுப்பியபோது குருவியும் இன்னும் கூடிய உச்சஸ்தாயியில் தொடர்ந்து நாலைந்து தரம் குரலெழுப்பிவிட்டுக் கடைசியில் ஓய்ந்துபோனதும் அவரின் நினைவுக்கு வந்தது. அன்று அந்த குருவியின் கூவலை விளையாட்டாக எடுத்தேனேயல்லாது அதில் ஆழ்ந்திருந்த ஏக்கத்தையோ துயரத்தையோ நான் விளங்கியிருக்கவில்லை. இப்படி எத்தனை முட்டாள்தனமான காரியங்களை அந்த வயதில் செய்திருப்பேன் என்று தேவன் தன்னையே நொந்துகொண்டார்.

அந்த வேளையின் அமைதியைப் போர்த்தியபடி எட்டவுள்ள வயல்வெளி உறங்கிக்கொண்டிருந்தது. மெல்ல வீசிய காற்றின் அணைப்பில் மனம் லேசானது. குயில் குரலெழுப்பிய திசையை மனதில் ஓடவிட்டு மட்டுப்பிடிக்க முயன்றார் தேவன். வயல் வரப்போடு ஒட்டிச் செல்லும் கல்லும் மக்கியும் பதித்த பாதையின் ஓரமாக உயரமாய் வளர்ந்திருந்த மரங்களில் ஒன்றிலிருந்துதான் அந்தக் குயில் குக்கூ எழுப்பியிருக்கவேண்டும் என்ற சிந்தனையோடு அந்தத் திக்கில் நடக்கத் துவங்கினார். என்னுடைய மனதில் இப்போதுள்ள சோகத்தை இப்படியொரு குக்கூவால் வெளிப்படுத்த முடிந்தால் அதைக் கேட்டுப் பதில் குக்கூ எழுப்பி ஆறுதல் கூற ஒரு ஜீவன் எங்காவது இருக்காமல் போய்விடுமாவென அவர் மனம் ஏங்கியது.

நேற்று வெளி வேலைகளையெல்லாம் முடித்துவிட்டுக் குறுக்குப் பாதைகளூடாக வீட்டுக்கு வரவும் மாலையாகிவிட்டது. சைக்கிளை பின் விறாந்தையில் ஏற்றி நிறுத்திவிட்டு கிணற்றடிக்குப் போய்க் கால், முகத்தை கழுவிக்கொண்டு வீட்டுக்குள் நுழைந்தபோது

எங்கும் அமைதி சூழ்ந்திருந்தது. வழக்கத்தில் தலை காட்டிவிட்டு மறைந்துவிடும் திலகத்தின் சிலமனைக் காணவில்லை. அண்மையில் எங்கேயாவது போயிருப்பாள். அதுதான் இந்த அமைதியோவென்று தேவன் நினைத்தார். அவள் வரும்வரைக்கும் கொஞ்ச நேரம் கதிரையில் சாய்ந்திருக்கலாமென்று திண்ணைக்கு வந்தபோது அபிதா அவரிடம் ஓடி வந்தாள்.

“அப்பா, ஒரு தபால் வந்திருக்கு.” சொல்லும்போதே அபிதாவின் கன்னங்கள் மகிழ்ச்சியால் சிவந்துபோனது.

“ஆர் அனுப்பினது?”

அபிதா கையிலிருந்த தபாலைத் தேவனின் முகத்தின் முன்னால் நீட்டினாள். தபால் ஏற்கனவே உடைக்கப்பட்டிருந்தது. அது கிடைத்த கையோடு திலகம் உடைத்து வாசித்திருப்பாள் என்பது தேவனுக்கு விளங்கியது. தபாலின் முகப்பிலிருந்த கையெழுத்து அவருக்கு ஏற்கனவே அறிமுகமானது.

“ஆர் அனுப்பினதெண்டு சொல்லுங்கோ பாப்பம்.” அபிதா குதித்தபடி கேட்டாள்.

“ம்ம்ஞ். நித்யா?”

“சரியாய்ச் சொல்லிப்போட்டியள். இந்தாங்கோ!” அபிதா தபாலை அவரிடம் நீட்டினாள்.

“நீயே வாசிச்சுச் சொல்லு, அபிதா கண்ணு. முதலிலை அம்மா எங்கையெண்டு சொல்லு.”

“அம்மா உங்கைதான் நிக்கிறா.”

உங்கையென்றால் ஏதேனும் ஒரு அறைக்குள் அல்லது அடுப்படிக்குள், அங்கும் இல்லையென்றால் கோடிப்புறத்தில். எங்கு நின்றாலும் தேவனின் குரலைக் கேட்டதும் வந்து எட்டிப் பார்ப்பாளே. அப்போது மட்டும் அவள் கண்ணில் தென்படவில்லை. ஒருவேளை தபாலில் காணப்பட்ட செய்தியால் உண்டான கோபத்தை இவ்வாறு மறைந்து நின்று வெளிப்படுத்துகிறாளோ? அபிதா தகப்பனாரிடம் உண்டான திகைப்பைப் பொருட்படுத்தவில்லை.

“சரி, வாசித்துச் சொல்லுறன். என்ன தெரியுமோ, விலாசம் உங்களுக்கு, தபால் எனக்கு.” என்று கண்களில் குறும்பு மிதக்கச் சொன்னாள்.

“அப்பிடியெண்டால் தபாலும் உனக்குத்தானே. விரும்பினால் வாசித்துச் சொல்லு.” அவரும் அபிதாவின் குறும்பில் இணைந்துகொண்டார்.

“இதுதான் அவங்க எழுதினதுஞ் ம்ம்ம்.. சரி வாசிக்கிறன். ‘அபிதா கண்ணுக்கு ஆயிரம் முத்தங்கள். நான் கொழும்பில் நின்றதால் கடிதம் எழுத முடியாமல் போனது. நேற்றுத்தான் ஊருக்கு வந்தேன். வந்ததும் இதை எழுதுகிறேன். அன்றைக்குக் கச்சேரி முடிந்த பிறகு உங்களோடும் அண்ணாவோடும் கதைத்தது எனக்கு எவ்வளவு சந்தோஷம் தெரியுமா? உங்கள் பூப்பு நீராட்டு விழா நடந்ததை நீங்கள் சொல்லித்தான் அறிந்தேன். நீங்கள் அதைக் குதித்துக் குதித்துச் சொன்னது இப்பவும் மனதைச் சிலிர்க்க வைத்தபடி இருக்கிறது. உங்களுக்குப் பட்டுச் சேலை கட்டி நகையெல்லாம் போட்டு அலங்கரித்து மண்டபத்தின் நடுவில் இருத்தி எல்லாரும் பார்த்துக்கொண்டு இருந்திருப்பார்கள்.”

அபிதா சில கணம் வாசிப்பதை நிறுத்திவிட்டுத் தகப்பனாரைப் பார்த்தாள்.

“அப்படியே நேரே வந்து பார்த்தமாதிரியெல்லோ எழுதியிருக்கிறா.”

அபிதாவை வெட்கம் சூழ்ந்துகொண்டது. தடித்த பின்னலை உருவி எடுத்து முன்னால் விட்டாள். பாவாடையை இழுத்து அது பாதங்களை முழுக்க மூடியிருக்கிறதாவெனக் குனிந்து பார்த்தாள். கையோடு தகப்பனாரின் பக்கத்தில் வந்து நெருக்கியடித்துக்கொண்டு உட்கார்ந்துவிட்டாள். அண்மையில் பக்குவமடைந்த அவளின் உடலெங்கும் இளமை பரபரவென்று படர்ந்து வருவதை அவர் அன்றாடம் கவனித்து வந்தார். அவளுடைய முகத்தையும் துள்ளலையும் மனதிலிருத்தித் தன்பாட்டில் மகிழ்ந்துகொண்டிருப்பார். தனது குரலாலும் கண் வீச்சாலும் தகப்பனை அதிகாரம் செய்வதில் அவள் காட்டும் அழகை ரசிக்க விரும்பியே அவளைப் பக்கத்திலிருத்திக் கதை கேட்பார். சிலவேளைகளில் அவளைச் சீண்டிவிடுவதும் உண்டு. அவளும் அதை நன்றாய் விளங்கிக்கொண்டவள்போல் அவர் காட்டும் அதீத அன்பை உணர்ந்து அனுபவிப்பாள்.

“ம்ம்.. பிறகென்ன எழுதியிருக்கிறா?”

“சரி வாசிக்கிறன் ம்.. இது ரண்டாம் பக்கம்.”

“அடேயப்பா, பக்கம் பக்கமா எழுதியிருக்கிறாவோ!”

“எல்லாமா மூண்டு பக்கம். என்ன வடிவான கை எழுத்து.”

“நித்யாவும் வடிவுதானே?” தேவன் சிரிப்புக்கிடையே கேட்டார். அதே வேளை நித்யாவின் யௌவன முகமும் அதில் நிரந்தரமாய் ஊசலாடும் புன்னகையும் அவரின் மனதில் தோன்றின. திடீரெனக் கண்ணில் ஏதோ விழுந்துவிட்டதுபோல் இமையோரங்களை விரல்களால் துடைத்தார். அதை அபிதா பார்க்கக்கூடாதென்று எண்ண முந்தியே அவள் அதைக் கண்டுவிட்டாள். ஆனாலும் அதைக் காட்டிக்கொள்ளவில்லை.

“அப்பா, அவ வடிவில்லை. அழகு. அப்பிடிக் கண்ணைப் பறிக்கிற அழகு. நான் நேரை இருந்து பார்த்தேன். அண்டைக்குக் கச்சேரி முடிஞ்சாப்போலை என்னையும் அண்ணாவையும் கையைப் பிடிச்சுக் கூட்டிக்கொண்டுபோய்ச் சுகம் விசாரித்தா. பிறகு பொலுபொலுவென்று எங்களைப்பற்றித்தான் விசாரித்தா. நானும் அண்ணாவும் படிக்கிறதைப்பற்றியும் கேட்டா. எல்லாச் சனமும் எங்களையே பாத்துக்கொண்டிருந்தினம். எனக்கு ஒரே வெக்கமாப் போட்டுது.”

“அதுக்கேன் வெக்கப்படவேணும், நல்லாய்க் கதைக்கலாம்தானே?”

“எனக்கு விருப்பம்தான், ஆனால் அவவைச் சுத்திப் பக்க வாத்தியகாரர் நிண்டினம். கொஞ்சத்தாலை கோயில் ஆக்கள் வந்து நேரமாப் போச்செண்டு சொல்லி உடனை கூட்டிக்கொண்டு போட்டினம்.”

பக்கத்தில் அபிதா இருக்கிறாள் என்பதையும் மறந்து மாயவன் கோயிலின் மண்டபத்தில் பாடிக்கொண்டிருக்கும் நித்யாவின் முன்னாலிருக்கும் கூட்டத்தில் தானும் ஒருவனாய் இருந்தவர்போல் உணர்ந்து தேவன் நெகிழ்ந்தார். ஒரு காலமும் இல்லாமல் வசந்த மண்டபத்தில் மேடை போடப்பட்டிருக்கிறது. மேடையின்மேல் அன்று முதன்முதலாகக் கண்டதுபோல் செந்நிறச் சேலை கட்டியபடி இருந்து நித்யா பாடுகிறாள். அவளின் விரல்கள் வானத்தில் பறவைகளாய்ச் சிறகடிக்கின்றன. அதே பாடல்.

புல்லாய்ப் பிறவி தர வேணும் கண்ணா!

புனிதமான பலகோடி பிறவி தந்தாலும்

பிருந்தாவனமதில் ஒரு புல்லாய்!

அபிதா தேவனைத் தொட்டு இந்த உலகுக்குக் கொண்டுவந்தாள்.

"அப்பா, நீங்கள் அழுதீங்களே, ஏன்?"

"அழுதேனா, இல்லையே. ஓம், ஓம் அழுதேன்தான். எத்தினையோ வருசத்துக்கு முந்தி நித்யாவின் பாடலை முதல் முறை கேட்டபோதும் என் கண்ணில் இதுபோலைதான் கண்ணீர் வழிந்தது. அவ்வளவுக்கு, நான் ஒரு நாளும் அனுபவித்திராத பரவசத்தை அவவின் இசையில் உணர்ந்தேனம்மா."

"அப்பா, நித்யா அவங்க கச்சேரியிலை எனக்குப் பின்னாலை இருந்த ஒரு பெம்பிளை மற்றவவுக்குச் சொன்னது கேட்டது. அது உண்மையோவெண்டு எனக்குத் தெரியாது."

"அப்படியோ? சனங்கள் சேருற இடங்களிலை சிலபேர் பல மாதிரியும் கதைப்பினம். அதையெல்லாம் காதில் போடக்கூடாது. எங்கள் பாட்டிலை வந்திடவேணும்."

"உண்மைதானப்பா, ஆனால் அவ சொன்னது நித்யா அவங்களைப்பற்றி."

"அவ பெயர் பெற்ற பாடகி. அதனாலை அவவைப்பற்றிச் சனங்கள் ஏதேனும் தங்கள் பாட்டிலை சொல்லித் தங்களைத் தாங்களே சந்தோசப்படுத்துவினம்."

"அவ சொன்னது எனக்கு அப்படிப் படயில்லை, அப்பா."

"அப்போ?"

அபிதா சில கணங்கள் பேசாதிருந்தாள். தான் அளவுக்கு மீறிக் கதைத்துவிடக் கூடாதென்ற பயமும் அவளை ஒருபுறம் எச்சரித்தது. என்றாலும் அதைச் சொல்லாமலும் இருக்க முடியாது போலிருந்தது. தேவன் கேள்வி பொதிந்த பார்வையால் மகளை அளந்தார்.

"அதப்பா, அந்தப் பெண்ணு சொன்னது நித்யா அவங்க யாரையோ நினைச்சுக் கன காலமாக் கலியாணம் கட்டாமல் இருக்கிறாவாம். அவ பாவம்தானே?"

தேவனுக்கு இப்போது உண்மையாகவே அழுகை கட்டுக்கடங்காமல் வந்தது. இதை அபிதா கவனித்துவிட்டாள்.

"ஏனப்பா, நீங்கள் திரும்பவும் அழுறீங்களா?"

"சில பேருடைய கதையைக் கேட்டால் அழுகை வரத்தான் செய்யும்."

"அப்போ அவ பாவம்தானே?"

"அவ மட்டுமில்லை, அவ நினைச்சுக்கொண்டிருக்கும் அந்த ஆளும் பாவம்தான்."

"அவரை உங்களுக்குத் தெரியுமாப்பா?"

"தெரியும்."

"என்னப்பா இது, நீங்கள் நல்லாக் கவலைப்படுறீங்கள்."

"இந்தக் கவலை எனக்குப் பதினைஞ்சு வருசத்துக்கு மேலாக இருக்கிறது, செல்லம்."

"நித்யா அவங்க அவ்வளவுக்கு உங்களுக்கு வேண்டியவங்களா, அப்பா?"

"வேண்டியவதான். ஏனெண்டால் அவ நினைச்சுக்கொண்டிருக்கிற ஆள் நான்தானம்மா."

அபிதா அவரை இறுகக் கட்டிக்கொண்டாள்.

"இவ்வளவு பெரிய மனச் சுமையை எப்படித்தான் தாங்கிக்கொண்டிருக்கிறீங்கள், அப்பா?"

"அதை மாயவனிடம் முறையிடுறதுதான் எனக்குத் தெரிந்த ஒரே வழி."

"எனக்கு உங்க கதையொண்டும் தெரியாது, அப்பா."

"தெரியாமல் இருக்கிறதுதான் நல்லது. ஏனெண்டால் இனி அதைப்பற்றிக் கதைச்சோ கவலைப்பட்டோ ஒரு பிரயோசனமுமில்லை."

"அப்ப கவலைப்படாமல் இருங்கோ. நீங்கள் அழுததை நான் ஒருநாளும் காணயில்லை. இனியும் அழவேண்டாம், அப்பா."

"நல்லது மகளே. இனி அழாமல் இருக்கப் பாக்கிறன்."

"அப்பா!"

"என்ன மகளே?"

"அம்மாவுக்கு இதெல்லாம் தெரியுமாப்பா?"

"ஓம், எல்லாம் தெரியும்."

"அப்ப, அம்மாவும் கவலைப்படுவாதானே?"

"அம்மாவுடைய கவலை என்னுடையதிலும் பார்க்கக்கூட."

அபிதா தகப்பனாரை மீண்டும் இறுக அணைத்துக்கொண்டாள். அவளிடமிருந்து எழுந்த விசும்பல் அந்தத் திண்ணையெல்லாம் எதிரொலித்தது.

அபிதா என்னை அழவேண்டாம் என்று கேட்டுக்கொண்டாளல்லவா? இல்லை, இனி நான் அழப்போவதில்லை. ஆனால் இந்தப் புண்பட்ட மனதுக்கு ஒரு ஆறுதல் தேடவேண்டும்.

குக்கூ எழுப்பிய குயிலின் திசையைத் தேடிப் புறப்பட்டதை மறந்துபோனார் தேவன். இப்போ இருக்கின்ற மனப்பழுவைக் குறைக்கவேண்டுமானால் இந்த ஏகாந்தத்தில் கொஞ்சத் தூரம் நடந்தால் போதும். இந்தத் தூய்மையான காற்றின் அணைப்பில் இந்த மனப்பழு முழுவதுமாய்த் துடைக்கப்படாவிட்டாலும் ஓரளவுக்கு ஒத்தடமாவது கிடைக்கலாம். மேலும் நடக்கத் துவங்கினார். தூரத்தில் சிறிதாய்த் தெரிந்த குட்டிப் பிள்ளையார் கோயில் இப்போது திடீரென அண்மித்துவிட்டதை அப்போதுதான் உணர்ந்தார்.

தேவன் வயல் வரப்புகளில் நடந்து சென்று இறுதியில் படித்துறைக்கு வந்து தண்ணீர் மொண்டு கால்களையும் முகத்தையும் கழுவினார். குட்டிப் பிள்ளையாரின் திண்ணைக்கு வந்ததும் கார்த்திகை மாதப் பின்காலை வேளையின் மென்காற்றோடு சாய்ந்தாடம்மா, சாய்ந்தாடு பாடிக்கொண்டிருக்கும் நெற்பயிர்கள் எழுப்பிய ஸ்வரத்தில் மனம் தோய்ந்துபோனது.

படித்துறையில் யாரோ ஒருவர் அவசரம் அவசரமாகக் குளித்துவிட்டு இடுப்பில் கட்டிய வேட்டி அவிழ்ந்துவிடாமல் கைகளால் இறுக்கிப் பிடித்தபடி கோயிலினுள்ளே ஓடிப்போனார். வேறு எவரும் தேவனின் கண்ணில் படவில்லை. பிள்ளையார் கோயிலின் பின்னால் பரந்திருக்கும் பசுமை பூத்த வெளி மட்டுமே அவரோடு ஐக்கியமாய்ப்போனது. உனக்காகத்தானே இதையெல்லாம் படைத்திருக்கிறேனென்று இயற்கை சொல்வதுபோல் இருந்தது. இந்த அமைதியை ஆறுதலாக இந்தத் தனிமையிலிருந்து நுகராமல் மேலும் நடந்துசெல்ல அவர் பிரியப்படவில்லை. சால்வையை இடுப்பிலிருந்து அவிழ்த்துக் கோயில் திண்ணைமீது பறந்து படிந்திருந்த வெண் மணலைத் தட்டித் துடைத்தார். இன்னும் சில நிமிடங்களில் அது தன்னுடைய திண்ணை என்ற உரிமையோடு வந்து பரவிவிடும்.

தேவன் சுவரோடு சாய்ந்து உட்கார்ந்தார். கால்களை நீட்டி வைத்ததும் அவை நன்றி சொல்லின. மனம் அமைதியைத் தேட முனைந்தது. எப்போதோ பயில ஆரம்பித்து இடையில் கைவிடப்பட்ட தியானம் மெல்ல வந்து எட்டிப் பார்த்தது. முயன்றால் கிடைக்காததுதான் என்ன? ஆனால் அதற்கிடையில் திலகத்துக்குக் கொடுத்த வாக்குறுதியல்லவா தியான சிந்தனையையும் மேவி நின்று சந்நதம் ஆடுகிறது.

நித்யாவை இனியும் விரும்புகிறதில்லையென்று திலகம் என்னிடமிருந்து சத்தியம் வாங்கிக்கொண்டாள். ஆனால் அவளை மனதாலும் நினைக்கக்கூடாதென்று ஏன் சத்தியம் வாங்காமல் விட்டாள்? திலகத்துக்குத் தெரியாமல் என் மனதில் ஒரு சிறு சிந்தனையும் ஓடாது என்பது அவளுக்கும் எனக்கும் தெரிந்த உண்மைதானே. நித்யாவை நினைக்காமல் என்னால் ஒரு கணமும் இருக்கமுடியாது என்பதை நிச்சயமாய் அறிந்துகொண்டதால்தானே அவளை மறந்துவிடு என்று அந்த இரக்கமற்ற சத்தியத்தையும் வாங்காமல் விட்டாள்!

இளமைக் கனவுகள் நிரம்பித் ததும்பும் காலத்தில் ஒரு ஆண் ஒரு பெண்ணை விரும்பும்படி வந்து பின்னர் பிரியவேண்டியும் நேர்ந்துவிட்டால் அன்று அவள் மீதிருந்த காதலைத் தன் ஆயுட் காலத்தில் ஒருமுறையாவது நினைத்து மறுகாது போவானா? அப்படித்தான் நானும் நித்யாவை மனதில் இருத்திக்கொண்டேனா? ஆனால் ஒருமுறை மட்டும் நினைக்கும்படியாகவில்லை, நாளின் ஒவ்வொரு கணமுமல்லவா அவளை நான் நினைத்துக்கொண்டிருக்கிறேன். குயில்போல் 'குக்கூ' போடுவதால் குறைந்துவிடக்கூடிய கொஞ்ச நஞ்சம் கவலையா இது?

தன்னுடைய கணவனால் செய்ய இயலாத ஒரு காரியத்தைச் செய்யும்படி அவன்மீது மாளாக் காதல் கொண்டிருக்கும் மனைவி சத்தியம் வாங்கிக்கொள்வாளா? இல்லை, அப்படிச் செய்யவே மாட்டாள். அவன் இன்னொரு பெண்ணின்மீதும் காதல் கொண்டிருக்கிறானென்று அறியும்போது அத்தனை பெண்களும் கண்ணகிகளாகிவிடுவதில்லை. நித்யாவோடு கொண்டுள்ள தொடர்பை விட்டுவிடு என்றுதான் திலகம் சத்தியம் வாங்கிக்கொண்டாள், அவளை முற்றாக மறந்துவிடு என்றல்ல.

ஆழ்ந்த தியானத்தில் உறைந்துவிடத் தீர்மானித்துக் கண்களை மூடியாயிற்று. இறுகிக் கிடந்த அவயவங்களையும் நரம்புகளையும் படிப்படியாய் இளகச்செய்தாயிற்று. மூச்சை ஒரே சீராய் எடுக்கவும் விடவும் வழி கண்டாயிற்று. மனம்? மனமா அது, ராட்சதனல்லவா, எங்கே அகப்பட்டது? அது தறிகெட்டுப்போய்க் கொழுத்தாடு பிடிக்க ஆரம்பித்துவிட்டதே. எல்லா மனித வேதனைகளிலிருந்தும் தப்ப வழி கண்டு பிடித்திருக்கிறார்கள். எனது வேதனையிலிருந்து தப்பவும் ஒரு வழியாவது இருக்கத்தானே வேண்டும். எனக்குத் தெரிந்த ஒரு வழி தியானம் மட்டுமே. அது இறைவனை மனதிலிருத்தித் தியானிப்பது. விருப்பமான ஒரு பெண்ணை மனதிலிருத்தித் தியானிப்பதிலும் ஒருவகைச் சுகமுண்டு என்று சொல்பவர்களும் இருக்கிறார்கள், அது இறைவனுக்குச் சமமாக அந்தப் பெண்ணைப் பூஜிப்பதுபோலல்லவா ஆகிவிடும்? இதென்ன விளையாட்டா, வேடிக்கையா?

தியானத்தில் மனதை ஒருமுகப்படுத்தும் முதல் கட்டம்தான் சவாலானது. இதற்கு இறைவனின் நினைவுதான் ஒரே வழி என்றில்லை. அது எரிகின்ற மெழுகுவர்த்தியின் ஒளிப்பிழம்பாக இருக்கலாம், முழுமதியாக இருக்கலாம், ஒரு குழந்தையின் முகமாகவும் இருக்கலாம். இவற்றில் எதைப் பயன்படுத்தினாலும் உன் மனதை ஒருமுகப்படுத்த எது உதவுகிறதோ அதுவே மிகச் சிறந்த இலக்கு. அந்த இலக்கை எவ்வளவு நேரம்தான் தேடுவது? தேடத்தேட மனதில் வந்து கரை சேருவது நித்யாவின் மலர்ந்த முகமல்லவா? அந்தத் துறுதுறுத்த விழிகளின் வீச்சை உள்வாங்கும் வல்லமையின்றி அவளின் காலடியில் சரணாகதி அடைந்து கொண்டிருக்கிறேன்.

தியானமாவது மண்ணாவது!

தேவன் எழுந்து வேட்டியில் ஒட்டியிருந்த மணலைத் தட்டிவிட்டுத் திண்ணையிலிருந்து இறங்கியபோது தூரத்தில் திடீரென எழுந்த செல் அடிக்கும் சத்தம் அவரைத் திடுக்கிட வைத்தது. இந்தப் பக்கம் இதுவரை இப்படிக் கண்மூடித்தனமான இராணுவ செல் வீச்சுகள் நடந்ததில்லை. அப்படி நடத்தவேண்டிய சூழலும் அங்கு உருவானதில்லை. அந்தத் திக்கில் நிமிர்ந்து பார்த்தார். தூரத்தே தெரிந்த பனைகளுக்கு மேலாக மேகங்கள் திரண்டு வருவது மட்டுமே தெரிந்தது. அடுத்த கணம் வானம் அவசரம் அவசரமாகத் தனது கறுத்த நிறப் படுதாவை இழுத்து மூடிக்கொண்டது. அதைக் கிழித்து வெளியேற முனைவதுபோல்

இடியும் மின்னலும் முழங்கத் தொடங்கின. தேவன் ஓடிப்போய்க் குட்டிப் பிள்ளையாரின் திண்ணையில் ஒதுங்கி நின்றார். அடுத்த நிமிடம் சடசடவென ஆரம்பித்த மழை அடுத்த அரை மணி நேரம் சள்ளெனக் கொட்டித் தனது ஆத்திரத்தைத் தீர்த்து ஓய்ந்தது.

தேவன் திண்ணையிலிருந்து இறங்கி வேட்டியை மடித்துக் கட்டிக்கொண்டு வீட்டை நோக்கி நடந்தார். அவர் இங்கு வரமுந்தி வெளியே யாரையோ காணப்போன திலகத்தை நினைத்து மனம் பதறியது. வீடு இப்போதும் தூரத்தில் இருந்தது. அதனால் இன்னும் வேகமாக நடந்தார். வீட்டை அண்மியபோது தூரத்தில் எவரோ அவரை நோக்கிச் சைக்கிளில் விரைந்து வருவது மங்கலாய்த் தெரிந்தது. அது யாராக இருக்கலாமென அறியவென்று அவரும் வந்தவரின் திக்கில் விரைந்தார். நிலத் திலிருந்த நீர் தெறித்துக் கால்களெல்லாம் சிதறியது. வேட்டியில் பட்டிருந்த ஈர மண்ணைத் தட்டிவிட்டு நிமிர்ந்தபோது முருகேசு மூச்சு முட்ட அவருக்கு முன்னால் வந்து நின்றான்.

"அண்ணை, அண்ணை, அங்கை திலகம் அக்காவுக்குச் செல்லடி பட்டிடுது."

திடுக்கிட்டுப்போன தேவன் "என்ன?" என்று நாக்குளறக் கேட்டார்.

"ஓமண்ணை, திலகம் அக்காவுக்குத்தான். அவவை உடனை ஆஸ்பத்திரிக்குக் கொண்டுபோய் விட்டுட்டுத்தான் நான் உங்களைத் தேடிக்கொண்டு வாறன்."

13

ஆஸ்பத்திரிக் கட்டிலில் துவண்ட கொடியாய்ப் படுத்திருந்தாள் திலகம். அவளின் இரு பக்கமும் கண்ணீர் சிந்தியபடி நின்ற தனது உயிரின் குருத்துகளை நிமிர்ந்து பார்க்கவும் சக்தியற்றுக் கிடந்தாள்.

அபிதாவுக்கு எதுவும் முழுமையாய் விளங்கவில்லை. அம்மாவுக்குக் குண்டு அடிபட்ட காயம் அதனால்தான் மிகவும் சிரமப்படுகிறாள். அது மட்டும் விளங்கியது. ஆனால் அப்பன் அழுகையினூடே அர்த்தமில்லாமல் எதையோ தாயிடம்

சொல்லிக்கொண்டிருந்ததால் அவனிடமிருந்த பதற்றத்தைக் கண்டு அபிதாவும் கலங்கிப்போயிருந்தாள்.

படிப்படியாகக் குளிர்ந்துகொண்டிருக்கும் திலகத்தின் உள்ளங்கைகளைத் தேவன் விரல்களால் உராய்ந்து சூடேற்றிக்கொண்டிருந்தார்.

டாக்டர் இப்போதுதான் வந்து பார்த்துவிட்டு விரைந்து வெளியேறினார். அந்த ஒருவரின் கண்காணிப்பின் கீழேதான் அந்த ஆஸ்பத்திரி முழுவதும் இயங்கிவந்தது. அவரின் வரவை எதிர்பார்த்தபடி இன்னும் பலர் தம் உயிரைக் கையில் பிடித்தபடி காத்திருந்தனர்.

“இங்கே கொண்டுவர முந்தியே நிறைய ரத்த சேதம் ஏற்பட்டிட்டுது, ஆபரேஷன் செய்து உடம்பில் புகுந்த சிம்புகளை எடுக்கவோ காயம்பட்டவரை வேறு வழியில் காப்பாற்றவோ இப்போ ஆஸ்பத்திரியில் எந்த வசதியும் இல்லை. ஆபத்தான இரவு நேரம் யாழ்ப்பாணம் பெரியாஸ்பத்திரிக்குக் கொண்டுபோறதும் இயலாத காரியம். உங்கள் மனைவியைக் காப்பாற்ற நாங்கள் இயன்றவரை எல்லா முயற்சிகளும் செய்துவிட்டோம். கடவுளை வேண்டிக்கொள்ளுங்கள்.” என்று டாக்டர் போகும்முன் சொன்னதைக் கேட்டுத் தனது குரல் வளை நசுங்குவதுபோல் தேவன் உணர்ந்தார்.

“அப்பா, நான் செத்துப்போடுவன்போலை இருக்குது.” திலகத்தின் சொற்கள் அவளின் உடம்பைப்போன்றே நடுங்கின.

“இல்லையில்லை, அப்பிடி நடக்காது, யோசிக்காதை.” இதற்குமேல் எதைச் சொல்லி அவளைச் சமாதானப்படுத்தமுடியும்? அவள் சுகமாகி வீட்டுக்குத் திரும்ப முடியாது என்ற உண்மையைச் நேரடியாய்ச் சொல்லத் தயங்கியபடியால்தானே டாக்டர்கூடக் கடவுளை அழைக்கும்படி சொல்லவேண்டி வந்தது?

கண்களை மேலே செருவியபடி மூச்சை மெல்லிய நூலிழையாய் விட்டுக்கொண்டிருந்தாள் திலகம். தன்னை நம்பியிருக்கும் அந்த ஜீவன்களை விட்டுப்போக மனமின்றித் தன் உயிரை இறுகப் பிடிக்க முனைந்துகொண்டிருந்தாள். அவளின் ஒவ்வொரு மூச்சையும் எண்ணுபவர்போல் தேவன் அவளையே கண்ணீர் மல்கப் பார்த்துக்கொண்டிருந்தார். நான் மென்மையாகவும் சிலவேளை மூர்க்கத்தனமாகவும் அனுபவித்த உடல்தானே இப்படி நாராய்த் தொங்கிக் கிடக்கிறது. நான் எவ்வளவு முரடன்,

அறிவிலி. ஒருநாள் இவளின் உயிரும் உடலழகும் இப்படிக் கைக்கெட்டாமல் கடைசியில் காணாமலே போய்விடலாம் என்பதை அன்றே அறிந்திருந்தால் இவளை இன்னும் நான் பேணிப் பாதுகாத்திருப்பேனே. தேவன் தன் குழந்தைளை மேலும் கவலைப்படுத்தக் கூடாதென எண்ணி மனதுக்குள்ளேயே அரற்றினார். அவரின் நெஞ்சக் குமுறலை உணர்ந்தவள்போல் திலகம் அவரை வாஞ்சையுடன் பார்த்தாள்.

"அப்பா, நான் கெதியிலை உங்களை விட்டுப் போய்விடுவன் போலைதான் கிடக்குது."

"இல்லை, அப்படி நினைக்காதை. நீ நிச்சயம் பிழைத்துவிடுவாய். முழுச் சுகமாகி வீட்டுக்கு வரப்போறாய். மாயவன் உன்னை இவ்வளவுக்குத் துன்புறுத்த மாட்டான்." என்று அவள் மனதையும் தன் மனதையும் ஆற்றவேண்டுமே என்பதற்காகச் சொன்னார்.

"நீங்களும் பிள்ளையளும் தூரத்திலை நிக்கிறமாதிரித் தெரியுது. நான் வீட்டுக்கு வராமல் இஞ்சையே செத்துப்போடுவன்."

"அப்பிடிச் சொல்லாதை, திலகம். அப்பிடி நடக்கமாட்டுது."

"அப்பிடி நடந்தால்..." திலகம் தன் கையால் தேவனின் கன்னத்தைத் தொட முயன்றாள். அது இயலவில்லை. மெல்லமாய் உயர்ந்த கை உடனே சோர்ந்து மடியில் விழுந்தது. குரல் மேலும் தளர ஆரம்பித்தது.

"உனக்குச் சுகமாகிவிடும் பார், ஒன்றுக்கும் யோசிக்காதை." அவருக்கு அழுகை குமுறிக்கொண்டு வந்தது. அவருக்கு முன்னரே பிள்ளைகள் அழ ஆரம்பித்துவிட்டார்கள்.

"அப்பிடி நடக்குமெண்டால், அப்பாஞ உங்களை ஒண்டு கேட்பன் செய்வியளோ?" அவள் சொற்கள் முழுவதையும் உதிர்க்குமுன் மயக்கமானாள். அவளின் உயிர் தங்களை விட்டுப் பிரிய மனமின்றி, கிடைத்த ஒரு நூலிழையைப் பிடித்து ஊசலாடுவதைக் கண்ணிமைகளின் இடைவிடாத துடிப்பிலிருந்து தேவனால் அறிய முடிந்தது. அப்படி அந்த விரும்பாதவொன்று நடந்துவிடக்கூடுமென்ற அச்சம் அவரின் நாவை எழாமல் கட்டிப்போட்டுவிட்டது.

திலகம் மீண்டும் மெல்லக் கண் விழித்தபோது அவளின் உயிர்ப் பிணைப்புகளான மூவரும் அப்படியே அவளைத் தமது கண்ணுக்குள் இருத்திக்கொண்டதைக் கண்டாள். அடுத்து

அவள் வாய் திறந்தபோதும் குரல் எழும்ப மறுத்தது. பலத்த முயற்சியுடன் அவருக்கு ஏதோ சொல்லவேண்டுமென்ற உந்துதலில் இருந்தாளெனத் தேவன் ஊகித்தார். ஆனால் அவளைப் பேச விடக்கூடாது, அவள் என்ன சொல்ல விரும்புகிறாள் என்பதை அறியவும் வேண்டும். மீண்டும் களைத்துச் சோரும் அவளின் கண்களையே கலக்கத்துடன் பார்த்தபடி இருந்தார்.

"அப்பா, நான் சொல்லுறதைக் கட்டாயம் செய்யவேணும்." ஒருவாறு சொல்லி முடித்தாள்.

அவர் வாய் திறக்க முன்னரே பிள்ளைகள் இருவரும், "ஓமெண்டு சொல்லுங்கோப்பா, ஓமெண்டு சொல்லுங்கோப்பா, அம்மா பாவம்." என்று ஒருமித்துச் சொன்னார்கள். திலகத்தின் கண்கள் தனது பிள்ளைகளுக்கு நன்றி சொல்வதுபோல் விரிந்தன. அவற்றின் பின்னால் தனக்கு இறுதி நேரப்போகின்றதென்ற அச்சமும் கவலையும் ஒருங்கே நிழலாடியதைத் தேவன் கண்டு துணுக்குற்றார். இதைத் தெரிந்துகொண்டுதானா வரம் வேண்டுவதுபோல எதையோ கேட்க நினைக்கிறாள்? தேவனுக்கு வேறு வகை தெரியவில்லை.

"சரியப்பா, ஓம். உன்ர மனதிலை இருக்கிறதைச் சொல்லு." தேவன் நாக்குழறச் சொன்னார். திலகத்துக்கு மூச்சு நிதானமற்றுப்போய் எந்தக் கணமும் அது ஒரேயடியாய் நின்றுவிடலாம்போல் தோன்றியது. அந்த இறுதி நேரத்தில் நிறைவேறாத ஆசையை மனதில் சுமந்துகொண்டு போக அவளை நிர்ப்பந்திப்பதா?

"எனக்குப் பிறகு என்ர குழந்தையளுக்கு ஒரு அம்மா வேணும். இதுகள் உலகம் தெரியாத குழந்தையள்."

"அப்படியெல்லாம் தேவை வராதம்மா, கண்டபடி யோசியாதை." என்று சொல்லிச் சமாதானப்படுத்த முயன்றார் தேவன்.

"இல்லையப்பா, நான் இனி இருக்கமாட்டன், அங்கை மாயவன் கூப்பிடுறமாதிரித் தெரியுதப்பா." அவள் ஒருபோதும் மாயவனை அழைத்ததில்லை. அவன் மீது பாரத்தைப் போட்டுவிட்டால் ஒரு பொல்லாப்பும் இல்லை என்று நம்புகிறவளும் இல்லை. ஆனால் இப்போது மட்டும் மாயவனை நினைக்கவேண்டி வந்ததேன். இவள் சொல்வதில் ஏதேனும் உண்மை உறைந்து கிடக்கிறதோ?

"அப்பா, என்ன பேசாமலிருக்கிறியள்? நான் போனபிறகும் நீங்களும் என்ர பிள்ளையளும் வாழவேணும். அதுக்கு உங்களுக்கு ஒரு துணையும் என்ர பிள்ளையளுக்கு ஒரு அம்மாவும் வேணும். அதைத்தான் கேட்டனான்." தேவன் இறுகிய மௌனத்தில் ஆழ்ந்தார். இந்த வேளையில் இப்படியொரு விருப்பத்தைச் சொல்லவா தளர்ந்து போகும் உயிரை இறுகப் பிடித்தபடி அந்தரிக்கிறாள்? தேவனிடமிருந்து இன்னும் ஒரு சொல் பிறக்கவில்லை.

"நான் அவளை நினைச்சுத்தான் சொல்லுறன். அவள், அவள்ஞ் அவள்தான் நித்யா. நான் போன பிறகு அவளை என்ர பிள்ளையளுக்கு அம்மாவாக்க வேணும். செய்யிறனெண்டு சொல்லுங்கோ."

இப்போது தேவனுக்கு உடல் முழுவதும் பதறியது. இந்தக் கட்டத்தில் எதைச் சொல்லித் திலகத்தின் வேண்டுகோளிலிருந்து சுலபமாகத் தப்புவது?

"ஓமென்று சொல்லுங்கோப்பா!" மீண்டும் பிள்ளைகளின் குரல் ஒருமித்து ஒலித்தது. இவர்கள் விபரத்தை விளங்கிக்கொள்ளாமல் இப்படிச் சொல்கிறார்களா அல்லது தாயின் நிலையைக் கண்ட தவிப்பினால் அவளின் விருப்பத்தை நிறைவேற்றும்படி கேட்கிறார்களா? அவருக்கு ஒன்றுமே விளங்கவில்லை. குழந்தைகள் அவரின் தோளை உலுப்பத் தொடங்கிவிட்டார்கள்.

"ஓம், அப்படியே செய்யிறனம்மா. இதையேன் இப்ப யோசிக்கிறாய்? பிள்ளையளை நீயும் நானுமாய்க் கவனிப்பம். நடக்குதோ இல்லையோவெண்டு பார்."

"நீங்கள் ஓமெண்டு சொன்னது எனக்குப் பெரிய ஆறுதலாக்கிடக்கு. என்ர பிள்ளையளை அம்மா இல்லாத அனாதையா விட்டுட்டுப் போகயில்லை."

"அப்பா ஓம் சொல்லிவிட்டாரம்மா. நீங்கள் ஒன்றுக்கும் யோசியாதையுங்கோ." அப்பன் இதைச் சொல்லிவிட்டுத் தாயின் கையொன்றை எடுத்துத் தன் கன்னத்தில் வைத்தான். அபிதாவும் மற்றக் கையைப் பிடித்தாள். அவளும் தாய்க்கு நடந்தது என்னவென்பதை இப்போது விளங்கிக்கொண்டவள்போல் வெலவெலத்து நின்றாள்.

"நாங்கள் ஒரு நாளும் அனாதையில்லை, நீங்கள் எப்பவும் எங்களோட இருப்பியளம்மா."

“என்ர செல்லங்கள், நான் போயிடுவன். நித்யா வந்து உங்களுக்கு அம்மாவாக இருப்பா, யோசியாதையுங்கோஞ்”

அப்போது திலகத்தின் கண்கள் சிறிது விரிந்து அவர்களைக் கருணையுடன் நோக்கின. ஒரு கண்ணீர்த் துளி கடைக் கண்ணில் திரண்டது, கடைவாயில் நீர் கசிந்தது.

“இதைத்தான் மாயவனட்டைக் கேட்டனான்.” திலகத்தின் கைப்பிடி இறுகியது. அடுத்த கணம் தளர்ந்து விழுந்தது. அவளுடைய கண்கள் மட்டும் அவர்களை நோக்கி விழித்தபடி இருந்தன.

14

உள்ளூர், வெளியூர் வாசிகள் என்ற வேறுபாடில்லாமல் தேவனின் வீட்டில் கூடியிருந்த ஆண்களில் பெரும்பாலானவர்கள் திலகத்தின் இறுதி ஊர்வலத்தில் கலந்துகொண்டார்கள். போராளிகளின் ஆட்சியில் குடா நாடு இருந்தபோதும் இராணுவத்தின் பிரசன்னம் முற்றாகக் குறைந்துபோய் விடவில்லை. தமது பாசறைகளுக்குள் தஞ்சம் அடைந்திருந்த இராணுவம் தங்கள் கோழைத்தனத்தைக் கண்மூடித்தனமான செல் அடிப்பால் மூடி மறைக்க முயன்றுகொண்டிருந்தது. எந்த நேரமும் அவர்களின் செல் வீச்சு மழைச் சாரல்போல் சிதறி விழலாம் என்ற பயம் அந்த இறுதி ஊர்வலத்தில் சென்றவர்களின் கழுத்தில் கை வைத்தபடி தொடர்ந்துகொண்டிருந்தது.

குறிப்பிட்ட பாதைகளில் மட்டுப்படுத்தப்பட்ட போக்குவரத்து நடந்துகொண்டிருந்தது. அத்தியாவசியமான அலுவல்களுக்கு மட்டும் பயணத்தை மேற்கொள்ளும்படி போராளிகள் மக்களுக்கு அறிவித்திருந்தனர். என்றபோதிலும் துணிவாகப் பயணம் செய்வதற்கு மக்கள் அஞ்சினார்கள். இதனால் அண்மையிலுள்ள ஊர்களிலிருந்து தேவனின் உறவினர்கள் சைக்கிள்களிலும் தனியார் வாகனங்களிலும் வழியில் ஏற்பட்ட தடங்கல்களையும் தொந்தரவுகளையும் சமாளித்து வந்திருந்தார்கள். வந்ததுபோன்றே பாதுகாப்பாகத் திரும்பிப் போய்விடலாமென்ற நம்பிக்கை இருந்தபோதும் காத்திராப் பிரகாரமாய் இடையில் எதேனும் வில்லங்கம் நேர்ந்தால் எப்படித் தப்பிக்கொள்வது என்ற அனுபவப் பாடத்தையும் அவர்கள் படித்திருந்தார்கள்.

தேவனின் வீட்டில் அன்று காலையிலிருந்து ஊரை அரள வைத்துக்கொண்டிருந்த பறையொலி மதியத்தின் பின்னரே அதன் எல்லையைக் கடந்து சென்றது. பலருக்குப் பறையும் ஊர்வலமுமே அகன்றது போலிருந்தது. அவை ஏற்படுத்திய அதிர்வுகள் இப்போதும் ஒழுங்கைகளிலும் வயல் ஓரங்களிலும் ஆதிக்கம் செலுத்திக்கொண்டிருந்தன. தெருவெங்கும் கட்டியிருந்த தோரணங்களும் மனித மனங்களைப் போலவே கயிற்றோடு சோர்ந்து கிடந்தன. வாழைக் கன்றுகளும் சவுக்கம் கிளைகளும் நிலத்தில் புரண்டு கைகளை விரித்து அரற்றுவனபோல் சிதறிக் கிடந்தன. ஊர்வலம் தெரு முனையில் திரும்பிய அடுத்த சில நிமிடங்களில் அவற்றை வெட்டியும் அறுத்தும் வண்டியில் ஏற்றிச் செல்ல ஆட்கள் வந்துவிடுவார்கள். தெருக்கள் பழையபடி வெறுமைக் கோலத்தில் ஆழ்ந்துவிடும். ஆனால் தேவனின் வீட்டில் எழுந்த துயரத்தின் சுமை இப்போதைக்கு அந்த ஊரைவிட்டு அகலப்போவதில்லை என்ற உணர்வு எல்லார் வீட்டு வாசல் கதவுகளிலும் எழுதி ஒட்டப்பட்டிருந்ததுபோல் எங்கும் மௌனம் சூழ்ந்தது.

மரண ஊர்வலம் செல்லும் வழியில் எதிர்ப்படும் கோயில்களை அணுகும்போது தவறாமல் அமைதி காக்க வேண்டுமென்ற மரபை எல்லாரும் அறிந்திருந்தார்கள். கோயிலைக் கடந்ததும் பறையொலி மீண்டும் அதிர ஆரம்பிக்கும். பறை மேளக்காரர் ஒவ்வொருவரும் அப்போதுதான் மேளங்களைச் சுமந்தவர்கள் போன்ற உற்சாகத்தில் அடிக்க ஆரம்பிப்பார்கள். அவர்கள் சந்திகளில் நின்று செய்யும் மேளச் சமாவை ரசிக்கவென்றுமொரு கூட்டமும் உருவாகிவிடும். மேளக்காரர் மத்தியில் நின்ற நடுத்தர வயதுள்ள உயரமான மனிதரின் கைகளில் சுழலும் பிரம்புகள் பறையின் இருபுறமும் அவரின் நீண்ட காலப் பயிற்சியை முழங்கிக்கொண்டிருந்தன. எத்தனை மணி நேரம் பறைகளைத் தோளில் சுமந்தபடி நடந்தாலும் சலிக்காமல் களைக்காமல் தமது கடமையைச் செய்வார்கள்போன்று அவர்களின் தாளம் பிசகாத அடியையும் நடையையும் பின்பற்றி அந்த ஊர்வலம் ஒன்றரைக் கட்டைக்கு அப்பாலிருக்கும் ஆனைவிழுந்தான் சுடுகாட்டை நோக்கி நகர்ந்துகொண்டிருந்தது.

தேவன் வீட்டு முன் விறாந்தையில் வெற்றிலைத் தட்டுகளில் வாடி உலர்ந்துபோன வெற்றிலைகளும் காய்ந்துபோன சுருட்டுகளும் பரவிக் கிடந்தன. சுண்ணாம்புக் கறண்டாகங்கள் வெற்றிலைத்

தட்டுகளைவிட்டுச் சிறிது எட்டவே கவிழ்ந்து கிடந்தன. அதுவரை ஒழுங்காய் விரித்தபடி கிடந்த புல்லுப் பாய்களில் சில சுற்றியபடியும் இன்னும் சில அலங்கோலமான தோற்றத்திலும் வீட்டிலுள்ளோரின் மன அவலத்தைப் பிரதிபலித்தன. முற்றத்தில் அடுக்கப்பட்டிருந்த வாங்கில்களும் கதிரைகளும் ஒழுங்கற்றுப்போய் அதுவரை அவற்றின்மீது இருந்தவர்கள் மரண ஊர்வலத்தோடு சேர்ந்துகொள்வதில் மேற்கொண்ட அவசரத்தைச் சொல்லிக் காட்டின.

வீட்டின் உட்புறத்தின் நாலாபக்கத் திண்ணைகளையும் நடு முற்றத்தையும் பெண்களே ஆக்கிரமித்திருந்தனர். தனியாகவும் சிறு குழுக்களாகவும் அமர்ந்திருந்தவர்கள் அங்கே நிலவிய அமைதியைக் குலைக்கக்கூடாதென்று நினைத்தவர்கள்போல் தமக்குள் மெல்லப் பேசிக்கொண்டார்கள். இடையிடையே விசும்பல் ஒலிகளும் மனதை உறைய வைக்கும்படியான திடீர் ஓலமும் அவர்களிடையேயிருந்து எழுந்துகொண்டிருந்தன. தமது சொந்தங்களை இழந்தபோது ஏற்பட்ட கவலையை மீட்டுக் கலங்குவோர் எழுப்பிய அழுகையே அடுத்த கணம் மற்றவர்களுக்கும் தொற்றிக்கொண்டது. வெறுமே கண்ணீரைத் துடைப்பதன் மூலம் திலகத்தின் நினைவையும் துடைத்துவிட முடியாதவர்களாய்ச் சிலர் திண்ணையில் எட்டவிருந்த உறவுகளைத் தேடிப்போய்க் கட்டி அழுதார்கள்.

மரண வீடுகளில் அழுது பழக்கமற்ற இளம் பெண்கள், சேலை முந்தானையை எடுத்துத் தோளை மூடித் தலை குனிந்தபடி இருந்தார்கள்.. இப்படியான அவலங்களில் பலகாலம் அனுபவமுடைய பெண்கள், அங்கே அடுத்துச் செய்ய வேண்டியவற்றைத் தமக்குள் பேசி ஆயத்தங்களில் இறங்கினர்.

"ஏன் மச்சாள், உவையள் எல்லாரையும் எழும்பி வந்து இஞ்சாலுத் திண்ணையிலை இருக்கச் சொல்லுவமே?" என்று வாசலில் நின்ற செல்லத்தை வினாவினாள் பெருவளவு ரத்தினம். அவள் தேவனுக்கு ஒன்றுவிட்ட சகோதரி. நல்லது கெட்டதுக்கு மட்டுமல்லாது அவர் வீட்டுக்கு அடிக்கடி வந்து அவரோடு தன் உறவைப் புதுப்பித்துக்கொண்டிருப்பவள். "அண்ணை சொன்னால் சரியாகத்தான் இருக்கும்" என்றும் "அண்ணையைக் கேட்டுக்கொண்டு செய்யலாமென்று வந்தனான்" என்றும் கூறித் தேவனைத் தன் குடும்பக் காரியங்களில் ஈடுபடவைப்பவள். அவளுக்குக் காசு, பணம், சீர உதவியென்று எதுவும் செய்யவேண்டிய

நிலையில் அவள் குடும்பம் இருக்கவில்லை. ஆனால் தேவன் தன் குடும்பத்தில் ஈடுபாடு கொண்டிருக்கவேண்டும் என்ற அவளின் விருப்பத்தை அவர் தமையன் என்ற தகுதியிலிருந்து நிறைவேற்றி வந்தார்.

"ஓமணை, வீடெல்லாம் கழுவித் துப்பரவாக்க வேணுமெல்லோ" என்று சொன்ன கையோடு எழுந்து நின்ற செல்லம் மச்சாள் சேலைத் தொங்கலை இழுத்து இடுப்பில் இறுகச் செருவியபடி ஆயத்தமானாள். இன்னும் சில பெண்கள் அவளுடன் சேர்ந்துகொண்டனர்.

பின்புற வாசலுக்கு அருகே சுற்றுமுற்றும் பார்த்துவிட்டுத் தங்களுக்குள் பேசிக்கொண்டிருந்த இரு நடுத்தரவயதுப் பெண்கள் திண்ணையின் ஒரு மூலையில் தனியாய் இருந்த இன்னொரு பெண்ணை அவதானித்தனர்.

உட்புறத் திண்ணைக்கு வந்து சுவர் ஓரமாக அமர்ந்த நேரத்திலிருந்து முந்தானையால் தோளைச் சுற்றியும் எவரோடும் பேசாமலும் எந்த ஓசையை எழுப்பாமலும் முதுகைச் சுவரில் சாய்த்து முட்டுக்காலிட்டபடி அமர்ந்திருந்தாள் அந்தப் பெண். முட்டுக்கால்களுக்கிடையே தலையைச் சாய்த்தபடி இருந்த அவளை அங்கிருந்த எந்தப் பெண்ணுமே தொட்டு எதுவும் பேசவில்லை. "அவ வெளியூர் போலை கிடக்கு, அதுதான் ஒதுக்கமாய்ப் போய் இருக்கிறா" என்று அருகிலிருந்த சில பெண்கள் தங்களுக்குள் மெல்லப் பேசிக்கொண்டனர்.

"இவையளுக்குத் தெரிஞ்ச ஆக்களாயிருக்கும்." என்று ஒரு பெண் சொன்னாள்.

"இவ தனியத்தான் வந்தமாதிரிக் கிடந்தது." என்று அடுத்தவள் தனக்குத் தெரிந்ததைச் சொன்னாள்.

"ஆம்பிளையள் ஆரும்கூட வந்திருந்தால் கொஞ்ச நேரத்திலை தெரிஞ்சுவிடும்தானே?" பேச்சை ஆரம்பித்தவள் கதையை அப்போதைக்கு முடித்துவிட்டாள்.

"இல்லை, தனியத்தான் வந்தவ. காரிலை வந்து வெளிக் கதவடியிலை இறங்கினதை நான் கண்டனான். பிறகு பின்பக்கத்தாலை உள்ளை வந்ததையும் கண்டனான்." என்று இன்னொரு பெண் சாட்சியம் சொன்னாள்.

"பொறுமன் பாப்பம்."

"முகத்தைச் சரியாப் பாத்தனெண்டால் ஆரெண்டு நானே சொல்லிப்போடுவன்."

"அங்கை நிக்கிறா ரத்தினக்கா அவ இவவோடை கொஞ்சம் முன்னம் பக்கத்திலை இருந்து கதைச்சுப்போட்டுப் போனவ."

"வந்த நேரம் துவக்கம் நானும் இதிலைதானே இருக்கிறன், ரத்தினக்கா இந்தப் பக்கம் வந்ததை நான் காணயில்லை."

"ஆருக்குத் தெரியும்? வெத்திலையை வெளியிலை துப்பிப்போட்டு வாறதுக்குள்ளை எங்களுக்குப் பின்னாலை எத்தினையோ நடந்திடும்."

"உவையள் மற்றவையளைப்பற்றிக் கதைக்கிறதுக்குத்தான் செத்த வீடுகளுக்கு வாறவையள் போல கிடக்கு." இதுவரை இந்த விசாரணையில் ஈடுபடாத இன்னொரு பெண் பக்கத்தில் இருந்தவளின் காதுக்குள் கிசுகிசுத்தாள்.

"அங்கை அவையளுக்குக் கேக்கப்போகுது, பேசாமலிரு."

அப்போது வேறு அலுவலாக அவ்வழியால் வந்த செல்வலச்சுமியின் மனதிலும் ஏதோ அருட்டுணர்வு ஏற்பட்டதுபோல் அந்தப் பெண்ணின் பக்கத்தில் வந்து அவள் யாராக இருக்கலாமென அறிவதற்காகத் தோளைத் தொட்டதும் அவள் தலையை நிமிர்த்திப் பார்த்தாள். நித்யாவல்லவா அவள்? திடுக்கிட்டுப்போன செல்வலச்சுமி உடனே சமாளித்துக்கொண்டாள். "அங்காலை வந்து இருங்கோ." என்று சொல்லி நித்யாவின் கையைத் தூக்கி எழும்ப உதவினாள். நித்யாவும் தோளை மூடியிருந்த சேலைத் தொங்கலை இழுத்துச் சரிசெய்தபடி மெல்ல எழுந்து நின்றாள். செல்வலச்சுமி முன்னால் செல்ல மற்றப் பெண்கள் ஏற்படுத்திய இடைவெளியூடாக நடந்து சென்றாள். அப்போது தூணோரம் இருந்த அபிதா அவளைக் கண்டதும் எழுந்து நின்றாள்.

அம்மா கடைசியாக அப்பாவிடம் கேட்ட சத்தியம், அந்தச் சத்தியத்தில் எங்களுக்கு இனி அம்மாவாக இருக்க அப்பா ஏற்றுக்கொண்ட இன்னொரு அம்மாவல்லவா நித்யா. அதற்கு முன்னரே எங்களைத் தனது பிள்ளைகள்போல் அன்பும் ஆதரவும் காட்டிய பெண்ணல்லவா அவள். எப்படி அந்த அன்புள்ளத்தை மறக்க இயலும். அபிதா ஒரு கணம் அதே இடத்தில் நிலைகுத்தி நின்றாள். அடுத்த கணம் இடைவெளியில்லாது அருகருகே இருந்த பெண்களின் தோள்களைத் தள்ளிக்கொண்டு ஓடிவந்து நித்யாவைக் கட்டி அணைத்தாள். அவளிடமிருந்து எழுந்த அழுகையொலி

ஏற்கனவே ஓய்ந்துபோயிருந்த பெண்களைத் திடீரென்று உலுப்பி எடுத்தது. எல்லாரும் அவர்களை அதிசயமாய்ப் பார்த்தார்கள்.

எங்கேயோ இவளைக் கண்டமாதிரி இருக்கிறதென நினைத்தவர்களும் கோயிலில் பாடியவள்போல் இருக்கிறாளேயென முடிவு எடுத்தவர்களும் அபிதாவையும் நித்யாவையும் மாறிமாறிப் பார்த்தார்கள். சில நிமிட நேரம் அபிதாவின் அழுகைதான் வீடு முழுவதும் நிறைந்திருந்தது. அதற்குள் வீட்டின் பின்புறமும் வாசல்புறமும் நின்றவர்களையும் அந்த அழுகை இழுத்துக்கொண்டு வந்து ஏனையோருடன் ஐக்கியமாக்கியது. அபிதாவையும் நித்யாவையும் கட்டிப் பிடித்து அழவேண்டுமென்ற உந்துதலால் முன்னேறி வந்த எவரையும் எவரும் தடுக்க முன்வரவில்லை. இறுகிப்போயிருந்த அமைதியின் மத்தியில் ஏற்பட்ட இப்படியொரு திடீர்த் திருப்பம் அங்கிருந்த பெண்களை ஒன்றுகூடி ஓவென அலறவைத்தது.

செல்வலட்சுமியின் பின்னால் தலைகுனிந்தபடி சென்ற நித்யாவும் அவளின் இடுப்பைத் தன் கையால் சுற்றியபடி அழுகையோடு பின்பற்றிய அபிதாவும் திண்ணை ஓரமாகவிருந்த ஓர் அறைக்குள் தஞ்சமடைந்தார்கள்.

திண்ணையில் அழுகை ஒருவாறு ஓய்ந்ததுபோல் தோன்றியது. அந்த அறையிலிருந்த அபிதாவின் விசும்பல் மட்டும் அடங்கவில்லை.

15

மாலை ஐந்து மணியாகிவிட்டது. சுடுகாட்டுக்குப் போனவர்கள் இன்னும் திரும்பி வந்தபாடில்லை. ஆறு மணிக்குப் பிறகு சாமத்து இடிமுழக்கங்கள்போல் இராணுவத்தின் செல்லடிகள் குடா நாடெங்குமுள்ள மக்களின் மனதில் மரண பயத்தை விதைக்க ஆரம்பிக்கும். சுடுகாட்டுக்குப் போனவர்களில் தூர இடத்திலிருந்து வந்தவர்கள் நேரம் தாழ்த்தாமல் தத்தம் வீடுகளுக்குப் போய்விடுவார்கள், மிகுதியான ஒரு சிறு பகுதியினரே தேவனோடு சேர்ந்து திரும்பி வருவார்கள். அவர்கள் வேளையோடு வந்துவிடுவார்கள் என்ற எதிர்பார்ப்புடன் வீட்டைத் துப்பரவாகவும் ஒழுங்காகவும் வைத்திருக்கவேண்டும் என்பதே அப்போது அங்கே நின்ற பெண்களின் நோக்கமாகவிருந்தது.

திண்ணையில் பரவிப்போயிருந்த பாய்களை அள்ளிக் கிணற்றடிக்குக் கொண்டுபோய்க் கழுவி முற்றத்திலிருந்த கொடிக் கயிற்றிலும் வேலியிலும் காயப் போட்டாயிற்று. உட்புற, வெளிப்புறத் திண்ணையெல்லாம் கூட்டித் துப்பரவாக்கிக் கழுவி இன்னும் ஈரம் காயாமல் இருக்கிறது. இப்போதுதான் தெரிகிறது எவ்வளவு பெரிய திண்ணைகள். நூறு பேருக்கு மேல் பெண்கள் மட்டும் கூடியிருந்த திண்ணை. இத்தனை பெண்களின் அன்பையும் மதிப்பையும் போற்றி வந்த திலகத்தின் இழப்பை நினைத்து எழுந்த அழுகையொலி இப்போது கொஞ்சம் முன்னம்தான் ஓய்ந்து போயிருக்கிறது. ஆனால் அவரவர் சேலை நுனியால் அடிக்கடி கண்ணீரைத் துடைத்தெறிய முயன்று தோற்றுப்போனார்கள்.

வீட்டுக்கு வெளியே முற்றமெங்கும் சிறுவர்களின் விளையாட்டு எழுப்பும் சத்தம் நான்கு வீட்டுக்குக் கேட்கும்படியாகவிருக்கிறது. அப்போதுதான் அங்கு முதன் முதல் வந்த பெண்கள் வாசலுக்கு வரமுன்பே ஒப்பாரியுடன் வீட்டுக்குள் நுழைகிறார்கள். அவர்களைக் கண்டதும் ஏற்கனவே அழுது ஓய்ந்து போயிருந்தவர்களுக்கும் புதிதாக அழுகை தொற்றிக்கொள்கிறது. ஊரிலும் சுற்றுப் புறங்களிலும் எந்த வேளையும் எந்தத் துயரச்சம்பவமும் நடந்துவிடலாம் என்ற பயமும் அழுகைக்கும் மத்தியில் எல்லார் கண்களிலும் குடிகொண்டிருக்கிறது. அன்றிரவு அங்கே தங்கப்போகிறவர்களைக் கணக்கெடுப்பதில் ஈடுபட்டிருக்கிறாள் செல்வலட்சுமி.

அங்கே நின்ற எல்லாப் பெண்களிலும் பாரதூரமாய்ப் பாதிக்கப்பட்டவள் செல்வலட்சுமிதான். திலகம் செல் அடிபட்டுக் குறை உயிரோடு ஆஸ்பத்திரியில் இருக்கிறாள் என்று யாரோ சொன்னதைக் கேட்ட அடுத்த நிமிடம் கையிலிருந்த வேலைகளையெல்லாம் அப்படியே போட்டுவிட்டுத் தெருவுக்கு ஓடிவந்து மறைந்து, மறைந்து நகர்ந்து, வழியில் கண்டவர்களிடம் நடந்தது என்னவென்று திரும்பத் திரும்பக் கேட்டுக்கொண்டிருந்தாள். அவளுக்கு இன்னமும் மனம் ஆறுதல் அடையவில்லை. திலகம் அடிக்கடி வீட்டுக்கு வெளியே வருவதில்லை. ஊரில் நிலவும் பதற்றத்தால் நெருங்கிய சினேகிதியான தனது வீட்டுக்கு வருவதையும் குறைத்துவிட்டாள்.

அவளுக்கு இப்படி நேரிடுவதற்கு வாய்ப்பே இல்லை என்று கண்டவர்களிடம் சொல்லி மனதை ஆற்ற முயன்றாள். ஆனால் அறிந்ததெதுவும் அவள் நினைத்ததுபோல் இருக்கவில்லை. தெருக்களில்தான் பெரும்பாலான ஆட்கள் செல் அடிபட்டு

விழுந்தார்கள். அங்கும் இங்குமாய் ஒரு சிலர் வீட்டின் கோடிப்புறத்திலோ முற்றத்திலோ நின்றபோதும் அடிபட்டார்கள். சிலர் விழுந்த இடத்திலேயே செத்துப்போனார்கள். சிலர் ஆஸ்பத்திரிக்குப் போகும் வழியிலும் அங்கே போனதும் செத்துப்போனார்கள். செல் அடிபட்ட எவரும் பிழைத்து எழுந்ததாக அவள் அறிந்திருக்கவில்லை.

சூட்டுக் காயம் பட்டோரைக் காப்பாற்ற எடுக்கும் மருத்துவ வசதியோ விசேட பயிற்சி பெற்ற டாக்டர்களோ அற்ற கட்டடமாகிவிட்டது அந்த ஆஸ்பத்திரி. காயம்பட்டவர்களை ஏற்றிச் செல்லப் போக்குவரத்து வசதியும் இல்லாத பின்தங்கிய கிராமம் போலாகிவிட்டது அந்த ஊர். திலகம் அநாதையாய்த் தெருவில் அடிபட்டு விழுந்து கிடந்தாள் என்று அறிந்தபோது செல்வலட்சுமி வாய் திறந்து அரற்றவே உணர்வற்று நிலத்தில் இருந்துவிட்டாள். மாயவா, அடிபட்டவள் திலகமாக இருக்கக் கூடாது என்றுகூட வேண்டுதல் செய்தாள். எடுத்தவுடன் ஆஸ்பத்திரிக்குப் போகக்கூடிய பாதுகாப்பான பாதைகள் இருக்கவில்லை. திலகம் செல் அடிபட்டதைக் கேள்விப்பட்டு எங்கிருந்தோ வந்த இளைஞர்கள் கையில் அகப்பட்ட பலகை வாங்கிலில் அவளைக் கிடத்தி புகையிலைத் தோட்டங்களுக்கூடாக மறைந்து, மறைந்து தூக்கிக்கொண்டு ஆஸ்பத்திரிக்குப் போனதாக அவள் சந்தித்த எல்லாரும் சொல்லிச் சென்றார்கள். செல்வலட்சுமிக்கு இக்கதைகளைக் கேட்டு மேலும் பொறுத்திருக்க முடியவில்லை. பிள்ளைகளுக்குச் சொல்லிவிட்டு வழியில் என்ன நடந்தாலும் நடக்கட்டும் என்ற துணிச்சலில் குறுக்கு ஒழுங்கைகள், கண்டாயங்கள் ஊடாக நடந்தும் ஓடியும் ஒருவாறு தேவனின் வீட்டுக்கு வந்து சேர்ந்தாள்.

வீடு ஏற்கனவே அயலட்டையில் வாழ்வோரால் நிரம்பிப்போயிருந்தது. அவளைக் கண்டதும் ஏற்கனவே அதிர்ச்சியில் உறைந்திருந்த வயது வந்த பெண்கள் தமது மார்பில் அடித்து அலறத் தொடங்கினர். "ஒருத்தரும் அழக் கூடாது, திலகத்துக்கு ஒன்றும் நடக்கயில்லை. அவ சுகமாகி வீட்டுக்கு வருவா." என்று ஆஸ்பத்திரியில் கேட்டறிந்ததைச் சொல்வதுபோல் எல்லாரையும் மன்றாடிக் கேட்டாள். அப்போது நின்ற அழுகை அடுத்த நாட்காலை திலகம் காலமானாள் என்றதை அறிந்ததோடு மீண்டும் அதிரத் துவங்கிவிட்டது, இன்னும் பெரிய இரைச்சலுடன்.

பின்முற்றத்தில் தேநீர், கோப்பி போன்ற பானங்களைப் போடுவதற்கென்று நேற்று மூட்டிய அடுப்பு தொடர்ந்து எரிந்துகொண்டிருக்கிறது. எட்டு, பால் தெளிப்பு வரைக்கும் வீட்டில் சமைப்பதில்லையென்பதால் அன்றைய மாலைக்கும் இரவுக்குமாய்ச் சாப்பாட்டுக்கு ஒழுங்கு செய்துவிட்டுத்தான் சத்தியமூர்த்தி சுடுகாட்டுக்குப் போயிருந்தார்.

வீட்டிலிருந்த எல்லார் மனமும் சுடுகாட்டிலிருந்து தலை குனிந்தபடி வரப்போகும் ஜீவன்களையே எதிர்பார்த்தபடியிருக்கிறது. வழியில் அவர்களுக்கு எந்த வில்லங்கமும் நேர்ந்துவிடக்கூடாது என்று தமக்கு நெருங்கிய கடவுள்களிடம் வேண்டுதல் செய்பவர்கள் நேரம் ஆக ஆகப் பதற்றத்துடன் உலாவிக்கொண்டிருக்கிறார்கள். திலகத்தை எடுத்துச் செல்லும்போது தானும் தாயோடு கூடவே போவேனென்று அழுது அடம் பிடித்துக்கொண்டிருந்த அபிதா தனது அறைக்குள் முடங்கிப்போயிருக்கிறாள். அவளின் தலையை மடியில் வைத்து ஆறுதல் சொல்லிக்கொண்டிருக்கும் நித்யா அவளின் நிலை கண்டு தனது ஊருக்குத் திரும்பிப் போகவதைப் பற்றியும் சிந்தியாது அவளுடனேயே இருக்கிறாள். அறைக்குள்ளிருந்த இவர்களை அடிக்கடி எட்டிப் பார்த்த பெண்களில் சிலர் தமக்குள் மௌன பாஷையில் பேசிக்கொள்கிறார்கள்.

"இவையளுக்குத் தெரிஞ்ச பாட்டுக்காரி என்று சொல்லுறது இவவையோ? என்று ஒரு பெண் இன்னொரு பெண்ணிடம் கேள்வி எழுப்பியதை அவ்வழியால் வந்த செல்லம் அக்கா கேட்டுவிட்டு, "பாட்டுக்காரி இல்லை. அவவும் எங்களைப்போலை பெம்பிளைதான் ஆனால் சங்கீதம் படிச்சவ, அதுதான் வித்தியாசம்." என்று பதில் சொல்ல, "ஆ.. அப்பிடியே, நான் கேள்விப்படயில்லை" என்று வாயை நெளித்துப் பதில் சொன்னது அமைதியாய்ப் போய்க்கொண்டிருந்த செல்லம் அக்காவுக்கு ஆத்திரத்தைக் கிளப்பியது.

"செத்த வீட்டிலையெண்டாலும் உங்கடை நோடாலக் கதையளைக் கதைக்காமல் வாயை இறுக்கி மூடி வைச்சுக்கொள்ளுங்கோ" என்று முகத்துக்கு நேராய்ச் சொல்லிவிட்டு அங்கிருந்து அகன்றாள்.

வெளியூர் உறவினர்கள் இரவில் ஊருக்குத் திரும்பாது அங்கேயே தங்கியிருக்கிறார்கள். மாலை மங்கிவர மக்களிடையே பதற்றமும் கூடிக்கொண்டிருக்கிறது. பெருந்தெருக்களின் ஓரமாகவுள்ள வீடுகளில் வாழும் மக்கள் மாலை ஆறு மணியோடு தத்தம்

வீட்டுக்குள்ளேயே அடைபட்டுக்கொண்டார்கள். தம் வீட்டுக் காணிக்குள் பதுங்கு குழி தோண்டி அதற்குள் ஒடுங்கித் தப்பிக்க முயன்றவர்கள் இரவு பகலென்று இல்லாமல் அங்கேயே வாழப் பழகிவிட்டார்கள். குக்கிராமங்களின் தெருத் திண்ணைகளிலும் ஒழுங்கைகளிலும் மனித நடமாட்டம் வானத்தைப் பார்த்தபடி ஊர்ந்துகொண்டிருந்தது. பாதுகாப்பான தூர இடங்களில் சொந்தங்கள் உள்ளவர்கள் வீட்டில் பெறுமதியானவற்றை எடுத்துக்கொண்டு வெளியேறிவிட்டார்கள். கடற்கரையோரமாக வாழும் மக்கள் ஒதுக்குப்புறக் கிராமங்களின் மத்தியிலுள்ள கோயில் களைத் தேடி வந்து தஞ்சம் அடைந்திருந்தார்கள். இத்தகைய சூழலிலும் கோயில் திருவிழாக்களையும் திருமணம், சாமத்தியச் சடங்குகளையும் நடத்தும் விசித்திரமான மனிதரும் இருந்தார்கள். நாளைக்கு ஏற்படும் இறப்பு இன்றைக்கு நடந்துவிட்டுப் போகட்டும் என்ற ஒருவித விரக்தியும் பேதலிப்புமே மனிதரைக் கவ்வியிருந்தது.

சுடுகாட்டிலிருந்து முதலில் ஒருவர் சைக்கிளில் வந்து சேர்ந்தார். மிகச் சாதாரணமான அலுவலை முடித்துவிட்டு வந்தவர்போல் முற்றத்தில் அடுக்கி வைத்திருந்த கதிரையை இழுத்துப் போட்டுக்கொண்டு இருந்துவிட்டார். வீட்டிலிருந்த எல்லார் நெஞ் சமும் ஆறுதலடைந்தது. அடுத்த அரை மணி நேரத்துக்குள் தேவனும் அப்பனும் அவர்களோடு ஒட்டியபடி சென்றவர்களும் வந்து சேர்ந்தனர். அவர்களையே காத்திருந்தவர்கள்போல் அத்தனை பெண்களும் அரற்றத் தொடங்கினர். சென்றபோதும் அழுதபடி அனுப்பிப் பின்னர் திரும்பி வந்தபோதும் அழுதபடி வரவேற்கும் பழக்கம் அந்தப் பதற்றம் மிக்க நாட்களிலும் வழமையாயிருந்தது.

"திலகத்தை அனுப்பிப்போட்டு வாறன்" என்று எல்லாருக்கும் பொதுவாய்ச் சொல்லிக்கொண்டு அப்பன் பின்தொடர பின்புற முற்றத்தை நோக்கி நடந்தார் தேவன். திலகத்தின் பெயரைக் கேட்டதும் அப்போதுதான் அழுகையை முடித்து மூக்கைச் சீறிக்கொண்டிருந்த பெண்கள் இன்னும் உரத்து அழத் தொடங்கினர். பின்னர் எவரும் கேட்டுக்கொள்ளாமலே எல்லாம் ஓய்ந்துபோயின.

அபிதா இப்போதும் அறையை விட்டு வெளியே வரவில்லை. அவளைக் குளித்து உடை மாற்றிக்கொண்டு வந்து பெண்களோடு சேர்ந்து இருக்கும்படி எல்லாரும் வாஞ்சையுடன் கேட்டுக்கொண்டார்கள். அவள் அசையவில்லை. நித்யாவும் அப்படியேதான் இருந்தாள்.

நேற்று மதியம் திலகத்தை ஆஸ்பத்திரியில் சேர்த்ததிலிருந்து சத்தியமூர்த்தியும் யோசேப்பும் முருகேசுவும் தேவனை ஒரு நிமிடம் விட்டுப் பிரியவில்லை. அந்த நேரத்துக்குத் தேவையான ஒவ்வொரு காரியத்தையும் அக்கறையோடு கவனித்துக்கொண்டிருந்தார்கள். முதலாளி வாயைத் திறக்குமுன் விஷயத்தைச் சரியாக கிரகித்துக்கொள்வான் முருகேசு. அவன் ஒரே சமயத்தில் பல இடங்களில் நின்று அலுவல் பார்த்துக்கொண்டிருந்தான் போலிருந்தது. தெருவில் கடைகளையெல்லாம் இழுத்துப் பூட்டிவிட்டார்கள். வியாபாரம் செய்வதற்குப் பொருட்களும் இருக்கவில்லை. வாங்குவதற்கும் எவரும் வருவதில்லை. ஆள் நடமாட்டமற்ற தெருவில் நாய்கள்கூட நடக்கப் பயந்து எங்கோ ஒதுங்கிக்கொண்டன. வெளியூர் நிலைமைகள் ஏறுமாறாக இருந்தபோதும் தேவனின் வீடு இருந்த ஊர் எல்லைக்குள் அமைதியும் ஆட்களின் நிழல் விழாத நடமாட்டமும் தொடர்ந்தது.

வீட்டின் பின்புறம் கிணற்றடியில் குளித்து வேட்டி மாற்றிக்கொண்ட தேவன் முற்றத்தில் நின்று மாயவன் கோயில் இருக்கும் திக்கில் கைகூப்பித் தொழுது நின்றார். நீல நிறப் படுதாவை விரித்து ஓவெனப் பரந்திருந்த வானம் அங்கும் இங்குமாக மேகப் பூக்களைச் சூடி அழகு காட்டியபடி இருந்தது. முன்மாலைப் பொழுதின் மயக்கத்தை ஒரு பறவைகள் கூட்டம் பாடலாய் இசைத்துச் சென்றன. வீட்டின் பின்முற்றமும் திண்ணையும் வந்தவர்களால் நிரம்பிப்போயிருந்தபோதும் அமைதியே எங்கும் ஆட்சி செய்துகொண்டிருந்தது. எல்லாரும் நீர் கசியும் கண்களூடாக தேவனையே கவனித்தபடி இருந்தார்கள். திலகம் போனபின் ஏற்பட்ட தனிமையின் வேதனையை இனி எப்படி இவர் தாங்கப்போகிறாரென்ற கேள்வியே அவர்கள் மனதில் எழுந்திருந்தது. ஆனால் தேவனுக்கு அதற்குரிய வழி தெரிந்திருந்தது. மாயவனிடம் பொறுப்பைக் கொடுப்பதுதான் அந்த ஒரே வழி.

'மாயவா, திலகத்தின் மனதுக்கேற்ற வாழ்வையும் கொடுத்து எங்கள் வீட்டில் சிரிப்பையும் சௌந்தர்யத்தையும் கொண்டுவந்து சேர்த்தாய், கடைசியில் திடீரென அவளை எங்களிடமிருந்து பிரித்து இந்தக் குழந்தைகளையும் என்னையும் அநாதையாக்கிவிட்டாயே." என்று வாய் திறந்து அரற்றினார்.

தனது அழுகை அவனுக்குக் கேட்டிருக்கும் என்ற நம்பிக்கை மனதில் எழக் கண் திறந்து பார்த்தார். மங்கிக்கொண்டிருந்த

மாலைப் பொழுதின் மேகங்களுக்கூடாக ஒரு ஒளிச் சிதறல் பளிச்சிடுவதுபோன்று அவருக்கு மயக்கம் காட்டியது. இது வெறும் மயக்கம்தான், ஆனால் ஒருபோதும் இப்படி ஏற்பட்டதில்லையே என்ற அதிசயிப்புடன் மீண்டும் கண்களை மூடித் தியானித்தார். எவ்வளவு நேரம் அப்படியானதொரு பரவச நிலையில் நின்றிருப்பாரோ என அறிய இயலாத நெடிய மயக்கம் அவரை ஆட்கொண்டது. பக்கத்தில் யாரோ வந்து நின்றதுபோல் உணர்ந்தபோதுதான் அவருக்கு அந்த மயக்க நிலை தெளியக் கண்களைத் திறந்து பார்த்தார். அப்பனும் அபிதாவும் ஏக்கமும் கவலையும் ததும்ப அவரையே கவனித்தபடி நின்றார்கள். "அப்பா, அவங்கள் உங்களைக் காத்துக்கொண்டிருக்கினம்" என்றாள் அபிதா. அவள் காட்டிய திக்கில் திரும்பிப் பார்த்தார் தேவன். தூரத்து விறாந்தையிலிருந்து பெண்கள் கூட்டமொன்று தங்கள்மீது கண்கள் நிலைகுத்தி நின்றிருந்ததைக் கண்டார். அவர்களின் மத்தியில், முகத்தின் இருபுறமும் சுருண்டு சரிந்திருந்த கருங்கூந்தல் மார்பில் படர நின்ற நித்யாவை அப்போதுதான் கண்டார். திரும்பவும் மாயவன் கோயில் திக்கில் அவர் நோக்கியபோது அதே வெளிச்சம் இன்னும் பிரகாசித்ததுபோன்று அவருக்கு மேலும் மயக்கம் காட்டியது.

16

திலகம் பிரிந்து ஐந்து மாதமாகிவிட்டது. இது தேவன் போட்ட கணக்கல்ல. வீட்டுக்கு வருகிறவர்கள் சிலர் பேசிய திலிருந்து செவி வழி அறிந்துகொண்டது. திண்ணையிலிருந்த சாய்மனைக் கதிரையில் தேவனின் உடம்பு வெறுமே படுத்துக் கிடந்தது. மனமோ உள் விறாந்தையிலும் அடுப்படியிலும் கோடிப்புறத்திலும் அலைந்துகொண்டிருந்தது. திலகம் அங்கே சுவரில் பொருத்தியிருக்கும் முகம் பார்க்கும் கண்ணாடியைக் கைகளை உயர்த்தித் துடைக்கிறாள். சின்னச் சின்ன வளைவுகளோடு சோபிக்கிறது இடுப்பு. இடைக்கிடை வழுக்கி விழும் சேலைத் தொங்கலை இடுப்பில் செருவி அதை மறைத்துவிடுகிறாள். திண்ணையைக் கூட்டுகிறாள், கூட்டியதை அள்ளக் குனிகிறாள், மழை தூமிக்கிறதைக் கண்டதும் ஓடிப்போய்ப் பின் முற்றத்தில் காயப்போட்டிருந்த உடுப்புகளை அவசரம் அவசரமாக எடுத்துத் தோளில் போடுகிறாள், அடுப்படிக்குள் மரக்கறியை வெட்டுகிறாள், மெட்டி நிலத்தில் பட நடந்து திண்ணையெங்கும் நாதம் எழுப்புகிறாள்.

அடுத்த நிமிடம் வாசலைக் கடந்து வெளியே போனாள் போலிருக்கிறது. இப்போது கோடிப்புறத்தில் நின்றுகொண்டு அழைப்பது போலிருக்கிறது, லச்சுமியோடு கதைக்கிறமாதிரி இருக்கிறது. இன்னும் கூர்மையாய் அவதானிக்கிறபோது திண்ணையோடு ஒட்டிய சாமான் அறைக்குள் எதையோ தேடுகிறாள் போலுமிருக்கிறது. பாயில் பக்கத்தில் வந்து இருக்கிறாளே கையோடு இடுப்பிலும் இடித்து வேறேதோ உலகத்தில் உலவிக்கொண்டிருந்த என்னை இந்த உலகுக்கு இழுத்துக்கொண்டு வருகிறாளே, அங்கே வாசலோரமாக நிற்கிறாள், நடுமுற்றத்தில் நிற்கிறாள், ஒரே சமயத்தில் எங்கும் நிற்கிறாள் போலிருக்கிறதே. அப்படியிருக்க அவள் எங்கேயோ ஒரேயடியாய்ப் போய்விட்டமாதிரி இங்கே வரும் பெண்கள் அழுவாரைப்போல் சொல்கிறார்களே, இவர்களுக்கென்ன மூளை பேதலித்திருக்குமோ! தேவனின் மனதில் சிந்தனை ஓடிக்கொண்டிருந்தது. திரும்பத் திரும்ப அவளைச் சுற்றிய அதே சிந்தனை அவரை வேறெந்த யோசனையிலும் மூழ்கவிடாமல் தடுத்துக்கொண்டிருக்கிறது.

வெளி விறாந்தையில் உலாவிக்கொண்டிருந்த தேவன் தற்செயலாக உட்புறம் பார்த்தார். திலகம் போனதிலிருந்து ஒரு மாதமாக அவளின் தாயார் திண்ணையிலிருந்த விளக்கடியில் சுவரோரமாக உட்கார்ந்திருந்தார். அவரிடமிருந்து இடைக்கிடையே எழுந்த விசும்பல் திண்ணையை நிறைத்து அவரையும் உலுப்பி யிருக்கிறது. விளக்குக்குப் பக்கத்தில் சுவர் ஓரமாகச் சாத்தியிருந்த கறுப்புவெள்ளை புகைப்படத்தில் புன்சிரிப்போடு அவரையே பார்த்தபடி இருந்தாள் திலகம். அடுத்த மாதம் தாயாரும் ஊருக்குத் திரும்பிவிட்டார், திலகத்தின் படத்தையும் எடுத்து உள்ளே வைத்துவிட்டார்கள்.

முதலில் பால் தெளிப்புக்கும் எட்டுக்கும் அதைத் தொடர்ந்து அத்தியேட்டிக்கும் வந்து நின்ற நண்பர்களும் உறவினர்களும் ஊர்க்காரர்களும் தேவனைத் தனிய விட்டுப்போக விருப்பமில்லாமல் அகன்றார்கள். அன்றாடம் காலையும் மதியமும் சருவச் சட்டிகளிலும் தூக்கு வாளிகளிலும் பனையோலைப் பெட்டிகளிலும் பலகாரமும் சாப்பாடும் வந்து சேர்வது மட்டும் குறையவில்லை. ஒவ்வொரு நாள் இறுதியிலும் எஞ்சிப்போய் வீணாகும் சாப்பாடு ஒரு புறம் தேவனின் மனதை வருத்தியது. வேண்டாம் என்று தடுத்தும் கொண்டுவருபவர்கள் கேட்பதாகக் காணோம். அவர்களின்

மனதை நோகடிக்க வேண்டியிருக்கிறதே என்ற கவலை இன்னொரு புறம் மனதை உறுத்தியது. திலகம் பிரிந்த முதல் நாள் இரவே திண்ணையில் சீட்டு விளையாடிப் பொழுதுபோக்க வந்த கும்பலை சத்தியமூர்த்தி வந்து சமாதானப்படுத்தி அனுப்பிவிட்டார். உறவினர்களும் நண்பர்களும் காலையிலிருந்து பின்னேரம்வரை வருவதும் போவதுமாய் இருந்ததால் வெற்றிலைத் தட்டுகளும் பாய்களும் திண்ணையெங்கும் தாறுமாறாய்ச் சிதறிக் கிடந்தன, தேவனின் மனம்போல. தேவன் இவ்வளவு நாட்களாய் இவற்றை ஒவ்வொன்றாக மனதில் மீட்டிக்கொண்டிருந்தார்.

மாலையாகிவிட்டது. முத்துவேலரைப் போலவே தேவனும் அதே சாய்மனைக் கதிரையில் முகட்டைப் பார்த்தபடி சாய்ந்து படுத்திருக்கிறார். முன்பெல்லாம் தனிமை கிடைக்கும்போது இளம் வயதில் பாடிப் பழகிய நூற்றுக்கணக்கான பாடல்களில் எது மனதில் அந்த வேளையில் அகப்படுகிறதோ அதைப் பாடி அதன் இசையிலும் பொருளிலும் லயிப்பதே பொழுது போக்காக இருந்தது. அது பெரும்பாலும் ராகத்தோடு பாடும் பாடலாகத்தான் இருக்கும். இப்போதிருக்கும் மன நிலையில் எந்தப் பாடலையும் நினைவில் மீட்கும் காரியம் கைகூடவில்லை. வெறுமே முகட்டைப் பார்ப்பதன்மூலம் மனதைக் கண்டபடி அலைய விடாமல் கட்டுப்படுத்திக் கொள்ளலாம் என்பதை அனுபவ பூர்வமாக அறிந்திருந்ததால் அதையே தவமாக்கிக்கொள்கிறார்.

அம்மா முதலும், அய்யா அம்மாவைத் தொடர்ந்தும் பிரிந்தபோது இதே திண்ணை, இதே கதிரை, இதே தவ நிலை என்றுதானே இருந்தது. ஆனால் அப்போது இருந்திராத மனப்பாரம் இப்போது மட்டும் எப்படி வந்தது? பெற்றோரின் பிரிவின்போது ஏற்படும் மனக் கவலையிலும் பார்க்க மனைவியின் பிரிவு ஏன் மனிதனை இவ்வளவு மோசமாக வருத்துகிறது? அவள் பிள்ளைகளைப் பெற்றுக் கொடுத்துவிட்டுத் 'என் கடமை தீர்ந்தது இனி உன் கடமை' என்று சொல்லிச் சென்றதாலா? இல்லையேல் அவள் இப்போதும் உடலோடும் மனதோடும் ஒரு பாகமாய் இருப்பதுபோல் உணர்வதாலா? அவர் தேடிய பதில் முகட்டில் எழுதப்பட்டிருக்கவில்லை.

உள்ளே அப்பனின் அறையில் அபிதா தமையனுடன் சேர்ந்து எதைப்பற்றியோ மெல்லப் பேசிக்கொண்டிருக்கிறாள். இது இன்று நேற்றல்ல திலகம் பிரிந்ததிலிருந்து இந்த இருவரும் நேரம் கிடைக்கும்போதெல்லாம் இப்படித் தனிமையில்

பேசிக்கொள்கிறார்கள். அப்படிப் பெரிதாக எதுவும் இருக்காது, சின்னப் பிள்ளைகளின் பேச்சாகத்தான் இருக்கும் என்று தேவன் ஆரம்பத்தில் நினைத்தது எவ்வளவு பெரிய தவறு என்பது அவர்களின் பேச்சின் நடுவே நித்யாவின் பெயர் பலமுறை அடிபட்டதை எட்ட நின்று கேட்ட பிறகுதான் அவரின் மண்டையில் உறைத்தது.

அன்று சுடுகாட்டிலிருந்து வந்து தோய்ந்து உடை மாற்றி முற்றத்தில் நின்று மாயவன் கோயிலை நோக்கி வணங்கித் திரும்பியபோது திண்ணையில் நின்ற நித்யாவின் தோற்றம் மனதில் எழுந்தது. எங்களைப் பார்த்தபடி நின்றவளின் சோகம் படர்ந்த முகத்தின் இருபுறமும் அருவிபோலச் சரிந்து விழுந்திருந்த கூந்தல் அந்தத் துயர் மிகுந்த வேளையிலும் என்னை ஆகர்ஷிக்கத் தவறவில்லையே. அவளோடு சேர்ந்து ஒருக்கால் கண்டு மகிழ்ந்த கனவும் அதன் பின்னரான இரக்கமற்ற பதினைந்து ஆண்டுகாலப் பிரிவும் ஆழ்ந்த ப்ரியமும் அப்போதும் நினைவில் மிதந்து வந்ததே.

இரக்கமற்ற இராணுவத்தின் கொலைவெறி அப்பாவி மக்கள் வாழும் கிராமப்புறத்துத் தெருக்களையும் திண்ணைகளையும்கூட விட்டுவைக்காத அன்றைய தினத்தில் எப்படித்தான் அவள் அவ்வளவு தூரம் தனியாகப் பயணித்து வந்திருந்தாள்? எனக்கும் என் குழந்தைகளுக்கும் ஆறுதல் தருவதற்காகவா தன் உயிரையும் துச்சமாய் மதித்து அந்த ஆபத்தான பயணத்தைத் துணிவாக மேற்கொண்டாள்? அன்றைய ஒரு நாள் முழுவதும் அவள் இந்த வீட்டில் என் பார்வையில் படாமலே எப்படி ஒழிந்திருக்க முடிந்தது? அதன் பின்னராவது அவள் என்னுடன் ஒரு வார்த்தை பேச முன்வந்தாளா? அடுத்த நாள் அவள் புறப்பட்டபோது நானாவது அவளின் வருகைக்கு நன்றி சொல்லி அவளை அனுப்பி வைத்தேனா? எந்த நேரமும் வீடு முழுக்க ஓயாத பேச்சும் புதுப்புது ஆட்களின் வருகையும் சந்தடியுமாக இருந்ததால் நித்யா வந்து சென்றதன் பாதிப்பு எதுவுமே இல்லாமல் உணர்வற்ற சடமாக அந்த நாட்களைக் கழித்தேனா? தேவன் நினைவலைகளால் அள்ளுண்டு திக்குத் திசை தெரியாமல் நீந்திக்கொண்டிருந்தார்.

அன்று பின்னேரம்வரை வீட்டில் நின்றவர்கள் எல்லாரும் தேவனிடம் சொல்லிவிட்டு அவரின் மௌனத்தைப் பதிலாக வாங்கிக்கொண்டு அவர்மீது இரக்கப்படுவதைத் தவிர வேறு எதுவும் செய்ய இயலாமல் அகன்றார்கள். படிப்படியாக வீடெங்கும் வெறுமையும் தனிமையும் வந்து சூழ்ந்துகொண்டது.

இவ்வளவு காலமும் எல்லாப் பொறுப்புகளையும் திலகத்திடம் கொடுத்துவிட்டுத் தோட்டமும் வயலும் கோயிலுமென்று திரிந்தவரிடம் திலகம் திடீரென 'இந்தா உனது குடும்பம் இனி உன்னுடைய பொறுப்பு' என்று சொல்லிக் கையில் திணித்துவிட்டுப் போனாள் போலிருந்தது.

நாட்கள் கடந்தென்ன தேவன் இப்போதும் முகட்டைப் பார்த்தபடிதான் இருக்கிறார். அன்று பிள்ளைகளின் அணைப்பில் அழுது அரற்றியபிறகு இன்னும் அவர்களுடன் ஒரு இடத்தில் இருந்து ஆறுதலாகப் பேசவில்லை. அதற்குரிய மனப் பக்குவம் இப்போதும் எட்டாததாகவே இருக்கிறது. அதுமட்டும் அவருக்கு நன்றாக விளங்குகிறது.

மாலைப்பொழுது கடந்து இரவாகிறது. மின்சாரத் தொடர்புகள் அறுந்து மின்விளக்குகள் எப்போதோ பயன்பாடற்றுப் போய்விட்டன. வீட்டின் திண்ணையிலும் விறாந்தையிலும் அரிக்கன் விளக்குகள் புகை படர்ந்த கண்ணாடிக்கூடாக ஒளிதர முயல்கின்றன. அப்பனின் அறை எப்போதும்போல் அமைதியாக இருக்கிறது. விறாந்தைக்கு நடுவேயுள்ள தலை வாசலில் அபிதா வந்து நிற்கிறாள்போல் நிழலாடுகிறது. தேவனின் கவனம் அவள் பக்கம் திரும்புகிறது. இந்தச் சில மாதத்துக்குள் எவ்வளவுக்கு வாடிப்போயிருக்கிறாள் என்பது அவளைக் கண்ட மாத்திரத்தில் புலனாகிறது. அன்று வந்த ஒரு சில உறவினர்களும் நண்பர்களும் போய்விட்ட பிறகு வீடு அமைதியானதால் இதுதான் அப்பாவுடன் பேசப் பொருத்தமான நேரமென எண்ணிக்கொண்டு வந்தாளோ!

"அப்பா!"

"வா மோனை." என்று தேவன் அழைக்கவும் அபிதா வந்து கதிரையின் பக்கத்துச் சட்டத்தில் உட்காருகிறாள். 'அண்ணா எங்கே?' என்று கேட்க வாய் திறந்தபோது கதவடியில் அதுவரை மறைந்து நின்ற அப்பன் வந்து தங்கையுடன் சேர்ந்துகொள்கிறான்.

பிள்ளைகளிருவரும் எதுவும் பேசாமல் அவரையே பார்த்தபடி இருக்கிறார்கள்.

"அப்பா!" இம்முறை அப்பன் அழைக்கிறான். அவன் குரல் பெரிதும் மாறிப்போயிருக்கிறது. அவனிடம் இளந்தாரிக்குரிய பக்குவம் நாளாந்தம் மெருகு பெற்று வருவதை அவர் கவனித்துப் பெருமிதம் அடைந்து வந்தார். இப்படித் திடீரென்று இளைஞனாகிப்போனவன் போன்றிருக்கும் அப்பனை மிக அண்மையில் கண்டு மனம் குளிர

இதுபோன்றதொரு வாய்ப்புகள் பல அவருக்குக் கிட்டியதுண்டு. அதை அனுபவிக்கவும் அவனுடன் தனக்கான உறவைப் பகிரவும் காப்பாற்றிக்கொள்ளவும் நேரமிருந்தால்தானே. அவனைத் தேவன் இனி நண்பனாகத்தான் மதித்து நடக்கவேண்டும் என்ற உணர்வு மனதை நெகிழ வைக்கிறது. அபிதாவோ கவலையால் மெலிந்த தோற்றத்திலும் அற்புதமான இளம் கன்னிக்குரிய ஐஸ்வரியங்களின் இருப்பிடமாகத் தோன்றுகிறாள். அவர்கள் மீதிருக்கும் தனது அன்பையும் அக்கறையையும் எப்படி வெளிப்படுத்துவதென யோசிக்கிறார். அவரின் கைகள் அவர்கள்மீது படர்கிறது. பிள்ளைகளின் கண்கள் உதிர்க்கும் நீரைத் துடைத்துவிட முயல்கிறார்.

"அப்பா, நாங்கள் உங்களுக்காகத்தான் அழுகிறோம்." அப்பன் சொன்னது அவரின் இதயத்தை ஒருமுறை உலுக்கியது. அப்படியானால் நான் யாருக்காக அழுகிறேன்? பிள்ளைகளுக்காக அழவேண்டியவன் திலகத்தை நினைத்தா அழுதுகொண்டிருக்கிறேன். பிள்ளைகளின் அழுகையைத் துடைக்கவேண்டுமானால் முதலில் அவளுக்காக அழுவதை நிறுத்தவேண்டும். அதைச் செய்யும் வல்லமையுள்ளவனாகவா நான் இருக்கிறேன்?

"உங்களாலை முடியும் அப்பா." அபிதா என்ன சொல்கிறாள்? என் மனதிலுள்ளதை அறிந்து பேச இந்தச் சிறு பெண்ணுக்கு எப்படித்தான் முடிகிறது? "இந்த வீட்டிலை நாங்களெல்லாரும் முந்தியைப்போலை கவலையில்லாமல் வாழ வழிசெய்ய உங்களால் முடியும், அப்பா." அப்போ இந்தச் சிறு பெண் அதற்கான வழியைச் சொல்லுவாளா? தேவன் பிள்ளைகள் இருவரையும் ஆர்வத்துடன் நோக்குகிறார்.

"அதற்கு வழி சொல்லிவிட்டுத்தான் அம்மா போனா. அது நினைவிருக்கிறதா, அப்பா?" என்றான் அப்பன்.

அபிதாவும் அப்பனும் தன்னுடன் என்ன பேசுவதென்று ஏற்கனவே நன்றாய் ஆராய்ந்து முடிவெடுத்துக்கொண்டுதான் வந்திருக்கிறார்கள் என்பது தேவனுக்கு விளங்கியது. என்ன பதில் சொல்லி அவர்களைச் சமாதானப்படுத்தலாம் என்பது மட்டும் தெரியவில்லை. திலகம் என்ன சொல்லிவிட்டுச் சென்றாள்? என்ன இது ஒரே மயக்கமாய் இருக்கிறது. எதையும் நினைவில் வைத்துக்கொள்ள என்னால் இயலாது போலல்லவா இருக்கிறது. பிள்ளைகளுக்கும் என் நிலைமை விளங்கிவிட்டது போலிருக்கிறதே.

"அம்மா உங்களட்டைச் சத்தியம் வாங்கிவிட்டுத்தான் போனா. அதைத்தான் சொல்லுறம்."

"சத்தியம்?"

"ஓமப்பா, சத்தியம்தான். நாங்கள் அதை நினைவு வைச்சிருக்கிறம். உங்களுக்கும் அது மறந்து போயிருக்காது."

"இல்லை, என்ர செல்லங்களே, இப்ப நல்லாய் நினைவிலை வருது. ஆனால் அது நீங்கள் நினைக்கிறமாதிரிச் சுலபமாய் நிறைவேற்றக்கூடிய சத்தியமில்லை."

"நீங்கள் அம்மாவுக்குச் சத்தியம் செய்து கொடுத்தபோது அதை உங்களாலை நிறைவேற்ற முடியுமென்று உங்களுக்குத் தெரிந்தபடியால்தானே ஓம் போட்டீங்கள்?"

"அப்படிச் சொல்லவும் முடியாது, அபிதா. அம்மாவுக்குக் கடைசி நேரத்திலையாவது மனச் சாந்தி கிடைக்கவேணும் எண்டதாலைதான் நான் ஓமெண்டு சொன்னன்."

"அது அம்மாவை ஏமாத்தினமாதிரித்தானே, அப்பா?" தேவன் அபிதாவின் கேள்விக்குப் பதில் சொல்லத் தெரியாமல் மௌனமாக இருக்கிறார். அடுத்த கணை அப்பனிடமிருந்து வருகிறது.

"அம்மாவுக்கு நீங்கள் கொடுத்த சத்தியத்துக்காக இல்லாவிட்டாலும் எங்களுக்கு இப்ப அம்மாவுடைய அன்பைக் காட்டவும் எங்களுக்கு உதவி செய்யவும் ஒரு அம்மா வேணுமெண்டு நினைச்சிருப்பியள்தானே?"

"எங்களுக்கு மட்டுமில்லை உங்களுக்கும் ஒரு ஆறுதலும் துணையும் தேவைதானே?"

இது அவர்கள் அதுவரை கேட்ட எல்லாக் கேள்விகளிலும் பார்க்கக் கூர்மையானதாகவும் அர்த்தம் பொதிந்ததாகவும் தேவனுக்குத் தோன்றியது.

"நீங்கள் எனக்கு என்ன சொல்லவேணுமென்று நினைச்சு வந்திருக்கிறியள்?." தேவன் ஆற்றாமையால் கேட்டார்.

"அம்மா எங்களைப் பிரிஞ்ச நாள் துவக்கம் நாங்கள் ரண்டுபேரும் எங்களைப்பற்றியில்லை, உங்களைப்பற்றித்தான் கதைச்சுக்கொண்டிருந்தம்."

"நான் ஒன்றும் விளங்காமல் இவ்வளவு நாளும் இருந்திட்டன்,

பிள்ளையள். அம்மா போனதோடை நாங்கள் தனித்துப் போனமெண்டு இப்பதான் விளங்குது.”

“இல்லையப்பா, நாங்கள் தனித்துப் போகக்கூடாதெண்டு யோசிச்சுத்தான் அம்மா உங்களட்டைச் சத்தியம் வாங்கினார்.”

அதுதான் உண்மையாக இருக்குமோ? எனக்கு விளங்காத புதிர் இந்தச் சின்னப் பிள்ளைகளுக்கு எப்படி விளங்கியது?

“நீங்கள் ரண்டுபேரும் என்ர தோளளவுக்கு வளந்திட்டியள். கெட்டிக்காரப் பிள்ளையளும்கூட. உங்களன்ர விருப்பம் அறிஞ்சுதான் நான் இனி எதையும் செய்யவேணுமெண்டது மட்டும் எனக்கு நல்லா விளங்குது. நான் இப்ப என்ன செய்யவேண்டுமெண்டு எனக்குச் சொல்ல வந்திருக்கிறியள்?”

“நாங்கள் புதிசா ஒண்டும் சொல்லயில்லை, அப்பா. அவ நித்யா, அம்மாவன்ர விருப்பத்தை நிறைவேற்ற இங்கை வரவேணும். அதுக்கு நீங்கள் சம்மதம் சொல்லவேணும்.” தேவன் திடுக்கிட்டு நிமிர்ந்து தன் பிள்ளைகளைப் பார்த்தார். இவர்கள் இத்தனை நாளும் இதைப்பற்றியா சத்தமெழுப்பாமல் பேசிக்கொண்டிருந்தார்கள்?

“உங்களுக்கும் இதிலை முழு விருப்பமெண்டு சொல்லவேணும், அப்பா.” அபிதா தகப்பனின் கன்னத்தைத் தடவியபடி மிக ஆதரவாகச் சொன்னாள். தேவன் இதற்கும் இணங்காவிட்டால் இன்னும் பணிவாக மன்றாடுவாள் போலத் தோன்றினாள். ஆனால் இவர்களின் வேண்டுகோளுக்கு நித்யா சம்மதிக்க வேண்டுமே!

“நித்யா உங்கள் விருப்பத்துக்குச் சம்மதிப்பாவெண்டு என்ன நிச்சயம்? அவவின் விருப்பத்தை அறியாமல் இப்படி ஏன் முடிவுக்கு வந்தியள்?

“அதை நான் அவங்களட்டையே கேட்டேன்.” அபிதா நிமிர்ந்து இதைத் துணிவாகச் சொன்னாள்.

இது இன்னும் பெரிய அதிர்ச்சியாய்த் தேவனைத் திடுக்கிட வைத்தது.

“அவ என்ன சொன்னா எண்டதையும் அப்பாவுக்குச் சொல்லு, அபிதா.” அப்பன் உறுதியோடு பின்னணி பாடினான்.

அபிதா இப்போது தமையனைப் பார்த்துச் சொன்னாள்,

"எங்கள் எல்லாரிலையும் விருப்பமாயிருக்கிறா எண்டுதான் அவ சொன்னா. ஆனால்."

"ஆனால் என்ன?" தேவன் மிக்க அவதியுடன் கேட்டார்.

"அவவைப்பற்றிக் கேட்டன். அவ 'பிறகு ஒரு நாளைக்கு எல்லாத்தையும் கதைப்பம் எண்டு சொன்னா."

நித்யா கொழும்புக்கும் இந்தியாவுக்கும் மாறி மாறிப் பயணம் செய்துகொண்டிருக்கிறாள் என்ற விபரம் தெரியும். ஆனால் இப்ப எங்கே இருக்கிறாள், யாருடன் இருக்கிறாள்? கடந்த பதினைந்து ஆண்டுகளில் அவளுக்கு என்ன நடந்திருக்கும்? அதை அறியப் பலமுறை முயன்றும் இயலாமல் போனது எப்படி? தேவனிடம் இப்போது புதிய குழப்பம் சூழ்ந்துகொண்டது. அவளை ஒருமுறை போய்க் கண்டால் என்ன? கதிரையில் சாய்ந்திருந்த தேவன் நிமிர்ந்து உட்கார்ந்தார்.

"பிள்ளையளே, ரண்டு நாள் போகட்டும், யோசிச்சுச் சொல்லுறன்."

17

சத்தியமூர்த்தி கடையில் அன்றும் வழக்கமான கதைதான். முருகேசுவின் வாக்குமூலத்தின்படி "ஒரு அம்பது றூவாவுக்குத் தன்னும் இண்டைக்கு வியாபாரம் நடக்கயில்லை."

வழக்கத்தில் மேசைக்கு முன்னாலிருக்கும் கதிரையில் சாய்ந்துகொண்டு வாடிக்கையாளர்களின் தேவைகளைக் கவனிக்கும் சத்தியமூர்த்தி இப்போது அதை இழுத்து வாசல் திண்ணையில் போட்டுவிட்டு உட்கார்ந்திருக்கிறார். முற்றத்துப் பந்தலில் கிடுகுகள் காற்றோடு பறந்து மாயமாய்ப்போயிருந்தன. பந்தலை மீண்டும் வேயவேண்டும் என்ற தேவை அவருக்கோ கடைக்கோ இருக்கவில்லை. கொடிகாமத்திலிருந்து வரும் கிடுகு வண்டில்களும் இந்தப் பக்கம் தலை காட்டி வருடக் கணக்காகிவிட்டது. எதிர்த் திசையில் இருக்கும் அம்மன் கோயிலில் திருவிழாக்களும் நின்று அன்றாடப் பூசைகளை நிறைவேற்றுவதே இயலாமல்போய்விட்டது. கடைத் தெருவும் காண்டிய காலத்து வெளியாகிக் கண்ணைக் குத்தியது.

வழக்கமான வாடிக்கையாளர்கள் மட்டுமே அவ்வப்போது சத்தியமூர்த்தி கடையில் எட்டிப்பார்ப்பதுண்டு. சங்கரலிங்கம்

தனது மூத்த மகனிடம் போகிறாரெனச் சொல்லிவிட்டுத் தெற்குச் சிலோனுக்குப் போனவர் திரும்பி வருவாரென்றது நிச்சயமில்லையென அவரின் விசிறிகளும் அனுதாபிகளும் துக்கம் அனுட்டித்தார்கள். ஒருவேளை அவரின் நிதித்துறை அறிவையும் பட்ஜட் வரையும் வல்லமையையும் கருதி அரசாங்கம் அவருக்கு நியமன செனெட்டர் பதவியைக் கொடுத்திருக்கலாமென்று அவரின் அபிமானியொருவர் சொல்லி எல்லாரையும் சிரிக்கவைத்துவிட்டுப் போனார்.

“முருகேசு!” பிடரியைச் சொறிந்துகொண்டிருந்த சத்தியமூர்த்தி தலையை உட்புறம் திருப்பிக் கூப்பிட்டார். கடையின் பின்னால் வெற்றுச் சாக்குகளை மடித்து அடுக்கிக்கொண்டிருந்த முருகேசு எட்டிப் பார்த்தான்.

“என்ன முதலாளி?”

“அரை மூட்டைக்குக் கூட ஏதேனும் சரக்கு இருந்தால் அதை மட்டும் ஒரு பட்டியல் போட்டுத் தா பாப்பம்.”

“என்ன முதலாளி, பாத்துக்கொண்டுதானே இருக்கிறியள், வெறும் சாக்குகள்தான் இஞ்சை குவிஞ்சுபோய்க் கிடக்கு. அரை மூட்டை சரக்கெண்டால் மாட்டுப்புண்ணாக்கு ஒண்டுதான் நான் போட்டுத்தாற பட்டியலிலை இருக்கும்.”

“இனி அதைத்தான் சனங்கள் சாப்பிடவேண்டி வரப்போகுது.”

“ஆஸ்பத்திரியிலை படுத்திருக்கிற சனங்களுக்கு அதுகூட இல்லையெண்டு கேள்விப்பட்டன்.”

“ஓமோம், அன்றாடம் வந்து சேருற காயம்பட்ட சனங்களுக்கு இன்னுமொரு ஆஸ்பத்திரி கட்டினாலும் போதாது போலை கிடக்கு.”

“நாளைக்கு ஆஸ்பத்திருக்கும் வெடி வைப்பாங்கள் உந்த இரக்கமில்லாத அரசாங்கம்.”

“போற போக்கைப் பார்த்தால் நாங்கள் கிட்டடியிலை கடையை ஒரேயடியாப் பூட்டவேண்டி வந்தாலும் வரும்.”

“அப்பிடி நடக்காது, முதலாளி. நீங்கள் கடுமையாக யோசிக்கிறியள் போலை கிடக்கு.”

அரசாங்கம் அடுத்த சுற்று இராணுவ முற்றுகைக்குத் தயாராகிறதென வதந்திகள் அடிபடத் தொடங்கிவிட்டன. முதல்

கட்டமாக அத்தியாவசிய உணவுப் பொருட்களின் நிர்வாகமும் விநியோகமும் பொது மக்கள் போக்குவரத்தும் இராணுவத்தின் கட்டுப்பாட்டுக்குள் வந்துவிட்டன. இதனால் அன்றாட வாழ்க்கை எல்லா மட்டத்திலுமுள்ள மக்களையும் பாதித்தது. கையில் பணமுள்ளவர்கள்கூட உணவுப் பண்டங்களை வாங்குவதற்கு ஓடித் திரியவேண்டிய கட்டாயம் வந்துவிட்டது. சாமானிய மக்களின் வாழ்க்கையோ வழக்கத்திலும் பார்க்க இன்னும் மோசமான நிலைக்குத் தள்ளப்பட்டுவிட்டது. பலசரக்குக் கடைகளில் வெறுமையாய்ப்போன சாமான் அலுமாரிகள் பல்லிளிக்கத் தொடங்கிவிட்டன. திண்ணைகளில் பலவகை அரிசி வகைகள், பருப்பு, கொத்தமல்லி, உளுந்து, பயறு போன்றவை நிரம்பி வழிந்த சாக்குகள் சரித்திர காலத்துக் காட்சிகளாகிவிட்டன. சீதா பேக்கரி உரிமையாளர் வியாபாரத்தை மூடிவிட்டுத் தென்னிலங்கையிலுள்ள தனது ஊருக்குப் போய்விட்டார்.

இப்போது எந்தக் கடை வாசலிலும் சனங்கள் தலை காட்டுவதில்லை. ஆஸ்பத்திரி வாசல் மட்டுமே கூட்டம் சேரும் இடமாய் இயங்கிக்கொண்டிருந்தது. வைத்தியர்களின் தொகை பாதியாகக் குறைந்துவிட்டது. இருக்கிற தாதிகளே அத்தனை நோயாளிகளையும் பராமரிக்கவேண்டிய நிர்ப்பந்தம் வந்துவிட்டது. ஆனால் வியாதிக்காரர்கள், காயம்பட்டவர்கள் தொகை பன்மடங்கு அதிகரித்துவிட்டது. அத்தியாவசிய மருந்துகளும் வந்து சேருவதில்லை. அவசர சிகிச்சைப் பிரிவில் நிலவிய மௌனம் காயம்பட்டவர்கள் எழுப்பிய ஓலத்திலும் பார்க்கப் பயங்கரமாக இருந்தது.

நாட்டில் சண்டைகள் ஒருபுறமும் சமாதானப் பேச்சுகள் மறுபுறமும் நடந்துகொண்டிருக்கின்றன. அவை மக்களின் மனதில் ஒரு நாள் சண்டை ஓய்ந்துவிடும், சமாதானம் வந்துவிடுமென்ற நம்பிக்கையைத் தந்தபோதும் அவர்களின் அன்றாட வாழ்வு இன்னும் மோசமாகிக் கொண்டிருந்தது. இந்தியா அமைதி பேணும் படையொன்றை இலங்கைக்கு அனுப்பலாமென்ற வதந்தியும் ஒருபுறம் கசிய ஆரம்பித்தது. இதுவொன்றே அவர்களிடம் நம்பிக்கை ஊட்டுவதாகவிருந்தது. மற்றும்படி காலையில் பத்திரிகைகளைத் திறந்தால் நல்ல செய்தியெனச் சொல்வதற்கு எதுவுமிருப்பதில்லை. அதற்காகப் பத்திரிகைகளை வாங்கி வாசிப்போரும் அரசாங்க வானொலியைக் கேட்போரும் அருகிவிடவில்லை. பத்திரிகைகளுக்கு ஒரு பக்கம் அரசாங்கத்திடம் பயம் இன்னொரு பக்கம்

போராளி இயக்கங்களிடம் நடுக்கம். இதனால் அவை தமிழகத்து சினிமா கிசுகிசுக்களையும் ஊர்களில் ஆடு திருட்டுப்போன துளவாடங்களையும் வைத்துப் பக்கங்களை நிரப்பிக்கொண்டன. 'றேடியோ கவுண்மேன்ட் நடத்துகிறதுதானே, அதிலை எப்படி உண்மையை எதிர்பார்க்கலாம்?' என்று சங்கரலிங்கம் ஒரு முறை சொன்னது சரித்திரத்தில் கல்வெட்டுப்போல் பதிந்துவிட்டது.

சத்தியமூர்த்தி அன்று பின்னேரம் வீட்டுக்கு வருவதாக நேற்றுத் தேவனிடம் சொல்லியிருந்தார். திலகம் பிரிந்த நாளிலிருந்து பெரும்பாலும் நாளுக்கு ஒரு தடவையாவது அங்கே வந்து எல்லாருக்கும் ஆறுதல் சொல்வதை வழக்கமாகக் கொண்டிருந்தார். அவள் விட்டுச்சென்ற துயரமும் ஏக்கமும் அந்த வீட்டின் ஒவ்வொரு அங்குல நிலத்திலும் சுவரிலும் படிந்துபோயிருந்ததுபோல் அவருக்குப் பட்டது. கவலையை மறக்கடிக்கும் மந்திரம் தன்னிடம் இல்லாவிட்டாலும் தார்மிக உணர்வுடன் அவர்களுடன் கதைப்பதே இப்போது அவருக்கு இயலக்கூடியதாயிருந்தது. தேவனைக் காணப் புறப்பட்டுவிட்டார். தேவனும் சத்தியமூர்த்தியைக் காத்திருந்தவர்போல் முற்றத்தில் நின்றிருந்தார்.

கோயிலுக்குச் செல்லும் கிராவல் பாதையில் சத்தியமூர்த்தியுடன் கூடவே நடந்துகொண்டிருந்த தேவன் எதையோ கடுமையாக யோசிப்பவர்போல் நடுவழியில் திடீரென நின்றார். பாதையோரம் பனம் காணிகளுக்குள் கல் வீடுகளும் குடிசைகளும் அமைதியில் மூழ்கியிருந்தன. எட்ட இருந்த சவுக்குத் தோப்பிலிருந்து எழுந்த சோவென்ற இரைச்சல் அவர்களின் நடைக்குப் பின்னணி இசைத்தது. மெல்லத் திரும்பிப் பார்த்த சத்தியமூர்த்தி தேவனிடம் அப்போது ஏற்பட்டிருந்த மாறுதலைக் கவனிக்கத் தவறவில்லை. நிலத்தைப் பார்த்தபடி நின்றிருந்த தேவன் தலையை நிமிர்த்திச் சத்தியமூர்த்தியை நோக்கி "ஒரு முக்கியமான விஷயம் உங்களோடை கதைக்கவேண்டி இருக்குது." என்றார்.

"அதுக்கென்ன சொல்லுங்கோ."

"மாயவனுக்கு முன்னாலை கதைக்க இது பொருத்தமான விஷயமோ இல்லையோவெண்டு தெரியாதபடியால்தான் அங்கை போகாமல் இதிலை நிக்கலாமெண்டு நினைக்கிறன்."

"அவன் எல்லா இடமும் இருக்கிறானெண்டு சொல்லுவீர், இப்ப இந்தக் கதை கதைக்கிறீர்" என்று சிரித்தபடி கேட்டார் சத்தியமூர்த்தி.

...❖ 346 ❖... நாராயணபுரம்

“அவன் வழி காட்டியிருந்தால் எனக்கு இந்தளவு சோதனை வந்திருக்காது.”

“சோதனை ஆரையப்பா விட்டது? சிலபேர் தாங்கள் பிழை விட்டுட்டுக் கடவுள் சோதிக்கிறாரெண்டு எல்லாப் பழியையும் அவனிலை சுமத்துறது வழக்கம்தானே.”

“மனித மனம் அப்படித்தான், தப்பிக்கொள்ள ஆகச் சிறந்த ஒரே வழி கடவுளின் தலையில் பழியையோ பாரத்தையோ போட்டுவிடுவது.”

“உம்முடைய மனம் அப்படிப்பட்டதில்லையே, நெஞ்சைத் திறந்து கதைச்சாலே மனப்பாரம் குறைஞ்சுவிடும் என்று சொல்லுற ஆளல்லோ நீர்?”

“அப்படி மனம் திறந்து உம்மிடம் சொல்ல ஒரு கதை இருக்குது.”

தனக்குத் தெரியாமல் எதேனும் புதுப் பிரச்சனை இவருக்கு வந்திருக்கலாம். அதைச் சொல்லத்தான் இந்த ஆயத்தமெல்லாம் போலிருக்கிறது என்று எண்ணிய சத்தியமூர்த்தி தேவன் அடுத்து என்ன சொல்லப்போகிறாரென்பதை அறிய ஆவலுடன் நடையை மீண்டும் ஆரம்பித்தார்.

அவர்கள் கோயிலுக்கு வடக்கே சிறிது தள்ளித் தெருவோரமாகவிருந்த மதவடிக்கு வந்து சேர்ந்தார்கள். தெருவின் ஓரத்தில் நின்ற காரில் சாய்ந்தபடி ஓட்டுனர் ஒருவர் கோயிலுக்குப் போனவர்களுக்காகக் காத்திருந்தார். மற்றும்படி வாகனம் எதுவுமற்ற தெரு கரிய நிறக் கயிறாக நீண்டுபோய்க் கிடந்தது. மணற்காட்டில் மண் அள்ளி வந்த ட்ராக்டர் ரோட்டில் ஏறிப் பருத்தித்துறைக்குப் போகும் திக்கில் அசுர கதியில் விரைந்தது. எதிர்ப்புறத்திலிருந்து, ஆழியவளை செல்லும் பஸ் வழக்கம்போல் நேரம் கடந்துதான் வருமென்று தெரிந்தும் அரச மரத்தடியில் நின்ற சிலர் நம்பிக்கையுடன் காத்திருந்தவர்கள். சிலவேளை அது வராமலும் போகலாம் என்பதும் அவர்கள் அறிந்ததே. அவர்கள் பக்கத்திலிருக்கும் தேநீர்க் கடைக்கு வந்து ‘எத்தனை மணிக்கு பஸ் வரும்’ என்று பலமுறை விசாரித்தபடி இருந்தார்கள். தேநீர்க் கடைக்காரரும் முகத்தில் மாறாத சிரிப்போடு “இப்ப கொஞ்சத்தாலை வந்திடும்.” என்று பழகிப்போன பதிலைச் சொல்லிக்கொண்டிருந்தார்.

அவரின் கடைக் கிறாதியோடு தமது சைக்கிள்களைப் பாதுகாப்பாகச் சாத்தி வைத்துவிட்டுக் கோயிலுக்குப் போய் வருபவர்களில் சிலர் அவரிடம் இட்லி, வடை, தோசை, போன்ற சிற்றுண்டிகளைச் சாப்பிட்டு ஒரு பேணி தேநீரும் குடித்துவிட்டுப் போவதுண்டு. சிலர் அவரிடம் எதுவும் வாங்கிக்கொள்ளாமல் தமது சைக்கிளை திரும்ப எடுத்துக்கொண்டு செல்வதும் உண்டு. செருப்போடு வருகிறவர்கள் அவற்றைப் பாதுகாப்பாய் வைக்கக் கடையின் முன்பக்கம் ஒரு இடத்தை ஒதுக்கியிருந்தார். காலையோடு கோயிலுக்கு நடந்து வந்து மதியம் சுற்றவுள்ள ஏதோவொரு மடத்தில் கொடுத்ததைச் சாப்பிட்டுவிட்டுச் சாயரட்சைப் பூசையைக் கண்டபின் வீட்டுக்குத் திரும்பும் ஏகாந்திகள் தெருவெங்கும் தென்பட்டார்கள். கடைத் திண்ணை யிலுள்ள வாங்கிலில் இருந்தவர்கள் உலகத்து நடப்புகளை அலசிக்கொண்டிருந்தார்கள். கடைக்காரர் எல்லாரையும் சமமாகவே நடத்துவார். அவர்கள் தன்னிடம் ஏதேனும் வாங்கிச் சாப்பிடுவார்களென்று எதிர்பார்த்திருப்பதில்லை.

தேவன் சனங்கள் நின்றிருந்த பக்கம் திரும்பிப் பார்த்தார். கடைக்காரர் பீடி புகைத்தபடி யோசனையில் ஆழ்ந்திருந்தார். மரத்தடியிலிருந்து ரோட்டுக் கரைக்கு வந்து நெற்றியில் கையை வைத்தபடி தூரத்தில் பஸ் வருகிறதாவென்று பார்க்கும் நாலு முழ வேட்டிக்காரரும் தெரிந்தார். முன்னால் செல்லும் மகளைத் தொடர்ந்து பஸ் நிற்கும் இடத்துக்கு ஓடி வரும் வயதான பெண்ணும் தென்பட்டாள். எதிர்பார்ப்போ ஆசையோ இல்லாத வாழ்க்கையென ஒன்று இருக்கமுடியுமா? ஆனால் பெரிதாகவோ அல்லது நடைமுறைக்குப் பொருந்தாததாகவோ ஆசையைக் கட்டி எழுப்பும்போதுதானே மனிதர் வாழ்வில் சிக்கலும் தோல்விகளும் ஏமாற்றங்களும் வந்து சேர்கின்றன. என் மனதில் இப்போது இருக்கிறது நடைமுறைக்குப் பொருந்தாத பேராசையா? சத்தியமூர்த்தியுடன் பேசினால் இதற்கு ஒரு பதில் தெரிந்துவிடுமென முடிவுக்கு வந்தார் தேவன்.

“இந்தப் பிள்ளைகள், அப்பனும் அபிதாவும்ஞ்” என்று ஆரம்பித்தார்.

“ஏன், அவர்களுக்கு என்ன?”

“அண்டைக்கு செலவுக் காரியங்களுக்கிடையில நித்யா வந்து நிண்டதை நான் துப்பரவாகக் கவனிக்கயில்லை.”

"அப்படியோ?" சத்தியமூர்த்தியிடம் எந்தளவும் ஆச்சரியம் உண்டாகவில்லை.

"அண்டைக்கு ஆஸ்பத்திரியிலை நடந்ததை முதலிலை சொல்லவேணும். அதிலை இருந்துதான் எல்லாம் துவங்கினது."

"சொல்லும், எல்லாச் சிக்கலுக்கும் ஒரு வழி இருக்குதுதானே. தேடுற முறையிலதான் அந்த வழி அம்பிடும் அம்பிடாமலும் போகும்."

இருவரும் மதவில் சாய்ந்தபடி நின்றார்கள். தேவன் நிதானமாக ஒவ்வொரு சம்பவமாகச் சத்தியமூர்த்திக்குச் சொல்லத் துவங்கினார். ஆஸ்பத்திரியில் திலகம் பிரிந்த வேளை வெளியே அவர்களுக்காகக் காத்திருந்ததால் அங்கே என்ன நடந்தது என்பதை அறிய சத்தியமூர்த்திக்கு வாய்ப்புக் கிடைக்கவில்லை. ஆனால் திலகத்தின் இறுதிச் சடங்கின்போது நித்யா தேவனின் வீட்டில் வந்து நின்றதும் அபிதாவோடு நெருக்கமாக இருந்து அடுத்த நாள் திரும்பிச் சென்றதும் தேவனின் வாழ்வில் பெரும் திடீர் திருப்பங்களை ஏற்படுத்தலாமென சத்தியமூர்த்தி ஊகித்திருந்தார். ஆஸ்பத்திரியில் திலகத்துக்கும் தனக்குமிடையே நடந்ததைத் தேவன் முழுவதுமாய்ச் சொல்லியதும் இரண்டையும் முடிச்சுப்போடுவதில் அவருக்குப் பெரிதாக எந்தத் தடையும் இருக்கவில்லை.

"நானும் உம்முடைய நிலைமையை யோசிச்சுப் பார்த்தன். நீராக இதைப் பற்றிக் கதையை எடுத்தாலொழிய நான் அவசரப்பட்டு எதையும் சொல்லிவிடக்கூடாது எண்டபடியால் இவ்வளவு நாளும் வாயை மூடிக்கொண்டு இருந்தன். இப்ப உங்கட பிள்ளைகள் ரண்டு பேருக்கும் பெரிதாக வயது வராவிட்டாலும் அவர்கள் இந்தக் காலத்துப் பிள்ளைகள், சிக்கலான குடும்ப விஷயங்களை விளங்கிக்கொள்ளுற பக்குவம் உள்ளவர்கள். இப்ப முக்கியமான காரியம் நித்யாவன்ர விருப்பத்தை நீங்கள் நேரடியாகக் கேட்டு அறிஞ்சுகொள்ளுறது. அதிலும் முக்கியமான காரியம் உங்கடை மனம் உண்மையா என்ன சொல்லுது எண்டதை அறியிறது. ரண்டாவதைப் பிசகில்லாமல் அறிஞ்சுகொண்டியளோ? அறிஞ் சிருந்தால் அதை இப்ப சொல்லுங்கோ, பிறகு மற்றதைப்பற்றி யோசிக்கலாம்."

"நான் திலகத்துக்கு கடைசி நேரத்திலை சத்தியம் பண்ணிக் கொடுத்தது என்னாலை தவிர்க்க முடியாமல்தான் நடந்தது. அந்த இக்கட்டான நேரத்திலை என்ர மனம் எதிர்காலம்

பற்றி எதையும் யோசிச்சுப் பாக்கயில்லை. ஆனால் பிறகு பிள்ளையளுக்கு முன்னால வீட்டில் நடந்ததுதான் என் மனதை அப்படியே மாற்றிப் போட்டுது."

"பிள்ளையள் ரண்டுபேரும் நித்யாவை உங்கட வாழ்க்கையோட இணைக்கவேணுமெண்டும் தங்களுக்கு ஆறுதல் தரவேணுமெண்டும் விரும்புகினம். நான் நினைக்கிறது சரிதானே?"

"அதேதான் நடந்தது."

"அவ்வளவுக்கும் நல்லது. உங்கட மனம் இப்ப என்ன சொல்லுது எண்டதை எனக்கு இனி தயங்காமல் சொல்லலாம்."

"எனக்குப் பிள்ளைகள் சொல்லுறதைவிட வேறு எதுவும் உவப்பானதாகத் தெரியல்லை."

"அப்ப அதுதான் பிள்ளைகளுக்கு மட்டுமில்லை உங்களுக்கும் இப்போ பொருத்தமான வழி."

"இனி என்ன செய்யலாமெண்டு நினக்கிறீர்?"

"முக்கால்வாசிப் பயணம் கடந்தாயிற்று. நீங்கள் எல்லாரும் சும்மா ஒருக்கால் நித்யாவைத் தேடிப்போய்க் கண்டாலே அடுத்த கால்வாசிப் பயணமும் முடிந்த மாதிரித்தான்."

தேவன் நன்றியுடன் சத்தியமூர்த்தியைப் பார்த்தார்.

"முதலில நித்யாவை எல்லாருமாப் போய்ப் பார்ப்பம். மிச்சக் காரியங்களுக்குக் கொஞ்சக் காலம் ஆகட்டும். ஆனால் எனக்குள்ளை இருக்கிற கேள்விக்குப் பதில்தான் தெரியல்லை." என்றவர் மேலே எதுவும் சொல்ல வழியற்றவர்போல் நின்றார்.

"அதையும் சொல்லுங்கோ."

"திலகம் போய் இன்னும் ஆறு மாதம்கூட ஆகயில்லை. அதற்குள் இப்படியொரு தீர்மானம் எடுக்கவேண்டி வந்ததை நினைக்கத்தான் மனம் சஞ்சலப்படுது."

"நீர் நினைப்பதிலையும் நியாயம் இருக்குது." சத்தியமூர்த்தி இதைச் சொல்லிவிட்டு கால் பெரு விரலால் மணலில் கோடு கீற ஆரம்பித்தார்.

"அதோடை, நான் கோயில், குளமென்று திரியும் வைதீகமான ஆளெண்டுதான் என்னைச் சுத்தியுள்ள ஆக்களுடைய எண்ணம்.

"மற்றவர்கள் என்ன நினைப்பினமெண்டு ஏன் யோசிக்கிறீர்?"

"உலகத்துச் சனம் என்ன சொல்லுமெண்டு நான் யோசிக்கயில்லை. வீட்டுக்கு வந்தால் திலகம் இப்பவும் அங்கை திண்ணையிலை உலாவிற மாதிரி இருக்கு. சிலவேளை அவள் கூப்பிடிறமாதிரியும் இருக்கும். எனக்கும் 'என்னப்பா?' என்று நாக்கு நுனியில் வந்துவிடும். என்ர மனம் இப்படிப் பேதலிச்சு இருக்கிறபோது எந்த முகத்தோடை நித்யாவைக் காணப் போறது எண்டு விளங்கயில்லை."

தேவன் உண்மையிலேயே வருத்தப்படுவதைச் சத்தியமூர்த்தி உணர்ந்தார். இவருக்கு ஒரு வழி காட்டலாமென்றல்லவா இங்கே கூட வந்தேன். இப்ப நானே சங்கடத்தில் அகப்பட்டுக்கொண்டேன் போலிருக்கிறதென நினைத்தார்.

"ஒன்று செய்யலாம்."

சத்தியமூர்த்தி என்ன சொல்லப்போகிறாரென்று அறியும் ஆவலுடன் தேவன் அவரின் முகத்தைப் பார்த்தார்.

"ஒன்றில் நித்யாவுக்கு அவவன்ர பழைய விலாசம் போட்டு ஒரு தபால் எழுதும். அவ அங்கை நிண்டால் நீர் மட்டும் சாட்டுக்கு வந்தமாதிரிப் போய்க் கண்டிட்டு வாரும். பிள்ளைகளும் வர ஆசைப்பட்டால் அதுகளையும் கூட்டிக்கொண்டு போறது மிச்சம் நல்லது. அங்கை கதைக்கிறபோது பிள்ளைகள் என்ன நினைச்சுக்கொண்டு இருக்குதுகள் எண்டதையும் சாடை மாடையாகச் சொல்லிவிடும். பிள்ளைகளை மட்டும் கதைக்க விட்டால் இன்னும் நல்லது. அதோடை இப்பத்தை நிலவரத்தையும் ஒருக்கால் யோசித்துப் பாத்துச் செய்யும்."

"சண்டையைச் சொல்லுறீரோ?"

"வேறையென்ன? அரசாங்கம் பெரிய சண்டைக்கு ஆயத்தமாகுதெண்டு இயக்கப் பெடியளே கதைக்கத் துவங்கியிட்டாங்கள். இப்ப தை முடியப்போகுது, மாசி மாதம் வேண்டாம். பங்குனி துவங்கவும் காரியத்தைப் பாரும்."

"ஓமோம், நீர் சொல்லுறதும் நியாயமாப் படுது. நானும் அப்படிப் பெரிசா அவசரப்படயில்லை ஆனால் பிள்ளைகள் யோசிக்கிறதைப் பார்த்தால் இன்னும் ஒண்டிரண்டு மாதத்தாலை எல்லாருமாய் அங்கை போகலாமெண்டிருக்கிறன்."

"அதுதான் எனக்கும் சரியாப் படுது. தேவன், பொறும், இன்னொரு விஷயம் சொல்லவேணும்."

“சொல்லும்.”

“இதை நெடுகிலும் என்ர மனசில வைச்சிருக்க முடியல்ல. அது என்னெண்டால், அன்றைக்கு திலகம் காலமானதுக்கு அடுத்த நாள் நித்யா வந்தாங்களெல்லோ?”

“ஓமோம். நானும் கண்டனான்.” என்றார் தேவன்.

“நான்தான் காரை அனுப்பி அவங்களைக் கூப்பிட்டன்.”

தேவன் திகைத்துப்போய் நின்றார். சத்தியமூர்த்தி அவரின் தோளில் நட்புடன் தட்டிவிட்டு, “இப்ப எல்லாம் நேர் கோட்டில வந்து நிக்குது, பார்த்தீரோ. வாரும் போகலாம்.” தேவன் சிறிது நேரம் மௌனமாக நின்றார்.

“சத்தியமூர்த்தி, முன்னுக்குப் போங்கோ. நான் பின்னால வாறன்.”

“அதுக்கென்ன, தனிமையிலை நல்லாய் யோசித்துப்போட்டு வாங்கோ.” சத்தியமூர்த்தி தன் வீட்டை நோக்கி நடக்கத் துவங்கினார்.

தேவன் கடையோரம் நின்றவர்களை மீண்டும் பார்த்தார். அரசமரத்தடியைப் பார்த்தார். அவர் கண்ணில் அடிக்கடி படும் அந்த நாற்பது வயதுக்காரர் இப்போது தெருவோரம் நின்றிருந்தார். உயர்ந்து மெலிந்த ஆனால் இறுக்கமான உடலமைப்பு. அவர் முகத்தில் தாடி வளர்ந்த அடையாளம் இல்லை. மீசை இருக்கும் இடத்தில் சில மயிர்கள் ஆங்காங்கே தலைகாட்டும். நெற்றியிலும் எதுவுமில்லை. இடுப்பில் கட்டம் போட்ட சாரம், அதில் சுருக்கில் சில பீடிகள் இருக்கும். வானத்தைப் பார்ப்பார், சூனியத்தை உற்று நோக்குவார். எதைக் கொடுத்தாலும் சாப்பிடுவார். பசித்தால் மட்டுமே அதையும் வாங்குவார். காசைக் கை நீட்டிக் கேட்கமாட்டார். எவரும் கொடுத்தால் வாங்குவார். பீடியையும் மறைவாகவே பிடித்துவிட்டு வருவார்.

யாரேனும் வந்து ஏதேனும் கேட்டாலேயொழியத் தானாகப் பேசமாட்டார். பேசினால் தமிழ் அட்சர சுத்தமாக இருக்கும். சிலவேளை அது கவிதை போலுமிருக்கும். எங்கிருந்து வந்தார், எங்கே போகிறார், உறவினர்கள் யாரும் இருக்கிறார்களா என்றதெல்லாம் கோயிலைச் சுற்றியுள்ள எவருக்குமே தெரியாது. சாமியாரும் இல்லை, சாதாரண மனிதனும் இல்லை. குடும்பக்காரர் போலில்லை, கடன்பட்டவர் போலில்லை, கவலை கொண்டவர்

போலில்லை. நோய் நொடியில் அகப்பட்டவர் போலில்லை. வெயிலைக் கண்டோ மழையைக் கண்டோ ஓடி ஒதுங்கியவரில்லை. சிரிக்காமல் இருந்தாலென்ன ஆனால் சந்தோசமாக் இருக்கிறார். அவரொரு ஏகாந்தி. கோயில் சூழலில் அவர் தேடிவந்த ஏகாந்தம் கிடைக்கிறதுபோலும்.

இப்படியும் ஒரு மனிதர் இருக்க முடியுமா என்று அவரைக் காணும்போதெல்லாம் தேவன் நினைப்பதுண்டு. வாழ்வில் ஆசையற்றவர்கள், நோக்கமற்றவர்கள் இப்படித்தான் கவலையற்றுத் திரிவார்கள் என்று எல்லாரும் அறிந்திருக்கிறார்கள். ஆனால் எவரும் இப்படி ஏகாந்தத்தை முகர்ந்தபடி வாழ முயற்சிப்பதில்லை. ஒரு சில நிமிடம் அதை முயற்சித்துப் பார்க்கலாம். தேவனும் அந்த ஏகாந்தியைப்போல் ஆகாயத்தைப் பார்த்தபடி நின்றார். ஒரு நிமிடம் போதவில்லை. இரண்டு நிமிடமும் போதவில்லை. ஐந்தாறு நிமிடத்தில் அவரின் முயற்சி சிறிது பயனளித்தது. 'ஆஹா, என்ன அமைதி, என்ன பரவசம், வானத்தில் மிதப்பதுபோலிருக்கிறது. சுற்றி நிற்கும் எல்லாரும் அந்த மனிதரைப் போலவே சந்தோசமாக இருக்கிறார்கள். பூமியெங்கும் பூத்துச் சொரிந்திருக்கிறது. எல்லாம் அந்த இரண்டு நிமிடத்தின் ஆயிரத்திலொரு கூறு வரைதான். அந்தச் சில கணங்களுக்குள் இப்படியொரு உணர்வு தோன்றியதென்றால் அந்த ஏகாந்தி ஒரு நாளின் ஒவ்வொரு நிமிடத்தையும் எப்படி அனுபவிப்பார்?'

தூரத்தில் பஸ் வரும் சத்தம் கேட்கிறது. தேவன் அரசடியில் நிற்கும் சனங்களைப் பார்த்தார். அவர்களுக்கிடையே ராமுவும் நிற்பதுபோன்று பிரமை தட்டியது. 'மகிழ்ச்சியைத் தேடுவதுதான் வாழ்வின் நோக்கம்' என்று சொன்னவனும் அவன்தானே. அவன் இப்போது இருந்திருந்தால் என்ற ஏக்கம் அவரின் மனதைக் குடைந்தது. அவனைப் பிரிந்து பதினைந்து வருடங்கள் என்பதை அவரால் நம்பமுடியவில்லை.

அப்போது தேவனுக்கும் திலகத்துக்கும் திருமணமாகிச் சில மாதங்களே ஆகியிருக்கும். அன்று ராமு முதலில் தன் வீட்டுக்கு வந்து பின்னர் கோயில் வரை நடந்து வந்து அங்கிருந்து பஸ் எடுத்து நாகர்கோயிலில் தகப்பனாரைக் காணப் போவதாகச் சொல்லியிருந்தான். அது ஒரு ஞாயிறு காலை நேரம். மாயவன் கோயிலில் கூட்டம் அலைமோதிக்கொண்டிருந்தது.

இருவரும் வீதியின் ஓரமாக நின்ற அரச மரத்தின் கீழே வெண் மணலில் சம்மணம் போட்டபடி இருந்துகொண்டார்கள். இதே

சூழலில் அருகருகே இருந்து அவர்கள் பலமுறை மணிக்கணக்காய்க் கதைத்திருக்கிறார்கள். ராமு தேவனின் வீட்டுக்கு வந்ததிலிருந்து அவனிடமிருந்த அமைதி தேவனின் மனதை உறுத்தியது. வழியெல்லாம் அர்த்தமற்ற உரையாடலாகவே இருந்தது. நடு வழியில் அதுவும் நின்று போனது. வழக்கம்போல் அவனோடு மீண்டும் கதைக்கவேண்டும். எப்படி அதை ஆரம்பிப்பது என்பதுதான் அவனுக்குத் தெரியாமலிருந்தது. அந்த இறுக்கமான அமைதியும் தொடர்ந்துகொண்டிருந்தது.

பிள்ளையார் கோயிலிலிருந்து சனங்கள் தார் ரோட்டைக் கடந்து மாயவன் கோயிலை நோக்கி வந்துகொண்டிருந்தார்கள். பாவாடை தாவணி அணிந்து கலகலப்போடு சென்ற குமரிகளுக்குப் பின்னால் சென்ற சேலை கட்டிய ஒரு பெண்ணை ராமு கண்கொட்டாமல் பார்த்துக்கொண்டிருந்தான். அவன் முகம் சிவந்திருந்ததுபோல் தேவனுக்குத் தோன்றியது.

"அங்கை, அந்தச் சந்தன நிறப் பாவாடை எப்படி இருக்குது?" வேறு வழியில்லாமல் தேவன் கதையை ஆரம்பித்தான்.

"ஏன் அவளுக்கு என்ன, எல்லாரையும் போலத்தானே இருக்கிறாள்?" ராமு சாதாரணமாகச் சொன்னான்.

"இல்லை, கழுவித் துடைத்ததுபோலை முகம், உடம்பும் செழித்த கொடிபோல் அழகாய் இருக்கிறாளென்று சொன்னேன்."

"உன்னுடைய கண்ணுக்கு அப்படியிருக்கலாம். எனக்கு எல்லாப் பெண்களுமே அழகுதான்."

"கொம்யூனிஸ்டுகளுக்கு பெண்களில் ஆர்வம் இருப்பதில்லையாமே, உண்மையா?"

"நான் கொம்யூனிட் என்று யார் சொன்னது?."

"உன்னுடைய போக்குச் சொன்னது."

"என்னை நானாக இருக்கவிடு என்று ஒருமுறை சொன்னேனே, மறந்து போனாயா?"

"அப்படி நீ இருந்தால் முதல் சந்தோசப்படுற ஆள் நானாகத்தான் இருக்கும்."

"ஆனால் இப்படி இருக்கிற நான் நாளைக்குத் துணை வரும்போது மாறக்கூடும்."

"எவளையோ மனதில் வைத்திருக்கிறாயா?"

ராமு அர்த்தமுள்ள சிரிப்புடன் அவனைப் பார்த்தான்.

"அப்ப ஏற்கனவே தீர்மானம் செய்துவிட்டாயென்று சொல்லு.?"

"அதேதான். ஆனால் அவள் கையில் இரண்டு குழந்தைகள், அந்தச் சேலை கட்டின பெண்ணைப் போல."

"என்ன சொன்னாய்?" தேவனுக்குக் கிட்டத்தட்ட வாய் குளறிவிட்டது.

"அங்கை பஸ் வருகுது." ராமு எழுந்தான். தேவன் மலைத்துபோய் நின்றான்.

பஸ் வந்து சேர்ந்தது. அதனோடு எழுந்த தெருப்புழுதி அவர்களின் கண்ணை மறைத்தது. அவர்களுக்கு முன்னால் நின்றவர்கள் ஏறும்வரை காத்திருந்த ராமு திடீரெனத் தேவனை இழுத்து அணைத்தான். தேவன் அதை எதிர்பார்க்கவில்லை.

"என்ன ராமு இது?" அது மட்டுமே தேவனால் சொல்ல முடிந்தது. அதற்குள் ராமு ஓடிப்போய் பஸ்ஸின் கடைசிப் படியில் ஏறி நின்றான்.

"அடுத்த கிழமை எல்லாருமா கொழும்புக்கு போகிறோம். பிறகு அங்கேயிருந்து கேரளம் போய் பிறகு மாஸ்கோ போகிறோம். இனி உன்னைச் சந்திப்பனோ தெரியாது."

தேவனின் முகத்தில் புழுதியைப் பறக்கடித்துவிட்டு பஸ் புறப்பட்டது. அது சென்ற திக்கையே அவன் நெடு நேரம் பார்த்தபடி நின்றான்.

இப்போது ராமுவின் நினைவு வந்து மோதியதும் தன்னையறியாது முகத்தைத் துடைத்துக்கொண்டார் தேவன்.

18

தேவனின் மனோவேகத்துடன் போட்டிப் போட முயல்வதுபோல் அவரும் பிள்ளைகளும் ஏறிவந்த கார் கிடங்கும் பிட்டியுமான வீதிகளூடாக விரைந்துகொண்டிருந்தது. அது குலுங்கியபோதெல்லாம் தாமும் குலுங்கித் தோள்கள் உராய்ந்துவிடாமல் தப்பிக்கும் பாடத்தைப் படித்துக்கொண்டார்கள்.

எந்தச் சேதமும் இல்லாத தெருவைக் குடா நாட்டில் காண்பது அரிதாகிவிட்டது. தெருக்களில் இராணுவ வாகனங்களைக் குறி

வைத்து விடுதலை இயக்கத்தினர் வைத்த பாரிய கண்ணி வெடிகள் தோண்டிய பள்ளங்களைக் கடந்து செல்வதற்குத் தனித் திறமை வேண்டியிருந்தது. இது வாகனங்கள் எதிர் நோக்கிய பெரும் சவால். அடுத்து, அரசாங்கத்தின் கடும் பொருளாதாரக் கெடுபிடி பெட்ரோல் விற்பனையைத் தடை செய்ததால் பொது மக்களே பெரிதும் பாதிக்கப்பட்டார்கள். கார் வைத்திருந்தவர்கள்கூட நடந்து பயணம் செய்யவேண்டியதாயிற்று. வாடகைக் கார்களின் பயன்பாடும் அருகிவிட்டது. வெளியூருக்குப் பயணம் செய்வதற்கு மக்கள் அரசு பஸ் சேவையை நம்பியிருந்த காலம் ஒன்றிருந்தது. அமைதி நிலவிய நாட்களிலேயே ஒழுங்காக இயங்கியிராத சேவை இப்போது வெறுமையான பஸ்களை ஓடவிட்டிருந்தது. பயம் காரணத்தால் மக்களும் அவற்றில் ஏறாமல் ஒதுங்கிக்கொண்டார்கள். தனியார் வாகனங்களை வைத்திருந்தவர்கள் ஏதோவெல்லாம் சித்து விளையாட்டுகள் செய்து கண்டுபிடித்த எண்ணெயில் தமது பிழைப்பையும் பார்த்துப் பொதுமக்களுக்கும் உதவி வந்தார்கள். தேவன் ஒரு கிழமைக்கு முன்னரே தனக்குத் தெரிந்த கார் சொந்தக்காரரை அணுகியபோது எந்தப் பாதையால் பயணித்தால் வில்லங்கமில்லாமல் நல்லூரை அடையலாம் என்பதைத் தீர்மானிக்கவே அவர் நெடு நேரம் எடுத்தார். ஆனால் 'வந்தால் கண்டுகொள்ளுங்கோ' என்று சொன்னவர் நேரத்துக்கு வந்து சேர்ந்தார்.

சாரதிக்குப் பக்கத்திலிருந்த தேவன் பின்புற இருக்கையிலிருந்த பிள்ளைகளைத் திரும்பிப் பார்த்தார். காரில் ஏறுவதற்கு முன்னரே அவர்கள் முகத்தில் தோன்றிய இனிமை கலந்த அதிர்ச்சி இன்னும் கலையாமலிருந்தது. நாமெல்லாரும் நித்யாவைக் காணப்போகிறோம். அவர் அப்பாவின் பழைய காதலி என்று வெளியே சொல்ல வெட்கப்பட்டாலும் அவரின் மீதிருந்த அனுதாபம் இப்போது நித்யாவைக் காணவும் பேசவும் ஆவலைத் தூண்டியிருந்தது. நித்யாவிடம் போகிறோம் என்று அவர் சொன்னதும் அபிதாவையும் அப்பனையும் ஆட்கொண்ட ஆனந்தத்தை அவதானித்ததும் தேவனுக்குப் புதிய பலம் வந்து சேர்ந்ததுபோலிருந்தது. பிள்ளைகள் எனக்கு ஆதரவாக இருக்கிறார்கள், நித்யாவிடம் சொல்லி மகிழ இதைவிட வேறென்ன வேண்டும்?

அப்பனுக்குத் தகப்பனாரின் போக்கே புதுமையாயிருந்தது. இரண்டு கிழமைக்கு முன்புதானே அவருடன் நித்யாவைப்பற்றிப்

நாராயணபுரம்

பேசினோம். அவர் அன்றிரவு முழுவதும் நித்திரை கொள்ளாமல் யோசித்தபடியிருந்ததை அவன் கண்டதும் மேலும் அவரிடம் எதுவும் பேசாமல் ஒதுங்கியிருந்தான். ஆனாலும் அவரை நினைக்க ஒருபுறம் அனுதாபமாகவும் பரிதாபமாகவும்கூட இருந்தது. அபிதாவோ தானும் அப்பனும் சேர்ந்து அப்பாவின் மனதை நோகடித்துவிட்டோமா என்ற சந்தேகத்துடனிருந்தாள்.

நேற்றுப் பின்னேரம் அப்பனும் அபிதாவும் பள்ளிக்கூடத்திலிருந்து வந்ததும் இனி தாமதிக்காமல் பிள்ளைகளோடு கதைக்கவேண்டியதுதான் என்று முடிவெடுத்தார் தேவன்.

“பிள்ளையளே, ஒரு கதை சொல்லப்போறன், இஞ்சை ஒருக்கால் வாங்கோ.”

“என்னப்பா?” இருவரும் ஒரே சமயத்தில் கேட்டபடி வந்தார்கள். தேவன் இருவரையும் மாறி மாறிப் பார்த்தார். அப்பன் எவ்வளவு விரைவாக வளர்ந்துவிட்டான்! இப்போது பக்கத்தில் நின்று பார்க்கும்போது அவன் தனது தோளைத் தொட்டுவிட்டது தெரிந்தது. அந்த வயதுக்குரிய இளமை அவன் முகத்தில் குறுகுறுத்தபடி படர்ந்திருந்தது. அவனின் நீண்ட கைகளும் பரந்த தோளும் தான் அந்த வயதில் இருந்த தோற்றத்தை நினைவூட்டியது. குரலும் கரகரப்படைந்து ஆண்மையின் வாசலில் நிற்கிறானென்று அறிவித்தது. தலை மயிரும் கருமையும் அடர்த்தியுமாகவிருந்தது. அவனுக்கு அடிக்கடி புதிதாகச் சட்டைகளும் சப்பாத்துகளும் வாங்கவேண்டியிருக்கிறது. படிப்பிலும் விளையாட்டிலும் திறமைசாலியாக இருக்கிறான் என்று பள்ளிக்கூடத்திலிருந்து வரும் அறிக்கைகள் அவரைப் பெருமிதமடையச் செய்கின்றன. பேனாக்களையும் கைக் கடிகாரங்களையும் வாங்கிக்கொடுத்த கொஞ்ச நாளில் தொலைத்துவிட்டுச் சத்தம்போடாமல் இருப்பதிலும் கெட்டிக்காரனாயிருந்தான்.

பிள்ளையின் போக்கு தகப்பனுக்குத் தெரியாததா? தொலைந்துபோன பொருளை அடுத்த நாளே புதிதாக வாங்கிக் கொடுத்துவிடுவார். அப்பன் தலையைக் குனிந்தபடி வாங்கிக்கொண்டு அடுத்த கணம் அறைக்குள் ஓடுவான். அபிதாவிடமிருந்து எழும் சிரிப்பொலி திருமணமான காலத்தில் திலகம் சிரித்ததுபோலிருக்கும்.

அபிதா நாளுக்கு நாள் மெருகடைந்து வருவது நித்யா வீட்டுச் சுவரில் தொங்கிய ரவி வர்மாவின் ஓவியத்தை அவருக்கு

நினைவூட்டியது. நேற்றுக் கண்ட அபிதாவா இவள் என்று தேவனை ஒவ்வொரு நாளும் ஆச்சரியப்பட வைத்துக் கொண்டிருக்கிறாள். முகத்தில் தோன்றும் பொலிவு, அப்பப்பா திலகத்தை அப்படியே உரித்துப் படைத்தவள் போலிருக்கிறாள். ஆனால் இவள் கொடி போன்று மெலிந்தும் உயரமாகவும் இருக்கிறாள். நாளைக்கு ஒரு பெரிய நிறுவனத்தையே நிர்வகிப்பாள் போலிருக்கிறது. ஆனால் தேவனுக்கு முன்னால் பழையபடி குழந்தையாகிவிடுகிறாள். இவள் பள்ளிக்கூட உடுப்பில் வந்தாலென்ன பாவாடை சட்டையில் வந்தாலென்ன மணக்கோலத்தில்தான் அவளைத் தேவன் காண்கிறார்.

"அப்பா, போயிட்டு வாறேன்." என்று குரல் எழுப்பிக்கொண்டு ஒரு எட்டில் வாசல் படிகளைக் கடந்து தெருவில் காத்து நிற்கும் கூடப் படிக்கும் நண்பிகளிடம் ஓடும்போது தேவனுடைய மனமும் அவள் பின்னால் ஓடுகிறது. சாப்பிட இருந்தால் கையால் ஊட்டிவிட வேண்டும் போலிருக்கிறது. அவள் தன்னை மறந்து தூங்கும்போது பக்கத்திலிருந்து அவளையே பார்த்தபடி இருக்கவேண்டுமென்ற ஆசையைத் தூண்டுகிறது. கோயிலுக்குக் கூட்டிக்கொண்டு போகும்போது வழியில் தென்படுபவர்கள் அவளைக் கண்கொட்டாமல் பார்த்தபடி செல்வதைக் கண்டால் அவளிலும் பார்க்க அவருக்கே கூடுதலாக வெட்கம் மேலிடுகிறது. அவள் பக்கத்தில் வந்து இருந்துவிட்டால் அவளின் விரல்களை வருடாமல் கதை சொல்ல அவரால் முடியவில்லை.

பிள்ளைகள் எந்த வயதினர்களாக இருந்தாலும் அவர்களோடு கூடிவாழ்வது எவ்வளவு பெரும் கொடுப்பினை. வளரும் பருவத்துப் பிள்ளைகளுக்கோ அது பெரும் வரமல்லவா? ஒருபோதும் பிரதியுபகாரத்தை எதிர்பாராத பெற்றோரின் உதவியுடன் தமது எதிர்காலத்தைக் கட்டி எழுப்புவதில் எதிர்ப்படும் சவால்களை எளிதாக முகம் கொடுக்கலாமென்ற நம்பிக்கை அவர்களிடம் உருவாகுவதற்கு அதுவும் ஒரு காரணமாக இருக்கலாம்.

தேவன் பிள்ளைகளைக் கூப்பிட்டுவிட்டார். ஆனால் எப்படிக் கதையைத் துவங்குவதென்று தெரியாமலிருந்தார்.

"என்னப்பா, நல்லாய் யோசிக்கிறீங்கள்." என்றான் அப்பன். தேவன் சிரிப்பால் மழுப்ப முயன்றாரேயொழிய ஒன்றும் சொல்லவில்லை. அபிதா அவரின் தோளை உலுக்கினாள்.

"உங்கடை மனதிலை என்ன இருக்குதெண்டு எங்களுக்குத் தெரியும் ஆனால் சொல்லத் தயங்கிறீங்கள்." என்றாள்.

“அப்ப நாங்களே சொல்லட்டுமா?” என்று கேட்டான் அப்பன்.

“இல்லை, சொல்லுறன். அஞ் என்னெண்டால் அம்மா கேட்டதையும் நான் ஓம் எண்டதையும் நாங்கள் அப்ப கதைச்சமெல்லோ. அதைத்தான் யோசிச்சுப் பாத்தன்.” என்றார்.

“அப்ப, என்ன முடிவுக்கு வந்திருக்கிறியள்?” என்று கேட்டாள் அபிதா? அவர் சொல்லப்போவதை அறிய அவள் மனமெல்லாம் துறுதுறுத்தபடி இருந்தது என்பதை அவளின் கண்கள் காட்டிக்கொடுத்துவிட்டன.

“முதலிலை நித்யாவிடம் போவோம். இது அம்மா காலமானபோது அவ எங்களைத் தேடி வந்து ஆறுதல் சொன்னதுக்கு நன்றி சொல்லுறமாதிரி இருக்கட்டும். அவவுடைய நிலவரம் என்னவெண்டு தெரிந்த பிறகுதான் மிச்சத்தைக் கதைக்கப்போறம். அதுவரைக்கும் நாங்கள் எந்த முடிவும் எடுக்காமலும் அவசரப்படாமலும் இருக்கிறது நல்லது.”

“ஓமப்பா, அப்படிச் செய்வம்.” அப்பனும் அபிதாவும் ஒன்றாகக் குரல் எழுப்பினார்கள். நித்யாவின் சம்மதம் உடனேயே கிடைக்கும் என்று அவர்கள் நம்பினவர்கள்போல் மிகுந்த உற்சாகத்தில் இருந்தார்கள். ஆனால் தேவன் மன நிலையோ வேறாக இருந்தது. நித்யாவைப்பற்றித் தான் அவ்வப்போது கேள்விப்பட்டவை உண்மையாகவும் இருக்கலாம் இல்லாமலும் இருக்கலாம். ஒரு கன்னிப் பெண் இழந்துபோன காதலனை நினைத்தபடி பதினைந்து ஆண்டுகள் வாழ்வதெல்லாம் கற்பனைக் கதைகளில் நிகழலாம். திருமணமாகாமல் அப்படித் தனியாக வாழ முடிவெடுத்துக்கொண்டாலும் அந்த வாழ்க்கையில் அவள் சந்திக்கும் சவால்களை இலகுவில் வென்றுவிட முடியுமா? ஊரும் உலகமும் பேசுவதைக் காதில் விழாததுபோல் ஒதுங்கிவிடத்தான் முடியுமா? காதல், தியாகமென்று பழங்கதை பேசி ஒரு பெண்ணின் வாழ்வுடன் விளையாடுவது எவ்வளவுக்கு நியாயம்? கொழும்புக்கும் சென்னைக்கும் மாறிப் மாறிப் பறந்துகொண்டிருந்தவளை இந்தக் குக்கிராமத்திலிருந்து, அதுவும் போர்க் காலத்தில், தொடர்பு கொள்ளக்கூடிய சூழ்நிலையோ வாய்ப்புகளோ இருந்திருந்தாலல்லவா அவளுக்கு என்ன நடந்திருக்குமென அறிய முடிந்திருக்கும்? குடும்பமும் பொறுப்புகளுமாக அவள்

இருந்திருந்தால் அன்றைக்குத் திலகத்தின் இறுதி நாளில் எங்களுடன் துயரத்தைப் பகிர்ந்துகொள்ள சத்தியமூர்த்தி அனுப்பிய காரில் தனியாக வந்திருப்பாளா? நினைக்க, நினைக்கத் தேவனிடம் மேலும் கேள்விகள் எழுந்தனவேயொழியப் பதிலெதுவும் அகப்படவில்லை.

அடுத்த இரண்டு நாட்கள் தேவனின் பொறுமையைச் சுண்டிப் பார்த்தபடி மெல்லக் கடந்தன. ஆனால் அவரோ தனக்கு அப்படி எதுவும் நடக்கவில்லைப்போலத் தனது காரியங்களைக் கவனித்துக்கொண்டிருந்தார். என்றாலும் மனம் நித்யாவின் நல்லூர் வீட்டு வாசலில் நிற்பதும் உள்ளே எட்டிப் பார்ப்பதுமாய் அலைக்கழிந்தது. அவள் இப்போதும் நல்லூரில் இருக்கிறாளா இல்லையா என்பதை முதலில் உறுதிப்படுத்தாமல் அவளைத் தேடிப் போதல் உவப்பானதல்ல. சத்தியமூர்த்தியுடன் கதைத்ததுபோல் முதலில் ஒரு கடிதத்தை எழுதுவதென்று முடிவு செய்தார். "அன்புள்ள நித்யாவுக்கு" என்று ஆரம்பித்தாயிற்று இனி எப்படித் தொடரலாம் என்பதில் மனம் இழுபறிப்படத் தொடங்கியது. சரி, இப்படி எழுதுவோம். "அப்பனும் அபிதாவும் உங்களைக் காண ஆசைப்படுகிறார்கள். நீங்கள் ஊரில் நின்றால் உங்கள் வசதியை எழுதும்படி கேட்டுக்கொள்கிறேன். இப்படிக்கு, என்றும் மறவாத தேவன்." கடிதத்தைப் பெட்டியில் போட்ட அடுத்த நிமிடத்திலிருந்து அவளுடைய பதிலை வாசிப்பது போன்ற கனவில் மிதக்க ஆரம்பித்துவிட்டார்.

தேவன் அனுப்பிய கடிதத்தில் பிள்ளைகள் உங்களைக் காண விரும்புகிறார்கள் என்ற வரியின் பின்னணியில் வீசிய தென்றல் நிச்சயம் அவளைத் தீண்டியிருக்குமெனத் தேவன் நம்பினார். அவள் எழுதிய பதிலும் அடுத்த கிழமை வந்து சேர்ந்தது. 'நாங்களும் உங்களைக் காண ஆவலாக இருக்கிறோம். இந்தச் சனிக்கிழமை வாருங்கள், எல்லாரும் வீட்டில் இருப்போம்.' என்ற அழைப்பாக இருந்தது. வெறும் இரண்டு வரிகள். ஆனால் அதை எழுதியபோது அவளின் மனதில் இருந்த எண்ணம் கைகளின் வழியாக விரல்களில் ஊர்ந்து முத்துகளை ஒரே நேரில் கோர்த்துவிட்டதுபோல் இருந்தது. அவற்றைச் சொல்வதிலிருந்த நயம், அழகு, ஒழுங்கு யாவுமே அவள் நேரே நின்று பேசினாற்போன்ற மயக்கத்தை ஏற்படுத்தியது. அதை வாசித்ததும் அவளை மீண்டும் காணப்போகிறோம் என்ற எதிர்பார்ப்பு உண்டாக்கிய பரபரப்பிலும் பார்க்க அங்கே போனதும் அவள்

சொல்லப்போவதை எப்படி முகம் கொள்ளப்போகிறோம் என்ற பதைபதைப்பே தேவனைக் கூடுதலாக ஆட்கொண்டது.

காரிலிருந்த தேவனின் கண்களில் உக்கிரமான போர்க் காலத்தின்போது பயிர்ச்செய்கையின்றிக் கைவிடப்பட்ட தோட்டங்களும் வயல்களும் பையப் பையப் புத்துயிர் பெற்றுப் பசுமை போர்த்த நிலங்களாகத் தோன்றி மறைந்தன. தெருவோரம் மக்களின் நடமாட்டம் குறைந்திருந்தபோதும் அவர்கள் காட்டிய அவசரத்திலும் தமது அன்றாட உழைப்பில் காட்டிய உறுதியையும் தமது வாழ்க்கையின் மீதான நம்பிக்கையையும் கூடவே பற்றிச் செல்லத் தவறவில்லை என்பதும் தெரிந்தது. தேவன் இப்போது தன்னுள் புதிய நம்பிக்கை அரும்பியதுபோல் உணர்ந்தார். கார் ஒருவாறு நல்லூரை வந்தடைந்தபோது ஒருக்கால் பழக்கமாய்ப்போன கோயில் வீதி தேவனை முன்னெப்போதும் காட்டியிராத அமைதியுடன் வரவேற்றது.

நித்யாவின் வீடு முன்புபோலவே அடக்க ஒடுக்கமாக இருந்தது. ஆனால் வாசலோடு நின்ற பழைய பூமரங்கள் போய்ப் புதியவை வாசலுக்கு மலர் வளையம் சாத்தியிருந்தன. திலகம் பிரிந்த நாளில் நித்யா தங்கள் வீட்டுக்கு வந்தபோது தூரத்தில் நின்றதாலும் அந்த நேரத்து மன உளைச்சலினாலும் அவளை முழுமையாகக் காண முடியாமற் போனதும் அவளோடு ஒரு சொல் பேசாது ஒதுங்கிவிட்டதும் இப்போது மனதில் பெரும் சுமையாக அழுத்துவதைத் தேவன் உணர்ந்தார். அந்தச் சுமையைக் களைய வேண்டுமானால் அவளிடம் எதை யாசிக்க வந்தேனோ அதைக் கேட்டுப்பெற வேண்டும். பிள்ளைகள் அதற்கு உதவத் தயாராகிவிட்டார்கள். நான் தயாராக இருக்கிறேனா என்று தன்னைத் தானே கேட்டுக்கொண்டார்.

தேவனும் பிள்ளைகளும் முற்றத்தில் வந்து நின்றார்கள். வெளியிலிருந்து ஆளரவம் கேட்டதும் நித்யா கதவைத் திறந்து வாசலுக்கு வந்தாள். முற்றத்தில் நின்ற தேவனையும் பிள்ளைகளையும் கண்டதும் "வாருங்கோ" என்று கைகளை நீட்டி வரவேற்றாள். ஓடிப்போய் அவளின் கைகளுக்கிடையே அடைக்கலமாகவேண்டும்போல் எழுந்த உந்துதலைச் சமாளிக்கத் தேவனுக்குச் சில கணங்கள் எடுத்தன. ஆனால் அபிதாவோ நித்யாவின் வரவேற்பைக் காத்திருந்தவள்போல் ஓடிப்போய் அவளைக் கட்டிக்கொண்டாள். அப்பன் வெட்க மேலீட்டோடு அருகே போய் நின்றான்.

பல காலத்துக்குப் பிறகு அவளை இவ்வளவு அருகில் பார்த்தபோது தேவன் மனதில் பழைய நினைவுகள் கிளர்ந்தெழுந்தன. அவள் அணிந்திருந்த சில்க் சேலை அன்று போலவே இப்போதும் உடலோடு ஒட்டியிருந்தது. சிறிது நேரத்துக்கு முன்புதான் தோய்ந்து குளித்ததால் உண்டான ஈரம் கலையாத கூந்தல் அவளின் தோளெங்கும் பரந்திருந்தது. அதிலிருந்து தெறித்த நீர்த் திவலைகள் கழுத்திலும் கன்னங்களிலும் தொற்றி நின்று ஜாலம் காட்டின. அன்றிருந்த அதே அமைதி தவழும் முகமும் இதயத்தை ஊடுருவும் கண்களும் இன்றும் அப்படியேயிருந்தன. முதன்முறை அந்தக் கண்களைக் கண்டபோது அகிலமே அங்கே பிரதிபலித்தது நினைவுக்கு வந்தது. இப்போது அங்கேதான் மட்டுமே தெரிவதைக் கண்டு அதிசயித்தார். அந்த வயதுக்குரிய முதிர்ச்சியையும் மீறி எட்டிப்பார்க்க முயன்றுகொண்டிருந்த அவளுடைய இளமையின் சுவடுகளையும் தேவன் அவதானிக்கத் தவறவில்லை. இடுப்பில் வழுக்கியபடியிருந்த வளைவைக் காலம் வரைந்துவிட்ட மடிப்புகள் கணிசமான அளவு களவாடியிருந்தன. கன்னத்தைக் கிள்ளினால் இன்னும் கொஞ்சம் கூடுதலாகச் செம்மை படரக்கூடும்போல் தோன்றியது.

வீடெங்கும் முன்னைப்போலவே பன்னீர் தெளித்தது போன்ற சுகந்தம் கமழ்ந்ததைத் தேவன் உணர்ந்தார். அவர் உரிமையோடு வீட்டினுள்ளே நுழைந்ததும் நித்யாவின் முகத்தில் ஏற்பட்ட பரவசத்தை எட்ட நின்ற அப்பனும் அபிதாவும் கண்டு ஒருவரையொருவர் பார்த்துச் சிரித்துக்கொண்டார்கள். நித்யாவைத் தொடர்ந்து வந்து நின்ற மாசிலாமணியும் தாயாரும் முன்போலவே அன்பும் மரியாதையும் காட்டி "வாங்கோ தேவன்" என்று சொல்லி வரவேற்றார்கள். அவர்கள் முகத்தில் இடையறாத போர்களைக் கண்ட வலியும் வயதோடு இணைந்த நோயும் எவ்வளவு துயரத்தையும் வடுக்களையும் பதித்திருக்கிறதென்பது தெளிவாகவே வெளிப்பட்டது.

"அபிதாவும் அப்பனும் உங்களைக் காண ஆசைப்படுகிறார்கள்" என்ற வரியில் "நானும்" என்ற ரகசியம் புதைந்திருந்ததை நித்யா நிச்சயம் விளங்கிக்கொண்டிருப்பாள். எங்கள் வருகையின் பின்னால் மறைந்திருக்கும் நோக்கத்தைத் தாய், தகப்பனுடன் கதைத்திருப்பாள். என்றாலும் எனது பங்குக்கு நானாகவே எங்கள் மனதிலுள்ளதைக் கோடிட்டுக் காட்டிக் கதையை ஆரம்பிக்கவேண்டும். தேவன் தனக்குள் திட்டம் தீட்டிக்கொண்டிருந்தார்.

"நீங்கள் எப்படியும் ஒரு நாள் வருவீங்களெண்டு தெரியும்" என்று நித்யா சொல்வாளெனத் தேவன் எதிர்பார்த்திருந்தார். அப்படிச் சொல்லாவிட்டால்தான் என்ன, அப்படி எதிர்பார்த்து நின்றாள்போலவே அவருக்குத் தோன்றியது. தேவன் அவளோடு கதைக்கு முன்னர் அப்பனும் அபிதாவும் அவளை இழுத்துக்கொண்டு அறைக்குள் சென்றுவிட்டார்கள். தேவன் அன்று மனமுடைந்து பிரிந்தபோது எந்த வரவேற்பறையில் இருந்தாரோ அதே அறையில் இன்று மனம் முழுவதும் மகிழ்ச்சி துள்ள அவளைக் காத்திருந்தார். நித்யாவின் அறைக்குள்ளே எவரும் பேசிக்கொண்டார்கள்போல் தெரியவில்லை. ஒரே கூத்தும் கும்மாளமுமாக இருந்தது. கடைசியில் அப்பன் மட்டுமே அறையை விட்டு வெளியே வந்தான். அவனுடைய சிவந்துபோன முகத்தில் சிரிப்பு வழிந்துகொண்டிருந்தது. தகப்பனுடன் கதைக்கவே இயலாத வெட்கம் கொண்டவன்போல் அருகில் வந்து கையைக் கட்டிக்கொண்டு இருந்துவிட்டான். ஆனால் தன்னையும் மீறிவரும் சிரிப்பை ஏனோ அவனால் அடக்கமுடியாதிருந்தது. அவன் படும் அவஸ்தையை பார்த்துத் தேவனும் சிரித்தார். அப்போது மாசிலாமணி வந்து பக்கத்தில் இருந்தார்.

"உங்களன்ரை தபால் வந்ததோடை நீங்கள் வாறதைப் பற்றித்தான் வீட்டிலை ஒரே கதை." என்று ஆரம்பித்தார். மாசிலாமணி. அன்று கண்டதுபோலவே தூய வெள்ளை வேட்டியும் அரைக்கை சேர்ட்டும் அணிந்திருந்தார். குரலிலிருந்த கணீர்த் தன்மை மங்கிப்போயிருந்தது. நோய் காரணத்தால் உடம்பில் ஏற்பட்ட வாட்டம் அவரின் வயதைக் கூட்டிக் காட்டியது. நித்யாவின் தாயார் எதுவும் பேசாமல் நின்றார். ஆனால் முகத்தில் மகிழ்ச்சியும் எதிர்பார்ப்பும் மிதந்ததைத் தேவன் கவனிக்கத் தவறவில்லை.

"நீங்கள் இவ்வளவு காலத்துக்குப் பிறகு இங்கை வாறீங்கள் எண்டதை அறிஞ்சதும் எங்களுக்கு எவ்வளவு மன ஆறுதலா இருந்ததெண்டு தெரியுமோ, தேவன்? நீங்கள் மட்டுமில்லை நாங்களும் எல்லா வழியாலையும் தனிச்சுப் போனமாதிரித்தான் இருக்கிறம். பிள்ளைகளும் பேரப்பிள்ளைகளும் இருந்தும் அதுகளை ஆசைக்குப் போய்க் காண ஏலாமல் இருக்கிறதை நினைச்சால் வாற கவலையைச் சொல்லுறன்." என்றார் மாசிலாமணி.

"உண்மைதானே." என்று சொன்ன தேவன் தன் மனதிலுள்ளதை முழுக்கச் சொல்லவும் முடியாமல் எப்படி

அதை ஆரம்பிக்கிறதெனவும் அறியாமல் அவர்களின் முகத்தை மாறி மாறிப் பார்த்தபடி இருந்தார்.

"நாங்கள் சொல்லுறதுக்கு எவ்வளவோ இருக்குது. ஆனால் இனி நடக்கப்போறதைப்பற்றிக் கதைக்கிறது நல்லதெல்லோ?"

"ம்ம், அதுவும் நல்லதுதான்." தேவன் ஒத்துப் பாடினார்.

அந்தநேரம் அபிதாவைத் தொடர்ந்து நித்யா அறையை விட்டு வெளியே வந்தாள். இளம் சிவப்பில் ஒடுங்கிய கரைபோட்ட சேலைக்கு மாறியிருந்தாள். அபிதா அவளின் கையைப் பிடித்து அழைத்து வந்து தேவனுக்குப் பக்கத்துக் கதிரையில் இருக்கவைத்துத் தானும் இருந்தாள். தேவனுக்கு ஏதாவது சொல்லவேண்டும்போலிருந்தது ஆனால் அவரின் குற்றவுணர்ச்சி எந்தக் கேள்வியையும் எழுப்ப அனுமதிக்கவில்லை. ஒரு கேள்வியா எத்தனை கேள்விகளுடன் தேவன் அங்கே வந்தார். கவலைப்படும்படியாக அவளுக்கு ஏதேனும் நடந்திருந்ததென அறிய நேர்ந்தால் எப்படித்தான் அதைப் பொறுத்துக்கொள்ள முடியும்? அதிலும் பார்க்க எதையும் கேளாமல் இருப்பதே நல்லது. என்னைக் கொஞ்சமும் அறியாதவளா நித்யா? எத்தனை ஆண்டு கழிந்தென்ன அவள் அதே நித்யாவாகத்தானே இருக்கிறாள். என்னைக் கண்டதும் அவள் கண்களில் ஏற்பட்ட மலர்ச்சி, முகத்தில் தோன்றிய பரவசம், பரபரத்த நடை, சேலையை ஒழுங்கு பண்ணுவதில் இருந்த அவசரம், இமைகளைத் துடைத்து, இதழ்களை ஈரமாக்கி அவர் முன்னால் தேவனின் நித்யாவாகத் தோன்றவேண்டும் என்பதில் அவள் பட்ட சங்கடம் அப்போதும்போல் இப்போதும் அப்படியேதானே இருந்தது?

தேவன் படும் அவஸ்தைகளை அவள் கவனித்தபடி இருந்தாள். அப்பனும் அபிதாவும் தகப்பனின் நிலை கண்டு எப்படி அவருக்கு உதவலாம் என்றதைக்கூட அறிந்துகொள்ள முடியாமல் இருந்தார்கள். கடைசியில் நித்யாதான் சொன்னாள்.

"பிள்ளையளுடைய சந்தோசத்தைப் பார்த்தேன், அப்ப ஒருக்கால் மாயவன் கோயிலிலை பாட வந்தபோது என்னிலை காட்டின அன்புதான் நினைவுக்கு வந்தது." அதுவே தேவனுக்குப் போதும்போலிருந்தது.

"ம்ம், எனக்கும் அது நல்லா நினைவிலை இருக்கு."

"காலம் பறந்துபோனால் என்ன நினைவுகள் அப்படியே இருக்குது."

"தமிழ்நாட்டுக்குப் படிக்கப் போறதாக அப்பா எழுதினார். அங்கை நாலைஞ்சு வருசம் படிச்சிருப்பீங்கள், இல்லையோ? பிறகு கொழும்புக்கு வந்தீங்களெண்டு அறிஞ்சேன். பிறகு அங்கும் இங்குமாகப் பயணம் செய்தீங்கள், கச்சேரிகள் செய்தீங்கள், யாழ்ப்பாணமும் வந்து கச்சேரி செய்தியள். அதில் ஒன்றை மட்டும் வந்து கேட்டேன். அது மாயவன் கோயிலிலை கிட்டடியில் நடந்த கச்சேரி."

"ஓமோம், நானும் உங்களைக் கண்டேன். ஆனால் எட்ட இருந்து கேட்டிட்டுப் போயிட்டீங்கள்."

"அப்பதான் அண்ணாவும் நானும் உங்களைக் கண்டனாங்கள்." என்று அபிதா இடையில் குறுக்கிட்டாள்.

"ம்ம், அது எனக்கும் எவ்வளவு சந்தோசம்."

அங்கிருந்த எல்லாரையும் ஒருமுறை பார்த்துவிட்டு மாசிலாமணி ஏதோ முக்கியமானதைச் சொல்ல விரும்பியவர்போல் தொண்டையைச் சீராக்கினார்.

"தேவன், வந்த கையோடை உங்களுக்கு இதைச் சொல்லவேண்டி வந்திட்டுதே என்று யோசிக்கிறன். சொல்லாமல் இழுத்தடித்துவிட்டுக் கடைசியில் சொல்லி எல்லார் மனதையும் நோகடிக்கிறதும் சரியில்லை. சில ஆக்கள் செய்கிறமாதிரி விதியிலை பழிபோடுவதும் நியாயமில்லை." என்று தயங்கியபடி சொன்னார்.

"பரவாயில்லை, சொல்லுங்கோ" என்றார் தேவன்.

"சரி, சொல்லறன்." மாசிலாமணி மேலும் தயங்கினார்.

"நித்யாவுக்குக் கலியாணம் நடந்ததை உங்களுக்கு அறிவிக்க ஏலாமல் போட்டுது. குறை நினைக்க வேண்டாம்." திகைத்துப்போன தேவன் நிமிர்ந்து நித்யாவைப் பார்த்தார். அதுவரை வாய் நுனியில் வந்து நின்ற சொற்களெல்லாம் எங்கேயோ போய் ஒளிந்துகொண்டன. ஆனால் சில கணங்களில் சமாளித்துக்கொண்டார்.

"இல்லை, இல்லை, எனக்குத் தெரியாது. தெரிந்திருந்தால் நானும் வந்து சந்தோசமாய் நிண்டிருப்பன்."

"நீங்கள் வந்திருந்தால் நித்யாவுக்குச் சம்மதமில்லாமல் நடந்த கலியாணத்தைத்தான் கண்டு கவலைப் பட்டிருப்பியள்."

"என்ன சொல்லுறியள்?"

"ஓம், நித்யா இந்தியாவிலை படிச்சுக்கொண்டிருந்த நாலு வருசத்துக்கு மேலாகக் கலியாணமெண்டாலே கொஞ்சமும் விருப்பமில்லாமல் இருந்தாள். அது ஏனெண்டு உங்களுக்கு விளங்கும்தானே. நாங்களும் இவளன்ரை மனதை மாத்தலாமெண்டு இயன்றவரை பாடுபட்டம். எனக்கு முதல் முறை நெஞ்சு வருத்தம் வந்து ஆஸ்பத்திரியிலை இருந்த நேரமாப் பாத்து மண்டாடிக் கேட்டதாலை ஒப்புக்கொண்டாள்." மாசிலாமணி மறுபுறம் திரும்பிக் கண்ணைத் துடைத்தார். பிறகு ஒருவாறு தன்னைத் தயார் செய்துகொண்டு தொடர்ந்தார்.

"இது கொழும்பிலை எழுபத்தாறிலை நடந்தது. அவருடைய பெயர் குமரன். ஹோட்டல் நடத்திக்கொண்டிருந்தார். யாழ்ப்பாணத்து ஆள்தான் ஆனால் கொழும்பிலைதான் கனகாலமாகச் சீவியம். ஆளை நல்லாய் விசாரிச்சு அறிஞ்ச பிறகுதான் நாங்களும் இந்தச் சடங்கைச் செய்ய விரும்பினம். ஆனால் கலியாணம் முடிஞ்சு கொஞ்ச நாளுக்குள்ளை அவரைப்பற்றிய உண்மையான சொரூபம் வெளிச்சிட்டுது."

தேவன் திகைப்பில் உறைந்துபோனார். யார் செய்த பிழையால் நித்யாவுக்கு இப்படி நடக்கவேண்டி வந்தது? பழி முழுவதும் என்மீது இருக்க இன்னொருவர்மீது குற்றம் சாட்டுவதா? பிள்ளைகளைப் பார்த்தார். அவர்களும் அரைகுறையாய் விளங்கிக்கொண்டார்கள் போலிருந்தது. எல்லாரிலும் பார்க்க நித்யாவின் நிலை? அவளின் பார்வையை எப்படி நேர்கொள்வது? அவளின் வாழ்க்கையில் ஏற்பட்ட அவலத்தைப் பேச எப்படி வாய் எடுப்பது? தேவன் பக்கத்திலிருந்த நித்யாவைப் பார்த்ததும் அவரிடமிருந்த திகைப்பு அகன்றது. அவள் முகத்திலிருந்த வசீகரம் இப்போதும் மாறாதிருந்ததைக் கண்டார்.

"அப்பா, மிச்சக் கதையளைத் தேவன் அறியத்தானே வேணும். வந்த கையோடை எல்லாத்தையும் சொல்லி இவரையும் பிள்ளையளையும் சங்கடப்படுத்த வேண்டாம்." என்று சொல்லிவிட்டுத் தாயிடம் போய் எதையோ மெல்லச் சொன்னாள். மாசிலாமணியும் அவர்களுடன் சேர்ந்துகொண்டார்.

"வாங்கோ, நாங்கள் கோயிலுக்கு ஒரு நடை நடந்துபோட்டு வருவம்." என்று நித்யா பக்கத்திலிருந்த அபிதாவின் கையை எடுத்துக்கொண்டு முன்னால் நடந்தாள். திகைத்து நின்ற தேவனை

அப்பன் கையைப் பிடித்து அழைத்துக்கொண்டு நித்யாவைத் தொடர்ந்து நடந்தான். இது எங்கே போய் முடியப்போகிறது என்ற சிந்தனையுடன் தேவன் கண்ணைக் கட்டிக்கொண்டவர்போல் அவர்களுடன் நடந்தார். பின்னாலிருந்து தாயின் குரல் கேட்டது.

"எல்லாருக்கும் சமைக்கிறன், நேரத்தோடை சாப்பிட வந்துவிடவேணும்."

19

"இவ்வளவு காலமும் எனக்கு நடந்த எதையும் அறியாமலா இருந்தீங்கள்?"

சிறிது நேரத்துக்கு முன்னர் மாசிலாமணி சொல்லித் திடுக்கிடவைத்த கதையைக் கேட்டதால் ஏற்பட்ட அதிர்ச்சி முற்றாகக் கலையுமுன் நித்யா இப்படியொரு கேள்வி எழுப்பி மேலும் அதிர்ச்சியைத் தருவாளெனத் தேவன் எதிர்பார்த்திருக்கவில்லை. என்றாலும் அவள் கேட்ட கேள்வி எவ்வளவுக்கு நியாயமானது, அதற்கு அவள் ஓரளவுக்கேனும் ஏற்றுக்கொள்ளக்கூடிய பதிலைச் சொல்ல முடியாமல் இருப்பதற்கு நாட்டில் நடக்கும் போர்தானே காரணம்? ஆனால் காரணம் எதுவாக இருந்தாலும் அவள் எப்படி இருக்கிறாள் என்பதை அறியக் கொஞ்சமேனும் முயற்சிக்காமலோ அவளைத் தேடிப் போய் ஒரு முறையாவது சந்திக்க விரும்பாமலோ ஒதுங்கிப்போய் இருந்தேன் என்றல்லவா இப்போது ஆகிவிட்டது? உண்மையும் அதுதானே. தேவனின் மௌனம் அவரையே உறுத்த ஆரம்பித்தது.

"உங்களிடம் குற்றம் காணவேண்டுமென்று இதை நான் கேட்கவில்லை." என்று மன்றாடுவதுபோல் சொன்னாள், நித்யா. அவள் சொல்வதிலும் நியாயம் இருக்கிறது. ஆனால் இப்படியொரு கேள்வி அவளிடமிருந்து எழுமென்று தெரிந்துதானே அங்கே வந்திருந்தார்? அதற்கு அவரிடம் எங்கேயிருக்கிறது சத்தியபூர்வமான ஒரு பதில்?

கோயிலின் பரந்த வடக்கு வீதியின் கரையோரமாக நின்ற மரங்களின் கீழே மணல் தரையில் இருவரும் அருகருகே இருந்தார்கள். அவர்கள் இருந்த இடத்திலிருந்து சிறிது தூரத்தில் அபிதாவும் அப்பனும் தங்களுக்குள் பேசியபடி இருந்தார்கள். இடையிடையே இந்தப் பக்கம் பார்த்துச் சிரிப்பலைகளை

எழுப்பிவிட்டு வெட்கமுடன் தலையைக் கவிழ்த்துக்கொண்டார்கள். மதிய வேளைப் பூசைக்குச் சிறிது நேரமிருந்தது. தூரத்தில் வாகனங்கள் எழுப்பிய ஓசைக்கும் மேலாகச் சுற்றவுள்ள கடைகள் சினிமா பாடல்களை அலற வைத்துக்கொண்டிருந்தன. சிவப்பும் வெள்ளையுமான தடித்த கோடுகளோடு கோயில் சுவர் அவர்களுக்குப் பின்னால் படுதா விரித்திருந்தது. இசைக் கலைஞர் தோற்றத்தில் ஒருவர் கையில் வயலின் பெட்டியைக் கையிலேந்திக்கொண்டு விரைந்து நடந்தார். அவரின் வேகத்துக்கு ஈடுகொடுக்க இயலாமல் ஒரு மெலிந்த மனிதர் மிருதங்கத்தைச் சுமந்தபடி ஓட்டமும் நடையுமாகப் பின்தொடர்ந்தார்.

தேவன் கண்களை வெறுமே அலைய விட்டுக்கொண்டிருந்தார். கடைசியில் நித்யாவைத் தனிமையில் கண்டதால் எல்லையற்ற களிப்பு அவரிடம் படர்ந்திருக்கவேண்டும். அது சிறிதும் இல்லை. அவளின் அண்மை, அவளிடமிருந்து வீசிய மணம் எதுவும் அவளுடன் கழித்த நாட்களை நினைவூட்டியிருக்கும் என்பதற்கான அடையாளமாவது இருக்கவேண்டும். அதுகூட இல்லை. அவளுடனான இந்தச் சந்திப்பைத்தான் இதுவரை காத்திருந்தேன் என்பதையாவது காட்டவேண்டுமென்ற எண்ணங்கூட இல்லாதவர்போல் திகைப்பில் மூழ்கியிருந்தார். அவ்வளவுக்கு அவள் கேட்ட ஒரு கேள்வியால் ஆற்றின் சுழியில் அகப்பட்ட துடுப்பிழந்த தோணி போலானார்.

எல்லாம் காரணத்தோடுதான் நடக்கிறது என்று சொல்வது எவ்வளவு பெரிய பொய். நித்யாவைப் பிரியவேண்டி வந்ததற்கு நான் எடுத்த கோழைத்தனமான முடிவுதான் காரணமென்று சொல்லலாம். ஆனால் பின்னர் வருடக் கணக்காக இவளை ஒருமுறையாவது போய்க் காணாமல் ஒதுங்கியிருந்ததுக்கு காரணம்தான் யார்? அவற்றுக்கும் நானே காரணமாக இருந்தால் இப்போது கிடைத்திருக்கிற சிறிது நேரத்தில் எப்படி இவளுக்குச் சமாதானம் சொல்லி எனக்கும் ஆறுதல் தேடப்போகிறேன்? அதற்கு ஒரே வழி அவள்மீது நான் அன்று வைத்திருந்த அன்பும் நேசமும் இன்றும் அப்படியே இருக்கிறது என்பதை முதலில் தெரிவித்துவிடுவது. அடுத்து உன்னையே இந்த ஆத்மா தொடர்ந்து பூஜித்துக்கொண்டிருக்கிறது என்பதை இவள் அறியும்படி செய்துவிடுவது. இல்லாமலா இவளை மீண்டும் தேடி இங்கே வந்தேன் என்றதையும் கோடிட்டுக் காட்டிவிடுவது. தேவன் அவளைக் கனிவுடன் பார்த்தார்.

“நீங்கள் சென்னைக்குப் படிக்கப்போனது தெரியும். அதுக்குப் பிறகு கொழும்புக்கு வந்து கொஞ்சக் காலத்தாலை பழையபடி சென்னைக்குப் போயிட்டீங்கள்.” அவ்வளவுதான் என்னாலை அறிய முடிஞ்சது. கொஞ்சமாவது முயற்சி எடுத்திருந்தால் நீங்கள் கொழும்பிலை நிண்ட நேரம் வந்து கண்டிருப்பன். அப்படிச் செய்யாமல்விட்டது நான் செய்த பெரிய பிழை.”

“அப்படியில்லை, தேவன். நீங்கள் கொழும்புக்கு வந்திருந்தாலும் என்னைக் கண்டிருக்க மாட்டீங்கள்.”

“ஏன், அப்படிச் சொல்லுறீங்கள்?”

“நான் கொழும்புக்கு வந்தபிறகு கொஞ்ச காலம் வரைக்கும்தான் என்னுடைய குடும்பத்தோடு வாழ முடிந்தது. அதற்குப் பிறகு அதுவும் முடியாமல் போனது. அதாலைதான் திரும்பச் சென்னைக்குப் போயிட்டன். உங்களட்டையிருந்தும் விலகி இருந்திட்டன்.”

“என்ன சொல்லுறீங்கள், கொழும்பிலைதானே கலியாணம் நடந்தது, அங்கைதானே உங்கள் குடும்பமும் அண்ணாவும் அக்காவும் இருக்கிறாங்கள், அப்படியிருக்க அங்கை ஏன் வாழ முடியாமல் போனது? சரி, எனக்காவது அதை அறிவித்திருந்தால் உங்களுக்கு ஆறுதல் தர ஓடி வந்திருப்பன்.”

“நான் வேணுமென்றுதான் நடந்ததை உங்களுக்கும் சொல்லாமல் விலகி இருந்திட்டன்.”

“என்ன, வேணுமென்றே விலகியிருந்தீங்களா?”

“ஓம், அதுதான் உண்மை.”

“ஏன் அப்பிடிச் செய்தீங்கள்?”

“கொழும்பிலை எனக்கு ஏற்பட்ட துயரத்தை நீங்கள் அறிஞ் சிருந்தால் இப்படிக் கேட்க மாட்டீங்கள்?”

‘அப்படியென்ன நடந்தது, யாரால் உங்களுக்குத் துயரம் வந்தது? சொல்லுங்கோ..”

“சொல்லுறன், தேவன். அதைச் சொல்லவேண்டிய நேரம் வந்திட்டுது. அதுக்குத்தான் உங்களை இஞ்சை கூட்டிக்கொண்டு வந்தன். அதை அப்பா, அம்மா சொல்லுறதிலும் பார்க்க நான் சொல்லுறபோதுதான் எனக்கு நடந்த துன்பத்தை முழுதாக உணருவீங்கள்.

"நான் சென்னைக்குப் படிக்கப்போனது உங்களுக்குத் தெரியும். அங்கை படிச்ச காலத்திலை வருசத்துக்கு ரண்டு தரமெண்டாலும் கொழும்புக்கு வருவன்."

"சென்னையிலையிருந்து எனக்கு ஒரு தபால் எழுதுவீர்களெண்டு காத்திருந்தன், நித்யா."

"எழுதவேணுமெண்டுதான் பலமுறை யோசிச்சன். ஆனால் உங்களன்ர குடும்பத்துக்கை அது பிரச்சனையைக் கொண்டுவந்துவிடும் எண்ட பயத்தில் எழுதயில்லை. பிறகு மனம் தாங்க முடியாமல் போனது. படிப்பு முடிஞ்சு கொழும்புக்கு வந்தவுடனை ஒரு தபால் அனுப்பினேன், கிடைத்ததா?"

"ஓம் கிடைத்தது. உங்களன்ர அப்பாவுக்கு உடம்பு சுகமில்லையென்றும் விபரம் அடுத்த தபாலில் சொல்வதாகவும் எழுதினீர்கள். ஆனால் அந்த அடுத்த தபால் மட்டும் வந்து சேரயில்லை."

"அந்தத் தபாலை என்னால் எழுத முடியாமல் போனதுக்குக் காரணம் அப்பாவுக்கு வந்த சுகவீனம் கடுமையாய்ப்போனது. அதோடுதான் என்ர வாழ்க்கையும் ஒரேயடியாக மாறிப்போனது."

நித்யா தொடர்ந்து சொல்லிக்கொண்டிருந்தாள், தேவன் திகைப்பும் அதிர்ச்சியும் சேரக் கேட்டுக்கொண்டிருந்தார்.

நித்யா சென்னையில் இசைப்படிப்பை முடித்துக்கொண்டு கொழும்புக்கு திரும்பி வந்தாள். இனி அவள் ஊரோடுதான் இருக்கப்போகிறாள் என்ற களிப்பால் மாசிலாமணி குடும்பத்தில் புதுப் பொலிவும் கலகலப்பும் வந்து சேர்ந்துகொண்டன. எல்லாம் சில மாதங்களுக்குத்தான். அதற்குள் மாசிலாமணிக்கு ஏற்பட்ட நெஞ்சு வலி அவரை ஒரேயடியாகப் படுக்கையில் கிடத்திவிடும்போலிருந்தது. ஆஸ்பத்திரியில் எல்லாச் சோதனைகளும் முடிந்தன. இருதயம் பலவீனமடைந்திருக்கிறது, ஓய்வும் ஒழுங்கான மருந்தும் அவசியம் என்று டாக்டர்கள் சொல்லிவிட்டார்கள். அதிலும் முக்கியமாக எதைப்பற்றியும் கவலைகொள்ளாமல் இருக்கப் பாருங்களென்று சொல்லி வீட்டுக்கு அனுப்பிவிட்டார்கள். நித்யாவுக்கு ஏற்பட்ட முடிவால் வந்த மனக் கவலைதான் நெஞ்சு வலிக்குக் முதல் காரணம் என்பதை அவர் அறிந்திருந்தார். அதை எவரிடமும் சொல்லாமல் தனக்குள்ளே வைத்து மேலும் வளர்த்துக்கொண்டிருக்கக் கூடாதென்று முடிவெடுத்த மாசிலாமணி ஒரு நாள் எல்லாரையும் கூப்பிட்டார். பார்த்திபனும் மைதிலியும்

பக்கத்தில் வந்து நின்றார்கள். நித்யாவும் தயங்கியபடி வந்து நின்றாள்.

"நித்யாவுக்கு ஒரு நல்ல இடத்தில் சடங்கு பேசி முடிக்கவேணும். இதைத்தான் நான் எல்லாருக்கும் சொல்லவேணுமெண்டு மனதுக்குள் வைச்சிருந்தன். நாளைக்கு எனக்குத் திடீரென ஏதேனும் நடந்தால் மகளன்ர கலியாணத்தைக் காணாமல் போயிடுவன்."

"அப்பா, அப்பிடி உங்களுக்கு ஒண்டும் நடக்காது. அவசியமில்லாமல் யோசிக்காதையுங்கோ." என்று ஆறுதல் சொன்னாள் நித்யா.

"சரி, நான் யோசிக்கயில்லை. நான் கேட்கிறதுக்கு நீ ஒப்புக்கொண்டால் போதும். நல்லாக யோசித்துப் பார். என்ர பிள்ளைகளுக்குள்ளை உன்னிலைதான் நான் கூடுதலாகப் பற்று வைச்சிருக்கிறன் எண்டது எல்லாருக்கும் தெரியும். நீ இப்பவும் கலியாணம் கட்டாமல் வாழுறதை என்னால் தாங்கிக்கொண்டிருக்க ஏலாமல் கிடக்குது எண்டதும் உனக்கு விளங்கவேணும். நாளைக்கு நீ தனித்துப் போகக்கூடாது, உனக்குத் துணையாக ஒரு குடும்பம் வேணும்."

"அப்பா, அதைப்பற்றி மட்டும் கதைக்காதையுங்கோ. அது என்ர சொந்த விருப்பம்."

"அப்போ எனக்கு வந்த வருத்தத்துக்கும் ஒருதரும் கவலைப்படவேண்டாம் எண்டு சொன்னால் உனக்குச் சம்மதமோ எண்டு கேக்கிறன்."

"அப்பா, தேவனைத் தவிர வேறை எவருக்கும் என்ர வாழ்க்கையிலை இடம் கொடுக்கப்போறதில்லை. இதை நான் எப்பவோ முடிவு செய்திட்டனெண்டு அப்பவே நான் உங்களுக்கும் அம்மாவுக்கும் சொன்னன். அந்த முடிவை நான் ஒரு நாளும் மாற்றப்போறதில்லை."

"அது அந்த நேரத்து மன நிலையிலை நீ எடுத்த முடிவு, நித்யா. இப்ப தேவன் குடும்பமும் குட்டியுமாக இருப்பான். உன்னை நினைவிலை வைச்சிருப்பான் எண்டதும் நிச்சயமில்லை. அதோடை இப்ப அப்பாவின் விருப்பமல்லவா முக்கியம்." என்று குறுக்கிட்டாள் மைதிலி. நித்யா எதுவும் பேசாமல் எழுந்து சென்றுவிட்டாள்.

“அப்பா, நாங்களும் நித்யாவை எத்தனையோ முறை கேட்டிட்டம். அவள் கொஞ்சமும் சம்மதிக்காமல் இருக்கிறாள்.” என்றாள் மைதிலி.

“தேவன் இவளை விட்டுப் பிரிஞ்சு நாலு வருசத்துக்கு மேலாப் போச்சு, இவ்வளவுக்கும் அவள் கொஞ்சமெண்டாலும் அவனை மறந்திருப்பாள் எண்டுதான் எதிர்பார்த்தம். ஆனால் இப்பவும் அவனன்ர நினைவிலைதான் இருக்கிறாள்.” என்றான் பார்த்திபன்

“எண்டாலும் அவளன்ர மனதை இயன்றமட்டிலை மாத்தப் பார்க்கிறம்.”

“நீங்கள் யோசிக்கயோசிக்க நெஞ்சு வருத்தம் கூடியிடும், அப்பா. கவலைப்படாமல் இருங்கோ..” மைதிலி தகப்பனாருக்குப் பக்கத்தில் நின்று ஆறுதல் சொல்லிக்கொண்டிருந்தாள். சில மாதங்கள் கடந்தன. நித்யா எடுத்த முடிவு இறுதி முடிவாகவே இருந்தது. மாசிலாமணியும் ஆஸ்பத்திரிக்கும் வீட்டுக்குமாகப் படுக்கையை மாற்றிக்கொண்டிருந்தார்.

அன்றொரு நாள் பகல் முழுவதும் மழை ஓயாமல் கொட்டிக்கொண்டிருந்தது. மாலையானதும் பார்த்திபனும் மைதிலியும் வேலையிலிருந்து வந்ததும் நித்யா ஓடிவந்து சொன்னாள், “அப்பாவுக்கு உடம்பு எந்த நேரமும் கடுமையாகிவிடும்போலை இருக்குது.” அவ்வளவுதான், பழையபடி அவரை ஆஸ்பத்திரிக்குக் கூட்டி வந்தார்கள். அங்கே வந்தபோதே அவர் மூச்சுவிடச் சிரமப்பட்டுக் கொண்டிருந்தார். எல்லாரும் அவரைச் சூழ நின்றிருந்தார்கள். நித்யா தகப்பனின் நிலையையும் தன் நிலையையும் நினைத்தாள். தகப்பனார் அதே கேள்வியையே இப்போதும் கேட்கப்போகிறார் என்பது அவளுக்கு நன்றாகவே தெரிந்தது. தன் மனதில் உள்ளதைச் சொல்லி அவரைச் சாந்தப்படுத்த முயன்றாயிற்று. அவரும் நித்யா சம்மதம் சொல்லும்வரை கேட்டுக்கொண்டே இருக்கவேண்டுமென்ற பிடிவாதத்துடன் இருந்தார்போல் நடந்துகொண்டார். உடல் வருத்தம் மிகும்போதுதான் பிடிவாதங்களும் வலுவடைகின்றன போலும். தனது நாட்கள் எண்ணப்படுகின்றன, அதற்குள் அவளின் மனதை மாற்றியே தீருவேன் என்று சபதம் செய்துகொண்டவர்போல் அவளை அருகில் வரும்படி கையசைத்து அழைத்தார்.

“மகளே, உன்ர விருப்பம் இதுதானெண்டால் நான்

அதிலை தலையிடயில்லை. நான் எந்த நேரமும் செத்துப் போகலாம். ஆனால் உனக்கு ஒரு வாழ்வு வேணும். அதைப் பார்த்த பிறகுதான் சாக விரும்புறன். உன்ர தகப்பன்ர மனதை விளங்கிக்கொள்ளுவாய்தானே?"

அதற்குள் மைதிலி குறுக்கிட்டாள். "நித்யா சம்மதம் சொல்லுவாள், அப்பா. நீங்கள் அமைதியாயிருங்கோ. அவளன்ர கவலையை நாங்கள் யோசிக்கிறபோது அவளும் உங்களன்ர கவலையை யோசிப்பாள்தானே."

நித்யா கேட்டுக்கொண்டிருந்தாள். எல்லாரும் அவள் முகத்தைப் பார்ப்பதும் தகப்பனாரைப் பார்ப்பதுமாக இருந்தார்கள். கலங்கிய கண்களினூடே கட்டிலில் சோர்ந்து துவண்டுபோ யிருந்த தகப்பனை ஒருமுறை ஆழமாக நோக்கினாள். மைதிலி வந்து அவளுக்குப் பக்கத்தில் நின்றாள், நித்யாவின் கண்களைச் சேலைத் தலைப்பால் துடைத்து விட்டாள்.

"நித்யா, நாங்கள் கண்ணீர் வடிக்க அம்மா, அப்பா ஒரு நாளும் விட்டதில்லை. நாங்களும் அவையளை அப்பிடிக் கவனிக்கவேணுமோ இல்லையோ? இப்ப அவர் உன்ர கலியாணத்தைப் பார்க்க ஆசைப்படுறார். இந்த நேரம்தான் உன்ர நன்றியை அவருக்குக் காட்டவேணுமெண்டு நான் நினைக்கிறன்." நித்யா கேட்டுக்கொண்டிருந்தாள். சிறிது நேரம் மௌனமாக இருந்தாள். பிறகு கண்ணீரைத் துடைத்துக்கொண்டு அங்கிருந்து அகன்றாள். அடுத்த அரை மணியில் திரும்பி வந்தாள். எல்லாரும் அவளையே பார்த்தபடி இருந்தார்கள்.

"அக்கா, அப்பாவட்டைச் சொல்லுங்கோ, அவரன்ர விருப்பப்படி செய்யலாம்."

அவ்வளவுதான் சொன்னாள், மாசிலாமணிக்கு எங்கிருந்துதான் அந்த உசார் வந்ததோ, சில நாட்களுக்குள் தானாக எழுந்து நடமாடத் துவங்கிவிட்டார். அவருக்கு ஊரிலும் கொழும்பிலும் பலர் நட்பாக இருந்தார்கள். அவர்கள் மூலம் தெரிந்து வைத்திருந்த பலரில் குமரனை நித்யாவுக்குப் பேச முடிவு செய்தார். குமரன் இளவயதுக்கேற்ப எடுப்பாக இருந்தான். அந்த வயதுக்குரியதிலும் பார்க்கக் கூடிய முதிர்ச்சியைக் கொண்டிருந்தான். அதிகார வர்க்கத்தின் உயர் மட்டத்தில் உள்ளோருடன் நட்பை வளர்த்திருந்தான். இனிப்பாகப் பேசினான். நித்யாவையும் குடும்பத்தையும் மதித்து நடந்தான். அவள் கொழும்பில் செய்த

இசைக் கச்சேரிகளிலும் வந்து கலந்து தனக்கும் இசையில் நாட்டம் இருப்பதை வெளிப்படுத்தினான். திருமணத்தைப் பெரும் செலவில் நடத்தினான். நித்யாவும் அவன் வீட்டில் குடியேறினாள். அடுத்த இரண்டு மாதங்கள் வீட்டில் நிலவிய கல்யாணக் களையும் குதூகலமும் நித்யா தன் கவலைகளை ஓரளவுக்காவது மறந்திருக்க உதவின. ஆனால் மூன்றாவது மாதம் அவையெல்லாம் தலைகீழாய்ப் போக நித்யாவிடம் புதிய கவலையும் பயமும் வந்து சேர்ந்துகொண்டன.

குமரன் நாளும் பொழுதும் தன்னுடைய சுய உருவத்தை வெளிக்காட்டத் தொடங்கினான். எதற்கெடுத்தாலும் நித்யாவைக் குறை கூற ஆரம்பித்தான். அவள் எதைச் சொன்னாலும் அலட்சியப்படுத்தினான். அவள் தாய் தகப்பனைப் போய்ப் பார்ப்பதைக் கட்டுப்படுத்தினான். கைமீறிச் செலவு செய்து தனக்கு வேண்டியவர்களைக் குளிர்வித்தான். பண முடை ஏற்பட்ட போது சட்டத்துக்கு முரணான வழிகளிலும் சம்பாதித்தான். என்றாலும் அவனைச் சூழவிருந்த அதிகாரம் துணைக்கு நின்றதால் தப்பிக்கொண்டான். அப்போதுதான் நித்யாவின் இசை அவனுக்குப் பணச் சுரங்கமாகக் காட்சி அளித்தது. கச்சேரிகளுக்கு வரும் அழைப்பையெல்லாம் ஒன்றும் விடாமல் ஏற்கும்படி கட்டளையிட்டான்.

"சங்கீதம் படித்தது என்ன குப்பை கொட்டுறதுக்கா? போ, கச்சேரி செய். கோயில் திருவிழாவிலை அவங்கள் போடுற மாலைக்கு ஆசைப்பட்டுப் பாடிவிட்டு வராதே. சொல்லிப்போட்டன்." என்று ஒரு நாள் உறுமிவிட்டுப் போனான் குமரன். இசையைப் பணத்துக்காக நான் படிக்கவில்லை என்று இந்தப் பேராசைக்காரனுக்கு எப்படிச் சொல்வது? சொன்னாலும் அதை விளங்கிக்கொள்ளும் அளவுக்கு அறிவுள்ளவனா? நித்யா இயன்றவரை கச்சேரிகளுக்குப் போனாள். புகழ் மேலும் சேர்ந்துகொண்டிருந்தது, பணமும் சேர்ந்தது. கடைசியில் அதையும் ஒழுங்காகச் செய்ய முடியாமல் போனது.

ஒரு முரட்டு முட்டாளின் உடல் பலத்துக்கு முன்னால் ஒரு பெண் எவ்வளவு காலத்துக்குத்தான் ஈடுகட்டமுடியும்? தனக்கு இச்சை உண்டான நேரமெல்லாம் அவளை உடலாலும் மனதாலும் நோகடித்தான். ஒரு நாள் அவள் உடம்பு இயலாமல் படுத்தபோது அவன் கோபம் கட்டுக்கடங்காமல் போனது.

"உன்ர அப்பன் என்னைப்பற்றி ஊரெல்லாம் விசாரித்துத்தானே உனக்கு மாப்பிளை ஆக்கினவர். உன்னைப்பற்றியும் நான் விசாரிக்காமல்தான் கட்டினனெண்டு நினைச்சுக்கொண்டியோ? மணல் காட்டிலை காய்ஞ்சுபோன தோட்டக்காரனோடைதானே நீ படுத்தனி. அதையெல்லாம் மன்னித்துப்போட்டுத்தான் உன்னைக் கட்டியிருக்கிறன் தெரிஞ்சுகொள்ளு."

மனைவியைப் போதைப் பொருளாக மட்டும் பார்க்கும் கணவனுக்குப் பணிந்து போவதைத் தவிர ஒரு பெண்ணால் ஆகக்கூடியது என்ன? மனைவியாக இருந்தாலும் அவளின் விருப்பத்துக்கெதிராக உடலுறவு கொள்வதும் வன்புணர்வு போன்றதுதானே? இந்த நாட்டில் பெண்களுக்குச் சாதகமான சட்டங்கள் இருந்தபோதும் தமது படுக்கை அறைப் பிரச்சனையைப் பகிரங்கமாகப் பேச அவர்கள் முன்வரமாட்டார்கள் என்ற துணிச்சல்தானே குமரன் போன்ற கோழைகள் மனைவியரையும் புண்படுத்திக் குடும்பத்தையும் பாழாக்குகிறார்கள்? திருமண வாழ்க்கையின் முதல் ஆண்டிலேயே அவளுக்கு எல்லாம் வெறுத்துப் போய்விட்டது. பார்த்திபனும் மைதிலியும்கூட அவளைக் காண வருவதைக் குமரன் வாசலில் வைத்தே தடுத்துவிட்டான்.

அடுத்து ஜனனி பிறந்தாள். அப்போது நித்யாவுக்குக் கிடைத்தது தாய் என்ற பதவியோ பெருமையோ அல்ல, திட்டும் வசையும்தான். காலை எழுந்தால் அவளை அவமானப்படுத்துவதே குமரனுக்கு வழக்கமாகப் போய்விட்டது.

"முதல் பிள்ளையைப் பெட்டையாய்ப் பெத்து வைச்சிருக்கிறையடி. உன்ர நாட்டுப்புறத்துக் காதலனுக்கெண்டால் ஆம்பிளைப் பிள்ளையளாய்ப் பெத்துக் குடுத்திருப்பையடி". என்று அவன் ஒருமுறை திட்டியதுதான் நித்யாவைப் பெரிதும் பாதித்தது.

"தேவடியாள், உனக்கு இஞ்சை எத்தினை வசதியெல்லாம் செய்து தந்திருக்கிறன். இதையெல்லாம் அனுபவிக்க விருப்பமெண்டால் அவனை மறந்திட்டு என்ரை பெண்டாட்டியா இருந்து என்னைச் சந்தோசப்படுத்து, இல்லையோ பிள்ளையை என்னோடை விட்டிட்டு உன்ரை காதலனோடை போய்ப் பாட்டுப் பாடிக்கொண்டிரு. விளங்குதுதானே?" என்று சொன்ன கையோடு அவளை அடிப்பதுபோல் கையை ஓங்கினான். அதற்குப்

பிறகு அவளைக் கண்டாலே தலையைத் திருப்பிக்கொண்டு போய்விடுவான். இடைக்கிடை குடித்து வந்தவன் ஒவ்வொரு நாளும் குடித்துவிட்டு வந்தான். கை மீறின செலவுகளைச் சமாளிப்பதற்கு வெளி நாடுகளுக்கு ஆட்கடத்தும் வேலைகளிலும் ஈடுபடத் தொடங்கினான். பணம் சேர்ந்த வேகத்தில் பகைவர்களும் சேரத் துவங்கினார்கள். எல்லாம் நித்யாவின் கண்ணுக்கு முன்னால் நடந்தது.

நித்யாவுக்குத் தெளிவாக விளங்கிவிட்டது. குமரனோடு கூடி வாழ்வதும் இயலாது, மகளைவிட்டுப் பிரியவும் இயலாது, அவனிடமிருந்து தப்பித் தனியே வாழ்வதும் இயலாது. முதலில் சாந்தமாகப் பேசி நல்ல வழிக்குக் கொண்டுவரப் பார்ப்போம். அப்படித்தான் செய்தாள். ஆனால் குமரன் அவள் சொல்வதில் ஒரு சொல்லைக்கூடக் காதில் விழுத்தத் தயாராக இருக்கவில்லை. அவள் வலியப்போய் அவனைச் சமாதானப்படுத்த முயன்றாள். ஆனால் அவனோ எட்டிப் போனான். கடைசியில் கை நீட்டி அடிக்கிற அளவுக்கு வந்துவிட்டான். ஒரு நாள் நித்யா மடியில் ஜனனியை வைச்சிருக்கிறாள் என்றதையும் பாராமல் உச்சக் கோபத்தில் அவளின் தலையைப் பிடித்து உலுக்கினான். ஜனனி திடுக்கிட்டு அலற ஆரம்பித்துவிட்டாள். மடியிலிருந்து விழப்போன குழந்தையைத் தூக்கி மார்போடு அணைத்துக்கொண்டாள். போதும், இனி இவனை விட்டு ஒரேயடியாக எங்கேயாவது ஓடிவிடுவதே ஜனனிக்கும் தனக்கும் பாதுகாப்பானதென்ற முடிவுக்கு வந்துவிட்டாள்.

அன்று இரவே ஜனனியையும் தூக்கிக்கொண்டு பார்த்திபனின் வீட்டுக்குத் தப்பி வந்தாள். குமரன் அங்கேயும் அவளைத் தேடி வந்து கேவலமாகப் பேசி அவமதிக்கத் தொடங்கினான். அதற்குப் பிறகு, அவனிடமிருந்து டிவொர்ஸ் எடுப்பதுதான் ஒரே வழியென்று தீர்மானித்து வழக்கைத் தொடர்ந்தாள். அடுத்த ஆண்டு டிவோர்ஸ் கிடைத்தது ஆனால் அவன் ஜனனியைப் வந்து பார்க்கும் உரிமை தனக்கு வேண்டுமென வாதிட்டு வென்றுகொண்டான். பிறகு ஒரு நாள் ஜனனியைப் பார்க்கிற சாக்கில் வந்து அவளைக் கடத்திக்கொண்டு போகக் கையாட்களை ஏவிவிட்டான். அதை எதிர்பார்த்திருந்த நித்யா அவர்கள் வரமுன்னரே பார்த்திபனின் நண்பரொருவரின் வீட்டில் தஞ்சம் அடைந்துவிட்டாள்.

அவள் ஜனனியுடன் எங்கே இருக்கிறாள் என்று நகரம்

முழுவதும் தேடியும் அவளின் இருப்பிடத்தைக் கண்டுபிடிக்க குமரனால் இயலாமல் போனது. இது அவனிடமிருந்த கோபத்தை இன்னும் கிளறிவிட்டது. அடுத்த இரண்டு கிழமையாகப் பார்த்திபனின் குடும்பத்துக்கு அவன் கொடுத்த தொல்லைகளை அவர்களால் பொறுத்துக்கொள்ள முடியாமற் போனது. பார்த்திபனின் வேண்டுகோளின்பேரில் அவளின் வழக்கை நடத்திய சட்டத்தரணி அவள் ஜனனியோடு சென்னைக்குப் போவதற்கு வேண்டிய ஏற்பாடுகள் செய்து கொடுத்தார். நித்யா தப்பிவிட்டாள் என்றதை அறிந்த குமரன் பார்த்திபனின் வீட்டுக்கு வந்து, "இவ்வளவு அடி கொடுத்தும் உவளன்ர தேவடியாள் குணம் போகயில்லை. திரும்பி வரட்டும் கண்டுகொள்ளுறன். என்ர மகளை இவளட்டையிருந்து பிரிக்கிறவரை நான் ஓயப்போறதில்லை, பார்த்துக்கொண்டிரும்." என்று சபதம் செய்துவிட்டுப் போனானென்று அவள் அறிந்தபோது இனி நாட்டுக்குத் திரும்பி வருவதில்லையெனத் தீர்மானித்து சென்னை யிலேயே இருந்துகொண்டாள். வருடங்கள் கழிந்தன. ஜனனியும் வளர்ந்துவிட்டாள்.

மாசிலாமணியும் குடும்பமும் உடல் சுகமான வேளைகளில் வந்து பார்த்துவிட்டுப் போனார்கள். நித்யாவுக்கு ஏற்பட்ட இடர்களுக்குத் தானே காரணம் என்ற புதிய கவலை மாசிலாமணியை வருத்தியபோதும் ஜனனி அவளுடைய எதிர்கால வாழ்வில் நம்பிக்கையையும் புத்துணர்ச்சியையும் கொண்டுவந்திருக்கிறாளென்று மனம் சமாதானமடையத் துவங்கினார். ஆனால் அவளின் திருமண வாழ்வு? அவரின் பழைய கவலை திரும்பவும் எழுந்து வருத்தத் தொடங்கியது.

இப்போதெல்லாம் கொழும்பில் குமரனின் நடமாட்டம் இல்லையெனப் பார்த்திபனிடமிருந்து அறிந்தபோது ஜனனியைச் சென்னையில் கார்த்திகேயனின் பாதுகாப்பில் இருக்கவிட்டுத் தனியாக ஊருக்கு வந்தாள். அவ்வேளையில்தான் திலகத்தின் மரணச் செய்தியை அவள் சத்தியமூர்த்தி மூலம் அறிய நேர்ந்தது.

நித்யா சொன்ன வரலாற்றை அமைதியாகக் கேட்டுக்கொண்டிருந்தார் தேவன். ஆனால் மனமோ ஆற்றாமையால் குமுறிக்கொண்டிருந்தது. நான் ஊரில் குடும்பமும் வசதியுமாக நிம்மதியான வாழ்க்கையை அனுபவித்துக்கொண்டிருந்தபோது நித்யா எத்தனை இன்னல்களுக்கு எதிராகப் போராடி வந்திருக்கிறாள். தனியாக அத்தனை துயரத்தையும் சவால்களையும்

எதிர்கொண்டிருக்கிறாள். பழி முழுவதும் என்மீது இருக்க வெறுமே ஆறுதல் வார்த்தைகளைச் சொல்லித் தப்பித்துக்கொள்வதா? இனிமேலாவது அவளையும் ஜனனியையும் பாதுகாத்து என்னுடைய வாழ்க்கையில் இணைத்துக்கொள்ளவேண்டும். ஜனனி நித்யாவின் மகளென்றால் எனக்கும் மகளே. இப்போது நித்யா மீண்டு வந்துவிட்டாள். ஆனால் ஜனனி? அவளைப்பற்றிய புதிய கவலை தேவனிடம் எழுந்துகொண்டது.

நித்யாவை நிமிர்ந்து பார்த்த தேவனுக்குப் பெரும் ஆச்சரியம். இவ்வளவு பெரும் துன்பியலை விபரித்த பிறகும் அவள் முகத்தில் ஏதேனும் சலனம் தோன்றியிருக்க வேண்டுமே. முகம் இப்போதும் அமைதி பூத்தபடியே இருந்தது.

"நித்யா, ஜனனி அங்கை பத்திரமாக இருக்கிறாளா?" தேவனின் குரலில் தொனித்த கவலையை நித்யா கண்டு புன்னகைத்தாள்.

"ஓம், அண்ணாவோடை சினேகிதர் கார்த்திகேயன் சென்னைக்குத் திரும்பி வந்துவிட்டார். ஜனனி அவருடைய குடும்பத்தோடை பாதுகாப்பாக இருந்து படிக்கிறாள்."

"ஜனனியை ஒரு நாள் நீங்கள் கொழும்புக்கு கூட்டிக்கொண்டு வரத்தானே வேணும்?"

"குமரன் கொழும்பில் இருக்கிற வரைக்கும் அவளைக் கூட்டிவர முடியாது. அவள் வந்து நிற்கிறாள் என்று அறிந்த உடனை அவளைக் கடத்திக்கொண்டு போக வருவாரெண்டது நிச்சயம். நானும் அவருடைய கண்ணிலை படாமல்தான் இங்கை வந்திருக்கிறன் எண்டதை அறிந்தால் இன்னும் பயங்கரமாகப் பழிவாங்கத் தயங்கமாட்டார்."

"நானும் உங்களோடை போய் ஜனனியைக் கையோடு கூட்டிக்கொண்டு வருவம்."

"இல்லை, தேவன். ஜனனி பத்திரமாக இருக்கவேணுமெண்டால் படிப்பு முடியிற வரைக்கும் சென்னையிலை இருக்கிறதுதான் நல்லது."

"அப்போ நாங்கள் ஜனனியை இப்போதைக்குக் காணமுடியாது." தேவன் இதைச் சொன்னபோது அவரின் குரலில் தோன்றிய ஏமாற்றத்தையும் ஜனனிமீது அவருக்கு உண்டான பற்றையையும் நித்யா உணர்ந்து பெருமிதம் அடைந்தாள். அவளைத் தந்தையின் பாசத்தோடு அரவணைப்பாரென்று அவள் எதிர்பார்த்திருந்தாள்.

அந்த எதிர்பார்ப்பு இப்போது நிறைவேறியதைக் கண்டதால் உண்டான பெருமிதம் அது.

நித்யா தேவனின் கைகளை எடுத்துத் தன் கைகளுடன் பிணைத்துக்கொண்டாள். தேவன் அவளை நிமிர்ந்து பார்த்தார். அவளின் செம்மை படர்ந்த கன்னம், கருணை வழியும் கண்கள், உதட்டை மொய்க்கும் புன்னகை. பிரமிக்க வைக்கும் அழகும் அடக்கமும் நிறைந்த அதே நித்யாதான் இவள். தேவன் சிறிது தடுமாறித்தான் போனார். தான் அங்கே வந்ததன் நோக்கத்தைச் சொல்லுவதும் அதற்கு அவளின் சம்மதத்தைப் பெறுவதுமே தனது முதலாவது காரியமென நினைத்திருந்தார். இவள் இப்போதே தன் சம்மதத்தைச் சொல்வது போலல்லவா நடந்துகொள்கிறாள். அவள் கண்களில் மிதந்திருப்பது என்ன, நம்மிருவருடைய எதிர்காலம் பற்றிய நம்பிக்கையல்லவா?

சுவரோரமாகப் பரந்து நின்ற மல்லிகைப் பந்தல் இவர்கள்மேல் எப்போது பூக்களைச் சொரியலாமெனக் காத்திருந்தது.

"என்ன யோசிக்கிறீங்க?" என்றார் தேவன்.

"நீங்களும் நானும் முந்தி கொழும்பில் ஒரு போட்டோ எடுத்தம் நினைவிருக்குதோ?"

"ஓமோம், அது உங்களிடம்தானே இருக்கவேணும்?"

"ஓம் சென்னையிலை இருக்குது. ஜனனி அதைப் பார்த்து உங்களைத்தான் 'அப்பா' என்று சொல்லிக்கொண்டிருப்பாள்."

தேவன் மெய் சிலிர்த்தவர்போல் நித்யாவின் கையோடு தன் கையை இன்னும் இறுகப் பிணைத்துக்கொண்டார்.

"இப்ப சொல்லுங்கோ, ஜனனியும் இப்போ எங்களோடை இருந்திருந்தால் எப்படி இருக்கும்?"

"அதைத்தான் நானும் நினைச்சுப் பார்க்கிறன்." என்று சொன்ன தேவன் அவளின் கன்னத்தை உயர்த்தி மேலும் சொன்னார், "எங்களுக்குச் சம்மதம், உங்களுக்கும் சம்மதம் என்று சொன்னால் நாங்கள் எல்லாரும் ஒரு குடும்பம் ஆகிவிடுவோம்."

நித்யா தாமரையாய் இன்னொருமுறை மலர்ந்தாள்.

"சம்மதம் சொல்லத்தானே நானும் இங்கே வந்தேன்." இவர்களிடமிருந்து எழுந்த கலகலப்பைக் கேட்டு அப்பனும் அபிதாவும் இவர்கள் பக்கம் பார்த்தார்கள்.

நித்யா அபிதாவையும் அப்பனையும் கை காட்டி அழைத்தாள். அவர்கள் அதைக் காத்திருந்ததுபோல் ஓடிவந்து அருகில் இருந்தார்கள். அவர்களைச் சுற்றிப் புழுதி பறந்தது.

"உங்கள் ரண்டுபேருக்கும் சந்தோசமான விஷயம் சொல்லப்போறம்."

"அது எங்களுக்கு முதலே தெரியும்." என்று இருவரும் குதித்தபடி சொன்னார்கள்.

"என்ன, முதலே தெரியுமா?"

"ம்ம், இங்கை வர முந்தியே தெரியும்."

"எங்கை சொல்லுங்கோ பாப்பம்."

"அப்பாவும் நீங்களும் பழையபடி சேந்திட்டீங்கள்."

தேவனும் நித்யாவும் என்ன சொல்வதெனத் தெரியாது போனார்கள்.

"உண்மையோ இல்லையோ?"

"உண்மையிலும் உண்மை."

"அப்பாவும் சித்தியும்." அபிதாவும் அப்பனும் கைதட்டி ஆரவாரித்தார்கள். தேவனும் நித்யாவும் அவர்களோடு சேர்ந்து கொண்டார்கள்.

"சித்தி!"

"என்ன அபிதா?"

"இப்ப உங்களைப் பார்த்தால் கொஞ்சம் முந்தி வீட்டிலை நிண்டதிலும் பார்க்க அழகா இருக்கிறீங்கள்."

நித்யா ஒருகணம் மலைத்துவிட்டாள். ஒரு சின்னப்பெண்ணின் கரவற்ற சொற்கள் இவ்வளவுக்கு அவளின் மனதை உருக்க முடிந்தால் இவளின் தாயாக இனி வாழ்வது எவ்வளவு பெரும் கொடுப்பினை. அபிதாவையும் மலைக்க வைக்கும் ஒன்றை இப்போதே சொல்லிவிடவேண்டுமென விரும்பினாள்.

"உங்களுக்கு இன்னுமொரு புதினம் சொல்ல இருக்குது."

"சொல்லுங்கோ, சொல்லுங்கோ." அப்பனும் கட்டுக்கடங்காத ஆச்சரியத்துடன் அபிதாவுடன் சேர்ந்துகொண்டான்.

"உங்களுக்கு ஜனனி எண்டு ஒரு தங்கச்சி இருக்கிறாள்"

“ஜனனி?” அபிதாவும் அப்பனும் கண்கள் விரியக் கூச்சலிட்டனர்.

“ஓமோம். ஜனனிதான் அவளன்ர பெயர்.”

“அப்படியா, எங்கே இருக்கிறா?”

“சென்னையிலை படிச்சுக்கொண்டிருக்கிறாள். உங்களிலும் ரண்டு வயது இளமை.” என்று நித்யா சொல்லிவிட்டு அபிதாவின் கன்னத்தில் மெல்லத் தட்டினாள்.

“ஜனனி எங்களோடையெல்லோ இருக்கவேணும், இப்பவே கூட்டிக்கொண்டு வாங்கோ..”

“அவளன்ர படிப்பும் முடியட்டும், அதுக்குக் கொஞ்ச காலம் கிடக்கு,.”

“ஜனனி வந்தால் என்னோடை பள்ளிக்கூடம் போகலாம், கூடி விளையாடலாம். நான் இப்பவே ஃப்ரண்ட்ஸுக்குச் சொல்லப்போறன்.” அபிதா சொல்லச் சொல்ல நித்யா யோசனையில் ஆழ்ந்தாள்.

அவளின் கன்னத்தில் தொட்டுத் தன்பக்கம் திருப்பிய அபிதா, “ஜனனி ஆரைப்போலை இருப்பாள்?” என்று கேட்டாள். நித்யா அவளைத் தன்னோடு இறுக அணைத்தாள்.

“அவள் என்னைப்போலை இருப்பாள்.”

“ஜனனியை இப்பவே காணவேணும்போலை கிடக்கு.” என்றாள் அபிதா.

“ஜனனி பிறந்ததிலையிருந்து அவளை நான் பிரிந்தது கிடையாது. இப்பதான் முதல் முறையாக அவளைச் சென்னையில் விட்டிட்டு இங்கை வந்திருக்கிறன். முதலிலை நான் அங்கை போய் கொஞ்ச நாள் அவளுக்குத் துணையாக நிக்கவேணும். பிறகு படிப்பு முடிஞ்சதும் இங்கை கூட்டிக்கொண்டு வருவன். அது வரைக்கும் பொறுத்திருப்பீங்களோ?”

“நிச்சயமா, சித்தி.” அப்பனும் சேர்ந்து பாடினான். ‘சித்தி’ என்றதும் நித்யா தேவனைப் பார்த்தாள். அவர் சிரித்து மகிழ்வதற்கு மேலான பெருமையில் ஆழ்ந்தார்.

கோயில் மணிகள் ஒலிக்கத் தொடங்கின. எல்லாரும் எழுந்தார்கள். வாசலுக்குப்போய்க் கும்பிட்டுவிட்டு வலம் வந்தார்கள். நித்யா தேவனையும் பிள்ளைகளையும் அழைத்துக்கொண்டு

வீட்டுக்குப் போனாள். அங்கே அவர்களுக்குத் தீப ஆலாத்தியோடு மதிய உணவும் காத்திருந்தது.

அன்றிலிருந்து மூன்றாவது நாள் தேவன் திரும்பவும் காரில் போய் நித்யாவை அழைத்துச் செல்ல வந்துவிட்டார். மாயவன் கோயிலில் பிள்ளைகள் சூழ மாலை மாற்றி மாங்கல்யதாரணம் செய்தார்கள். சத்தியமூர்த்தி குடும்பத்தோடு வந்து கலந்துகொண்டார். கோயிலில் பூசைக்கு வைத்த மஞ்சள் கயிற்றையே நித்யா விரும்பியதால் தேவனும் அதற்குச் சம்மதித்தார். மாசிலாமணிக்கு அன்று இயலாது போய்விட்டதால் அவரும் மனைவியும் வந்து கலந்துகொள்ளவில்லை. ஆனால் கோயில் நிர்வாகமே வந்திருந்து தம்பதிகளை ஆசீர்வதித்தது.

"குடமுழுக்கு விழாவிலை நித்யாவோட கச்சேரி நடக்கவேணும். தேவனுக்கு இப்பவே சொல்லி வைச்சாச்சு." என்று வண்ணக்கர் அறி வித்துவிட்டார். கூட நின்ற எல்லாரும் கை தட்டி வரவேற்றார்கள்.

"அதுதான் என்ர விருப்பமும்" என்று சொல்லிவிட்டுத் தேவன் தனக்குப் பக்கத்தில் நின்ற நித்யாவைப் பெருமையுடன் பார்த்தார். அவளின் இதழ்கள் ஏதோவொரு பாடலை உச்சரித்துக்கொண்டிருந்ததையும் விரல்கள் தாளகதியோடு அசைந்துகொண்டிருந்ததையும் கண்டார். அப்போதே மேடையும் ஒளி வெள்ளமும் ரசிகர் கூட்டமும் வசந்த மண்டபத்தை நிறைத்தனபோலிருந்தது.

ராஜகோபுரக் கட்டுவேலை மெல்ல மெல்லவே வளர்ந்து கொண்டிருந்தது. போர்ச் சூழலில் கட்டுமானப் பொருட்களுக்கு ஏற்பட்ட தட்டுப்பாடுகளும் கூடவே வளர்ந்துகொண்டிருந்தது. வேலையாட்களின் வருகை ஒழுங்கில்லாமல் போனது. என்றாலும் அடுத்த மூன்று ஆண்டுக்குள் குடமுழுக்குச் செய்துவிடலாமென்ற நம்பிக்கையைக் கோயில் நிர்வாகம் தளரவிடவில்லை.

தேவன் மனதில் ஜனனி பாதுகாப்பாக வந்து சேரவேண்டுமென்ற கவலையே பெரிதும் ஆட்கொண்டிருந்தது.

20

தேவனுக்குத் தூக்கம் வரவில்லை, அன்றைக்கெனக் காத்திருந்து எங்கேயோ ஓடி ஒளிந்துகொண்டது.

வானத்தினூடே மேகங்கள் நகர்ந்து ஒன்றோடொன்று

குலாவுவதை நடு முற்றத்தினூடாகப் பார்த்தபடி திண்ணையில் போட்டிருந்த ஒற்றைக் கட்டிலில் கடந்த ஆறு மாத காலமாகத் தனியாகப் படுத்துறங்குவதுதான் தேவனுக்கு வழக்கமாயிருந்தது. ஆனால் அன்று இரவு திண்ணையின் அந்தலையிலிருந்த அய்யாவின் படுக்கை அறையில் உறங்கவந்தது ஏதோ புதிய இடத்தில் விருந்தினனாக வந்திருப்பதுபோன்ற உணர்வைத் தந்தது.

அது முத்துவேலர் படுத்த மரக் கட்டில். தலைமாட்டிலிருந்த ஒரு முழம் உயர்ந்த சட்டத்தில் தலை சாய்த்துப் படுத்துக்கொண்டு பல மணி நேரம் விழித்திருப்பார். அவர் ஏதோ ஆழ்ந்த சிந்தனையில் இருக்கிறாரென்று மரகதம் நினைத்து ஒருபோதும் அவருக்கு இடைஞ்சல் கொடுத்ததில்லை. அறையின் கோடிப்புறத்தை நோக்கிய யன்னல் திறந்தபடியிருக்கும். இரவு நேரமானால் வெளியேயிருந்த பூவரசுக் கிளைகளிலிருந்தும் தூரத்து வயல் வெட்டையிலிருந்தும் காற்று தென்றலாய் வந்து தாலாட்டும். ஆனால் அவர் அதை அனுபவித்தபடி அந்தக் கட்டிலில் ஒரு நாளும் தூங்கியது கிடையாது. வெறுமே படுக்கவும் முகட்டைப் பார்த்தபடி மூளையை விடவும்தான் அந்தக் கட்டில் அவருக்குப் பயன்பட்டது என்பது தேவனின் நினைவுக்கு எட்டிய காலத் திலிருந்து தெரிந்த உண்மை.

அது இரண்டு பேர் தாராளமாகப் படுக்கக்கூடிய கட்டில். முதிரை மரத்திலிருந்து அறுத்துத் தேர்ந்தெடுத்த சலாகைகள் இடைவெளியில்லாமல் நெருக்கமாய்ப் பிணைக்கப்பட்டிருந்தன. நன்றாய் உற்றுப் பார்ப்பவர்களுக்குக்கூட அந்தப் பலகைப் பொருத்துகள் கண்ணில்பட வாய்ப்பில்லை. "இந்தக் கட்டில் மட்டுமில்லை, வீட்டிலையுள்ள மேசை, கதிரை, அலுமாரி எண்டு அத்தனை மரத் தளபாடங்களும் மாதனையிலை எனக்குப் பழக்கமான பிறவித் தச்சர் செய்ததெல்லோ! சும்மா சில்லறைச் சாமானெண்டு நினைச்சுக்கொண்டீரோ?" என்று அய்யா எத்தனை பேரிடம் அவற்றைப் பெருமையடித்திருக்கிறார்.

இன்றைக்குக் கட்டிலின் மேற்புறத்துக்கு அளவாக வெண்நிற உறையோடு அரை முழம் தடிப்புள்ள ஒரு பஞ்சு மெத்தையையும் யாழ்ப்பாணத்திலிருந்து எடுப்பித்துப் போட்டிருந்தாள் நித்யா. மெத்தையே வந்து அணைப்பது போலிருந்தென்ன தேவனுக்குத் தூக்கம் வர மறுத்தது. வலப்பக்கம் சரிந்து கட்டில் கரையின் மேலாய்க் கீழே விழுந்துவிடக்கூடும் என்ற நிலையில் படுத்திருந்தவர் இடப்புறமாகத் திரும்பலாமோவென்ற யோசனையில் ஆழ்ந்தார்.

மெல்லத் திரும்பியபோது பக்கத்தில் படுத்திருந்த நித்யா விட்ட மூச்சு அவர் முகத்தில் சாமரை வீசியது. அவளின் உடம்பிலிருந்து முன்பு பழக்கமான அதே சுகந்தம் எழுந்து நின்று வரவேற்பு கீதம் பாடியது.

நித்யாவுக்கென்றொரு மணம் உண்டு என்பதை அவர் முதன் முதல் அவளை மிகக் கிட்ட அணுகியபோது உணர்ந்து கொண்டது நினைவுக்கு வந்தது. அது மட்டுமல்ல அதன் பிறகு சந்தித்த ஒவ்வொரு நாளும் ஒவ்வொரு பொழுதும் இப்போதும் நினைவில் நிற்கிறது. அன்று அடுத்ததாக என்ன செய்தேன்? அவளின் ஒரு கையை எடுத்து ஒவ்வொரு விரலாய் எண்ண ஆரம்பித்தேன். “ஐந்து விரல்களும் சரியாக இருக்கிறதா?” என்று நித்யா கேட்டபோது வெட்கித்தேன். இனி உரிமையுடன் அதனை எடுத்து என் கையில் வைத்துக்கொள்ளலாம். அப்படி வைத்தேன். கை குளிர்ந்துபோனது. கன்னத்தில் வைத்தேன். கன்னம் இன்னும் குளிர்ந்துபோனது.

அவளின் உடலில் இன்னும் எந்தெந்தப் பிரதேசங்கள் குளிர்ந்துபோயுள்ளன எனத் தேடிக் கண்டறிவதில் ஒரு சாமம் கடந்திருக்கும். அடுத்த நாள் காலைவரை இருவரும் அணைப்பதிலும் அதில் லயிப்பதிலும் பொழுதைக் கழித்தோமேயல்லாமல் எதையும் பேசவேண்டுமேயென நினைக்கவுமில்லை. அதன் பின்னர் வந்த மிகுதிக் காலம் எம்மை மேலும் இறுக இணைத்தது அவள் பாடிய பாடல்களா அவள் மீதிருந்த மணமா அவள்மீது கொண்ட தீராத மோகமா? அது நிச்சயம் அவள் மீதிருந்த மோகமாகத்தான் இருக்க வேண்டும். மணமும் பாடல்களும் அதனோடு ஒத்து ஊதின என்று சொல்லலாம். அந்த மோகத்தில் திளைத்து அவளை மார்போடு பிணைத்து இன்னொரு உலகத்துக்கு இட்டுச்செல்ல முடிந்ததா? பாழும் மனம்! அவளை நிரந்தரமாகக் கைப்பிடிக்கத் தைரியமற்றுப்போன கோழை மனம்! அடுத்து வந்த இரக்கமற்ற அந்தப் பதினைந்து ஆண்டுகள் அதை நினைத்து, நினைத்து ஏங்க மட்டும்தானே முடிந்தது! இப்போது என்ன ஆச்சரியம், என் எதிர்காலத்தோடல்லவா இணைந்திருக்கிறாள்!

நித்யாவின் மீதுள்ள சுகந்தத்துக்கு மேலாய் அவள் கூந்தலில் செருகியிருந்த மல்லிகைச் சரத்திலிருந்து எழுந்த மணம் அவள் கட்டிலின் அடுத்த கரையில் ஏறுமுன்னரே தேவனின் மனதைக் கிறங்கடித்தது. இதோ கைக்கு எட்டிய தூரத்தில் கட்டிலில் சாய்ந்துகொண்டு இருக்கிறாள். ம்..ம் என்று ஒரு பாடலுக்குத்

தன்னை ஆயத்தம் செய்கிறாள். அது தம்புராவிலிருந்து எழும் நாதம்போன்று அவர்களின் முதலிரவுக்கான ஆலாபனையாக ரீங்கரிக்கிறது.

தேவன் தலைக்குப் பின்னால் வசதியாகக் கைகளை மடித்து வைத்துக் களைகட்டப்போகும் கச்சேரியில் தன்னை மறக்க ஆயத்தமானார். நித்யாவிடமிருந்து தொடர்ந்த ம்ம்ம் என்ற உங்காரம் இப்போது குட்டிச் சிறகுகளை அடித்துக் கிளம்பும் சில்வண்டுகளாக அவரை மொய்க்க ஆரம்பித்தது.

“நல்லதோர் வீணை செய்தே அதை

நலங்கெடப் பூமியில் எறிவதுண்டோ”

இவள் எதை மனதில் வைத்து இந்தப் பாடலைப் பாட விரும்பினாள்? மனதில் நோக்கமேதும் இல்லாமலா இந்த முதல் இரவில் இந்தப் பாடலைப் பாட வந்தாள்?

பாடல் முடியட்டும், அவளையே கேட்கலாமென்ற சிந்தனையோடு அதன் ஒவ்வொரு வரியிலும் ஓசைப்படாமல் போய் ஒட்டிக்கொள்ள முனைந்தார் தேவன். அடுத்த இரண்டு நிமிடத்துக்குள் மனமெல்லாம் சில்லெனக் குளிர்ந்துபோனது.

அசைவறு மதிகேட்டேன் - இவை

அருள்வதில் உனக்கெதுந் தடையுளதோ?

தேவன் கண்மூடி நித்யாவின் பாடல் வரிகளை அசைபோட முயன்றார். முடியவில்லை. சொற்கள் பிறழ்ந்தன, தாளம் பிசகியது. மெல்லக் கண் விழித்து அவளைப் பார்த்தார். பின் நிலவின் மங்கிய ஒளி யன்னலூடாக நுழைந்து அவள்மேல் தன் போர்வையைப் போர்த்தியிருந்தது. கழுத்திலிருந்து நூல் கொடி துவண்டு இறங்கி மார்பின் இடைவெளியில் இடம்பிடித்து உறங்கிக்கொண்டிருந்தது. அலையாய்த் தவழ்ந்துகொண்டிருந்த மிக மெல்லிய பட்டுத் துணியையும் ஊடுருவி வெளிப்பட்ட அவளின் வெற்றுடம்பின் வனப்பு அவரின் ஆண்மைக்குச் செங்கம்பளம் விரித்தது.

என் வாலிபத்தை மீண்டும் உயிர்ப்பிக்க வேண்டுமென்றா இந்த வளைவுகளால் என் மனதை ஆகர்ஷிக்கிறாய்? உனது உடம்பு தரும் இதம், உஷ்ணம், குளிர் எல்லாவற்றையும் எடுத்து இன்புற்றிரு என்று சொல்வது போலல்லவா இந்த வெண்ணிறப் பட்டைப் போர்த்தியிருக்கிறாய். கையில் கிடைத்த புதுப்

பொம்மையை நெஞ்சோடு அணைக்க ஆவல் கொள்ளும் குழந்தை போன்று அவர் கைகள் துறுதுறுத்தன. இருவரின் உடல்களும் ஆலிங்கனத்தில் ஐக்கியமாகின.

காலை ஏழு மணியாகப்போகிறது என்பதைப் புரண்டு படுத்த தேவனுக்கு அறிவித்துவிட்டு அடுத்த செகனுக்குத் தாவியது மேசை மீதிருந்த மணிக்கூடு. இன்னும் சில நிமிடங்களில் அது சிணுங்க ஆரம்பித்துவிடும். பக்கத்தில் படுத்திருந்த நித்யாவை அறையின் யன்னலூடாக உள்ளே நுழைந்த மெல்லிய ஒளியின் சாயலில் தேவன் ஊன்றிக் கவனித்தார். அவளின் மார்பகம் சீரான கதியில் கரையேறும் அலையாக இயங்கிக்கொண்டிருந்தது. அவர் ஒரு கையைக் கட்டிலில் ஊன்றியபடி எழுந்திருந்து அவளின் முகத்தைச் சில கணங்கள் பார்த்தபடி இருந்தார். மணிக்கூடுக்குச் சொல்லிவிட்ட நேரம் வந்துவிட்டது. அது தன் சிணுங்கலோடு நித்யாவைத் தட்டி எழுப்பியது. கண்களை அரை குறையாய்த் திறந்தவள் தன்னையே பார்த்தபடி இருந்த தேவனைக் கண்டாள். கையில் சேலையின் நுனியோடு தனது மார்பில் கண் பதித்திருந்தவரை அன்பொழுகப் பார்த்தாள். தேவன் சேலையை அப்பால் போட்டுவிட்டுக் குனிந்து அவளின் கன்னத்தில் முத்தமிட்டார். நித்யா தன் இரு கைகளையும் அகட்டி அவரைத் தன்னோடு இறுக அணைத்தாள். மேலும் சில நிமிடங்கள் கேட்பாரற்றுக் கழிந்தன.

காலை எட்டு மணியானதும் கைகளை நீட்டி உடம்பை முறித்துக்கொண்டு தேவன் வாசலடிக்கு வந்தபோது சத்தியமூர்த்தியும் சைக்கிளில் வந்து கதவடியில் இறங்கினார். 'வாருங்கோ' என்று சொல்லத் தேவன் வாயெடுக்குமுன் சத்தியமூர்த்தி கையை உயர்த்திக் கதவடிக்கு வரும்படி சைகை காட்டினார். தேவனும் அங்கே போய் நின்றார்.

"அப்படியென்ன அவசரம், விடியப்புறம் வந்திருக்கிறியள்?"

"அவசரம்தான். அரசாங்கம் கூட்டுப் படையோடை வடமராட்சி முற்றுகைக்கு வரப்போகுது. இது நான் நம்பிக்கையான இடத்திலையிருந்து அறிஞ்ச செய்தி. கேள்விப்பட்ட கையோடை உம்மட்டை ஓடிவாறன்."

தேவனுக்கு அடுத்து என்ன சொல்வதெனத் தெரியாமல் கதைவைப் பிடித்தபடி நின்றார்.

"முதல் உள்ளை ஒருக்கால் வாங்கோ." என்று சொல்லிவிட்டு

கதவைத் திறந்து சத்தியமூர்த்தியை உள்ளே அழைத்துச் சென்றார். இருவரும் வந்து விறாந்தையின் சிமெந்துத் தரையில் இருந்தார்கள்.

"கொஞ்ச நாளைக்கு முந்தித்தானே பிள்ளைகளைப்பற்றி யோசித்துக்கொண்டிருந்தம்."

"ஓமோம், நினைவிருக்குது."

"நான் பெடிச்சியளை வன்னியிலை இருக்கிற சிறியதாய் வீட்டுக்கு அனுப்பலாமெண்டு நினைச்சிருக்கிறன். ஒரு பிள்ளைதான் அநியாயமாய்ச் துலைஞ்சு போச்சுது, மிச்சமாய் இருக்கிறதுகளையெண்டாலும் இந்தச் சண்டை, சச்சரவுகள் ஓயிறவரைக்கும் ஒரு இடத்திலை பத்திரமா வைச்சிருக்க வேணும். கடையிலை அப்படியென்ன பெரிய யாவாரம், ரண்டு நாளைக்குத்தானே முருகேசன் சமாளிப்பான். அதுக்கிடையிலை பெடிச்சியளைக் கூட்டிக்கொண்டு அங்கை கொண்டுபோய் விட்டிடு வரப்போறன்."

"அதுவும் நல்ல காரியம்தான், சத்தியமூர்த்தி. அதைக் கெதியாச் செய்யிறது இன்னும் நல்லது."

"அப்ப நான் வாறன்." சத்தியமூர்த்தி வேட்டிக் கரையை உதறிக்கொண்டு எழுந்து வாசலை நோக்கி நடந்தார். தெருவில் யாரோவெல்லாம் ஓட்டமும் நடையுமாகச் சென்றுகொண்டிருந்தார்கள். செய்தி இப்ப எல்லாருக்கும் எட்டியிருக்கும். அதுதான் இந்த ஓட்டமென அவர்கள் சொல்லாமலே சொல்லியதுபோன்று தேவனுக்குத் தோன்றியது.

சத்தியமூர்த்தி வந்த வேகத்தில் போய்விட்டார். பெரிதாக யோசனையையும் பொறுப்பையும் கையோடு இறக்கி வைத்துவிட்டுப் போய்விட்டார். அவரைப் போலவே தாங்களும் அப்பனையும் அபிதாவையும் எங்கேயாவது பாதுகாப்பான இடத்துக்கு அனுப்பவேண்டுமென நினைத்துத் திண்ணையிலிருந்து எழமுயன்றபோது நித்யாவும் வந்து அவருக்கு அருகே வந்து இருந்தாள்.

"அப்படியென்ன பாரதூரமான யோசினை?" என்று நித்யா கேட்டதும் சத்தியமூர்த்தி சொல்லியதை அப்படியே ஒப்புவித்தார். நித்யா பதில் சொல்ல அதிக நேரம் எடுக்கவில்லை.

"நானும் ஒரு முக்கியமான விஷயம் சொல்லப்போறன்."

"என்ன அது, சொல்லுங்கோ."

"பிள்ளைகளை கொழும்பில் படிக்க விடுவதுதான் இப்ப நாங்கள் முதல் செய்ய வேண்டியது. அங்கை போனால் அண்ணாவும் அக்காவும் நிச்சயம் உதவுவினம்."

"அதுவும் நல்ல யோசினைதான்."

"போறதெண்டால் சண்டை துவங்கமுந்திப் போயிட வேணும்."

"சரி, வழியில் பிரச்சனை இல்லையெண்டால் போய்விடலாம். வேறேதேனும் யோசனை?"

"பொறுங்கோ சொல்லுறன். இப்ப நான் சொல்லப்போறதுக்குச் சம்மதிக்கவேணும்."

"சரி, சொல்லுங்கோ."

"ஜனனி அங்கை சென்னையிலை தனிய இருக்கிறாள். அதனாலை உங்களோடை நான் கொழும்புக்கு வந்து அப்படியே சென்னைக்குப் போறன். ஜனனியோடை ஒரு மாசம் நிண்டபிறகு திரும்ப வாறன். அதுக்குப் பிறகு ரண்டுபேருமா ஊருக்கு வரலாம்."

"நேற்றுத்தானே இங்கை வந்தீங்கள். அதுக்குடனை திரும்பிப் போக ஆயத்தப்படுத்திறீங்களோ?"

"தேவன், ஜனனி உங்களன்ர மகள். மூண்டு பிள்ளையளும் பாதுகாப்பா இருக்கவேணும். அதுதான் எங்களுக்கு இப்ப முக்கியமேயொழிய நாங்கள் ரண்டுபேரும் இஞ்சை நிம்மதியா இருக்கலாமெண்டு நினைக்கிறதில்லை."

தேவன் யோசனையில் ஆழ்ந்தார். இந்த முறை எந்தப் பாதை திறந்திருக்கிறதோ அதுதான் நாங்கள் போகும் பாதை. தீர்மானம் எடுத்தபிறகு இருவரும் தாமதிக்கவில்லை. இரண்டு நாட்களில் எல்லாரும் கொழும்புக்கு பயணமானார்கள். அவர்கள் புறப்பட்ட அன்றிரவு இராணுவத்தின் வடமராட்சி முற்றுகையும் உத்வேகத்தோடு ஆரம்பமானது.

கொழும்பில் அப்பனுக்கும் அபிதாவுக்கும் பள்ளிக்கூடங்களைத் தேடிப் பிடிப்பது பெரும் சிரமமாக இருக்கவில்லை. பார்த்திபன் ஓடியோடி எல்லா உதவிகளையும் செய்துகொடுத்தார். அவரோடு கூடப் போனதும் கையெழுத்துப் போட்டதுமே தேவனின் வேலையாகவிருந்தது. நித்யா சென்னைக்குப் போனதும் தேவனின் பொழுது தெரு மாடுபோல் அப்படியே அசையாமல் ஓரமாய் இருந்தது. நித்யா திரும்பி வரும்வரை எப்படி ஒரு மாதத்தை

கொழும்பில் கழிப்பது என்பதே அவருக்கு அப்போதிருந்த பெரும் சவால்போல் தோன்றியது. ஊரில் போட்டது போட்டபடிவிட்ட வேலைகளைத் தொடரவேண்டுமானால் மேலும் தாமதம் செய்யாமல் உருப்படியாக அங்கே போய்ச் சேரவேண்டும்.

ஆனால் நித்யாவை விட்டுப் போக முடியாது என்பதால் பத்திரிகைகளைப் பார்ப்பதிலும் வானொலியைக் கேட்பதிலும் பொழுதைக் கழித்து வந்தார். பார்த்திபன் வீட்டில் தேவைக்கு அதிகமாக வசதிகள் இருந்தன. எல்லாவற்றையும் அவதானமாகப் பயன்படுத்தப் பழகினார். தெருவோரமாகத் தனியே நடை போட்டு வந்தார். பல கோயில்களை வீதியோடு சேர்த்துப் பூட்டி வைத்திருந்தார்கள். படம் முடிந்ததும் சினிமா தியேட்டர்களிலிருந்து வெளியேறுவதுபோல் சனங்கள் பூசை முடிந்ததும் விழுந்தடித்துக்கொண்டு வாசலை நோக்கி விரைந்தார்கள். பெருந்தெருக்கள் துப்பரவாக இருந்தன, உட்புற ஒழுங்கைகள் நாற்றமடித்தன. கடற்கரைகளையும் பூங்காக்களையும்கூட மனிதர் அவசரம் அவசரமாகத்தான் அனுபவித்தார்கள். எங்கும் பணக்காரர்கள் உலாவினார்கள். அவர்களின் தொகைக்குக் குறையாமல் இயலாதவர்களும் ஏழைகளும் தெருவில் கையேந்தி நிற்பவர்களும் நிறைந்துபோயிருந்தார்கள். மீண்டும் மரங்களையும் மலர்களையும் மண் வாசனையையும் அனுபவிக்க அவர் மனம் துடித்துக்கொண்டிருந்தது.

சொன்னதுபோல் முப்பது நாட்களில் நித்யா கொழும்புக்கு வந்ததும் இருவரும் ஊருக்குத் திரும்பினார்கள். வடமராட்சி முற்றுகையென்ற பெயரில் படைகளின் கோர தாண்டவம் ஏற்படுத்திச் சென்ற இடர்களும் ஓலங்களுமே அவர்களை வரவேற்றன. புற்றளைப் பிள்ளையார் கோயில் உட்பட அத்தனை கோயில்களும் கடற்கரையோரத்திலிருந்து இடம் பெயர்ந்து வந்த மக்களால் நிரம்பிவிட்டன. எல்லார்க்கும் வேளையோடு பசிக்கும் தாகத்துக்கும் வேண்டிய ஏற்பாடுகளையும் சுகாதார வசதிகளையும் செய்ய இளைஞர்கள் பட்டாளம் ஏலவே கடமையில் இறங்கி யிருந்தது. தேவன் அகதிகளாக வந்து சேர்ந்தவர்களின் நலனைக் கவனிப்பதிலும் காணாமல் போன வயலோடும் காய்ந்துபோன தோட்டத்தோடும் பெரும்பாலான நேரம் மூடியபடியிருந்த கோயில் அலுவல்களோடும் இயங்கிக்கொண்டிருந்தார். சத்தியமூர்த்தி கடைக்குச் சரக்குகள் தேடிப் பறந்துகொண்டிருந்தார். சில காலத்துக்கு முன்பு டீவியும் தொலைபேசியுமாக வாழ்ந்து

பழக்கப்பட்டவர்கள் இப்போது நேருக்கு நேர் பேசும் பழைய வழக்கத்துக்குத் திரும்பியிருந்தார்கள்.

21

அன்று பின்னேரம் அயர்ந்து உறங்குவது போலிருந்த அமைதியைத் திடுக்கிட்டு எழ வைத்தபடி அண்மையில் எங்கோ வெடித்த எறி கணையின் பேரோசை மாயவன் கோயில் சுவர்களில் மோதி அதிர்ந்தது. அதன் தாக்கத்தால் அக்கம் பக்கத்தில் ஏதேனும் ஒரு வீடோ கட்டடமோ இடிந்து விழுந்திருக்கும், ஆகக் குறைந்தது ஒரு கிணறு ஆழத்துக்கு ஒரு கிடங்கையாவது அது தோண்டியிருக்குமென அப்போது மாயவன் கோயில் அறையில் கூடியிருந்த அறங்காவலர் சபையினர் பயம்கொண்டு ஒருவரையொருவர் பார்த்தனர்.

மாயவன் கோயில் ராஜகோபுரத்துக்கு அத்திவாரமிட்டு ஏழு ஆண்டுகள் ஆகிவிட்டன. இப்போது சுற்றுவரப் போரின் சங்கநாதம் மனித வாழ்வை அன்றாடம் அச்சுறுத்திக் கொண்டிருந்தபோதும் இன்னும் இரண்டு மூன்று ஆண்டுக்குள் ராஜகோபுரத்தை எழுப்பிவிடலாமென அவர்கள் நம்பியிருந்தார்கள். இலங்கை இராணுவத்தின் வடமராட்சி முற்றுகையும் அதனால் ஏற்பட்ட சொல்லவொண்ணாத் துயரங்களும் பாதிப்புகளும் மக்கள் மனதை விட்டு மறையுமுன்னர் இந்திய சமாதானப் படை நாட்டின் வட, கிழக்கு மண்ணில் காலூன்றிவிட்டது. அந்நிய மண்ணின் வாசனையோடு வந்திறங்கிய இராணுவப் பிரசன்னத்தைக் கண்டு திகிலடைந்த மக்களின் மனதில் தம்மைச் சுற்றி இனி என்ன நடக்குமோவென்ற அச்சமும் ஒருவேளை இந்தியப் படை உண்மையிலேயே சமாதானத்தை நிலை நாட்டிவிடக்கூடுமென்ற அரைகுறை நம்பிக்கையும் முளைவிட ஆரம்பித்தன.

ஐந்து ஆண்டுகளுக்கு மேலாக இலங்கை இராணுவத்துக்கும் போராளிகளுக்குமிடையே உண்டான போரை முடிவுக்குக் கொண்டுவரவும் அதைத் தொடர்ந்து அங்கே அமைதி ஏற்படுத்தவுமே இந்திய அமைதிப் படை வந்து இறங்கியதென இலங்கை அரசாங்கம் தம்மையும் மக்களையும் சமாதானப் படுத்த முயன்றுகொண்டிருந்தது. அதை நிறைவேற்றியதும் அவர்கள் படிப்படியாக நாட்டிலிருந்து வெளியேறிவிடுவார்கள் என்றும் அவர்களை நம்ப வைத்தது. இடையறாத போர்ச் சூழலில்

நிம்மதியற்று வாழ்ந்த குடா நாட்டு மக்கள் ஆரம்பத்தில் இந்திய இராணுவத்தின் வருகையைத் தமக்குக் கிடைத்த வரப்பிரசாதமாகக் கருதி அவர்களை மாலை சூட்டி வரவேற்றார்கள்.

இன்றோ நாளையோ போர்களுக்கும் இழப்புகளுக்கும் ஒரேயடியாய் தீர்வு வந்துவிடப்போகிறது, மக்கள் தொழில்களைத் தேடியடைந்து தமது ஜீவாதாரத்தை மீண்டும் கட்டியெழுப்ப வாய்ப்பு வரப்போகிறது, அத்தியாவசியப் பொருள்களுக்கு உண்டான தட்டுப்பாடுகள் தீர்ந்துவிடப்போகிறது, போக்குவரத்து இனிச் சுமுக நிலைக்குத் திரும்பிவிடும், உயிர்ப் பயமின்றி வெளியே நடமாடும் சுதந்திரமும் கிடைத்துவிடும். இவ்வாறே அவர்களின் நம்பிக்கைகள் எல்லையற்று வளர்ந்துகொண்டிருந்தன. ஆனால் இந்திய இராணுவம் வந்திறங்கிய ஐந்தாறு மாதங்களில் ஒவ்வொரு நாட் காலையும் அவர்கள் மனதில் பெரும் பீதியைக் கிளப்புவதாய் விடிந்தது. பள்ளிக்கூடங்களும் மருத்துவ நிலையங்களும்கூட இந்திய இராணுவத்தின் அத்துமீறல்களால் பெரிதும் பாதிக்கப்பட்டனவென வெளி நாடுகள் இந்திய, இலங்கை அரசுகளுக்குக் கண்டனம் தெரிவித்தபோதும் நிலைமையில் மாற்றம் ஏற்படும் அறிகுறிகள் தென்படவில்லை.

இந்திய இராணுவம் ஒரு லட்சத்துக்கு மேற்பட்ட போர் வீரர்களைக் குவித்திருந்தபோதும் போராளி இயக்கத்தின் போர்த் தந்திரங்களுக்கும் நுட்பமான ஆயுதப் பிரயோகத்துக்கும் முன்னால் தாக்குப் பிடிக்க முடியாமல் பொது மக்களைக் கொல்வதிலும் பெண்களை மானபங்கப்படுத்துவதிலும் தமது கோபத்தைத் தீர்த்துக்கொண்டார்களென்று மேற்கு நாடுகளிலிருந்து வந்த தகவல்கள் இந்திய அரசை உலுப்பத் தொடங்கின.

“அப்ப, நான் கேள்விப்பட்டது சரியாக இருக்கலாம்.” எனக் கோயில் அறையில் இருந்தவர்களில் ஒருவர் சொன்னார்.

“இந்திய அமைதிப்படை உண்மையில் வடகிழக்கில் நிரந்தரமான அமைதியை ஏற்படுத்தவெண்டு வரயில்லை. படிப்படியா இலங்கையை இந்திய கொலனி ஆக்கிற நோக்கத்திலைதான் வந்திருக்கிது.”

“இல்லை, அப்படி இருக்க வழியில்லை. ஆனால் இந்திய இராணுவம் தொடர்ந்து படைகளைக் குவிக்கிறபடியால் இப்படி வதந்தியைக் கிளப்பிறாங்கள்போல.” என்று அவர்கள் மனதைச் சாந்தப்படுத்தினார் வண்ணக்கர்.

அப்போது கதவைத் தள்ளித் திறந்துகொண்டு தேவன் அறையில் நுழைந்தார். அவர் புதிதாக எதையும் அறிந்திருக்கலாமென்று அனைவரும் எதிர்பார்த்தார்கள்.

"வழியிலை ஒரு பிரச்சனையும் இல்லையோ?" எனத் தலைவர் கேட்டார். தேவன் சால்வையை நிலத்தில் விரித்துவிட்டு அங்கிருந்தவர்களோடு ஒருவராகத் தரையில் இருந்துகொண்டார். எல்லாரும் அவர் என்ன சொல்லப்போகிறாரென்று ஆவலுடன் பார்த்தார்கள்.

"பொறுங்கோ சொல்லுறன். இப்ப கொஞ்சம் முந்தி நீங்கள் கேட்ட குண்டு விழுந்தபோது நான் நாமக் குளத்தைத் தாண்டி வந்துகொண்டிருந்தன். அது முதலிலை பக்கத்து வயலிலை விழுந்ததுபோலை கிடந்தது. குண்டுச் சத்தம் வந்த திக்கையும் அங்கையிருந்து புகை கொஞ்சமும் எழும்பயில்லையெண்டதையும் வைச்சுப் பார்த்தால் அந்த எறிகணை நிச்சயம் நாவற்குளி பக்கத்திலைதான் விழுந்திருக்கும்."

"அப்போ ஏன் இவ்வளவு பெரிய சத்தம்?" என்று கேட்டார் ஒருவர்.

"தங்கள் பிரசன்னத்தைப் போராளிகளுக்கு நினைவூட்டுவதற்காகச் சும்மா சத்தம் எழுப்புவதையும் ஒரு யுத்த தந்திரமாக இந்திய இராணுவம் வைச்சிருக்கக்கூடும்." என்றார் ஒருவர்.

குடா நாடெங்கும் இந்தியப் படைக்கும் போராளிகளுக்குமிடையே உக்கிரமான சமர் நடந்தபோதும் கோபுரக் கட்டுவேலைகள் தொடர்ந்துகொண்டிருந்தன. மகாபலிபுரத்திலிருந்து சிற்பாசாரிகள் வந்து சேர்ந்தார்கள். அவர்களுக்கு உதவியாகக் கோயிலுக்குப் பக்கத்து ஊர்களிலிருந்து தொழில் திறமையுள்ள வேலையாட்களும் இணைந்துகொண்டார்கள். ஒரு காலத்தில் தாழ்த்தப்பட்டவர்களெனக் கருதப்பட்டவர்களுக்கு மாயவன் கோயில் அடைக்கப்பட்டிருந்தது. இப்போது கோயிலின் ராஜகோபுரக் கட்டுமானத்தில் எல்லா வகுப்பையும் சேர்ந்த உழைப்பாளிகளும் இணைந்துகொண்டதுடன் கோயிலின் வரலாற்றில் புதிய அத்தியாயம் எழுதப்பட்டுவிட்டது.

காலையானதும் செல்லத்தம்பி ஆசாரியார் கோயில் வாசலுக்கு வந்துவிடுவார். ராஜகோபுரம் எழுவதைப் பார்க்க வந்தவர்கள் அவரின் பிரசங்கத்தையும் கேட்கக் கூடுவது அன்றாடப் பைம்பலாகிவிட்டது.

“எங்கட மாயவன்ர பேரிலை சொல்லுறன், இவனுடைய ராஜகோபுரம் எழமுந்தி இந்திய இராணுவம் நாட்டைவிட்டுப் போய்விடும். பார்த்துக்கொண்டிருங்கள்.” என்று முழங்கினார். அவரின் ஆரூடம் பலித்தேவிட்டது.

இந்திய இராணுவம் தமிழ்ப் பிரதேசங்களின் ஆயிரக்கணக்கான உயிர்களைக் காவு கொண்டதோடு தமது படை வீரர்களிலும் ஆயிரக்கணக்கானோரை இழந்தும் உடல் ஊனமுற்றும் தோல்வியைத் தோளில் போட்டுக்கொண்டு திரும்பிவிட்டது. அவர்கள் விட்ட இடத்திலிருந்து இலங்கை இராணுவம் தமது வழக்கமான வேட்டைத் திருவிழாவைத் தொடர்ந்தது.

22

அந்த அகால வேளையின் அமைதியை உலுப்பிக் குலைத்ததுபோன்று தேவனின் வீட்டுக் கதவை யாரோ மெல்லத் தட்டியது கேட்டது. நித்திரையிலிருந்த தேவனும் நித்யாவும் சத்தம் கேட்டு எழுந்து வாசலில் எவர் வந்து நிற்கிறாரோ என்ற பயம் கலந்த திகைப்புடன் ஒருவரையொருவர் பார்த்தனர். வீட்டிலும் வெளியிலும் பயங்கர இருள் கவ்வியிருந்தது. வழக்கத்தில் இராணுவம் போராளிகளுக்கு அஞ்சி கிராமப்புறங்களின் மூலை முடுக்குகளில் தலை காட்டுவதில்லை. இப்போது போராளிகள் பெருமளவில் வன்னிப் பிரதேசத்துக்கு நகர்ந்துவிட்டதால் இராணுவம் எந்த நிமிடமும் தங்கள் ஒழுங்கைகளுக்குள் நுழையக்கூடும் என அவர்களுக்குத் தெரிந்திருந்தது.

இராணுவத்தின் கரங்களோ இயக்கத்தினரின் கரங்களோ இவ்வளவுக்கு மென்மையாகத் தட்டுமா என்ற சந்தேகமும் அவர்களிடம் எழுந்தது. அப்போ யார் வந்து வாசலில் நிற்கக்கூடுமென்று அனுமானிக்க முடியாமல் அறையில் நிலவிய மெல்லிய இருளில் அடுத்து என்ன செய்யலாமென யோசித்துக்கொண்டிருந்தனரேயொழிய வாசலை நோக்கி ஒரு அடிகூட எடுத்து வைக்கவில்லை. மேலும் ஒரு நிமிடம் பதற்றத்தில் கழிந்தது.

“யாரோ வேண்டிய ஆட்களாக இருக்கலாம்.” தேவன் நித்யாவிடம் சத்தமெழுப்பாமல் சொல்லிவிட்டுப் படுக்கையை விட்டு இறங்கினார். ஆனால் இன்னும் கதவைத் திறந்து அறைக்கு வெளியே செல்லவில்லை. அடுத்த நிமிடம் மீண்டும்

அதே மென்மையான தட்டல் சத்தம் எழுந்ததைக் கேட்டதும் தேவன் டோர்ச் லைட்டை கையில் எடுத்துக்கொண்டு வாசலுக்கு விரைந்தார். கதவைச் சிறு இடைவெளி விட்டுத் திறந்ததும் விறாந்தையில் தனக்கு முன்னால் தனிய நின்றவரை அந்த இருட்டில் சுலபமாக அடையாளம் காணமுடியவில்லை.

"மாமா, நான் பவித்திரா."

யாரோ ஆண் வந்து நின்றார்போல் அவருக்கு முதலில் தோன்றியது. அவள் பவித்திராதான் என்பதை அவளின் குரல் அடையாளம் காட்டியபிறகே கதவை அவள் நுழைய இடைவெளி விட்டுத் திறந்தார்.

"உள்ளுக்கை வா, பவித்திரா." என்று சொல்லிவிட்டு அவளுக்கு வழி விட்டார். அவள் உள்ளே வந்து நின்றாள். அதற்குள் நித்யா கை விளக்கோடு அங்கே வந்துவிட்டாள். விளக்கின் ஒளியில் முகத்தில் அமைதி தவழ நின்றிருந்த பவித்திராவைக் கண்டதும் இருவரும் பதைத்துப் போனார்கள். அவள் இயக்கத்தில் சேர்ந்து மூன்று வருடங்களாவது கழிந்திருக்கும். தேவனுக்கு மனதுக்குள் எண்ணிக்கொள்ள நேரமோ அவகாசமோ இருக்கவில்லை. பழையபடி கதவைச் சாத்திப் பூட்டிவிட்டு, "வா பவித்திரா" என்று ஆதரவுடன் உள்ளே அழைத்துச் சென்றார். கறுப்பு நிறத்தில் ஷேர்ட்டும் நீளக் காற்சட்டையும் அணிந்திருந்தாள். சேர்ட் கைகளை முழுவதுமாக இழுத்து மூடி விட்டிருந்தாள். அவளிடம் எந்தப் பொதியோ பண்டமோ இருக்கவில்லை. இவள் இந்த வேளையில் வருவாளானால் என்ன நடந்திருக்கும்? தேவனும் நித்யாவும் அவளிடம் கேட்பதற்கு முன் அவளே சொல்வாள்போல் நின்றாள்.

"மாமா, நான் வந்ததை அப்பாவுக்கு இப்ப சொல்லிப்போடாதையுங்கோ." என்று இரப்பதுபோல் கேட்டாள்.

"அதைப் பிறகு யோசிப்பம். இந்த நேரம் எப்படி இஞ்சை வந்தாயென்று முதலிலை சொல்லு, பவித்திரா."

"இயக்கம் என்னை வீட்டுக்கு அனுப்பிப்போட்டுது."

"ஏன், என்ன நடந்தது?"

"இனி நான் போராட்டத்துக்குப் பிரயோசனப்படமாட்டன், அதுதான்." என்று சொல்லிவிட்டுத் தன் வலது கையைத் தூக்கிக் காட்டினாள். அங்கே முழங்கைக்குக் கீழே வெறுமையாக

இருந்தது. தனக்கு ஏற்பட்ட முடிவை நினைத்து வருந்தியவள்போல் அவள் தோன்றவில்லை. முகத்தில் எந்தச் சலனத்தையும் காட்டக்கூடாதென்று ஏற்கனவே பயிற்சி எடுத்தவள்போல் அமைதியாக நின்றாள்.

தேவன் தானடைந்த அதிர்ச்சியை ஒருவாறு சமாளித்துக்கொண்டார். பவித்திரா வீடு தேடி வந்திருக்கிறாள். அதுவும் நடுச் சாமத்தில். அவளுக்கு ஆறுதல் கூறவேண்டிய நேரம் இது.

"சரி பவித்திரா, நடந்ததைப்பற்றி இந்த நேரம் கதைச்சுப் பிரயோசனமில்லை. இனி உன்ர குடும்பத்தோடை சேரவேணுமென்ற விருப்பத்தோடைதானே வந்திருக்கிறாய் எண்டு நினைக்கிறன். அடுத்து என்ன செய்யிறதெண்டு நாளைக்கு யோசிப்பம். இப்ப நேரமாப் போட்டுது பார். அதோடை நல்லாக் களைச்சுப்போய் வந்திருக்கிறை. முதலில இரவு நல்லா நித்திரைகொண்டு ஓய்வு எடுத்துக்கொள்ளு."

நித்யா அவளருகில் வந்து தோளைப் பிடித்து அழைத்துச் சென்றாள். தன்னுடைய உடுப்பில் அவளுக்குப் பொருத்தமானதைக் கொடுத்து மாற்ற உதவினாள். அடுப்படியில் அன்று இரவு சமைத்தது எஞ்சியிருந்தது. அதைப் அவளுக்குக் கொடுத்து பசியை ஆற்றி ஓய்வெடுக்கச் செய்தாள். தேவனுக்குத் தூக்கம் வரவில்லை. நாளைக்குச் செய்யவேண்டியதை நினைத்தபோது அவருக்கு மலைப்பாக இருந்தது. பவித்திரா தங்கள் வீட்டுக்கு வந்து சேர்ந்ததைச் சத்தியமூர்த்தியிடம் பக்குவமாகச் சொல்லிவிடலாம். ஆனால் அவள் திரும்பவும் குடும்பத்தோடு இணையவும் அவளுக்கென்றொரு வாழ்க்கையைக் கட்டி எழுப்பவும் உதவ வேண்டுமே. சத்தியமூர்த்திக்குத் தார்மிக ஆதரவு கொடுத்தால் இப்போதைக்குப் போதும். மகள் வந்து சேர்ந்துவிட்டாள் என்ற தெம்புடன் அவர் பழையபடி எழுந்து நின்றுகொள்வார். தேவனுக்குத் தூக்கம் வரவில்லை. நித்யாவும் பவித்திராவும் விடியும்வரை பேசிக்கொண்டிர்ந்தார்கள், அவரும் கண் விழித்தபடி கேட்டுக்கொண்டிருந்தார்.

போரில் காயம்பட்ட உறுப்பினர்களுக்கு உடனடி வைத்தியம் செய்து சுகப்படுத்த நகரப்புறத்து ஆஸ்பத்திரிகளில் இருக்கும் வசதிகளுக்கு மேலாகக் காட்டுப்புறத்தில் போராளி இயக்கத்தின் மருத்துவப் பிரிவிடம் இருந்ததெனத் தேவன் கேள்விப்பட்டிருந்தார்.

தனக்கு வலியே ஏற்படாமல் பாதி எரிந்துபோன கையை எப்படி அகற்றினார்கள் என்று பவித்திரா விபரித்தபோது அவர் கேள்விப்பட்டது எவ்வளவுக்கு உண்மை என்பது விளங்கியது. அதை அவள் அமைதியாகவும் பொறுப்புணர்வோடும் சொல்லிக்கொண்டு வந்ததை இருவரும் கவனமாகக் கேட்டபடியிருந்தார்கள். இயக்கத்துடன் சேருவதற்கு முன்னர் இருந்த துடிப்பான பவித்திராவா இவள்? தேவனுக்கு நம்பவே முடியவில்லை. அவளிடம் உண்டான அடக்கமும் சொல்வதைப்பற்றிய தெளிவான அறிவும் அவளின் ஒவ்வொரு சொல்லிலும் புலனாகியது.

"என்னை ஓடிப்போனவளெண்டு எல்லாரும் கதைச்சிருப்பினம்" இதைப் பவித்திரா சொன்னபோது அவளின் குரலில் கவலை தொனித்திருக்குமென்று தேவன் எதிர்பார்த்தார். ஆனால் அப்படியான உணர்வு அவளிடம் இருக்கவில்லையெனக் கண்டபோது அவருக்கு ஆச்சரியமே எழுந்தது.

"ஒரு பெண் தன்ரை குடும்பத்துக்குத் தெரியாமல் தன்ரை காதலனோடை ஓடிப்போறதை ஊரிலை இப்படிச் சொல்லுவினம். ஆனால் இயக்கத்திலை இணையுறதை இப்படிச் சொல்லுற ஆக்களும் இருக்கினம். ஆனால் இயக்கத்திலை சேர்ந்திட்டு அவர்களுக்குத் தெரியாமல் ஓடிப்போறவளைத்தான் இப்பிடிச் சொல்லுறது வழக்கம். நான் அப்பவும் ஓடிப் போகயில்லை, இப்பவும் ஓடி வரயில்லை. காயம்பட்ட நான் போரிலை நேரடியாக ஈடுபட முடியாது எண்டபடியால் படிக்க வசதி செய்து தருவதாகச் சொன்னார்கள். தொடர்ந்து இயக்க அமைப்பில் இருக்க விருப்பம் இல்லாவிட்டால் நான் "துண்டு கொடுத்துவிட்டு" அமைப்பிலையிருந்து விலகி இருக்கலாம். காயம்பட்ட நாளிலையிருந்து எனக்கு அப்பா, அம்மாவும்தான் கனவிலையும் வருவினம். நான் அதாலை நல்லா யோசிச்சுப்போட்டுத் துண்டு குடுத்திட்டு வீட்டுக்கு வரலாமெண்டு நினைக்கத் துவங்கி யிட்டன்."

"புனர் வாழ்வு எண்டு சொல்லுறாங்களே, அதையா சொன்னீங்கள்?" என்று தனது குறுகிய அறிவை வெளிப்படுத்தினாள் நித்யா.

"இல்லை, புனர்வாழ்வு என்ற சொல்லுக்கு இயக்கத்தில் ஒரு மதிப்பும் கிடையாது. ஏனெண்டால் போரிலை ஈடுபட்ட எவருக்கும் தன்னைத் தானே தகவமைத்துக்கொள்ளுற திறமை தானாகவே வந்துவிடும்."

அவள் வந்து சேர்ந்ததையும் அவளிடம் புதிதாக ஏற்பட்டிருக்கும் மனப் பக்குவத்தையும் இனி சத்தியமூர்த்திக்கு விளங்க வைப்பதில் அவ்வளவு பெரிய சிரமமிருக்காது என்பதை நினைக்கவே அவர் நாளைக்குச் செய்யவேண்டிய காரியம் எத்தனையோ மடங்கு சுலபமாகிவிட்டதுபோல் தோன்றியது. நாளைக்குச் சத்தியமூர்த்தியின் வீட்டுக்குப் போய்க் கதைப்பதிலும்பார்க்க அவரைக் கடையில் கண்டு பேசுவதுதான் உவப்பானதென்று தீர்மானித்துவிட்டார். தீர்மானித்ததும் கண்ணை மூடாமலே நித்திரை வந்து அணைத்துக்கொண்டது.

அடுத்த நாட் காலை தேவன் சைக்கிளை எடுத்துக்கொண்டு தெருவில் இறங்கியபோது சத்தியமூர்த்தியும் எதிரே வந்துகொண்டிருந்தார். தான் நினைத்திருந்ததற்கு மாறாக நடக்கப்போகிறதேயென்ற தயக்கம் உள்ளூர எழுந்தது. வேறு வழியின்றிச் சந்தியமூர்த்தியை எதிர் நோக்கினார்.

“உம்மை ஒருக்கால் பாக்கவேணும்போல கிடந்தது, அதுதான் இந்தப்பக்கம் வந்தன். வாரும் வீட்டுக்குப் போய்க் கதைக்கலாம்.” என்று சொல்லிய சத்தியமூர்த்தி சைக்கிளிலிருந்து இறங்கினார்.

“அதுக்கென்ன, வாரும், நானும் உம்மைக் காணத்தான் வெளிக்கிட்டன்“ என்று தேவன் சொன்னபோதும் அப்போது ஏற்பட்ட தயக்கத்தை அவரால் மறைக்க முயன்றும் முடியாது போனது. அதற்குள் சத்தியமூர்த்தி தேவனுக்கு முன்பாக நடக்கத் துவங்கிவிட்டார். வேறு வழியின்றி அவரும் பின்தொடர்ந்தார். வாசல் கதவோரம் வந்து நின்ற சத்தியமூர்த்தியின் கண்ணில் விறாந்தையோரம் நித்யாவும் பவித்திராவும் நிற்பது தெரிந்தது. திகைத்துப்போய் நின்றவரின் வாய் குழறியது, சைக்கிளைப் பிடித்திருந்த கைகள் நடுங்கின. அவரின் தோளில் கைவைத்த தேவனைத் திரும்பிப் பார்த்தவரின் கண்களில் பெருக்கெடுத்த நீரில் வாழ்க்கையின் மீதான புதிய நம்பிக்கையும் நன்றியும் கலந்திருந்தன.

23

அடுத்த நாட்காலை தேவன் அலுவலாக வெளியே போய்விட்டார். மதிய வேளை நெருங்கிக்கொண்டிருந்தது. நித்யா சமையலும் பாட்டுமாக வீட்டைக் கிறங்கடித்துக் கொண்டிருந்தாள். அப்போது வெளி வாசல் கதவின் கொழுக்கியை யாரோ தூக்கிக்

கடகடவென அடிக்கும் சத்தம் பலத்துக் கேட்டது. அந்தத் தெருவில் வரும் தபால்காரரின் சைக்கிள் மணி திரும்பவும் தகராறு பண்ணுகிறது போலிருக்கிறது என்று எண்ணிக்கொண்டு நித்யா வாசலுக்கு வந்தாள்.

தபால்காரர்தான் அங்கே நின்றுகொண்டிருந்தார். நாலைந்து கடித உறைகளை நித்யாவிடம் கொடுத்துவிட்டுப் போனார். கையோடு கொஞ்சம் சிரிப்பையும் ஒப்படைத்துவிட்டுப் போனார். கொழும்பிலிருந்து வந்த கடிதங்களோடு ஒரு விமானக் கடிதம் வேறாகத் தெரிந்தது. கையெழுத்திலிருந்து ஒன்று அப்பனும் மற்றது அண்ணாவும் அனுப்பியது எனக் கண்டாள். விமானக் கடிதம் மலேசியா முத்திரையோடு இருந்தது. அப்பன் எப்போதாவது இரண்டு வரி கிறுக்குவான். அதற்குக்கூட அவனுக்கு நேரம் இல்லைபோன்ற தொனியிலும் கையெழுத்திலும் இருக்கும். அதை நன்றாகத் தெரிந்துகொண்டும் அவனுடையதையே முதலில் உருவி எடுத்துக்கொண்டு திரும்பினாள். விறாந்தையில் ஏறமுன்பே விரலால் அதை உடைத்து வாசிக்க வசதியாகக் கதிரையில் வந்து இருந்தாள். தேவன் மதியச் சாப்பாட்டுக்கு வந்துவிடுவார். அவர் வரும் வரைக்கும் காத்திருக்க இயலாது. இப்பவே வாசித்துவிடவேண்டும்.

அப்பனும் அபிதாவும் கொழும்புக்கு படிக்கப்போய் நான்கு வருடமாகிறது. தேவனிடம் எப்போ பிள்ளைகளைப் போய்ப் பார்க்கவேண்டுமென்ற கால அட்டவணை எதுவும் இருப்பதில்லை. போக்குவரத்து பாதுகாப்பாக இருக்கிறதென அறிந்ததும் காலம் தாழ்த்தாமல் நித்யாவோடு போய்ப் பார்த்துவிட்டு வந்துவிடுவார். ஜனனி இப்போதும் சென்னையில்தான் இருக்கிறாள். அங்கே இருக்கும்வரை குமரன் அவளைக் கடத்திக்கொண்டு போய்விடுவான் என்ற பயம் இல்லை. அவளைக் கண்டு ஒரு மாதம் சென்றாலே ஒரு வருடம் கழிந்ததுபோல் நித்யாவுக்குத் தோன்றும். அவள் இதுவரை வருடத்துக்கு இரண்டு முறையாவது அவளைக் காணப் போய் வந்தாள். எத்தனையோபேர் தூர நாடுகளுக்குப் பிள்ளைகளை அனுப்பிவிட்டு அவர்கள் வருகிற நேரம் கண்டுகொள்ளலாமென்று இருக்கிறார்கள். நானோ உள் நாட்டிலுள்ள பிள்ளைகளைக் காண அவதிப்படுகிறேன் என்று தேவன் அடிக்கடி சொல்லுவார். ஒருமுறை வெசாக் பார்க்க வாருங்களென்று அப்பன் அழைத்திருந்தான். அதற்குப் போய் வந்தார்கள். இன்னொருமுறை வேல் விழா பார்க்க

வாருங்களென்று அழைத்திருந்தான். அதற்கும் போய் வந்தார்கள். அடுத்த பயணத்தை யோசிக்குமுன்னர் மீண்டும் போர் வந்து பயமுறுத்தும் கையோடு போக்குவரத்துத் தடைகளும் பிரதான பாதைக்குக் குறுக்கே பாயை விரித்துப் படுத்துவிடும்.

கொழும்புக்கு போகும் பாதை போதியளவு மோசமாகப் போகவில்லையென்று கண்டார்களோ, அதைத் திருத்தும் நோக்கம் அரசாங்கத்துக்கு இருக்கவில்லை. கொஞ்சக் காலம் போனால் பாதையிலுள்ள கிடங்குகள் இன்னும் ஆழமாய்போய் பெட்ரோலும் வந்துவிடலாம் என்று பொது மக்கள் பேசிக்கொண்டார்கள். பாதைச் சீர்கேடு ஒரு புறமிருக்க இராணுவமும் போராளி இயக்கமும் இடை வழியில் மாறி மாறிச் செய்யும் சோதனை மக்களைச் சோர்வடையச் செய்துவிடும். பதற்றமில்லாத நாட்களிலும் எதிர்பாராத விமானக் குண்டு வீச்சுகள், ஹெலி தாக்குதல்கள், தடைமுகாம்களில் கைதுகள், சந்தேகத் தடுப்புகள், விசாரணைகள் போன்றவை பயணத்தின் கால நீட்சியை ஏற்படுத்திவிடும். தேவை கருதியும் நிர்ப்பந்தங்கள் காரணமாகவும் இவற்றை மக்கள் சகித்துப் பயணம் செய்யப் கொள்ளப் பழகிக்கொண்டார்கள். பிள்ளைகளை அல்லது உடன்பிறப்புகளைக் காணப் போவதென்றால் இதையெல்லாம் பொருட்படுத்த முடியுமா என்பதுதான் அவர்களின் மனநிலையாயிருந்தது.

பிள்ளைகளின் கடிதங்கள் வரும்போதெல்லாம் தேவனோடு தனது குறும்பை ஆரம்பித்துவிடுவாள் நித்யா.

"இண்டைக்கு யாருடைய தபால் வந்ததெண்டு சொல்லுங்கோ பாப்பம்?" தேவனுக்கு இப்படியான கண்ணாமூச்சி விளையாட்டு நன்றாகப் பிடிக்கும்.

"எங்கட கிராமச் சங்கம் அனுப்பினது."

"ம் ஹூம். இல்லை. இன்னொரு ச்சான்ஸ் தாறன்."

"அப்ப, அமெரிக்கன் எம்பெஸி." நித்யா சிரிப்பை அடக்க முடியாமல் இன்னும் எட்ட நின்று மேலும் அவரை வம்புக்கு இழுப்பாள். அவரும் இப்படியே சொல்லிக் கதையை இழுத்தடிப்பார்.

"ஆசையைப் பார் ஆசையை. அமெரிக்காக்காரன் என்னை விட்டிட்டு உங்களுக்கு மட்டும் விசா அனுப்பியிருக்கிறான். சரி, இன்னுமொரு ச்சான்ஸ் தாறன். இந்தமுறை சரியாச் சொல்லிப்போடவேணும். இல்லையோ தபாலை வாசிக்கத் தரமாட்டன்."

தேவன் அதைப் பறித்து வாசித்துவிடலாம் என்று நினைத்துப் பின்னால் மறைத்துக்கொள்வாள். அவளைத் துரத்திச் சென்று தபாலைப் பறித்து வாசித்துவிடத் தேவனுக்கும் ஆசைதான். ஆனால் அந்த விளையாட்டை இன்னும் கொஞ்ச நேரத்துக்கு விளையாடலாமென விரும்புவார். கடைசியில் அவர்தான் அவளிடம் சரணாகதி அடைவார்.

அப்பன் கட்டுபெத்தையில் பொறியியல் படிக்க இப்போதுதான் சேர்ந்திருந்தான். படிப்பதற்கு அமைதியான இடம் வேண்டுமெனத் தேடிக் கடற்கரை ஓரமாக ஒரு அறையையும் ஒழுங்கு செய்து மாறியிருந்தான். அதுவரைக்கும் நித்யாவின் அண்ணாவும் அக்காவுமே அவன் தங்களோடு இருக்கவும் சாப்பிடவும் உதவி செய்தார்கள். படிப்புக்கும் போக்குவரத்துக்கும் மடிச் செலவுக்கும் தேவன் தேவையானபோதெல்லாம் அனுப்பிக்கொண்டிருந்தார். கொழும்பு நகரத்தில் வாழ்ந்தாலும் பிறந்த மண்ணை எவ்வளவுக்கு நேசித்தான் என்பதை வீட்டுக்கு முன்பொருமுறை எழுதிய கடிதத்தில் சொல்லியிருந்தான். அதுதான் அவன் எழுதிய நீண்ட கடிதம் மட்டுமல்ல அழகான கடிதமும். நித்யா எத்தனை முறை அதை வாசித்து அவனைப்பற்றிப் பெருமைப்பட்டிருப்பாள்.

"கொழும்பு வாழ்க்கை சுகமானதுதான். ஆனால் அதற்காக வீட்டையும் ஊரையும் வெறுத்து அந்த வாழ்க்கைக்கு ஆசைப்படமாட்டேன். படிக்கவும் வேலைக்குமெனத் தேடிப்போன இந்த நகரம் எவ்வளவு அழகாகவும் வசதியாகவும் கடற்கரையில் மாலை முழுவதும் காலாற நடக்க இதமாகவும் இருந்தால் அது பிறந்த ஊராகிவிடுமா? நெருக்கமான நகரத்தின் இடுக்கில் கால் நீட்டிப் படுக்க முடியாத அறையும் நாலடி முற்றமும் வீடாகிவிடுமா? கோடிப்புறத்தில் நிற்கும் ஒற்றைத் தென்னையும் பெயர் தெரியாத பூமரங்களும் தோட்டமாகிவிடுமா?"

அபிதா பல்கலைக் கழகத்தில் விஞ்ஞானப் படிப்புக்கு ஆயத்தம் செய்துகொண்டிருந்தாள். அவள் வேறு இடத்தில் போய் இருக்க விரும்பவில்லை. நித்யாவுடைய அக்காவும் அவளைத் தன்னோடு தொடர்ந்து வைத்திருக்க விரும்பியதால் தேவனும் அதற்கு அனுமதி கொடுத்துவிட்டார்.

நித்யா தபாலைத் திறந்தாள். இம்முறையும் அரைப் பக்கம்தான்.

அன்பான அப்பாவுக்கும் அம்மாவுக்கும் வணக்கத்துடன் எழுதுகிறேன்.

அம்மா! இப்போதெல்லாம் அப்பன் இப்படித்தான் அழைக்கிறான். நித்யாவின் நெஞ்சு குளிர்ந்தது. அந்த ஒரு சொல்லில் அவன் தன்னுடைய மகன் என்ற தாய்மை உணர்வு மேலிட்டது. அவள் கண்கள் கசியத் தொடர்ந்து வாசித்தாள்.

ஜனனி இப்போது அபிதாவுக்கும் எனக்கும் ஒழுங்காகக் கடிதம் எழுதுகிறாள். நாங்களும் பதில் எழுதத் தாமதிப்பதில்லை. அவளைப் போலவே நாங்களும் எப்போ எல்லாருமாக ஒன்று சேரலாமென்றும் ஊருக்கு வரலாமென்றும் ஆவலுடன் இருக்கிறோம். எங்களுடைய ஊரைப்பற்றி இன்னும் எழுது, எழுது என்று கேட்டுக்கொண்டிருக்கிறாள். இதுவரை எழுதியதற்கு மேல் எனக்கு எழுதத் தெரியாது. அபிதா தனக்குக் கொஞ்சம்தான் நினைவில் இருக்கிறது என்றாள். ஆனபடியால் ஜனனியை ஊருக்குக் கூட்டிவந்தால் நல்லது. அதிலுள்ள பிரச்சனைகளையும் நான் அறிவேன். எல்லாவற்றுக்கும் அப்பா சொல்வதுபோல் மாயவன் கருணை காட்டுவார்.

உங்கள் அன்பான மகன் அப்பன்.

மிகச் சிறிய கடிதம்தான் ஆனால் ஜனனியைப்பற்றி அப்பன் எழுதியதை நினைத்ததும் நித்யாவின் மனதில் பெரும் சுமை ஏறியதுபோலிருந்தது. ஜனனியை இப்படியே பிரிந்திருக்க முடியாது. குமரன் அங்கே இருக்கும்வரை அவளைக் கூப்பிடவும் முடியாது. அடுத்து மலேசியாவிலிருந்து வந்த கடிதத்தை உடைத்தாள். அங்குள்ள தமிழிசைச் சங்கத்தினர் இசை நிகழ்ச்சி செய்யும்படி அழைத்திருந்தார்கள். அவர்களின் அழைப்பின் பேரில் முன்பும் இரண்டு முறை கச்சேரி செய்திருந்தாள். வழக்கத்தில் சென்னை விலாசத்துக்குத்தான் எழுதுவார்கள். ஆனால் இப்போது எப்படித் தேவன் வீட்டு விலாசத்தைக் கண்டறிந்திருப்பார்கள் என்பது அவளுக்கு வியப்பாகவிருந்தது. ஒருவேளை ஜனனி அவர்களுக்கு அறிவித்திருக்கலாம். கொழும்பிலிருந்து வந்த ஒரு கடிதமும் இதேபோன்ற அழைப்பாகவே இருந்தது. எல்லாவற்றையும் தேவனுடன் கதைத்தபின் முடிவெடுக்கலாமென நினைத்துக் கடிதங்களைப் பத்திரப்படுத்திக்கொண்டாள்.

அடுத்து அண்ணா எழுதிய கடிதத்தை உடைத்தாள். அதில் இரண்டு வரி மட்டுமே எழுதியிருந்தார்.

குமரன் காணாமற்போய் ஒரு வருடத்துக்கு மேலாகிவிட்டது. இனியும் வந்து சேருவாரென்ற நம்பிக்கையில்லை. அதனால் இனி

தயக்கமின்றி ஜனனி கொழும்புக்கு வரலாம். நான் பிள்ளைகள் எல்லாரையும் ஊருக்குக் கவனமாகக் கூட்டி வருவேன். உடன் பதில் எழுது. அண்ணா.

நித்யாவை யாரோ கதிரையிலிருந்து தள்ளி விட்டதுபோலிருந்தது. இன்றோ நாளையோ ஜனனி வரப்போகிறாள். பிள்ளைகள் எல்லாருமாக வீட்டைப் புரட்டிப் போடப்போகிறார்கள் இரண்டு கடிதங்களையும் அவசரம் அவசரமாகச் சட்டையின் உட்புறம் வைத்துக்கொண்டு வாசலுக்கு வந்து பார்த்தாள். தேவன் வருவது கதவுக்கு மேலால் தெரிந்தது.

24

நித்யாவின் கரம் தேவனின் மார்பில் தவழ்ந்திருந்தது. அந்த ஸ்பரிசம் தந்த சுகத்தில் அவர் உலகை மறந்து உறங்கிக்கொண்டிருந்தார்.

மார்கழி மாதத்து உதயத்தில் விழித்தெழும்போது சுலபமாக அடித்துத் துரத்திவிட முடியாத சோம்பலும் கூடவே எழுந்துகொள்ளும். அதனோடு பிணைந்து வரும் உடல் கிளர்ச்சியையும் இலகுவில் அடித்துத் துரத்திவிட முடியாது. அதற்கு வயதெல்லையும் கிடையாது. தேவனுக்கு இதோ படுக்கை யிலிருந்து எழுந்துவிடவேண்டுமென்ற உந்துதல் தொடர்ந்து எழுகிறது. ஆனால் அதற்கு மனம் வருவதில்லை. அந்தக் கிளர்ச்சி ஆட அழைக்கும் கண்ணாமூச்சி விளையாட்டில் மூழ்கிவிடவே விரும்பினார். துணைக்கு நித்யா பக்கத்தில் படுத்திருந்தாள்.

"என்ன இன்றைக்கு விஷேசம், உடம்பெல்லாம் சந்தனம் பூசியதுபோல் குளிர்மையாய் இருக்கு?" நித்யாவின் கன்னத்தைத் தடவியபடி கேட்டார் தேவன். அவளின் மார்பு அவரின் நெஞ் சோடு நெருங்கியடித்துக்கொண்டு இருந்தது. அந்தக் குளிர்மையான பிரதேசம் சில்லெனத் தாக்கி அவரின் பொறுமையைச் சோதித்தது.

"இன்று நடக்கிற மார்கழித் தோய்ச்சலுக்கு ரண்டுபேரும் போகப்போறோம்." என்று நித்யா சொன்னதும் தேவன் நினைவு வந்து துள்ளி எழுந்தார்.

தேவன் மனதில் சில நாட்களுக்கு முன்பிருந்தே மார்கழித் தோய்ச்சல் திருநாட்கள் திரும்பத் திரும்ப நினைவில் வந்து மனதைச்

சிலிர்க்கவைத்துக் கொண்டிருந்தது. இன்றா நேற்றா எத்தனை ஆண்டுகளாக இது போன்று மாயவனின் அருளில் நனைவதற்கான அவா! இந்த ஆண்டுத் தோய்ச்சல் பொழுதிலேயே அடுத்த ஆண்டுத் தோய்ச்சலைச் சிறு பிள்ளைபோல் நினைத்து ஏங்கும் மனது. அப்பப்பா, அந்த உணர்வு சொல்லி மாளாது. ஆனால் இன்றைய தோய்ச்சல் ஏனோ இதுதான் முதலாவது போன்று மனதைச் சிலிர்க்க வைத்தது. காலை ஆறு மணியாகிவிட்டது. இருவரும் கோயிலுக்குப் போக ஆயத்தமானார்கள்.

தேவன் ஏற்கனவே கோயில் மண்டபத்தில் நிற்பதுபோல் உணர்ந்தார். என்ன இவள், எப்போது கோயிலுக்குப் புறப்பட்டாலும் முதல் முறை என்னைக் கண்டபோது கட்டிய சேலைபோன்றே உடுத்தி வருகிறாள். கடலுக்கு நீலச் சேலை கட்டிக்கொண்டு போகலாம் எனச் சொன்னால் உங்களுக்குப் பிடித்தது சிவப்பு நிறம்தானே என்று சொல்வாள். தங்க வளையல்கள் இல்லையா எனக் கேட்டால் ம்ஹூம், எனக்குக் கண்ணாடி வளையல்கள்தான் விருப்பம் என்று சொல்லி வளையல்களோடு சேர்ந்து நகைப்பாள். வயது ஏறிப்போனாலென்ன அன்று இவளிடம் கண்ட அதே வசீகரம்தானே இன்றும் கண் சிமிட்டுகிறது. நடக்கும்போது விரல்களால் தாளம் இடுவதும் சேலைத் தொங்கலை எடுத்துத் தோளை மூடி விடுவதும் இதழ்களை நாவால் தடவி விடுவதும் இடைக்கிடை என்மீது பார்வையை வீசி விடுவதும் அன்று போல்தானே இன்றும் இருக்கிறது.

"இண்டைக்கு கோயிலிலை இன்னுமொரு விசேஷம் தெரியுமோ?" என்று கேட்டாள் நித்யா.

"எனக்குத் தெரியாமல் அப்படியென்ன விசேஷம்?"

"முதல் கோயிலுக்குப் போவம், பிறகு விஷேசம் என்னவென்று சொல்லுறன்."

"அதை இப்பவே சொன்னால் என்ன?"

"அங்கை வைச்சுச் சொல்லுறதுதான் மிகப் பொருத்தம். ஏன் அவசரப்படுறீங்கள்?"

"சரியப்பா, முதலிலை கோயிலுக்குப் போவம். நான் எவ்வளவு பொறுமைசாலியெண்டு காட்டவும் வேணும்தானே?"

நித்யா குளியல் அறைக்குள் போனதும் தேவன் அறைக்கு வெளியே வந்து நடு முற்றத்தில் விழுந்த சூரிய ஒளி திண்ணைகளில்

படிந்து மௌன வீணை இசைப்பதை ரசித்தபடி நின்றார்.

அவள் தேவனை மணம் முடித்து வந்ததும் தான் தீர்மானித்திருந்தபடியே வீட்டில் சிறிது சிறிதாகப் பல மாற்றங்களைச் செய்திருந்தாள். பின் விறாந்தையின் இரு கரைகளையும் இடித்து இடப்புறம் தங்களுக்கும் வலப்புறம் பிள்ளைகளுக்கும் தனிக் குளியலறைகள் கட்டினாள். இனி மழையிலும் வெயிலிலும் மண் முற்றத்தில் கால் புதைய நடந்து வேலி மறைப்பின் பின்னால் நின்று கிணற்றில் அள்ளிக் குளிக்கவேண்டியதில்லை என்று அப்பனும் அபிதாவும் சித்திக்குப் புகழாரம் சூட்டப்போகிறார்கள். வீடெல்லாம் பூஞ்சடித்துத் துப்பரவாக்கிச் சுவரெங்கும் புதிதாய் வர்ணம் அடித்துக் கதவுகள் நிலைகளெல்லாம் புதுப் பொலிவுடன் மினுங்கத் துவங்கிவிட்டன. அவளின் நல்லூர் வீட்டில் குடியிருந்த ரவிவர்மா தன் பரிவாரத்துடன் இங்கே இடம் மாறிக்கொண்டார். தேவன் நித்யாவின் தோளில் கையை வைத்தபடி வீட்டின் புதுப் பொலிவை பலமுறை பார்த்துப் பெருமிதமடைந்துவிட்டார்.

நித்யா மஞ்சள் தேய்த்துக் குளித்துச் சேலை கட்டிக்கொண்டு குளியல் அறை நடுவே கண்ணாடி முன்னால் வந்து நின்றாள். இத்தனை ஆண்டுகள் கழிந்தும் இவள் இளமை குலையாமல் இருக்கிறாளென்றால் அது ஏதேனும் மருந்தோ மந்திரமோ மாயமாகக்கூட இருக்கலாம். பல நாட்களுக்கு முன்னர் கையிலும் விரல்களிலும் இட்ட மருதாணி விலக மனமின்றிக் கலைந்திருக்கிறது. குப்பெனச் சிவந்த கன்னங்களில் ஒரு கோடி புன்னகை துளிர்த்து நிற்கிறது. இப்போதுதான் பறித்த தாமரைபோல், உள்ளங்கையில் இருக்கும் பஞ்சாமிர்தம்போல், தோட்டத்துக் கிணற்று ஓட்டில் வந்து நிற்கும் கிளிப்பிள்ளைபோல் பட்டுச் சேலையோடு நெய்த சருகைபோல் எல்லாமே அவளிடமிருக்கும் ஐஸ்வர்யமாக அவருக்குள் பெரும் பரவசத்தை ஏற்படுத்தியது. இவள் என் சொத்து, என் மனைவி, என் குடும்பத்தின் அச்சாணி.

உடை அணிந்து வெளிக்கிடும்போது இளம் பிராயத்தில் வந்தவொரு மார்கழித் தோய்ச்சல் திருநாளில் விடியுமுன் எழும்பி வெளிக்கிட்டு வழியெல்லாம் பாடியபடியே சென்ற அனுபவம் தேவன் மனதில் கிளர்ந்தெழுகின்றது. கோயில் மண்டபத்தின் இருபுறமும் இளம் பெண்கள் நிரையாய் அமர்ந்து ஆண்டாளின் பாசுரத்தை வரி வரியாகப் பிழிந்து சாறெடுத்து ஊட்டுகிறார்கள். தேனோடு தினைமாவைக் கலந்ததுபோன்ற அவர்களின் இளம் குரலிசையில் ஆண்டாள் மறுபிறவி எடுக்கிறாள்.

மாலே, மணிவண்ணா! மார்கழி நீராடுவான்
மேலையார் செய்வனகள் வேண்டுவன கேட்டியேல்
ஞாலத்தை யெல்லாம் நடுங்க முரல்வன
பாலன்ன வண்ணத்துள் பாஞ்ச சன்னியமே

பாசுரத்தைத் தொடர்ந்து பூஜை மணிகளும் மக்களின் "மாயவா, நாராயணா" என்னும் ஆரவாரமுமாகக் கோயில் திருவிழாக் கோலம் பூண்டுவிடுகிறது. அவரின் கனவைக் கலைப்பதுபோல் நித்யா அங்கே அறையில் நின்று ஆண்டாள் உருகிக் களித்த காதலைத் தன் இசையில் தோய்த்துப் பருக வைக்கிறாள்.

மாயவனை மன்னு வடமதுரை மைந்தனை
தூய பெருநீர் யமுனைத் துறைவனை
ஆயர் குலத்தினில் தோன்றும் அணிவிளக்கை
தாயைக் குடல்விளக்கம் செய்த தாமோதரனை

இன்னும் சிறிது நேரத்தில் இதே பாடலைச் சிறுமிகள் பாடக் கேட்கப்போகிறோம். அவர்களோடு சேர்ந்து நித்யாவும் இசைக்கப்போகிறாள் என்ற எண்ணம் எழ வேட்டியை வரிந்து கட்டி ஆயத்தமாகிறார் தேவன்.

அவசரகாலச் சட்டத்தின் பாதிப்பால் கோயிலில் அன்றாட பூசைகளுக்கு ஏற்பட்டதுபோல் விசேட தினங்களுக்கான நேரங்களும் மாற்றமடைந்துவிட்டன. ஊரடங்குச் சட்டம் சொல்கிற நேரத்துக்கு அமைவாகவே கோயில் இயங்கிக்கொண்டிருந்தது. நித்யா இப்போதும் அறையிலிருந்து மென் குரலில் பாடிக்கொண்டிருக்கிறாள்.

புள்ளும் சிலம்பினகாண் புள்ளரையன் கோயிலில்
வெள்ளை விளிசங்கின் பேரரவம் கேட்டிலையோ..?

புறப்பட நேரமாகிவிட்டது என்பதை மாயவன் கோயில் மணி அறிவித்து ஓய்ந்தது. வீட்டுக் கதவைச் சாத்திக்கொண்டு இருவரும் முற்றத்தில் இறங்கி நடக்க ஆரம்பித்தார்கள். மார்கழிக் குளிர் கன்னத்தைத் தொட்டுச் சுகம் கேட்டது. கண்ணுக்குப் புலப்படும் வெளியெல்லாம் சூடம் தன்னை எரித்து வெளியிடும் புகை போன்று விரிந்திருக்கும் மெல்லிய இருள் படுதாவை ஊடுருவிப் பழக்கப்பட்ட பாதையில் நடப்பது உடலுக்கும் உள்ளத்துக்கும் உற்சாகம் தந்துவிடும். இருவரின் தோளிலும்

கை போட்டபடி கூட வந்துகொண்டிருந்தது மாயவன் மீதான சிந்தனை. அடுத்த மணியோசை எழுந்தபோது இருவரும் கோயில் வாசலுக்கு வந்துவிட்டனர்.

மாயவனின் புனித நீராட்டைக் காணவரும் அடியார் கூட்டம் உள்வீதியெங்கும் அலைமோதுகிறது. நாதஸ்வர இசை மனதை வருடுகிறது. மணிகள் குலுங்கிச் சிறுமிகளின் சிரிப்பொலியாய் மண்டபத்தை நிறைக்கிறது. தூரத்துச் சூரியன் தன் கிரணங்களால் கிழக்கு வாசலினூடாகக். கோயிலின் உட்புறம் ஒளி பாய்ச்சுகிறான். அவை பெண்களின் புடவைகளில்பட்டு வெண்மணிகளாய்த் தெறிக்கின்றன. தேவனும் நித்யாவும் கோயில் படிகளில் ஏறவும் மார்கழித் தோய்ச்சல் மலரத் தொடங்கிவிட்டது.

அர்ச்சனைக்காகக் கொண்டுவந்த பூசை தட்டுகளைக் கையிலேந்திக்கொண்டுவந்த பெண்கள் பட்டுச் சேலைகள் சரசரக்க அவர்களைக் கடந்து சென்றார்கள். நித்யாவும் ஒரு தட்டை வாங்கிக்கொண்டு தேவனுக்குப் பக்கத்தில் வந்து நின்றாள். இத்தனை அழகையும் அருகே காணும்போது அவளை முதன் முதலில் இதே மண்டபத்தில் நேரே கண்டது தேவனின் கண்முன்னால் பஞ்சாலத்தி காட்டியது. அன்று அவளுக்குத் துணையாக கார் நின்ற இடத்துக்குக் கூட்டிச் சென்றபோது "நீதானே தனியனாய் முன்னாலிருந்து என் பாடலைக் கேட்டாய்" என்று சொன்னதும் நெஞ்சை நிறைத்தது.

நித்யா தனக்குச் சொல்ல நினைத்திருப்பது என்ன? அது எந்த வேளையும் அவளிடமிருந்து வெளிப்படலாம் என்ற எதிர்பார்ப்புடன் பொறுமையோடு காத்திருந்தார் தேவன். கோயிலின் கர்பக்கிருகத்தில் தீப ஆலாத்திகள் சுடர் வீசின. நாலாபுறமும் மணிகள் கிண்கிணித்தன.

தேவனின் மனதில் எதிர்பார்ப்புகள் சமுத்திரத் தீர்த்தத்து அலைகளாய் மோதிக்கொண்டிருந்தன. இடைக்கிடை நித்யாவின் முகத்தையும் கடைக்கண்ணால் கவனித்துக்கொண்டிருந்தார். அவளின் இதழ்கள் எப்போது மலருமோ எப்போது அதை உதிர்ப்பாளோ என்ற அவதி அவரிடம் மேலோங்கியது.

"தேவன்!"

"ம், என்ன நித்யா?"

"ஒரு அர்ச்சனை செய்யவேணும்."

“அதற்கென்ன செய்யலாம். அர்ச்சனைச் சீட்டு எடுத்துக்கொண்டு வாறன். யாருடைய பெயரில் செய்ய வேணும், நட்சத்திரமும் சொல்லுங்கோ.”

“நீங்கள் கும்பிடும் மாயவனுக்குத் தெரியும்தானே உங்கள் மகளின் பெயரும் நட்சத்திரமும்.”

“அவனுக்குத் தெரியும், அர்ச்சகருக்குத் தெரிய வேண்டாமா?

“ஜனனி, உத்தராடம்.” நித்யா புன்னகையோடு பதிலளித்தாள்.

தேவன் சீட்டை வாங்கக் கோயில் அலுவலகத்தை நோக்கி விரைந்தார்.

அர்ச்சனை முடிந்ததும் தட்டிலிருந்து திருநீற்றை எடுத்துத் தேவனின் நெற்றியில் இட்டபோது நித்யா, “பிள்ளையள் எல்லாரும் இண்டைக்கு மத்தியானம்போலை வீட்டுக்கு வந்துவிடுவினமெண்டு அறிவிச்சவையளெல்லோ?”

“ஓமோம், அப்பனும் அபிதாவும் வர முந்தியே நாங்கள் வீட்டை போய்விடவேணும்.” தேவன் அமைதியாகச் சொன்னாரென்றாலும் மனமெல்லாம் குறுகுறுத்தது.

“பிள்ளைகள் எல்லாரும் வருகினமெண்டால் எல்லாரும்தான். அப்பன், அபிதா, ஜனனி எல்லாரும்.”

“ஜனனி?”

“ஓமோம், ஜனனியும்தான்.”

“ஜனனியும் வாறாள் எண்டது எனக்குத் தெரியாது.”

“அது அப்பனும் அபிதாவும் சேர்ந்து விளையாடிய விளையாட்டு. ஜனனியைச் சென்னையிலிருந்து கூப்பிட்டதும் இங்கை கூட்டி வாறதும் ரண்டுபேரும்தான்.”

“அப்படியோ! எனக்குத் தெரியாமல் நீங்கள் எல்லாரும் இந்த நாடகத்தை ஆடியிருக்கிறீங்கள். இதையா விசேஷமெண்டு சொன்னீங்கள்?”

நித்யா பதில் சொல்லவில்லை. சொல்லியிருந்தாலும் தேவன் இருந்த நிலையில் அவரின் காதில் அது விழுந்திருக்க வாய்ப்பில்லை.

மார்கழித் தோய்ச்சல் முடிந்தது. ஐயரைக் கண்டு ஆசி பெற்றாயிற்று. அலுவலகத்தில் எட்டிப் பார்த்து கோயில்

காரியங்கள் எப்படியெல்லாம் போகிறதென்று சாட்டுக்கு விசாரித்தாயிற்று, இனி வீட்டுக்குப் போகவேண்டியதுதான். தேவனுக்கு இதோ சண்டியையும் கட்டிக்கொண்டு புழுதி பறக்க ஓடவேண்டும் போலிருந்தது. இந்த மார்கழிக் கூதலின் கதகதப்பும் காலை வேளையின் மெல்லிய வெக்கையும் கலந்து வீசிய காற்றில் தேவனின் மனமும் உடலும் மிதந்தன. ஜனனி எனக்குக் கிடைத்திருக்கும் இன்னொரு மகள். அவள் வளர்ந்த கதையை எனக்குச் சொல்லிப் பெருமிதப்படும் சந்தர்ப்பத்தை எத்தனை முறை எதிர்பார்த்தபடி இருந்திருப்பாள் நித்யா. அதற்குரிய காலம் பிந்துகிறதே என்று ஏங்கிப்போயிருப்பாள். இன்று அதை நிறைவேற்றியபோது எனக்கு ஏற்பட்ட உவகை அபிதா பிறந்த நாளில் ஏற்பட்டது போலல்லவா இருந்தது.

25

பார்த்திபனின் பாதுகாப்பில் அப்பன், அபிதா, ஜனனி மூவரும் காரில் வந்துகொண்டிருந்தார்கள். கொழும்பிலிருந்து முதல் நாள் இரவு புறப்பட்டதிலிருந்து நல்லூரிலிருக்கும் மாசிலாமணியின் வீட்டுக்கு வரும்வரை அப்பா, அம்மா எப்படி இருப்பாங்கள் வீடும் கோயிலும் வயலும் ஊரும் உலகமும் எப்படியிருக்கும் என்றெல்லாம் அவரவர் வயதுக்கேற்ற கற்பனைகளோடு வாய் ஓயாமல் பேசிக்கொண்டிருந்தார்கள். பார்த்திபனும் அலுக்காமல் கேட்டுக்கொண்டிருந்தார். இப்படித்தானே தானும் இந்த வயதில் இருந்திருப்பாரென்று நினைத்தபோது அவருக்கு இளமை மீண்டதுபோலிருந்தது. காலையானதும் ஊருக்குக் கூட்டிக்கொண்டு போவதாகப் பார்த்திபன் அவர்களுக்குச் நம்பிக்கையூட்டியிருந்தார். சொன்னபடி புறப்பட்டுவிட்டார்கள். மந்திகைச் சந்திக்கு கார் வந்து நின்றதும் பிள்ளைகளின் தீர்மானத்தின்படியே எல்லாரும் இறங்கிக்கொண்டார்கள். இனி அங்கிருந்து வீட்டுக்கு நடந்து போகவேண்டுமென்பதுதான் அந்தத் தீர்மானம்.

"பிள்ளையள், நீங்கள் ஆசைப்பட்டமாதிரி முன்னாலை நடந்து போங்கோ, நான் பின்னாலை வந்துகொண்டிருப்பன்." என்று சொன்னார் பார்த்திபன்.

"ஓம் அங்கிள், பின்னாலை வாங்கோ, நாங்கள் முதலிலை வீட்டை போய் அப்பா, அம்மாவை ஆச்சரியப்படுத்துவம்."

"அப்பனுக்கு வழியெல்லாம் நினைவு இருக்குதுதானே?"

"ஓம் அங்கிள். சொந்த ஊரை அப்படிக் கெதியா மறந்துபோகமாட்டன்."

"சரி, எல்லாரும் கவனமாகப் போங்கோ." என்று சொல்லிவிட்டுப் பார்த்திபன் விடைகொடுத்து அனுப்பினார். கொஞ்ச நேரமானதும் பின்னால் போகலாமென எண்ணியபடி அவர்கள் குதூகலம் கொப்பளிக்க நடந்துபோவதை ரசித்துக்கொண்டிருந்தார்.

"ஏன் அண்ணா நாங்கள் சந்திக்கு வந்தவுடனை வீட்டுக்கு நடந்து போவமெண்டு அங்கிளுக்கு சொன்னீங்கள்?" என்று கேட்டாள் அபிதா.

"அப்பதான் எங்களன்ர ஊர் எவ்வளவுக்கு மாறியிருக்குதெண்டு பார்க்கலாம், ஜனனியும் பார்த்து அதிசயப்படுவாள். நாங்கள் பார்த்ததை அப்பாவுக்கும் அம்மாவுக்கும் சொல்லியும் சந்தோசப்படலாம்தானே?"

"அப்பாவும் அம்மாவும் எப்படி இருக்கினம் எண்டதல்லவோ முக்கியம்?"

"அதைச் சொல்லித்தான் தெரியவேணுமோ?"

"அண்ணா, இங்கேயிருந்து எவ்வளவு தூரம் நடக்கணும்?"

"ஒரு இரண்டு கிலோ மீட்டர் தூரம் இருக்கும். ஆனால் அக்கம் பக்கம் பார்த்துக்கொண்டு நடக்கிறபோது தூரம் தெரியாது."

"ஆமாண்ணா, எனக்கும் இப்படி நடந்துபோறது ரொம்பப் பிடிக்கும்."

"ஜனனி. இது நாங்கள் பிறந்து வளர்ந்த ஊர். அதிகமா உழைப்பாளிகள் வாழுற ஊர்."

"தமிழ்நாட்டிலேயும் இப்படி இருக்காங்க. உழைக்கிறவங்க கையிலதான் இந்த உலகம் தங்கி இருக்குன்னு நம்பறேன். ஆனா அவங்கதானே ரொம்ப கஷ்டப்படுறாங்க."

"நீங்க அப்பாவைப்போல கதைக்கிறீங்கள்."

"அப்படித்தான் அம்மாவும் சொல்லுவாங்க."

"அவங்க பழையபடி சேர வேணும்னு நாங்கள் ஆசைப்பட்டோம், தெரியும்தானே?"

“ஆமா, நன்னாத் தெரியும். சென்னைல எங்க வீட்ல அப்பாவும் அம்மாவும் நிக்கிற படம் இருக்கு. அதை அம்மா எனக்குக் காட்டிக் கதை சொல்லுவாங்க. அதனாலதான் இப்ப முதல் முறையா அப்பாவைப் பார்க்கபோறேன்னதை நெனைச்சா எம்மளவு ஜாலியா இருக்கு தெரியுமா?.” அப்பனும் அபிதாவும் அவளின் இரு கைகளையும் பிடித்துக்கொண்டார்கள். அபிதா அவர்களைப் பெருமிதத்துடன் பார்த்துப் புன்னகைத்தாள்.

மூவரும் பாதையோரம் கண்ணில் படும் காட்சிகளை ரசித்தபடி வீட்டை நோக்கி நடந்தார்கள். வானம் வெளுத்துப்போயிருந்தது. மார்கழிக் கூதலைக் காலையோடு விரட்டியடித்த வெயில் மதியத்தில் கொஞ்சம் கருணை காட்ட விரும்பியதுபோல் முகில்களுக்குத் தூது அனுப்பியிருந்தது. தெருவோரம் ஆலும் அரசும் வாகையும் கிளைகளை அசைத்துக் கோலாட்டம் ஆடின.

“சந்தியிலிருந்த கடைகள் பெரிசாப் போட்டுது. ஆஸ்பத்திரி அப்படியேதான் இருக்குது.”

“நானும் பார்த்தேன், அண்ணா. எவ்வளவு சனம் வாசலிலை காத்துக்கொண்டிருக்குதுகள். எல்லாருக்கும் வைத்தியம் செய்ய இவங்களாலை முடியுமோ தெரியல்லை.”

“அப்பாவுக்குத்தான் தெரியும். கேட்டுப் பார்ப்போம்.”

“அங்கை பாருங்கோண்ணா, அந்தச் சுவருக்கு மேலாலை ஆரோ எட்டிப் பார்க்கிறாங்கள்.”

“ஓ மை காட், என்ன அழகு, என்ன அழகு! எங்கே பார்த்தாலும் பச்சைப் பசேலென்னு இருக்கு.”

“ஓமோம், இதைத்தான் மாயவன் தனக்காகப் படைத்தாரென்று அப்பா அடிக்கடி சொல்லுவார்.”

“அந்தப் பையன் ஓட்டிவர்ற சைக்கிளைப் பாருங்க அண்ணா, ஒரு சைக்கிளிலை எத்தனை பேர் ஏறி வர்றாங்க!”

“நான் சின்னவளாக இருந்தபோது இது குட்டிக் கோயிலாக இருந்தது. இப்போ மதிலும் கோபுரமும் கட்டி என்ன அழகா வைச்சிருக்கிறாங்கள்.”

“அம்மா இப்போதும் பாடுகிறாவோ? பாடினால் அவவின் கச்சேரியைக் கேளாமல் நான் திரும்பிப் போகப்போறதில்லை.”

எல்லாரும் விதானையார் வீட்டுச் சந்திக்கு வந்தார்கள்.

புதுவீட்டுச் செல்லத்துரையிடம் இப்போது வானொலிப் பெட்டி இல்லைப்போலும். வீடு அமைதியாயிருந்தது. கட்டை இராமசாமியின் பலசரக்குக் கடை அப்படியே இருந்தது. கடைக்குப் பின்னாலிருந்த குட்டி வீடு இப்போது சிமெந்து சுவர்களும் ஓடுபோட்ட கூரையுமாக எழுந்து நிற்கிறது. அப்பன் ஒவ்வொன்றையும் பார்ப்பதும் பழைய கதைகளைச் சொல்வதுமாக வந்தான்.

அவர்கள் ஊருக்குள் நுழைந்ததிலிருந்து வழியெல்லாம் போட்ட கும்மாளம் தெருவோரமாய்க் கதவுகளையும் யன்னல்களையும் திறக்கவைத்துவிட்டது. வீட்டுக்கு அண்மையில் வந்தபோது எதிர்ப்புறமாக யோசேப்பு நடந்து வருவதை அப்பன் கண்டதும் அங்கேயே நின்றுகொண்டான்.

"யாரண்ணா அவர்?"

"அப்பாவுடைய சினேகிதர் யோசேப்பு."

"ஓமோம் அவர்தான். எனக்கு இப்ப நினைவுக்கு வாறார்."

யோசேப்பு அவர்களுக்குக் கிட்ட வந்துவிட்டார். அவரின் பருத்த தலை சூரியனை மறைத்தது.

"என்ன பிள்ளையளே, எப்பிடிச் சுகம், என்னை நினைவிருக்குதோ?"

"நீங்கள் அப்பாவோடை சினேகிதர் யோசேப்பெண்டு எங்களுக்குத் தெரியும்."

"என்னை எப்படி உங்களாலை மறக்க ஏலும், நான் தன்னும் உங்களை மறந்துபோடுவனோ?"

அவர் பக்கத்தில் வந்து அவர்களுடன் சேர்ந்து நடக்கத் துவங்கினார்.

"நீங்கள் வாறீங்களெண்டு கொஞ்சம் முன்னம்தான் அப்பா சொன்னவர்."

"என்னைப் பள்ளிக்கூடத்துக்கு பஸ் எடுக்கக் கூட்டிக்கொண்டு போவீங்கள். நான் அதை மறக்கயில்லை."

"அப்ப நடந்ததிலை பலதை நான் துப்பரவா மறந்துபோனன்."

அப்பன் அவரை நிமிர்ந்து பார்த்தான். முதலில் கொழும்புக்குப் போனபோது தான் கண்டதிலும் பார்க்க அவரின் உடல்

ராஜாஜி ராஜகோபாலன்

எவ்வளவோ தளர்ந்திருந்தது. முதுகும் கொஞ்சம் வளைந்திருந்தது. கண்கள் சுருங்கிப் போய்ப் பார்வை குறைந்தவர்போலிருந்தார். ஆனால் குரல் கணீரென்று இருந்தது. அவரோடு எல்லாரும் தொடர்ந்து நடந்தார்கள்.

"அப்பாவும் அம்மாவும் எப்பிடி இருக்கினம்?"

"இன்னும் கொஞ்ச நேரத்திலை அவையளைப் பாத்து எல்லாத்தையும் அறியத்தானே போறியள்?"

"இவதான் எங்களன்ர தங்கச்சி ஜனனி. இந்தியாவிலை படிச்சுக்கொண்டிருந்தவ."

"ஓமோம், தெரியும். அப்பா சொன்னவர். உங்கள் எல்லாரையும் ஒண்டாக் காணக் காத்துக்கொண்டிருக்கிறாராம். அவருக்கு மூண்டுபேரிலையும் இருக்கிற ஆசையை என்னோடை கதைக்கிற நேரமெல்லாம் சொல்ல மறக்கமாட்டார்."

"எனக்கும் தெரியும். அம்மா அதைத்தானே தபாலிலை நெடுகிலும் எழுதிக்கொண்டிருப்பா."

"கனகாலமாய்ப் பிரிஞ்சிருந்தால் எல்லாருக்கும் அப்பிடித்தான் இருக்கும்."

"அப்பா இப்பவும் கோயிலும் வயலுமெண்டு ஓடித் திரியிறாரோ?"

"சும்மா இருந்தால் சோறு கிடைக்குமோ? இப்பவும் அவர் ஓடுப்பட்டுக்கொண்டுதான் திரியிறார். உங்களன்ர அம்மா போனது நினைவிருக்குதுதானே?"

"அம்மாவின் நினைவு எப்படித்தான் போகும்?"

"அவ போன கையோடை இங்கை சண்டை வலுத்துது. நல்ல வேளை, அப்பா உங்களை கொழும்புக்கு படிக்க அனுப்பிப்போட்டார். போனபோது நீங்கள் ரண்டுபேரும் சின்னப் பிள்ளையள், இப்ப பாத்தால் பெரிய ஆக்களா வளந்திட்டீங்கள்."

"நீங்களும் நல்லா மாறிப்போயிட்டியள்."

"சண்டை வந்ததோடை எல்லாமே மாறிப்போச்சு."

"ஆனால் இந்தப் பக்கம் அவ்வளவு பாதிப்பில்லை போலத் தெரியுது."

நாராயணபுரம்

“சில ஊர்களிலை நேரடியாப் பாதிப்பு இல்லை. ஆனால் உண்மையான பாதிப்பு மனிசரன்ர மனசிலைதான் ஊறிப்போயிருக்கு. அதெல்லாம் வெளியிலை தெரியாது. எல்லாத்தையும் மறக்காமல் மனதிலை வைச்சிருக்கிறம். பாதிக்கப்பட்ட நிறையச் சனம் செத்துப்போட்டுது, கொஞ்சப்பேர் ஊரைவிட்டுப் போட்டினம்.”

“ஓம், நாங்களும் இஞ்சை நடந்ததை அறிஞ்சுகொண்டுதான் இருந்தம்..”

“மூண்டு வருசத்தில செய்யாத அக்கிரமமெல்லாம் செய்துபோட்டு இந்திய இராணுவம் போட்டாங்கள். அவங்கள் விட்ட இடத்திலையிருந்து இலங்கை இராணுவம் துவங்கி யிருக்கிறாங்கள். இவங்கட கையால சாகிறதுக்கு ஆக்கள் இருக்கிறவரைக்கும் அக்கிரமமும் நடந்துகொண்டிருக்கும்.”

அப்பன் யோசேப்பைப் பார்த்தான். அவர் எவ்வளவுக்கு மனம் நொந்து போயிருக்கிறார் என்பது அவர் விரல்களால் கண்களைத் துடைத்துவிட்டு முன்னால் வெறுமையாய்த் தெரியும் தெருவைப் பார்த்துக்கொண்டதிலிருந்து தெரிந்தது. அங்கே ஆழமான நம்பிக்கையும் குடிகொண்டிருந்ததை அவன் கவனிக்கத் தவறவில்லை. என்னதான் போரும் சாவும் அவற்றால் ஏற்பட்ட அவலங்களும் பிரிவுகளும் இந்த மண்ணைச் சிதிலமடையவைத்தபோதும் அதன் ஆத்மா இதுபோன்ற கிராமப்புறங்களில் வயலோரத்துப் பூச்செடிகளைப்போல் துளிர்த்து நிற்பதை அவன் மனதார உணர்ந்தான்.

“தம்பி, ஏன் இவ்வளவு காலமா அப்பாவையும் அம்மாவையும் பாக்க வராமல் இருந்தீங்கள்?”

“அதை எப்பிடி விளங்கப்படுத்திறதெண்டு தெரியல்லை. நாங்கள் அப்பாவுக்கும் அம்மாவுக்கும் சொல்லாமல் வந்து ஆச்சரியப்படுத்தவேணுமெண்டு கனகாலமாக நினைச்சிருந்தம். இடைக்கிடை தபால்களும் படங்களும் அனுப்பிக்கொண்டிருக்க மறக்கயில்லை. இப்பவெல்லாம் டெலிபோனும் இல்லை, தபாலும் ஒழுங்கில்லை. நாங்கள் எப்பவும் அவையளைப்பற்றிக் கதைச்சு சந்தோசப்பட்டுக்கொண்டு இருப்பம். புதுவருசம், தீபாவளிக்கெண்டு எப்ப இங்கை வர வெளிக்கிட்டாலும் சண்டையள் வந்து தடுத்துவிடும். போக்குவரத்து மட்டும் எங்கை சீராக நடந்தது? இப்ப கொஞ்சக் காலத்துக்குப் போர் நிறுத்தம் எண்டாங்கள். இனியும் தாமதிக்கக் கூடாது எண்டபடியால் அப்பா, அம்மாவுக்கு

அறிவிச்சுப்போட்டுத்தான் வெளிக்கிட்டு வந்தம். வழியிலை கஷ்டப்பட்டு வந்தாலும் இஞ்சை வந்தவுடனை அதெல்லாம் மனதிலை பெரிசாத் தெரியல்லை."

இந்தக் கஷ்டத்தை எங்கட சனங்கள் ஒவ்வொரு நாளும் அனுபவிக்குதுகள் எண்ட உண்மையை இந்தச் சின்னப் பிள்ளையளுக்கு எப்படிச் சொல்வது என்ற ஆதங்கத்தை மனதில் புதைத்துக்கொண்டார் யோசேப்பு.

தேவனின் வீடு நெருங்க நெருங்க அந்தச் சிறிய ஊர்வலம் கட்டுக்கடங்காத ஆர்ப்பாட்ட ஊர்வலம்போல் ஆகிவிட்டது. எல்லார் முகங்களிலும் அவதியும் ஆவலும். பொங்கி வழிந்தன.

சப்பாத்துகள் தெருவின் சல்லிக் கற்களின்மேல் உராய்ந்து சப்திக்க எல்லாருமாக அவர்களின் வீட்டு வாசலுக்கு முன்னால் வந்து நின்றார்கள். ஜனனி அபிதாவின் கையைப் பிடித்தபடி நின்றாள்.

"இதுவா உங்க வீடு?"

"எங்க வீடுன்னு சொல்லு, ஜனனி."

"ஆமா எங்க வீடு. அம்மா, அப்பா, நாங்கள்லாம் இனி இங்கேதான் இருக்கப்போறம். நினைக்க ரொம்ப சந்தோசமாக இருக்கு, அக்கா."

வீட்டு வாசலில் ஒருபுறம் சரிந்திருந்த பழைய கதவு போய் வர்ணம் அடித்த புதுக் கதவு வரவேற்றது. வாசலோடு செம்பருத்திகளும் குறோட்டன்களும் நிரையில் நின்றன. வளவின் பின்புறம் அம்மாவின் பழைய மாட்டுக் கொட்டில் புது உருவம் எடுத்திருந்தது பக்கத்து முற்றத்தினூடாகத் தெரிந்தது. காணியெங்கும் புழுதி பறக்கும் வெண் மணல் மட்டும் மாறாமல் அப்படியே இருந்தது.

தேவனும் நித்யாவும் அன்று காலை கோயிலால் வந்த திலிருந்து வேலியின்மேல் காகங்கள் கரைந்தபடியிருந்தன. ஒரு நாளும் இல்லாது அப்படிக் கரைந்துகொண்டிருந்தன. கிராமத்துக் காகங்கள் சொல்லும் சாத்திரம் பிழைப்பதில்லை என்று சத்தியமூர்த்தி சொல்லுவார் என்று எண்ணிய தேவன் மனதுக்குள் சிரித்துக்கொண்டார். அந்த நேரமாகப் பார்த்து வாசலடியிலிருந்து பெருத்த ஆரவாரம் கேட்கிறது. கதிரையில் இருந்த தேவன் நிமிர்ந்து உட்கார்ந்தார். பிள்ளைகள் எழுப்பிய

ஓசை இசையாகத் தவழ்ந்து வந்து செவிகளை நிறைக்கிறது. அப்பனின் இளமைக் குரலும் அபிதாவின் செல்லக் குரலும் கொஞ்சமும் மாறாமல் அப்படியே இருக்கிறது. அவர்கள் எந்த நேரமும் வீட்டுக்குள் வந்துவிடுவார்கள்.

அதுவென்ன புதிய குரல்! முன்பு கேட்டுப் பழகிய குரலாகவும் இருக்கிறது. தேவன் நிமிர்ந்து பக்கத்தில் நின்ற நித்யாவைப் பார்த்தார். அவள் முகத்தில் அர்த்தம் நிறைந்த புன்னகை அரும்பியிருந்தது.

தேவன் புதிய உற்சாகத்துடன் கதிரையிலிருந்து எழுந்து நின்றார். அங்கே திறந்திருக்கிற வாசல் கதவுகளினூடாக முற்றம் தெரிகிறது. ஒரு குருவி வந்து திண்ணையிலிருந்து 'கீச் கீச்'சென ஏதோ அவசரச் செய்தியைச் சொல்லிவிட்டு வந்த வேகத்தில் பறந்து போனது. நடு முற்றத்தில் வந்திறங்கிய காற்றும் புதிதுபோலிருந்தது. கோடிப்புறத்திலிருந்து லச்சுமியும் 'ம்மா, ம்மா' என்று தன் பங்குக்கு வாழ்த்தியது கேட்டது. இன்னும் சிறிது நேரத்தில் வீடு முற்றாக இசை மண்டபமாகிவிடும் போலிருக்கிறது. தேவன் பக்கத்தில் நின்ற நித்யாவின் இடுப்பை ஒரு கையால் வளைத்துத் தன்னோடு அணைத்துக்கொண்டார்.

"இவையெல்லாம் நீ தந்த செல்வமல்லவா, இதற்குமேல் நான் உன்னிடம் இரந்துகொள்ள வேறென்ன இருக்கிறது?"

"இரக்க வேண்டிய அவசியமில்லை. எல்லாம் இருக்கிறவர் ஏன் இரக்கவேண்டும்?"

யாரோவெல்லாம் வருவது வாசலினூடாகத் தெரிகிறது. முதலில் நிழல்களாக அண்மிக்கிறார்கள், அங்கே அபிதாவும் அப்பனும் இப்போதுதான் நடந்து பழகிய குழந்தைகளாய்க் கும்மாளமிட்டபடி வருகிறார்கள். முற்றத்தில் யோசேப்பு தான் முத்துவேலருக்குக் கொடுத்த வாக்கைக் காப்பாற்றிய பெருமிதத்தில் நிற்கிறார், அவருக்குப் பக்கத்தில் பார்த்திபன் தனது தங்கையின் வாழ்வில் மீண்டும் வசந்தம் வீசுவதைக் காண்பதில் மனம் கரைந்து நிற்கிறார். வாசல் கதவோடு முகமெல்லாம் புன்னகையாகச் சத்தியமூர்த்தி. அவர்களுக்கு முன்னால் பாடியபடி வரும் அந்த இளம் குரலுக்குரிய சிறு பெண் யார்? தேவன் நீர் மல்கும் கண்களை விரல்களால் துடைக்க மறந்து அந்தக் குரலோடு ஐக்கியமாகிறார். பாவாடை, தாவணியில் அம்மனே வந்ததுபோல இருக்கிறாளே! இல்லை, அன்று நான் முதன்முறை கோயிலில்

கண்ட நித்யாதான் இப்போது திண்ணையில் சின்னஞ்சிறு பெண்ணாக ஏறி வருகிறாளோ! தேவன் கண்களில் நீர் மல்க அருகில் நிற்கும் நித்யாவை மீண்டும் பார்க்கிறார்.

"அவள்தான் உங்கள் இளைய மகள் ஜனனி."

புல்லாய்ப் பிறவிதர வேண்டும் கண்ணா,
புனிதமான பலகோடி பிறவி தந்தாலும்
பிருந்தாவனமதில் ஒரு புல்லாய்..!